அம்பேத்கரின் கடைசி எட்டு ஆண்டு கால வாழ்க்கையின் மிக நெருக்கமான, உயிர்ப்புள்ள, நேரடியான பதிவு இது. விலைமதிப்பற்ற முதன்மையான ஆதாரம்.

ராமச்சந்திர குஹா

# பாபாசாஹேப்

பத்துப்பாட்டு

# பாபாசாஹேப்

## டாக்டர் அம்பேத்கருடன் என் வாழ்க்கை

**சவிதா அம்பேத்கர்**

மராத்தியிலிருந்து ஆங்கிலத்தில்:

**நதீம் கான்**

தமிழில்:

**த. ராஜன்**

எதிர்
வெளியீடு

**பாபாசாஹேப்:**
**டாக்டர் அம்பேத்கருடன் என் வாழ்க்கை**
சவிதா அம்பேத்கர்
மராத்தியிலிருந்து ஆங்கிலத்தில்: நதீம் கான்
தமிழில்: த. ராஜன்

முதல் பதிப்பு: 6 டிசம்பர் 2023
மறுஅச்சு: 6 டிசம்பர் 2024

எதிர் வெளியீடு,
96, நியூ ஸ்கீம் ரோடு, பொள்ளாச்சி - 642002.
தொலைபேசி: 04259 - 226012, 99425 11302.

வடிவமைப்பு: பா. ஜீவமணி

**விலை: ரூ. 699**

**Babasaheb:**
**My Life wlth Dr Ambedkar**
Savita Ambedkar
Translated from the Marathi by Nadeen Khan
Translated by T. Rajan

First Edition: 6 December 2023
Reprint: 6 December 2024

Published by
Ethir Veliyeedu, 96, New Scheme Road, Pollachi - 2.
email: ethirveliyedu@gmail.com
www.ethirveliyeedu.com

Layout: B. Jeevamani

**Price: ₹ 699**
ISBN: 978-81-19576-15-9

Printed by: Jothy Enterprises, Chennai.

All rights reserved. No part of this book may be reprinted or reproduced or utilised in any form or by any electronic, mechanical or other means, now known or hereafter invented, including Photocopying and recording, or in any information storage or retrieval system, without permission in writing from the Publisher.

**நதீம் கான்**

1973–ஆம் ஆண்டிலிருந்து ஆங்கில ஆசிரியராகப் பணியாற்றிவருகிறார். இந்திய அரசின் தகவல் மற்றும் ஒளிபரப்பு அமைச்சகத்தால் நடத்தப்படும் தன்னாட்சி பெற்ற இந்திய மக்கள் தொடர்பு நிறுவனத்தினுடைய மேற்கு மண்டல மையத்தின் நிறுவன–இயக்குநராக 2011 முதல் 2018 வரை பொறுப்புவகித்தார். விஸ்வாஸ் பாட்டீலின் புகழ்பெற்ற மராத்தி நாவலான *'பானிபட்'*, அவதூத் டோங்கரேவின் சாகித்ய அகாடமி விருது பெற்ற நாவலான *'ஸ்வதஹலா ஃபால்து சமஜ்ஞாச்சி கோஷ்ட்'* உள்பட பல்வேறு புத்தகங்களை மொழிபெயர்த்துள்ளார். முதன்மையாக மராத்தியிலிருந்து ஆங்கிலத்துக்கு மொழிபெயர்ப்பதில் அதிக ஈடுபாடுகாட்டுபவர். சிறந்த மொழிபெயர்ப்புக்கான 'வேலி ஆஃப் வேர்ட்ஸ்' (2020) விருதை வென்றவர்.

**த. ராஜன்**

திருநெல்வேலி மாவட்டத்திலுள்ள விக்கிரமசிங்கபுரத்தைச் சேர்ந்தவர் த. ராஜன். இப்போது சென்னைவாசி. பொறியியல் பட்டதாரியான இவர், மென்பொருள் நிறுவனத்தில் பணியைத் தொடங்கினார். பிறகு, *'இந்து தமிழ்'* நாளிதழின் நடுப்பக்க அணியில் உதவி ஆசிரியராகவும், அதன் கலை இலக்கியப் பக்கங்களுக்குப் பொறுப்பாளராகவும் இருந்துவந்தார். தற்போது, தமிழ் இணையக் கல்விக்கழகத்தின் உள்ளடக்க மேலாண்மைக் குழுவில் அங்கம்வகிக்கிறார். *'கதையும் புனைவும்'* (புனைவாக்கம் குறித்து பா. வெங்கடேசனுடன் நடத்திய உரையாடல் தொகுப்பு), சுந்தர் சருக்கை எழுதிய *'சிறுவர்களுக்கான தத்துவம்'* புத்தக மொழியாக்கம் (சீனிவாச ராமாநுஜத்துடன் இணைந்து), *'பழைய குருடி'* (சிறுகதைத் தொகுப்பு) ஆகியவை இவருடைய முந்தைய ஆக்கங்கள். பேறறிஞர் அண்ணாவின் வரலாற்றைப் பேசும் *'மாபெரும் தமிழ்க் கனவு'* புத்தகத்தின் துணைத் தொகுப்பாசிரியர்களுள் ஒருவர்.

# உள்ளடக்கம்

- ஆங்கில மொழிபெயர்ப்பாளர் குறிப்பு ................................ 13
- தமிழ் மொழிபெயர்ப்பாளர் குறிப்பு ................................... 20
- முகவுரை ......................................................................... 26
- முன்னுரை ....................................................................... 31

- பாபாசாஹேப் ................................................................... 39
  - □ நான் ஏற்ற யசோதரா பாத்திரம் ................................. 40
  - □ நான் மணம்புரிந்துகொண்ட நபர் ............................. 41
  - □ என் குடும்பப் பின்னணி ........................................... 44
  - □ பள்ளிக் கல்வி ............................................................ 45
  - □ கிராண்ட் மருத்துவக் கல்லூரியில் நான் ................ 46
  - □ மணிபவன் தற்செயல் ................................................ 48
  - □ நான் டாக்டரானேன் .................................................. 50
  - □ என் உடல்நலக்குறைவு .............................................. 51
  - □ என் வியாதியால் கிடைத்த எதிர்பாரா நன்மை ...... 52
  - □ டாக்டர் மால்வன்கருடனான பயிற்சிக் காலம் ......... 54
  - □ குஜராத்தில் என் பணி .............................................. 55
  - □ டாக்டர் அம்பேத்கருடனான என் முதல் சந்திப்பு ... 59
  - □ டாக்டர் ராவும் டாக்டர் அம்பேத்கரும் .................... 60
  - □ டாக்டர் அம்பேத்கரின் உடல்நலக்குறைவு ............. 64
  - □ டாக்டர் அம்பேத்கருக்கு இருந்த நோய்களின் வரலாறு ...... 66
  - □ டாக்டர் அம்பேத்கரின் உடல்நிலை குறித்து
    அவரின் சொந்த வார்த்தைகளில் ............................. 67
  - □ டாக்டர் அம்பேத்கரின் உடல்நலிவுக்கான காரணங்கள் ...... 79
  - □ மசூர் நிகழ்வு ............................................................ 81

- பரோடா அத்தியாயம் ............................................. 83
- தந்தையின் மரணம் ............................................. 85
- சிடன்ஹாமில் ஏற்பட்ட கசப்பான அனுபவம் ............ 85
- உயர் நீதிமன்றத்தில் ஏற்பட்ட கசப்பான அனுபவம் ... 85
- மஹாத் சாலையில் ஏற்பட்ட கசப்பான அனுபவம் .... 86
- ஸ்டார்ட் குழுவின் கசப்பான அனுபவம் .................... 86
- மஹாத் சத்யாகிரகமும் மனு ஸ்மிருதி எரிப்பும் ........ 87
- காலாராம் கோயில் சத்யாகிரகம் ........................... 88
- பல தளங்களில் பணியாற்றுதல் ............................. 89
- வட்டமேஜை மாநாடு ............................................ 90
- பூனா ஒப்பந்தம் ................................................... 90
- ரமாபாய் மறைவு ................................................. 93
- மதமாற்ற அறிவிப்புக்குக் கிடைத்த மறுமொழி ......... 93
- பம்பாய் சட்டமன்றத்தில் டாக்டர் அம்பேத்கர் ........... 94
- வைஸ்ராய் நிர்வாகக் குழுவில் .............................. 95
- கிரிப்ஸ் மிஷன் கொடுத்த பேரிடி ........................... 95
- அரசமைப்பு அவை .............................................. 98
- டாக்டர் அம்பேத்கருக்கான சிகிச்சை ...................... 100
- தனிமையில் டாக்டர் அம்பேத்கர் ........................... 102
- டாக்டர் அம்பேத்கர் அளித்த திருமண விண்ணப்பம் ... 105
- திருமணம் குறித்து டாக்டர் அம்பேத்கர் ................. 112
- எங்களுடைய தனிப்பட்ட கடிதத் தொடர்பு ............. 115
- எங்கள் திருமணம் தொடர்பான நிகழ்வுகள் .......... 118
- அன்பை இழந்து வாடிய டாக்டர் அம்பேத்கர் ........ 132
- திருமண நாள் இறுதிசெய்யப்பட்டது ..................... 141
- நாங்கள் தொடர்புகொள்வதற்கான லெட்டர் பேட் ..... 163
- என் டெல்லி பயணமும் எங்கள் திருமண விழாவும் ... 165
- சர்தார் படேலுடனான சந்திப்பு ............................. 169
- இந்தியாவிலிருந்தும் வெளிநாடுகளிலிருந்தும் வந்த பத்திரிகைச் செய்திகள் ..................................... 171
- டாக்டர் அம்பேத்கரும் நவல் பத்தேனாவும்: அழிக்க முடியா நட்பு .... 175
- ஒன்றாக வாழத் தொடங்கினோம் .......................... 176
- எங்கள் அன்றாடம் .............................................. 179
- பிடித்த உணவு வகைகள் ................................... 183
- பொதுமக்களிடமிருந்து எனக்கான முதல் பாராட்டு ... 186
- என் வாழ்க்கையின் பொன்னான தருணம் ............. 189

- மருத்துவமனையில் டாக்டர் அம்பேத்கர் ............... 196
- கல்வி: சித்தார்த் மற்றும் மிலிந்த் ............... 200
- டாக்டர் சாஹேபின் உடல்நலம் ............... 202
- இந்துச் சட்டத் தொகுப்பு மசோதா ............... 203
- மிலிந்த் கல்லூரியில் இந்துச் சட்டத் தொகுப்பு மசோதா ...... 205
- அரசமைப்பை உருவாக்கியவருக்கு எஸ்.சி.எஃப். நடத்திய பாராட்டு விழா ............... 207
- யஷ்வந்துக்குத் திருமணம் நடத்திவைக்கும் எண்ணம் ...... 211
- இறையாண்மைமிக்க ஜனநாயக இந்தியா ............... 215
- மீண்டும் உடல்நலிவு ............... 217
- டெல்லியில் புத்தரின் பிறந்த நாள் விழா ............... 217
- தலேகான் ............... 220
- அஹமதுநகர் கல்லூரி ............... 221
- ஹைதராபாத் பயணம் ............... 221
- ஓக்லா பயணம் ............... 222
- பௌத்தம் தொடர்பான கொழும்பு மாநாடு ............... 224
- டாக்டர் சாஹேப் சிலை ............... 227
- டாக்டர் அம்பேத்கர்: வாழ்நாள் முழுவதும் மாணவர் ...... 230
- எங்கள் தெஹ்ராதூன் பயணம் ............... 232
- கண் பிரச்சினை ............... 233
- ஒளரங்காபாத் கல்லூரி குறித்த கவலை ............... 234
- வர்லி புத்த மடாலயத்தில் ............... 235
- இந்துச் சட்டத் தொகுப்பு மசோதா விவாதம் ............... 237
- அசைக்க முடியா மனவுறுதி ............... 240
- 1952 தேர்தல் காற்று ............... 241
- பட்டியல் சாதிகள் கூட்டமைப்பின் தேர்தல் சின்னம் ...... 241
- நேரு எழுதிய கடிதம் ............... 243
- மீண்டும் இந்துச் சட்டத் தொகுப்பு மசோதா ............... 244
- இந்துச் சட்டத் தொகுப்பு மசோதா மீதான விவாதத்துக்கான பதில் ... 246
- இந்துச் சட்டத் தொகுப்பு மசோதாவின் அம்சங்கள் ...... 248
- தன்னலமற்ற டாக்டர் அம்பேத்கர் ............... 251
- சட்ட அமைச்சர் பதவியிலிருந்து விலகல் ............... 254
- பட்டியல் சாதிகள் கூட்டமைப்பு மீதான கவனக்குவிப்பு ...... 256
- எங்களின் பஞ்சாப் தேர்தல் பயணம் ............... 257
- சோஷலிஸ்டுகளுடனான கலந்துரையாடல் ............... 258
- பம்பாயில் மாபெரும் பாராட்டு விழா ............... 258

- பம்பாய் மாகாண எஸ்.சி.எஃப். நடத்திய பாராட்டு விழா ............... 260
- 1952 முதல் பொதுத் தேர்தல் ............... 261
- அரசமைப்பை உருவாக்கியவரின் தோல்வி ............... 262
- காஜ்ரோல்கரின் வஞ்சகம் ............... 263
- தீண்டப்படாதவர்களிடையே கோடாரிகள் ............... 267
- 26, அலீப்பூர் சாலை, டெல்லி ............... 268
- என்னுடைய ஆற்றொணா முயற்சிகள் ............... 269
- மாநிலங்களவையில் டாக்டர் அம்பேத்கர் ............... 273
- காங்கிரஸ் திரட்டிக்கொண்ட நற்பெயர் ............... 273
- மராத்வாடாவுக்கான வளர்ச்சித் திட்டம் ............... 274
- கொலம்பியா பல்கலைக்கழக அங்கீகாரம் ............... 275
- எனக்கான பாராட்டு ............... 277
- பூனா சட்ட நூலகத்தில் ஆற்றிய வரலாற்றுச் சிறப்புமிக்க உரை ............... 278
- ராஜாராம் கல்லூரிப் பொன் விழா ............... 279
- உடற்பயிற்சி மீதான காதல் ............... 280
- ஒஸ்மானியா பல்கலைக்கழகத்தின் பாராட்டு ............... 281
- டாக்டர் அம்பேத்கரின் உடல்நலம் — கண்காணிப்பாளராக என் பங்கு ............... 281
- பம்பாயில் புத்த ஜெயந்தி ............... 284
- என் உடல்நலக்குறைவு ............... 285
- மாநிலங்களவையில் இருப்பு ............... 287
- மாரடைப்பு ............... 287
- எங்கள் மண வாழ்க்கை மீதான தாக்குதல் ............... 292
- மகாத்மா புலே குறித்து ஆச்சார்ய அத்ரேவின் திரைப்படம் ............... 294
- லோனாவலாவில் ஓய்வு ............... 295
- பந்தர்பூரின் வித்தல்? இல்லை, புத்தர்! ............... 297
- பண்டாரா மக்களவை இடைத்தேர்தல் ............... 297
- [மஹர்களிலுள்ள கிளைச் சாதியின்] நன்றிகெட்ட நிலை ............... 299
- காங்கிரசின் விளையாட்டுகள் ............... 300
- ரங்கூனில் புத்தரின் பிறந்த நாள் விழா ............... 300
- சாஹேபின் முக்கியமான பரிந்துரைகள் ............... 302
- 'அரசியல் பணிக்குப் பதிலாகச் சமூகப் பணி ஆற்றுவோம்!' ............... 306
- ஜப்பானிலிருந்து அழைப்பு ............... 307
- பெங்களூரில் பௌத்தக் கல்விக்கூடம் ............... 308
- டாக்டர் சாஹேபின் உடல்நிலை நலிவுற்றது ............... 309
- விரக்தியுற்ற டாக்டர் அம்பேத்கர் ............... 310

- சாஹேபின் எதிர்பார்ப்புகளும் விருப்பங்களும் .................. 310
- அன்புக் கோபம் .................. 311
- வைர விழா கொண்டாட்டங்கள் .................. 313
- டாக்டர் அம்பேத்கர்: உலகின் ஆறு அறிவுஜீவிகளில் ஒருவர் .................. 314
- ரங்கூன் பௌத்த மாநாடு .................. 314
- எங்கள் மதமாற்றம் .................. 318
- தேஹரூ வீதி புத்த விஹாரை .................. 319
- மதப் பணியில் தோய்ந்தார் .................. 320
- பட்டியல் சாதிகள் கூட்டமைப்பின் விதிமுறைகள் .................. 322
- மீண்டும் உடல்நலக்குறைவு .................. 322
- 'தம்ம தீகூஷக்குத் தயாராகுங்கள்!' .................. 324
- ரகசியமாக ஆக்ஸிஜன் எடுத்துக்கொள்ளுதல் .................. 325
- ஒரே ஒரு சொட்டு மதுவுக்கும் தடை .................. 326
- நிரந்தரத் துயரம் .................. 328
- கல்விப் பணி தொடர்பான செயல்பாடுகள் .................. 328
- ஒழுக்க நடத்தை மற்றும் நற்பண்பு மீதான காதல் .................. 331
- 'யுக யாத்திரை' அரங்கேற்றம் .................. 332
- பௌத்தம் குறித்த புனித நூல் .................. 333
- தூய்மையான, தன்னலமற்ற பொதுக் குணம் .................. 335
- அரசியல் பயிற்சிப் பள்ளி .................. 336
- பம்பாயில் கடைசிக் கூட்டம் .................. 337
- பிரம்மாண்டமான புத்தக-எழுத்துப் பணி .................. 338
- டெல்லி தம்மப் பிரச்சார சபை .................. 344
- எல்ஃபின்ஸ்டோன் கல்லூரி விழா .................. 344
- கட்சித் தொண்டர்கள் மீதான பாசம் .................. 345
- நாக்பூரில் வரலாற்றுச் சிறப்புமிக்க மதமாற்றம் .................. 346
- சந்திரபூர் மதமாற்ற நிகழ்ச்சி .................. 354
- மதமாற்றத்துக்குப் பிறகான மனநிறைவு .................. 355
- காத்மாண்டு உலக பௌத்த மன்றம் .................. 356
- ராஜ்கிரஹா விரிவாக்கம் — சோதித்துப்பார்த்த நிகழ்வு .................. 357
- காத்மாண்டுப் பயணம் .................. 362
- பௌத்த யாத்திரைத் தலங்களில் சுற்றுலா .................. 365
- இறுதி நாள்கள் .................. 369
- தலாய் லாமாவை வரவேற்க .................. 370
- டிசம்பர் 4 .................. 373
- டிசம்பர் 5 .................. 375

- காலமானார் .................................................................................. 387
- அறிவுச் சூரியன் மறைந்தது .......................................................... 391
- அதற்குப் பிறகான சோதனைகள் ................................................ 392
- என் அலமாரிச் சாவியின் மர்மம் ................................................ 394
- டாக்டர் அம்பேத்கரின் கடைசி ஆசை ........................................ 396
- அரசியல் தலைவர்களின் சூழ்ச்சி .............................................. 397
- அரசியல் சதி ............................................................................... 398
- 26, அலீப்பூர் சாலை ஒரு நினைவாகிப்போனது ...................... 399
- சாஹேபின் மறைவு: உண்மைகள் ............................................. 400
- விசாரணைக் குழு ....................................................................... 410
- மரண அறிக்கை — மக்களவையில் கேள்வி பதில்கள் .......... 411
- டாக்டர் திரோத்கர் ........................................................................ 411
- டாக்டர் துல்புலே ......................................................................... 412
- சிறப்பு மருத்துவக் குழு உறுப்பினர் ........................................... 412
- மக்களவையில் கேள்விகளும் பதில்களும் ............................... 413
- நான் இன்னமும் அம்பேத்கர்தான் ............................................. 116
- எல்லா விதத்திலும் டாக்டர் அம்பேத்கருக்குத் துணையாக ... 416
- அம்பேத்கருக்குப் பின் வாழ்க்கை ............................................. 419
- இறுதியாக ................................................................................... 420

- குறிப்புகள் ................................................................................... 425
- புகைப்படத் தொகுப்பு ................................................................. 433
- பின்னுரை .................................................................................... 449
- பின்னிணைப்பு 1 ........................................................................ 465
- பின்னிணைப்பு 2 ........................................................................ 478
- பின்னிணைப்பு 3 ........................................................................ 483

# ஆங்கில மொழிபெயர்ப்பாளர் குறிப்பு

டாக்டர் பி.ஆர்.அம்பேத்கரின் இரண்டாவது மனைவி ஒரு மருத்துவர் என்பதையும், அவர் 2005 வாக்கில் காலமானார் (உண்மையில், 2003) என்பதையும் தோராயமாக அறிந்துவைத்திருந்தேன். இப்படியாக, அவர் மறைந்து பதினெட்டு ஆண்டுகளுக்குப் பிறகு, அவர் ஒரு தன்வரலாற்றுப் புத்தகத்தை விட்டுச்சென்றிருக்கிறார் என்பதை அறிந்துகொண்டபோது, மராத்திப் புத்தகங்கள் பற்றிய என்னுடைய அறியாமையை எண்ணி நாணினேன். என் நண்பர்களில் கிட்டத்தட்ட சரிபாதி பேரும் விஷய ஞானமுள்ளவர்களும், டாக்டர் அம்பேத்கருக்கு இரண்டாவது மனைவி இருப்பதைக்கூட அறிந்திராதவர்களாக இருந்தார்கள் என்பதைப் பின்னர் தெரிந்துகொண்டபோது, காயப்பட்ட என்னுடைய சுயமரியாதை கொஞ்சம்போல மீண்டுகொண்டது. *‘டாக்டர் அம்பேத்கராஞ்ச்யா சகவாசாத்’* புத்தகத்தின் பதிப்பக விவரங்களைப் பார்க்கையில், முதன்முதலாக இந்தப் புத்தகம் 1990–இல் வெளியிடப்பட்டதை அறிந்து உண்மையில் அதிர்ந்துதான்போனேன். இந்த மராத்திப் புத்தகம் சுமார் 31 ஆண்டுகளாக எப்படி ஆங்கிலத்தில் மொழிபெயர்க்கப்படாமல் இருக்கிறது என்பதை என்னால் இன்னும் புரிந்துகொள்ள முடியவில்லை! டாக்டர் பீம்ராவ் அம்பேத்கர் இருபதாம் நூற்றாண்டின் மகத்தான சிந்தனையாளர்களுள் ஒருவர். அவர் வாழ்ந்த காலத்தில், பெருமைமிகு இந்தியத் தலைவர்களுள் ஒருவராகத் திகழ்ந்தார். சாதிப் பாகுபாட்டைத் தன்னுடைய வாழ்நாள் முழுவதும் எதிர்த்தவராகவும், அரசமைப்பை மேற்பார்வையிட்டு, வழிகாட்டி, வரைவை உருவாக்கியவராகவும் அவருடைய ஆக்கங்கள் பற்றிய ஆய்வுத் திட்டங்களைப் பல்வேறு பல்கலைக்கழகங்கள் கொண்டிருக்கின்றன; நியூ யார்க்கிலுள்ள கொலம்பியா பல்கலைக்கழகம் அவருடைய வாழ்க்கை குறித்துப் பாடம் நடத்துகிறது; உலகிலுள்ள பௌத்த அபிமானிகளெல்லாம்

அவரை முக்கியமான பௌத்தச் சிந்தனையாளராக அங்கீகரிக்கின்றனர். அப்படியிருக்கும்போது, அவருடைய வாழ்க்கை குறித்த மிக நெருக்கமான இத்தகைய ஆதாரம், மூன்று தசாப்தங்களுக்கும் மேலாக இந்தியாவிலும் வெளிநாடுகளிலும் உள்ள மராத்தியரல்லாத வாசகர்களுக்கு எட்டாததாக எப்படி இருந்திருக்க முடியும்?

இந்தக் கேள்விக்கான பதிலாக இன்னொரு கேள்வியை எனக்கு நானே கேட்டுக்கொண்டேன்: பரிசாகக் கிடைத்த குதிரை எனும்போது ஏன் அதன் பல்லைப் பிடித்துப் பார்க்க வேண்டும்? ஆக, மராத்திப் புத்தகத்தின் ஆசிரியர், தொகுப்பாளர், ஆய்வாளர், எழுதுவதற்கான உதவியாளர் என்று பதிப்புரிமைப் பக்கத்தில் பட்டியலிடப்பட்டிருந்த விஜய்ராவ் சுர்வாடேவின் செல்பேசி எண்ணைக் கண்டுபிடித்தேன். பிறகு, கல்யாண் நகரிலுள்ள அவருடைய வீட்டுக்குச் சென்று அவரைச் சந்தித்தேன். விஜய்ராவ் இன்முகம் கொண்ட மனிதர். சிறிய சொகுசு வீட்டில் வசித்துவந்தார். நிரம்பிவழியும் புத்தகங்களால் தன்னுடைய அலமாரிகள் மூழ்கியிருப்பதில் அவருக்குப் பரிபூரண திருப்தி. மேஜைகள், நாற்காலிகள், முக்காலிகள், திவான்கள், ஜன்னல் ஓரங்கள் என எங்கெங்கும், பிளாஸ்டிக் பைகளில் திணிக்கப்பட்ட கோப்புகளும் ஆவணங்களுமாகக் குவிந்துகிடந்தன. டாக்டர் அம்பேத்கர் தொடர்பான புகைப்படங்கள், ஆவணங்கள், கடிதங்கள், ஆதார நூல்கள், இன்ன பிற நினைவுச் சின்னங்கள் என மிகப் பெரும் தொகுப்பை வைத்திருப்பதற்காக நாடு முழுவதும் புகழ்பெற்றவர் அவர். ஒருவகையில், உலகம் முழுக்கவும் என்று சொல்ல வேண்டும். இவற்றைச் சோதித்துப்பார்க்க வேண்டும் என்பதற்காக அல்ல, ஆனால் வீட்டைச் சுற்றி விரவிக்கிடந்த எல்லாவற்றையும் ஒரு பார்வை பார்த்ததில் எனக்கு நிம்மதியாயிற்று.

இந்த முதல் வருகையின்போது, டாக்டர் (திருமதி) சவிதா அம்பேத்கரிடம் (என்ற ஷாரதா கபீர் — அவருடைய தொண்டர்களால் மாய்சாஹேப் என்று அன்புடன் அழைக்கப்பட்டவர்) அவர் கொண்டிருந்த நெருங்கிய தோழமை பற்றிய சுருக்கமான வரலாற்றைச் சொன்னார். 1971–இல் பம்பாயிலுள்ள சித்தார்த் கல்லூரியில் படித்துக்கொண்டிருக்கும்போது தன்னுடைய பதினெட்டாவது வயதில் அவரை முதன்முதலில் சந்தித்திருக்கிறார். மாய் இந்த நூற்றாண்டின் மகத்தான மனிதர்களுள் ஒருவரின் மனைவி; மிகவும் அவமதிக்கப்பட்ட கைம்பெண். சிறப்புவாய்ந்த கணவரை 1956–இல் இழந்ததிலிருந்து பதினான்கு ஆண்டுகள் அவர் வனாந்தரத்தில்

கழிக்கும்படி ஆயிற்று. காரணம், தன்னைத் தூற்றுபவர்களால் அச்சுறுத்தலுக்கு ஆளானார். தன்னுடைய வாழ்க்கையை யாருக்காக அர்ப்பணித்தாரோ அந்த மக்களின் இதயங்களிலும் மனங்களிலும் தனக்கான சரியான இடத்தை மீளப்பெறுவதற்கான நம்பிக்கையில் பம்பாய்க்கு அவர் அப்போதுதான் திரும்பியிருந்தார். மாயிடம் இளம் விஜய்ராவ் தன்னை ஈடுபடுத்திக்கொண்ட விதமும், அவர் கொண்டிருந்த ஆற்றலும், முழுமையான தன்னலமற்ற தன்மையும் தனக்கான பிரதான ஊன்றுகோலாக மிகச் சரியான நேரத்தில் அவரை மாற்றின. சவிதா அம்பேத்கரின் தன்வரலாறானது குருவுக்கும் சீடருக்கும் இடையில் ஏறத்தாழ இரு தசாப்தங்களாக உருவான பிணைப்பின் நேரடி பலனாகும். வரலாற்று முக்கியத்துவம் வாய்ந்த நினைவுகளும் அனுபவங்களும் கொண்ட பொக்கிஷமாக அவர் இருப்பதை அறிந்த விஜய்ராவ், அவரிடம் கெஞ்சியும் மன்றாடியும் ஓயாது நச்சரித்தும் வந்ததால் ஒருகட்டத்தில் மனமிரங்கினார். தன்வரலாறு எழுத ஒப்புக்கொண்டார். ஆனால், ஒரு நிபந்தனை விதிக்கப்பட்டது — அவர் பேச மட்டுமே செய்வார், விஜய்ராவ்தான் முழுக்க எழுத வேண்டும். 'எழுதுவதற்கான உதவியாளர்' என்ற விசித்திரமான பதவி இப்படித்தான் பதிப்புரிமைப் பக்கத்தில் விவரிக்கப்பட்டிருக்கிறது.

தன்னுடைய எழுத்தாளராகப் பணிபுரிவதற்கு இவரைவிட மேலான நபர் சவிதா அம்பேத்கருக்குக் கிடைத்திருக்க வாய்ப்பில்லை. அம்பேத்கரிய ஆய்வறிஞரான விஜய்ராவ், அந்த மாமனிதரின் வாழ்க்கை தொடர்பான, அவருடைய படைப்புகள் தொடர்பான பெரும்பாலான முக்கிய நிகழ்வுகளை அறிந்திருந்தார் என்பது மட்டுமல்ல; சவிதா அம்பேத்கரின் நினைவுகளை மீட்டெடுக்கும் விதத்திலான புகைப்படங்கள், கடிதங்கள், புத்தகங்கள், நினைவுக் குறிப்புகள், இன்ன பிற பொருள்கள் என அலமாரி நிறைய வைத்திருந்தார்.

இந்தப் புத்தகத்தின் கட்டமைப்பு இந்த அணி இணைந்ததற்கான எல்லா அடையாளங்களையும் தன்னகத்தே கொண்டுள்ளது. இதில் அத்தியாயங்கள் இல்லை. ஆனால், எடுத்துரைப்பவர் மற்றும் எழுதுபவரின் அமர்வுகளைக் குறிக்கும் விதமான பகுதிகள் இருக்கின்றன. பெரும் மதிப்புக்குரிய அந்த மூதாட்டியிடம் கதைகள் இருந்தன; அவருடைய இளம் உதவியாளருக்கு எல்லா ஒப்புதல்களும் தரப்பட்டிருந்தன. விவரிப்புகளும், அதற்கு உறுதுணையான புகைப்படங்கள், கடிதங்கள், உரைகள், நினைவுக்

குறிப்புகள் ஆகியவையும் மிக நுட்பமாகப் பின்னிப்பிணைந்திருந்ததால், எது எதற்குத் தூண்டுதலாக இருந்திருக்கும் என்று ஊகிக்கும் விளையாட்டுபோல் எனக்கு அது ஆயிற்று. எப்போதாவது ஒன்றிரண்டு சிறிய பகுதிகளை ஒரே பகுதியாக இணைத்து, நெருங்கிய தொடர்புடைய சில பகுதிகளை ஒன்றாகக் கொண்டுவந்ததைத் தவிர, வாசகர்கள் இந்த விளையாட்டைத் தாங்களாகவே விளையாடிப்பார்க்கும் வகையில் இந்தக் கட்டமைப்பை நான் அப்படியே தக்கவைத்திருக்கிறேன்.

இந்த விதமான அணுகுமுறை சில சிக்கல்களை உருவாக்கியது. காலவரிசைப்படி ஒழுங்கமைக்கப்பட்ட நிகழ்வுகளுடன் ஒட்டாத பகுதிகளும் தொடர்ந்து வந்துகொண்டிருந்தன. நிகழ்வுகளும் வலியுறுத்தல்களும் திரும்பத்திரும்ப வருவது நல்ல வாசிப்பனுபவத்துக்குத் தேவையாய் இருந்தது. ஒரு மொழிபெயர்ப்பாளராக என்னை அது குழப்பத்திலும் ஆழ்த்தியது. அதே நேரத்தில், மராத்திய மூலத்தில் நான் பெற்ற அதே அனுபவத்தை ஆங்கில வாசகரும் துல்லியமாகப் பெற வேண்டும் என்று அறம் கோரியது. மேலும், அவருடைய காலத்தின் மிகப் பெரும் ஆளுமைகளுள் ஒருவரின் மனைவி என்பதைக் கருத்தில்கொண்டு பார்க்கும்போது, கல்விப்புலத்திலும் சமூகத்தளத்திலும் மிக முக்கியமான ஆவணக் குறிப்புகளாக இது மாறும். எனவே, திரும்பத்திரும்ப இடம்பெறும் நிகழ்வுகளுக்கான அர்த்தங்களைத் தேட விரும்பும் ஆய்வறிஞர்களை எண்ணிப்பார்த்தேன். மறுபுறம், பொது வாசகர்களை இது விலக்கம்கொள்ள வைக்கக்கூடும் என்றும் தோன்றியது. இந்தப் புத்தகத்துக்கான வாசகர்களில் பெரும் பகுதியினர் அவர்கள்தான். அனுபவம்மிக்க எழுத்தாளர்களுடனான கலந்தாலோசனை இந்தப் பிரச்சினையைத் தீர்க்க உதவியது; ஒப்பனை அறுவை சிகிச்சை நிபுணரின் அணுகுமுறையை எடுத்துக்கொண்டேன்; அத்தியாவசியமானவற்றைச் சேதப்படுத்தாமல் தளர்வான பகுதிகளை வெட்டியெடுத்தேன். புத்தகம் இப்போது ஏறத்தாழ 14,000 வார்த்தைகள் அளவில் சுருங்கிவிட்டது. அந்தத் தளர்வான பகுதிகள் மீது ஆர்வம் கொண்டவர்கள் யாரேனும் இருப்பின், பதிப்பாளரை அணுகி அந்த வெளியிடப்படாத பகுதிகளைப் பெற்றுக்கொள்ளலாம்.

நான் எதிர்கொண்ட இன்னொரு சிக்கல் என்னவென்றால் கடிதங்களும் உரைகளும் உள்ளபடியாக ஆங்கிலத்தில் இருந்தன. அவை இந்தப் புத்தகத்துக்காக மராத்திக்கு மொழிபெயர்க்கப்பட்டுள்ளன. அவற்றை

மராத்தியிலிருந்து ஆங்கிலத்துக்கு மீண்டும் மொழிபெயர்ப்பது தேவையற்றது என்று தோன்றியது. மூலத்துக்கு நெருக்கமான சொற்றொடரைத் தருவதுதான் சிறந்ததாக இருக்கும். இது எங்கே சிக்கலானது என்றால், புத்தகத்தில் பிரசுரிக்கும் பொருட்டுத் தட்டச்சு செய்யப்பட்ட அந்தக் கடிதங்கள் கையெழுத்துப் பிரதிகளாகும். தட்டச்சர் ஒரு வார்த்தையைத் தவறாகப் படித்திருக்கவும், சரியாக இருப்பதைப் பிழை என்று கருதி நல்ல எண்ணத்துடன் அதைத் திருத்தும் முயற்சியை மேற்கொண்டிருக்கவும் நிறைய வாய்ப்புகள் உள்ளன. இதன் பொருட்டுதான், விஜய்ராவின் மகத்தான சேகரிப்பில் இருந்த அம்பேத்கர் தொடர்பான ஆவணங்கள் எனக்குக் கிடைத்தன. அவருடைய வீடு முழுக்க ஒழுங்கற்ற விதத்தில் நிறைந்திருந்த புத்தகக் குவியலும் ஆவணங்களும் ஒரு வழிமுறையைக் கொண்டிருந்தன என்பதை அப்போதுதான் நான் உணர்ந்துகொண்டேன். நான் ஒரு ஆவணத்தின் மூலப் பிரதியைக் கேட்கும்போதெல்லாம், விஜய்ராவ் தலையாட்டுவார் (அரிதான சந்தர்ப்பங்களில் தாடையைச் சொறிவார்), மீன்பிடிப்பதைப் போல எங்கிருந்தோ ஒரு ப்ளாஸ்டிக் பையைச் சுண்டியிழுத்து மூலப் பிரதியின் நகலை எடுத்துவிடுவார். இப்படியாக, மூல ஆவணங்களுடன் சரிபார்த்தது ஒருவகையில் நல்லதாய்ப்போயிற்று. தட்டச்சர் தவறிழைத்திருந்தார்தான். அதீதக் கடமையுணர்வுடன் திருத்தங்களும் செய்திருந்தார். இந்தப் புத்தகம் கசப்பான விஷயங்கள் உள்பட, எல்லாவற்றையும் உள்ளது உள்ளபடியே முன்வைக்கிறது.

நான் இந்த ஆங்கில மொழிபெயர்ப்பில் ஏறக்குறைய எல்லா மேற்கோள்களிலும், விஜய் சுர்வாடேவின் அற்புதமான சேகரிப்பைத்தான் ஆதாரமாக வைத்துள்ளேன். என்னுடைய எல்லைக்கு உள்பட்டு, இரு முறை சரிபார்க்கும் வாய்ப்பு கிடைத்த இடங்களிலெல்லாம் அதைக் குறிப்பிட்டிருக்கிறேன். மற்ற எல்லா இடங்களிலும், சுர்வாடேவின் சேகரிப்பையே ஆதாரமாகக் கொள்ளுங்கள்.

எனினும், சுர்வாடே வைத்திருக்கும் எல்லா வளங்களையும் ஆராய்ந்த பிறகும், என்னுடைய இதர முயற்சிகளுக்குப் பிறகும்கூட இலங்கை, பர்மா, நேபாளம் ஆகிய இடங்களில் டாக்டர் அம்பேத்கர் வழங்கிய உரைகளின் ஆங்கிலப் பதிப்புகளை என்னால் கண்டறிய இயலவில்லை. என்னால் செய்ய முடிந்ததெல்லாம், தனஞ்செய் கீர் எழுதிய புகழ்பெற்ற வாழ்க்கை வரலாறான *'டாக்டர் பாபாசாஹேப் அம்பேத்கர்: லைஃப்*

*அண்ட் மிஷன்'* புத்தகத்துடன் இந்த நிகழ்வுகள் பற்றிய குறிப்புகளை ஒப்பிட்டு, அவற்றை மீண்டும் ஆங்கிலத்தில் மொழிபெயர்ப்பதுதான். இதைக் குறிப்புகளில் சொல்லியிருக்கிறேன்.

இப்போது சமஸ்கிருதம், பாலி, இந்தி சொற்பயன்பாட்டுக்கு வருவோம். ஆரம்பத்தில் ஆங்கில மொழிபெயர்ப்பைப் பயன்படுத்த முயன்றேன். ஆனால், அது மூலத்தின் நுட்பங்களைக் கொண்டுவரவில்லை என்பதை மிக விரைவிலேயே உணர்ந்துகொண்டேன். மேலும், ஆங்கிலத்திலிருந்து மொழிபெயர்க்கும்போது எந்த ஒன்றும் அதன் பண்பாட்டோடு கொண்டிருக்கும் திணைப் பண்பை இழக்க வேண்டியிருக்கிறது. பிற மொழிபெயர்ப்பாளர்கள் என்ன செய்திருக்கிறார்கள் என்று ஆராய்ந்த பிறகு, திணைத்தன்மையிலான வார்த்தைப் பயன்பாட்டுக்கு முக்கியத்துவம் தந்து ஒருவிதக் கலவையான அணுகுமுறையைத் தேர்ந்துகொண்டேன். இந்தச் சொற்பயன்பாட்டுடன் பரிச்சயம் இல்லாத வாசகர்களுக்கு உதவும் விதமாக ஒரு பட்டியல் இந்தப் புத்தகத்தின் இறுதியில் இணைக்கப்பட்டுள்ளது. [இந்தியப் பின்புலத்தில் பரிச்சயம் இல்லாதவர்களுக்காக உருவாக்கப்பட்டிருக்கும் இந்தப் பட்டியலை, தமிழ்ப் பதிப்பில் சேர்க்கவில்லை.]

2020 ஜனவரியில் வெளியான *'டாக்டர் அம்பேத்கராஞ்ச்யா சகவாசாத்'* புத்தகத்தின் நான்காவது பதிப்பில் ஒரு பின்னிணைப்பு இருந்தது. அதில் தன்னுடைய வருங்கால மனைவி டாக்டர் ஷாரதா கபீருக்கு டாக்டர் அம்பேத்கர் எழுதிய நான்கு கடிதங்கள் — 1990-இல் வெளியான முதல் பதிப்பு அச்சிடப்பட்டுப் பல ஆண்டுகளுக்குப் பிறகு — இடம்பெற்றுள்ளன. அந்த நான்கு கடிதங்களும் இந்தப் புத்தகத்தின் பின்னிணைப்பு 1-இல் சேர்க்கப்பட்டுள்ளன. அம்பேத்கரின் சகாக்கள் இருவருக்கு டாக்டர் சவிதா அம்பேத்கர் எழுதிய மூன்று கடிதங்களும் பின்னர் கண்டுபிடிக்கப்பட்டு நான்காம் பதிப்பில் சேர்க்கப்பட்டிருந்தன. இந்த மூன்று கடிதங்களும் பின்னிணைப்பு 2-இல் சேர்க்கப்பட்டுள்ளன.

டாக்டர் சவிதா அம்பேத்கர் எழுதிய முன்னுரையுடன், சுவாரஸ்யமான தகவல் கொண்ட விஜய் சுர்வாடேவின் அறிமுகக் கட்டுரைகள் இரண்டாம் பதிப்பிலும் நான்காம் பதிப்பிலும் இடம்பெற்றுள்ளன. இந்த அறிமுகக் கட்டுரைகளிலிருந்து தேர்ந்தெடுக்கப்பட்ட சில பகுதிகள் இந்தப் புத்தகத்தில் பின்னுரையாகத் தொகுக்கப்பட்டுள்ளன.

செம்மையாக்கப் பணியில் பதிப்பாளர்கள் இறங்கியபோது, ஆசிரியர் தன்னுடைய மராத்திப் புத்தகத்தில் பெயர்களைக் கொஞ்சமும் அச்சமின்றிப் பயன்படுத்தியிருக்கிறார் என்ற முடிவுக்குவந்தனர். என்னுடன் கலந்தாலோசித்துவிட்டு, அவதூறு வழக்குகளை எதிர்கொள்ளும் சாத்தியத்தைத் தவிர்ப்பதற்காக, சில இடங்களில் பெயர்களை மட்டுப்படுத்திப் பயன்படுத்தியிருக்கிறார்கள். இருப்பினும், அவற்றை நட்சத்திரக்குறியால் (*) குறிப்பிட்டுக்காட்டுவதற்கு அவர்கள் உடன்பட்டனர்.

விஜய் சுர்வாடே இதன் பங்குதாரர் என்ற வகையில் ஒரு கை இன்னொரு கைக்கு நன்றி சொல்வதாகத் தோன்றலாம் என்றாலும், நான் மனதார நன்றி சொல்ல விரும்பும் நபர், ஐயத்துக்கு இடமின்றி விஜய்தான். ஐம்பது ஆண்டுகளாகத் தனிப்பட்ட முறையில் நண்பராக இருந்ததோடு, இந்த மொழிபெயர்ப்பின் வழியே என்னுடன் பயணித்துப் பயனுள்ள ஆலோசனைகளை வழங்கிய பென்குயின் ரேண்டம் ஹவுஸ் இந்தியாவின் கௌரவ ஆசிரியர் சத்யச் சரணுக்கும் என்னுடைய நன்றிகள். ஆஸ்டினிலுள்ள டெக்ஸாஸ் பல்கலைக்கழகப் பேராசிரியரும் புகழ்பெற்ற அம்பேத்கரிய அறிஞருமான ஸ்காட் ஸ்ட்ரவுட், இந்தப் பிரதியை நேர்த்தியுடன் ஆராய்ந்து நான் இழைத்த பல்வேறு தவறுகளை வெளிக்கொணர்ந்தமைக்காக அவருக்கு உளமார்ந்த நன்றியைத் தெரிவித்துக்கொள்கிறேன். பேராசிரியர்கள் நம்தியோராவ் பெல்சரே, பிருத்விராஜ்சிங் ராஜ்புத் இருவரும் நான் மிகவும் கடமைப்பட்டிருப்பதாகக் கருதும் நபர்கள். இவர்களுடைய ஆங்கிலப் புலமை மகத்தானது; மேலும், இவர்களுடைய மராத்தி என்னுடையதிலிருந்து முற்றிலும் மாறுபட்ட உலகத்தைச் சேர்ந்ததாக இருந்தது. மணிக்கணக்காக, நாள்கணக்காக உட்கார்ந்து என்னுடைய மொழிபெயர்ப்பை மராத்தி மூலத்துடன் ஒப்பிட்டுப்பார்த்துப் பிழைகளைச் சுட்டிக்காட்டினார்கள். இவர்கள் கண்டுபிடித்த பிழைகளெல்லாம் சரிசெய்யப்படாமல் அச்சுக்குச் சென்றிருந்தால் நான் பெரும் சங்கடத்துக்கு ஆளாகியிருப்பேன். நன்றி கனவான்களே.

**நதீம் கான்**

# தமிழ் மொழிபெயர்ப்பாளர் குறிப்பு

**ச**விதா அம்பேத்கர். நாம் உச்சரிக்க மறந்த பெயர். உச்சரிக்க மறுத்துவந்த பெயர். ரமாபாயின் பெயர் உச்சரிக்கப்பட்ட அளவில் காற்பங்குகூட உச்சரிக்கப்படாத பெயர். சவிதா அம்பேத்கர் தொடர்பாக நதீம் கான் குறிப்பிடும் எல்லாமும் அப்படியே தமிழ்ச் சூழலுக்கும் பொருந்தும்தான். அதே நேரத்தில், மராத்தியரல்லாத வாசகர்களுக்கு 31 ஆண்டுகளாக இந்தப் புத்தகம் கிடைக்காமல் இருந்ததை எண்ணி அவர் மருகிப்போனதைப் போன்ற அவலம் நமக்கு இல்லை. ஆங்கிலத்தில் வெளியாகி ஒரே ஆண்டுக்குள் தமிழில் மொழியாக்கம் பெற்று வெளியாகிவிட்டது.

சவிதா அம்பேத்கரின் தன்வரலாறு என்ற அடைமொழியோடு இந்தப் புத்தகம் வெளிவந்திருந்தாலும் இது அம்பேத்கரின் வாழ்க்கையைப் பேசும் புத்தகம்தான். அம்பேத்கரின் கடைசிக் காலகட்டத்தை விவரிக்கும் புத்தகம். அம்பேத்கரின் அரசியல் வாழ்க்கையிலும் சமூக வாழ்க்கையிலும் மிகுந்த முக்கியத்துவம் வாய்ந்த இந்தக் காலகட்டத்தை வேறு யாருக்குமே சாத்தியப்படாத கோணத்தில் விவரிக்கும் அதே வேளையில், அவருடைய ஆளுமையையும் இதுவரை வேறு எந்தப் புத்தகமும் வெளிக்கொண்டுவந்திடாத விதத்தில் வெளிப்படுத்தியிருக்கிறது. அம்பேத்கரின் வாழ்க்கை வரலாற்றைப் பேசும் இதற்கு முந்தைய புத்தகங்கள் எவற்றிலும் இந்த அளவுக்கு அவரை மனிதத்தன்மைப்படுத்திய வேறு உதாரணங்கள் கிடையாது எனலாம். அம்பேத்கர் இந்தப் புத்தகத்தில் ரத்தமும் சதையுமாக உலவுகிறார். சவிதா அம்பேத்கருக்கு எழுதிய கடிதமொன்றில் அம்பேத்கர் இப்படிச் சொல்கிறார்:

'நான் மிகவும் பலவீனமானவன். மிகவும் கனிவானவன். எளிதில் உணர்ச்சிவசப்படக்கூடியவன். மக்கள் என்னைப் பற்றித் தவறான

அபிப்ராயம் கொண்டிருக்கிறார்கள். நான் கல்நெஞ்சக்காரன், முரட்டுத்தனமானவன், வெளிப்படையானவன், உணர்ச்சியற்றவன், வாதம்புரிபவன், முழுக்க மண்டைதானே தவிர இதயமே கிடையாது என்றெல்லாம் அவர்கள் நினைக்கிறார்கள். எனக்குள் கனிவும் மென்மையும் இருக்கின்றன. என்னை அவை பலவீனப்படுத்துகின்றன, சரணடையவைக்கின்றன.'

இந்தப் புத்தகத்தில் வெளிப்படும் அம்பேத்கர் இப்படியானவர்தான். இதுவரை நாம் பார்த்தறிந்திராத பக்கம் அது. அம்பேத்கரின் புத்தகங்களையும் உரைகளையும் ஆராய்ந்து அறிவார்ந்த வாழ்க்கை வரலாற்றுப் புத்தகங்கள் எழுதப்பட்டிருக்கின்றன என்றும், அம்பேத்கரின் அரசியல் அத்தியாயங்களைப் பேசும் வாழ்க்கை வரலாற்றுப் புத்தகங்களும் வெளிவந்திருக்கின்றன என்றும் குறிப்பிடும் ஆகாஷ் சிங் ராதோர், இதுவரை அம்பேத்கரின் வாழ்க்கையை உயிர்ப்புடன் எடுத்துவைக்கும் ஒரு வாழ்க்கை வரலாற்றுப் புத்தகம்கூட எழுதப்பட்டதில்லை என்கிறார். தன்னுடைய முயற்சி — 'பிகம்மிங் பாபாசாஹேப்' — அப்படியான ஒன்றுதான் என்று குறிப்பிடும் அவர், ஒரே ஒரு விதிவிலக்காக சவிதா அம்பேத்கரின் இந்தப் புத்தகத்தைச் சொல்கிறார். அம்பேத்கரின் வாழ்க்கை வரலாற்றை உயிரோட்டமாகவும், இதுவரையிலான பிழைகளைக் களைந்து ஆதாரபூர்வமாகவும் எழுத முற்பட்டிருக்கும் ஆகாஷ் சிங் ராதோர் தன்னுடைய புத்தகத்தின் முதல் அத்தியாயத்தை சவிதா அம்பேத்கரின் தன்வரலாற்றுப் புத்தகத்திலிருந்து பெற்றுக்கொண்ட தகவலிலிருந்துதான் தொடங்குகிறார். இவரைப் போல இனிவரும் காலங்களில் எழுத முற்படுபவர்களுக்கு இந்தப் புத்தகத்திலிருந்து எடுத்துக்கொள்ள ஏராளம் உண்டு.

தமிழ் மொழிபெயர்ப்பு தொடர்பாகச் சில விஷயங்களைச் சொல்வதற்கு மட்டும் இந்த இடத்தை எடுத்துக்கொள்கிறேன். அச்சுப் பிழை, பொருள் பிழை, தகவல் பிழை தொனிக்கும் இடங்களைக் குறிப்பிட்டுக்காட்டுவதற்காக '[sic]' என்ற குறிப்பு ஆங்கில மொழியாக்கத்தில் பயன்படுத்தப்பட்டுள்ளது. சில முக்கியமான தகவல் பிழைகளுக்கு அடிக்குறிப்புகள் தரப்பட்டுள்ளன. நான் அவற்றை அப்படியே தமிழில் தக்கவைத்திருக்கிறேன். அதே நேரத்தில், ஆங்கில வார்த்தைகளிலுள்ள அச்சுப் பிழைகளைத் தமிழில் கொண்டுவர வாய்ப்பில்லை என்பதால், அப்படியான இடங்களில் இந்த '[sic]' குறிப்பு தவிர்க்கப்பட்டுள்ளது. ஆங்கில மொழிபெயர்ப்பாளர் சில முக்கியத்துவமற்ற

வார்த்தைகளுக்குக்கூடப் பிழையைச் சரிசெய்ய முற்படாமல், உள்ளது உள்ளபடியே தர முற்பட்டிருக்கிறார். எடுத்துக்காட்டாக, 'Sleeping Dress' என்று சில இடங்களில் பயன்படுத்தப்பட்டுள்ளது. இந்த வார்த்தைகள் வரும் இடங்களில் '[sic]' என்று குறிப்பிட்டிருக்கிறார். தமிழிலும் அதேபோல் பிழையான ஒரு வார்த்தையைப் பயன்படுத்தி '[sic]' குறிப்பு தருவதற்குப் பதிலாக, தூங்கும்போது அணிந்துகொள்ளும் இரவு உடையைத்தான் இது குறிக்கிறது என்பதால் 'இரவு உடை' என்றே நான் தமிழ்ப்படுத்தியிருக்கிறேன்.

அடுத்ததாக, 'மராத்தியிலிருந்து மொழிபெயர்க்கப்பட்டது' என்ற குறிப்பு இந்தப் புத்தகத்தில் அடிக்கடி இடம்பெறும். இந்தக் குறிப்பு வரும் இடங்கள் எல்லாமும் மராத்தியில் எழுதப்பட்டது என்றோ, மராத்தியில் பேசப்பட்டது என்றோ அர்த்தப்படுத்திவிடக் கூடாது. மூலப் பிரதி கிடைக்காத பட்சத்தில் சில பகுதிகள் மராத்தியிலிருந்து மொழிபெயர்க்கப்பட்டிருக்கின்றன. ஆவண நோக்கில் அணுகும் நபர்கள் இந்தக் குறிப்பைக் கொஞ்சம் கவனத்துடன் கையாளுமாறு கேட்டுக்கொள்கிறேன்.

மொழியாக்கத்தின்போது சில விஷயங்களில் கூடுதல் அக்கறை எடுத்துக்கொள்ள விரும்பினேன். முதலில், இந்தப் புத்தகம் அம்பேத்கரின் தனிப்பட்ட வாழ்க்கையை அதிக அளவில் விவரிப்பதால் அவர் யாரையெல்லாம் உரிமையுடன் அழைத்தார், யாரையெல்லாம் மரியாதையுடன் விளித்தார் என்பதைத் துல்லியமாகத் தர நினைத்தேன். குறிப்பாக, கணவன் மனைவிக்கிடையேயான பரிமாற்றங்களில் இந்தக் குழப்பம் வந்துவிடக் கூடாது என்ற அக்கறை இருந்தது. இதன் பொருட்டு, மும்பையிலுள்ள நண்பர்களின் உதவியுடன் இந்தப் புத்தகத்தின் மராத்தி மூலத்தைத் தேடத் தொடங்கினேன். கிடைக்கவில்லை. பதிப்பாளர் வழியாக ஆங்கில மொழிபெயர்ப்பாளரைத் தொடர்புகொண்டு அங்கிருந்து விஜய் சுர்வாடேவை நெருங்கிவிட்டாலும் என்னுடைய தேவை நிறைவேறவில்லை. பிறகு, ஆங்கிலப் புத்தகத்தின் வரவையொட்டி மராத்திப் பிரதி மறுபதிப்பு கண்டிருப்பதை அறிந்து இணையம் வழியாகப் புத்தகத்தை வரவழைத்தேன். இருந்தும், அதனால் பயனேதுமில்லை. ஆங்கிலத்தைப் போலவே மராத்தியிலும் முன்னிலையில் மதிப்பு விகுதிகள் கிடையாதாம். விளைவாக, ஆங்கில மொழியாக்கத்தில் கிடைக்கும் விவரங்களின் அடிப்படையில் ஒருசில பாத்திரங்கள் நீங்கலாக இதர பாத்திரங்கள் எல்லாவற்றையும்

மரியாதையுடன் விளிக்கும் உத்தியைத் தேர்ந்துகொள்ளும்படி ஆயிற்று. அம்பேத்கரும் சவிதா அம்பேத்கரும் நீங்கலாகப் புத்தகத்தில் உலவும் இதர பாத்திரங்களெல்லாம் நிலையானவையாக இல்லாமல் வந்துகொண்டும் போய்க்கொண்டும் இருப்பதாக உள்ளதால் அது நான் கொஞ்சம் சமாதானம்கொள்ள உதவியது. அம்பேத்கரையும் சவிதா அம்பேத்கரையும் பொறுத்தவரை இருவருக்குமிடையில் நெருக்கம் வந்துவிட்டதான உணர்வு கிடைக்கும் பகுதியிலிருந்து அம்பேத்கர் உரிமை எடுத்துக்கொள்வதாக வைத்துக்கொண்டேன். இருப்பினும், பின்னிணைப்பில் உள்ள கடிதத் தொகுப்பில் இதைக் கடைப்பிடிக்கவில்லை. அவை ஒரு தொகுப்பாக இருப்பதால் அந்த நான்கு கடிதங்களும் உரிமையான மொழியிலேயே தமிழ்ப்படுத்தப்பட்டுள்ளன. அதேபோல, அம்பேத்கரின் மகன் யஷ்வந்துக்கும் சவிதா அம்பேத்கருக்கும் சொற்ப வயதே இடைவெளி என்றாலும், அம்மாவுக்கான இடத்தை எடுத்துக்கொண்டு மகனை உரிமையுடன் விளிப்பதாகக் கொஞ்சம் சுதந்திரம் எடுத்திருக்கிறேன்.

சொற்பதங்களைப் பொறுத்தவரை மஹாத், மஹார் என்ற உச்சரிப்பையே மராத்தி மூலம் பரிந்துரைத்தாலும் மஹத், மஹர் என்பது நம்முடைய வழக்கத்தில் இருப்பதால் பிந்தையதைத் தேர்ந்துகொண்டேன். அதே நேரத்தில், நம்முடைய வழக்கத்தில் இருக்கிறது என்ற காரணத்துக்காக இதே அணுகுமுறையை எல்லா இடங்களிலும் பின்பற்றவில்லை. எடுத்துக்காட்டாக, ‘Schedule Caste’ என்பதை எப்படிக் குறிப்பிடுவது? பட்டியல் இனம் என்றா, பட்டியல் சாதி என்றா? இரண்டும் நம்முடைய வழக்கத்தில் இருக்கின்றன என்றாலும் பட்டியல் இனம் என்பதே பெருந்திரளானவர்களின் பயன்பாட்டில் உள்ளது. ஆனால், இனம் என்ற சொல் அம்பேத்கருக்கு உவப்பானதில்லை. *‘அம்பேத்கர் கடிதங்கள்’* புத்தகத்தில் சிவசங்கர் எஸ்.ஜே. இதைக் கோடிட்டுக்காட்டுகிறார். மேலும், *‘இந்தியாவில் சாதிகள்’* புத்தகத்தில் அம்பேத்கர் இப்படி எழுதுகிறார்:

> ‘... சாதிமுறையானது இனக் கலப்பைத் தடுக்கவோ ரத்தத் தூய்மையைக் காக்கவோ உருவானதன்று. உண்மையில் பார்க்கப்போனால், இந்திய இனங்கள் தமக்குள் ரத்தத்தாலும் பண்பாட்டாலும் இரண்டறக் கலந்ததற்கு நெடுங்காலத்துக்குப் பின்னர்தான் சாதிமுறை நடைமுறைக்கு வந்தது. சாதிப் பாகுபாடு என்பது உண்மையில் இனப் பாகுபாடுதான் என்பதும், பல்வேறு சாதிகளும் வெவ்வேறான

இனங்களே என்பதும் உண்மைகளைத் திரித்துக்கூறுவதாகும். பஞ்சாபிலுள்ள பிராமணனுக்கும் சென்னையிலுள்ள பிராமணனுக்கும் இடையில் இன வழியில் என்ன ஒற்றுமை உள்ளது? வங்கத்திலுள்ள தீண்டப்படாதவனுக்கும் சென்னையிலுள்ள தீண்டப்படாதவனுக்கும் இன வழியில் என்ன ஒற்றுமை உள்ளது? ...இன வழியிலான பிரிவினையைக் காட்டுவதாகச் சாதிமுறை இல்லை. ஒரே இனத்தைச் சேர்ந்த மக்களின் சமூக வழியிலான பிரிவினையாகத்தான் சாதி உள்ளது.'

ஆக, 'பட்டியல் சாதி' என்ற பதத்தையே புத்தகம் முழுக்க நான் பயன்படுத்தியிருக்கிறேன். இன்னும் சில உதாரணங்கள்: அரசமைப்பு, இந்துச் சட்டத் தொகுப்பு மசோதா, மக்கள் கல்விச் சங்கம்.

ஏறக்குறைய முந்நூறு பெயர்ச்சொற்கள் இந்தப் புத்தகத்தில் இடம்பெற்றிருக்கின்றன. பெயர்ச்சொற்களைப் பொறுத்தவரை தமிழ்ப் பயன்பாட்டில் ஒவ்வொரு புத்தகத்திலும் ஒவ்வொரு விதமாக உள்ளன என்பதால், இயன்றளவில் எல்லாப் பெயர்ச்சொற்களும் மராத்தி மூலத்தோடு ஒப்பிட்டுப்பார்க்கப்பட்டுள்ளன. அதேபோல, நபர்களுக்கு இடையில் சரியான உறவுமுறையைக் கொண்டுவரவும் மெனக்கெடப்பட்டுள்ளது. இதற்காக உதவிய பாரதி, சௌபாக்கியவதி, வினோதா மூவருக்கும் என்னுடைய நன்றியைத் தெரிவித்துக்கொள்கிறேன்.

இந்தப் புத்தகம் செழுமை பெறுவதற்கு நான்கு பேர் முக்கியமான காரணம். புத்தகத்தின் கடினமான பகுதிகளை மொழிபெயர்க்க உதவியவர் சீனிவாச ராமாநுஜம். சட்டம் தொடர்பான பகுதிகளில் இருந்த ஐயங்களைத் தீர்க்க உதவியவர் செல்வ புவியரசன். வார்த்தைப் பயன்பாடு இன்னும் கொஞ்சம் மெருகேற வேண்டும் என்று தோன்றியபோதெல்லாம் நான் தொடர்புகொண்ட நபர் ஷஹிதா. இலக்கணரீதியான குழப்பங்களைக் களைய உதவியவர் ந. செல்லப்பா. நால்வருமே இந்தப் புத்தகத்தை முழுமையாக வாசித்துத் தங்கள் அபிப்ராயங்களை விரிவாகப் பகிர்ந்துகொண்டார்கள். நால்வருக்கும் என்னுடைய மனமார்ந்த நன்றி.

உள்பக்க வடிவமைப்பையும் கலாபூர்வமாக அழகுணர்வோடு அணுகக்கூடியவர் பா. ஜீவமணி. எழுத்துரு தேர்வு, வாக்கியங்களுக்கும் வார்த்தைகளுக்குமான இடைவெளி என உள்பக்க வடிவமைப்பின் ஒவ்வொரு அம்சத்திலும் கூடுதல் அக்கறை எடுத்துக்கொள்பவர்.

கச்சிதமும் கட்டுக்கோப்பும் கூடிவரும் இவருடைய வடிவமைப்பில் இந்தப் புத்தகம் வெளிவருவதில் எனக்கு மிகுந்த மகிழ்ச்சி. புத்தக உருவாக்கம் தொடர்பாக முழுச் சுதந்திரம் கொடுத்து, அழகுற புத்தகத்தை வெளியிட்டிருக்கிறார் அனுஷ். இருவருக்கும் என்னுடைய உளமார்ந்த நன்றியை உரித்தாக்குகிறேன்.

டாக்டர் பீம்ராவ் அம்பேத்கரிடமிருந்து பெற்றுக்கொண்ட மைத்ரி என்ற பெயரை என்னுடைய மகளுக்குச் சூட்டியிருந்த நேரத்தில்தான் இந்த மொழியாக்கப் பணியையும் தொடங்கியிருந்தேன். மகளுக்குத் தர வேண்டிய நேரத்தையெல்லாம் இந்த மொழியாக்கப் பணி எடுத்துக்கொண்டது என்பதற்காக மட்டுமல்ல, இந்தப் பெயருக்கு என்ன அர்த்தம் என்று கேட்பவர்களிடமெல்லாம் மைத்ரி பற்றிச் சொல்வதற்கான வாய்ப்பாகவும் அவள் மாறியிருக்கிறாள் என்பதாலும், இந்தப் புத்தகத்தின் தமிழாக்கத்தை என்னுடைய மைத்ரிக்குப் பேருவகையோடு சமர்ப்பிக்கிறேன்.

**த. ராஜன்**

# முகவுரை

**பீ**ம்ராவ் அம்பேத்கர் ஒரு சிந்தனையாளராகத் தனித்தன்மை வாய்ந்தவர் என்ற உண்மை அவர் தனித்து இல்லை என்ற கூற்றை நிராகரித்துவிடவில்லை. பலருடைய உதவியில்லாமல் இப்போது அடைந்திருக்கும் உயரங்களை அவரால் எட்டியிருக்க முடியாது. இந்த உறுதுணையான பாத்திரங்களில் சிலர் அதிர்ஷ்டத்தாலும் நற்பேறாலும் வந்துசேர்ந்தவர்கள் — கே.ஏ.கெலுஸ்கர் தன்னுடைய பள்ளி நாள்களில் தனிமையில் இருந்த இளம் பீமைச் சந்தித்து அவரை சாயாஜிராவ் கெய்க்வாட்டிடம் அறிமுகப்படுத்தியது, அல்லது நியூ யார்க்கில் இருந்த துடிப்பான இளம் மாணவர் தன்னுடைய கொலம்பியா பல்கலைக்கழகப் பொருளாதார வகுப்புகளின் கடுமையான பாட அட்டவணையிலிருந்து தற்காலிக ஓய்வெடுக்கும் நிமித்தமாக ஜான் டூவியின் வகுப்புகளில் இடறிவிழுந்து, தன்னுடைய வாழ்நாள் ஆர்வமாக மாறிய நடைமுறைவாதத் தத்துவத்தைத் தொடங்கியது. பீம்ராவ் தன்னுடைய கல்விக்காக மேற்கத்திய நாடுகளுக்கு நீண்ட பயணங்கள் சென்றதிலும், இந்தியாவில் சாதி எதிர்ப்புச் செயல்பாட்டை முன்னெடுத்ததிலும் அவருடைய முதல் மனைவி ரமாபாய்க்கு, நம்ப முடியாத விதத்தில் முக்கியப் பாத்திரம் — பல நேரங்களில் கவனிக்கப்பட்டதில்லை — உண்டு. இப்படியாக, பீம்ராவின் வாழ்க்கையிலும் சிந்தனையிலும் தனிநபர்கள் பலர் முக்கியமான பங்குவகித்திருக்கிறார்கள். சாதி எதிர்ப்புச் சிந்தனையாளரைப் பற்றி நாம் குறிப்பிடும் கதைகளில் இவர்கள் ஒவ்வொருவரும் பேணிக்காக்கப்படவும் ஆராயப்படவும் தகுதியானவர்கள். இந்தத் தொகுதியானது பீம்ராவின் அர்ப்பணிப்புமிக்க இரண்டாவது மனைவி சவிதா அம்பேத்கர் சாட்சியாக இருந்த, அவருடைய தாக்கம் கொண்ட பாபாசாஹேபின் கதையைச் சொல்கிறது. 'மாய்சாஹேப்', பாபாசாஹேபின் இணையராக அறியப்பட்ட இவர், அம்பேத்கருடைய இறுதிக் காலகட்டத்தின் — அவர் பௌத்தம்

பக்கம் திரும்புவதையும், புத்தரின் மரபு மற்றும் கொள்கைகளை மறுகட்டமைத்ததையும் கண்ட காலகட்டம் — மிக முக்கியமான அவதானிப்பாளர். பீம்ராவ் மிகவும் உடல்நலம் குன்றிப்போன காலகட்டம் இது. அதே நேரத்தில், சமூக போதனையாக வெளிப்பட்ட பௌத்தத்துக்கு மதம் மாறும் அவருடைய செயல்பாடுகளும் பேச்சுகளும் உச்சபட்சச் சூட்டை எட்டிய காலகட்டமும்கூட. பீம்ராவ் வாழ்க்கையின் இந்த பிரம்மாண்டமான அத்தியாயத்தில் சவிதாவின் பங்கு என்ன என்பது அவருடைய கதையிலிருந்து வெளிப்படுகிறது; சாதிக்கும் அநீதிக்கும் எதிராக பீம்ராவ் தன்னுடைய போர்களை முன்னெடுத்தபோது வரலாறு அடிக்கடி மறுத்துவந்த பாத்திரம்.

நிச்சயமாக, சவிதா தனக்கென ஒரு சொந்த முகமையோ முனைப்போ இல்லாமல் இல்லை. இந்த நினைவுத் தொகுப்புகளை ஒருவர் வாசிக்கும்போது, பீம்ராவ் தொடர்பான விஷயங்களில் சவிதா எவ்வளவு தீவிரமாகவும் உறுதியாகவும் இருந்தார் என்பதையும், பாபாசாஹேபிடமிருந்து எதையாவது எதிர்பார்த்திருந்த பல நபர்களிடமிருந்து அவரை எப்படிக் காப்பாற்றினார் என்பதையும் ஒருவர் புரிந்துகொள்ள முடியும். இவர் பல வழிகளில் சாஹேபின் பாதுகாவலராகவும் ரட்சகராகவும் இருந்தார். அவருடன் சேர்ந்து சிந்தித்தார். அவருடன் சேர்ந்து போரிட்டார். ஆனால், அந்தக் கால மரபுகள் அவரைப் பொது விவகாரங்களில் பெரிய அளவில் பங்கெடுக்கவிடாமல் தடுத்துவிட்டன. நம் கால மனப்போக்குகள் பெரும்பாலும் அவருடைய கதைகளையும் பங்களிப்புகளையும் கண்டுகொள்ளாமல் விட்டுவிட்டன. இந்தப் புத்தகம் வெளிப்படுத்துவதுபோல், பௌத்தத்துக்கு தலித்துகள் மதம் மாற வேண்டும் என்று சாஹேப் தீவிரமாகப் பேசிக்கொண்டிருந்த காலத்தில் அவருடன் சேர்ந்து சவிதாவும் பௌத்தத்தைச் சிந்தித்துக்கொண்டிருந்தார். அம்பேத்கரின் ஆவணங்களைத் தேடி முதன்முறையாக நான் இந்தியா வந்தபோது, விஜய் சுர்வாடேவுக்கு அடுத்தபடியாக, இந்தப் புள்ளியை என் சொந்த அனுபவத்தில் உணர்ந்தேன். 1950–களைச் சேர்ந்த தூசிபடிந்த இதழ்களை அலசிக்கொண்டிருந்தபோது நாங்கள் அடிக்கடி பேசிக்கொண்டோம் — இன்னும் சரியாகச் சொல்ல வேண்டுமென்றால், பாபாசாஹேபின் வாழ்க்கை குறித்த கதைகளை நான் மீண்டும்மீண்டும் முழு ஈடுபாட்டுடன் கேட்டுவந்தேன். கொஞ்சம்கொஞ்சமாகச் சிதைந்துகொண்டிருக்கும் ஓர் இதழில், பௌத்தம் குறித்துக் கைப்பட எழுதப்பட்ட குறிப்புகளைப் பார்த்தபோது அம்பேத்கர் — பீம்ராவ்,

நான் சொல்லவந்தது — என்ன செய்துகொண்டிருந்திருக்கிறார் என்று சத்தமாகக் கேட்டுவிட்டேன். ஒரு கடிதத்தின் இறுதி வரியையும் அடுத்த கடிதத்தையும் இணைக்கும் பீம்ராவின் கலைநயமிக்க நீட்சி இதில் சரியாக இல்லாததைப் பார்த்து, எழுத்துநடையில் கொஞ்சம் தடுமாற்றம் இருப்பதாகக் குறிப்பிட்டேன். ஒருவேளை அவர் அவசரப்பட்டிருக்கலாம் என்று சொன்னபடி அதை அசைபோட்டுக்கொண்டிருந்தேன். உடனே, சுர்வாடே தெளிவுபடுத்தினார்: பௌத்தம், உளவியல் குறித்த இந்தக் குறிப்புகளை எழுதியது சவிதாதானே தவிர, பீம்ராவ் அல்ல. அப்போது அந்த எண்ணம் தோன்றியது: பீம்ராவ்போலவே அவருடன் இருக்கும் மற்றவர்களும் அவருடன் சேர்ந்து அல்லது அவரோடு இணையாகச் சிந்திக்கிறார்கள். சவிதா — டாக்டர் அம்பேத்கரின் இன்னொரு பாதி — பௌத்தத்தில் தீவிர ஆர்வம் கொண்ட மருத்துவ நிபுணர். பௌத்தம் குறித்த தன்னுடைய பார்வையை டாக்டர் பீம்ராவ் அம்பேத்கர் ஆழப்படுத்திவந்தபோது, டாக்டர் சவிதா அம்பேத்கரும் சமூகத்துக்கு பௌத்தம் என்ன அர்த்தம் தரும், அநீதியை அகற்ற அது எப்படி உதவும் என்று வாசித்துக்கொண்டும் சிந்தித்துக்கொண்டும் இருந்திருக்கிறார். பௌத்தத்துக்கும் ஒருவருக்கொருவர் வளர்ச்சிகாண்பதற்கும் பொறுப்பேற்றிருந்த இந்த இரண்டு நபர்களுக்கிடையே பெரும்பாலான அவதானிப்பாளர்கள் கவனித்திராத ஓர் ஒத்திசைவு இருந்தது.

பீம்ராவுடன் அவர் வாழ்ந்த காலத்தைப் பேசும் இந்தப் புத்தகத்தில் வெளிப்படும் சவிதாவின் அவதானிப்புகளும் மதிப்பீடுகளும் அவருடைய அறிவுசார் வளர்ச்சியையும் பீம்ராவின் அறிவுசார் வளர்ச்சியில் அவருடைய பங்கையும் காட்டுகின்றன. இதன் வழியாக, 1940-களின் பிற்பகுதியிலிருந்து 1956-இல் மறைந்தது வரையிலான அம்பேத்கருடைய கதையின் இறுதி அத்தியாயங்களின் ஒருங்கிணைந்த பகுதியாக சவிதா வெளிப்படுகிறார். 1956-இல் நாக்பூரில் நடந்த மதமாற்ற விழாவின்போது அம்பேத்கருடன் சவிதா இருந்தார். அவர் இறப்பதற்குச் சில வாரங்களுக்கு முன்பு நேபாளத்தில் சுற்றுப்பயணம் மேற்கொண்டபோதும் உடன் இருந்தார். சவிதா இதற்கு முன்பாக, சர்வதேச பௌத்த மாநாடுகளுக்கான பயணங்களை ஏற்பாடு செய்திருந்தார். அதன்படி, இந்தியாவுக்கு உள்ளேயும் வெளியேயும் பயணங்கள் மேற்கொண்டபோதும் பொதுவெளியில் தோன்றியபோதும் சவிதாவின் சகவாசத்தைவிட்டு அம்பேத்கர் ஒருபோதும் விலகியிருக்கவில்லை. அம்பேத்கரின் மருத்துவத் தேவையைப் பார்த்துக்கொண்டார்.

வலிகளிலிருந்து அவருக்கு நிவாரணம் அளித்தார். ஏறக்குறைய அவருடைய வாழ்க்கையை நீட்டிக்க உதவினார். இவற்றின் காரணமாக, *'புத்தரும் அவர் தம்மமும்'* புத்தகத்தின் முழுமையடைந்த வடிவம் பற்றி அவர் சிந்திப்பதற்கான வாய்ப்பை மறைமுகமாக வழங்கினார். இந்தப் புத்தகத்தில் விவரித்துள்ளபடி, பீம்ராவ் திட்டமிட்டு அரசியல் நடவடிக்கையிலிருந்து மதத்துக்காக வழக்காடும் நடவடிக்கைக்கு மாறியதில் சவிதாவும் பங்குவகித்திருக்கிறார். இந்த அற்புதமான புத்தகம் விவரிப்பதுபோல, பீம்ராவினுடைய அன்றாடத்தின் பகுதியாக சவிதா இருந்தார் — சவிதா அளித்த பயிற்சியின் கீழ், ஒரு காரை எவ்வாறு ஓட்டுவது என்பதைக் கற்றுக்கொண்ட அவருடைய குறுகிய கால (மற்றும் தோல்வியுற்ற) முயற்சி உள்பட. பீம்ராவ் பெரும்பாலும் தன்னுடைய சொந்த வாழ்க்கையை அவரேதான் இயக்கினார். சில விஷயங்களில் அந்தப் பொறுப்பை சவிதா ஏற்றுக்கொண்டார்.

பீம்ராவ் அம்பேத்கரின் வரலாறு, வாழ்க்கைப்பயணம், சிந்தனைகள் போன்றவற்றில் ஆர்வமுள்ளவர்கள் ஒவ்வொருவரும், இந்திய வரலாற்றின் இந்த அற்புதமான சிலிர்ப்பூட்டும் காலகட்டத்தின் அனுபவங்களை அச்சில் கொண்டுவந்ததற்காக சவிதா அம்பேத்கருக்குக் கடன்பட்டவர்களாவர். இந்தப் புத்தகம் பலருக்கும் ஆர்வமூட்டுவதாக இருக்கும், ஒவ்வொருவருக்கும் வெவ்வேறு விதங்களில். இருப்பினும், சில காரணங்களால் அம்பேத்கர், பௌத்தம், சாதி எதிர்ப்பு தொடர்பாக ஆங்கிலத்தில் மேற்கொள்ளப்பட்ட ஆராய்ச்சிகளில் இந்தப் புத்தகமும் சவிதா அம்பேத்கரும் மிகப் பெரும் அளவில் விடுபட்டுள்ளனர். இந்தத் தவறைத் திருத்துவதற்குத் தேவையானதைச் செய்ய முயற்சி எடுத்ததற்காக நதீம் கானுக்கு நன்றி சொல்லியாக வேண்டும். வாசிக்க உகந்த விதத்திலும், சவிதாவின் செய்தியைப் பரிமாற்றம் செய்த விதத்திலும் அவருடைய மொழிபெயர்ப்பு வியக்கத்தக்க வகையில் சிறப்பாக வந்துள்ளது. அம்பேத்கரின் வாழ்க்கை என்ற புதிர் குறித்த எல்லாப் பகுதிகளையும் ஆராய விரும்பும் மேற்குலகிலுள்ள எங்களுக்கு கான் மிகப் பெரும் சேவைபுரிந்திருக்கிறார். கான் தன்னுடைய மொழிபெயர்ப்பாளர் குறிப்பில் சுட்டிக்காட்டுவதுபோல், சவிதாவைப் பேட்டி எடுப்பதிலும், அவர் எடுத்துரைத்த விவரங்களையெல்லாம் ஒழுங்குபடுத்துவதிலும் செம்மைப்படுத்துவதிலும், தன்னிடம் உள்ள ஆவணங்களையெல்லாம் அவற்றின் பின்னணிகளோடு தொடர்புபடுத்துவதிலும் விஜய் சுர்வாடே மேற்கொண்ட முயற்சியால்தான்

இந்தத் தொகுப்பு சாத்தியப்பட்டிருக்கிறது. இந்தத் தொகுப்பு, பீம்ராவின் இறுதி ஆண்டுகளில் சவிதா கொண்டிருந்த முக்கியத்துவத்தை நிரூபிக்கும் விலைமதிப்பற்ற விவரங்களைப் பிரதிநிதித்துவப்படுத்துகிறது. மேலும், ஒரு சிந்தனையாளராகவும் செயல்பாட்டாளராகவும் சவிதாவின் முக்கியத்துவத்தையும் வெளிப்படுத்துகிறது. பீம்ராவின் சுய முயற்சியிலான பிரதிகளோடு உரையாடத்தக்கதான பிரதிகளை சவிதா எழுதியிருக்கக்கூடிய சாத்தியத்தை, அவருடைய காலகட்டத்தில் வழக்கத்தில் இருந்த சமூகக் கட்டுப்பாடுகளும் பழக்கங்களும் இல்லாமலாக்கிவிட்டன. பாலினப் பாகுபாட்டின் பெயரால் சுமத்தப்பட்ட இந்த மௌனம் குறித்து நம்மால் பெரிதாக ஒன்றும் செய்ய இயலாது. ஆனால், அதற்கு ஈடான இன்னொன்றை சுர்வாடேவுடன் கூட்டுசேர்ந்து கான் சாதித்திருக்கிறார்: அவர்கள் இருவரும் சவிதாவின் வாழ்விலும் அனுபவத்திலும் விஞ்சிநிற்கும் கருத்துகளையும் லட்சியங்களையும் இந்த உலகத்துக்குக் கிடைக்குமாறு செய்திருக்கிறார்கள். இது பெரும் பேறு.

25 மார்ச் 2022

**ஸ்காட் ஆர். ஸ்ட்ரவுட்**

ஆஸ்டின், டெக்ஸஸ், அமெரிக்கா.

## முன்னுரை

டாக்டர் பீம்ராவ் அம்பேத்கர் பல நூறு ஆண்டுகளுக்கு ஒரு முறை நிகழும், மனிதகுலத்தின் மகத்தான கனவு. ஒரு தத்துவஞானி தொட்டால் இரும்பும் பொன்னாகும் என்பார்கள். நான் திருமதி அம்பேத்கராக ஆனதும் நடந்தது அதுதான் — டாக்டர் அம்பேத்கர் என்ற தத்துவஞானியுடன் எனக்குச் சந்திப்பு ஏற்பட்டதும் என் வாழ்க்கை பொன்னாக மாறிவிட்டது. மாபெரும் சகாப்தத்தை உருவாக்கிய மனிதரின் துணையாக அவருடைய வாழ்வின் பிற்பாதியிலிருந்து அவர் மறையும்வரை நிழல்போல் கூடவே இருந்தேன். உடல், பேச்சு, உள்ளம் எல்லாவற்றையும் ஒன்றாக்கி அவருக்கு சேவைபுரிந்தேன். அவரை வழிபட்டேன். மகத்தான சகாப்தத்தை வரையறுக்கும், உலகின் மகிமையாக இருந்த இந்த மனிதருடன் என்னுடைய வாழ்க்கை நிரந்தரமாகப் பிணைக்கப்பட்டுவிட்டது. இதைவிட நிறைவான வாழ்க்கை வேறு என்ன இருந்துவிட முடியும்?

ஒவ்வொரு ஆணின் வெற்றிக்குப் பின்னாலும் அவருடைய மனைவியின் பங்களிப்பு இருக்கிறது என்று சரியாகவே சொல்லப்பட்டிருக்கிறது. முதல் பாதியில் ரமாபாயும், இரண்டாம் பாதியில் நானும் இந்தச் சொலவடைக்கு ஆதாரமாக நிற்கிறோம்.

ஒரு மாமனிதரின் மனைவியாக இருப்பது ஒருவகையில் சோதனைதான். இதை என்னுடைய தனிப்பட்ட அனுபவத்திலிருந்து நான் கற்றுக்கொண்டேன். ஒரு மாமனிதரின் மனைவி தன்னைப் பற்றிக் கூறுவதன் பொருட்டு எதிர்கொள்ள வேண்டிய நெருக்கடிகளை மற்றவர்கள் புரிந்துகொள்ள மாட்டார்கள். எங்களுடைய நிலைமை வழக்கத்துக்கு மாறாக வித்தியாசமாக இருந்தது என்பதையும் சேர்த்துக்கொள்ள வேண்டும்! இந்து மத நிறுவனத்தில் சவர்ணம்

என்றழைக்கப்படும் வகுப்பைச் சேர்ந்தவள் நான், உயர்சாதி; டாக்டர் அம்பேத்கரோ மஹர் சமூகத்தைச் சேர்ந்தவர், அது ஆதிசூத்திரர் பிரிவு, தீண்டப்படாத சமூகம். நாங்கள் மிகவும் வேறுபட்ட அடுக்குகளிலிருந்து வந்தவர்கள் என்பதால் எங்களுடைய சமூகச் சூழ்நிலைகளும் குடும்பச் சூழ்நிலைகளும் மிகவும் வேறுபட்டவையாக இருந்தன. வெவ்வேறு சூழ்நிலைகளிலிருந்து வந்த, வெவ்வேறு பின்னணியில் வளர்ந்த, வெவ்வேறு தொழில்களில் பணியாற்றும் இரண்டு நபர்கள் மணம்புரிந்திருப்பது மிகவும் ஆச்சரியமான நிகழ்வு. நாங்கள் மணம்புரிந்துகொண்டதற்குக் காரணம் நாங்கள் இருவரும் சமத்துவம் எனும் மதத்தில் நம்பிக்கை கொண்டிருந்தோம் என்பதும், அமைதியையும் அஹிம்சையையும் இந்த உலகுக்குச் செய்தியாக வழங்கிய மகாத்மா கௌதம புத்தரை நாங்கள் இருவரும் எங்கள் முன்மாதிரியாகக் கொண்டிருந்தோம் என்பதும்தான். சாஹேபே ஒரு கடிதத்தில் எனக்கு எழுதியிருந்ததைப் போல, 'ஒரு ஆன்மா இன்னொரு ஆன்மாவைப் பார்த்தது. இரண்டும் ஒரு பொது அடையாளத்தை அடையாளம்கண்டு ஒன்றையொன்று தழுவிக்கொண்டன.' இப்படித்தான் எங்களுடைய இதயங்கள் சந்தித்துக்கொண்டன.

இரண்டாவது சிக்கல் என்னவென்றால் எங்கள் இருவருக்குமிடையே இருந்த வயது வித்தியாசம். மூன்றாவது சிக்கல் என்னவென்றால் டாக்டர் அம்பேத்கரின் உடல்நலக்குறைவும், அவரைக் கடுமையாகப் பாதித்துவந்த நாள்பட்ட நோய்களும்.

ஆனால், எங்களுடைய வெவ்வேறு சமூகப் பின்னணியோ, எங்களுடைய வயது வித்தியாசமோ, அவருடைய உடல்நலக்குறைவோ, அவருடைய தீராத வியாதிகளோ எங்கள் திருமணத்துக்குத் தடையாக இருக்கவில்லை. என்னுள் குடிகொண்டிருந்த மருத்துவச்சி எல்லையில்லா அனுதாபத்தால் தூண்டப்பட்டாள். விளைவாக, டாக்டர் அம்பேத்கரின் திருமண முன்மொழிவை நான் ஏற்றுக்கொண்டேன். நான் டாக்டர் அம்பேத்கரை முதன்முறை சந்திக்கும்போது அவருடைய உடல்நிலை மிக மோசமாக இருந்தது. நீரிழிவு, வாதம், ரத்த அழுத்தம் போன்ற நாள்பட்ட நோய்களால் அவருடைய உடல் வெறும் கூடாக மாறியிருந்தது. மேலும், அவர் முற்றிலும் தனிமையில் உழன்றவாறிருந்தார். அவருடைய உடல்நலனையும் தனிமையையும் கண்டு துணுக்குற்ற என்னுடைய இதயமோ இரக்க மிகுதியால் நிறைந்தது. எனக்குள் இருந்த மருத்துவச்சி

உயிர்த்தெழுந்தாள். இவருக்கு முறையான மருந்துகளும் மருத்துவ உதவியும் தரப்பட வேண்டும் என்று அவள் கட்டளையிட்டாள். இதை நான் உணர்ந்துகொண்டதுதான் அவருடைய திருமண முன்மொழிவை உடனடியாக ஏற்றுக்கொள்ளவைத்தது. அரசமைப்பு என்ற நாட்டின் பெரும் பொறுப்பு அவர் மீது உள்ளது; எனவே, இந்த வரலாற்றுப் பணியை அவர் சிறப்பாக மேற்கொள்வதற்கு அவருடைய உடல்நலன் கவனிக்கப்பட வேண்டியது மிகவும் முக்கியம். அவருடைய முன்மொழிவை நான் ஏற்றுக்கொண்டதை இப்போது எண்ணிப்பார்க்கும்போது, நான் ஒரு மருத்துவராக இருந்ததால் மட்டுமே அவருக்கு நேர்மறையாகப் பதிலளித்ததாக உணர்கிறேன். ஒருவேளை நான் ஒரு மருத்துவராக இல்லையென்றால் அவருக்கு எப்படி எதிர்வினையாற்றியிருப்பேன் என்று இப்போது சொல்வது கடினம்தான். ஆனால், எங்களுக்கு மிக அசாதாரணமான சூழ்நிலைகள் இருந்தபோதும் நாங்கள் ஒருவரையொருவர் ஏற்றுக்கொண்டோம். விலைமதிப்பற்ற ஒன்றைப் போல ஒருவரையொருவர் பொக்கிஷமாகப் பாதுகாத்தோம்.

டாக்டர் அம்பேத்கர் என்னைத் தேர்ந்தெடுத்தபோது நான் எந்த மாதிரியான சூழ்நிலைகளை எதிர்கொள்ள வேண்டியிருக்கும் என்ற அடிப்படையான யோசனைகூட எனக்கு இருக்கவில்லை. நான் அவருடைய மனைவி. அதே நேரத்தில், நான் ஒரு மருத்துவரும்கூட. எனவே, அவருடைய உணவு, மருந்துகள், அவருக்கான ஓய்வு, இன்ன பிற எல்லாவற்றையும் துரிதமாகக் கவனித்துக்கொள்வது மிகவும் அவசியம். 15 ஏப்ரல் 1948 அன்று நாங்கள் மணம்புரிந்துகொண்டோம். அன்றிலிருந்து டாக்டர் அம்பேத்கரின் அன்றாட வாழ்க்கையை ஒழுங்குமுறையோடும் கூருணர்வோடும் பார்த்துக்கொள்ளும் பொறுப்பு என்னிடம் வந்துசேர்ந்தது. அவருடைய அன்றாட நிகழ்ச்சிகளை நான் கையாண்டுவந்ததால், அவரைச் சந்திப்பதற்கான வாய்ப்பு சில தலைவர்களுக்கும் தொழிலாளர்களுக்கும் மறுக்கப்பட்டதை என்னால் தவிர்க்க முடியவில்லை. இதனால், அவர்களில் சிலர் வருத்தப்பட்டார்கள். ஆனால், அவர்களுடைய கோபத்தைப் பொறுத்துக்கொள்வதைத் தவிர எனக்கு வேறு வழி இருக்கவில்லை. இவர்கள் போதுமான அளவுக்கு நுண்ணுணர்வு கொண்டிருக்கவில்லை என்பது துரதிர்ஷ்டவசமானது.

சுதந்திர இந்தியாவின் அரசமைப்பு முற்றும் முழுதாக டாக்டர் அம்பேத்கரால் உருவாக்கப்பட்டது. அதற்காக ஒவ்வொரு நாளும் பதினாறு

முதல் பதினெட்டு மணிநேரம் வரை தொடர்ந்து பணியாற்றினார். அவர் சொல்வார்: "நான் இந்த மண்ணின் மக்களுக்கு என்னுடைய கடனைத் திருப்பிச் செலுத்துகிறேன்." நான் அம்பேத்கரை மணம்புரிந்துகொண்டபோது ஒரே ஒரு விஷயம்தான் என்னுடைய மனத்தில் இருந்தது — முழுமையான சரணடைதல்; அவர் மேற்கொண்டிருக்கும் பணியின் நிமித்தம் அவருடைய நிழல்போல அவருடன் இருந்து, அவர் எடுத்துவைக்கும் ஒவ்வொரு அடியிலும் கூடவே நடந்து, சகல விதத்திலும் அவருக்கு உறுதுணையாக இருப்பது. அவருடைய கடைசிக் கணம்வரை உடலாலும் மனதாலும் ஆன்மாவாலும் அவருடைய நிழல்போல அவருடன் இருந்ததற்காக நான் நன்றியுள்ளவளாக உணர்கிறேன்.

பொதுவாழ்க்கையின் பரிசுத்தமான, ஆளுமைமிக்க முன்னுதாரண நபராக டாக்டர் அம்பேத்கர் இருந்தார். எங்கள் வாழ்க்கையில் நாங்கள் இழக்க முடியாதது என்று எதுவுமே இல்லை.

டாக்டர் அம்பேதகரின் மறைவுக்குப் பிறகு அவருடைய குடும்ப உறுப்பினர்களிடமிருந்து எந்த இடைஞ்சல்களையும் அந்தக் கால தலித் தலைவர்கள் விரும்பவில்லை. அதன்படி, யஷ்வந்துக்கும் எனக்கும் இடையே விரிசலை ஏற்படுத்தினார்கள். யஷ்வந்தை பௌத்த மகாசபையின் தலைவராக்கி, சுற்றுப்பயணத்திலும் மதமாற்றத்திலும் அவனை மும்முரமாக ஈடுபடுத்தினார்கள். மேலும், டாக்டர் அம்பேத்கரின் மரணம் தொடர்பாக என் மீது ஐயங்களை உருவாக்குவதற்காகச் சதித்திட்டம் தீட்டி, இந்த ஐயங்களை உயிர்ப்புடன் வைத்திருந்து தலித் சமூகத்தினரிடையே திட்டமிட்டு விஷம் பரப்பினார்கள். இந்தச் சூழ்ச்சிகள் இவர்கள் தங்களுடைய சொந்த ஆதாயங்களுக்காகவும் அரசியல் அதிகாரம் பெறுவதற்காகவும் எவ்வளவு தாழ்ந்தவர்களாக இருக்க முடியும் என்பதற்கான சான்றுகளாகும். இப்படித்தான் தலித் சமூகத்திலும் தாய்க்கும் மகனுக்கும் இடையேயும் விரிசலை ஏற்படுத்தும் பொருட்டு சுயநலக்காரர்கள் சிலர் இப்படியான 'மகா காரிய'த்தைத் திட்டமிட்டுச் செய்தார்கள். டாக்டர் அம்பேத்கர் எனக்கானதாகக் கருதிய அரசியல் மைய நீரோட்டத்திலிருந்து என்னைத் தூக்கியெறிய வேண்டும் என்பதற்காக இந்தச் சதித்திட்டம் தீட்டப்பட்டது. குடும்பத்தின் பார்வையிலும் அரசியல் கண்ணோட்டத்திலும் காணும்போது இது ஒரு பயங்கரமான விஷயம். ஏனென்றால், என்னைப் பொறுத்தவரை இது தலித் சமூகத்தில் மிகப் பெரும் சீரழிவை உண்டாக்கியது. சுயநலமிக்க இந்த தலித் தலைவர்கள்

என்னை தலித்துகளிடமிருந்து பிரிக்கும் வகையில் எனக்கு எதிராக ஒரு புயலைக் கிளப்ப விரும்பினார்கள். இந்த இழிவான முயற்சியை மேலும் விரித்தெடுத்துச் செல்வதற்காக டாக்டர் அம்பேத்கரின் மரணத்துக்கான காரணத்தை விசாரிக்கும்படி அவர்கள் கோரிக்கைவிடுத்தார்கள். அதன் அடிப்படையில் அரசும் விசாரணை மேற்கொண்டது. டாக்டர் அம்பேத்கரின் மரணம் இயற்கையானதுதான் என்று, அவையில் நவம்பர் 26 அன்று அப்போதைய உள்துறை அமைச்சர் பண்டிட் கோவிந்த் பல்லப் பந்த் அறிவித்தார். ஆனால், அரசியல் தூண்டுதல்களாலும் தலைமை ஆசையாலும் உந்தப்பட்ட இந்தத் தலைவர்களின் ஆவேசம் தணியவே இல்லை. என்னை இந்தச் சமூகத்திடமிருந்து தூக்கியெறிய வேண்டும் என்பதற்காக இந்தத் தலைவர்கள் ஏன் என் மீது அபத்தமான குற்றச்சாட்டுகளை வீசினார்கள் என்பதைப் புரிந்துகொள்வதொன்றும் கடினமானது அல்ல: டாக்டர் அம்பேத்கரின் மறைவுக்குப் பிறகு, எல்லோராலும் ஏற்றுக்கொள்ளக்கூடிய, இந்தச் சமூகத்தின் ஒட்டுமொத்தத் தலைமைப் பொறுப்பும் என் மீது இயல்பாகவே விழுந்திருக்கும். இந்த தலித் தலைவர்களின் எதிர்மறைப் பிரச்சாரத்தால் தலித் மக்களிடையே எனக்கிருந்த மதிப்பு அழிந்துவிட்டது என்பதை யாரும் மறுத்துவிட முடியாது. ஆனால், அப்படிச் செய்ததன் வழியாக இவர்கள் என்னை மட்டும் அவமானப்படுத்தவில்லை; அவர்களின் மகத்தான, உன்னதமான உபகாரி டாக்டர் அம்பேத்கரையும்தான் அவமானப்படுத்தினார்கள்.

தலித்துகளின் ஒட்டுமொத்த முன்னேற்றத்துக்காக டாக்டர் அம்பேத்கர் தன்னைப் பின்பற்றுபவர்களுக்கு மிகச் சிறந்த செய்தியொன்றை வழங்கினார் — கற்றுக்கொள். அவர் தன்னுடைய முயற்சியால் தன் வாழ்நாளிலே ஒரு முழுத் தலைமுறையையும் கற்கவைத்தார். ஆனால், அப்படிக் கற்றவர்கள் உண்மையான அர்த்தத்தில் கற்றறிந்தவர்களாகவும் அறிவாளிகளாகவும் மாறிவிட்டார்களா? டாக்டர் அம்பேத்கர் முன்வைத்த கல்விக்கான வரையறையை அம்பேத்கரின் தொண்டர்கள் உள்ளபடியாகப் புரிந்துகொண்டார்களா? ஆழ்ந்த வருத்தத்துடன் இதைச் சொல்லித்தான் ஆக வேண்டும், என்னுடைய பதில்: இல்லை.

'கற்றுக்கொள்' என்ற வார்த்தையின் ஊடாக, பட்டங்கள் வாங்குவதை மட்டும் டாக்டர் அம்பேத்கர் குறிக்கவில்லை. எல்லா வகையிலுமான கல்வி, ஞானம், கூறு என்பதும் அதில் அடங்கும். டாக்டர் அம்பேத்கரின் சமூகம் பட்டங்கள் வாங்கியது. சரிதான், ஆனால் ஞானத்தையும்

கூறையும் பெறவில்லை. இதை வேறு எப்படிப் புரிந்துகொள்ள முடியும்: அரசியல் அதிகார மோகத்தால் உந்தப்பட்ட ஒரு கும்பல் என்னை முன்வைத்து மக்களைத் தவறாக வழிநடத்தியபோது யாரேனும் வெளிப்படையாகப் பேசினார்களா அல்லது திறந்த மனதுடன் இந்த விஷயத்தை விசாரித்தார்களா? தம்மைக் கற்றறிந்தவர்கள் என்று சொல்லிக்கொள்ளும் இந்தச் சமூகத்தினர் அம்பேத்கர் சொன்ன அர்த்தத்தில் கற்றுக்கொண்டிருந்தால் இப்படியொரு விஷயம் நடந்திருக்கவே நடந்திருக்காது. நாளடைவில், அம்பேத்கரைப் பின்பற்றும் ஞானமும் கூறும் கொண்ட ஆய்வாளர்கள் பெருமளவில் வெளியே வந்துகொண்டிருக்கிறார்கள் என்பது மட்டுமே திருப்தியளிக்கும் ஒரே விஷயம்.

டாக்டர் அம்பேத்கர் தன்னைப் பின்பற்றுபவர்களின் காதுகளில் ஊட்டிய முழக்கம்: 'சாதிப் பாகுபாட்டைப் புதைப்போம்.' டாக்டர் அம்பேத்கரே ஒரு தீவிரமான சமூகப் புரட்சியாளர்தான். அதனாலேயே அவர் என்னை மணம்புரிந்து, தேசிய ஒற்றுமைக்கு உத்வேகமளித்தார். இருந்தாலும், என்னை மணம்புரிந்துகொள்வதன் வழியாகச் சமத்துவத்தை நிலைநாட்டி அவர் உருவாக்கிய மாபெரும் லட்சியத்திலிருந்து, அம்பேத்கரைப் பின்பற்றுபவர்கள் என்று தங்களை அழைத்துக்கொள்ளும் இந்தக் கற்றறிந்தவர்கள் என்ன பாடத்தைக் கற்றுக்கொண்டார்கள்? ஆக, என்னுடைய மனத்தில் எழும் கேள்வி இதுதான்: அம்பேத்கரியர்கள் என்று தங்களை அழைத்துக்கொள்பவர்கள் உள்ளபடியாக அம்பேத்கரைப் புரிந்துகொண்டார்களா?

நான் 1937-இல் பம்பாயிலுள்ள கிராண்ட் மருத்துவக் கல்லூரியில் எம்.பி.பி.எஸ். பட்டம் பெற்றேன். அந்தக் காலத்தில், ஒரு தலித் பெண் என்பதை விடுங்கள், சவர்ணச் சமூகத்தைச் சேர்ந்த பெண்கூட மருத்துவராவது அரிதான காரியம். மருத்துவத் தொழில் புனிதமானது. அது சேவை சார்ந்தது. வியாபாரம் அல்ல. நோயாளிகளை அவர்களுடைய நோய்களிலிருந்து விடுவித்து, அவர்களுக்கு வாழ்க்கை எனும் பரிசைக் கொடுப்பது மருத்துவரின் கடமையாகும். நான் மருத்துவர் இல்லை என்று கூறுவதிலிருந்தே என் மீதான குற்றச்சாட்டு தொடங்கியது. டாக்டர் அம்பேத்கரின் மரணம் குறித்து வேண்டுமென்றே ஐயங்களை உருவாக்கியதன் வழியாக, என் மீது எதிர்ப்புகளும் இழிவான குற்றச்சாட்டுகளும் முன்வைக்கப்பட்டன. என் மீது வீசப்பட்ட

குற்றச்சாட்டுகள் என்னோடு மட்டும் மட்டுப்படவில்லை; ஒட்டுமொத்த மருத்துவத் துறையையும் அது மறைமுகமாகத் தாக்கியது. எனவே, இது ஒட்டுமொத்த மருத்துவ உலகின் ஒருமைப்பாட்டுக்கும் உரிய விஷயமாக மாறிவிட்டதால், பிரபல மருத்துவர்களும் என்னுடைய மருத்துவ சகாக்கள் பலரும், நீதிமன்றத்தில் அவதூறு வழக்கு தொடர வேண்டும் என்று பரிந்துரைத்தார்கள். ஆனால், நான் அப்படியேதும் செய்யவில்லை.

பிற்காலத்திலும் எனக்கு வழக்கு தொடரும் எண்ணம் இருக்கவில்லை. ஏனெனில், தலித் சமூகத்தில் நான் பிளவு ஏற்படுத்த விரும்பவில்லை. இரண்டாவதாக, முட்டாள் தலித் தலைவர்கள் சிலர் எழுப்பும் குற்றச்சாட்டுகளின் நிமித்தம் டாக்டர் அம்பேத்கர் போன்ற ஒரு மாமனிதரை நீதிமன்றத்துக்கு எடுத்துச்செல்வது என்னுடைய இயல்புக்கு ஏற்றதல்ல. மூன்றாவதாக, ஒரு மாமனிதரின் மனைவி என்ற முறையில் அவருடைய நற்பெயரைக் காக்க வேண்டிய பொறுப்பு எனக்கு இருக்கிறது. ஒரு அம்பேத்கராக நான் கொண்டிருக்கும் கௌரவத்தை முழுப் பற்றுடன் காத்துவருகிறேன். இதை நான் அதே உற்சாகத்துடன் தொடர்ந்து செய்வேன். எனவே, முக்கியத்துவமற்ற இந்த நபர்களுக்கு நான் ஏன் முக்கியத்துவம் தர வேண்டும்? நான் ஏன் அவர்களுடன் மோதலில் ஈடுபட வேண்டும்?

இந்தத் தன்வரலாற்றுப் புத்தகம் என்னுடைய இதயத்தின் அடியாழத்திலிருந்து உருவாகியிருக்கிறது. இதன் நோக்கம் என் தரப்பை முன்வைப்பது மட்டுமல்ல. டாக்டர் அம்பேத்கருடன் வாழ்ந்ததன் வழியாக நான் பெற்றுக்கொண்ட அனுபவங்களையும், அவர் மறைந்த பிறகு நெருப்பினூடாக நடக்க நேர்ந்த சோதனைக் காலத்தையும் வார்த்தைகளில் பதிவுசெய்வதுதான். உண்மையில் இது போன்ற ஒரு புத்தகத்தை நான் எழுத வேண்டும் என்ற தொடர் கோரிக்கை கடந்த இருபத்தைந்து முப்பது ஆண்டுகளாக எல்லாத் தரப்பிலிருந்தும் எனக்கு வந்துகொண்டிருந்தது. நான் அதை உறுதியாகப் புறக்கணித்துவந்தேன். ஆனால், இது போன்ற தாமதமான தருணத்தில் என்றாலும்கூட, என்ன நடந்தது என்பதையும் எப்படி நடந்தது என்பதையும் சமூகத்தின் முன்பாக வைப்பது அவசியம். எனவே, நான் உண்மையைப் பதிவுசெய்திருக்கிறேன். முழு நேர்மையுடன் உண்மையை மட்டுமே பதிவுசெய்திருக்கிறேன். இலக்கியத் தகுதியின் அடிப்படையில் இதற்கான இடம் என்ன என்பது குறித்து நான் கவலைப்படவில்லை.

இந்த வாழ்க்கை வரலாற்றை எழுதுவதற்காக ஆர்வமுள்ள, விசுவாசமான, நேர்மையான, அன்புகொண்ட இரண்டு நபர்களின் அனுகூலத்தை நான் எல்லா வழிகளிலும் பெற்றுக்கொண்டேன். என்னுடைய சகா தேவ்சந்த் அம்பாதே (ததாகத் பிரகாஷன்) இந்தப் புத்தகத்தை வெளியிடுவதற்குப் பெரிதும் உதவினார். அவர் எனக்குச் செய்த உதவிகள் விலைமதிப்பற்றவை. இதே வழியில், என் நெருங்கிய சகாவும் ஆர்வமுள்ள இளைஞருமான விஜய் சுர்வாடே என்னை ஊக்கப்படுத்திய இரண்டாவது நபர். கூர்மதி கொண்ட மாணவராக இவர் டாக்டர் அம்பேத்கர் தொடர்பான அரிய பொருள்களையும் புகைப்படங்களையும் சேகரிப்பதில் எப்போதும் ஈடுபாட்டுடன் மூழ்கியிருப்பார். டாக்டர் அம்பேத்கரின் கடிதங்கள், நாளிதழ்ச் செய்திகள், புகைப்படங்கள், குறிப்புதவிப் புத்தகங்கள், இன்ன பிற அரிய அசல் பொருள்களைத் தன்னுடைய தனிப்பட்ட கணிசமான சேகரிப்பிலிருந்து எனக்குக் கிடைக்கச்செய்தார். கையெழுத்துப் பிரதிகள், அச்சுப் பிரதிகள் தயாரிப்பதற்கும் ஆராய்ச்சி மேற்கொள்வதற்கும் செம்மைப்படுத்துவதற்கும் அச்சிடப்பட்டவற்றைத் தேடுவதற்கும் அவர் மிகக் கடுமையாக உழைத்தார். இந்த இரண்டு நபர்களிடமிருந்தும் நான் விலைமதிப்பற்ற உதவிகள் பெற்றேன். இவர்களுடைய உதவி இல்லாமல் இந்தப் புத்தகம் சாத்தியமே இல்லை. எனக்கு உதவி தேவைப்படும் ஒவ்வொரு முறையும் உதவ முன்வந்த இந்த இருவருக்கும் நான் கடமைப்பட்டிருக்கிறேன்.

ஷாரதா பிரின்டிங் பிரஸ் (உல்ஹாஸ்நகர்), கிரண் க்வாலிட்டி பிரஸ் (கல்யாண்) இந்தப் புத்தகத்தைக் கவர்ச்சிகரமாகவும் நேர்த்தியாகவும் அச்சிட்டனர். அதேபோல, ஓவியர் சிவாஜி பருலேகரின் கற்பனையில் அழகிய வண்ண அட்டைப்படம் வடிவமைக்கப்பட்டது. சுபாஷ் பவார் (கல்யாண்) மிகுந்த படைப்பாற்றலுடன் உள்பக்கப் படங்களை அமைத்தார். இவர்கள் எல்லோருக்கும் என்னுடைய நன்றியைத் தெரிவிப்பதற்குக் கடமைப்பட்டுள்ளேன்.

வாசகர்கள் இந்தப் புத்தகத்தை வரவேற்பார்கள் என்றும், ஒவ்வொரு அத்தியாயத்தையும் விவேகத்துடன் பகுத்துணர்ந்து சுயமாக ஒரு மதிப்பீட்டுக்கு வருவார்கள் என்றும் நம்புகிறேன்.

24 மார்ச் 1990 **சவிதா அம்பேத்கர்**
பம்பாய்

# பாபாசாஹேப்

## நான் ஏற்ற யசோதரா பாத்திரம்

டாக்டர் அம்பேத்கரின் வாழ்க்கையில் நான் நுழைந்தபோது அவர் நீரிழிவு, நரம்பு அழற்சி, வாதம், உயர் ரத்த அழுத்தம் ஆகியவற்றோடு வேறு பல நோய்களாலும் பாதிக்கப்பட்டிருந்தார். அதோடு 1953-இல் அவருக்கு முதல் மாரடைப்பு ஏற்பட்டது. எப்படியோ அதிலிருந்து மீண்டுவந்தார். ஆனால், அதன் பிறகு அவருடைய உடல்நிலை மிகவும் பலவீனமடைந்தது. இன்னொருவரின் உதவியுடன் நடப்பதுகூட மிகவும் கடினமானது. உட்காருவதும் எழுந்திருப்பதும் இயலாததாகிவிட்டது. இப்படியான நிலைமை இருந்தபோதும், நாக்பூரில் நடந்த மதமாற்ற விழாவுக்கு நான் அவரை ஊக்குவிக்காமல் இருந்திருந்தால், அந்த மாபெரும் வரலாற்று நிகழ்வு நடந்திருக்காது என்பதை நான் இங்கே தாழ்மையுடன் பதிவுசெய்கிறேன்.

நாங்கள் ஒன்றாக வாழ்ந்த ஒன்பது ஆண்டு காலத்தில் நாங்கள் எப்போதும் பௌத்தம் பக்கமே சாய்ந்திருந்த காரணத்தால், உலகிலுள்ள ஏனைய விஷயங்களில் கவனம் செலுத்த எங்களுக்கு நேரம் வாய்க்கவில்லை. அவர் என் மீது எதையும் திணிக்கவில்லை. அவரிடம் இருந்த ஒரு கொள்கை என்னவென்றால், ஒருவர் என்ன செய்தாலும் கவனமாகச் சிந்தித்துச் செய்ய வேண்டும். அப்படித்தான் நாங்கள் பௌத்தம் ஏற்றோம்.

ததாகதர் கௌதம புத்தர் தன்னுடைய மனைவி யசோதராவிடம் இதே ஆலோசனையை வழங்கவில்லையா?

'அத்தஹி அத்தானோ நாதோ' [ஒருவருக்கான அடைக்கலம் அவருக்குள்ளேயே உள்ளது.]

எனில், டாக்டர் அம்பேத்கரின் வாழ்க்கையில் என்னுடைய பாத்திரம் ஒருவகையில் யசோதராவைப் போன்றதல்லவா?

## நான் மணம்புரிந்துகொண்ட நபர்

சுதந்திர இந்தியாவின் அரசமைப்பைச் செதுக்கிய முதன்மைச் சிற்பி, இந்தியக் குடியரசின் முதல் சட்ட அமைச்சர், இந்தியாவின் புக்கர் டி.வாஷிங்டன், பௌத்த தம்மச் சக்கரத்தைத் தொடங்கிவைத்த போதிசத்துவர், மானுட விடுதலைக்குத் துணைநின்ற மாமனிதர், மானுட சுயமரியாதைக்காகப் போராடிய மாவீரர், நவயுக மநு, உலகின் தலைசிறந்த ஐந்து அறிவுஜீவிகளுள் ஒருவர், ஆகச்சிறந்த சட்ட ஞானி, நிராதரவான இந்தியர்களின் மீட்பர், ஒடுக்கப்பட்டவர்களின் தலைவர், உலகின் மாபெரும் மனிதநேயவாதி, ஜனநாயகப் பாதுகாவலர், திறமைமிக்க நாடாளுமன்றவாதி, மிகச் சிறந்த அரசமைப்புவாதி, நேரு அமைச்சரவையின் ரத்தினம், புரட்சிகர மெசியா, சமூகச் சீர்திருத்தவாதி, பாரத ரத்னா, உலகின் பெருமிதம் — இப்படியான மகிமைமிக்க வார்த்தைகளில் ஏதேனும் ஒன்று நினைவுக்கு வரும் தருணத்தில் ஒரே ஒரு உருவம்தான் அகக்கண்ணில் பளிச்சிடும்: அது டாக்டர் பாபாசாஹேப் என்ற பீம்ராவ் ராம்ஜி அம்பேத்கர். டாக்டர் அம்பேத்கரின் பெயரை ஒருவர் நினைவுகூரும் தருணத்தில், புகழ்பெற்ற சர்வதேசப் பல்கலைக்கழகங்களிலிருந்து அவர் பெற்ற மிக நீண்ட பட்டங்களின் பட்டியலும் நினைவுக்கு வந்துவிடும். ஆறு ஆண்டுகள் என்ற மிகக் குறுகிய காலத்துக்குள் அவர் எம்.ஏ., பிஹெச்.டி., டி.எஸ்சி., எல்.எல்.டி., டி.லிட்., பார்-அட்-லா ஆகியவற்றைப் பெற்றார். உயர்கல்வியில் பெருந்திரளான பல பட்டங்கள் பெற்றுத் தனிப்பெரும் சாதனை படைத்தார். டாக்டர் அம்பேத்கர் தனது அருஞ்செயல்களாலும் பெருந்தியாகத்தாலும், மேற்குறிப்பிட்ட புகழுரைகளுக்கு வேறு பரிமாணம் கொடுத்தார்.

தாழ்த்தப்பட்ட பிரிவினரின் மேம்பாட்டுக்காகவும் நாட்டில் சமத்துவத்தைக் கொண்டுவரவும் தான் கற்றறிந்த

எல்லாவற்றையும், தன்னுடைய வலிமைகள் அத்தனையையும், இல்லையில்லை தன்னுடைய வாழ்க்கை முழுவதையுமே அர்ப்பணித்தவர் டாக்டர் அம்பேத்கர். ஆக, உலகின் தலைசிறந்த தலைவர்களின் வரிசையில் டாக்டர் அம்பேத்கரும் இடம்பிடித்திருக்கிறார் என்பதில் ஆச்சரியப்பட ஏதுமில்லை. மானுட விடுதலைக்காக அவர் ஆற்றிய புனிதமான, வரலாற்றுச் சிறப்புமிக்க காரியங்களெல்லாம் அவரைப் போற்றுதலுக்குரியவர் ஆக்குகின்றன. இந்தியாவில் மட்டுமல்ல, உலக அளவிலும். ததாகதர் கௌதம புத்தரின் மதம் இந்தியாவில் தோன்றி, உலகின் மூலைமுடுக்கெங்கும் பரவியது. ஆனால், புத்தர் பிறந்து வளர்ந்த நிலத்தில் அது கிட்டத்தட்ட காணாமலே போய்விட்டது. இந்நிலையில், இந்தியாவில் புத்த மதத்துக்குப் புத்துயிரூட்டினார் டாக்டர் அம்பேத்கர். தன்னுடைய மண்ணில் பௌத்தத் தத்துவத்தை மீண்டும் வலுப்பெறச்செய்தார். சமத்துவம், சுதந்திரம், சகோதரத்துவம் ஆகிய மூன்று கொள்கைகளில் தங்கியிருக்கும் பௌத்தத்தைத் தழுவியதன் வழியாகவும், தன்னுடைய லட்சக்கணக்கான ஆதரவாளர்களுக்குப் பகிரங்கமாக புத்த தீக்ஷை[1] வழங்கியதன் வழியாகவும் டாக்டர் அம்பேத்கர் ஒரு போதிசத்துவர்[2] ஆனார்.

இந்த நூற்றாண்டின் ஆகச்சிறந்த ஆளுமைகளுள் ஒருவர் டாக்டர் அம்பேத்கர். தன் வாழ்நாள் முழுவதும் தன்னுடைய குரலையும் பேனாவையும் பயன்படுத்தி, மநு ஸ்மிருதி[3]யால் நிலைநிறுத்தப்பட்ட சாதி அமைப்பில் ஆழமான கீறல்களை உண்டாக்கினார். தாழ்த்தப்பட்ட இந்தியர்களிடையே அடையாள உணர்வும் சுயமரியாதையும் எழுச்சிபெறச்செய்தார். டாக்டர் அம்பேத்கர் ஆற்றிய வரலாற்றுப் பணிக்கு நிகரான ஒன்று இந்தியாவில் மட்டுமல்ல, உலக வரலாற்றிலுமே கிடையாது. அதுபோல, நவீன இந்திய வரலாற்றோடு டாக்டர் அம்பேத்கரின் பெயர் ஐயத்துக்கு இடமின்றி எப்போதும் பிணைந்திருக்கும்.

பாபாசாஹேப் என்று லட்சக்கணக்கான மக்கள் ஆழ்ந்த நன்றியுணர்வுடனும் மரியாதையுடனும் அழைக்கும், இந்த சகாப்தத்தின் ஆகச் சிறந்த மனிதரின் மனைவியாக ஆன என்னுடைய நற்பேறை நினைத்து, என்னை பாக்கியசாலியாக நான் எப்போதும் உணர்ந்திருக்கிறேன். தெய்வாதீனமாக அவருடைய வாழ்க்கைத்துணை ஆனதுதான் என்னுடைய

இருப்பை அர்த்தமுள்ளதாக்கியது. டாக்டர் சாஹேபின் வாழ்க்கையுடன் நான் ஒன்றுகலந்துவிட்டேன். அவருடைய ஒவ்வொரு நடவடிக்கையிலும் என்னாலான உதவிகள் அத்தனையையும் செய்தேன். அவருடைய நிழல்போல அவர் கூடவே இருந்தேன். அவருக்கிருந்த பல நாள்பட்ட நோய்களுக்கு மருத்துவ உதவிபுரிந்தேன். அவருக்கு விருப்பமான உணவுகளைச் சமைத்துக்கொடுத்தேன். உளமார அவருக்குப் பணியாற்றினேன். இது என் பாக்கியம்; என் வாழ்வின் போற்றத்தக்க அம்சம். டாக்டர் அம்பேத்கர் என்னை ஏற்றுக்கொண்ட பிறகு, லட்சக்கணக்கான மக்களுக்கு நான் 'மாய்சாஹேப்' ஆனேன். இந்த சகாப்தத்தின் மிகப் பெரும் மனிதரின் நேசத்தையும் பாசத்தையும் பெறுபவளானேன். இதைவிட வேறு என்ன பேறு நான் பெற்றுவிட முடியும்? மிகப் பெரிய மனிதர்களுடனான அறிமுகம் மட்டுமல்ல, அவர்களிடமிருந்து மரியாதையையும் நான் பெற்றுக்கொண்டதற்குக் காரணம் டாக்டர் அம்பேத்கர் மட்டும்தான்.

இருபதாம் நூற்றாண்டின் தலைசிறந்த நபர்களில் ஒருவர் டாக்டர் அம்பேத்கர். அந்த மகத்தான மனிதரின் வாழ்க்கையோ அளவிட சாத்தியமற்ற ஆழமான கடல் போன்றது. டாக்டர் அம்பேத்கர் என்ற அந்த எல்லையற்ற கடலின் வாழக்கையில் என்னால் என்ன இடத்தை எடுத்துக்கொண்டுவிட முடியும்? என்னுடைய மனத்தில் இந்தக் கேள்வி வரும்போதெல்லாம், கடலின் மேற்பரப்பில் எழும் கணநேர நீர்க்குமிழியை நான் நினைத்துக்கொள்வேன். டாக்டர் அம்பேத்கரின் மொத்த வாழ்க்கையைப் பார்க்கையில், கடல்பரப்பில் தோன்றும் அந்தக் குமிழியின் இடம்தான் என்னுடையது என்று தோன்றும். அந்த ஆழமான கடல்தான் என் வாழ்க்கைக்கு மதிப்பையும் அர்த்தத்தையும் கொடுத்தது என்பது என்னுடைய திடமான நம்பிக்கை. கடல், எப்படி இருந்தாலும், கடல். அது எந்த வரம்புக்கும் இடமளிப்பதில்லை. அது யாரோடும் எதோடும் எந்த வகையிலும் ஒப்பிட முடியாதது. அந்த ஆழமான கடலில் குமிழியாகத் தோன்றும் பாக்கியத்தை வழங்குவது விதி அன்றி வேறல்ல. எனக்கு இந்த பாக்கியம் கிடைத்தது; மிகக் குறுகிய காலத்துக்குத்தான் என்றாலும். இது என்னுடைய பெரும் பேறு. மாபெரும் கடலின் இருப்புக்கு முன்னால் ஒரு குமிழியைப் பற்றி அப்படி என்ன சொல்லிவிட முடியும்?

என் வாழ்க்கை பற்றிய விவரங்களையும் நிகழ்வுகளையும் அதிகம் பேசாததற்கு இதுவே காரணம். பெருங்கடலில் குமிழியாக இருக்கக் கிடைத்த அந்த மகத்தான தருணங்களை, நம்பகத்தன்மையுடனும் நேர்மையுடனும் இங்கே நான் பகிர்ந்துகொள்ள முயன்றிருக்கிறேன். ஆனால், டாக்டர் சாஹேபுடன் மகிழ்ந்திருந்த என் மனத்திற்கினிய நாள்களைப் பற்றிய நினைவுகளை வெளிச்சமிட்டுக் காட்டுவதற்கு முன்பாக, என்னுடைய குடும்பப் பின்னணியுடன் தொடர்புடைய சில முக்கியமான நிகழ்வுகள் குறித்துப் பேசுவது பொருத்தமாக இருக்கும். டாக்டர் அம்பேத்கரை நான் முதல் தடவை சந்திப்பதற்கு முன்பான என்னுடைய வாழ்க்கையின் முக்கியமான நிகழ்வுகளைச் சொல்வது – சுருக்கமாகவும் தோராயமாகவும் இருந்தாலும்கூட – மிகவும் முக்கியம் என்பதில் எனக்கு ஐயம் ஏதுமில்லை. வரலாற்றுக் கோணத்திலிருந்து மட்டுமல்ல, காலக்கிரமப் பொருத்தப்பாட்டுக்காகவும் இது முக்கியத்துவம் வாய்ந்தது.

## என் குடும்பப் பின்னணி

எங்கள் குடும்பம் சாரஸ்வத் பிராமணச் சமூகத்தைச் சேர்ந்தது. குடும்பப் பெயர் கபீர். எங்கள் முன்னோர்கள் ரத்னகிரி மாவட்டத்தைப் பூர்வீகமாகக் கொண்டவர்கள். டாக்டர் அம்பேத்கரின் முன்னோர்களும் ரத்னகிரியைப் பூர்வீகமாகக் கொண்டவர்கள் என்பது ஓர் அற்புதமான தற்செயலாகும். என்னுடைய அப்பா அம்மா இருவருமே ரத்னகிரியின் ராஜாபூர் தாலுகாவைச் சேர்ந்தவர்கள். என் அப்பா பிறந்து வளர்ந்ததெல்லாம் டோர்லே கிராமத்தில்தான். பிறகு, அவர் தன் பணி நிமித்தமாக, பல ஆண்டுகளுக்கு முன்பே, கொங்கண் பகுதியை விட்டுவிட்டு பூனாவுக்குக் குடிபெயர்ந்துவிட்டார். விளைவாக, கொங்கணுடனான தொடர்பை எங்கள் குடும்பம் ஏறக்குறைய இழந்தேவிட்டது. என் அப்பா அப்போதைய பம்பாய் மாகாண சுகாதாரத் துறையின் மருந்தகப் பிரிவில் கண்காணிப்பாளராக வேலைபார்த்துவந்தார். அப்பாவின் பெயர் கிருஷ்ணாராவ் விநாயக்ராவ் கபீர். அம்மா ஜானகிபாய்.

எண்ணற்ற சாரஸ்வத் குடும்பங்கள் பம்பாயில் பணிவாய்ப்பு பெற்று, அங்கேயே குடியேறிவிட்டன. ஆகவே, நாங்கள் பூனாவில் வாழ்ந்துவந்தாலும், எங்கள் உறவினர்கள் பலரும் பம்பாயில்தான் வசித்துவந்தார்கள். எனவே, நாங்கள் அடிக்கடி பம்பாய்க்குப் போய்வந்தபடி இருந்தது இயல்பானதுதான். பம்பாய் எங்களுக்கு அந்நியமாக இருக்கவில்லை; மாறாக, அது எங்கள் வீட்டுக்கு வெளியே இருந்த இன்னொரு வீடாக இருந்தது. பூனாவிலோ கொங்கணியிலோ எங்களுக்கு நெருங்கிய சொந்தமென்று யாரும் இல்லை; கிட்டத்தட்ட எல்லோருமே பம்பாயில் இருந்தார்கள். இதன் காரணமாக, சிறிய இடத்துக்குள் அடைபட்டுக்கிடந்த என் அம்மாவுக்காகவும், எங்கள் எல்லோருடைய சிகிச்சைக்காகவும் எங்களை பம்பாய் அழைத்துச்செல்வதை அப்பா ஒரு நல்ல உபாயமாகக் கண்டுகொண்டார். என் அம்மாவின் எல்லாப் பிரசவங்களும் பம்பாயில்தான் நடந்தன. நான் பிறந்ததும் பம்பாயில்தான். எனக்கு ஷாரதா என்று பெயரிட்டார்கள்.

## பள்ளிக் கல்வி

பூனாவில் அப்பா பணிபுரிந்ததால் எனது பால்ய பருவத்தை அங்கேயே கழிக்கும்படி ஆயிற்று. கல்வியின் தாய்நகரமாகக் கருதப்படும் இங்கேதான் என் பள்ளிக்கல்வி சாத்தியப்பட்டது. இந்தக் காலகட்டத்தில் நாங்கள் ராஸ்தாபேத் பகுதியில் வசித்துவந்தோம். நான் ஆரம்பக் கல்வியை முடித்த பிறகு, புகழ்பெற்ற ஹுசூர்பாக் பள்ளியில் அப்பா என்னைச் சேர்த்துவிட்டார். அங்கே முதல் தரவரிசையில் மெட்ரிகுலேசன் [எஸ்.எஸ்.சி.] தேர்ச்சிபெற்ற பிறகு, பரசுராம் கல்லூரியில் அறிவியல் பிரிவில் சேர்த்துவிட்டார். முதல் மதிப்பெண் பெற்று முதலாமாண்டு முடித்தேன். பிறகு, பெர்குசன் கல்லூரியில் இன்டர்-சயின்ஸ் பிரிவில் சேர்க்கப்பட்டேன். என்னுடைய அப்பா இதற்கிடையில், ராஸ்தாபேத்திலிருந்து சோம்வார்பேத் பகுதிக்கு வீட்டை மாற்றினார். மேற்படிப்பைப் பொறுத்தவரை, இன்டர்-சயின்ஸ் பாடம் எவ்வளவு கடினமோ அதே அளவுக்கு அது முக்கியத்துவம் வாய்ந்ததாகவும் கருதப்பட்டது. அதனால், எந்தவித இடையூறுமில்லாமல்,

எனக்கு வேண்டிய நேரம் எனக்கு முழுமையாகக் கிடைக்க வேண்டும் என்பதற்காக, கல்லூரியிலுள்ள மகளிர் விடுதியில் அப்பா என்னைச் சேர்த்துவிட்டார். அந்த விடுதிக்குத் தலைமைப் பொறுப்பில் இருந்தவர் திருமதி. கீர்த்தன். அவர் கைம்பெண். நன்கு அறியப்பட்ட சோஷலிஸத் தலைவரும் மிகச் சிறந்த சிந்தனையாளருமான நானாசாஹேப் கோரேயைப் பிற்காலத்தில் மணம்புரிந்தவர். கைம்பெண் திருமணம் என்பதால், அந்தக் காலத்தில் அது ஆர்வமூட்டும் விஷயமாக இருந்தது. இருவரும் மணம்புரிந்துகொள்ளும் முன்பாக, கீர்த்தனைப் பார்ப்பதற்காக நானாசாஹேப் கோரே எங்கள் விடுதிக்கு வருவார். இருவரும் வெளியே செல்லக் கிளம்புவார்கள். இதனால், எங்கள் விடுதிப் பெண்கள் மத்தியில் பரபரப்பும் ஆர்வமும் தொற்றிக்கொள்ளும்.

நான் புத்திசாலியாகவும் அறிவுத்திறன் பெற்றவளாகவும் எப்போதும் இருந்துவந்தேன். படிப்பதற்குத் தேவையான நேரம் எனக்குப் போதுமான அளவு கிடைத்தது. கிடைத்த நேரத்தை என்னுடைய படிப்புக்காக முழுமையாகப் பயன்படுத்தினேன். முடிவு எதிர்பார்த்ததுதான்; அந்த ஆண்டில், இன்டர்-சயின்ஸ் தேர்வில் கல்லூரியிலேயே முதல் மாணவியாகத் தேர்ச்சிபெற்றேன். இப்போது எங்கள் வீட்டில் விவாதப்பொருளாக எழுந்த கேள்வி என்னவென்றால், நான் இளங்கலை அறிவியலில் சேர வேண்டுமா அல்லது மருத்துவம் படிக்க வேண்டுமா?

## கிராண்ட் மருத்துவக் கல்லூரியில் நான்

என் உடன்பிறந்தவர்கள் எல்லோரும் மிகவும் கீழ்ப்படிந்தவர்கள் என்று எழுதுகையில் நான் அவ்வளவு பெருமிதமாக உணர்கிறேன். நாங்கள் எப்படி நடந்துகொள்ள வேண்டுமென்று எங்கள் பெற்றோர் நினைக்கிறார்களோ அதன்படியே இருக்க வேண்டும் என்ற நடைமுறை எங்களிடையே இருந்தது; அவர்களது விருப்பத்துக்கு எதிராக நாங்கள் ஒருபோதும் நடக்கக் கூடாது. எனவே, நான் டாக்டராக வேண்டும் என்ற விருப்பத்தை என்னுடைய அப்பா வெளிப்படுத்தியதும், அதை நான் மகிழ்ச்சியோடு ஏற்றுக்கொண்டேன். அதன்படி, பம்பாயிலுள்ள கிராண்ட் மருத்துவக் கல்லூரியில் சேர எனக்கு அவர் இடம்

வாங்கித்தந்தார். பூனாவில் என்னுடைய பெற்றோர் இருந்ததால், நான் கல்லூரியிலுள்ள பெண்கள் விடுதியில் சேர்ந்தேன். நான் மருத்துவம் படித்துவந்த காலகட்டத்தில் ஓய்வுபெற்ற என் அப்பா, பூனாவிலிருந்து பம்பாய்க்கு நகர்ந்து, கிழக்கு தாதரில் போர்த்துக்கீசிய சர்ச் சாலை (இப்போது, ராவ் பகதூர் எஸ்.கே. போலே மார்க்) என்று அறியப்பட்ட இடத்தில், 'மாத்ருசாயா' என்ற கட்டடத்தில் வீட்டை அமைத்தார்.

என் பெற்றோர் இப்போது பம்பாயில் வசிக்கத் தொடங்கிவிட்டாலும்கூட, என் படிப்புக்கு வேண்டிய நேரமும் தனிமையும் எனக்குக் கிடைக்க வேண்டும் என்பதால் என்னை விடுதியிலேயே தொடருமாறு சொன்னார்கள். சீரிய இடைவெளியில் அவர்கள் என்னை அடிக்கடி சந்திக்க வந்துகொண்டிருந்தார்கள். எனக்கெனப் பிரத்யேகமாகத் தயாரிக்கப்பட்ட உணவு வகைகளை எடுத்துவருவதிலும் அவர்கள் ஒருபோதும் தவறியதில்லை. எந்தவிதச் சிரமமும் எப்படியான பற்றாக்குறையும் எனக்கு ஏற்பட்டுவிடாமல் இருப்பதற்கு என் அப்பா சிறப்பு கவனம் கொடுத்தார். என் மீது மிகுந்த அக்கறைகாட்டினார். என் தரப்பிலிருந்து நானும், டாக்டராக வேண்டும் என்ற என் அப்பாவின் ஆசையை நிறைவேற்றுவதில் உறுதியாக இருந்தேன். வீட்டாரைப் பார்க்க வேண்டும்போல் தோன்றியது என்றால், தாதர் சென்று கொஞ்சம் அவர்களோடு செலவழித்துவிட்டு வருவதற்குப் போதுமான நேரத்தை ஒதுக்கிக்கொள்ளவும் என்னால் முடிந்தது. ஆக, கல்லூரி, விடுதி, அரிதாக வீட்டுக்குச்செல்வது என இந்த அளவில்தான் என் உலகம் இயங்கிக்கொண்டிருந்தது. நானும் என் படிப்பும் மட்டும்தான்; வேறு எதைப் பற்றியும் யாரைப் பற்றியும் அக்கறைகாட்டவில்லை. என்னைச் சுற்றியிருக்கும் வேறு எதையும் பொருட்படுத்தவில்லை. அதைப் பற்றிக் கவலைப்படவும் இல்லை.

ஒரே ஒரு விஷயத்தால் மட்டும்தான் பீடிக்கப்பட்டிருந்தேன்: நான் டாக்டராகியே தீர வேண்டும். படிப்பதற்கான என்னுடைய உத்தி என்னவென்றால், எல்லாப் பாடங்களுக்கும் குறிப்பு எடுத்துக்கொண்டு, அந்தக் குறிப்புகளின் அடிப்படையில் அர்த்தத்தை உள்வாங்கி மனனம் செய்துவிடுவதுதான். நான்

குறிப்பெடுத்த நோட்டுப் புத்தகங்கள் இன்னமும் என்னுடைய சேகரிப்பில் உள்ளன.

## மணிபவன் தற்செயல்

நான் தங்கியிருந்த கிராண்ட் மருத்துவக் கல்லூரி விடுதியானது மணிபவனுக்கு நேரெதிரே இருந்தது. காந்திஜி பம்பாய் வரும்போதெல்லாம் அவர் மணிபவனில்தான் தங்குவார் என்பது வாசகர்கள் எல்லோருக்கும் தெரிந்த விஷயம்தான். 14 ஆகஸ்ட் 1931 அன்று நடந்த காந்திக்கும் அம்பேத்கருக்குமான முதல் சந்திப்பு இந்த மணிபவனில்தான் நடந்தது என்பதும் வாசகர்களுக்குத் தெரிந்திருக்கும். உண்மையில், அதைச் சந்திப்பு என்று சொல்வதைவிட, இரண்டு மாபெரும் போர்வீரர்களின் வாள்கள் முதன்முதலில் மோதிக்கொண்ட தருணம் என்று சொல்வதே பொருத்தமாக இருக்கும் என்று நினைக்கிறேன். ஆனால், எதிர்ப்புற விடுதியில் இருந்த நான், இந்த காந்தி-அம்பேத்கர் சந்திப்பு பற்றிக் கொஞ்சமும் அறிந்திருக்கவில்லை. வெகுகாலம் கழித்து, நாங்கள் திருமணம் முடித்த பிறகு, டாக்டர் சாஹேப் தன்னுடைய வாழ்க்கை பற்றி, இயக்கம் பற்றி, நிகழ்வுகள் பற்றிக் கதைகதையாகச் சொன்னார். டெல்லி பங்களாவில் உட்கார்ந்து பேசிக்கொண்டிருக்கையில், தான் அனுபவித்த கசப்பான, இனிப்பான சம்பவங்கள் பற்றி அவர் ஆற்றொழுக்காகச் சொல்வார். இப்படியான ஓர் உரையாடலின் போக்கில்தான், காந்தியுடனான தன்னுடைய முதல் சந்திப்பு பற்றியும் சொன்னார். அது இப்படி இருந்தது:

> டாக்டர் அம்பேத்கர் தன்னுடைய சகாக்கள் சிலருடன் காந்திஜியைப் பார்க்க மணிபவன் சென்றபோது, அவர் வழக்கம்போல் கண்டுகொள்ளாமல் இருந்துவிட்டார். இதனால், டாக்டர் அம்பேத்கரின் சகாக்களிடையே பதற்றம் அதிகரிக்கத் தொடங்கிவிட்டது. டாக்டர் அம்பேத்கர் கோபித்துக்கொண்டு வெளியேறிவிடுவாரோ என்று அவர்கள் அச்சப்படும் அளவுக்குச் சூழல் மாறிக்கொண்டிருந்தது. இறுதியில், காந்திஜியே அந்த இருண்ட மௌனத்தைக் கலைத்து, அசம்பாவிதம் நேராமல் பார்த்துக்கொண்டார்.

பிறகு, இரண்டு மாபெரும் ஆளுமைகளுக்கு இடையேயான உரையாடல் தொடங்கியது. இந்துச் சமூகத்தில் நிலவும் சாதி அமைப்பு பற்றியும், தீண்டாமை ஒழிப்புக்காக இந்திய தேசிய காங்கிரஸ் என்ன செய்துகொண்டிருக்கிறது என்றும் அவர்கள் உரையாடினார்கள்.

டாக்டர் அம்பேத்கர் இது தொடர்பான புள்ளிவிவரங்களுடனும் சான்றாதாரங்களுடனும் சிறந்த முறையில் தன்னை வெளிப்படுத்திக்கொண்டார். ஆனால், காந்திஜியோ சதுர்-வர்ணத்தை [சாதி அமைப்பு]4 ஆதரிக்கும்படி பேசியது, இந்த விஷயத்தில் இருவரிடையேயும் எழுச்சிமிக்க மோதலைத் தூண்டிவிட்டது. டாக்டர் அம்பேத்கரை அவமதிக்கும் விதமாக, "டாக்டர், நீங்கள் பிறப்பதற்கு முன்பிருந்தே நான் தீண்டாமை குறித்துச் சிந்தித்துவருகிறேன். தீண்டாமை ஒழிப்பு என்ற விஷயத்தை காங்கிரஸ் செயல்திட்டத்தில் சேர்ப்பதற்குப் பெருமளவில் முயற்சி எடுத்திருப்பதும் நான்தான். தீண்டாமை ஒழிப்பு குறித்து விவாதிப்பது என் மனதுக்கு மிகவும் நெருக்கமான விஷயம். இந்து-முஸ்லிம் பிரச்சினையைவிட மிகமிக முக்கியமானது அது. அதனாலேயே இதுவரை இருபது லட்ச ரூபாய் செலவிடப்பட்டிருக்கிறது" என்று காந்திஜி சொன்னார்.

அதற்கு டாக்டர் அம்பேத்கர் உடனடியாகப் பதிலடி தந்தார்: "நான் பிறப்பதற்கு முன்பாகவே நீங்கள் இதைச் செய்து கொண்டிருக்கிறீர்கள் என்பது உண்மைதான். வயதைக் காரணமாகச் சொல்லி நம்மில் பலரும் இந்த வாதத்தை முன்வைக்கிறார்கள். வயதில் நீங்கள் என்னைவிட மூத்தவர் என்பதை நான் எப்படி மறுக்க முடியும்? தீண்டாமை ஒழிப்புத் திட்டத்துக்கு உங்கள் வலியுறுத்தலின் பேரிலேயே காங்கிரஸ் ஒப்புதல் அளித்துள்ளது என்பதும் உண்மைதான். ஆனால், சம்பிரதாயமான ஒப்புதல் வழங்கியதைத் தாண்டி காங்கிரஸ் வேறெதுவும் செய்துவிடவில்லை. தீண்டப்படாதவர்களுக்காக காங்கிரஸ் இருபது லட்ச ரூபாய் செலவழித்திருப்பதாக நீங்கள் சொல்கிறீர்கள். அதனால், அதை நான் ஏற்றுக்கொள்ளத்தான் வேண்டும். ஆனால், உங்களுடைய பணம் அனைத்தும் விரயமாகிவிட்டது என்று என்னால் உறுதியாகச் சொல்ல முடியும். என்னைப் போன்ற ஒருவரின் கரங்களில்

இவ்வளவு பெரிய தொகை கொடுக்கப்பட்டிருக்குமானால், அதை அர்ப்பணிப்புணர்வுடனும் நேர்மையுடனும் பயன்படுத்தியிருப்பேன். தீண்டப்படாதவர்களின் முன்னேற்றத்துக்கு அது மிகப் பெரும் உந்துதலைக் கொடுத்திருக்கும்."

இந்தச் சந்திப்பில்தான், காந்திஜியின் முகத்துக்கு நேராக டாக்டர் அம்பேத்கர் கடிந்துரைத்தார்: "மிஸ்டர் காந்தி, நாம் நம்முடைய தற்சார்பின், தன்னம்பிக்கையின் பலத்தில் நம் பாதையை அமைத்துக்கொள்வோம். உங்களைப் போன்ற மகாத்மாவிடம்கூட எங்களுக்கு நம்பிக்கை இல்லை. அதனால், நாங்கள் உங்களைச் சார்ந்திருக்கப்போவதில்லை. கடந்துசெல்லும் மாயைகளைப் போன்றவர்கள்தான் மகாத்மாக்கள் என்பதற்கு வரலாறு ஏராளமான சான்றுகளைக் கொண்டுள்ளது. அவர்களுடைய சலசலப்பு நிறைய தூசியையும் புகையையும் கிளப்பிவிட்டாலும், ஒரு சமூகத்தின் தரத்தை அதனால் உயர்த்திவிட முடியாது."

இப்படித்தான், காந்திஜியின் மகாத்மாத்துவத்தை டாக்டர் அம்பேத்கர் நேரடியாகத் தாக்கினார். காந்திஜிக்கும் அம்பேத்கருக்கும் இடையேயான இந்த வரலாற்றுச் சிறப்புமிக்க முதல் சந்திப்புக்குச் சாட்சியாக நிற்கிறது மணிபவன்.

இதில் சுவாரஸ்யமான விஷயம் என்னவென்றால், டாக்டர் அம்பேத்கர் ஒரு பிராமணர் என்று காந்திஜி நினைத்திருந்தார். தீண்டப்படாதவர்களின் உரிமைக்காகப் போராடும், மிகவும் தகுதிபடைத்த இளம் பிராமணர்தான் டாக்டர் அம்பேத்கர் என்ற சௌகரியமான முடிவுக்கு அவர் வந்திருந்தார். இந்த வரலாறு அனைத்துமே நேரடியாக டாக்டர் அம்பேத்கரிடமிருந்து, எங்கள் திருமணத்துக்குப் பிறகு, நான் கேட்டறிந்துகொண்டதுதான்.

## நான் டாக்டரானேன்

கிராண்ட் மருத்துவக் கல்லூரியில் சேர்ந்த நாளிலிருந்தே நான் தீவிரமாகப் படிக்கத் தொடங்கியிருந்தேன். ஒவ்வொரு வருடத்தையும் நல்ல மதிப்பெண்களுடன் கடந்துவந்தேன்.

1937-இல் எம்.பி.பி.எஸ். இறுதித் தேர்வில் தேர்ச்சிபெற்றேன். என்னுடைய அப்பாவின் விருப்பத்தை நான் நிறைவேற்றியதை நினைத்து அளவுகடந்த பரவசமடைந்தேன். என் குடும்பத்திலுள்ள மற்றவர்களும், என் உறவினர்களும் சிலிர்ப்படைந்தார்கள். ஒரு பெண் டாக்டராவது என்பது அந்தக் காலத்தில் புரட்சிகரமான காரியம். அதனால், நான் டாக்டரானது பெருமையுடனும் களிப்புடனும் பார்க்கப்பட்டது. மருத்துவக் கவுன்சிலில் என்னுடைய பெயர் பதிவுசெய்யப்பட்டது. என்னுடைய பதிவு எண்: 2845.

நான் பட்டம் பெற்ற பிறகு, என்னுடைய வீட்டில் அடுத்த விவாதம் தொடங்கியது; நான் தனியாக மருத்துவம் பார்க்க வேண்டுமா அல்லது அரசு மருத்துவமனையில் பணிபுரிய வேண்டுமா? இறுதியில், ஒரு வேலைக்கோ தனிப்பட்ட பயிற்சிக்கோ முயலாமல் முதுகலைப் படிப்பில் சேர வேண்டும் என்று ஒருமனதாக முடிவெடுக்கப்பட்டது. நான் எம்.டி. படிக்க வேண்டும் என்பதில் என் அப்பா குறியாக இருந்தார். அதன்படி, எம்.டி. படிப்பில் சேர்வதற்காகப் பதிவுசெய்துகொண்டேன். மீண்டும் படிப்புக்குள் நுழைந்தேன்.

## என் உடல்நலக்குறைவு

புதிய வீரியத்துடனும் புதிய உற்சாகத்துடனும் நான் என்னுடைய படிப்பில் மூழ்கியிருந்தேன். நான் நன்றாகப் படிக்கக்கூடிய மாணவி என்பதையும், படிப்பதற்கு எனக்கெனத் தனி பாணி வைத்திருந்ததையும் ஏற்கெனவே சொல்லியிருந்தேன் அல்லவா. அதன்படி, விடாமுயற்சியுடனும் விடாப்பிடியாகவும் படித்துமுடித்திருந்தேன். தேர்வும் நன்றாக எழுதியிருந்தேன். எழுத்துத் தேர்வுகளுக்கும் செய்முறைத் தேர்வுகளுக்கும் இடையே சில நாள்கள் இடைவெளி இருந்தது. துரதிர்ஷ்டவசமாக, செய்முறைத் தேர்வுக்கு முன்பு என்னுடைய உடல்நிலை மோசமாகப் பாதிக்கப்பட்டது. நீண்ட நேரம் படுக்கையிலேயே இருக்கும்படி ஆயிற்று. அதைத் தொடர்ந்து, என்னால் செய்முறைத் தேர்வில் பங்குபெற முடியாமலானது. அதனால், என்னுடைய எம்.டி. தேர்வுகளை அரைகுறையாக முடித்திருந்தேன். இதனால்

அடைந்த மன வேதனையால் என்னுடைய உடல்நிலை மேலும் மோசமானது. படுக்கையிலேயே பல மாதங்கள் இருக்கும்படி நேர்ந்தது. என்னுடைய உடல்நிலை கவலைக்கிடமானது. நான் மிகவும் பலவீனமாகிவிட்டேன்.

இந்த நோயும் மன வேதனையும் என்னைக் கடுமையாகப் பாதித்தன. மருந்துகள் எடுத்துக்கொண்ட பிறகும், போதுமான ஓய்வில் இருந்த பிறகும் நான் முழுமையாகக் குணமடையவில்லை. என்னுடைய உடல் இயக்கங்கள் மிக மோசமாகப் பாதிக்கப்பட்டதால், அதனால் மீண்டும் தன் பழைய நிலையை மீட்டுக்கொள்ள முடியவில்லை. நோயிலிருந்து நான் மீண்டுவந்த பிறகும்கூட, என்னுடைய உடல் உபாதைகள் என்னை அலைக்கழித்தன. விளைவாக, எம்.டி. படிப்பைத் தொடர்வதற்கு நான் ஆர்வமாக இருந்தாலும் அதை என்னால் முன்னெடுத்துச்செல்ல முடியவில்லை. டைபாய்டு, நீரிழப்பு, கட்டிகள், இன்ன பிற உடல்நலக் கோளாறுகள் என ஒன்றையடுத்து ஒன்று என்னைத் துரத்திக்கொண்டிருந்தன. அதனால், என் உடல்நலமும் மனநலமும் மிக மோசமாகப் பாதிப்புக்குள்ளாயின.

## என் வியாதியால் கிடைத்த எதிர்பாரா நன்மை

நான் நோயுற்றிருந்தேன். மாதக்கணக்காக வீட்டில் அடைபட்டுக் கிடந்ததால் சோர்வுற்றிருந்தேன். படுத்திருப்பதைத் தவிர வேறு ஏதும் செய்யாமல் இருந்தது மிகுந்த சலிப்பை உண்டாக்கியது. நேரம் நகர மறுத்தது. நான் தீவிரமாக வாசிக்க ஆரம்பித்தது இப்படிக் கிடைத்த நேரத்தைச் சமாளிப்பதற்காகத்தான். கைக்குக் கிடைத்ததையெல்லாம் வாசிக்கும் லயத்துக்குள் வந்துவிட்டேன். நான் குறிப்பிட்டு ஆர்வம்காட்டிய விஷயம் என்று ஏதும் இல்லாததால் கையில் என்ன கிடைக்கிறதோ அதிலிருந்து வாசிக்கத் தொடங்கினேன். ஆனால், நாளடைவில் என்னுடைய வாசிப்பு ஒரு குறிப்பிட்ட திசையிலும் குறிப்பிட்ட ஒழுங்குக்குள்ளும் வருவதைக் கண்டேன். கதைகள், நாவல்களிலிருந்து நகர்ந்து, சிந்தனையைத் தூண்டக்கூடிய புத்தகங்களை அதிக அளவில் வாசிக்கத் தொடங்கினேன். கதைகள், நாவல்களுக்குப் பதிலாக

அறிவார்ந்த, மதம் தொடர்பான, அரசியல், தன்வரலாற்றுப் புத்தகங்கள் மீது என்னுடைய ஆர்வம் என்னையறியாமல் நகர்ந்திருந்தது. மதரீதியான எல்லாப் புத்தகங்களையும், எனக்குக் கிடைத்த இன்ன பிற புத்தகங்களையும் வாசித்த பிறகு, அவை தொடர்பான வெவ்வேறு கருத்துகளை ஒப்பிட்டுப்பார்த்து, எனக்கெனச் சொந்த அபிப்ராயங்களை உருவாக்கிக்கொள்ளத் தொடங்கினேன்.

அந்த நேரத்தில், பௌத்தத் தத்துவங்கள் என்னை வசீகரிக்கத் தொடங்கின. பௌத்தம் தொடர்பாக என்னென்ன கிடைக்கின்றனவோ எல்லாவற்றையும் பெரும்பசியுடன் வாசிக்கத் தொடங்கினேன். அந்த நாள்களில், புத்தர் என்னுடைய மனத்தில் திடமான இடம்பிடித்தார். டாக்டர் அம்பேத்கருடன் வாழத் தொடங்கிய பிறகுதான் பௌத்தம் மீதான என்னுடைய ஈர்ப்பு தொடங்கியது என்று சிலர் நினைக்கிறார்கள். அது உண்மை அல்ல. இருப்பினும், என்னுடைய அறிவுச் சேகரத்தில் ஏற்பட்ட பெரும் வளர்ச்சிக்கும், பௌத்தத் தத்துவங்களில் திடமான அபிப்ராயங்களை உருவாக்கிக்கொண்டதற்கும் டாக்டர் அம்பேத்கர் மிக முக்கியமான காரணம். எல்லாவற்றுக்கும் மேலாக, டாக்டர் சாஹேபின் பொருட்டுதான் என்னால் வெளிப்படையாக பௌத்தம் தழுவ முடிந்தது. பௌத்தத் தத்துவம் மீது என்னிடம் உள்ளூறைந்திருந்த ஈர்ப்பு உலகறிய வெளிப்பட்டு, ஓர் உறுதியான செயல்பாடாக மாறியதற்கும் டாக்டர் சாஹேப்தான் காரணம் என்பதை நன்றியுடன் இங்கே பிரகடனப்படுத்துகிறேன்.

டாக்டர் சாஹேபுடன் நெருக்கமாக இருந்தவர்களைத் தவிர வேறு யாரும் அறிந்திராத ஒரு ரகசியத்தைச் சொல்ல இது உகந்த இடம்: ரங்கூனில் நடந்த உலக பௌத்த மாநாட்டுக்கு முன்பாகவே, 1950-இல் நானும் டாக்டர் சாஹேபும் டெல்லியில் பௌத்தத்தைத் தழுவியிருந்தோம். 1948-இல் நாங்கள் திருமணம் முடித்ததிலிருந்தே இருவரும் இணைந்து பௌத்தத்துக்காகப் பாடுபடத் தொடங்கியிருந்தோம். பௌத்தம் தொடர்பான எங்கள் கூட்டுச் செயல்பாடு பற்றிப் புரிந்துகொள்ள, 6 பிப்ரவரி 1955 அன்று டாக்டர் சாஹேப் தன்னுடைய சகாவுக்கு அனுப்பிய இந்தக் குறிப்பு உதவும்: 'பௌத்தப் பணிகளில் நாங்கள் இருவரும் மிக ஆழமாக ஈடுபட்டுள்ளோம்.' எதுவாக இருப்பினும், எல்லா

நிகழ்வுகளின் வரலாறும் விவரங்களும் காலவரிசைப்படி, பொருத்தமான இடங்களில் இங்கே குறிப்பிடப்படும். நான் இங்கே பதிவுசெய்ய விரும்புவது என்னவென்றால், சாஹேப் என்னுடைய வாழ்க்கையில் நுழைவதற்கு முன்பாகவே பௌத்தத் தத்துவம் என்னைப் பாதித்திருந்தாலும், பௌத்தத்தில் நான் முழுமையாக ஆள்கொள்ளப்பட்டதற்கு முழுமுதற் காரணம் டாக்டர் சாஹேப்தான். இதைப் பணிவுடனும் நன்றியுணர்வுடனும் பதிவுசெய்கிறேன்.

ஆக, உடல்நலக்குறைவால் என்னிடமிருந்து எம்.டி. பட்டம் பறிக்கப்பட்டது என்றாலும் பௌத்தத் தத்துவம் எனக்குப் புதிய வழியைக் காட்டியது. என்னுடைய மனதை அதன் போக்கில் செலுத்தியதால், பிற்காலத்தில் டாக்டர் அம்பேத்கர் செய்த மதப் புரட்சிக்கான ஆயத்தங்களை என்னால் தயாரித்துக்கொள்ள முடிந்திருந்தது.

## டாக்டர் மால்வன்கருடனான பயிற்சிக் காலம்

நான் அடைபட்டுக்கிடந்தபோது ஆழமான, விரிவான வாசிப்பை மேற்கொண்டிருந்தேன் என்றாலும், ஒருவரால் எந்த அளவுக்கு வாசித்துவிட முடியும்? வாசிப்பதுகூட அலுப்பாகிவிடக்கூடும்! காலத்தைக் கடத்துவது எனக்குக் கடினமாகத் தொடங்கியது. அதனால், ஏதாவதொரு மருத்துவமனையில் பகுதிநேர வேலையில் சேர்ந்தால் நன்றாக இருக்கும் என்று அப்பாவிடம் சொன்னேன். வெறுமனே தூங்கிக்கொண்டிருப்பதற்குப் பதிலாக, இதில் எனக்கு மருத்துவ அனுபவமும் கிடைக்கும்; பொழுதையும் கடத்த முடியும். மூத்த, அனுபவமிக்க டாக்டர் மாதவ்ராவ் மால்வன்கர், பம்பாயின் ஹ்யூஜஸ் சாலையில் மருத்துவமனை நடத்திவந்தார். அவர் கைதேர்ந்த பிசியோதெரபிஸ்ட், புகழ்பெற்ற மருத்துவ ஆலோசகர் என்றெல்லாம் பெயர்பெற்றிருந்தவர்.

டாக்டர் மால்வன்கருடன் நாங்கள் நெருக்கமான குடும்ப உறவைக் கொண்டிருந்தோம். பிசியோதெரபி எனக்கு மிகவும் பிடித்த பாடம். டாக்டர் மால்வன்கரின் ஆலோசனை அறையில் எல்லா வகையான பிசியோதெரபி சிகிச்சை முறைகளும்

இருந்தன. அதனால், டாக்டர் மால்வன்கரிடம் நான் பயிற்சி எடுத்துக்கொள்ள வேண்டும் என்று முடிவெடுக்கப்பட்டது. அதன்படி, அவரிடம் பயிற்சி மருத்துவராகச் சேர்ந்துகொண்டேன். டாக்டர் மால்வன்கரின் நிபுணத்துவம் பற்றியும் அவர் பெற்றிருந்த புகழ் பற்றியும் நாங்கள் கேள்விப்பட்டிருந்தோம் என்றாலும், அவருடைய குழுவில் பயிற்சி மருத்துவராக நான் சேர்ந்து அவருடைய பணியைக் கவனிக்கத் தொடங்கிய பிறகு, மருத்துவத்தை அவர் புனிதமாகப் பார்ப்பவர் என்பதைப் புரிந்துகொண்டேன். அந்தக் காலத்தின் மிக முக்கியமான நபர்களும், அரச குடும்பங்களின் இளவரசர்களும், அரசியல் சமூகத் தளத்திலிருந்து பலரும் சிகிச்சைக்காகவும் மருத்துவ ஆலோசனைக்காகவும் அவரைப் பார்க்க வந்தார்கள்.

அறுவை சிகிச்சையை நாடாமல், பிசியோதெரபி வழியாகவே எல்லா நோய்களையும் குணப்படுத்துவதில் அவர் வல்லவர். இப்படிப்பட்ட திறமையான மருத்துவரிடம் வேலைபார்த்தால் என்னால் நிறைய கற்றுக்கொள்ள முடியும் என்பதை உணர்ந்துகொண்டேன். வயதிலும் அனுபவத்திலும் மூத்தவர் என்பதால் எங்களுடைய குரு ஸ்தானத்தில் அவர் இருந்தார். அவ்வளவு ஏன், அம்பேத்கர் எனக்குக் கடிதங்கள் எழுதும்போது, அவரை 'குருஜி' என்றே சுட்டுவார். நான் எப்போதும் பிசியோதெரபியில் ஆர்வம் கொண்டிருந்ததால், பிசியோதெரபி சிகிச்சை தொடர்பான உத்திகளை நடைமுறை அனுபவங்களிலிருந்தும் நேரடி அனுபவங்களிலிருந்தும் கற்றுக்கொள்ளத் தொடங்கினேன். வேலையில் என்னை ஈடுபடுத்திக்கொண்ட பிறகு, நோயால் பெற்றிருந்த களைப்பு என்னிடமிருந்து நீங்கியது. பொழுதும் நன்றாகப் போயிற்று.

## குஜராத்தில் என் பணி

இதற்கிடையில், என்னைத் தலைமை மருத்துவ அதிகாரியாக நியமித்து, குஜராத்தின் மிகப் பெரும் மருத்துவமனையிலிருந்து எனக்குக் கடிதம் வந்திருந்தது. இப்படியான உயர் பதவிக்கான நியமனத்தை நான் ஏற்றுக்கொள்ள வேண்டுமா என்று என்னுடைய குடும்ப உறுப்பினர்களிடமும் மருத்துவ சகாக்களிடமும்

கலந்தாலோசித்தபோது, அதை நான் ஏற்றுக்கொள்ள வேண்டுமென்று எல்லோருமே அறிவுறுத்தினார்கள். உண்மை என்னவென்றால், பம்பாயை விட்டு வெளியேறவும், அங்கே சென்று தனியாக வாழவும் எனக்கு விருப்பமே இல்லை. ஆனால், எல்லோரும் வலியுறுத்தியதால் என் மனதை மாற்றிக்கொண்டு, ஒப்புதல் கடிதம் அனுப்பினேன். அங்கே சென்று தங்குவதற்குத் தேவையானவற்றை எடுத்துவைத்தேன். திட்டமிட்டபடி, அப்பாவுடன் குஜராத் கிளம்பினேன். அப்பா அங்கே எனக்கு வேண்டியதைச் செய்துகொடுத்துவிட்டு, பம்பாய் திரும்பினார். தெரியாத இடம், தெரியாத மக்கள். திகைத்துப்போனேன். ஒருசில நாள்களில் சூழலுக்கும் என்னுடைய பொறுப்புகளுக்கும் பழகிக்கொண்டேன். நேரம் எப்படி வேகமாக நகர்கிறது என்பதை உணரக்கூட முடியாத அளவுக்கு வேலை அவ்வளவு தீவிரமாக இருந்தது. கிட்டத்தட்ட 200 படுக்கைகள் கொண்ட பெண்கள் மருத்துவமனையில் தலைமை மருத்துவ அதிகாரியாக நான் பொறுப்புவகித்தேன். அதோடு, பொது மருத்துவமனையில் பிசியோதெரபி துறைக்குத் தலைவராகவும் பொறுப்புவகித்தேன். பிசியோதெரபியில் ஏற்கெனவே எனக்கு இருந்த அனுபவம்தான், இந்தத் துறையின் முழுப் பொறுப்பையும் எனக்குப் பெற்றுத்தந்தது. என்னுடைய பணியின் பொருட்டும், ஒழுங்குடன் கட்டுப்பாட்டோடு நடந்துகொண்டதன் காரணமாகவும் நான் ஆற்றல்மிக்க திறமையான டாக்டர் என்ற அங்கீகாரத்தையும் பாராட்டையும் சீக்கிரமே பெற்றுவிட்டேன்.

முதல் தரப் பொறுப்பில் நியமிக்கப்பட்டதால் எனக்கு இயல்பாகவே எல்லா விதமான வசதிகளும் சௌகரியங்களும் கிடைத்தன: கார், பங்களா, வீட்டுவேலைக்கான ஆள், ஓட்டுநர், இத்யாதி. நான் என் வேலையுடன் ஒன்றுகலந்துவிட்டேன். மக்களின் நோய்களைக் குணப்படுத்துவதில் கிடைக்கும் ஒருவகை திருப்தியை உணரும் நபராக, பார்க்கும் வேலையிலேயே சமூக சேவை ஆற்றுவதன் மன நிறைவை உணரும் நபராக மாறிப்போனேன். இப்படித்தான் நாள்கள் நகர்ந்தன. என்னுடைய அப்பா அவ்வப்போது என்னைப் பார்க்க வருவார். ஒன்றிரண்டு நாள்கள் என்னுடன் தங்கிவிட்டுப்போவார்.

கொஞ்ச நாள்கள் எல்லாம் நல்லபடியாகச் சென்றன. பிறகு, என்னுடைய உடல்நலப் பிரச்சினைகள் மீண்டும் தலைதூக்கின. இரண்டு நாள்கள் நல்ல விதமாக இருந்தால் நான்கு நாள்கள் படுக்கையில் கிடக்கும்படி ஆயிற்று. தலைமை மருத்துவ அதிகாரியாக இருப்பதால், இயல்பாகவே நிறைய பொறுப்புகளைச் சுமந்துவந்தேன். என்னுடைய வேலை எனக்குத் தாங்க முடியாததாக ஆனது. அது என்னை முழுக்கக் களைப்படையவைத்தது. இந்தத் தாங்க முடியாத அழுத்தம் காரணமாக என்னுடைய உடல் இயக்கம் சீர்குலைந்தது. முதலில் சிறியதாகத் தொடங்கி, பின்னர் என்னை முழுக்க நிலைகுலையவைத்தது. மேலும், என்னைப் பார்த்துக்கொள்ளவோ வேண்டியதைச் செய்துதரவோ என்னுடன் யாருமே இல்லை. அப்பா வந்து ஒன்றிரண்டு நாள்கள் என்னுடன் இருந்தார். ஆனால், அது என்னுடைய உடல்நலத்தில் எந்த மாற்றத்தையும் கொண்டுவரவில்லை. அங்கு இருந்த வானிலையும் எனக்கு ஒத்துவரவில்லை. விளைவாக, பணியிலிருந்து விலகிக்கொண்டு அப்பாவுடன் பம்பாய் திரும்பினேன்.

இவையெல்லாம் என்னுடைய வாழ்க்கையில் நடந்து கொண்டிருந்தபோது, என் குடும்பத்தில் நடந்த சில முக்கியமான நிகழ்வுகளைப் பார்ப்பது முக்கியம். நான் மருத்துவம் படித்துக் கொண்டிருந்த காலத்தில் என் அம்மா இறந்துபோனார். அதைத் தொடர்ந்து, குடும்பச் சுமை முழுவதும் அப்பா மீது விழுந்தது. இப்படியான மோசமான சூழ்நிலையிலும், அப்பா தனது பொறுப்புகளை முழுமையாக நிறைவேற்றியதோடு, என் உடன்பிறப்புகளையும் சிறப்பான முறையில் பேணிவந்தார். அம்மா இல்லாத குறையை நாங்கள் ஒருபோதும் உணராதபடி பார்த்துக்கொண்டார்.

எங்கள் குடும்பத்தில் ஐந்து பெண்கள், மூன்று ஆண்கள் என எட்டுப் பேர். மூத்தவர் அக்கா இந்திரா. அடுத்து, அண்ணன் முரளிதர். நான் மூன்றாவது. நான்காவது, தம்பி பால்சந்திரா. ஐந்தாவது, தங்கை சுதா. கமல் ஆறாவது. விஜயா ஏழாவது. எங்களுடைய கடைக்குட்டித் தம்பி வசந்த். எட்டுப் பேரில் என்னுடைய அண்ணனும் அக்காவும் (அவளும் எம்.பி.பி.எஸ்.) தம்பி பால்சந்திராவும் இப்போது உயிரோடு இல்லை. எட்டுப் பேரில் ஆறு பேர் (என்னையும் சேர்த்து)

கலப்புத் திருமணம் செய்துகொண்டோம். இதை எழுதுகையில் நான் மிகவும் பெருமையாக உணர்கிறேன். சாரஸ்வத் பிராமணச் சாதியைச் சேர்ந்தவர்களாக இருந்தாலும், எங்களுடைய குடும்பம் மிகவும் முற்போக்கானது என்பதை, இந்த அதிக அளவிலான கலப்புத் திருமணங்கள் (சாதிப் பாகுபாட்டில் வலுவான நம்பிக்கை கொண்டிருந்த அந்தக் காலச் சமூகச் சூழலைக் கருத்தில்கொண்டு) காட்டுகின்றன. இதற்குக் காரணம் என்னவென்றால், அப்பா எங்கள் மீது எதையும் திணிக்க ஒருபோதும் முயன்றதில்லை. நாங்கள் எல்லோரும் நன்றாகப் படித்திருந்ததால் முற்போக்குச் சிந்தனையுடனும் தாராளவாதக் கொள்கைகளுடனும் இருந்தோம். எங்கள் அப்பா சிறுமையாக உணரும்படியோ, அவருடைய கொள்கைகளுக்கு எதிரானதாகப் போகும்படியோ எங்களில் யாரும் எதுவும் செய்தது கிடையாது. எங்கள் மீது அப்பா வைத்த நம்பிக்கைக்கு நாங்கள் ஒருபோதும் துரோகமிழைத்தது கிடையாது.

வேலையை விட்டுவிட்டு குஜராத்திலிருந்து பம்பாய் திரும்பிய பிறகும் என்னுடைய உடல்நிலை மோசமாகவே இருந்தது. அதனால், மீண்டும் வேலைக்குப்போவது பற்றிய கேள்வி எழவில்லை. எனக்கும் அந்த விருப்பம் வரவில்லை. ஆனால், போதுமான மருந்துகளையும் ஓய்வையும் எடுத்துக்கொண்ட பிறகு, வீட்டில் சும்மா இருப்பதில் சலிப்படையத் தொடங்கினேன். அதனால், மீண்டும் டாக்டர் மால்வன்கரிடம் என்னுடைய பழைய வேலையைத் தொடர்ந்தேன். இப்படித்தான், பம்பாயில் என்னுடைய அன்றாடம் மீண்டும் தொடங்கியது. என்னுடைய கூந்தலில் சிக்கு விழத் தொடங்கியதாலும், நீண்ட கூந்தலில் பின்னலிடுவதற்கு வெறுப்பாக இருந்ததாலும் பாப்-கட் செய்துகொண்டேன். இதெல்லாம்தான் 1947-இல் டாக்டர் அம்பேத்கரை நான் முதன்முறையாகச் சந்திப்பதற்கு முன்பான என்னுடைய நிலைமை.

## டாக்டர் அம்பேத்கருடனான என் முதல் சந்திப்பு

டாக்டர் அம்பேத்கரின் வாழ்க்கைக்குள் நான் எப்போது, எங்கே, எப்படி நுழைந்தேன் என அறிந்துகொள்வதில் பலரும் ஆர்வமாக இருக்கிறார்கள். அதேபோல, எண்ணற்ற நபர்கள் தங்களுடைய மனச்சாய்வுக்கு ஏற்றபடி நிறைய அபத்தமான கட்டுக்கதைகளையும் இட்டுக்கட்டியிருக்கிறார்கள். பலரும் அனுமதித்த இப்படியான அபத்தக் கற்பனைகள் பற்றி எனக்கு அக்கறை ஏதுமில்லை.

அதிசயங்கள், கட்டுக்கதைகள், முயல் மூளைக்காரர்களின் வதந்திகள் போன்றவற்றை ஒரு மாபெரும் மனிதர் தனது வாழ்க்கையைச் சுற்றிப் பின்னிக்கொள்ளாமல் அவரது எதிரிகள் மட்டுமல்ல, ஆதரவாளர்களும் திருப்தி அடைய முடியாது என்பதை இந்தியாவில் எங்கும் காணலாம். பல மகத்தான மனிதர்களின் வாழ்க்கை — அவர்கள் தேவர்களாக்கப்பட வேண்டுமா, அரக்கர்களாக்கப்பட வேண்டுமா என்பதைப் பொறுத்து — நல்ல விதமாகவும் கெட்ட விதமாகவும் விதவிதமான வதந்திகளால் அலங்கரிக்கப்படுகிறது என்பதற்கு வரலாறு நம் முன்பாகப் பல உதாரணங்களை எடுத்துவைக்கும். இந்த நாட்டில் உயர்சாதியினரிடமே — படித்தவர்களாகவும் முன்னேறியவர்களாகவும் கருதப்படும் சமூகம் — இதுதான் நிலைமை என்றால், பல்லாயிரக்கணக்கான ஆண்டு கால அடிமைத்தனத்தால் இயலாமையில் உழன்ற, மதத்தின் பெயரால் கல்விக் கதவுகள் மூடப்பட்ட, மற்ற சமூகத்தினரால் ஒதுக்கப்படும் வாழ்க்கையை வாழ்ந்துகொண்டிருக்கிற சாதியினரின் நிலைமை பற்றிக் கற்பனை செய்யாமல் இருப்பதே நல்லது.

ஆயிரக்கணக்கான ஆண்டு கால அடிமைத்தனத்தாலும் இருளாலும் காயடிக்கப்பட்ட தீண்டப்படாதவர்களின் சமூகத்தில், கருமேகங்களுக்கிடையே பளீரிடும் மின்னல்போல டாக்டர் அம்பேத்கர் இருந்துவிடவில்லை; என்றென்றும் சுடர்விடும் சூரியன்போல் பிரகாசித்தார். அப்படியிருக்கையில், சகாப்தத்தை உருவாக்கும் டாக்டர் அம்பேத்கர் போன்ற நபரின் வாழ்க்கை எப்படி வதந்தி ஆலையில் அரைபடாமல் இருக்க முடியும்?

டாக்டர் அம்பேத்கரின் வாழ்க்கையுடன் பசைபோல ஒட்டிக்கொண்ட பல வதந்திகளில் ஒருசில, அவரும் நானும் எங்கு, எப்படி, எப்போது சந்தித்தோம் என்பது தொடர்பானவை. இது தொடர்பான சில அதிசயக்கத்தக்க கதைகளைக் கேட்கும்போது உள்ளபடியே எனக்கு அழுவதா சிரிப்பதா என்று தெரியவில்லை. சில சமயங்களில் வேடிக்கையாகவும் சில சமயங்களில் ஆச்சரியமாகவும் இருக்கும். மகத்தான மனிதர்களின் வாழ்க்கையுடன் எப்படி இப்படியான வதந்திகளும் கட்டுக்கதைகளும் பிணைக்கப்படுகின்றன என்பது மிகவும் குழப்பமூட்டும் விஷயம்தான். குறிப்பாக, சொல்பவர்கள் எப்படி இப்படிக் கற்பனை செய்கிறார்கள் என்பதையும், கேட்பவர்கள் இதை நம்புவதற்கு எப்படித் தயாராக இருக்கிறார்கள் என்பதையும் என்னால் புரிந்துகொள்ள முடிந்ததே இல்லை. மேலும், இந்தக் கதைகளைச் சொல்பவர்கள் இதை அவ்வளவு நம்பிக்கையுடன் செய்கிறார்கள். ஏதோ அவர்களின் கண் முன்பாகவே நடந்ததாக ஒருவர் நம்பும் அளவுக்குக் காரசாரம் சேர்த்துவிடுகிறார்கள்.

டாக்டர் அம்பேத்கருடனான என்னுடைய முதல் சந்திப்பு குறித்து அறிந்துகொள்ளும் ஆர்வம் எல்லோர் மனத்திலும் குடிகொண்டிருப்பதை நான் அறிவேன். அதனால், அவர்களுடைய பொறுமையைச் சோதிக்காமல், எங்கள் முதல் சந்திப்பு பற்றிச் சொல்லிவிடுகிறேன்.

## டாக்டர் ராவும் டாக்டர் அம்பேத்கரும்

பம்பாயின் பார்லே புறநகர்ப் பகுதியில் டாக்டர் ராவ் என்ற பெயரில் ஒரு மைசூர்வாசி வசித்துவந்தார். இவர் பொருளாதார அறிஞர். வெளிநாடு சென்று உயர்கல்வி பயின்றவர். இவரைப் போலவே ராவ் குடும்பமும் படிப்பிலும் பண்பாட்டிலும் மேம்பட்டது. அவர்களுடைய குடும்பமும் எங்களுடைய குடும்பமும் மிகவும் நெருக்கமாக இருந்துவந்தன என்பதால், நாங்கள் ஒருவரையொருவர் அடிக்கடி சந்தித்துக்கொண்டோம். டாக்டர் ராவின் மகள்களும் நவநாகரிகமானவர்கள். நிறைய

கற்றவர்கள். விளைவாக, அவர்களின் நெருங்கிய தோழியானேன். அவர்கள் வீட்டுக்கு அடிக்கடி சென்றுவந்தேன்.

ஆச்சரியம் என்னவென்றால், டாக்டர் ராவும் டாக்டர் அம்பேத்கரும் நெருங்கிய நண்பர்களாக இருந்தார்கள். அதனால், ராவ் வீட்டுக்கு அடிக்கடி வந்துபோகும் நபராக டாக்டர் அம்பேத்கர் இருந்தார். 1942-இல், வைஸ்ராய் நிர்வாகக் குழுவில் தொழிலாளர் அமைச்சராக டாக்டர் அம்பேத்கர் நியமிக்கப்பட்டதால் அவர் டெல்லியில் இருக்கும்படி ஆயிற்று. அவர் எப்போதெல்லாம் பம்பாய்க்குச் சுற்றுப்பயணம் மேற்கொள்கிறாரோ அப்போதெல்லாம் தன்னுடைய நெருங்கிய நண்பரைப் பார்ப்பதற்காக எப்படியாவது நேரம் ஒதுக்கிவிடுவார். சந்திப்பின்போது டாக்டர் அம்பேத்கர், டாக்டர் ராவ் இருவரும் அரட்டையடிக்க ஆயத்தமாகிவிட்டார்கள் என்றால், அந்த விவாதம் எப்போதும் அறிவார்ந்த தளத்துக்கு நகர்ந்துவிடும். சிற்றுண்டிகளைக் கொறித்துக்கொண்டே, இரு அறிஞர்களும் வெவ்வேறு விதமான விஷயங்களில் ஆழமான, விடாப்பிடியான விவாதங்களை மேற்கொள்வார்கள். அபூர்வமாகச் சில சமயம் வாக்குவாதத்தில் இறங்கிவிடுவார்கள். இவர்களுக்கு இடையே நடைபெறும் இப்படியான அறிவுப் பரிமாற்றங்களைக் கேட்கும் பாக்கியம் சில நேரங்களில் எனக்கு வாய்த்தது. டாக்டர் ராவின் வீட்டில் டாக்டர் அம்பேத்கரைப் பார்க்கும்வரை, அவர் அங்கே அடிக்கடி வந்துபோவது பற்றி எனக்கு ஏதும் தெரியாது. என்னுடைய நண்பர்களைப் பார்ப்பதற்காக மட்டுமே நான் அங்கே சென்றுவந்தேன்.

அப்படி டாக்டர் ராவின் வீட்டுக்கு நான் வந்திருந்த ஒரு யதேச்சையான தருணத்தில் டாக்டர் அம்பேத்கரும் அங்கு வந்திருந்தார். இது நடந்தது 1947-இன் தொடக்கத்தில். அப்போதுவரை எனக்கு அவரைப் பற்றி அதிகம் தெரியாது. அவருடைய பெயரைக் கேள்விப்படாமல் எப்படி இருக்க முடியும். வைஸ்ராய் நிர்வாகக் குழுவின் அமைச்சர் என்பதையும் அறிந்திருந்தேன்தான். ஆனால், அவரைப் பற்றி மேலதிகம் தெரிந்துகொள்வதற்கான சூழல் எனக்கு வாய்த்திருக்கவில்லை. என்னுடைய மாணவப் பருவத்தில், படிப்பு மீது மட்டுமே ஒரே குறியாக இருந்தேன். பின்னாளில் நான் வேலைபார்க்கத்

தொடங்கிய பிறகு வேலையோடு மட்டுமே என்னுடைய மனம் மட்டுப்பட்டிருந்தது.

டாக்டர் அம்பேத்கர் அங்கே வந்திருந்தபோது நானும் இருந்ததால், டாக்டர் ராவ் சம்பிரதாயமான முறையில் அவரிடம் என்னை அறிமுகப்படுத்திவைத்தார். தன்னுடைய மகளின் தோழி என்றார். எம்.பி.பி.எஸ். முடித்திருக்கிறேன் என்றும், பிரபல டாக்டர் மால்வன்கருடன் பணியாற்றுவதாகவும் சொன்னார்.

டாக்டர் அம்பேத்கரை எனக்கு அறிமுகப்படுத்தும்போது, டாக்டர் அம்பேத்கர் மிகவும் கடினமான பின்னணியிலிருந்து எழுந்துவந்தவர் என்றும், வெளிநாட்டுப் பல்கலைக்கழகங்களிலிருந்து எண்ணற்ற பட்டங்கள் பெற்றவர் என்றும் சொன்னார். டாக்டர் அம்பேத்கரின் சமூகச் சீர்திருத்தப் பணிகள் பற்றி, அவரது விலைமதிப்பற்ற எழுத்துகள் பற்றி, அவரது புலமை பற்றி, அவரது நூலகம் பற்றி என நிறையப் பேசினார். டாக்டர் அம்பேத்கரின் புலமையையும், ஈர்ப்புமிக்க மகத்தான ஆளுமையையும் கண்டு நான் அதிர்ந்துபோனேன். டாக்டர் அம்பேத்கர் ஒரு சாதாரண மனிதரல்ல என்பதை அந்த முதல் சந்திப்பிலேயே புரிந்துகொண்டேன். ஒரு மகத்தான ஆளுமையின் முன்பாக நான் இருந்தேன்.

டாக்டர் அம்பேத்கர் கவர்ச்சிகரமான ஆளுமை கொண்டவர். அவர் முற்றிலும் மாறுபட்ட விதிவிலக்கான ஆளுமை என்பதை அந்த முதல் சந்திப்பே உணர்த்திவிட்டது. அவருடைய பெரிய நெற்றி, துருவியகழும் பிரகாசமான கண்கள், கூர்மையான தோற்றம், அதிநவீனக் கச்சிதமான உடை, ஒளிரும் முகபாவம் என்று அவரை முதன்முதலாகப் பார்க்கும் யாருக்கும், வெளிநாட்டினர் அவரை ஜெர்மன் இளவரசர் என்று ஏன் குறிப்பிட்டனர் என்பது உடனடியாகப் புரிந்துவிடும். அவருடைய அபாரமான புலமையுடன் பிணைக்கப்பட்ட அவரின் பிரமிக்கத்தக்க ஆளுமை அவரைப் பார்ப்பவர்கள் மீது அழியாத தாக்கத்தை ஏற்படுத்திவிடும்.

அறிமுகத்துக்குப் பிறகு, என்னைப் பற்றி அவர் மிகுந்த ப்ரியத்துடன் விசாரித்தார். பெண்கள் முன்னேற்றம் தொடர்பாக அவர் ஆழ்ந்த அக்கறை கொண்டிருந்தார். ஒரு பெண் அந்தக் காலத்தில் டாக்டராவது அபூர்வம் என்பதால், என்னைப்

பாராட்டினார். அதோடு, ஒவ்வொரு துறையிலும் ஆண்களுடன் பெண்களும் இணைந்து பேரார்வத்துடனும் வீரியத்துடனும் பணியாற்ற வேண்டும் என்ற தன்னுடைய விருப்பத்தையும் தெரிவித்தார். அந்த உரையாடலின் போக்கில், நான் அதுவரை அறிந்திராத பல அற்புதமான விஷயங்கள் குறித்து டாக்டர் அம்பேத்கரிடமிருந்து தெரிந்துகொண்டேன்.

அந்த முதல் சந்திப்பிலேயே நாங்கள் பௌத்தம் குறித்துப் பேசினோம். பௌத்தம் தொடர்பாக அவர் கொண்டிருந்த அறிவு என்னை மிகுந்த வியப்பில் ஆழ்த்தியது. அவர் உதிர்த்த ஒவ்வொரு வார்த்தையும் பிரம்மாண்டமான அறிவும் அளவற்ற கற்றலும் நிறைந்தது. அவர் தன்னுடைய வாதங்களை ஆதாரங்களுடனும் பொருத்தப்பாட்டுடனும் எடுத்துக்காட்டுகளுடனும் முன்வைத்தார். அவருடைய எதிரிகள்கூடத் தங்கள் தலையை ஆட்டுவதைத் தவிர வேறெதுவும் செய்ய முடியாத அளவுக்கு அவரின் வாதங்கள் ஆதாரபூர்வமாக இருக்கும். அவர் உச்சரிக்கும் ஒவ்வொரு வார்த்தைக்குப் பின்னும் மணிக்கணக்கான வாசிப்பும் சிந்தனையும் கூர்மையான பகுப்பாய்வும் இருப்பதை ஒருவர் தெளிவாகக் காண முடியும்.

அந்த முதல் சந்திப்புக்குப் பிறகு நாங்கள் அடிக்கடி சந்தித்துக் கொண்டோம். பார்லேவில் இருந்த டாக்டர் ராவின் வீட்டில்தான் ஒவ்வொரு முறையும் பார்த்துக்கொண்டோம். எல்லாமே தற்செயல்தான். ஒவ்வொரு முறை சந்தித்துக்கொண்டபோதும் நாங்கள் பல்வேறு விஷயங்கள் குறித்து உரையாடினோம். இந்த உரையாடல்களின் வழியாக நான் நிறையப் புது விஷயங்களைக் கற்றுக்கொண்டேன். என்னுடைய அறிவுப் பொக்கிஷத்தை அதிகரித்துக்கொண்டே இருந்தேன். ஒவ்வொரு முறையும் என்னை ஆசிர்வதிக்கப்பட்டவளாக உணர்ந்தேன். இப்படியான மகத்தான மனிதருடன் இருப்பதை நினைத்து உவகையும் பெருமையும் அடைந்தேன்.

## டாக்டர் அம்பேத்கரின் உடல்நலக்குறைவு

15 ஆகஸ்ட் 1947 அன்று இந்தியா சுதந்திரம் அடைந்தது. நேரு தலைமையிலான முதல் அமைச்சரவை அமைச்சர்களின் பெயர்கள் அறிவிக்கப்பட்டன. டாக்டர் அம்பேத்கரின் பெயரும் அதில் ஒன்று. அவர் சுதந்திர இந்தியாவின் முதல் சட்ட அமைச்சராக நியமிக்கப்பட்டார். 29 ஆகஸ்ட் 1947 அன்று அரசமைப்பு அவை ஒரு வரைவுக் குழுவை அமைத்து அதன் தலைவராக [sic]5 டாக்டர் அம்பேத்கரை நியமித்தது. கொடிக் குழுவுக்கான உறுப்பினராகவும் நியமிக்கப்பட்டார். எனவே, இந்தப் பொறுப்புகள் அனைத்தும் ஒரே சமயத்தில் டாக்டர் அம்பேத்கரின் தோள்களில் சுமத்தப்பட்டன.

டாக்டர் அம்பேத்கரின் உடல்நிலையில் என்ன கோளாறு என்று இன்னமும் உறுதிப்படாமல் இருந்தது. அவர் ஒவ்வொரு முறை டாக்டர் ராவைப் பார்க்க வரும்போதும் தன்னுடைய உடல்நிலை பற்றி ஏதாவது புகார்கள் சொல்லிக்கொண்டே இருந்தார். அவருடைய உடல்நலம் தொடர்பான விவாதம் ஒன்றிரண்டு முறை என் முன்னிலையிலும் நடந்திருக்கிறது. நான் ஒரு டாக்டர் என்பதால், அவருடைய உடல்நலம் பற்றி இயல்பாகக் கேட்டேன். அவரும் தன்னுடைய வியாதிகள் பற்றிப் பகிர்ந்துகொண்டார். அவருடைய உடல்நிலை குறித்து ஆராய்ந்து, தகுந்த மருந்துகளைத் தரத் தொடங்குவது மிகவும் முக்கியமாக எனக்குப் பட்டது.

ஹ்யூஜஸ் சாலையிலுள்ள டாக்டர் மால்வன்கரின் ஆலோசனை அறையில் நான் வழக்கம்போல் மும்முரமாக இருந்த ஒருநாளில், மேற்கத்திய ஆடை அணிந்திருந்த மிகவும் கவர்ச்சிகரமான கனவான் ஒருவர் திடீரென அறைக்குள் நுழைந்தார். அது டாக்டர் அம்பேத்கர். அவரைப் பார்த்ததும் நான் ஆச்சரியமடைந்தேன். மிகுந்த மகிழ்ச்சியாகவும் இருந்தது. அவரை டாக்டர் மால்வன்கருக்கும், என்னுடைய மற்ற சகாக்களுக்கும் அறிமுகப்படுத்தினேன். ஆலோசனைக் கூடத்துக்கு இப்படியான உயர்ந்த நபர் வந்தது எல்லோரையும் மகிழ்வித்தது. சம்பிரதாயமான அறிமுகத்துக்குப் பிறகு, டாக்டர் மால்வன்கரிடம் சிகிச்சை எடுத்துக்கொள்ளச் சொல்லி டாக்டர் ராவ் பரிந்துரைத்ததாகச் சொன்னார். டாக்டர் மால்வன்கர்

ஏற்கெனவே டாக்டர் ராவின் மனைவிக்கு வைத்தியம் பார்த்து அவரைத் தேற்றிக்கொண்டுவந்திருந்தார். வலிப்பு நோயால் திருமதி ராவ் நீண்ட காலம் பாதிக்கப்பட்டிருந்தார். பம்பாயிலும் வேறு பல இடங்களிலும் உள்ள பிரபலமான மருத்துவர்களிடம் சிகிச்சை பெற்ற பிறகும் அவருடைய உடல்நிலை சரியாகவில்லை. அப்போதுதான் யாரோ ஒருவர் டாக்டர் மால்வன்கரிடம் போகச்சொல்லி அறிவுறுத்தியிருக்கிறார்கள். அதன்படி, டாக்டர் மால்வன்கரிடம் சிகிச்சைகளை எடுத்துக்கொண்டார். தீர்க்க முடியாத நோயாகப் பார்க்கப்பட்டதிலிருந்து நிரந்தரமாகக் குணமடைந்தார். இந்தத் தனிப்பட்ட அனுபவத்தின் அடிப்படையில், டாக்டர் அம்பேத்கரும் டாக்டர் மால்வன்கரிடம் சிகிச்சை பெற்றுக்கொள்ள வேண்டும் என்று டாக்டர் ராவ் பரிந்துரைத்திருந்தார். அந்த வகையில், நானும் மருத்துவராக இருந்ததால் டாக்டர் அம்பேத்கரை மீண்டும் தற்செயலாகப் பார்க்க வாய்த்தது. நான் வேலைபார்க்கும் இடத்தில் தன்னுடைய சிகிச்சையை மேற்கொள்ள வேண்டும் என்று அவர் நினைத்திருந்தால் அது வழக்கத்துக்கு மாறானதாகவோ புதுமையானதாகவோ இருந்திருக்காது.

எங்களுடைய ஆலோசனை அறைக்கு வந்தபோது, அவருடைய உடல்நிலை மிக மோசமாக இருந்தது. டாக்டர் அம்பேத்கர் தன்னுடைய நோய்களின் முழு வரலாற்றையும் டாக்டர் மால்வன்கரிடம் விவரித்தார். டாக்டர் மால்வன்கரும் அவரிடம் நிறையக் கேள்விகள் கேட்டு, அவருடைய உடல்நிலை பற்றித் தன்னால் முடிந்த அளவு எல்லா விவரங்களையும் சேகரித்துக்கொண்டார். பின்னர், டாக்டர் அம்பேத்கரை ஆய்வறைக்கு அழைத்துச்சென்று விரிவான, முழுமையான சோதனைக்கு உள்படுத்தினோம். நீரிழிவு, உயர் ரத்த அழுத்தம், நரம்பு அழற்சி, முடக்குவாதம் போன்ற தீராத நோய்களால் டாக்டர் அம்பேத்கர் பல ஆண்டுகளாகக் கடுமையாக அவதிப்பட்டுவந்திருக்கிறார் என்பது சோதனை முடிவில் தெரியவந்தது. நீரிழிவு நோய் அவருடைய உடலைக் கிட்டத்தட்ட ஒன்றுமில்லாமல் ஆக்கியிருந்தது. அதேபோல, முடக்குவாதம் அவரைப் பல இரவுகளில் வலியில் துடிக்கவைத்திருந்திருக்கும். எண்ணற்ற சிகிச்சைகள் எடுத்துக்கொண்ட பிறகும்கூட, அவர் குணமடைவதற்கான அறிகுறிகள் குறைவாகவே தென்பட்டன. அவருடைய உடல் ஆரோக்கியத்தின் ஒட்டுமொத்த நிலையைக்

கருத்தில்கொண்டு பார்த்தபோது, அவருக்கான சிகிச்சையை உடனடியாகத் தொடங்க வேண்டியது அவசியமாகப் பட்டது.

## டாக்டர் அம்பேத்கருக்கு இருந்த நோய்களின் வரலாறு

ஆதரவற்ற ஏழை எளிய மக்களின் முன்னேற்றத்தில் டாக்டர் அம்பேத்கர் எப்போதும் அக்கறை கொண்டவராக இருந்துவந்தார். அவர் ஒரே சமயத்தில் பல முனைகளில் போராட வேண்டியிருந்தது. தன்னைச் சூழ்ந்திருக்கும் பெருங்குழப்பத்துக்கு இடையிலும் அவர் தன்னுடைய வாசிப்புக்கும் சிந்தனைக்கும் சிந்தனையைத் தூண்டும் எழுத்துக்கும் ஒருபோதும் ஓய்வளித்ததில்லை. மிகவும் பாதகமான சூழ்நிலை நிலவியபோதுதான் சமத்துவத்தை நிலைநாட்டுவதற்கான இயக்கத்தைத் தொடங்கினார். சமத்துவத்தை நிலைநாட்டவும், தாழ்த்தப்பட்ட மக்களின் நியாயமான உரிமைகளைப் பெறவுமான தன்னுடைய ஒப்பற்ற குறிக்கோளுக்காகப் பாடுபட்ட டாக்டர் அம்பேத்கர் தன்னுடைய உடல்நலம் பற்றி ஒருபோதும் அக்கறைகாட்டவில்லை. இதன் விளைவாக ஏற்பட்ட அவருடைய உடல்நிலை பாதிப்போ தவிர்க்க முடியாததாக இருந்தது: உயர் ரத்த அழுத்தம், நீரிழிவு, முடக்குவாதம் போன்ற வலிமிகுந்த நோய்கள் தோன்றி அவரை வாழ்நாள் முழுதும் அல்லற்படுத்தின.

1922 முதலான டாக்டர் அம்பேத்கரின் கடிதங்களை ஆராய்ச்சியாளர்கள் ஆராய்ந்தார்கள் என்றால், பெரும்பாலானவற்றில் தன்னுடைய உடல்நலம் குறித்து மீண்டும்மீண்டும் குறிப்பிடுவதைக் காணலாம். டாக்டர் அம்பேத்கரின் சகாக்களும் நண்பர்களும் அவருடைய உடல்நலம் குறித்து நன்கு அறிந்திருந்தார்கள். அவர்கள் அடிக்கடி அதைப் பற்றி அக்கறையுடன் விசாரிப்பார்கள்.

டாக்டர் அம்பேத்கரும் நானும் 1947-இன் முற்பகுதியில் முதன்முறையாகச் சந்தித்தோம். எங்கள் திருமணம் 15 ஏப்ரல் 1948, வியாழன் அன்று நடந்தது. நான் அவரைச் சந்திக்கும்வரை அல்லது எங்களுக்குத் திருமணம் நடப்பதற்கு முன்புவரை

அவருடைய உடல்நிலை என்னவாக இருந்தது என்று பார்ப்பது அவசியம் என்று நினைக்கிறேன்.

என்னுடைய வார்த்தைகளிலிருந்தோ அல்லது வேறு யாருடைய வார்த்தைகளிலிருந்தோ இல்லாமல் டாக்டர் அம்பேத்கர் எழுதிய கடிதங்களின் வழியாக அவரின் உடல்நிலையை மதிப்பிடுவது கூடுதல் விவரங்களோடு இருக்கும் என்பது உறுதி. அவருடைய கடிதங்கள் வழியாக அவரின் உடல்நலம் குறித்துச் சரியான புரிதல் ஏற்பட வேண்டும் என்பதற்காக, அந்தக் குறிப்புகள் மூல வடிவத்திலும் அவை எழுதப்பட்ட மொழியிலும் இருக்கும் விதத்தில் அப்படியே தருகிறேன். இதனால், அவற்றின் பொருளும் உட்கருத்தும் மிகவும் திறம்பட வெளிப்படுத்தப்படும். நம்பகத்தன்மையுடனும் இருக்கும். மேலும்கீழுமான இந்த ஏற்ற இறக்கங்களை ஆராய்ந்தால் அவை 1922–இலிருந்து தொடங்கியது தெரியவரும். அதன் காரணமாகவே, 1922 தொடங்கி எங்கள் திருமண நாள் — அதாவது, 15 ஏப்ரல் 1948 — வரையிலான அவருடைய உடல்நிலை குறித்த குறிப்புகளைத் தருகிறேன்.

## டாக்டர் அம்பேத்கரின் உடல்நிலை குறித்து அவரின் சொந்த வார்த்தைகளில்

டாக்டர் அம்பேத்கரின் உயர்கல்விக்காக, பரோடா மஹாராஜா சயாஜிராவ் அவரை உதவித்தொகையுடன் இங்கிலாந்து அனுப்பிவைத்தார். வெகுஜனங்களிடம் விழிப்புணர்வை ஏற்படுத்துவதற்கு நாளிதழ் அவசியம் என்பதை டாக்டர் அம்பேத்கர் தனது மாணவப் பருவத்திலேயே உணர்ந்திருந்தார். எனவே, கோல்ஹாப்பூரைச் சேர்ந்த ராஜரிஷி சாஹூ மஹாராஜாவிடமிருந்து நிதியுதவி பெற்று, 'மூக்நாயக்' பத்திரிகையைத் தொடங்கினார். இவ்வாறு தன்னுடைய மூக்சமாஜுக்கு, தன்னுடைய தீண்டப்படாத சமூகத்துக்கு அவர் தலைவர் ஆனார். அந்த நாள்களில், ஆசிரியப் பணியாற்றிக் கொண்டிருந்த, சமார் சமூகத்தைச் சேர்ந்த சீதாராம்பந்த் ஷிவ்தர்கர், 'மூக்நாயக்' நிர்வாகத்தைக் கவனித்துவந்தார். டாக்டர் அம்பேத்கரின் செயலராகவும் இரட்டைப் பதவி வகித்துவந்தார். பின்னர், 1936–இல் காங்கிரஸில் சேர்ந்துவிட்டார்.

பிறகு, இயக்கத்திலிருந்து நிரந்தரமாக வெளியேற்றப்பட்டார். ஷிவ்தர்கருக்கு, ஹென்றி கிங்க்ஸ் & கோ., பால் மாலிலிருந்து டாக்டர் அம்பேத்கர் எழுதிய 24 ஆகஸ்ட் 1922 தேதியிட்ட கடிதம் [மராத்தியிலிருந்து மொழிபெயர்க்கப்பட்டது]:

*'... உங்கள் கடிதம் கிடைத்து நீண்ட நாள்களாகிவிட்டது. சமீப காலமாக என்னுடைய உடல்நிலை மிகவும் மோசமாகிவிட்டதால் உங்களுக்குப் பதிலளிக்க முடியவில்லை. நீங்கள் என்னை மன்னிப்பீர்கள் என்று நம்புகிறேன்...'*

சமார் சமூகத்தைச் சேர்ந்த தத்தோபா சந்த்ராம் பவார், கோல்ஹாப்பூர் நீதிமன்றத்தில் பணியாற்றியவர். டாக்டர் அம்பேத்கரின் நண்பர். சாஹூ மஹாராஜாவிடம் டாக்டர் அம்பேத்கரை முதன்முதலில் அறிமுகப்படுத்தியவர் இந்த தத்தோபாதான். 1935–இல் மதமாற்றம் குறித்த தன்னுடைய எண்ணங்களை டாக்டர் அம்பேத்கர் வெளிப்படுத்தினார். இந்த மதமாற்ற விவகாரத்துடன் தத்தோபா பவார் உடன்படவில்லை. பின்னர், அவர் காங்கிரஸில் இணைந்தார். மதமாற்றம் குறித்தும், இன்ன பிற அரசியல் பிரச்சினைகள் குறித்தும் டாக்டர் அம்பேத்கருக்கும் பவாருக்கும் இடையே கருத்துவேறுபாடு ஏற்பட்டது. அவர்களின் நட்பு முறிந்தது. பின்னர், சம்பிரதாயமான உறவுதான் நீடித்தது. இவர்கள் இருவருக்குமிடையே எண்ணற்ற கடிதப் பரிமாற்றம் இருந்ததாகத் தெரிகிறது. 7 பிப்ரவரி 1927 அன்று, பம்பாய் தாமோதர் ஹாலிலிருந்து தத்தோபா பவாருக்கு டாக்டர் அம்பேத்கர் எழுதிய கடிதம்:[6]

*'... என்னுடைய மௌனத்தைக் கண்டு நீங்கள் வியந்திருப்பீர்கள். ஆனால், பன்ஹாலாவிலிருந்து திரும்பியது முதல் என்னுடைய உடல்நலம் மிகக் கடுமையாகப் பாதிக்கப்பட்டுள்ளது. என்னால் வேலைபார்க்க முடியவில்லை. இப்போதுதான் கொஞ்சம் தேறிவருகிறேன். முதல் வேலையாக, கவுன்சிலுக்கான என்னுடைய வேட்புமனு விவகாரம் தொடர்பாக என்னிடம் வந்துசேர்ந்திருக்கும் கடிதக் குவியல்களுக்குப் பதில் சொல்லிவருகிறேன்...'*

நாசிக்கின் பாவ்ராவ் கெய்க்வாட், 1927 மஹத் சத்யாகிரகத்திலிருந்து டாக்டர் அம்பேத்கரின் இயக்கத்துடன் உற்சாகமாகவும் ஈடுபாட்டுடனும் பங்கெடுத்துக்கொண்டவர். டாக்டர் அம்பேத்கரின் நெருங்கிய வட்டாரத்தைச் சேர்ந்தவர்களில்

ஒருவராகக் கருதப்படுபவர். இயக்கம் பற்றி விவாதிக்கவும், வழிகாட்டவும், எண்ணற்ற தனிப்பட்ட விஷயங்கள் பற்றிப் பேசவும் பாவ்ராவுக்கு டாக்டர் அம்பேத்கர் கணக்கற்ற கடிதங்கள் எழுதியிருக்கிறார். தாமோதர் ஹால், பரேல், பம்பாய்-12 என்ற முகவரியிலிருந்து 1930 டிசம்பரில் பாவ்ராவ் கெய்க்வாட்டுக்கு அம்பேத்கர் எழுதிய கடிதம்:

'... என்னுடைய மௌனத்தைக் கண்டு நீங்கள் ஆச்சரியப் பட்டிருப்பீர்கள். ஆனால், அமைதியாய் இருப்பதைத் தவிர வேறு வழி இல்லை. உங்களுக்கு ஏற்கெனவே தெரிந்ததுபோல என்னுடைய உடல்நலம் மோசமாகப் பாதிக்கப்பட்டிருக்கிறது. வேலைப்பளுவும் அதிகரித்துவருகிறது. சவ்தார் குளம் பற்றிய ஆய்வுதான் ஒட்டகத்தின் முதுகை உடைத்த கடைசி வைக்கோல். உடல் நலிந்த நிலையில் 11-ஆம் தேதி அன்று மஹத் சென்றேன். எதிர்த்தரப்பு வழக்கறிஞரின் உடல்நலனைக் காரணம்காட்டி வழக்கை ஒத்திவைத்ததைக் கேள்விப்பட்டபோது மிகவும் ஏமாற்றமாக இருந்தது. இவையெல்லாம் என்னை வெகுவாகப் பாதித்தன. அவை என்னை அப்படியே சாய்த்துவிட்டன.'

அதே தாமோதர் ஹாலிலிருந்து 24 மே 1930 அன்று பாவ்ராவ் கெய்க்வாட்டுக்கு அம்பேத்கர் எழுதிய கடிதம்[7] [மராத்தியிலிருந்து மொழிபெயர்க்கப்பட்டது]:

'... ஆசுவாசப்படுத்திக்கொள்வதற்காக எனது சகாக்கள் ஊரைவிட்டு வெளியே சென்றிருக்கிறார்கள். அதனால்தான், உங்களுடைய சந்திப்புக்கு யாராலும் வர முடியாமல் ஆயிற்று. நானும் பம்பாயில் தனியாகப் படுத்துக்கொண்டு வாடிப்போயிருக்கிறேன். அன்றாடம் ஊசி போட்டுக்கொள்வதால் என்னால் அசையக்கூட முடியவில்லை...'

இந்தியாவின் அரசியல் நிலவரத்தைத் தீர ஆராய்ந்து, பரிந்துரைகளை வழங்க வேண்டும் என்று சைமன் ஆணையத்தை நியமித்தது பிரிட்டிஷ் அரசாங்கம். இந்த ஆணையம் அதன்படி, இந்தியாவில் சுற்றுப்பயணம் மேற்கொண்டு பிரிட்டிஷ் அரசாங்கத்திடம் அறிக்கை சமர்ப்பித்தது. இந்திய மக்களின் கோரிக்கைகளை விவாதிப்பதற்காக, ஆணையத்தின் பரிந்துரைப்படி, வெவ்வேறு கட்சிகளைச் சேர்ந்த முக்கியமான தலைவர்களுக்கு பிரிட்டிஷ் அரசாங்கம் அழைப்புவிடுத்தது.

மற்ற தலைவர்களுடன், தீண்டப்படாதவர்களின் பிரதிநிதிகளாக டாக்டர் அம்பேத்கரும் மெட்ராஸைச் சேர்ந்த ராவ் பகதூர் ஆர். சீனிவாசனும் வட்டமேஜை மாநாட்டில் பங்கேற்பதற்காக அழைக்கப்பட்டார்கள். மாநாட்டில் பங்கேற்பதற்காக டாக்டர் அம்பேத்கர் லண்டன் சென்றார்.

8, செஸ்டஃபீல்ட் கார்டென்ஸ், மேஃபேர், லண்டன் என்ற முகவரியிலிருந்து 29 அக்டோபர் 1930 அன்று கோவிந்த்ராவ் ஆட்ரேகருக்கு டாக்டர் அம்பேத்கர் எழுதிய கடிதம் [மராத்தியிலிருந்து மொழிபெயர்க்கப்பட்டது]:

*'... 18-ஆம் தேதி அன்று பத்திரமாக வந்துசேர்ந்தேன். என்னுடைய உடல்நிலை பற்றிப் பேசுமளவுக்கு அதில் எந்த முன்னேற்றமும் இல்லை. ஆனால், கவலைப்பட ஏதுமில்லை...'*

42, க்ளிஃப்டன் கார்டன்ஸ், மேடா வேல், லண்டன் என்ற முகவரியிலிருந்து 6 ஜனவரி 1931 அன்று ஷிவ்தர்கருக்கு டாக்டர் அம்பேத்கர் எழுதிய கடிதம் [மராத்தியிலிருந்து மொழிபெயர்க்கப்பட்டது]:

*'... என்னுடைய உடல்நிலை மிகமிக மோசமாக உள்ளது. எதுவும் சரியாக இல்லை என்பதை உணரத் தொடங்கியிருக்கிறேன். ஏதாவது வைத்தியம் பார்ப்பது அவசியம். அதனால், மாநாடு முடிந்த பிறகு சிகிச்சைக்காக ஜெர்மனி செல்ல வேண்டுமென முடிவெடுத்திருக்கிறேன். இந்த மாத இறுதியில் மாநாடு நிறைவடையும்...'*

3-ஆவது பெர்னார்ட் ஸ்ட்ரீட், ரஸல், லண்டன் ஸ்கொயர் என்ற முகவரியிலிருந்து 10 செப்டம்பர் 1931 அன்று ஷிவ்தர்கருக்கு டாக்டர் அம்பேத்கர் எழுதிய கடிதம் [மராத்தியிலிருந்து மொழிபெயர்க்கப்பட்டது]:

*'... கடந்த வியாழக்கிழமையிலிருந்து நான் மிக மோசமான உடல்நல பாதிப்புக்கு ஆளானேன். காய்ச்சல், ஃப்ளூ, வயிற்றுப்போக்கு, வாந்தி என்று பாதிப்பு தீவிரமானது. என்னுடைய வாழ்க்கை மிகவும் ஆபத்தான நிலையில் இருக்கிறது என்று உணரும் அளவுக்கு இரண்டு நாள்களாக முடக்கிப்போட்டுவிட்டது. திங்கட்கிழமையிலிருந்து கொஞ்சம் பரவாயில்லை. ஆனால், என்னுடைய பலத்தையெல்லாம்*

*இழந்துவிட்டேன்... மஹத் மேல்முறையீடு என்ன ஆயிற்று என்று தயவுசெய்து விசாரித்துச்சொல்லுங்கள். வீட்டில் உள்ளவர்களுக்கு என்னுடைய உடல்நலக்குறைவு பற்றித் தயவுசெய்து தெரிவிக்க வேண்டாம்.'*

லண்டனிலிருந்து *23* செப்டம்பர் *1931* அன்று பாவ்ராவ் கெய்க்வாட்டுக்கு டாக்டர் சாஹேப் எழுதிய கடிதம்:[8]

*'... உங்களுடைய நான்காவது கடிதம் கண்டு நான் மிகுந்த மகிழ்ச்சியடைந்தேன். உங்கள் பதிலுக்குக் காத்திருக்காமல் நீண்ட நாள்களுக்கு முன்பே நான் எழுதியிருக்க வேண்டும்தான். ஆனால், நான் எப்படிப்பட்ட மோசமான உடல்நிலையில் கிளம்பினேன் என்பது உங்களுக்குத் தெரியும். மேலும், ஜனதாவுக்கு எழுதுவதற்காக என் ஆற்றல் முழுவதையும் சேமித்துவைக்க வேண்டியிருந்தது...'*

எந்த நிபந்தனையின் கீழ் இந்தியர்களுக்கு வாக்குரிமை வழங்க வேண்டும் என்பதைப் பரிந்துரைப்பதற்காக லோத்தியன் பிரபு தலைமையில் ஒரு உரிமைக் குழுவை வட்டமேஜை மாநாடு நியமித்தது. இந்தக் குழுவின் உறுப்பினராக டாக்டர் அம்பேத்கர் பரிந்துரைக்கப்பட்டார். இந்தக் குழுவின் ஆங்கிலேய உறுப்பினர்களும் டாக்டர் அம்பேத்கரும் ஒரே கப்பலில் லண்டனிலிருந்து இந்தியாவுக்குப் பயணித்தனர். குழுவின் முதல் அமர்வு பிப்ரவரி முதலாம் வாரத்தில் டெல்லியில் நடைபெறவிருந்தது. அப்படியென்றால், பம்பாய் வந்துசேர்ந்ததும் உடனடியாக டெல்லிக்குக் கிளம்ப வேண்டும். மக்களின் எண்ணம் என்னவாக இருக்கிறது என்பதை அறிவதற்காக இந்தக் குழு இந்தியா முழுவதும் சுற்றுப்பயணம் மேற்கொண்டு தகவல் சேகரித்தது. சிம்லாவில் குழு இருந்தபோது, *15* ஏப்ரல் *1932* அன்று ஷிவ்தர்கருக்கு டாக்டர் சாஹேப் கடிதம் எழுதினார் [மராத்தியிலிருந்து மொழிபெயர்க்கப்பட்டது]:

*'...தீண்டப்படாதவர்களின் கேள்விகளை இந்தக் குழுவிலுள்ள இந்து உறுப்பினர்கள் தீவிரமாக எதிர்த்துவருகின்றனர். நாங்கள் ஒருவருக்கொருவர் பேசிக்கொள்ளாத அளவுக்குப் போகிறது. இதன் காரணமாக, என்னுடைய சுதந்திரமான அபிப்ராயத்தை வெளிப்படுத்துவதற்காகத் தனியாக அறிக்கை தயாரித்துக்கொண்டிருக்கிறேன். விவாதிப்பதற்காகக் குழுவிடம்*

*இதை முன்வைக்கப்போகிறேன். இந்தப் பூசல்கள் காரணமாக நான் நலிவுற்றிருப்பதாக உணர்கிறேன்.'*

ஏப்ரல் 23 அன்று சிம்லாவிலிருந்து ஷிவ்தர்கருக்கு டாக்டர் அம்பேத்கர் மீண்டும் எழுதிய கடிதம் [மராத்தியிலிருந்து மொழிபெயர்க்கப்பட்டது]:

*'... வயிற்றுப்போக்கால் கடுமையாகப் பாதிக்கப்பட்டதால் என்னுடைய உடல்நலம் மிக மோசமாக நலிவுற்றிருக்கிறது.'*

1932–இல் இரண்டாவது வட்டமேஜை மாநாட்டில் கலந்து கொள்வதற்காக டாக்டர் சாஹேப் மீண்டும் இங்கிலாந்து திரும்ப வேண்டியிருந்தது. அவர் பயணித்துக்கொண்டிருந்தபோதே, 2 ஜூன் 1932 அன்று கப்பலிலிருந்து (போர்ட் சய்யத்) ஷிவ்தர்கருக்கு எழுதிய கடிதம் [மராத்தியிலிருந்து மொழிபெயர்க்கப்பட்டது]:

*'... நாங்கள் கிளம்பிய பிறகு வழக்கத்துக்கு மாறாக ஏதும் நடக்கவில்லை. என்னுடைய உடல்நிலை மிகவும் மோசமாகிவிட்டது.'*

14 ஜூன் 1932 அன்று லண்டனிலிருந்து ஷிவ்தர்கருக்கு டாக்டர் சாஹேப் எழுதிய கடிதம் [மராத்தியிலிருந்து மொழிபெயர்க்கப்பட்டது]:

*'... இங்கே என்னுடைய வேலை முடிந்துவிட்டது. செய்வதற்குப் பெரிதாக ஏதுமில்லை. ஆனால், நான் இங்கே இருப்பது முக்கியம் என்று நம் கட்சியைச் சேர்ந்த சிலர் நினைக்கிறார்கள். அதனால், இன்னும் கொஞ்ச நாள்கள் தங்கலாம் என்று யோசித்தேன். ஆனால், லண்டனில் இருப்பதற்குப் பதிலாக ஜெர்மனியின் ட்ரெஸ்டன் சென்று, அங்குள்ள சானடோரியத்தில் தங்க நினைக்கிறேன். அப்படியென்றால்தான், தேவை ஏற்பட்டால் உடனடியாக லண்டன் போக முடியும். என்னுடைய நிச்சயமற்ற உடல்நிலை காரணமாகவே இப்படியொரு முடிவெடுத்திருக்கிறேன்...'*

கோல்ஹாப்பூரைச் சேர்ந்த தத்தோபா பவாருக்கு 15 ஜூன் 1932 அன்று லண்டனிலிருந்து டாக்டர் சாஹேப் எழுதிய கடிதம்:

*'... லண்டனிலிருந்து கிளம்பி ஜெர்மனி செல்கிறேன் என்பதைச் சொல்வதற்காகவே இந்தக் கடிதம். என்னுடைய உடல்நிலை*

*மிக மோசமாக இருப்பதால் சானடோரியத்தில் தங்குவதற்காகக் கேட்டிருக்கிறேன்...'*

மேற்குறிப்பிட்ட கடிதத்தில் எழுதியுள்ளபடி, தன்னுடைய உடல்நலிவுக்கு சிகிச்சை பெறும் பொருட்டுதான் ஜெர்மனியின் ட்ரெஸ்டனிலுள்ள டாக்டர் ம்யூல்லர் சானடோரியத்தில் டாக்டர் சாஹேப் ஓரிரு நாள்கள் தங்கினார். 12 ஜூலை 1932 அன்று அங்கிருந்து ஷிவ்தர்கருக்கு அவர் எழுதிய கடிதம் [மராத்தியிலிருந்து மொழிபெயர்க்கப்பட்டது]:

*'... என்னுடைய உடல்நிலை இப்போது தேறிவருகிறது. இந்த வீட்டிலிருந்து அடுத்த புதன்கிழமை கிளம்பிவிடுவதாக இருக்கிறேன். இது மிகவும் விலையுயர்ந்ததாக இருக்கிறது. ஆகஸ்ட் 16 அன்று பம்பாய் வந்துவிடுவேன்...'*

பம்பாய் வந்த பிறகு, டாக்டர் சாஹேப் மீண்டும் லண்டனுக்கு அழைக்கப்பட்டார். அங்கிருந்து 19 மே 1933 அன்று ஷிவ்தர்கருக்கு அவர் எழுதிய கடிதம் [மராத்தியிலிருந்து மொழிபெயர்க்கப்பட்டது].

*'நான் 6-ஆம் தேதியன்று இங்கே வந்துசேர்ந்தேன். என் உடல்நிலை சீராக இருக்கிறது. கவலை வேண்டாம்...'*

புத்தகங்கள் மீது கொண்டிருந்த காதல் காரணமாக உலகம் முழுவதும் அறியப்பட்டவர் டாக்டர் அம்பேத்கர். அவருடைய தனிப்பட்ட புத்தகச் சேகரிப்புக்கு ஈடுஇணை இல்லை. புத்தகங்களை வாங்கிக்கொள்ள முடியாத சூழலில்கூட, தன்னுடைய அறிவைப் பெருக்கிக்கொள்வதற்காக, பட்டினிகிடக்கத் தயங்க மாட்டார். தன்னுடைய 'அறிவுக் கருவூல'த்துக்குப் பாதுகாப்பான ஒழுங்கான அடைக்கலம் தருவதற்காக, தன்னுடைய தனிப்பட்ட மேற்பார்வையின் கீழ் சரியாகத் திட்டமிட்டு பம்பாய் தாதரிலுள்ள ஹிந்து காலனியில் ஒரு வீட்டைக் கட்டினார். 'ராஜ்கிரஹா' [என்றழைக்கப்பட்ட] இந்த வீட்டில்தான் இரவும் பகலும் அமர்ந்து இந்த ஞானக் கடவுள் தன்னுடைய அறிவு தியானத்தில் ஈடுபட்டார். சமத்துவத்தை நிலைநாட்டும் இயக்கத்துக்கான திட்டம் வகுத்தது இந்தக் கட்டடத்தில்தான். டாக்டர் அம்பேத்கரின் வாழ்க்கையில் ராஜ்கிரஹாவுக்குத் தனிச்சிறப்பு உண்டு.

ராஜ்கிரஹாவிலிருந்து 15 ஏப்ரல் 1934 அன்று தத்தோபா பவாருக்கு டாக்டர் அம்பேத்கர் எழுதிய கடிதம்:

'... நீங்கள் சென்ற பிறகு உங்களிடமிருந்து எந்தத் தகவலும் இல்லையே. நீங்கள் நலமாக இருப்பீர்கள் என்று நம்புகிறேன். நான் போர்டியிலிருந்து 1-ஆம் தேதி வந்தேன். ஆனால், என்னுடைய உடல்நிலை மோசமாகிவிட்டது. அதனால், நாளை திரும்பிச் செல்கிறேன்...'

3 மே 1935 அன்று தத்தோபா பவாருக்கு டாக்டர் அம்பேத்கர் எழுதிய கடிதம்:

'என்னுடைய உடல்நிலை மேலும்மேலும் மோசமாகிவருகிறது. அதனால், 11 மே 1935 அன்று காலையில் கோல்ஹாப்பூர் வருவதாகச் சொல்லியிருக்கிறேன்...'

லாகூரின் ஜாத்-பாத்-தோடக் மண்டல் தன்னுடைய வருடாந்திர மாநாட்டுக்குத் தலைமைதாங்க டாக்டர் அம்பேத்கரை அழைத்தது. அவருடைய உடல்நிலை மோசமாக இருந்தாலும், மிகுந்த உழைப்பைக் கொடுத்துத் தலைமை உரையைத் தயாரித்திருந்தார். ஆனால், உரையில் இருந்த கூற்றுகளும் அனுமானங்களும் மிகவும் சினமூட்டக்கூடியவையாகவும் கலகமூட்டக்கூடியவையாகவும் இருப்பதாகச் சொல்லி, மாநாட்டை மண்டல் முதலில் ஒத்திவைத்தது. பின்னர், ரத்துசெய்தது. கூற்றுகளையும் அனுமானங்களையும் கொஞ்சம் மென்மையாகக் கையாளும்படி டாக்டர் சாஹேபிடம் மண்டல் வேண்டுகோள் விடுத்தது. ஆனால், தன்னுடைய கூர்மையான, திடமான அபிப்ராயங்களைத் திருத்துவதற்கு டாக்டர் அம்பேத்கர் மறுத்துவிட்டார். டாக்டர் சாஹேப் அந்த உரையைப் பின்னர் புத்தக வடிவில் 1937-இல் 'சாதியை அழித்தொழித்தல்' என்ற பெயரில் வெளியிட்டார். ஜாத்-பாத்-தோடக் மண்டலைச் சேர்ந்த ஹர் பக்வானுக்கும் டாக்டர் சாஹேபுக்கும் இடையில் கணிசமான கடிதத் தொடர்புகள் நடந்தன. அவருக்கு 27 ஏப்ரல் 1936 அன்று டாக்டர் சாஹேப் எழுதிய கடிதம்:[9]

'... இப்போது எல்லா வனப்பும் இல்லாமலாகிவிட்டது. என்னுடைய உரையை அப்படியே ஏற்றுக்கொள்வதாக உங்கள் குழு சொன்னாலும்கூட நான் தலைமைதாங்க ஒப்புக்கொள்ள

மாட்டேன். இந்த உரையைத் தயாரிப்பதற்காக நான் அனுபவித்த வலிகளை மதித்ததற்காக உங்களுக்கு என்னுடைய நன்றியைத் தெரிவித்துக்கொள்கிறேன். வேறு யாருக்கும் இல்லாவிட்டாலும் அந்த உழைப்பால் எனக்கு லாபம்தான். எனது ஒரே வருத்தம் என்னவென்றால், என்னுடைய உடல்நலிவு தந்த அழுத்தத்தை எதிர்கொள்வதற்கான திராணி இல்லாத சமயத்தில் இவ்வளவு கடினமான உழைப்பைக் கொடுக்கும்படி ஆனதுதான்...'

டாக்டர் சாஹேபின் நிகழ்த்தப்படாத இந்த உரை மிகுந்த முக்கியத்துவம் வாய்ந்தது. சிந்தனையைத் தூண்டும் விதத்தில் அமைந்தது. இந்த உரையின் ஒவ்வொரு வாக்கியமும் அவருடைய மகத்தான புலமையையும் ஆழமான வாசிப்பையும் பரந்த சிந்தனையையும் வெளிப்படுத்துவதாகும். அவருடைய உடல் ஆரோக்கியம் நல்ல நிலையில் இல்லாவிட்டாலும், மிகுந்த உழைப்பைக் கொடுத்து இந்த ஆராய்ச்சிக் கட்டுரையைத் தயாரித்திருந்தார்.

25 ஆகஸ்ட் 1936 அன்று பாவ்ராவ் கெய்க்வாட்டுக்கு டாக்டர் சாஹேப் எழுதிய கடிதம்:[10]

'... 22-ஆம் தேதி எனக்குக் கிடைத்த கடிதத்தில், முன்பு நீங்கள் விரிவான கடிதம் எழுதியிருந்ததாகச் சொல்கிறீர்கள். அப்படியான கடிதமேதும் என்னை வந்துசேரவில்லையே. நீங்களும் ரண்காம்பேவும் என்ன செய்துகொண்டிருக்கிறீர்கள் என்று எனக்குப் புரியவில்லை. என்னுடைய உடல்நிலை முற்றிலும் பாதிக்கப்பட்டுள்ளது. இந்தியாவிலிருந்து வெளியேறி ஓய்வெடுக்கும்படி டாக்டர்கள் அறிவுறுத்துகிறார்கள். நான் எப்போது வேண்டுமானாலும் வெளிநாடு போகக்கூடும்...'

அக்டோபர் 13 அன்று பாவுக்கு அவர் மறுபடியும் எழுதிய கடிதம்:[11]

'... 9-ஆம் தேதி உங்கள் கடிதம் கிடைக்கப்பெற்றேன். உடல்நலத்தைப் பொறுத்தவரை என்னுடைய நிலைமை மிகவும் மோசமாகத்தான் உள்ளது. என்னிடம் திராணியே இல்லை. கொஞ்சம்போல வேலைபார்த்தாலும் சோர்வாக உணர்கிறேன். இதையெல்லாம் செய்ய வேண்டிய கட்டாயத்திலிருந்து என்னை நீங்கள் விடுவிப்பீர்கள் என்று...'

டாக்டர் சாஹேபின் நெருங்கிய வட்டத்தில் இருந்தவர்களில் ஒருவர் டி.ஜி. ஜாதவ். குறிப்பாக, மக்கள் கல்விச் சங்கம் தொடர்பான விஷயங்களில். அதாவது, கல்வி தொடர்பானவற்றில் அவர் பெருமளவில் பங்களித்தார். டாக்டர் சாஹேப் உயிரோடு இருந்தபோதும் அவருக்குத்தான் தலைவருக்கான அதிகாரம் வழங்கப்பட்டிருந்தது. டாக்டர் மறைந்த பிறகு ஜாதவ்தான் தலைவர் பொறுப்பேற்றுக்கொண்டார்.

*14 அக்டோபர் 1940 அன்று டெல்லியிலிருந்து ஜாதவுக்கு டாக்டர் அம்பேத்கர் எழுதிய கடிதம்:*

> *'... கடந்த சனிக்கிழமை அன்று டெல்லி வந்துசேர்ந்தேன். நான் மிகவும் சோர்வாகவும் களைப்படைந்தும் இருந்ததால் முழுமையாகச் செயலற்றுப்போய்விடுவேன் என்று நினைத்தேன். அதுபோல் ஏதும் நடக்கவில்லை என்பதில் மகிழ்ச்சி...'*

*14 ஜூன் 1940 அன்று ஜாதவுக்கு மீண்டும் டாக்டர் எழுதினார்:*

> *'... நான் கடுமையாக உழைத்துக்கொண்டிருக்கிறேன். உடல்நிலை மோசமாகிவிட்டது. கடந்த சில நாள்களாக எதுவும் செய்ய முடியாத அளவுக்குச் சென்றுவிட்டேன். என்னுடைய டாக்டர் கிரிட்ஸ் பாபு எனக்குக் கொஞ்சம் டானிக் தந்தார். அதன் பிறகு பரவாயில்லை. என்னுடைய மாலை உணவை எடுத்துக்கொள்ளாததால் என்னுடைய உடல்நலம் குன்றுவதாக அவர் நினைக்கிறார். அதனால், மீண்டும் மாலை உணவைத் தொடருமாறு கேட்டுக்கொண்டார். இப்போது கொஞ்சம்போல மாலையில் உண்ணத் தொடங்கியிருக்கிறேன். உடல்நலம் தேறியிருப்பதாக உணர்கிறேன்...'*

*3 மார்ச் 1945 அன்று டெல்லியிலிருந்து ஜாதவுக்கு எழுதிய கடிதத்தில் டாக்டர் சாஹேப் இப்படிச் சொல்கிறார்:*

> *'... என்னுடைய உடல்நலம் பற்றி நீங்கள் கவலைகொள்ள வேண்டாம். என்னுடைய உடல்நலம் மீது நான் கவனக்குறைவாக இருக்கவில்லை. அதே நேரத்தில், என்னால் வேலையைவிட உடல்நலத்துக்கு அதிக முக்கியத்துவம் தர முடியாது...'*

டாக்டர் அம்பேத்கரின் சமூக இயக்கங்கள் பற்றி நாம் ஆராய்ந்தால், ஆரம்ப நாள்களில் தீண்டப்படாதவர்களிடமிருந்து அவருக்கு உதவி கிடைத்ததைக் கவனிக்க முடியும். அந்தப்

பட்டியலில் சேர்க்கப்பட வேண்டிய பெயர், கமலகாந்த் சித்ரே. டாக்டர் சாஹேப் 1936–இல் நிறுவிய சுதந்திரத் தொழிலாளர் கட்சியின் பொதுச் செயலராக இருந்தவர் சித்ரே. 1946–இல் மக்கள் கல்விச் சங்கத்தை நிறுவிய டாக்டர், அடுத்து சித்தார்த் கல்லூரியையும் தொடங்கினார். அந்நாள்களில், அவர் வைஸ்ராய் நிர்வாகக் குழுவில் இருந்ததால் அவர் டெல்லியில் வசிக்கும்படி ஆயிற்று. விளைவாக, சித்தார்த் கல்லூரியின் முழுப் பொறுப்பும் சித்ரே, தோந்தே, இன்ன பிற முக்கியப் பிரமுகர்களின் மீது வந்துவிழுந்தது. பம்பாய் மாநகராட்சியில் சித்ரே வேலைபார்த்துவந்தார். மாநகராட்சியில் அவர் வேலையை முடித்துக்கொண்டு நேரே சித்தார்த் கல்லூரி அலுவலகத்துக்குச் சென்றுவிடுவார். இரவு நெடுநேரம் அங்கே இருந்து கல்லூரியின் அலுவலகப் பணியைப் பார்ப்பார். அதுவும் பொதுமக்களின் நலன் கருதி. கல்வித் துறையில் டாக்டர் சாஹேபுக்கு இருந்த சுமையை, மிகுந்த நேர்மையுடனும் நாணயத்துடனும் திறமையுடனும் சித்ரே ஏற்றுக்கொண்டார். பின்னர், கல்லூரியில் வேலைப்பளு அதிகரித்ததும், சித்ரேவின் மாநகராட்சிப் பணியிலிருந்து விலகச்சொல்லி டாக்டர் சாஹேப் கேட்டுக்கொண்டார். மக்கள் கல்விச் சங்கத்தின் முதன்மைப் பதிவாளராகப் பொறுப்பேற்றுக்கொள்ளச் சொன்னார்.

13 ஆகஸ்ட் 1947 அன்று டெல்லியிலிருந்து சித்ரேவுக்கு டாக்டர் சாஹேப் எழுதிய கடிதம்:

> *'... என்னுடைய வியாதி இன்னும் [குறைந்தபாடில்லை?] என்பதால், எனக்கு மன நிம்மதியே இல்லை. பதில் எழுதுவதை இதற்கு மேலும் தள்ளிப்போடக் கூடாது என்று நினைத்து இன்று எழுந்துகொண்டேன். இதோ எழுதிக்கொண்டிருக்கிறேன்... டாக்டர்கள் என்ன சொல்வார்கள் என்று தெரிந்துகொள்வதற்காக நான் பம்பாய் வர ஆவலாக இருக்கிறேன். அநேகமாக, அடுத்த வார இறுதியில் வருவேன்...'*

அவர் மீண்டும் ஆகஸ்ட் 31 அன்று சித்ரேவுக்கு எழுதினார்:

> *'... கல்லூரி தொடர்பான விஷயங்களெல்லாம் நல்லபடியாகப் போய்க்கொண்டிருப்பதாக நினைக்கிறேன். என்னுடைய உடல்நலம் மோசமாகத்தான் உள்ளது. கடந்த பதினைந்து நாள்களாக எனக்கு அறவே தூக்கமில்லை. இரவுகள் எனக்குக்*

*கெட்ட கனவுகளாகிவிட்டன. நரம்புத் தளர்ச்சியால் ஏற்படும் வலி நள்ளிரவில் தொடங்கி இரவு முழுக்க நீடிக்கிறது. இன்சுலின் எடுத்துக்கொண்டிருக்கிறேன். கூடவே, ஹோமியோபதி மருந்துகளும் எடுத்துக்கொள்கிறேன். எதுவும் எனக்கு நிவாரணம் தரவில்லை. குணப்படுத்த முடியாததைச் சகித்துக்கொள்வதற்கு நான் பழகியாக வேண்டும்.*

*தாரப்கூட இதே போன்ற நீரிழிவுப் பிரச்சினையாலும் நரம்புத் தளர்ச்சியாலும் அவதிப்பட்டார். அவருக்கு ஏதும் வழி கிடைத்ததா என்று தெரியவில்லை. சுர்பா அறிந்திருக்க வாய்ப்பிருக்கிறது. அவரிடம் கேட்டுப்பார்க்க முடியுமா?...'*

தன்னுடைய விதர்பா சகாவான ரேவாராம் கவாடேவுக்கு 2 நவம்பர் 1947 அன்று டெல்லியிலிருந்து எழுதிய கடிதத்தில் இப்படிச் சொல்கிறார்:

*'... அக்டோபர் 11-ஆம் தேதியிட்ட உங்கள் கடிதம் இப்போது இந்த நிமிடத்தில் கிடைக்கப்பெற்றேன். நான் இப்போதும் நோய்வாய்ப்பட்டிருக்கிறேன் என்பதை நீங்கள் அறிவீர்கள். கிட்டத்தட்ட படுக்கையை விட்டு நகர முடியாதபடி ஆகிவிட்டது. என்னென்ன வேலைகளைக் கட்டாயம் செய்தே ஆக வேண்டுமோ அதை மட்டுமே செய்கிறேன்...'*

டாக்டர் சாஹேப் 28 நவம்பர் 1947 அன்று டெல்லியிலிருந்து டி.ஜி. ஜாதவிடம் இதைத் தெரிவிக்கிறார்:

*'... நடப்பதற்கான திராணி என்னிடம் இல்லை என்றாலும் முன்பை ஒப்பிட இப்போது நன்றாக இருக்கிறேன்...'*

1922–1947-க்கு இடைப்பட்ட காலத்தில் டாக்டர் அம்பேத்கரின் உடல்நிலை மேலும்கீழுமாக ஊசலாடிக்கொண்டிருந்தது என்பது மேலே கொடுக்கப்பட்டுள்ள கடிதங்களிலிருந்து தெளிவாகிறது. இந்த ஊசலாட்டம் 1922-இலிருந்து தொடங்கியது என்பது சான்றாதாரங்களுடன் உறுதிப்படுகிறது. இங்கே நினைவில் வைத்துக்கொள்ள வேண்டிய இன்னொரு விஷயம் என்னவென்றால், டாக்டர் சாஹேப் எழுதிய எல்லாக் கடிதங்களும் நமக்குக் கிடைக்கவில்லை என்பது. எண்ணற்ற கடிதங்கள் காலத்தால் அழிக்கப்பட்டிருக்கும். சில கடிதங்கள்

இன்னும் கண்டறியப்படாமல் இருக்கக்கூடும். சில கடிதங்கள் அலட்சியத்தாலோ வேண்டுமென்றேவோ அழிக்கப்பட்டிருக்கும். இவ்வளவுக்குப் பிறகும், நான் அவருடைய வாழ்க்கையில் நுழைந்த நேரத்தில் அவருடைய உடல்நலம் என்ன நிலையில் இருந்தது என்பதன் பின்னணி குறித்த தெளிவான சித்திரம் வாசகர்களுக்கு மேற்குறிப்பிட்ட மேற்கோள்களிலிருந்து தெளிவாகியிருக்கும்.

அதேபோல், கடிதங்கள் நீங்கலாக டாக்டர் சாஹேப் வெவ்வேறு புத்தகங்களுக்கு எழுதிய விலைமதிப்பற்ற முன்னுரைகளை ஆராய்ந்துபார்த்தால், அவருடைய மோசமான உடல்நிலை குறித்த எண்ணற்ற விவரங்கள் கிடைக்கும். மேலும், வெவ்வேறு காலகட்டங்களில் நடந்த மாநாடுகளிலும் கூட்டங்களிலும் பொதுமக்களிடையே நிகழ்த்திய உரைகளில் டாக்டர் சாஹேப் தன்னுடைய உடல்நலக்குறைவு பற்றிக் குறிப்பிட்டிருப்பதைக் காணலாம். அதோடு, சாஹேபின் சகாக்களும் அவருடன் நேரம் செலவிட்ட இன்ன பிறரும் சாஹேபின் உடல்நலம் பற்றியும் அது குறித்த தங்கள் கவலைகளையும் — எழுத்து வடிவிலோ பேச்சு வடிவிலோ — வெளிப்படுத்தியிருப்பதைக் காண முடியும்.

## டாக்டர் அம்பேத்கரின் உடல்நலிவுக்கான காரணங்கள்

டாக்டர் சாஹேபை நான் சந்தித்த பிறகு என்னென்னவெல்லாம் நடந்தன என்பதை விவாதிப்பதற்கு முன்பாக, அவருடைய உடல்நலம் மிக மோசமாகப் பாதிக்கப்பட்டதற்கான முக்கியமான காரணங்கள் சிலவற்றை நாம் பார்க்கலாம். ஆரம்பத்திலிருந்தே அவருடைய உடல்நிலையில் ஏன் இவ்வளவு ஏற்ற இறக்கங்கள் ஏற்பட்டன? அவர் தன்னுடைய இயக்கத்தை மிகவும் பாதகமான சூழ்நிலையில் முன்னெடுத்துச்செல்ல வேண்டியிருந்தது. அது உண்மைதான். ஆனால், அவர் எதிர்த்துநிற்க வேண்டியிருந்த அந்தக் கடினமான அத்தியாயங்கள் என்னென்ன? இந்த அத்தியாயங்கள் அவருடைய உடல்நலத்திலும் மனநலத்திலும் தொடர்ந்து எப்படியான பாதிப்புகளை ஏற்படுத்தின? டாக்டர் அம்பேத்கரின் வாழ்க்கைச் சித்திரத்தைப் பலரும்

அறிவார்கள். மீண்டும் அதைத் திருப்பிச்சொல்வதற்காக என்னைக் குற்றஞ்சாட்டினாலும், டாக்டர் சாஹேபின் பொது வாழ்க்கை, குடும்ப வாழ்க்கை, தனிப்பட்ட வாழ்க்கையின் முக்கியமான நிகழ்வுகளைச் சுருக்கமாகப் பார்ப்பது அவருடைய உடல்நலிவுக்கான முக்கியமான காரணங்களைக் கண்டறிய அவசியம் என்று நான் நம்புகிறேன்.

தீண்டாமை என்ற கொடூரமான வழக்கம் உருவாக்கிய படுகாயங்களால், டாக்டர் சாஹேப் தனது குழந்தைப் பருவத்திலிருந்தே அவதிப்பட வேண்டியிருந்தது. அவை அந்தக் குழந்தையின் மனத்தில் ஆழமான தாக்கத்தை விட்டுச்சென்றன. ஒவ்வொரு காலடி எடுத்துவைக்கும்போதும் எதிரே தீண்டாமை வந்துநின்றது. அவர் தன்னுடைய பால்ய காலத்தையும் மாணவப் பருவத்தையும் பொல்லாத சூழ்நிலைகளில் கழிக்க வேண்டியிருந்தது. மிக இளம் வயதிலிருந்தே அவருடைய மனம் கடுமையான தாக்குதலுக்கு ஆளானது.

ஐந்து வயதே ஆனபோது பீம்ராவ் தன்னுடைய தாயின் அன்பை இழந்து வாடினார். முடிதிருத்துபவர்கள் தங்கள் சேவைகளைத் தீண்டப்படாதவர்களுக்கு வழங்க மறுத்ததால், வீட்டில் வைத்து முடி வெட்டுவதற்கான தேவையைப் பூர்த்திசெய்வதற்கு அவருடைய சகோதரிகள் உதவ வேண்டியிருந்தது. சக மாணவர்களுடன் உட்காருவதற்கான உரிமை அவருக்கு இல்லாததால் வகுப்பறைக்கு வெளியே ஒரு மூலையில் உட்கார வேண்டியிருந்தது. ஒருமுறை, பொதுக்கிணற்றிலிருந்து அவர் தண்ணீர் குடிப்பதைப் பார்த்து, உயர்சாதியினர் அவரை ஒரு விலங்கைப் போல அடித்தார்கள். தீண்டப்படாதவர்கள் வெறுமனே தொட்டால்கூடக் கிணறுகள் அசுத்தமாகிவிடும் என்று, தங்களை 'சவர்ணா' என்று கருதிக்கொள்ளும் இந்த உயர்சாதியினர் நம்பினார்கள். சிறு வயதிலிருந்தே இது போன்ற பல கசப்பான அனுபவங்களை அவர் அனுபவிக்க வேண்டியிருந்தது.

## மசூர் நிகழ்வு

சாஹேபின் தந்தை சுபேதார் ராம்ஜி ராணுவத்திலிருந்து ஓய்வுபெற்ற பின்னர், தான் எடுத்துக்கொண்ட பணியின் பொருட்டு கடாவ் தாலுகாவிலுள்ள கோரேகானில் வசித்துவந்தார். அவரைச் சந்திப்பதற்காக ஒருநாள் பீம்ராவ், அவருடைய அண்ணன் ஆனந்த், அக்கா மகன்கள் இருவர் என நால்வரும் சதாராவிலிருந்து கோரேகானுக்கு ரயிலில் புறப்பட்டனர். அவர்கள் மசூர் ரயில் நிலையத்தில் இறங்கியபோது, தங்களை அழைத்துச்செல்வதற்காக வர வேண்டிய ராம்ஜிராவ் வந்துசேரவில்லை என்பதை அறிந்துகொண்டனர். அவர் இவர்களுடைய கடிதத்தைப் பெற்றிருக்கவில்லை என்பதே வராததற்குக் காரணம். எல்லாப் பயணிகளும் கிளம்பிச்சென்ற பிறகும் இவர்கள் ரயில் நிலையத்தில் அலைந்துதிரிந்துகொண்டிருந்தனர். ஸ்டேஷன் மாஸ்டர் இவர்களுடைய நவநாகரிகமான உடைகளைப் பார்த்துவிட்டு, இவர்கள் வசதியான உயர்சாதி வீட்டுப் பிள்ளைகள் என்று நினைத்து அக்கறையுடன் விசாரித்திருக்கிறார். ஆனால், இவர்கள் தீண்டப்படாத சாதியைச் சேர்ந்தவர்கள் என்று தெரிந்துகொண்டதும், ஏதோ தன் மீது பல்லியொன்று திடீரென விழுந்துவிட்டதைப் போல அங்கிருந்து விலகியோடிவிட்டார். இறுதியாக, மிகுந்த மன்றாடலுக்குப் பிறகு கொஞ்சம்போல் கருணைகாட்டினார். அவர்களைக் கூட்டிச்செல்ல ஒரு மாட்டுவண்டிக்கு ஏற்பாடுசெய்தார். இவ்வாறுதான், மசூரிலிருந்து கோரேகானுக்கு அவர்களுடைய பயணம் தொடங்கியது.

ஆரவாரத்துடன் பயணித்தபடி கணிசமான தூரத்தைக் கடந்த பிறகு, தன்னுடைய வண்டியில் இருக்கும் சிறுவர்கள் தீண்டப்படாத சமூகத்தைச் சேர்ந்தவர்கள் என்று வண்டிக்காரர் அவர்களுடைய உரையாடலிலிருந்து உணர்ந்திருக்கிறார். அதுவே அவருக்குப் போதுமானதாக இருந்தது. சில கணங்களுக்குள் அவர் ஆத்திரம் கொண்ட கடவுள் அவதாரம் எடுத்து அந்தச் சிறுவர்களைத் தன்னுடைய வண்டியிலிருந்து வெளியே தள்ளிவிட்டார். அப்போது அச்சமூட்டக்கூடிய அளவுக்கு இருட்டியிருந்தது. வெளிச்சத்தின் சிறு தடயம்கூடக் கிடையாது. சிறுவர்கள் பயந்து நடுங்கினார்கள். இப்படியான நிலையில், அந்த அப்பாவிச் சிறுவர்கள் மீது இரக்கம்காட்டுவதற்குப் பதிலாக, தன்னுடைய வண்டியைத் தீட்டுப்படுத்திவிட்டதாகத்

திட்டியபடி அவர்களிடம் தொடர்ந்து எரிந்துவிழுந்தவாறு இருந்தார் அந்த வண்டிக்காரர்.

முடிவில்லாத கெஞ்சலுக்குப் பிறகு, அந்தச் சிறுவர்கள் இரு மடங்கு பணம் தருவதாக உறுதியளித்ததும் அவர்களை அழைத்துச்செல்வதாக வண்டிக்காரர் ஒருவழியாக ஒப்புக்கொண்டார். ஆனால், அவர் சில நிபந்தனைகள் விதித்தார். வண்டியைச் சிறுவர்கள்தான் ஓட்ட வேண்டும், அவர் பின்னால் நடந்துவருவார். சிறுவர்கள் தாகத்தால் அவதிப்பட்டனர். ஆனால், அந்தத் தீண்டப்படாத மந்தைகளுக்குத் தண்ணீர் தர யாரும் தயாராக இல்லை. அது கோடை காலம். தாகத்தால் தவித்த சிறுவர்கள் கெஞ்சினார்கள். மன்றாடினார்கள். அவர்களால் ஒரே ஒரு இதயத்தைக்கூட இரக்கம்கொள்ளவைக்க முடியவில்லை. அடுத்த நாளில்தான் அவர்கள் குற்றுயிரும் குலையுயிருமாகப் போய்ச்சேர்ந்தார்கள்.

டாக்டர் சாஹேபின் குழந்தைப் பருவத்தைப் பாதிப்புக்குள்ளாக்கிய இது போன்ற சம்பவங்கள் ஏராளம் உண்டு. நெஞ்சைப் பதறவைக்கும் இந்த நிகழ்வை விவரிக்கும்போதெல்லாம், டாக்டர் சாஹேப் தளர்ந்துவிடுவார். அவருடைய குரல் நடுக்கம்கொள்ளும். கன்னங்களில் கண்ணீர் வழிந்தோடும். எடுத்துவைக்கும் ஒவ்வொரு படியிலும் பீமா தகிப்புக்குள் தள்ளப்பட்டார்; உயர்சாதி 'சவர்ண' இந்துக்கள் என்று அழைக்கப்பட்டவர்களின் மனிதாபிமானமற்ற நடத்தையால் எதிர்கொண்ட அவமானமும் இழிவுபடுத்தலும் உண்டாக்கிய வடுக்களை அவர் சுமக்க வேண்டியிருந்தது. தீண்டப்படாதவர் என்றால் என்ன என்பதன் உண்மையான அர்த்தத்தை நடைமுறைத் தளத்தில் அவருக்கு உணர்த்தியது இந்தக் கொடூரமான கோரேகான் சம்பவம்தான். எப்போதும் மறந்துவிட முடியாதபடி இந்த நிகழ்வு டாக்டர் சாஹேபின் இதயத்தில் ஆழமான கீறலை உண்டாக்கிவிட்டது. அவர் அவ்வப்போது சொல்வார்:

"இந்த நிகழ்வுக்கு என்னுடைய வாழ்க்கையில் முக்கியமான இடம் உண்டு. அப்போது எனக்கு ஒன்பது வயதுதான் இருக்கும். ஆனால், இந்த நிகழ்வு விட்டுச்சென்ற தடத்தை என்னால் ஒருபோதும் துடைத்தெறிய முடியவில்லை."

## பரோடா அத்தியாயம்

உலகப் புகழ்பெற்ற பல்கலைக்கழகங்களிலிருந்து பட்டங்களெல்லாம் பெற்றிருந்தாலும், டாக்டர் சாஹேபுக்குக் கிடைத்ததென்னவோ தூற்றுதலும் அவமதிப்பும்தான். அவர் 1913 ஜனவரி கடைசி வாரத்தில் பரோடா வேலையில் சேர்ந்தார். தலைமைச் செயலகத்தில் அவர் உயர்பதவி வகித்துவந்தாலும், அவர் தீண்டப்படாத சமூகத்தைச் சேர்ந்தவர் என்பதால் மூத்த அதிகாரிகளும் இளநிலை அதிகாரிகளும் மட்டுமின்றி, ஏவலர் போன்ற கடைநிலை ஊழியர்கள்கூட அவருக்கு ஒத்துழைக்க மறுத்தனர். அவர் தொட்டுவிட்டால் தீட்டாகிவிடும் என்று, ஏவலர்கள்கூடக் கோப்புகளைத் தூரத்திலிருந்தே தூக்கிவீசுவதை வழக்கமாக வைத்திருந்தனர். பொதுப் பயன்பாட்டுக்காக அலுவலகத்தில் வைக்கப்பட்டிருந்த மண்பானையிலிருந்து நீர் அருந்த அவர் அனுமதிக்கப்படவில்லை.

தீண்டப்படாதவர் என்பதால் அவர் தங்குவதற்கு இடம் கொடுக்க யாரும் முன்வரவில்லை. பிறகு, ஒரு பார்சி ஹோட்டலில் மேலாளரின் இசைவுடன் பார்சி பெயரில், அன்றாடம் ஒன்றரை ரூபாய் வாடகை என்ற நிபந்தனையுடன் தங்கத் தொடங்கினார். பதினோராவது நாளில், ஒரு டஜன் அல்லது அதற்கும் அதிகமான ஆத்திரக்காரப் பார்சிக்கள் தடிகளுடன் இவருடைய முதல்மாடி அறைக்கு வந்து கேள்விமழை பொழியத் தொடங்கினார்கள். ஹோட்டலை மாசுபடுத்திவிட்டதாகச் சொல்லி அவரைச் சரமாரியாகத் திட்டவும் தகாத வார்த்தைகளால் இழிவுபடுத்தவும் செய்தார்கள். அன்று மாலைக்குள் அறையைக் காலிசெய்யாவிட்டால் கடும் விளைவுகளை எதிர்கொள்ள நேரிடும் என்று மிரட்டினார்கள். இது அவரை வெறுமையிலும் சீற்றத்திலும் தள்ளியது. பிறகு, பிராமணக் குடும்பத்தில் பிறந்து, கிறிஸ்தவராக மதம் மாறிய ஒரு நண்பரின் வீட்டில் தங்க முயன்றார். அங்கேயும் தடையாக நின்றது தீண்டாமை. அவருடைய நண்பர் கிறிஸ்தவராக இருந்தாலும்கூட, தீண்டாமை என்ற கருத்து எளிதாக வெளியேறிவிட முடியாதபடி அவருடைய எலும்புகளில் ஆழமாக ஊடுருவியிருந்தது.

பார்சி ஹோட்டலிலிருந்தும் நண்பரின் வீட்டில் ஏமாற்றத்தை எதிர்கொண்டும் வெளியேறிய பிறகு, எங்கே அடைக்கலம்

தேடுவது என்ற கடினமான கேள்வி அவர் முன்பு இருந்தது. ஹோட்டலை மாசுபடுத்தியதாக அந்த ஆத்திரக்காரப் பார்சி குண்டர்கள் தன்னைத் தாக்குவார்கள் என்றும், ஒருவேளை கொல்லவும் செய்யலாம் என்றும் அவர் அச்சப்பட்டார். அடுத்த பம்பாய் ரயிலுக்கு நிறைய நேரம் இருந்ததால், ஒரு பொதுப் பூங்காவுக்குச் சென்று உட்கார்ந்திருந்தார். அச்சத்துடனும் கவலையுடனும். அது மட்டுமில்லாமல், அந்தப் பார்சி கும்பலுக்கு அஞ்சி ரயில் நிலையத்தை நெருங்கவும் தயங்கினார். தனக்கு உதவ ஆளற்றுப்போய் மிகுந்த மனவுளைச்சலுக்கு ஆளான அவர் ஒரு மரத்தடியில் உட்கார்ந்து அடக்க மாட்டாமல் அழுதுதீர்த்தார். திக்கற்ற மனநிலையுடன் பரோடாவிலிருந்து பம்பாய்க்குச் சென்றார்.

தீர்க்க முடியாமல் மனத்தில் நிலைத்திருக்கும் விஷயம் இதுதான்: அது பரோடா மஹாராஜா சயாஜிராவ் கெய்க்வாட். டாக்டர் அம்பேத்கருக்கு நிதிநல்கை தந்து மேற்படிப்புக்காக வெளிநாடு அனுப்பிவைத்தவர். தன்னுடைய மாநிலத்தில் பணிநியமனம் தந்தவரும் இவர்தான். அப்படியிருக்கையில், மாநிலத்தின் மஹாராஜாவாக இருந்தும் அங்கேயே தங்குவதற்காக ஏன் அவருக்காக ஒரு அரசு இல்லத்தை ஏற்பாடு செய்ய முடியவில்லை? இந்த விஷயம் அவரைக் காயப்படுத்த மட்டும் செய்யவில்லை; கலக்கமடையவும் செய்தது.

டாக்டர் அம்பேத்கர் தன்னுடைய நிலை பற்றி சயாஜிராவுக்கு எழுத்துபூர்வ விண்ணப்பம் அனுப்பினார். தனிப்பட்ட முறையில் பேசவும் செய்தார். இருப்பினும், அவர் தங்குவதற்கு மஹாராஜாவால் ஏதும் ஏற்பாடு செய்ய முடியவில்லை என்பது மிகுந்த வருத்தம் அளித்தது. இந்த அத்தியாயத்திலிருந்து ஒருவர் எடுத்துக்கொள்ளக்கூடிய ஒரே முடிவு என்னவென்றால், பிற்போக்கு சக்திகளுக்கு எதிராக சயாஜிராவ் தன்னை நிராதரவானவராகவும் கையாலாகாதவராகவும் உணர்ந்தார் என்பதுதான். தீண்டாமை என்ற கருத்தாக்கம் அந்த அளவுக்கு ஆழ வேரூன்றியிருந்தது.

## தந்தையின் மரணம்

2 பிப்ரவரி 1913 அன்று டாக்டர் அம்பேத்கர் ஒரு பேரிடியால் அவதிப்பட்டார். அது, அவரது தந்தை சுபேதார் ராம்ஜிராவின் மரணம். அவருக்கு உறுதுணையாகத் தூண்போல நின்ற ஒரே ஒரு மனிதரும் இனி இல்லை என்றானது. மற்ற எல்லாக் கையறு நிலைகளுக்கும் மத்தியில், குடும்பப் பொறுப்புகளும் அவருடைய தலையில் வந்து விழுந்தன.

## சிடன்ஹாமில் ஏற்பட்ட கசப்பான அனுபவம்

டாக்டர் அம்பேத்கர் பரோடாவை விட்டுவிட்டு பம்பாய் திரும்பிய பிறகு, சிடன்ஹாம் கல்லூரியில் பொருளாதாரப் பேராசிரியராகச் சேர்ந்தார். மிகக் குறுகிய காலத்திலேயே புலமைமிக்க பேராசிரியர் என்ற நற்பெயரைப் பெற்றுவிட்டாலும், தீண்டாமையின் களங்கம் அவரை விட்டு விலக மறுத்தது. பேராசிரியர்களின் பயன்பாட்டுக்காக வைக்கப்பட்டிருந்த தண்ணீர்க் குவளையையும் தம்ளர்களையும் தொடுவதற்கு அவர் அனுமதிக்கப்படவில்லை.

## உயர் நீதிமன்றத்தில் ஏற்பட்ட கசப்பான அனுபவம்

புகழ்பெற்ற ஆங்கில சட்டப் பள்ளியான கிரேஸ் இன்னிலிருந்து டாக்டர் சாஹேப் தனது பார்-அட்-லா பெற்ற பிறகு, 1923 ஜூலை மாதத்தில் பம்பாய் உயர் நீதிமன்ற வழக்கறிஞராகப் பணியாற்றத் தொடங்கினார். அங்கேயும்கூட, தீண்டப்படாதவர் என்ற கறை அவருக்கு வேண்டிய பதில்களைக் கிடைக்கவிடாமல் செய்தது. அவர் ஒரு மஹர் பாரிஸ்டர் என்பதால் தீண்டப்படும் வழக்குரைஞர்கள் எவரும் தங்களுக்கு அருகில் வர அவரை அனுமதிக்க மாட்டார்கள்; தீண்டப்படும் கட்சிக்காரர்களும் அவருக்குக் கிடைக்க மாட்டார்கள். விளைவாக, புறநகர் மற்றும்/அல்லது மாவட்ட நீதிமன்றங்களில் கிடைக்கும் எந்த வழக்கையும் ஏற்றுக்கொள்ள வேண்டிய கட்டாயத்துக்குத் தள்ளப்பட்டார்.

## மஹத் சாலையில் ஏற்பட்ட கசப்பான அனுபவம்

ஒருமுறை, மஹத் சாலையோரமாக இருந்த ஆற்றில் வெள்ளம் கரைபுரண்டது. ஆற்றின் மறுகரையில் தீண்டப்படாதவர்களின் காலனி இருந்தது. இரண்டு நாள்களுக்கு வெள்ளம் வடியவில்லை. ஆற்றின் இந்தப் பக்கத்தில் இருக்கும் காலனியோ தீண்டப்படும் சமூகத்தைச் சேர்ந்தது. இங்கே டாக்டர் அம்பேத்கர் மாட்டிக்கொண்டுவிட்டதால் ஆற்றைக் கடந்து அந்தப் பக்கத்திலுள்ள தீண்டப்படாதவர்களின் காலனிக்குச் செல்ல முடியவில்லை. தீண்டப்படுபவர்கள் யாரும் தீண்டப்படாதவருக்கு உணவு வழங்க முன்வராததால் அவர் இரண்டு நாள்களுக்குப் பட்டினி கிடக்க வேண்டியிருந்தது.

## ஸ்டார்ட் குழுவின் கசப்பான அனுபவம்

1929-இல், தீண்டப்படாத மற்றும் ஆதிவாசிச் சமூகங்களின் கல்வி, பொருளாதாரம், சமூக நிலை ஆகியவற்றை ஆராயவும், அவர்களுடைய முன்னேற்றத்துக்கான பரிந்துரைகளை வழங்கவும் பி.ஹெச். ஸ்டார்ட் தலைமையில் ஒரு குழுவை நியமித்தது பம்பாய் அரசு. டாக்டர் அம்பேத்கர் அந்தக் குழுவில் உறுப்பினராக அங்கம்வகித்தார். அந்தக் குழுவில் அரசு நியமித்த உறுப்பினராக அவர் இருந்தாலும்கூட, அவர் தீண்டப்படாத சமூகத்தைச் சேர்ந்தவர் என்பதால் வகுப்பறைக்குள் அவர் வருவதற்கு அந்தப் பள்ளியின் தலைமை ஆசிரியர் அனுமதிக்கவில்லை.

இரண்டாவது அத்தியாயம் சாலிஸ்கான். கிழக்கு காந்தேஷ் மாவட்டத்துக்கு இந்தக் குழு சுற்றுப்பயணம் மேற்கொண்டது. 23 அக்டோபர் 1929 அன்று சாலிஸ்கானுக்கு அம்பேத்கர் வந்ததும், தீண்டப்படாத சமூகத்தைச் சேர்ந்தவர்கள் தங்கள் காலனிக்கு வருமாறு அவரைக் கேட்டுக்கொண்டார்கள். ரயில் நிலையத்திலிருந்து இந்தக் காலனி கொஞ்சம் தொலைவில் இருந்தது. ஆனால், தீண்டப்படும் டோங்கா ஓட்டுநர்கள் எப்படி ஒரு தீண்டப்படாதவரைத் தங்கள் டோங்காவில் ஏற்ற அனுமதிப்பார்கள்? நீண்ட நேரம் கெஞ்சிக்கூத்தாடி, பிறகு அதிமாகப் பணம் தருவதாகச் சொன்ன பின்னர்

ஒரு முஸ்லிம் டோங்கா ஓட்டுநர் சம்மதித்தார். ஆனால், டோங்காவை ஓட்டுவதற்கு அவர் மறுத்துவிட்டார். அதற்காக ஒரு தீண்டப்படாத சமூகத்தைச் சேர்ந்தவர் பணியமர்த்தப்பட்டார். ஆனால், இவர் அனுபவமற்றவர். விளைவாக, குதிரை துணுக்குற்று டோங்காவைக் கவிழ்த்துவிட்டது. டாக்டர் அம்பேத்கர் தூக்கியெறியப்பட்டார். அருகிலுள்ள கற்படிகளில் விழுந்து வலதுகால் முறிந்துபோனது. பல நாள்கள், கால்களில் கட்டுடன் நடமாட வேண்டியிருந்தது.

## மஹத் சத்யாகிரகமும் மநு ஸ்மிருதி எரிப்பும்

தான் செல்லும் வழியில் எடுத்துவைக்கும் ஒவ்வொரு அடியிலும் கசப்பான அனுபவங்களை எதிர்கொண்ட டாக்டர் அம்பேத்கர், கலகச் சூழலில் எழுந்துவந்து சமத்துவமின்மைக்கு எதிரான போராட்டத்தைத் தனது உயிர்மூச்சாக எடுத்துக்கொள்ள உறுதிபூண்டார். சமத்துவம், சுதந்திரம், சகோதரத்துவம் ஆகிய மூன்றின் அடிப்படையில் சமூகத்தை மறுசீரமைப்பதற்காகத் தன்னுடைய சட்டைக்கைகளை மடக்கிவிட்டுக்கொண்டு வீறுநடைபோட்டார். சமூகப் பணி என்ற களத்தில் குதித்தார்.

சமூகச் சீர்திருத்தவாதியான ராவ் பகதூர் சீதாராம் கேசவ் தண்ணீர் வசதிகள், பள்ளிக்கூடங்கள், நீதிமன்றங்கள், தங்குமிடங்கள், இத்யாதிகளுக்கு சுயாதீனமான புழக்கத்தை வழங்குவதற்கான மசோதாவை பம்பாய் சட்டமன்றத்தில் தாக்கல் செய்து நிறைவேற்றியிருந்தார். இந்தத் தீர்மானத்தைச் செயல்படுத்த வேண்டும் என்ற நோக்கத்தோடு டாக்டர் அம்பேத்கர் தன்னுடைய ஆயிரக்கணக்கான தொண்டர்களுடன் மஹத்திலுள்ள ஏரிக்கு ஊர்வலம் சென்றார். தன் கைகளைக் குவித்து அதிலிருந்து நீரை அள்ளிக் குடித்தார். அவருடைய தொண்டர்கள் அவரை அப்படியே பின்பற்றினார்கள். இதன் வழியாக, தங்களின் மனிதவுரிமைகளை வலியுறுத்தினார்கள். அந்த வரலாற்றுச் சிறப்புமிக்க நாள் 20 மார்ச் 1927. தீண்டப்படும் இந்துக்களெல்லாம் கொதித்தெழுந்தார்கள். தங்கள் ஏரி தீட்டாகிவிட்டது என்று நினைத்து, ஊர்வலத்திலிருந்து திரும்பிவந்த தீண்டப்படாதவர்களைத் தாக்கத் தொடங்கினார்கள்.

இதனால், எண்ணற்ற தீண்டப்படாதவர்கள் காயமுற்றனர். விளைவாக, நீதிமன்றத்தில் வழக்குகள் தொடரப்பட்டன. டாக்டர் சாஹேப் நிலைமையைக் கட்டுக்குள் கொண்டுவரவும், நீதிமன்றத்தில் வழக்குகளை நடத்தவும் வேண்டியிருந்தது.

பின்னர், டாக்டர் அம்பேத்கரின் தலைமையில் மஹத்தில் இரண்டாவது மாநாடு நடைபெற்றது. அதில் அவர் மற்றுமொரு புரட்சிகரமான நடவடிக்கையை எடுத்தார்: சமத்துவமின்மையின் வேராக இருக்கும் மநு ஸ்மிருதியை எரிப்பதற்கான தீர்மானத்தை நிறைவேற்றினார். டிசம்பர் 25 அன்று டாக்டர் அம்பேத்கர் தலைமையில், அவரது பிராமண சகாவான கங்காதர் நீல்கந்த் சஹஸ்ரபுத்தேவின் கரங்களால் மநு ஸ்மிருதி பொதுவெளியில் பகிரங்கமாக எரிக்கப்பட்டது.

இந்தியா முழுவதுமுள்ள இந்து மதக் காவலர்களின் முகத்தில் அறையும் காரியமாக இருந்தது இந்த மநு ஸ்மிருதி எரிப்பு. இந்து மரபுவாதிகளின் மத்தியில் இருந்த மதவெறியர்கள் அதிர்ச்சியடைந்தனர். இந்து மத பீடங்கள் [மதக் கல்விக்கூடங்கள்] உலுக்கப்பட்டன. விளைவாக, நாடு முழுவதும் திட்டவட்டமான, ஆத்திரம் கொண்ட போராட்டங்கள் வெடித்தன. ஒட்டுமொத்த இந்துச் சமூகமும் டாக்டர் அம்பேத்கருக்கு எதிராக ஆயுதமேந்தியது. தைரியமே உருவான அவர் ஒருபோதும் தடுமாறவில்லை. மிகுந்த துணிச்சலுடன் நிலைமையை எதிர்கொண்டார். ஆனால், இதன் காரணமாக அவர் மிகுந்த மன அழுத்தத்துக்கு ஆளானார்.

## காலாராம் கோயில் சத்யாகிரகம்

டாக்டர் அம்பேத்கர் 2 மார்ச் 1930 அன்று, காலாராம் கோயிலுக்குள் நுழைவதற்காக நாசிக்கில் போர்க்கொடி தூக்கினார். கோயில் கதவுகளுக்கு முன்பு அமர்ந்த சத்யாகிரகிகள், கோயிலுக்குள் உயர்சாதி இந்துக்கள் நுழைவதைத் தடுத்தார்கள். பிறகு, ராமரின் ரதத்தைத் தீண்டப்படாதவர்களோடு சேர்ந்திழுப்போம் என்று உயர்சாதி இந்துக்கள் ஓர் உடன்படிக்கைக்கு வந்தார்கள். ஆனால், இது நிறைவேற்றப்படவில்லை. சத்யாகிரகிகள் மத்தியில் குழப்பம் உண்டானது. அவர்கள் இங்குமங்கும்

ஓட ஆரம்பித்தார்கள். இதனால், எண்ணற்ற சத்யாகிரகிகள் காயமுற்றனர். டாக்டர் அம்பேத்கரும் காயமுற்றார். நாசிக் சத்யாகிரகம் ஐந்து ஆண்டுகள் நீடித்தது. இந்தக் காலகட்டத்தில் பெருந்திரளான சத்யாகிரகிகள் கைதுசெய்யப்பட்டனர். டாக்டர் சாஹேப் எங்கே இருந்தாலும், இந்த சத்யாகிரகத்தைக் கூர்மையாகக் கண்காணித்து வழிகாட்டிவந்தார்.

## பல தளங்களில் பணியாற்றுதல்

டாக்டர் அம்பேத்கரின் ஒட்டுமொத்த வாழ்க்கையுமே இடைவிடாத போராட்டம்தான் என்றாலும், 1930–1936–க்கு இடைப்பட்ட காலகட்டம் கொந்தளிப்பானது எனலாம். மஹத் சத்யாகிரகம் 1927–இல் நடந்திருந்தாலும் அது தொடர்பான வழக்குகள் நீண்ட காலத்துக்குத் தொடர்ந்துகொண்டிருந்தன. இந்தக் காலகட்டத்தில் டாக்டர் சாஹேப் பல விஷயங்களில் கவனம்செலுத்த வேண்டியிருந்தது. மஹத் நீதிமன்றத்தில் நடக்கும் சத்யாகிரக வழக்குகள் தொடர்பான பணிகளுக்குத் தனிப்பட்ட முறையில் ஆஜராக வேண்டிருந்தது; சாட்சி சொல்ல வேண்டியிருந்தது; மற்ற சாட்சிகளைத் திரட்ட வேண்டியிருந்தது; சத்யாகிரகங்களை ஒருங்கிணைக்கவும், காலாராம் கோயில் நுழைவு சத்யாகிரகக் குழுவைத் தனிப்பட்ட முறையிலோ துண்டுப்பிரசுரங்கள் வழியாகவோ வழிநடத்தவும் வேண்டியிருந்தது; சத்யாகிரகம் சார்ந்த கூட்டங்களை ஏற்பாடு செய்வதன் வழியாகவும், அறிக்கைகளையும் கடிதங்களையும் வெளியிடுவதன் வழியாகவும் பொது விழிப்புணர்வை உருவாக்க வேண்டியிருந்தது; அவர் உறுப்பினராக இருந்த பம்பாய் சட்டமன்றம் தொடர்பான கூட்டங்களில் பங்கேற்கவும் பங்களிக்கவும் வேண்டியிருந்தது; தன்னுடைய சொந்தத் தேவைக்காக வழக்குகளை நடத்த வேண்டியிருந்தது; *'பஹிஷ்க்ருத் பாரத்'* (விலக்கிவைக்கப்பட்ட இந்தியா) பத்திரிகையின் நிர்வாகத்தைக் கவனிக்கவும், அதற்காக எழுதவும் வேண்டியிருந்தது; இந்த எல்லா நடவடிக்கைகளுக்காகவும் அவர் பம்பாய், மஹத், நாசிக் எனத் தொடர்ந்து பயணிக்க வேண்டியிருந்ததால் அவற்றுக்காக அறிக்கைகள், விண்ணப்பங்கள், முறையீடுகளை அரசுக்கு அனுப்ப வேண்டியிருந்தது. ஆக, இந்த எல்லா நடவடிக்கைகளும்

அவருடைய உடல்நலனில் மோசமான விளைவுகள் ஏற்படக் காரணமாயின என்பது ஐயத்துக்கு இடமில்லாதது. இங்கே கவனிக்க வேண்டிய விஷயம் என்னவென்றால், அவர் தனது கடமைகளைச் செய்துகொண்டிருந்தபோது ஒருபோதும் தன்னுடைய உடல்நலனில் அக்கறைகாட்டியதில்லை என்பதுதான்.

## வட்டமேஜை மாநாடு

இந்திய மக்களின் உரிமைகள், அரசியல் கோரிக்கைகள் தொடர்பாக சைமன் ஆணையம் அளித்த பரிந்துரைகள் குறித்து விவாதிப்பதற்காக, பிரதமர் ராம்சே மெக்டொனால்ட் தலைமையில் வட்டமேஜை மாநாட்டை நடத்தியது பிரிட்டிஷ் அரசு. இந்த மாநாட்டில் கலந்துகொள்வதற்காக இந்தியாவைச் சேர்ந்த முக்கியமான தலைவர்களுக்கு அழைப்புவிடுக்கப்பட்டது. மெட்ராஸைச் சேர்ந்த ராவ் பகதூர் ஆர். சீனிவாசனும் டாக்டர் அம்பேத்கரும் தீண்டப்படாதவர்களின் பிரதிநிதிகளாக மாநாட்டில் கலந்துகொள்ள அழைக்கப்பட்டனர். இந்தியாவில் தீண்டப்படாதவர்களின் பரிதாபகரமான நிலையை மாநாட்டில் கலந்துகொண்டவர்களின் கவனத்தைக் கோரும் விதத்தில் டாக்டர் அம்பேத்கர் மிகுந்த ஒழுங்குமுறையுடன் முன்வைத்ததன் வழியாக, தீண்டப்படாதவர்களின் துயரங்களை முதன்முறையாக உலகத்தின் வாசல் முன்பாகத் தொங்கவிட்டார். மனிதத்தன்மையற்ற சம்பிரதாயங்களால் இந்தியாவில் தீண்டப்படாதவர்களை உரலில் வைத்து நசுக்குவதை ஆதாரங்களுடன் எடுத்துவைத்தார்.

## பூனா ஒப்பந்தம்

இந்துக்களும் முஸ்லிம்களும் அரசும்கூட எப்படித் தீண்டாமை நடைமுறையிலிருந்து மூலதனம் பெற்றார்கள் என்றும், தங்களுடைய சௌகரியத்துக்காக எப்படிச் சுரண்டலில் ஈடுபட்டார்கள் என்றும், அவை எப்படித் தீண்டப்படாதவர்களுக்குத் தீங்குவிளைவித்தன என்றும்

ஆற்றல்மிக்க, ஆதாரபூர்வமான விளக்கத்தை வட்டமேஜை மாநாட்டில் டாக்டர் அம்பேத்கர் முன்வைத்தார்.

சிறுபான்மையினர் குழுவின் உறுப்பினர்கள் (டாக்டர் அம்பேத்கர், ஆகா கான் இருவரும் முக்கிய உறுப்பினர்களாக இருந்தனர்) தங்கள் கோரிக்கைகளின் வரைவை ஒருமனதாக ஏற்றுக்கொண்டார்கள். இவ்வாறு, சிறுபான்மையினரின் பிரச்சினைக்குத் தீர்வுகாண நியமிக்கப்பட்ட சிறுபான்மையினர் குழுவின் பணி முடிவுக்குவந்தது.

அனைத்துச் சிறுபான்மைச் சமூகங்களுக்கும் தனித் தொகுதி வேண்டும் என்று இந்தக் குழு வலியுறுத்தியது: முஸ்லிம்கள், இந்தியக் கிறிஸ்தவர்கள், ஆங்கிலோ-இந்தியர்கள், ஐரோப்பியர்கள், தீண்டப்படாதவர்கள். ஆனால் ஆச்சரியம் என்னவென்றால், மற்ற அனைத்துச் சிறுபான்மையினருக்கும் தனித் தொகுதிகள் வழங்க ஒப்புதல் அளித்த காந்திஜி, தீண்டப்படாதவர்களுக்கு — அவர்களும் சிறுபான்மைச் சமூகமாக இருந்தபோதும் — தனித் தொகுதி வழங்குவதைக் கடுமையாக எதிர்த்தார். இந்தப் பிரச்சினையில் பொது உடன்பாடு எதுவும் எட்டப்படவில்லை. இறுதியாக, மாநாடு முடிந்த பின்னர் சிறுபான்மைக் குழு உறுப்பினர்கள் ஒரு கூட்டறிக்கையில் கையெழுத்திட வேண்டும் என்று பிரதமர் மெக்டொனால்ட் ஆலோசனை கூறினார்: அதாவது, இந்த விஷயத்தில் பிரதமரின் மத்தியஸ்தத்தை அவர்கள் ஏற்றுக்கொள்ள வேண்டும், அவர் எந்த முடிவெடுத்தாலும் அதற்குக் கட்டுப்பட வேண்டும். அதன்படி, காந்திஜியுடன் மற்ற எல்லா உறுப்பினர்களும் இந்த அறிக்கையில் கையெழுத்திட்டார்கள். இந்த அறிக்கையில் டாக்டர் அம்பேத்கர் கையெழுத்திடவில்லை என்பதை இங்கே கவனத்தில்கொள்ள வேண்டியது மிகமிக அவசியம்.

17 ஆகஸ்ட் 1932 அன்று, தீண்டப்படாதவர்கள் உள்பட அனைத்துச் சிறுபான்மையினருக்கும் தனித் தொகுதி வழங்கி, பிரிட்டிஷ் அரசாங்கம் தன்னுடைய தீர்ப்பைப் பொதுவெளியில் முன்வைத்தது.

மற்ற சிறுபான்மையினருக்குத் தனித் தொகுதிகள் வழங்குவதில் காந்திஜிக்கு எந்த எதிர்ப்பும் இல்லை. தீண்டப்படாதவர்களுக்கு (அவர்கள் சிறுபான்மையினர் மட்டுமல்ல, மிகமிகப்

பிற்படுத்தப்பட்டவர்கள்) மட்டும் தனித் தொகுதி கூடாது என்ற ஒரே காரணத்துக்காக, எரவாடா சிறையில் சாகும்வரை உண்ணாவிரதம் இருந்தார். நாட்டிலுள்ள எல்லாப் பிரச்சினைகள் பற்றியும் விவாதிப்பதற்காக வட்டமேஜை மாநாட்டில் கலந்துகொள்ளச் சென்ற காந்திஜி, தீண்டப்படாதவர்களுக்குத் தனித் தொகுதி வழங்கக் கூடாது என்ற ஒற்றைக் கோரிக்கையுடன் திரும்பிவந்தார். இது ஆச்சரியமான நிகழ்வு மட்டுமல்ல; மிகவும் துரதிர்ஷ்டவசமான அத்தியாயமும்கூட.

இது, காந்திஜியின் வாழ்வா சாவா பிரச்சினையாக மாறியதால், நாடு முழுவதும் இயல்பாகவே கொந்தளிப்பில் தள்ளப்பட்டது. எங்கெங்கிலும் பதற்றமும் கவலையும் பரவின. காந்திஜிதான் உண்ணாவிரதம் இருந்தார் என்றாலும், உண்மையில் டாக்டர் அம்பேத்கரின் வாழ்க்கையே பெரும் ஆபத்தில் இருந்தது. அவருக்கு மிரட்டல்விடுத்துத் தந்திகளும் கடிதங்களும் தொலைபேசி அழைப்புகளும் நாட்டின் ஒவ்வொரு மூலையிலிருந்தும் வந்தபடி இருந்தன. எதிர்ப்பாளர்கள் சிலர் தங்கள் ரத்தத்தில் எழுதி அனுப்பி அச்சுறுத்தும் அளவுக்குச் சென்றனர். நாடு முழுவதும் அம்பேத்கருக்கு எதிரான சூழல் பரவியது என்று சொல்வதற்குப் பதிலாக, நாடு முழுவதும் அம்பேத்கருக்கு எதிரான சூழல் வேண்டுமென்றே உருவாக்கப்பட்டது என்று சொல்வதுதான் பொருத்தமாக இருக்கும். நாடு முழுவதுமுள்ள தலைவர்கள் விவாதம் நடத்துவதற்காக இங்குமங்கும் ஓடத் தொடங்கினார்கள். தன்னுடைய தலித் சகோதரர்களின் சட்டபூர்வ உரிமைகளுக்காகப் போராடிக்கொண்டிருந்த டாக்டர் அம்பேத்கர் மீதுதான் அவர்கள் ஒவ்வொருவரின் கண்களும் இருந்தன. நிச்சயமாக அவர் இந்தப் பேராபத்தை மிகுந்த தைரியத்துடன் எதிர்கொண்டார் என்றாலும், இந்தச் சூழ்நிலை காரணமாக ஏற்பட்ட அதீத மன அழுத்தத்தை அவர் தாங்கிக்கொள்ள வேண்டியிருந்தது. இறுதியாக, சமரசம் எட்டப்பட்டது: தீண்டப்படாத மற்றும் தீண்டப்படும் பிரதிநிதிகளும் தலைவர்களும் 24 செப்டம்பர் 1932 அன்று பூனா ஒப்பந்தத்தில் கையெழுத்திட்டனர்.

## ரமாபாய் மறைவு

டாக்டர் அம்பேத்கருக்கு 1935-இல் இன்னொரு பேரிழப்பு ஏற்பட்டது: மே 27 அன்று அவருடைய மனைவி ரமாபாய் நாள்பட்ட நோய் காரணமாக இறந்துபோனார். அதனால், சமூகப் பொறுப்புகளுடன் இப்போது குடும்பப் பொறுப்புகளையும் அவர் சுமக்க வேண்டியிருந்தது. ரமாபாயின் அகால மரணம் டாக்டர் அம்பேத்கரை மிகவும் பாதித்தது. தீண்டப்படாதவர்களின் உரிமைகளுக்காகவும் சமூகச் சமத்துவத்துக்காகவும் இரவும் பகலும் பாடுபட்ட அவரால், தன்னுடைய குடும்பத்துக்காக அர்ப்பணிக்க வேண்டிய நேரத்தை ஒதுக்குவதற்கு ஒருபோதும் முடிந்ததில்லை. உண்மையில், இயக்கத்தில் தன்னை மூழ்கடித்துக்கொள்வதற்கு முன்பே, தன்னுடைய மாணவப் பருவத்தின் பெரும்பகுதியை உயர்படிப்புக்காக வெளிநாடுகளில் செலவிட்டார். காசநோயால் ரமாபாய் பல மாதங்கள் படுத்த படுக்கையாகக் கிடந்தார். அவருக்கு சிகிச்சை அளிப்பதற்காக டாக்டர் அம்பேருக்கு நிறைய நிபுணத்துவம்மிக்க மருத்துவர்கள் கிடைத்தார்கள்தான். ஆனால், ரமாபாயால் மீண்டுவர முடியவில்லை. இந்தத் துயர நிகழ்வு டாக்டர் அம்பேத்கரை ஆழமாகப் பாதித்தது. அவர் தனிமையில் வாழும்படி ஆயிற்று. ரமாபாய் இறப்பதற்கு முன்பே அவர் நான்கு குழந்தைகளை — மூன்று பையன்கள், ஒரு பெண் — இழந்திருந்தார். 1935-இல் அவருடைய மனைவியும் இறந்துவிட்ட நிலையில், குடும்ப சுகத்தையும் மகிழ்ச்சியையும் அனுபவிக்க டாக்டர் அம்பேத்கருக்கு வாய்க்கவில்லை. 1935-இலிருந்து அவர் தனிமையில் வாழ ஆரம்பித்தார். நான் அவர் வாழ்வில் நுழையும்வரை, வேறு எவரொருவருடனும் அவர் இம்மியளவு அன்னியோன்னியத்தையும் பெற்றுக்கொள்ளவில்லை. டெல்லியிலும் அவர் தனியர்தான்.

## மதமாற்ற அறிவிப்புக்குக் கிடைத்த மறுமொழி

மஹத்தின் சவ்தார் ஏரியில் நடந்த சத்யாகிரகம், நாசிக்கின் காலாராம் கோயில் நுழைவுக்கான சத்யாகிரகம், இந்தப் போராட்டங்களின்போது பெற்ற கசப்பான அனுபவங்கள் ஆகியவற்றின் விளைவுதான் மதமாற்ற அறிவிப்பு.

தீண்டப்படாதவர்களின் மதமாற்றம் என்ற தலைப்பில் விவாதிப்பதற்காக 13 அக்டோபர் 1935 அன்று, நாசிக் மாவட்டத்திலுள்ள யேவலேவில், ஒரு மாநாட்டுக்கு ஏற்பாடு செய்தார். இந்த வரலாற்றுச் சிறப்புமிக்க மாநாட்டுக்குத் தலைமைதாங்கிப் பேசிய அவர், 'நான் தீண்டப்படாத இந்துவாகப் பிறந்திருந்தாலும், இந்துவாகச் சாக மாட்டேன்' என்ற புரட்சிகர அறிவிப்பை வெளியிட்டார். மதமாற்றம் குறித்த இந்த வரலாற்றுச் சிறப்புமிக்க அறிவிப்பானது நாடு முழுவதிலுமிருந்தும் கூர்மையாகவும் வெறுப்புணர்வுடனும் எதிர்வினையாற்றத் தூண்டியது. மாய நீர்ச்சுழலாகக் கடிதங்களும் தந்திகளும் அவருக்கு மரண அச்சுறுத்தல் விடுத்துக்கொண்டிருந்தன. இந்து மத அமைப்புகளை இந்த அறிவிப்பு அதிரவைத்தது. இந்து மதத்தின் உயர்குருமார்கள் வெறிகொண்டு எழுந்தனர்.

மகாத்மா காந்தியும் இந்த மதமாற்ற அறிவிப்பை எதிர்த்து நின்றார். காங்கிரஸில் இணைந்திருந்த ஹரிஜன்களும் (தீண்டப்படாதவர்கள்) இந்த அறிவிப்பை எதிர்க்கத் தொடங்கியது எதிர்பார்த்ததுதான். தீண்டப்படாதவர்கள் மத்தியிலுள்ள தலைவர்கள் சிலரின் கோரிக்கைகளுக்காக காங்கிரஸ் ஒரு சிறப்பு ஏற்பாட்டைச் செய்திருந்தது. இந்த முக்கியமான தலைவர்களில் ஒருவர் மெட்ராஸைச் சேர்ந்த எம்.சி. ராஜா, இன்னொருவர் விதர்பாவைச் சேர்ந்த கணேஷ் கவயி. வேறு வார்த்தைகளில் சொல்வதென்றால், உயர்சாதி இந்துக்களின் கடுமையான எதிர்ப்பை டாக்டர் அம்பேத்கர் எதிர்கொண்டதோடு ராஜா, கவயி, காஜ்ரோல்கர், பி. பாலு போன்ற தீண்டப்படாத தலைவர்களின் எதிர்ப்பையும் எதிர்கொள்ள வேண்டியிருந்தது.

## பம்பாய் சட்டமன்றத்தில் டாக்டர் அம்பேத்கர்

1935-இல் இயற்றப்பட்ட சட்டத்தின்படி இந்தியாவில் உள்ள அனைத்து மாகாணச் சட்டமன்றங்களுக்கும் 1937-இல் பொதுத் தேர்தல் நடைபெற்றது. டாக்டர் அம்பேத்கர் நிறுவிய சுதந்திரத் தொழிலாளர் கட்சியின் பதினான்கு வேட்பாளர்கள் (டாக்டர் அம்பேத்கர் உள்பட) அந்தத் தேர்தலில் பம்பாய்

சட்டமன்றத்துக்குத் தேர்ந்தெடுக்கப்பட்டார்கள். பொதுநலன் சார்ந்த பல மசோதாக்களை டாக்டர் தாக்கல் செய்தார். விவாதங்களில் பெரிய அளவில் பங்குவகித்தார். தன்னுடைய வழக்கை அளிக்கும்போது, எதிர்த்தரப்பினர் முன்வைக்கும் வாதங்களை எதிர்ப்பதற்கு தர்க்கபூர்வ வாதங்களைப் பயன்படுத்தினார். மிகுந்த கவனத்துடனும் அதிக உழைப்புடனும் தன்னுடைய சட்டமன்ற உரைகளைத் தயாரித்தார். 1937 முதல் 1939 வரை இயங்கிய சட்டமன்றம் பிறகு உலகப் போர் தொடங்கியதை அடுத்துக் காலவரையின்றி நிறுத்திவைக்கப்பட்டது. ஆராய்ந்து பார்த்தோமென்றால், சட்டமன்றத்தில் டாக்டர் அம்பேத்கர் இருந்த மூன்று ஆண்டுகளில் அவருடைய உடல்நலக்குறைவு காரணமாகப் பல அமர்வுகளில் பங்கேற்கவில்லை என்பது தெரியவரும்.

### வைஸ்ராய் நிர்வாகக் குழுவில்

வைஸ்ராய் நிர்வாகக் குழுவிலுள்ள அமைச்சர்களின் பெயர்கள் 2 ஜூலை 1942 அன்று அறிவிக்கப்பட்டபோது, அதில் டாக்டர் அம்பேத்கரின் பெயரும் இருந்தது. குழுவில் தொழிலாளர் அமைச்சராக அவர் மிகுந்த ஆர்வத்துடன் பணியாற்றினார். குறிப்பாக, தொழிலாளர்கள் மற்றும் பெண்கள் தொடர்பான பல சட்டங்களை நிறைவேற்றினார். வேலைவாய்ப்புக்கான அலுவலகங்களை நிறுவியது அவருடைய தொலைநோக்குப் பார்வையின் விளைவாகும்.

### கிரிப்ஸ் மிஷன் கொடுத்த பேரிடி

ஸ்டாஃபோர்ட் கிரிப்ஸ், அப்போதைய இந்தியச் செயலர் லார்ட் பெடிக்-லாரன்ஸ், ஏ.வி. அலெக்சாண்டர் ஆகிய மூவர் அடங்கிய, அதிகார ஒப்படைப்புக் குழு 1946–இல் இந்தியாவுக்கு அனுப்பப்பட்டது.[12] இந்தக் குழு ஆளுநர் மாளிகையில் அரசியல் தலைவர்கள் பலரைப் பேட்டி எடுத்தது.[13] பேட்டிக்காக டாக்டர் அம்பேத்கர் ஏப்ரல் 5 அன்று அழைக்கப்பட்டார். டாக்டர் அம்பேத்கரின் அரசியல் நிலை

அப்போது மிகவும் வருந்தத்தக்கதாக இருந்தது. ஏனென்றால், தேர்தலில் பாதகமான முடிவுகள் ஏற்பட்டதால், அவருடைய அரசியல் கட்சியான பட்டியல் சாதிகள் கூட்டமைப்பு (எஸ்.சி.எஃப்.) நிலைத்திருப்பதே ஐயத்துக்குரியதாக ஆகிவிட்டது. இருந்தாலும், பட்டியல் சாதிகள் கூட்டமைப்பின் ஒரே பிரதிநிதி என்ற வகையில் அவர் தன்னுடைய தரப்பை முறையாகவும் ஆதாரங்களுடனும் முன்வைத்தார். கூடவே, தீண்டப்படாதவர்களின் சட்டபூர்வ உரிமைகள் தொடர்பாக ஒரு தனி முறையீட்டையும் சமர்ப்பித்தார். பேட்டியின்போதும் எழுத்துபூர்வ முறையீட்டின்போதும் அவர் வெவ்வேறு கோரிக்கைகளைக் குறிப்பிட்டார்: தீண்டப்படாதவர்களுக்குத் தனித் தொகுதி, மத்திய மற்றும் மாகாணச் சட்டமன்றங்களில் போதுமான பிரதிநிதித்துவம், அரசு வேலைகளில் இடஒதுக்கீடு, கல்வி உதவித்தொகையும் சலுகைகளும், இத்யாதி. மேலும், அரசமைப்பில் இந்தக் கோரிக்கைகளின் சாராம்சம் உள்ளடக்கப்பட வேண்டும் என்றும் வலியுறுத்தியுள்ளார்.

பின்னர், மே மாதத்தில் கிரிப்ஸ் குழு தன்னுடைய முடிவை ஒரு மாநில அறிக்கையாக வெளியிட்டது. அதில், அம்பேத்கரின் கோரிக்கைகள் அனைத்தும் புறக்கணிக்கப்பட்டிருப்பதைக் கண்டு அவர் அதிர்ச்சியுற்றார். தீண்டப்படாதவர்களுக்காக அவர் எடுத்த முயற்சிகள் அனைத்துமே துடைத்தெறியப்பட்டதைப் போல் இருந்தது.

இதற்கிடையில், பொதுத் தேர்தலில் வெற்றிபெற்ற இந்திய அரசியல் கட்சிகளின் அரசாங்கத்தை நிறுவ முடிவெடுக்கப்பட்டதால் இந்திய வைஸ்ராய் லார்ட் வேவெல் தன்னுடைய நிர்வாகக் குழுவிடம் பதவிவிலகல் கடிதத்தைச் சமர்ப்பிக்குமாறு கேட்டுக்கொண்டார். எனவே, டாக்டர் அம்பேத்கர் வகித்துவந்த தொழிலாளர் அமைச்சர் பதவி தானாகவே அவருடைய கரங்களிலிருந்து விலகிச்சென்றது. டாக்டர் அம்பேத்கர் மிகவும் இருண்ட மனநிலையுடன் டெல்லியிலிருந்து வெளியேறினார்.

ஆகஸ்ட் மாதம் உருவாக்கப்பட்ட இடைக்கால வைஸ்ராய் அமைச்சகத்தில் ஜெகஜீவன்ராம் தவிர தீண்டப்படாத சமூகத்தைச் சேர்ந்த ஒரு தலைவர்கூடச் சேர்க்கப்படவில்லை. உண்மையில்,

நிர்வாகக் குழுவில் தீண்டப்படாதவர்களுக்கு எவ்வளவு இடங்கள் சாத்தியமோ அவ்வளவு இடங்கள் கிடைக்க வேண்டும் என்று டாக்டர் அம்பேத்கர் தந்தி அனுப்பியபோது, அதற்கு ஜெகஜீவன்ராம் முழு ஆதரவு அளித்ததுடன் ஒத்துழைப்பு தருவதாகவும் உறுதியளித்திருந்தார். தீண்டப்படாதவர்களுக்குப் போதிய பிரதிநிதித்துவம் வழங்கப்படவில்லை என்றால், தலித் தலைவர்கள் எந்தப் பதவியையும் ஏற்கக் கூடாது என்று அவர்களிடம் பட்டியல் சாதிகள் கூட்டமைப்பு கோரிக்கை விடுத்திருந்தது.

தீண்டப்படாதவர்களுக்குப் போதிய பிரதிநிதித்துவம் அளிக்கப்படாத நிலையில், தீண்டப்படாதவர்களின் உரிமைகளுக்காக டாக்டர் அம்பேத்கர் தன்னுடைய வாழ்நாள் முழுவதும் செய்த அனைத்துக் காரியங்களும் விரயமாகிவிட்டன என்றானது. அவர் அல்லும்பகலும் கவலைப்பட்டுக்கொண்டு மனவுளைச்சலில் உழன்றார்.

இப்படியான அதிர்ச்சியூட்டும் நிகழ்வுகள் அடுத்தடுத்து நடந்தது டாக்டர் அம்பேத்கருக்கு வலிமிக்க பாதிப்பை உண்டாக்கியது. ஆனால், அவை எதனாலும் அவருடைய முயற்சிகளைத் தடுத்துநிறுத்த முடியாது. பிரிட்டிஷ் அரசிடம் தன்னுடைய தலித் சகோதரர்களின் அவலங்களை எடுத்துவைத்து, அவர்களுடைய உரிமைகளையும் பாதுகாப்பையும் பெற்றுக்கொள்வதற்கான ஒரு நடைமுறையை உருவாக்கிக்கொள்வது அவருக்கு மிகவும் அவசியமாக இருந்தது. ஆக, லண்டன் சென்று ஏதாவது செய்ய முடியுமா என்று பார்ப்பதுதான் கடைசி வாய்ப்பு. அதன்படி, அக்டோபரில் லண்டன் சென்றார். எண்ணற்ற தலைவர்களைப் பார்த்தார். ஆனால், எந்த நம்பிக்கைக் கீற்றும் தட்டுப்படவில்லை. இறுதியில், சர்ச்சிலைப் பார்த்துவிடுவது என்று முடிவெடுத்தார். ஆனால், அதிலும் தோல்வியுற்றார்: சர்ச்சிலுடனான சந்திப்பு நடக்கவே இல்லை.

மேற்குறிப்பிட்ட அத்தியாயங்கள் உண்டாக்கிய தாக்கம் டாக்டர் அம்பேத்கரின் உடல்நலனை மிக மோசமாக பாதித்தது. அதிலிருந்து அவரால் மீள முடியவில்லை. இது தொடர்பாக அவர் என்னிடம் இப்படிக் கூறினார்:

"நான் இங்கிலாந்து சென்றிருந்தபோது, எனக்குத் தெரிந்த சிலர் என்னிடம் 'ஏன் இவ்வளவு வாட்டத்துடன் காணப்படுகிறாய்?' என்று கேட்டார்கள். கிரிப்ஸ் மிஷன் இந்தியாவிலிருந்து வெளியேறியதும், அவர்கள் அளித்த அறிக்கையைப் படித்தபோது, யாரோ என்னை மிக உயர்ந்த மலையுச்சியிலிருந்து அதலபாதாளத்துக்குத் தள்ளிவிட்டதுபோல் உணர்ந்தேன் என்று அவர்களிடம் சொன்னேன்."

ஒருவரின் எதிர்ப்பாற்றல் இளமைப் பருவத்தில் வலுவாக இருக்கும்; நோய்களும் அவற்றின் பாதிப்புகளும் அதிகமாக உணரப்படுவதில்லை. குணமடைவதும் விரைவாக நடக்கும். ஆனால், ஒருவருக்கு வயதாகும்போது அவருடைய எதிர்ப்பாற்றல் தளர்வடைந்துவிடும்.

டாக்டர் அம்பேத்கரின் ஒட்டுமொத்த வாழ்க்கையுமே மாபெரும் போராட்டம்தான். மன உளைச்சல்களையும் உடல் உபாதைகளையும் தன்னுடைய வாழ்நாள் முழுக்கவும் அவர் சகித்துக்கொண்டிருந்தார். ஆக, அவர் ஐம்பது வயதைக் கடந்த பின்னர் அவருடைய உடலும் உள்ளமும் எந்த அளவுக்கு பாதிக்கப்பட்டிருக்கும் என்பதை அவரவர் கற்பனைக்கே விட்டுவிடலாம். கிரிப்ஸ் மிஷன் அவருக்குக் கொடுத்திருந்த கடைசி நாக்அவுட் தாக்குதலால் அவர் முன்பே தளர்வடைந்திருந்தார்.

## அரசமைப்பு அவை

தீண்டப்படாதவர்களின் உரிமைகளுக்காகவும் பாதுகாப்புக்காகவும் அரசமைப்பு அவையில் டாக்டர் அம்பேத்கர் இடம்பெற வேண்டும் என்பது முக்கியத்துவமிக்கதானது. பம்பாய் சட்டமன்றத்தில் பட்டியல் சாதிகள் கூட்டமைப்பைச் சேர்ந்த ஒருவர்கூட இல்லை. ஜோகேந்திரநாத் மண்டலின் உதவியாலும் முயற்சியாலும்தான் வங்கச் சட்டமன்றத்தின் தலித் வகுப்புப் பிரதிநிதிகள், டாக்டர் அம்பேத்கரின் பெயரைப் பரிந்துரைத்தனர். முஸ்லிம் லீக்கின் ஆதரவுடன் அரசமைப்பு அவைக்கு டாக்டர் அம்பேத்கர் தேர்ந்தெடுக்கப்பட்டார். அரசமைப்பு அவையின்

தலைவராக டாக்டர் ராஜேந்திர பிரசாத் இருந்தார். அதன் பிறகு, வரைவுக் குழுவின் தலைவராக டாக்டர் அம்பேத்கர் நியமிக்கப்பட்டார். இது தொடர்பான விரிவான விவாதங்களை நான் உரிய இடத்தில் முன்வைத்திருக்கிறேன். அரசமைப்பு அவைக்கு டாக்டர் அம்பேத்கரைத் தேர்ந்தெடுத்ததன் பெருமையை நாராயணராவ் காஜ்ரோல்கர் எடுத்துக்கொள்கிறார். இது அப்பட்டமான பொய். இது குறித்தும் இங்கே பொருத்தமான இடத்தில் விவாதிக்கவிருக்கிறேன். வரைவுக் குழுவில் மொத்தம் ஏழு பேர். அதில் ஒருவர் பதவிவிலகிவிட்டார். அந்த இடம் நிரப்பப்படாமலே இருந்தது. மீதமுள்ள ஆறு பேரில் ஒருவர் அமெரிக்கா சென்றுவிட்டார். மீதமுள்ள ஐவரில் ஒருவர் இறந்துவிட்டார். அந்த இடமும் நிரப்பப்படவில்லை. மீதமுள்ள நால்வரில் ஒருவர் அவர் பணியாற்றிய ராயல் கோர்ட் பணிகளில் எப்போதும் மூழ்கியிருந்தார். மீதமுள்ளவர்களில் இருவர் டெல்லியிலிருந்து வெகுதொலைவில் வசித்துவந்தார்கள். அவர்களுக்கு அடிக்கடி உடல்நலம் சரியில்லாமல் வேறு போய்விடும். விளைவு என்னவென்றால், டாக்டர் அம்பேத்கர் கூடுதல் பொறுப்புகளைச் சுமக்க வேண்டியிருந்தது. ஆனால், இப்படியானதொரு கடினமான சூழலிலும்கூட அவர் செயல்திறனுடன் பணியாற்றினார்.

அரசமைப்பு தொடர்பான இந்த வரலாற்றுச் சிறப்புவாய்ந்த பணியில் ஈடுபட்டிருக்கையில் டாக்டர் அம்பேத்கர் தன்னுடைய உடல்நலம் பற்றியோ ஓய்வெடுப்பது பற்றியோ ஒருபோதும் கவலைப்பட்டது கிடையாது. அவர் முழு ஈடுபாட்டுடன், பதினெட்டிலிருந்து இருபது மணிநேரம்வரை ஒரே வீச்சில் விடாப்பிடியாகப் பணியாற்றியிருக்கிறார். அந்த வகையில், அரசமைப்பு அவையின் தலைவர் டாக்டர் ராஜேந்திர பிரசாத் தன்னுடைய நிறைவுரையில் நன்றியுணர்வை வெளிப்படுத்தினார்.

1947 ஆகஸ்ட் மாதத்திலிருந்து அவருடைய உடல்நிலையில் ஏற்பட்ட அடுத்த கட்ட சரிவை அவர் தன்னுடைய சகாக்களுக்கு எழுதிய கடிதங்களிலிருந்து அறிந்துகொள்ளலாம். கமலகாந்த் சித்ரேவுக்கு அவர் எழுதிய 31 ஆகஸ்ட் 1947 தேதியிட்ட கடிதம் அவருடைய உடல்நலம் எந்த அளவுக்கு வீழ்ந்துகொண்டிருந்தது என்பதைக் காட்டுகிறது. டாக்டர் சாஹேப் இப்படி எழுதுகிறார்:

*‘கடந்த பதினைந்து நாள்களாக எனக்கு அறவே தூக்கமில்லை. இரவுகள் எனக்குக் கெட்ட கனவுகளாகிவிட்டன. நரம்புத் தளர்ச்சியால் ஏற்படும் வலி நள்ளிரவில் தொடங்கி இரவு முழுக்க நீள்கிறது. இன்சுலின் எடுத்துக்கொள்கிறேன். கூடவே, ஹோமியோபதி மருந்துகளும் எடுத்துக்கொள்கிறேன். எதுவும் எனக்கு நிவாரணம் தரவில்லை. குணப்படுத்த முடியாததைச் சகித்துக்கொள்வதற்கு நான் பழகியாக வேண்டும்.’*

அரசமைப்பு சார்ந்த டாக்டர் அம்பேத்கரின் பணி தொடங்கிய பிறகுதான் நான் அவருடைய வாழ்க்கையில் நுழைந்தேன். எனினும், டாக்டர் அம்பேத்கரின் எல்லாப் பிரச்சாரங்களையும், 1947 இறுதிவரை அவரைக் காயப்படுத்திய முக்கியமான நிகழ்வுகளையும் சுருக்கமாகவும் துரிதகதியிலும் தந்திருக்கிறேன். நான் அவருடைய வாழ்க்கையில் நுழைந்த பிறகும்கூட, அவர் தொடர்ந்து பல கொடூரமான தாக்குதல்களைத் தாங்கிக்கொள்ள வேண்டியிருந்தது. இந்துச் சட்டத் தொகுப்பு மசோதா, 1952 தேர்தல் தோல்வி, 1954 பண்டாரா இடைத்தேர்தல் தோல்வி, பட்டியல் சாதிகள் கூட்டமைப்புக்குள்ளான உட்கட்சிப் பிளவு, மதமாற்ற விவாதம் உருவாக்கிய சூழல், அவருடைய சகாக்களுடன் ஏற்பட்ட கசப்பான அனுபவங்கள், ராஜ்கிரஹாவின் விரிவாக்கப் பணிகள் தொடர்பாக ஒப்பந்ததாரரால் தாக்கல் செய்யப்பட்ட நீதிமன்ற வழக்கு, சுதந்திரத்துக்குப் பிறகும் தொடர்ந்த தீண்டாமைக் கொடுமைகள், கிராமங்களில் வாழும் தீண்டப்படாதவர்களின் முன்னேற்றம் குறித்த அக்கறை, உடல்நலம் குன்றிய நிலையிலும் தொடர்ந்துவந்த நீண்ட வாசிப்பும் எழுத்தும் — இவையெல்லாம் அவருடைய உடல்நலனில் தொடர்ந்து மோசமான விளைவுகளை ஏற்படுத்திவந்தன. இந்த நிகழ்வுகள் ஒவ்வொன்றையும் பொருத்தமான இடங்களில் விரிவாக விவாதித்திருக்கிறேன்.

## டாக்டர் அம்பேத்கருக்கான சிகிச்சை

டாக்டர் அம்பேத்கருடனான என் முதல் சந்திப்புக்குப் பிறகு, அவர் ஒருநாள் நான் வேலைபார்த்துவந்த டாக்டர் மால்வன்கரின் ஆலோசனை அறைக்கு வந்தார். அவரை டாக்டர் மால்வன்கர்

பரிசோதித்தது பற்றி ஏற்கெனவே குறிப்பிட்டிருந்தேன். அதற்குப் பிறகு என்ன நடந்தது என்ற வரலாற்றைப் பார்க்கலாம். அவரின் உடல்நிலையை நன்கு அலசி ஆராய்ந்ததில், அவர் நாள்தோறும் இன்சுலின் எடுத்துக்கொள்வதுடன், தவறாமல் உடற்பயிற்சி மேற்கொள்ள வேண்டும் என்றும், திட்டமிட்ட உணவுமுறையைக் கடைப்பிடிக்க வேண்டும் என்றும் தெரியவந்தது. குறிப்பிட்ட வகையான உணவை எடுத்துக்கொள்வது அவருக்கு அவசியம். அதன்படி, அவருக்கு வேண்டிய தகவல்களையும் அறிவுறுத்தல்களையும் விரிவாக எழுதிக்கொடுத்தோம். மருந்து விவரங்களையும் உணவுமுறை தொடர்பான தகவல்களையும் டாக்டர் அம்பேத்கரிடம் தந்துவிட்டு, "டாக்டர் சாஹேப், தயவுசெய்து இதில் என்ன சொல்லியிருக்கிறோமோ அதை எடுத்துக்கொள்ளத் தொடங்குங்கள். சரியான உணவுமுறையைக் கடைப்பிடியுங்கள்" என்றேன்.

"இதை நான் எப்படிக் கையாளப்போகிறேன்?" என்றார்.

"உங்கள் வீட்டில் உள்ளவர்களால் இதை நிர்வகிக்க முடியவில்லை என்றால் நீங்கள் ஒரு செவிலியைப் பணியமர்த்திக்கொள்ள வேண்டும்" என்று நான் பதிலளித்தேன்.

அதற்குள் நான் அவரை நன்கு அறிந்துகொண்டிருந்ததால் ஒருவிதப் பாசத்தின் வெளிப்பாடாக அவரிடம், "நீங்கள் விரும்பினால், நான் வந்து சில நாள்கள் தங்கி உங்கள் மனைவிக்கு இதைப் பற்றிப் பயிற்சி தருகிறேன்" என்றேன்.

இதைக் கேட்டதும் சற்று வருத்தத்துடன் அவர் திரும்பிப்பார்த்தார். லேசாகப் புன்னகைத்தார். ஒருவிதக் கவலை தொனிக்கும் புன்னகை. என்னால் அப்போது அந்தப் புன்னகையைப் புரிந்துகொள்ள முடியவில்லை. அவருடைய உணர்வுகளை நான் காயப்படுத்திவிட்டேனா? அவரைக் காயப்படுத்தக்கூடிய எதையும் நான் சொல்லவில்லையே! நான் அப்படி என்ன சொல்லியிருப்பேன் என்று யோசித்துக்கொண்டே இருந்தேன்.

பின்னர், ஒவ்வொரு முறை அவர் பம்பாய்க்கு வரும்போதும் தவறாது எங்கள் ஆலோசனை அறைக்கு வந்து தன்னுடைய உடல்நலம் குறித்துப் பேசுவார். டாக்டர் மால்வன்கர் பரிந்துரைத்திருந்த மருந்துகள் அவருடைய உடல்நிலையில்

கொஞ்சம் முன்னேற்றத்தைக் கொடுத்திருந்தன. வெகு விரைவிலேயே, அவருடைய மருத்துவ ஆலோசகர் என்பதிலிருந்து நண்பர் என்ற இடத்துக்கு டாக்டர் மால்வன்கர் முன்னேறியிருந்தார். அவர் டெல்லியிலிருந்து அடிக்கடி டாக்டர் மால்வன்கருக்கு அழைத்துப் பேசினார். தன்னுடைய உடல்நிலை குறித்துச் சொல்லி சிகிச்சைக்கான ஆலோசனைகளைக் கேட்டுக் கொள்வார். கடிதம் வழியாகவோ தொலைபேசி வழியாகவோ டாக்டர் மால்வன்கருடன் அவர் எப்போதும் தொடர்பில் இருந்தார்.

டாக்டர் மால்வன்கரும் தன்னுடைய சிறப்புமிக்க நோயாளியுடன் மிகுந்த பாசத்துடன் உரையாடுவார். பெரும்பாலும் அவர் தன்னுடைய வேலையை ஒதுக்கிவைத்துவிட்டு டாக்டர் அம்பேத்கருக்கு முன்னுரிமை கொடுப்பார். தேவைப்பட்டால், அவரை டெல்லி வரச்சொல்லிகூட டாக்டர் அம்பேத்கர் அழைப்பார். டாக்டர் மால்வன்கரும் தன்னுடைய பங்குக்கு உடனடியாக டெல்லி கிளம்பிச்செல்வார். அரசமைப்புச் சிற்பியும், இந்தியாவின் சட்ட அமைச்சருமான டாக்டர் அம்பேத்கர் போன்ற சிறந்த மனிதருக்கு சிகிச்சையளிப்பது டாக்டர்களாகிய எங்களுக்கு ஒரு பெரிய கௌரவம் என்பதைத் தனியாகக் குறிப்பிட்டுச் சொல்ல வேண்டியதில்லைதானே.

## தனிமையில் டாக்டர் அம்பேத்கர்

டாக்டர் அம்பேத்கர் பம்பாய் வரும்போதெல்லாம் எங்களுடைய ஆலோசனை அறைக்கும், டாக்டர் ராவின் வீட்டுக்கும் தவறாமல் சென்றுவருவார். ஆக, இந்த இரண்டு இடங்களில் ஏதேனும் ஒன்றில் அவரை நான் எப்போதும் சந்திப்பேன். அப்படியான ஒரு தருணத்தில், அவருடைய உணவு பற்றியும் உணவுக் கட்டுப்பாடு பற்றியும் நான் சொல்லிக்கொண்டிருந்தபோது அவர் பாதியிலேயே நிறுத்தினார். பிறகு, சற்று நிராதரவான தொனியில், "எல்லாம் சரிதான், டாக்டர். ஆனால், என்னுடைய வீட்டில் பெண்கள் யாரும் கிடையாது. நான் தனியாக வாழ்ந்து வருகிறேன். எனவே, இதைப் பற்றியெல்லாம் நான் யாரிடம் சொல்லப்போகிறேன்" என்றார்.

இதைக் கேட்டதும் நான் சிந்தனைவயப்பட்டவளானேன். அவர் மீது ஆழ்ந்த பச்சாதாபம் கொண்டேன். அந்தக் கணத்தில், என்னுள் இருந்த மருத்துவச்சி விழித்தெழுந்தாள். நான் யோசிக்க ஆரம்பித்தேன். இந்த மனிதருக்குக் கட்டாயமாக மருத்துவ உதவி தேவைப்படுகிறது. அவருக்கு உடனடியாக மருத்துவ ஆலோசனையும் வழிகாட்டுதலும் முறையான உணவும் தொடர் சிகிச்சையும் கொடுக்க முடிந்தால், அவருடைய ஆயுட்காலம் நிச்சயம் அதிகரிக்கும். மனிதாபிமானத்திலும் மருத்துவ அறத்திலும் நம்பிக்கை கொண்டிருக்கும் நான் இது தொடர்பாக ஏதாவது செய்தாக வேண்டும் என்று முடிவெடுத்தேன். ஒருவித உணர்வுந்துதலில் ஒருகணம் நிறுத்திவிட்டுச் சொன்னேன்: "டாக்டர் சாஹேப், உங்கள் குடும்பச் சூழலை அறிந்துகொண்டதும் எனக்கு வருத்தமாக இருக்கிறது. உங்களுடைய உடல்நிலை மிகவும் மோசமாக உள்ளது. அதற்கு சிகிச்சை அளிப்பது முற்றிலும் அவசியம். சிகிச்சை எடுத்துக்கொள்வதற்கு நிகராக முறையான உணவுப் பழக்கத்தைக் கடைப்பிடிப்பதும் முக்கியம். எனவே, உங்களுடன் இரண்டு மூன்று மாதங்கள் தங்கியிருந்து உங்களைக் கவனித்துக்கொள்ளச் சித்தமாயிருக்கிறேன். நீங்கள் ஒரு வழக்கத்துக்குள் வந்து அதற்குப் பழக்கமாகிவிட்டீர்கள் என்றால், உங்கள் சிகிச்சையைத் தொடர்வதில் எந்தத் தடையும் இருக்காது."

இதைச் சொன்னதும் அவர், "இது எப்படிச் சாத்தியம்?" என்றார்.

"நீங்கள் அமைச்சர். உங்களுக்குப் பெரிய பங்களா, செயலர்கள், வேலைக்காரர்களெல்லாம் இருப்பார்கள் இல்லையா. உங்கள் பங்களாவில் ஏராளமான அறைகளும் இருக்கும். அவற்றில் ஒன்றில் நான் தங்கிக்கொள்கிறேன்" என்றேன்.

"என்னுடைய பங்களாவில் தங்குவதா!" என்றவர், "அது எப்படிச் சாத்தியம்?" என்றார்.

"சரி சரி... அப்படியென்றால் உங்களுடைய பங்களாவில் தங்குவதற்குப் பதிலாக உங்களுடைய விருந்தினர் இல்லத்தில் இருந்துகொள்கிறேன்" என்றேன்.

அதற்கு அவர் சடுதியில் பதில் சொன்னார்: "பாருங்கள் டாக்டர், நான் தனியன். முற்றிலும் தனித்திருக்கிறேன். முற்றிலும்

தனிமையில் வசிக்கிறேன். ஒண்டியான ஆள். இளமையும் அழகும் கொண்ட ஒரு மருத்துவர் என்னைக் கவனித்துக் கொண்டிருப்பதைப் பார்த்தால் ஊருலகம் என்ன சொல்லும்? உங்கள் அக்கறையை என்னால் புரிந்துகொள்ள முடிகிறது. ஆனால், நீங்கள் சொல்வது சாத்தியமே இல்லை."

எங்களுடைய முந்தைய சந்திப்புகளில் ஒன்றில், தவறாமல் மருந்துகள் எடுத்துக்கொள்வதும் முறையான உணவுப் பழக்கமும் அவசியம் என்று அவரிடம் நான் சொன்னபோது, அவர் விட்டேத்தியாகப் புன்னகைத்தார் இல்லையா? அந்தத் துயரார்ந்த புன்னகையின் பின்னணி எனக்கு இப்போதுதான் புரிந்தது. அவர் எவ்வளவு தனிமையில் இருக்கிறார் என்பதையும் புரிந்துகொண்டேன். இன்றும்கூட, டாக்டர் அம்பேத்கரின் தனிமையை நினைத்துப்பார்க்கும்போது, அவர் அனுபவித்த துன்பத்தையும் தனிமையையும் என்னால் முழுமையாக உணர்ந்துகொள்ள முடிகிறது. தன்னுடைய பிரச்சாரங்களுக்கு அல்லது இலக்குகளை அடைவதற்கு இடையூறுகளாகத் தன் தனிமையையோ துயரங்களையோ அவர் ஒருபோதும் அனுமதித்தது கிடையாது. 1935-இல் ரமாபாய் மறைந்தபோது அவருடைய மகன் யஷ்வந்தும், அண்ணன் மகன் முகுந்தும் மிகவும் இளம் பிராயத்தில் இருந்தார்கள். சில நாள்களில், அவருடைய அண்ணியும் (முகுந்தின் அம்மா) இறந்துபோனார். விளைவாக, இரண்டு சிறுவர்களையும் வளர்க்கும் பொறுப்பு அவர் மீது வந்துவிழுந்தது. வீட்டில் பெண்கள் யாரும் இல்லை, நெருங்கிய உறவினர்களும் கிடையாது. 1942-இல் வைஸ்ராய் நிர்வாகக் குழுவில் அமைச்சராக டெல்லிக்குச் செல்ல வேண்டியிருந்தது. அங்கு அவர் ஒரு பெரிய பங்களாவில் தனிமையான வாழ்க்கையை வாழ்ந்துவந்தார். அப்போது யஷ்வந்தும் முகுந்தும் ராஜ்கிரஹாவில் வசித்துவந்தனர். பாரிஸ்டர் சமர்த்துக்கு எழுதிய கடிதத்தில்கூட அவர் இதைப் பற்றிக் குறிப்பிட்டுள்ளார்.

அவரைச் சேர்ந்தவர்களெல்லாம் வெவ்வேறு இடங்களில் சிதறிக்கிடந்தனர். பெரும்பாலானவர்கள் பம்பாயில் வசித்துவந்தனர். தவிர, நண்பர்களும் சகாக்களும் எவ்வளவுதான் நெருக்கமாக இருந்தாலும் அவர்களுக்கெனக் குடும்பங்களும் பொறுப்புகளும் இருந்தன. சந்திப்புகள், மாநாடுகள், அமர்வுகள்,

சுற்றுலாக்கள், கலந்துரையாடல்கள் என்று அவர்களுடன் தொடர்புகொண்ட தருணங்கள் இவையே. மற்ற நேரங்களில் அவர் தனிமையில்தான் வாழ வேண்டியிருந்தது. அவரை எந்நேரமும் பாசத்துடன் பார்த்துக்கொள்வதற்காகத் தம்மை அர்ப்பணித்துக் கொள்ளக்கூடியவர்கள் யார் இருக்கிறார்கள்? ஒவ்வொரு இரவும் வேதனையுடன் படுக்கையில் புரண்டுகொண்டிருப்பதைத் தவிர அவருக்கு வேறு வழி இல்லை.

டாக்டர் சாஹேப் ஒரு வார்த்தை சொன்னால் போதும், லட்சக்கணக்கானவர்கள் தங்கள் வாழ்க்கையை அவருக்காக அர்ப்பணிப்பார்கள். ஆனால், அவருடைய தனிப்பட்ட, குடும்ப வாழ்க்கையில் அவர் முற்றிலும் தனியர்தான். டாக்டர் அம்பேத்கர் தன்னுடைய மகத்தான புலமையின் பலத்தாலும், வரலாறு உருவாக்கும் பணியின் வலிமையாலும் வாழ்க்கையில் மிக உயர்ந்த நிலையை அடைந்தார். இதன் விளைவாக, அறிவார்ந்த ஆற்றலிலும் அக்கறைகளிலும் புலப்படாத, மிகப் பெரிய இடைவெளி ஒன்று அவரோடு பணியாற்றியவர்களிடமிருந்தும் அவரைப் பின்பற்றுபவர்களிடமிருந்தும் அவரைப் பிரித்துவைத்தது. இயல்பாகவே, அவர்களில் யாரும் டாக்டர் அம்பேத்கரின் தனிப்பட்ட, குடும்ப வாழ்க்கையில் தலையிடவோ பங்குபெறவோ முடியாது.

## டாக்டர் அம்பேத்கர் அளித்த திருமண விண்ணப்பம்

நாயக அந்தஸ்து கொண்ட நபர் டாக்டர் அம்பேத்கர். நாங்கள் ஒருவரையொருவர் அறிந்துகொண்டு, சந்திக்க ஆரம்பித்தோம் என்பது எனக்கு மிகவும் பெருமையாகவும் மேன்மைமிக்கதாகவும் இருந்தது. இந்த ஒவ்வொரு சந்திப்பின்போதும் அவரிடம் வெளிப்பட்ட பண்பாடும் புலமையும் பணிவும் என்னுடைய இளம் மனத்தில் ஆழமான சுவட்டை விட்டுச்சென்றன. அவரிடம் நான் எல்லையற்ற மரியாதை வைத்திருந்தேன். அவர் மீதான இந்த அதீத மரியாதையின் காரணமாகவும், அவருடைய உடல்நிலையையும் குடும்பச் சூழலையும் கணக்கில்கொண்டும் அவருடன் மிகுந்த ப்ரியத்துடன் உரையாடினேன். வருங்காலத்தில்

அவரை நான் மணந்துகொள்வேன் என்று அந்த நேரத்தில் யாராவது என்னிடம் சொல்லியிருந்தால், நிச்சயமாக அந்த நபரை ஒரு முதல்தரப் பைத்தியக்காரராகக் கருதியிருப்பேன். மருத்துவர்–நோயாளி என்ற அளவில்தான் அவருடனான என்னுடைய உறவு இருந்தது; மரியாதையும் அனுதாபமும் நாட்டு மக்களின் நன்மைக்காக அவர் நீண்ட காலம் வாழ வேண்டும் என்ற மனமார்ந்த விருப்பமும் அதன் பொருட்டு அவருக்கு மருத்துவக் கவனமும் சிகிச்சையும் அளிக்க வேண்டும் என்பதும் தவிர வேறெதும் என் இதயத்தில் இருந்ததில்லை.

அது டிசம்பர் மாதத்தின் ஒரு நாள். பம்பாய் வந்திருந்தபோது அவர் எங்களுடைய ஆலோசனை அறைக்கு வந்திருந்தார். டாக்டர் மால்வன்கர் அவருடைய உடலைப் பரிசோதித்துவிட்டு, அதற்கான சிகிச்சையைச் சொன்னார். டாக்டர் அம்பேத்கர் கிளம்பும்போது என்னிடம் வந்து, "வாருங்கள், நான் உங்களுடைய தாதர் வீட்டில் இறக்கிவிடுகிறேன். நான் ராஜ்கிரஹாவுக்குத்தான் போய்க்கொண்டிருக்கிறேன்" என்றார். இது ஒன்றும் எனக்குப் புதிதில்லை. இந்த நிகழ்வுக்கு முன்பும்கூட நாங்கள் அடிக்கடி வெளியே சென்று அரட்டையடித்திருக்கிறோம். அரிதாக ஊர்சுற்றுவதற்காகவும் சென்றது உண்டு. என்னுடைய குடும்பத்துக்கு இவை எல்லாமே தெரியும். ஆனால், எங்களுடைய எல்லா அரட்டைகளும் ஊர்சுற்றல்களும் மருத்துவர்–நோயாளி என்ற அளவில்தான் இருந்தன.

ஒவ்வொரு முறை நாங்கள் சந்திக்கும்போதும் வெவ்வேறு விஷயங்கள் பற்றிப் பேசுவோம். நாங்கள் ஊர்சுற்றுவதற்காக வெளியே சென்றால், தேநீரும் சிற்றுண்டியும் சாப்பிடுவது வழக்கம். டாக்டர் சாஹேபை அறிந்தவர்கள் என்னை விழிகள் விரிய வியப்புடன் பார்ப்பார்கள். மகத்தான மனிதருடன் சுற்றித்திரியும் இந்த இளம்பெண் யார் என்ற ஆச்சரியம்தான் அது என்பதில் ஐயமில்லை. அவர் தன்னை அறிந்தவர்களிடம் என்னைப் பற்றி என்ன சொல்லியிருப்பார் என்று தெரியவில்லை. ஆனால், அவரை நான் எப்போதும் உயர்வான இடத்திலேயே வைத்திருந்தேன்.

டாக்டர் அம்பேத்கரைப் பற்றி அறிந்துகொள்ளத் தொடங்கியதும் அவரை இன்னும்இன்னும் மேலாகப் புரிந்துகொண்டேன்.

அவருடைய சாதனைகளையும் வரலாற்றுப் பணிகளையும் அருகிலிருந்து பார்க்கத் தொடங்கியதும் திகைத்துப்போய்விட்டேன். அந்நாளில் அவர் சொன்னார்: "பாருங்கள் டாக்டர், என் மக்களும் என் சகாக்களும் நான் மணம்புரிந்துகொள்ள வேண்டும் என்று தொடர்ந்து வலியுறுத்திவருகிறார்கள். ஆனால், எனக்குப் பிடித்த, உகந்த குணங்கள் கொண்ட, என்னுடைய மனநிலைக்கு ஏற்ற ஒருவரைக் கண்டுபிடிப்பது எனக்கு மிகவும் கடினம். லட்சக்கணக்கான மக்களின் நலனுக்காக நான் வாழ்ந்தாக வேண்டும். அதற்காக என் மக்களின் கோரிக்கையை நான் அக்கறையுடன் பரிசீலிப்பதுதான் முறையானது."

நான் கொஞ்ச நேரம் அமைதியாக இருந்தேன். பிறகு, "உங்களைக் கவனித்துக்கொள்ளக்கூடிய ஒரு நபர் நிச்சயம் இருக்க வேண்டும்" என்றேன்.

டாக்டர் சாஹேப், "எனக்கு உகந்த நபருக்கான தேடலை உங்களிடமிருந்து தொடங்குகிறேன்" என்றார்.

இதைக் கேட்டதும் நான் பதைபதைப்புக்கு ஆளானேன். எனக்கு உண்மையில் என்ன சொல்வதென்றே தெரியவில்லை. அப்படியே அமைதியாக இருந்தேன்.

டாக்டர் அம்பேத்கர் தன் திட்டப்படி டெல்லி கிளம்பிச்சென்றார். நான் என் வேலையில் மும்முரமானேன். அவர் என்னிடம் சொன்ன எல்லாவற்றையும் மறந்தும்போனேன். ஆனால், அவர் மறக்கவில்லை என்று உணர்ந்துகொண்டேன். ஜனவரி 25 அன்று, டெல்லியிலிருந்து வந்திருப்பதற்கான அஞ்சல்தலையைக் கொண்டிருந்த ஒரு தடிமனான கடித உறை எனக்குக் கிடைத்தபோதுதான் அதை உணர்ந்துகொண்டேன். அது டாக்டர் அம்பேத்கரிடமிருந்து வந்திருக்கிறது என்பதை ஊகித்துவிட்டேன். அதைத் திறந்ததும் என்னுடைய ஊகம் சரி என்பது தெரிந்தது. நான் அது குறித்து ஆச்சரியப்படுவதற்கு எந்தக் காரணமும் இருக்கவில்லை. ஏனென்றால், அவருடைய சிகிச்சையில் நல்ல முன்னேற்றம் இருப்பதால், உடல்நலம் பற்றியும் சிகிச்சைகள் தொடர்பாகவும் அவர் ஆலோசனை கேட்டு எழுதியிருப்பதாகவே நினைத்தேன். ஆனால், எல்லாவற்றையும் ஒருவரால் எப்படித் தெரிந்துகொள்ள முடியும்? சில சம்பிரதாயமான பேச்சுக்குப் பிறகு நேரே விஷயத்துக்கு

வந்தார்: 'நான் உங்களிடமிருந்து என்னுடைய தேடலைத் தொடங்கியிருக்கிறேன் என்பது நிச்சயமாக உங்களுக்கும் இதில் உடன்பாடு இருந்தால் மட்டும்தான். இதைப் பற்றி யோசித்துவிட்டு எனக்குத் தெரியப்படுத்துங்கள்.' மேலும் தொடர்ந்தார்: 'உங்களுக்கும் எனக்குமான வயது வித்தியாசத்தைக் கருத்தில்கொண்டும், என்னுடைய உடல்நிலையை வைத்தும் நீங்கள் என் விண்ணப்பத்தை நிராகரிப்பீர்களேயானால் அதற்காக நான் கொஞ்சமும் புண்பட மாட்டேன்.'

கடிதத்தை வாசித்ததும் நான் மிகவும் உணர்ச்சிவசப்பட்டேன். என்ன செய்வதென்றே தெரியவில்லை. டாக்டர் அம்பேத்கர் என்னைப் பற்றி இப்படியான உணர்வுகளைக் கொண்டிருப்பார் என்று நான் கனவிலும் நினைத்திருக்கவில்லை. அவரால் நான் முழுவதுமாக ஆக்கிரமிக்கப்பட்டிருந்தேன் என்றபோதும், அவர் மீது நான் மிகுந்த மரியாதை வைத்திருந்தபோதும், அவருடைய மனைவியாகும் ஆசையை நான் நிச்சயமாக வளர்த்துக் கொண்டிருக்கவில்லை.

டாக்டர் அம்பேத்கரின் கடிதத்தையும் அவருடைய திருமண விண்ணப்பத்தையும் அன்றைய நாள் முழுவதும் தீர யோசித்துக்கொண்டிருந்தேன். எனக்குள் குழப்பப் புயல் வீசிக்கொண்டிருந்தது. என் முடிவு என்னவாக இருக்க வேண்டும் என்று இரவு முழுவதும் வியந்துகொண்டிருந்தேன். மிக முக்கியமான ஆளுமையை ஒருவரால் எப்படி நிராகரிக்க முடியும்? அதேநேரத்தில், ஆமாம் என்றும் எப்படிச் சொல்வது? யாரிடம் நான் அபிப்ராயம் கேட்க வேண்டும்? இது போன்ற எண்ணற்ற கேள்விகள் என் மனத்தில் எழுந்துகொண்டிருந்தன. இரவு முழுவதும் யோசித்த பிறகு டாக்டர் மால்வன்கரிடம் ஆலோசனை கேட்பதாக முடிவெடுத்தேன். டாக்டர் மால்வன்கரும் டாக்டர் அம்பேத்கரும் நல்ல உறவை வளர்த்துக் கொண்டிருக்கிறார்கள். அவர் என்னுடைய சீனியர். பரந்த அனுபவம் கொண்ட மனிதர். அதனால், அவரிடம் ஆலோசனை பெறலாம். அடுத்த நாள் டாக்டர் மால்வன்கரிடம் சென்றேன். வழக்கம்போல் வேலையைத் தொடங்கினேன். ஆனால், என்னால் வேலையில் கவனம் செலுத்த முடியவில்லை. அவரிடம் சென்று பேசுவதற்கான தைரியமும் எனக்கு இல்லை. ஒருவழியாக, என்னுடைய எல்லா தைரியத்தையும் ஒன்றுதிரட்டி,

உருகிய இதயத்தோடு டாக்டர் மால்வன்கரிடம் சென்று கடிதத்தைக் கொடுத்தேன். அவர் கடிதத்தை வாசித்துவிட்டு ஒருகணம் யோசித்தார். பிறகு சொன்னார்: "டாக்டர் அம்பேத்கர் தன்னுடைய விருப்பத்தைத் தெரிவித்திருக்கிறார். உன்னிடம் எதையும் அவர் திணிக்க முற்படவில்லை. எனவே, நிதானமான மனநிலையுடன் எல்லாக் கோணங்களிலும் யோசித்துவிட்டு முடிவெடு."

குழப்பமான மனநிலையுடன் வீடு திரும்பினேன். என்னால் முடிவெடுக்க முடியவில்லை. துணிவுடன் என் அண்ணனிடம் சென்று, நான் என்ன முடிவெடுக்க வேண்டுமெனக் கேட்டேன். அவர், "ஆ! அப்படியென்றால் நீ இந்தியாவின் சட்ட அமைச்சி[14] ஆகப்போகிறாய்! அதை நிராகரிக்க நினைக்காதே! அடுத்த கட்டத்துக்கு எடுத்துச்செல்!" என்றார். என்னுடைய தம்பிகளில் ஒருவன் என்னைக் கேலிசெய்ய ஆரம்பித்துவிட்டான். "இங்கே பார், டாக்டர் அம்பேத்கரின் தொண்டர்கள் தங்கள் உயிரைவிட டாக்டர் அம்பேத்கரை அதிகம் நேசிக்கிறார்கள். தங்களுடைய பாபாசாஹேபின் விருப்பத்தை இந்த மருத்துவச்சி நிராகரிக்கிறாள் என்று அவர்கள் அறிய நேர்ந்தால் நீ ஆபத்தில் மாட்டிக்கொள்வாய். நீ வேண்டாம் என்று சொன்னால், அவர்கள் உன்னைக் கொன்றுவிடுவதற்கும் நிறைய வாய்ப்பு உண்டு! அதனால், அவரிடம் சென்று உடனடியாகச் சம்மதம் சொல்லிவிடு. இல்லையென்றால், உன்னைக் காப்பாற்ற முடியாது."

நான் இளவயதினள். அனுபவமற்றவள். அம்பேத்கரை ஒப்பிட்டால் நான் எதற்கும் லாயக்கற்றவள். அவருடைய ஆளுமை, அவருடைய பணி, அவருடைய தியாகம், அவருடைய புலமை என இவையெல்லாம் இமயமலையைவிட வல்லமை கொண்டவை. அவருடைய உயர்ந்த ஆளுமைக்கு எதிராக என்னை வைத்தால் நான் மிகவும் வற்றிச்சுருங்கிய நபர். டாக்டர் அம்பேத்கர் போன்ற மகத்தான நபரை ஒருவரால் எப்படி நிராகரிக்க முடியும்? சம்மதம் சொல்லும்படி என்னுடைய சகோதரர்கள் என்னை விரட்டிக்கொண்டிருந்தனர். ஒரு முழு நாள், ஒரு முழு இரவு யோசனைக்குப் பிறகு என் மனதை மாற்றிக்கொண்டேன்: சரி! சம்மதம்! காரணம், நான் ஒரு மருத்துவர். அவருடைய உடல்நலம் என்ன நிலையில்

உள்ளது என்பதை நன்கறிவேன். அவருக்கு மருத்துவ உதவுபுரியுமாறு, என்னுள் இருந்த மருத்துவச்சி என்னைத் தூண்டிக்கொண்டிருந்தாள். சுதந்திர இந்தியாவின் அரசமைப்பை உருவாக்கும் வரலாற்றுப் பொறுப்பை அவருடைய தோள் மீது அரசு வைத்திருந்தது. எனவே, அவருடைய உடல்நிலையை நல்லபடியாகக் கவனித்துக்கொள்வது மிகமிக அவசியம். அதன் பொருட்டு, அவருக்கு உரிய சிகிச்சை அளிக்கப்பட வேண்டும்.

நான் முடிவெடுத்ததும், டாக்டர் அம்பேத்கருக்குக் கடிதம் எழுதினேன். அவருடைய விண்ணப்பத்தை ஏற்றுக்கொண்டதாகச் சொன்னேன். நான் சம்மதம் தெரிவித்ததற்கு ஒரே ஒரு காரணம்தான்: டாக்டர் சாஹேபின் உடல்நிலை மேம்பட வேண்டும், சூழ்நிலை என்னவாக இருந்தாலும். அப்போதுதான், நாட்டின் அரசமைப்பை எழுதும் வரலாற்றுச் செயலை அவரால் மிகச் சிறந்த முறையில் ஆற்ற முடியும்.

நான் என்னுடைய சம்மதத்தைத் தெரிவித்த பிறகு, நானும் என்னுடைய தம்பி பாலுவும் ஏதோ வேலைக்காக வெளியே செல்ல நேர்ந்தது. உள்ளூரில் பயணித்துக்கொண்டிருந்தபோது, தற்செயலாகச் சுற்றும்முற்றும் பார்த்தேன். பெரும்பாலான பெட்டிகளில் பெரிய எழுத்துகளில் எழுதப்பட்டிருந்த 'ஜெய் பீம்' என்ற வாசகத்தைக் கவனித்தேன். மற்ற நகரங்களுக்குச் செல்லும் ரயில் பெட்டிகளில் 'ஜெய் பீம்' என்று வரையப்பட்டிருந்தது. அங்கே குழுமியிருந்தவர்களும் 'ஜெய் பீம்' என்று முழக்கமிட்டுக் கொண்டிருந்தார்கள். நான் என்னுடைய தம்பியிடம் கேட்டேன்: "பாலு, என்ன நடந்துகொண்டிருக்கிறது? யார் இந்த ஜெய் பீம்? இந்தக் கோஷத்தை முழக்கமிட்டுக்கொண்டிருக்கும் இவர்களெல்லாம் யார்?"

பாலு சிரித்தான். "பீம் உன்னுடைய ஆள்தான். முழக்கமிட்டுக் கொண்டிருக்கும் இவர்களெல்லாம் அவர் மீது கண்மூடித்தனமாக அன்பு வைத்திருக்கும் விசுவாசமுள்ள தொண்டர்கள்."

இந்த மக்கள் கொண்டிருக்கும் விசுவாசத்தை நான் முதன்முதலாக உணர்ந்துகொண்டது அப்போதுதான். இந்த ஏழை, துயர் மிகுந்த, தலித் தொண்டர்கள் எப்படி இவ்வளவு கவனமாக வழிநடத்தப்படுகிறார்கள் என்பதை நான் அறிந்துகொண்டதும் அப்போதுதான். உடைமைகள் பறிக்கப்பட்ட ஏழை

எளிய கோடிக்கணக்கான மக்களின் ஒரே தலைவராகவும் வழிகாட்டியாகவும் டாக்டர் சாஹேப் திகழ்ந்தார். ஒருவகையில், அவர் முடிசூடா மன்னன். அரசன் என்று அழைக்கப்படுவதை அவர் விரும்பவில்லைதான். அதே நேரத்தில், சர்வ நிச்சயமாக அவர்களுடைய அரசனாக அவர் இருந்தார் என்ற உண்மையைப் புறக்கணித்துவிட முடியாது.

லட்சக்கணக்கான ஆதரவற்றவர்களின் ராஜாவுக்கு இப்போது நான் பொறுப்பேற்றுக்கொண்டிருந்தேன். என்னுடைய இசைவைத் தெரிவித்த பின்னர் யோசித்துக்கொண்டிருந்தேன்; நான் ஒரு மகத்தான, அதே நேரத்தில் கடினமான பொறுப்பை என்னுடைய தலை மீது இழுத்துப்போட்டிருக்கிறேன் என்பதை உணர்ந்துகொண்டேன். இதை எப்படிச் சமாளிக்கப்போகிறேன் என்ற கவலையும் ஏற்பட்டது. இந்த மகத்தான, கடினமான, அபாயகரமான பொறுப்பை என்னால் நிறைவேற்ற முடியுமா? ஆம் என்று சொல்லிப் பெரும்பிழை இழைத்துவிட்டேனா? இப்படிப்பட்டதொரு மகத்தான மனிதரின் எதிர்பார்ப்பை என்னால் அளவிட முடியுமா? என்னுடைய முடிவின் விளைவு என்னவாக இருக்கும்? சமூகத்திடமிருந்து நான் எப்படியான எதிர்வினைகளை எதிர்கொள்ள வேண்டியிருக்கும்? இப்படியான பல கேள்விகள் என்னுடைய தலைக்குள் குழப்பத்தை உருவாக்கிக்கொண்டிருந்தன. இறுதியாக, என்னுடைய எண்ணவோட்டங்களை மட்டுப்படுத்தி, முடிவெடுத்தேன்: ஏற்கெனவே சம்மதம் சொல்லியாயிற்று, இனி பின்வாங்குதலுக்கு இடமில்லை. பொறுப்பு ஏற்றுக்கொள்ளப்பட்டுவிட்டது. நான் இப்போது வானத்துக்கும் பூமிக்கும் குதிக்கலாம். சுமக்க வேண்டிய வலிகள் அத்தனையையும் சுமப்பேன். சர்வ நிச்சயமாக என்னுடைய பொறுப்புகளைத் திறமையுடன் நிறைவேற்றுவேன். நான் டாக்டர் சாஹேபின் வாழ்க்கையுடன் ஒன்றுகலந்து, அவருக்குள் என்னைக் கரைத்துக்கொள்வேன் என்று உறுதியான தீர்மானம் எடுத்தேன்.

## திருமணம் குறித்து டாக்டர் அம்பேத்கர்

அவருடைய யோசனைக்கு நான் ஒப்புதல் தந்ததில் டாக்டர் முற்றிலும் மகிழ்ச்சியடைவது இயல்பானதுதான். எப்படி இருந்தாலும், தொடங்கிவைத்தவர் அவரே. அவருடைய எதிர்பார்ப்பைப் பூர்த்திசெய்ததுதான் நான். 1948 ஜனவரி முதல் வாரத்தில் நான் அவருக்குப் பதிலளித்திருந்தேன். ஜனவரி கடைசி வாரத்தில் டாக்டர் சாஹேப் எனக்கொரு தங்கச் சங்கிலி அனுப்பினார். இதை மறுமொழி என்று சொன்னாலும் சரி, அல்லது பிரதிபலன் என்றாலும் சரி. நங்கூரம் பொறிக்கப்பட்ட தொங்கணி ஒன்று சங்கிலியின் மையத்தில் இருந்தது. முத்திரையிடப்பட்ட சிறிய பெட்டகத்தில் அந்தச் சங்கிலியை வைத்திருந்ததால், என்னிடம் அதைக் கொண்டுவந்தவருக்கு உள்ளே என்ன இருக்கிறது என்பது தெரிய சாத்தியமே இல்லை. அதைக் கொண்டுவந்த நபர், சங்கரானந்த சாஸ்திரி. டாக்டர் அம்பேத்கர் என்னை ஏற்றுக்கொண்டதற்கு அடையாளமாக அந்தத் தங்கச் சங்கிலி இருந்தது. நான் முன்னோக்கி நடைபோட வேண்டும் என்ற முடிவை உறுதிப்படுத்தியது அதுதான். எந்தச் சூழ்நிலையிலும் நான் விலக மாட்டேன் என்பது இப்போது இறுதியானது.

தங்கச் சங்கிலி என்னை வந்தடைந்த பின்னர், டாக்டர் சாஹேபுக்கு நான் இரண்டு கடிதங்கள் அனுப்பினேன்: ஒன்று, பிப்ரவரி 5 அன்று; மற்றொன்று, பிப்ரவரி 6 அன்று. நான் எழுதிய கடிதங்களுக்கு அவர் பிப்ரவரி 12 அன்று டெல்லியிலிருந்து பதில் அனுப்பினார். 25 பக்கக் கடிதம் அது. அந்த நாள்களில் அவர் அரசமைப்பு தொடர்பான பணிகளில் மிகவும் மும்முரமாக இருந்தார். ஒவ்வொரு நாளும் பதினெட்டிலிருந்து இருபது மணிநேரம் வேலைபார்த்துக்கொண்டிருந்தார். அதனால்தான், அப்போது அவர் எனக்கு எழுதிய கடிதங்களெல்லாம் நள்ளிரவில் எழுதப்பட்டவையாக இருந்தன. அரசமைப்பு அவை தொடர்பான அவருடைய பணி குறித்த விவரங்கள், தங்கச் சங்கிலியும் தொங்கணியும் அனுப்பியதன் பின்னணியிலுள்ள உணர்வுபூர்வமான விஷயங்கள், திருமணம் அவருக்கு என்னவாக அர்த்தப்படுகிறது என்பது குறித்த அபிப்ராயங்கள் ஆகியவை பிப்ரவரி 12 அன்று அனுப்பிய கடிதத்தில் இருந்தன. கற்றுக்கொள்ளும்படியாக அவருடைய சிந்தனைகள்

இருப்பதால், கடிதத்திலிருந்து சில தொடர்புடைய பகுதிகளைக் கீழே தருகிறேன். வாசகர்களுக்கு அவை அறிவூட்டும் என்பதில் எனக்கு எவ்வித ஐயமும் இல்லை. டாக்டர் சாஹேப் இப்படி எழுதினார்:

*'உன்னுடைய கடைசி இரண்டு கடிதங்கள் அடுத்தடுத்து வந்து தாக்குதலுக்கு ஆளானேன். ஒன்று 5–ஆம் தேதியிட்ட கடிதம், இன்னொன்று 6–ஆம் தேதியிட்டது. நான் தலைவராக இருக்கும் குழுவின் நம்பிக்கைக்குப் பாத்திரமான, புதிய அரசமைப்பை உருவாக்கும் பணியில் நான் மிகவும் மும்முரமாக ஈடுபட்டிருக்கிறேன். பிப்ரவரி 15 அன்று — அதாவது, இன்றிலிருந்து மூன்று நாள்களில் — அரசமைப்பு அவைத் தலைவரிடம் ஒப்படைப்பதாக உறுதியளித்துள்ளேன். கூடுதல் அவகாசம் கேட்கக் கூடாது என்பதில் மிகவும் உறுதியாக இருக்கிறேன். அதன் சாரத்தை முன்வைப்பதற்கான தேதியும் நெருங்கிவருவதால், திட்டமிட்டபடி முடிப்பதற்காக இரவுபகலாகப் பணியாற்றுகிறேன். உன்னுடைய இரண்டு கடிதங்களும் வந்துசேர்ந்தவுடன் பதில் எழுத முடியாமல்போனதற்கு அதுவே காரணம்.*

*... அந்தச் சங்கிலி புதியது. என்னிடம் மூன்று அல்லது நான்கு இருக்கும். அதில் ஒன்றைத் தரலாம் என்று நினைத்தேன். நான் சங்கிலியைத் தேர்ந்தெடுத்ததற்குக் காரணம் அதை நெக்லஸாக எளிதில் மாற்ற முடியும் என்பதால். நான் அறிந்தவரை, பெண்களுக்கு நெக்லஸ் மிகவும் பிடித்திருக்கிறது. தொங்கணி — நீ டாலர் என்றழைப்பது — சங்கிலியோடு சேர்ந்ததில்லை. அரிதான, பழைய, தனித்துவமான பொருள் அது. நான் லண்டனில் மாணவனாக இருந்தபோது 20 ஆண்டுகளுக்கு முன்பு வாங்கியது. கைக்கடிகார வாருக்காக அதை வாங்கினேன். அப்போது அது ஃபேஷனாக இருந்தது. ஃபேஷன் மாறிய பிறகு அதை அணிவதை நிறுத்திவிட்டேன். அதை என்னுடன் வைத்திருந்தேன். அதில் நங்கூரம் பொறிக்கப்பட்டுள்ளதன் காரணமாகவே அதை உனக்கு அனுப்பிவைத்தேன். அது ஆழமான காதலையும் பிணைப்பையும் குறிக்கிறது. உன் மீது நான் கொண்டுள்ள உணர்வுகளின் அடையாளத்தைக் குறிப்பதற்கு இதைவிடச் சிறந்ததொன்றை என்னால் தேர்ந்தெடுக்க முடியாது என்று நினைத்தேன். அதனால்தான், சங்கிலியுடன் இதையும் அனுப்பினேன். அதை உன் கழுத்தில் கட்டிக்கொண்டு, நாய்போல நடத்த வேண்டும் என்ற எண்ணமே இதற்குப் பின்னால் இருந்தது*

*என்று நீ கூறுவதற்கு எது உன்னைத் தூண்டியது என்பதை நினைத்து எனக்கு வியப்பாக இருக்கிறது. நான் எந்தப் பண்பாடும் அற்றவன் என்று [அபிப்ராயம்] வைத்திருக்கும் ஒருவரால் மட்டுமே இப்படியெல்லாம் சொல்ல முடியும். அது என்னை வெகுவாகக் காயப்படுத்தியது என்பதைச் சொல்லித்தான் ஆக வேண்டும். நான் சமூகத்தின் கீழ்மட்டத்திலிருந்து வந்தவன் என்பது எனக்குத் தெரியும். ஆனால், என்னைப் பண்பற்றவன் என்று சொல்லிய ஒருவரைக்கூட நான் சந்தித்ததில்லை. பெண்களின் உயர்விலும் விடுதலையிலும் நான் மிகப் பெருமளவில் போராடுபவனாக இருந்திருக்கிறேன். மேலும், என்னுடைய சொந்தச் சமூகத்திலும் பெண்களின் நிலையை மேம்படுத்த என்னாலானதை முழு ஈடுபாட்டுடன் செய்திருக்கிறேன். அதை நினைத்து நான் மிகவும் பெருமைப்படுகிறேன்...*

*... காதல்கொள்வது திருமணத்தில் முடியலாம். சொந்தமாக்கிக் கொள்வதற்கான ஏக்கம் என்பதைத் தவிர வேறு எப்படியும் அதை விவரித்துவிட முடியாது...*

*... என்னுடைய பார்வை என்னவென்றால் திருமணம் என்பது நிரந்தரமான சங்கமம். அழிவில்லாதது அது...*

*... என் வாழ்வின் இந்தக் கட்டத்தில் என்னுடைய நோக்கம் என்னவென்றால் என் இருப்பின் முடிவை அடைவதுதான்... நிம்மதியாகவும் கௌரவமாகவும். அதில் மகிழ்ச்சியும் சேர்ந்தால் நன்றாக இருக்கும். அன்பான மனைவியால் அதைச் செய்ய முடியும். யாரும் இல்லையென்றானால், மகிழ்ச்சி மட்டுமே இழப்பு. குறைந்தபட்சமாக நிம்மதியும் கௌரவமுமாவது எனக்குக் கிடைக்கும். உன்னுடைய பாதகமான பதிலால் எனக்கு நீ தீங்கிழைக்கவோ நஷ்டம் உண்டாக்கவோ மாட்டாய். நான் எங்கே இருந்தேனோ அங்கேயேதான் இருப்பேன். எனவே, உணர்ச்சிவசப்பட வேண்டியதில்லை...'*

அதன் பின்னர், எங்களுடைய கடிதத் தொடர்பு சீராகச் சென்றது. அவருடைய ஒவ்வொரு கடிதமும் என்னை அன்பாலும் பாசத்தாலும் மூழ்கடித்தது.

## எங்களுடைய தனிப்பட்ட கடிதத் தொடர்பு

டாக்டர் அம்பேத்கருக்கும் எனக்கும் இடையிலான கடிதத் தொடர்பு ஒரு முழுத் தொகுப்புக்கான நியாயப்பாட்டைக் கொண்டது. இது முற்றிலும் அந்தரங்கமானது என்பதால் ரகசியமானதும்கூட. அதே நேரத்தில் இன்னொருபுறம், டாக்டர் சாஹேபினுடைய வாழ்க்கையின் வெளியிடப்படாத சில அம்சங்களைப் பல கடிதங்கள் வெளிச்சமிட்டுக் காட்டும். இந்தக் கடிதங்கள் பல விஷயங்களைப் பிரதிபலிக்கின்றன: டாக்டர் சாஹேபின் வாழ்க்கைக் கோட்பாடுகள், அவருடைய தத்துவங்கள், அவருடைய இலக்குகள், கொள்கைகள், வதந்திகளுக்கு அவர் உருவாக்கிய அர்த்தப்பாடு, பாரம்பரியக் கோட்பாடுகளை அவர் புரிந்துகொண்ட விதம், அவருடைய அறிவாற்றல், இத்யாதி. இவையெல்லாம் அவருடைய கடிதங்களுக்கு அசாதாரணமான முக்கியத்துவத்தையும் மதிப்பையும் அளிக்கின்றன.

சம்பிரதாயத் தடைகளை நான் புறக்கணிக்க வேண்டும் என்றும், எங்களுடைய தனிப்பட்ட கடிதங்கள் எல்லாவற்றையும் அப்படியே பிரசுரிக்க வேண்டும் என்றும் பல வருடங்களாகப் பலரும் வலியுறுத்திவந்தனர். இந்தக் கடிதங்களை வெளியிட்டால் பல தெரிந்த விஷங்களிலும் தெரிந்திராத விஷயங்களிலும் அதிகாரபூர்வ வெளிச்சம் கிடைக்கும் என்று என் நலம்விரும்பிகளும் நண்பர்களும் தெரிவித்தனர். எல்லாவற்றுக்கும் மேலாக, டாக்டர் அம்பேத்கரின் வாழ்க்கையில் என்னுடைய இடமும் பங்கும் தெளிவாகிவிடும். இப்போது, டாக்டர் அம்பேத்கரின் வாழ்க்கையையும் அவருடைய பிரச்சாரங்களையும் ஆராய்வதற்கான இயக்கம் ஆரம்பமாகியிருக்கிறது. இந்தியாவிலிருந்தும் வெளிநாடுகளிலிருந்தும் ஏராளமான அறிஞர்களும் ஆராய்ச்சியாளர்களும் விமர்சகர்களும் தங்களுக்குக் கிடைக்கக்கூடிய ஆதாரங்களின் அடிப்படையில் டாக்டர் அம்பேத்கரின் பல்வேறு அம்சங்களை ஆராய்ந்துவருகின்றனர். ஆகவே, கடிதங்களை அப்படியே பிரசுரிக்க வேண்டியதன் தேவையையும் அவசியத்தையும் நானும் உணர்ந்திருக்கிறேன். ஆனாலும், சில விஷயங்கள் அந்தரங்கமான வகையில் இருப்பதால், அவை வெளியிடப்பட வேண்டுமா இல்லையா என்பது குறித்து தயக்கம் இருக்கிறது.

அந்தரங்க இயல்பு கொண்ட கடிதங்களை வெளியிடும் விஷயத்தைப் பொறுத்தவரை, பொதுவெளியில் கடைப்பிடிக்கப்பட வேண்டிய நடைமுறை, கண்ணியம், இன்ன பிற ஒழுங்குமுறைகள் போன்றவற்றைக் கருத்தில் கொள்ள வேண்டும். நான் ஒரு மருத்துவராக இருந்தாலும்கூடக் கடிதங்களெல்லாம் உண்மையான, மிகவும் முக்கியமான மூலாதாரங்களாக இருக்கின்றன என்ற விஷயத்தை நான் மறந்துவிடவில்லை. இப்போது இந்தத் தன்வரலாற்றுப் புத்தகத்துக்காக, சில கடிதங்களிலிருந்து பொருத்தமான பகுதிகளைப் பயன்படுத்துவது அவசியமானது மட்டுமன்று, இன்றியமையாததாகவும் ஆகிவிட்டது. நிகழ்வுகளுக்கான சூழ்நிலைப் பொருத்தம் கருதியும், தொடர்ச்சியின் பொருட்டும், ஆதாரபூர்வ அடிப்படையைக் கொண்டுவரவும் சில பகுதிகளை இந்தப் புத்தகத்தில் பயன்படுத்துகிறேன். அதே நேரத்தில், அறிஞர்களிடமிருந்தும் பொதுமக்களிடமிருந்தும் பிற்காலத்தில் கோரிக்கை வருமானால், எங்களுடைய கடிதங்கள் எல்லாவற்றையும் வரலாற்று ஆவணங்களாக நான் நிச்சயம் வெளியிடுவேன். இதற்கிடையில், இந்தத் தன்வரலாற்றுப் புத்தக அடிப்படையில் நான் இங்கே பயன்படுத்தியிருக்கும் கடிதங்களின் பகுதிகளிலிருந்து வாசகர்களும் அறிஞர்களும் திருப்தி அடையக்கூடும். வரலாற்று நிகழ்வுகளுக்கு இந்தக் கடிதங்கள் துணைநிற்பதையும் காணலாம்.

நான் டாக்டருக்கு எழுதிய கடிதங்களை வேண்டுமென்றே இங்கே தவிர்த்திருக்கிறேன். அதற்குக் காரணம், நான் என்ன எழுதியிருந்தேனோ அதற்கெல்லாம் அவர் படிப்படியாகப் பதிலளித்திருக்கிறார். ஆக, நான் அவருக்கு எழுதியவையெல்லாம் அவருடைய பதில்களில் தானாகவே வெளிப்பட்டுவிடுகின்றன. எந்த இடத்திலும் எந்தவொரு குழப்பமும் இல்லாத வகையில் தெளிவான நிலைப்பாடுகளையும் அபிப்ராயங்களையும் அவர் கொண்டிருந்ததை எல்லா இடங்களிலும் பார்க்கலாம். தன்னுடன் இருப்பவர்களைப் பொருட்படுத்தாமல், தன் நிலைப்பாட்டையும் அபிப்ராயங்களையும் தடையின்றிச் சொல்வார். பெரிய மனிதர் சொன்னார் என்பதற்காகவோ, பிரபலம் என்பதற்காகவோ அவர் எதையும் ஒருபோதும் ஏற்றுக்கொள்ள மாட்டார். தன்னுடைய சொந்த அறிவு அல்லது அனுபவ உரைகல்லில் உரசிப்பார்த்து சோதித்ததை மட்டுமே அவர் ஏற்றுக்கொள்வார். அவருடைய

மதிப்பீடுகளும் வாழ்க்கைத் தத்துவங்களும் அவருடைய கடிதங்களில் கூர்மையாக வெளிப்படுகின்றன. அவர் என் மீது கொண்டிருந்த அதீதக் காதலும், என்னிடம் வைத்திருந்த பாசமும்கூட இந்தக் கடிதங்களில் கண்கூடாகத் தெரியும்.

வாசிப்பில், குறிப்பாக வரலாறு, மதம், அரசியல் ஆகியவற்றில் எனக்கு எப்போதுமே ஆர்வம் உண்டு. விளைவாக, டாக்டர் அம்பேத்கருடன் பல்வேறு விஷயங்களில் விவாதிப்பதில் அளவற்ற மகிழ்ச்சியடைவேன். டாக்டர் அம்பேத்கருடன் நான் வாழத் தொடங்கியபோது என் வாசிப்பின் வீச்சு எல்லாத் திசைகளிலும் பரந்துவிரிந்தது. அவரிடமிருந்து பல்வேறு புதிய விஷயங்களைக் கற்றுக்கொண்டேன். எங்களுடைய உரையாடல்களின்போது நிறைய தனிப்பட்ட அனுபவங்களும் வரும். அது எங்கள் உரையாடலை மிகவும் உற்சாகமாகவும் உயிரோட்டமாகவும் வைத்திருக்கும். டாக்டர் சாஹேபுடன் விவாதிக்கும்போதோ உரையாடும்போதோ என்னை எந்த வகையிலும் தகுதியற்றவளாக நான் உணர்ந்ததில்லை. அது அவரிடமிருந்து பாராட்டைப் பெற்றுத்தரும். “ஷாரு, உனக்கு நல்ல இலக்கிய உணர்வு இருக்கிறது. அதை நீ உணர்ந்துகொண்டாய் என்றால் உன்னால் நல்ல இலக்கியங்களைப் படைக்க முடியும். இவ்வளவு திறமை இருந்தும் நீ ஏன் மருத்துவத் துறைக்கு வந்தாய்?”

என்னுடைய பதில் இப்படி இருந்தது: “நான் ஏன் மருத்துவத் துறைக்குச் சென்றேன் என்ற கேள்வி எழுவதற்கு எந்த முகாந்திரமும் இல்லை. எங்கள் பெற்றோர் என்ன செய்ய விரும்புகிறார்களோ அதை அப்படியே செய்ய வேண்டும் என்பதுதான் எங்களுடைய பழக்கமாகவும் எண்ணமாகவும் இருந்தது. அதை நாங்கள் ஒருபோதும் மீற முடியாது. நான் டாக்டராக வேண்டும் என்று என் அப்பா ஆசைப்பட்டார். அவ்வளவுதான்! அதுவே எனக்குப் போதுமானது. அப்பாவின் விருப்பப்படி நானும் என் அக்காவும் டாக்டரானோம்.”

டாக்டர் அம்பேத்கரின் உணர்வுபூர்வ ஆதரவாளர்களும் விவேகமிக்க ஆய்வாளர்களும் அவருடைய தனித்துவமான ஆளுமையை உணர்ந்துகொள்வீர்கள். எனவே, டாக்டர் அம்பேத்கரை நான் மணம்புரிந்துகொண்டது தொடர்பான

விஷயங்களில் நிறைந்திருக்கும் வதந்திகள் மற்றும் தவறான புரிதல்கள் பற்றியும், அவருடைய வாழ்க்கையில் நான் வகிக்கும் பாத்திரம் பற்றியும், டாக்டர் சாஹேபின் ஆதரவாளர்களும் விமர்சகர்களும் ஆய்வாளர்களும் பேராசிரியர்களும் அறிவார்ந்த வாசகர்களும் நியாயமான முறையில் மதிப்பிடுவீர்கள் என்று நான் நம்புகிறேன்.

## எங்கள் திருமணம் தொடர்பான நிகழ்வுகள்

டாக்டர் அம்பேத்கரிடம் என் ஒப்புதலைத் தெரிவித்துவிட்டதை டாக்டர் மால்வன்கரிடம் சொன்னேன். அவருக்கு அளவில்லா மகிழ்ச்சி. டாக்டர் அம்பேத்கர் என்னுடைய ஒப்புதல் கடிதத்தைப் பெற்ற பிறகு, அவர் இது பற்றி டாக்டர் மால்வன்கருக்கும் எழுதியிருக்கிறார். பிப்ரவரியிலிருந்து ஏப்ரல் வரை எங்களுடைய திருமணம் தொடர்பாக நடந்த நிகழ்வுகள், டாக்டர் அம்பேத்கர் தன்னுடைய சகாக்களுக்கும் நண்பர்களுக்கும் எனக்கும் எழுதிய கடிதங்களிலிருந்து தெளிவாகின்றன.

*16 பிப்ரவரி 1948* அன்று டாக்டர் மால்வன்கருக்கு டாக்டர் சாஹேப் அனுப்பிய பதிலானது மெச்சுதலன்றி வேறில்லை. டாக்டர் மால்வன்கருக்கு டாக்டர் அம்பேத்கர் எழுதிய கடிதம்:

> *'உங்களுடைய இரண்டு கடிதங்களும் என்னை வந்தடைந்தன. டாக்டர் கபீர் குறித்த சிறு வரலாற்றைச் சொல்லும் உங்கள் கடிதம் கண்டு நான் ஆச்சரியம் ஏதும் அடையவில்லை. நீங்கள் அளித்திருக்கும் எல்லா உயர்ந்த பாராட்டுகளுக்கும் அவள் தகுதியானவள். அவள் உயர்ந்த அறிவார்ந்த ஆற்றல்களையும் நற்பண்பும் நற்குணமும் (அவளைப் பற்றி நான் அறிந்துவைத்திருப்பது மிகவும் சொற்பமானது என்றபோதும்) கொண்ட பெண் என்று சொல்வதில் எனக்கு எவ்விதத் தயக்கமும் இல்லை. அவள் மாதம் சம்பாதிக்கும் பணம் என்று நீங்கள் குறிப்பிட்டிருப்பதற்கு அவள் முற்றிலும் தகுதியானவள். அவளுடைய கூர்மையான புத்திசாலித்தனம் எனக்கு இருந்திருக்கலாம் என்று நான் ஏங்குகிறேன்...'*

டாக்டர் அம்பேத்கருக்கும் எனக்கும் இடைவிடாத கடிதத் தொடர்பு இருந்தது. 16 பிப்ரவரி 1948 அன்று நான் எழுதிய கடிதத்துக்கு 19–ஆம் தேதி பதில் எழுதினார்:

*அன்புக்குரிய ஷாரு,*

*16–ஆம் தேதியிட்ட உன்னுடைய கடிதம் இந்த மதியப் பொழுதில் கிடைத்தது. அதை வாசிக்கும்போது நான் அடைந்த மகிழ்ச்சி இருக்கிறதே, அது எல்லையற்றது — முடிவில்லாதது. முதல் சேதாரம் உன்னிடம்தான் என்றேன். ஆனால், நான் என் உணர்வுகளை மறைத்துவைத்திருந்தேன் என்று நீ சொன்னது மிகவும் சரி. ஆரம்பத்திலிருந்தே சேதாரம் எனக்கும்தான். நம்முடைய இரு தரப்பிலுமே, கண்டதும் காதல் இருந்ததை எண்ணி எனக்கு ஆச்சரியம். நாம் ஈருயிர் ஒருடலாக இருப்போம் என்று உறுதியாக நம்புகிறேன். மரணத்தைத் தவிர வேறெதுவும் நம்மைப் பிரிக்க முடியாது. என்னுடைய கடிதம் உன்னை அழவைத்ததற்காக வருந்துகிறேன். கண்ணீர் நல்லது. அது எல்லா அசுத்தங்களையும் கழுவி, இதயத்தைச் சுத்தமாக்குகிறது. நீ அழுதாய் என்றால், என்னை நம்பு, நானும் அழுதிருப்பேன், ஒருவேளை வேறு காரணத்துக்காக — நற்பண்பும் அறிவாற்றலும் ஒருங்கே கொண்ட பெண்ணை என் மனைவியாகக் கண்டுகொண்டதையும், அதன் பொருட்டு எனக்குக் கிட்டிய மகிழ்ச்சியையும் உணர்ந்துகொள்ளும் விதமான கனவின் பெயரிலான காரணத்துக்காக. நாம் ஒருவரையொருவர் மகிழ்ச்சியாக வைத்திருப்போம் என்று உறுதி எடுத்துக்கொள்வோம். நம்முடைய முடிவுக்கு குருஜி ஆதரவு தந்ததில் எனக்குப் பெரும் மகிழ்ச்சி...*

*அன்பைக்கூடக் கட்டுப்படுத்தக் கற்றுக்கொள்ள வேண்டும். நீ அதற்கு பலியாகிவிடுவாயோ என்று எனக்கு அச்சமாக இருக்கிறது. இனி உன்னால் பிரிவைத் தாங்கிக்கொள்ள முடியாது என்பதை நான் அறிவேன். நானும் என்னுடைய தனிமையால் சோர்வுற்றிருக்கிறேன். நீ என் அருகே இருக்க வேண்டுமென நான் தவித்துப்போகிறேன். ஆனால், கொஞ்சம் அவகாசம் கொடு. நான் உன்னுடைய பொறுமையைச் சோதிக்க மாட்டேன் என்று உறுதியளிக்கிறேன். தயவுசெய்து அதிருப்திகொள்ளாதே. நாம் வாழ்நாள் முழுவதும் ஒன்றாக இருக்கப்போகிறோம் எனும்போது, நாம் சேர்வதற்கு*

*முன்பாகக் கொஞ்ச நேரத்தை இழப்பதொன்றும் பெரிய குறையாக ஆகாது.*

*... ஆனால், நீ மூன்று நாள்களாக ஏதும் சாப்பிடவில்லை என்றறிந்து வருத்தமுற்றேன். எதற்காக நீ இப்படிச் செய்தாய். ஷாருவைப் புத்திசாலிப் பெண் என்றல்லவா நினைத்தேன். இதை நீ மீண்டும் செய்ய மாட்டாய் என்று நம்புகிறேன். நீ என்னுடைய பொக்கிஷம். நீ உடலளவிலோ மனதளவிலோ துன்புறுவதை நான் விரும்பவில்லை...*

*விதியின் வழிகள் எவ்வளவு விசித்திரமானவை! விநோதமானவை! நாம் இருவரும் கணவன் மனைவியாவோம் என்று யார்தான் நினைத்திருக்க முடியும். வெவ்வேறு படிநிலைகளில் பிறந்து, வெவ்வேறு வட்டங்களில் வளர்ந்து, வெவ்வேறு பாதைகளில் பயணித்து, இந்த இடத்தில் நோயாளியாகவும் செவிலியாகவும் சந்தித்து, அங்கிருந்து மணமேடைக்கு நகர்ந்திருக்கிறோம். நம்முடனான பிணைப்பை ஏற்படுத்துவதில் விதி என்னிடம் கருணையுடன் நடந்திருக்கிறது.*

*... இன்னொரு விநோதமான விஷயம் என்னவென்றால், நீ எனக்கு வைத்த செல்லப்பெயர். நான் எல்ஃபின்ஸ்டோன் உயர்நிலைப் பள்ளியில் படித்துக்கொண்டிருந்தபோது சக மாணவர்கள் என்னை இதே பெயர் சொல்லித்தான் அழைப்பார்கள். உனக்கு எப்படி அதே பெயர் வைக்கத் தோன்றியது என்றெண்ணி வியந்துபோனேன். நீ அதைத் தாராளமாகப் பயன்படுத்திக்கொள்ளலாம்...*

*ஆழமான காதலுடனும் ப்ரியமுடனும்,*
*ராஜாவிடமிருந்து.*

டாக்டர் சாஹேப் என் மீது எவ்வளவு தீவிரமான அன்பு வைத்திருந்தார் என்பதையும், என் மீது எவ்வளவு அக்கறை கொண்டிருந்தார் என்பதையும் கற்பனை செய்துபாருங்கள். என்னிடம் அவருக்கு இருந்த அன்பும் ப்ரியமும் ஒவ்வொரு வாக்கியத்திலும் கசிகின்றன. அவருக்கு எழுதும்போது, தன்னியல்பாக அவரை 'ராஜா' என்றழைத்திருந்தேன். ஏனெனில், அவர் ராஜா – உடைமை பறிக்கப்பட்ட, ஒடுக்கப்பட்ட பல லட்சம் மக்களின் மன்னர். அவரை நானும் என் இதயத்தில் 'என்னுடைய ராஜா'வாக ஏற்றுக்கொண்டிருந்தேன். அதனால்தான், என்னுடைய கடிதங்களில் அவரை ராஜா

என்றழைப்பேன். அவரும் எப்போதும் ராஜா என்றுதான் கையெழுத்திடுவார்.

நானும் டாக்டர் அம்பேத்கரும் மணம்புரிந்துகொள்ள முடிவெடுத்தவுடன், எங்களுடைய முடிவை டாக்டர் மால்வன்கரிடம் தெரிவித்தோம். அவர் எங்களை வாழ்த்தினார். ஆசிர்வதித்தார். டாக்டர் மால்வன்கர் என்னைவிட எல்லா வகையிலும் மூத்தவர் என்பதாலும், மருத்துவத் தொழிலில் அவர் என்னுடைய ஆசிரியர் இருக்கையில் இருப்பவர் என்பதாலும், மரியாதையுடன் 'குருஜி' என்றே டாக்டர் அம்பேத்கர் தன்னுடைய கடிதங்களில் குறிப்பிடுவார்.

அவர் தன்னுடைய சகாக்களுக்கு எழுதிய கடிதங்களில் எங்கள் திருமண முடிவு பற்றிய பல குறிப்புகளைக் காணலாம். டெல்லியிலிருந்து 20 பிப்ரவரி 1948 அன்று டாக்டர் சாஹேப் தன்னுடைய நெருங்கிய சகாவான கமலகாந்த் சித்ரேவுக்கு எழுதிய கடிதம்:

> *'... என்னுடைய உடல்நலம் திடீரென நலிவுற்றுவிட்டது. மீண்டும் சீர்கேட்டை எதிர்கொள்கிறேன். பழைய மோசமான நிலைக்குத் திரும்பிவிட்டதைப் போல் இருக்கிறது. டாக்டர் மால்வன்கரிடம் தொலைபேசினேன். இரண்டு கால்களிலும் தீவிரமான நோவு ஏற்பட்டதால் பொட்டுத் தூக்கம் இல்லாமல் நான்கு இரவுகளைக் கடக்க வேண்டியதாயிற்று. வேலையாள்கள் எந்நேரமும் விழித்திருந்து இரவு முழுவதும் என்னைக் கவனித்துக்கொள்ள வேண்டியிருக்கிறது. என்னுடைய உடல்நிலையில் உடனடியாக முன்னேற்றம் ஏற்படவில்லை என்றால், என் கால்நோவு நீடித்தும் குணப்படுத்த முடியாததாகவும் [ஆகிவிடும்] என்று, என்னைப் பரிசோதித்த மிகச் சிறந்த மருத்துவர்கள் இருவரும் சொல்கிறார்கள். இயல்பாகவே இது என்னை வலுவிழக்கச் செய்துவிட்டது. என்னுடைய உடல்நலனைப் பரிவுடன் பார்த்துக்கொள்ள ஒருவர் வேண்டும் என்று நீங்கள் முன்பு சொன்னதை இப்போது நினைத்துப்பார்க்கிறேன். நான் டாக்டர் கபீரை மணம்புரிந்துகொள்ள முடிவெடுத்திருக்கிறேன். அவள்தான் எனக்கான சரியான நபர். என்ன நடந்துகொண்டிருக்கிறது என்று உங்களிடம் சொல்ல நினைத்தேன். சரியோ தவறோ, முடிவெடுத்தாயிற்று. இருந்தாலும், இது பற்றி நீங்கள் சொல்வதைக் கேட்கச் சித்தமாயிருக்கிறேன்.*

*அதே நேரத்தில், இதை ரகசியமாக வைத்துக்கொள்ளுங்கள். ஜாதவ் தவிர யாருக்கும் தெரிய வேண்டாம். ஜாதவ் இது நடக்க வேண்டும் என்று விரும்பினார். மேலும், பம்பாய் முனையில் இதற்கு வேண்டியதெல்லாம் செய்யப்பட்டிருக்கும் என்று நம்புகிறேன்...'*

பிப்ரவரி 21 அன்று டாக்டர் சாஹேப் டெல்லியிலிருந்து ஜாதவுக்கு எங்கள் திருமணம் பற்றிக் கடிதம் எழுதினார்:

*'...நானும் டாக்டர் கபீரும் மணம்புரிந்துகொள்ள முடிவெடுத்திருப்பதை அறிந்து நீங்கள் மகிழ்ச்சியடையக்கூடும். இதை உங்களிடம் நான் ஏன் தெரிவிக்க விரும்பினேன் என்றால், எங்கள் திருமணம் உறுதியானதில் நீங்கள் பெரும்பங்கு வகித்திருக்கிறீர்கள். சரியான நபரைத்தான் தேர்ந்தெடுத்திருப்பதாக நான் உறுதியாக நம்புகிறேன். என்னுடைய தேவைகளுக்குப் பொருத்தமான நற்குணமும் அறிவாற்றலும் கொண்டவள் அவள். என்னுடைய உடல்நலனைப் பேணும் பொருட்டு, எனக்குப் பணிக்கப்பட்ட எதையும் நான் செய்வதில்லை என்ற பொது அபிப்ராயத்தையும் தொடர் விமர்சனத்தையும் தவிர்க்கவே இதைச் செய்தேன். இது என் வாழ்வின் புதிய அத்தியாயம். அது நன்றாக நிறைவடையும் என்றும் நம்புகிறேன். இப்போதைக்கு இதை நீங்கள் மிகவும் ரகசியமாக வைத்துக்கொள்ள வேண்டும் என்று கேட்டுக்கொள்கிறேன்...'*

கமலகாந்த் சித்ரே, டாக்டர் மால்வன்கர், தவ்லத் ஜாதவ், பாவ்ராவ் கெய்க்வாட், இன்ன பிறருக்கும் தகவல் தெரிவித்ததோடு, *'ஃப்ரீ பிரஸ்'* இதழைச் சேர்ந்த டாக்டர் நாயரிடமும் எங்கள் திருமண முடிவைத் தெரிவித்தார். டாக்டர் நாயருடனான நெருங்கிய உறவை டாக்டர் அம்பேத்கர் மிகவும் விரும்பினார். இதற்கு முக்கியமான காரணம் என்னவென்றால் பௌத்தம் மீது டாக்டர் நாயர் வைத்திருந்த தீவிர நாட்டம்தான். பம்பாய் சென்ட்ரலிலுள்ள நாயர் மருத்துவமனை வளாகத்தில் இருக்கும் புத்தர் கோயிலானது பௌத்தம் மீதான டாக்டர் நாயரின் ஈர்ப்புக்குச் சான்றாகும். பம்பாயில் இருக்கும்போது எப்போதெல்லாம் டாக்டர் அம்பேத்கர் தன்னை ஆசுவாசப்படுத்திக்கொள்ள விரும்புகிறாரோ அப்போதெல்லாம் ஜுஹுவிலுள்ள நாயர் பங்களா அவருக்காகத் திறந்திருக்கும். டாக்டர் நாயருக்கு டாக்டர் அம்பேத்கர் எழுதிய கடிதத்தை என்னால் சேகரிக்க முடியவில்லை. ஆனால், சில ஆண்டுகளுக்கு முன்பு [1985] மராத்தி செய்தித்தாள் ஒன்றில்

வெளியான, டாக்டர் அம்பேத்கரின் வாழ்க்கை வரலாற்றை எழுதிய தனஞ்செய் கீரின் நேர்காணலில் இந்தக் கடிதம் தொடர்பான விவரம் வெளிவந்தது எனக்கு ஞாபகம் இருக்கிறது. இதுதான் கீர் கொடுத்த கடைசி நேர்காணல். அவருடைய மறைவுக்குப் பிறகு, அவருக்கு அஞ்சலி செலுத்தும் விதமாக அந்த நேர்காணல் வெளியிடப்பட்டிருந்தது. டாக்டர் நாயருக்கு எழுதப்பட்ட கடிதத்தைக் குறிப்பிட்டு, தானும் அந்தக் கடிதத்தைப் படித்ததாக நேர்காணலில் கீர் குறிப்பிட்டிருந்தார். நேர்காணலில் அந்தக் கடிதத்தின் (என்னைக் குறிப்பிட்டும் நன்றியை வெளிப்படுத்தியும்) உள்ளடக்கம் பற்றி கீர் பேசினார்.

டாக்டர் சாஹேபுக்கு நான் மராத்தியில் ஒரு கடிதம் எழுதியிருந்தேன். அது அவருக்கு பிப்ரவரி 19 மாலையில் கிடைத்திருக்கிறது. அன்று மதியமே அவர் எனக்கு ஒரு கடிதம் அனுப்பியிருந்தார். அதை நான் மேலே தந்திருக்கிறேன். என்னுடைய மராத்திக் கடிதத்தைப் படித்த பின்னர், அன்றே எனக்குப் பதில் அனுப்பினார். அந்தக் கடிதத்தின் உள்ளடக்கத்தைக் கீழே தந்திருக்கிறேன்:

*என் அன்புக்குரிய ஷாரு,*

*இன்று நான் உனக்கு ஒரு கடிதம் அனுப்பியிருந்தேன். அன்று மாலையே உன்னிடமிருந்து எனக்கு மராத்தியில் கடிதம் வந்தது. என்னுடைய முதல் கடிதம் உன்னை ஆற்றவொண்ணா நிலைக்குத் தள்ளியதை அறிந்து நான் மிகவும் வேதனையுற்றேன். உன்னுடைய முதல் கடிதமே என்னைக் காயப்படுத்திவிட்டதாக நீ கற்பனை செய்துகொண்டிருக்கிறாய். உன்னை மன்னித்துவிட்டதாக நான் எழுதாதவரை நீ மகிழ்ச்சியாக இருக்கப்போவதில்லை. 16-ஆம் தேதியிலிருந்து நீ சாப்பிடவில்லை என்பதை அறிந்து நான் மிகவும் வருத்தமுற்றேன். நொறுங்கிப்போனேன். இது போன்ற மகிழ்ச்சியின்மையை உனக்குத் தரும் நோக்கம் எனக்குக் கிடையவே கிடையாது.*

*... இந்தத் தவறுக்கு நான் என்ன பரிகாரம் செய்ய முடியும். உன்னை எப்படித் தேற்ற முடியும். உன்னுடைய கடிதங்களெல்லாம் எனக்குப் பொக்கிஷங்கள். இரவில் தனியாக இருக்கும்போது, விழித்திருக்கும் பெரும்பாலான பொழுதுகளில் அவற்றை மீண்டும்மீண்டும் வாசிக்கிறேன். உன்னுடைய கடிதங்களில் வெளிப்படும்*

மென்மையான, இனிமையான நறுமணம் ஏதும் என்னுடைய கடிதங்களில் இருக்காது என்பதை நான் அறிவேன். இருந்தாலும், நீயும் அவற்றைத் திரும்பத்திரும்ப வாசித்திருக்கக்கூடும். அதனால், அந்தக் குறிப்பிட்ட கடிதத்தை அழித்துவிடு என்று உன்னிடம் கேட்க எனக்குத் தயக்கமாக இருக்கிறது. அந்தக் கடிதத்தில் வெளிப்பட்ட கடுமையான, மிகக் கடுமையான தொனியை இது மறக்க உதவும். இறுதியாக ஒரு முறை என்னை நம்பு — நீ நினைப்பதுபோல் உன்னிடம் கோபமோ உன்னைத் தண்டிக்கும் எண்ணமோ எனக்கு அறவே கிடையாது. இது போன்ற 100 அறியாப்பிழைகளை என் ஷாருக்காக நான் மன்னிக்க மாட்டேனா? நீ என்னைக் கஷ்டப்படுத்திவிட்டதாக நினைக்கும் எண்ணத்திலிருந்து மீண்டுவிட்டதாகவும், நீ நீயாக இருப்பதாகவும் எனக்கு எழுதும்வரை நான் மகிழ்ச்சியாக இருக்கப்போவதில்லை.

நீ எனக்கு வேண்டும் என்று முடிவெடுத்த பிறகு, மிகமிக அவசியமானதைவிட அதிகக் காலம் [தள்ளி] வைக்க வேண்டும் என்ற எண்ணம் எனக்கு இம்மியளவும் கிடையாது... நம் திருமணம் சட்டபூர்வமாக இருக்க வேண்டும். அது உன்னுடைய நலனுக்காகத்தான். தவறான நிலையில் உன்னை நிறுத்திவைக்க நான் ஒருபோதும் சம்மதிக்க மாட்டேன். இந்துத் திருமணச் சட்டம் திருத்தப்பட்டுவருகிறது. திருத்தத்துக்குப் பிறகு, அது இந்துக்களுக்கு இடையேயான கலப்புத் திருமணங்களை அனுமதிக்கும். இந்த மசோதா ஏற்கெனவே மத்தியச் சட்டமன்றத்தில் உள்ளது. உள்ளபடியாக, மத்திய அரசின் சட்ட அமைச்சராக நான் அதற்குப் பொறுப்புவகிக்கிறேன். இந்திய அரசின் சட்டமன்ற நிகழ்ச்சிநிரலை இந்த ஆண்டு முடிவதற்குள் நிறைவேற்றிவிட முடியுமா என்று மிகவும் ஐயமாக உள்ளது. அதுவரை காத்திருக்க நீ ஒப்புக்கொள்ள மாட்டாய் என்பது எனக்கு நன்றாகத் தெரியும். அப்படியெனில், சிவில் திருமணச் சட்டத்தின் கீழ் மணம்புரிந்துகொள்வதுதான் மிச்சமிருக்கும் ஒரே வழி. இந்தச் சட்டத்தின் கீழ் உள்ள நடைமுறைகள் இவைதான்:

அ) தங்களுடைய திருமண விருப்பத்தை அறிவிக்கும் விதமாக மணமகனோ அல்லது மணமகளோ திருமணப் பதிவாளரிடம் விண்ணப்பிக்க வேண்டும்.

ஆ) விண்ணப்பம் சமர்ப்பிக்கப்பட்ட நாளிலிருந்து பதினான்கு நாள்கள் முடியும்வரை திருமணம் செய்துகொள்ள முடியாது.

இ) சம்பந்தப்பட்டவர்களின் திருமணத்தில் தங்களுக்கு ஆட்சேபனை உள்ளது என்று இந்த 14 நாள்களுக்குள் யார் வேண்டுமானாலும் விண்ணப்பிக்கலாம்.

ஈ) ஒருவேளை (இ)-இன் கீழ் ஏதேனும் விண்ணப்பம் பெறப்பட்டால், முடிவெடுப்பதற்காக விஷயம் உயர் நீதிமன்றம் செல்லும்.

உ) ஆட்சேபனையை உயர் நீதிமன்றம் நிராகரித்தால், சம்பந்தப்பட்டவர்கள் திருமண நிகழ்வை முன்னெடுத்துச் செல்லலாம்.

இது துரிதமான வழி. ஆட்சேபனை ஏதும் இல்லை என்றால், சம்பந்தப்பட்டவர்கள் தாங்கள் விண்ணப்பித்த 14 நாள்களுக்குள் [sic] திருமணம் செய்துகொள்ளலாம். ஆட்சேபனை தெரிவிக்க யாரும் முன்வருவார்கள் என்று நான் நினைக்கவில்லை. என்னுடைய தரப்பிலிருந்து நிச்சயமாக யாரும் வர மாட்டார்கள். உன்னுடைய தரப்பில் அப்படி யாரும் இருப்பார்களா என்ன? நிச்சயமாக, சாதி அடிப்படையிலான ஆட்சேபனை அனுமதிக்கப்படாது. வேறு ஏதாவது தளத்திலான ஆட்சேபனையாக அது இருக்க வேண்டும்.

என்னுடைய திட்டம் இதுதான். மார்ச் முதல் வாரத்தில் நான் பம்பாய் வரும்போது நாம் விண்ணப்பத்தைச் சமர்ப்பித்துவிடுவோம். பிறகு, நம்முடைய திருமணம் முடிந்த பிறகு ஏப்ரல் முதல் வாரத்தில் டெல்லி திரும்பிக்கொள்கிறேன். ஏப்ரல் 15 வரை இது நீளும். இந்தத் திட்டம் உனக்குத் தாமதமாகப் படுகிறதா? இதற்கு மேலும் குறைக்க வழியே கிடையாது. இந்த அளவிலான பிரிவை நீ தாங்கிக்கொள்வாய் என்று நம்புகிறேன். எனக்குத் தெரியப்படுத்து.

மராத்தியில் உன்னுடைய கடிதம் இருந்ததைக் கண்டு நான் மிகவும் ஆச்சரியப்பட்டுப்போனேன். அது என்னை மிகவும் மகிழ்வித்தது. ஆங்கிலம் எனக்குப் பிடித்தமான மொழி. உண்மையில், என் ஆங்கில உரைநடையை ஆங்கிலேயர்களே வியந்திருக்கிறார்கள். இருந்தாலும், உன்னுடைய ஆங்கில நடை என்னுடையதைவிடப் பல மடங்கு மேலானது என்பதை நான் ஒப்புக்கொள்ளத்தான் வேண்டும். உன் நடையை என்னால் ஒருபோதும் போலச்செய்ய

முடியாது. உன்னுடைய எண்ணங்களுக்கு, அசலான வாக்கியங்கள் ஊடாக நீ தரும் உனக்கேயுரிய தனித்துவமான முத்திரையை என்னால் நகலெடுக்க முடியாது. இது தனக்கெனப் பிரத்யேக வசீகரத்தைக் கொண்டிருக்கிறது. நான் நிம்மதியாக உறங்கச்செல்ல உன்னுடைய கடிதங்கள் உதவுகின்றன. இனி நீ உன் தாய்மொழியை ஸ்வீகரித்தால் ஒருவகையில் அது எனக்கு வருத்தம். இன்னொரு வகையில், உன் ஆங்கிலத்தைப் போலவே மராத்தியும் சிறந்தது என்பதால் உன்னுடைய புதிய பயணத்தை வரவேற்கவும் செய்வேன். எனவே, ஆங்கிலத்தை முழுமையாக விட்டுவிடாமல் மராத்தியில் எழுதினாயென்றால் எனக்குச் சம்மதம்.

என்னை ஒருமையில் அழைக்கலாமா என்று கேட்டிருந்தாய். அதற்குத் துளியும் ஆட்சேபனை இல்லை. மனைவியைக் கணவன் ஒருமையில் அழைப்பதும், கணவனை மனைவி மரியாதையுடன் அழைப்பதும் பழைய இந்துப் பண்பாடு. அது கணவனுக்குக் கீழாக மனைவியை வைத்துப்பார்க்கும் கடந்த கால எச்சம். *குறைந்தபட்சமாக, தனிப்பட்ட அளவிலாவது அதைக் கைவிட வேண்டும்*...

நீ மராத்தியில் எழுதியிருக்கும்போது நானும் அதற்கு மராத்தியில் பதில் எழுத வேண்டும் என்று நீ எதிர்பார்த்திருக்கக்கூடும். ஒருகாலத்தில், மராத்தியில் புலமையுடன் இருந்தேன். என்னைப் போல மராத்தியச் செவ்விலக்கியத்தை இந்த அளவுக்கு வாசித்ததாக இப்போதுகூட யாரும் உரிமைகோர முடியாது. சுமார் இருபது ஆண்டுகள் நான் மராத்திய வார இதழுக்கு ஆசிரியராக இருந்தேன். அதில் நான் எழுதியவற்றை ஒன்றாகத் தொகுத்தால், குறைந்தபட்சம் மூன்று பெரும் தொகுப்புகளுக்குத் தாங்கும். இப்போது மராத்தியுடனான தொடர்பை நான் இழந்துவிட்டேன். வசீகரமும் எளிமையும் கவர்ச்சியும் தரக்கூடிய ஒன்றை எழுத முடியும் என்ற நம்பிக்கையை நான் இழந்துவிட்டேன். எனவே, உனக்கு மராத்தியில் பதில் எழுதுவதற்கு எனக்கு மிகவும் தயக்கமாக இருக்கிறது. இருந்தாலும், அந்த ஆபத்தான முயற்சியை எடுக்கத் தயார்தான். ஆனால், ஒரு நிபந்தனை. என்னுடைய தவறுகளைப் பார்த்து நீ சிரிக்க மாட்டாய் என்று சத்தியம் செய்ய வேண்டும்.

மிகுந்த அன்புடன்,
ராஜா

*என்னுடைய கடைசிக் கடிதத்தை நீ கட்டுரை என்றாய். அதை நியாயமான கருத்து என்பேன். ஆனால், இதைக் கட்டுரை என்று [நீ] சொல்லத் துணிய மாட்டாய்தானே?*

என் ஆங்கில நடை அவரைவிட மேலானது என்று மேற்கண்ட கடிதத்தில் அவர் குறிப்பிட்டாலும், அது அவருடைய பரந்த மனத்தின் பெருந்தன்மை என்றே நான் நம்புகிறேன். 'உன்னுடைய புத்திசாலித்தனமும் என்னுடைய உழைப்பும்' பல அற்புதமான விஷயங்களை உருவாக்கும் என்று டாக்டர் அம்பேத்கர் தன்னுடைய கடிதமொன்றில் குறிப்பிட்டிருக்கிறார். என்னிடம் இதை எப்போதும் சொல்வார்.

நான் அவருக்கு மராத்தியில் அனுப்பிய கடிதத்துக்கு பிப்ரவரி 21 அன்று டாக்டர் சாஹேப் பதில் எழுதினார். அவருடைய கடிதத்தை இப்படித் தொடங்கினார்: 'அன்பும் மரியாதையும் நிறைந்த வணக்கத்துடன் ஷாருவின் ராஜாவிடமிருந்து' என்றவர் இப்படித் தொடர்ந்தார் [மராத்தியிலிருந்து மொழிபெயர்க்கப்பட்டது]:

*ஷாரு எழுதிய கடிதம் அவளுடைய ராஜாவுக்கு இரண்டு மூன்று நாள்களுக்கு முன்பாகக் கிடைத்தது. ஷாருவின் ராஜா அதற்கு ஆங்கிலத்தில் பதில் எழுதினான். அந்தப் பதில் மராத்தியில்தான் இருக்கும் என்று ஷாரு எதிர்பார்த்திருப்பாள் என்பது நிச்சயம். அதனால், ஷாருவின் ராஜா இந்தக் கடிதத்தை மராத்தியில் எழுதிக்கொண்டிருக்கிறான்.*

*ராஜாவின் ஷாரு, ஷாருவின் ராஜா எழுதிய கடிதம் கொண்டிருந்த சில கடுமையான வார்த்தைகள் அவளை வேதனைப்படுத்தின — அவள் சாப்பிடுவதை நிறுத்திவிட்டாள், தூங்குவதை நிறுத்திவிட்டாள் — என்பதில் ஷாருவின் ராஜாவுக்கு அளவற்ற வருத்தம். தன்னுடைய கடிதம் இவ்வளவு பெரிய பாதிப்பை விட்டுச்செல்லும் என்ற எண்ணம் ஷாருவின் ராஜாவுக்கு இம்மியளவும் இருக்கவில்லை. ஷாருவின் ராஜா தன்னுடைய அன்புக்குரிய ஷாருவை வேண்டுமென்றே புண்படுத்தக்கூடும் என்று அவள் நம்புகிறாளா என்ன? ஷாருவின் ராஜா நிச்சயமாக அப்படியான கல்நெஞ்சக்காரன் அல்ல. அப்படியான அலட்சியம் கொண்ட நபர் அல்ல. மராத்தியில் ஒரு பழமொழி உண்டு: 'முதலில் கசப்பு, பிறகு இனிப்பு.' ராஜாவின் ஷாரு அதை நிச்சயம் நினைவில் வைத்திருப்பாய். இந்த நிலையற்ற உலகில் பயணிக்கும் அவர்கள் ராஜாவின் ஷாருவாகவும்,*

ஷாருவின் ராஜாவாகவும் ஆகும்போது அவர்களுக்கிடையே எவ்வித இடைவெளியோ கருத்துவேற்றுமையோ நிகழ்ந்துவிடக் கூடாது. இந்த நோக்கத்தில்தான் ஷாருவின் ராஜா சில கேள்விகளை ஷாருவின் முன்பாக வைத்தான். அவை விரும்பத்தகாதவையாக இருக்கலாம். ஆனால், சிந்திக்கத் தகுதியானவை. ஷாருவின் ராஜா இதைச் செய்தபோது அவனுடைய எண்ணம் பரிசுத்தமானதாகவே இருந்தது. இதை மனத்தில் கொண்டு, ராஜாவின் ஷாரு தன்னுடைய துக்கத்திலிருந்து விடுபடுவாள் என்றும், ராஜாவை மன்னிப்பாள் என்றும் ஷாருவின் ராஜா எதிர்பார்க்கிறான்.

பிரிவு உண்டாக்கும் கடுந்துயரை ஷாரு கொஞ்சமும் பொறுத்துக்கொள்ள மாட்டாள் என்பதை ஷாருவின் ராஜா நன்றாக அறிவான். பிரிவின் எல்லை இயன்றவரை குறைக்கப்படும் என்று ஷாருவின் ராஜா தன்னுடைய முந்தைய கடிதத்தில் ஷாருவுக்கு உறுதியளித்துள்ளான்...

சட்டபூர்வமாகப் பிணைக்கப்படாமல் ஷாரு எல்லை தாண்டக் கூடாது என்ற ஷாருவின் ராஜாவுடைய தீர்மானத்தையும், ஷாருவின் ராஜா இந்த உலகத்தைக் கண்டு அச்சப்படவில்லை என்றதையும் ஷாரு தன்னுடைய கடிதத்தில் இடித்துரைத்திருக்கிறாள். அவன் இந்த முழு இந்துஸ்தானுக்கு எதிராகவும் போராடி இன்று 25 ஆண்டுகள் ஆகின்றன. காந்திக்கு முன்பாகத் தன் நெஞ்சை நிமிர்த்தும் துணிவு இங்கே யாருக்கும் இருந்ததில்லை. ஆனால், அவரைக் கடுமையான வார்த்தைகளால் தாக்குவதற்கு ஷாருவின் ராஜா அஞ்சியதில்லை. மேலும், இந்தப் போட்டியில் அவன் வெற்றியும் பெற்றான். அது அவன் மீதான மக்களின் மதிப்பை அதிகரித்தது. ராஜாவின் ஷாரு இதை ஏற்றுக்கொள்ளத்தான் வேண்டும். இந்த வெற்றி எப்படிக் கிடைத்தது, ஏன் மரியாதை அதிகரித்தது என்பது குறித்து ஷாரு போதுமான அளவு வெளிப்படுத்தவில்லை என்பதை வருத்தத்துடன் சொல்லியாகத்தான் வேண்டும். அப்படிச் செய்திருந்தாள் என்றால், ராஜாவின் ஷாரு தன்னுடைய இடித்துரைப்பு தவறானது என்பதைத் தானே உணர்ந்திருப்பாள்.

என் வெற்றிக்கான சாவி என்னுடைய தூய்மையானதும் நற்பண்புமிக்கதுமான நடத்தையிலேயே உள்ளது. ராஜாவின் ஷாரு இந்த அனுபவத்தைப் பெற்றிராத காரணத்தால், ஒருவேளை நான் சொல்வதை ஆமோதிப்பது அவளுக்குக் கஷ்டமாக இருக்கலாம்.

ஆனால், அந்த அனுபவத்தைப் பெறும்போது இந்தக் கூற்றின் உண்மையை ஏற்றுக்கொள்வதற்கான வழி பிறக்கும் என்பதை ஷாருவின் ராஜா உறுதியாக நம்புகிறான். உலகத்துடனான என்னுடைய மோதலில் என் பங்கு என்னவென்றால் நீதியும் அறமும் தொடர்பானது. விடுதலை விரும்பும் சிலர், ஒருவர் தான் நினைப்பதைச் செய்ய வேண்டும் என்றும், பொதுமக்களின் குற்றச்சாட்டுகளுக்கு அஞ்ச வேண்டாம் என்றும் கூறுகிறார்கள். பொதுமக்களின் குற்றச்சாட்டுகளுக்கு அஞ்சக் கூடாது என்ற கொள்கையை என்னால் ஏற்றுக்கொள்ள முடியாது. உண்மைக்காகவும் ஒழுக்கத்துக்காகவும் நன்னடத்தைக்காகவும் பாடுபடும்போது பொதுமக்களின் குற்றச்சாட்டுகள் எழுமானால் அஞ்ச வேண்டாம். இதை நான் ஏற்றுக்கொள்வேன். வேண்டிய சம்பிரதாயங்களைக் கடைப்பிடிக்காமல் நெருக்கம்காட்டியதில் உள்ளடங்கியிருக்கும் உண்மை, ஒழுக்கம், நன்னடத்தை ஆகியவற்றில் எந்தச் சிக்கலும் இருப்பதாக ஷாருவின் ராஜா உணரவில்லை; எனவேதான், சம்பிரதாயங்கள் முடியும்வரை நாம் காத்திருக்க வேண்டும் என்ற வலியுறுத்தல். இந்த நிலைப்பாட்டையும் கருத்தையும் ராஜாவின் ஷாரு ஏற்றுக்கொள்வாள் என்பதில் எனக்கு ஐயம் ஏதுமில்லை.

ராஜாவைப் பூஜிப்பதாக ஷாரு சொல்கிறாள். ஆனால், ராஜாவும் ஷாருவைப் பூஜிக்கிறான் என்பது அதே அளவுக்கு உண்மை. மேலும், ஷாருவிடம் இதற்கான ஆதாரங்கள் ஏதும் முன்வைக்க வேண்டியதில்லை என்பதாக ராஜா நினைக்கிறான். ராஜாவின் பக்தர்தான் ஷாரு. ஷாருவின் பக்தர்தான் ராஜா. ஷாருவுக்கு ராஜாவைத் தவிர பூஜிக்க வேறு யாரும் கிடையாது. ராஜாவுக்கும் ஷாருவைத் தவிர பூஜிக்க வேறு யாரும் கிடையாது. தோற்றத்திலும் உடல் தேவைகளிலும் இருவருடையதும் தனித்தனி உடல்களாகத் தோன்றும். ஆனால், ராஜாவின் ஷாருவும் ஷாருவின் ராஜாவும் தங்களுக்குள் ஒற்றை ஆன்மாவே குடியிருப்பதாக உறுதியாக நம்புகிறார்கள். ஷாருவும் அவளுடைய ராஜாவும் ஒன்றிணைந்திருப்பது விலங்குணர்வுத் தற்செயலால் அல்ல; தெய்வீகத் தற்செயலால்தான். அது தெய்வீகத் தற்செயல் இல்லையென்றால், தொலைதூர குஜராத்தில் வசிக்கும் ஷாருவும், அரசியல் சுழலில் சிக்கித் தவிக்கும் அவளுடைய ராஜாவும் எப்படிச் சந்தித்திருக்க முடியும்? அதே நேரத்தில், இது ஒரு ஆன்மத் தற்செயல் என்றும் சொல்லலாம். ஒரு ஆன்மா இன்னொரு ஆன்மாவைப் பார்த்தது. இரண்டும் ஒரு பொது அடையாளத்தை

அடையாளம்கண்டு ஒன்றையொன்று தழுவிக்கொண்டன. இந்தத் தழுவல் என்றேனும் தளர்வடையுமா என்ன? மரணம் தவிர வேறு எதுவும் இந்தத் தழுவலைத் தகர்த்தெறிய முடியாது என்பதில் ராஜா உறுதியாக இருக்கிறான். இருவரும் ஒரே நேரத்தில் இறக்க வேண்டும் என்பது ராஜாவின் மிகப் பெரும் ஆசை. ஷாரு போய்விட்ட பிறகு யார் ராஜாவைப் பார்த்துக்கொள்ள முடியும்? எனவே, ராஜா முன்கூட்டியே இறந்துபோக வேண்டும் என்பது தெரிகிறது. இன்னொரு கோணத்தில் பார்த்தால், ராஜா மறைந்த பிறகு ஷாருவுக்கு என்ன நடக்கும் என்று நினைக்கும்போது ராஜாவின் மனம் நிம்மதியின்றித் தவிக்கிறது. மக்கள் சேவைக்காக நாள்களைக் கழித்த ராஜா எந்தச் செல்வத்தையும் சேர்த்துவைக்கவில்லை. பசியைத் தணிப்பதற்காக உழைப்பதைத் தாண்டி வேறு எதையும் ஷாருவின் ராஜாவால் செய்ய முடியவில்லை. ஷாருவின் ராஜாவுக்கு ஓய்வூதியம் கிடையாது. ஷாருவின் ராஜா நல்ல ஆரோக்கியத்துடன் இருந்திருந்தால் எந்தப் பிரச்சினையும் இருந்திருக்காது. ஆனால், அவனுடைய உடல்நிலை சரியில்லை என்பதால் ஐயம் எழுகிறது. அதனால், ஷாருவுக்கு என்ன ஆகுமோ என்ற எண்ணம் எழும்போது அவன் நெஞ்சம் பதறுகிறது. இதற்கெல்லாம் புத்த பகவான் ஏதாவது தீர்வு வைத்திருப்பார் என்று ஷாருவின் ராஜா நம்புகிறான்.

இந்தக் கடிதத்துடன், பதிவுசெய்யப்பட்ட பார்சல் ஒன்றும் அனுப்பப்படுகிறது. இதில், (1) அசோகர் தூணின் படம் உள்ளது. நாங்கள் தயாரித்துள்ள அரசமைப்பின் அட்டைப்படத்தில் இது அச்சிடப்படும். இதைத் தேர்ந்தெடுத்தது நான்தான். ஷாருவுக்கு இது பிடிக்கும். ராஜாவுக்கும் அழகு மீது காதல் இருக்கிறது என்பதை அவள் உணர்ந்துகொள்வாள். (2) 'இல்லஸ்ட்ரேட்டட் வீக்லி'யில் வெளிவந்த, பல்வேறு பிரதேசங்களைச் சேர்ந்த பெண்கள் உடுத்தும் ஆடைகளைக் காட்டும் மூன்று படங்கள் உள்ளன. இரவு உடை வாங்க வேண்டும் என்று ஷாருவுக்கு என்றேனும் தோன்றினால், அது எப்படி இருக்க வேண்டும் என்பதைத் தீர்மானிக்க இந்தப் படங்கள் அவளுக்கு உதவும் என்று நினைத்தான். ராஜாவின் அபிப்ராயப்படி, மார்வாடி உடை மிகவும் அழகாக இருக்கும். அதன் அலைவுறும் வளைவுகள் மிகவும் கவர்ச்சிகரமாகத் தோற்றமளிப்பவை. மடிப்புகள் போதுமான அளவு இல்லையென்றால் அது கவர்ச்சியாக இருக்காது. இவையெல்லாம் ராஜாவின் அபிப்ராயங்கள் மட்டுமே. ஷாருதான் அவளே முடிவெடுத்துக்கொள்ள வேண்டும். முடிவெடுக்கும் சுதந்திரம்

*அவளுடையது. ராஜாவின் தேர்வு அங்கீகரிக்கப்பட்டதென்றால், ஐந்தாறு இரவு உடைகள் தயாரிக்கலாம்...*

*முந்தைய கடிதத்தில் குறிப்பிட்டதைப் போல, ராஜாவுக்கு ஷாரு அறிந்த அளவுக்கு மராத்தி தெரியாது. அவனுடைய தாய்மொழி ஆங்கிலம்தான். ஷாருவைத் திருப்திப்படுத்துவதற்காக மட்டுமே இந்த முயற்சி. ஆனால், ஜானேஷ்வர் சொன்னதுபோல்:*

*ஜைஸா ஸ்வபாவ் மாய்பாபாச்சா |*
*அபத்ய போலே ஜரீ போபடி பாஷா |*
*தரீ அதிக் தயாச்சா சந்தோஷ் ஆதி ||*

[பிள்ளைகள் தங்களுடைய பெற்றோரின் நடத்தையைப் பின்பற்றினார்கள் என்றால், தெளிவற்ற மழலை மொழியில் என்றாலும்கூட, அதனால் கிடைக்கும் திருப்தி மிகப் பெரியது.]

*தரீ ந்யூன் தே புரதே |*
*அதிக் தே சரதே |*
*கருனி க்யாவே ஹே துமதே வினவித் அஸே ||*

[ஏதாவது ஒரு பொருள் சிறிய அளவில் கிடைத்தால், அது நீடித்திருக்கும். ஏராளமாகக் கிடைக்கும் பொருளோ விரைவாகத் தீர்ந்துவிடும். எனவே, சொற்பத்தில் திருப்திகாணும்படி கேட்டுக் கொள்ளப்படுகிறீர்கள்.]

*இந்த நம்பிக்கையில்தான் இந்தக் குழந்தைத்தனமான பிதற்றல்கள் எழுதப்பட்டுள்ளன.*

*இன்றைக்கு இவ்வளவுதான்.*

*ராஜாவிடமிருந்து ஷாருவுக்கு வாழ்த்துகளும் ஆரத்தழுவல்களும்.*

*21/2/48* — *ஷாருவின் ராஜா,*

சொத்து கிடையாது, ஓய்வூதியம் கிடையாது, கூடவே நோய்வாய்ப்பட்டிருப்பதால் அவர் தன்னுடைய ஷாருவுக்கு என்ன ஆகுமோ என்ற மனக் குழப்பம் கொண்டிருக்கிறார். அவருடைய அச்சங்கள் எவ்வளவு சரியாக இருந்தன என்பதை, அவர் மறைந்ததிலிருந்து நான் உணர்ந்துவருகிறேன்.

இந்தியா வரித்துக்கொண்டுள்ள தேசியச் சின்னமானது அசோகத் தூணின் மீதிருக்கும் சிங்கங்கள். இந்தச் சின்னத்தை டாக்டர் அம்பேத்கர்தான் தேர்ந்தெடுத்தார் என்பதற்கு மேற்கண்ட கடிதம் சான்றளிக்கிறது. தேசியக் கொடியையும் தேசியச் சின்னத்தையும் தேர்ந்தெடுத்ததோடு அரசமைப்பு வரைவையும் உருவாக்கியது — நாட்டுக்காக அவர் ஆற்றிய சில சேவைகளாகும்.

நான் சம்பந்தப்பட்ட எல்லா விஷயங்களிலும் அவர் தனிப்பட்ட கவனம் செலுத்துவார். குறிப்பாக, ஆடை விஷயத்தைப் பொறுத்தவரை தேர்வு எப்போதுமே அவருடையதாகத்தான் இருக்கும். அதனால்தான், 'இல்லஸ்ட்ரேட்டட் வீக்லி'யில் அச்சிடப்பட்ட வித்தியாசமான வடிவமைப்புகளுக்கு ஏற்ப இரவு உடைகளை நான் வாங்க வேண்டும் என்று அவர் தன்னுடைய விருப்பத்தைத் தெரிவித்திருந்தார். அவர் ஒருபோதும் தன்னுடைய விருப்பங்களை என் மீது திணித்தது கிடையாது. ஆனால், அவருடைய ஆசையும் தேர்வும் மிகவும் பொருத்தமாக இருக்கும் என்பதால் நான் எப்போதும் அவற்றை ஏற்றுக்கொண்டிருக்கிறேன். தனியாகச் சொல்ல வேண்டியதில்லைதான், அவர் கடிதத்தில் எழுதியிருந்தபடி, எனக்கு ஐந்தாறு மார்வாடி பாணியிலான இரவு உடைகள் கிடைத்தன.

## அன்பை இழந்து வாடிய டாக்டர் அம்பேத்கர்

டாக்டர் அம்பேத்கருக்கு ஐந்து வயது இருக்கும்போது அவர் தன்னுடைய அம்மாவை இழந்தார். அதனால், அம்மாவின் அன்பைப் பெற்ற நினைவுகள் எவையும் அவருக்கு இல்லை. அம்மா இறந்த பிறகு, அத்தை மீராபாய் அவரைக் கவனித்துக்கொண்டார். ராம்ஜிராவ் பிறகு இரண்டாவது திருமணம் செய்துகொண்டார். என்ன இருந்தாலும், மாற்றாந்தாய் மாற்றாந்தாய்தானே. அவரிடமிருந்து என்ன அன்பைப் பெற்றுவிட முடியும்? அவரோடு டாக்டர் அம்பேத்கர் ஒருபோதும் ஒன்றிப்போனதில்லை. 1913 பிப்ரவரியில் சுபேதார் ராம்ஜிராவும் பம்பாயில் காலமானார். அப்பாவின் மறைவுக்குப்

பிறகு, அவருக்கு இருந்த ஒரே ஆதரவும் இல்லாமலானது. தந்தையின் அன்பையும் இழந்து, துணையின்றி விடப்பட்டார்.

அவர் மாணவராக இருந்த காலத்திலேயே அவருக்குத் திருமணம் நடந்துவிட்டது. கோபால்பாபா வலங்கரின் உறவினரான பிகூ வலங்கரின் மகள் ரமாபாயை 1906 ஏப்ரலில் மணம்புரிந்துகொண்டார். 1913-இல் அவர் தன்னுடைய தந்தையை இழந்த பிறகு, குடும்பப் பொறுப்பும் தன்னுடைய கல்விக்கான பொறுப்பும் அவர் மீது விழுந்ததால் அவரால் இல்லற சுகத்தை அனுபவிக்க முடியவில்லை. கொஞ்ச காலம் அவர் பரோடா அரசாங்கத்தில் பணியாற்றினார். பின்னர், ஜூலை 1913 முதல் ஜூன் 1917 வரை தன்னுடைய உயர்கல்விக்காக இங்கிலாந்திலும் அமெரிக்காவிலும் இருக்க வேண்டியிருந்தது. பரோடா அரசுடன் செய்துகொண்ட ஒப்பந்தத்தின்படி, 1917-இல் அங்கே பணியைத் தொடங்கினார். அங்கே ஏற்பட்ட கசப்பான அனுபவங்கள் அவரை பம்பாய்க்குக் கூட்டிவந்தன. 1920 முதல் 1923 வரை, எம்.எஸ்சி., டி.எஸ்சி., பார்-அட்-லா படிப்பை முடிப்பதற்காக அவர் இங்கிலாந்துக்கும் ஜெர்மனிக்கும் சென்றார். 1924-இலிருந்து பொது சேவையில் தன்னை ஈடுபடுத்திக்கொண்டார். மஹத்தின் சவ்தார் ஏரி சத்யாகிரகம், நாசிக்கின் கலாராம் கோயில் நுழைவு சத்யாகிரகம், வட்டமேஜை மாநாடுகள் மூன்று, பூனா ஒப்பந்தம், இன்ன பிற ஏராளமான விஷயங்கள் அடுத்தடுத்து நடந்தன. இவ்வளவு பரபரப்பான வாழ்க்கையை வாழ்ந்த அவர் தன்னுடைய வீட்டில் எவ்வளவு நேரம் செலவிட்டிருக்க முடியும்? வழக்கறிஞர் தொழில், வாசிப்பு, எழுத்து, சந்திப்புகள், மாநாடுகள், சுற்றுப்பயணங்கள் என நேரம் செலவழித்துக்கொண்டிருக்கும்போது, தன்னுடைய மனைவியுடன் அவரால் எவ்வளவு நேரம் செலவிட்டிருக்க முடியும்? ரமாபாய் படிப்பறிவில்லாதவர். டாக்டரோ மாபெரும் அறிஞர். எனவே, ரமாபாய் நாணிக்கோணியபடி இருந்திருக்கிறார். டாக்டர் அம்பேத்கரின் குடும்பப் படத்தில் (இந்தப் புத்தகத்தில் இடம்பெற்றுள்ளது) ரமாபாய் தனக்குள் ஒடுங்கியபடி உட்கார்ந்திருப்பது அந்தக் கதை என்ன என்பதைச் சொல்கிறது. கணவன் மனைவிக்கு இடையே கண்ணுக்கு அகப்படாத தூரம் இருப்பதை ஒருவரால் உணர்ந்துகொள்ள முடியும் — அவர்களுடைய கல்வி நிலைகளில் உள்ள வேறுபாடு காரணமாக இருக்கலாம். இரண்டாவது விஷயம் என்னவென்றால், டாக்டர்

அம்பேத்கர் தன்னுடைய பெரும்பாலான நேரத்தை பரேலிலுள்ள தாமோதர் ஹால் அலுவலகத்தில்தான் கழித்தார். நேரம் வாய்க்கும்போது, இரண்டு அல்லது நான்கு நாள்களுக்கு ஒரு முறை வீட்டுக்குச் சென்றுவந்தார்.

டாக்டர் அம்பேத்கர் குறித்த கவலைகள் காரணமாகவும், அவர் மேற்கொண்ட சிக்கன நடவடிக்கைகள் காரணமாகவும் ரமாபாய் மிகவும் பலவீனமடைந்துவந்தார். பிறகு, காசநோய்க்கு இரையாகி 1935-இல் காலமானார். இப்படித்தான் டாக்டர் அம்பேத்கர் தன்னுடைய மனைவியின் அன்பையும் இழந்தார்.

குழந்தைகளின் அன்பையும் குழந்தைகளின் மகிழ்ச்சியையும்கூட அவர் அனுபவித்ததில்லை. யஷ்வந்த் 1912 டிசம்பரில் பிறந்தான். அவனுக்கு அடிக்கடி உடல்நிலை சரியில்லாமல்போகும். இது டாக்டர் அம்பேத்கருக்குத் தொடர் கவலையாக இருந்தது. யஷ்வந்துக்குப் பிறகு நான்கு குழந்தைகள்: மூன்று ஆண் குழந்தைகள், ஒரு பெண் குழந்தை. ஆனால், யாரும் உயிர் பிழைக்கவில்லை. குறிப்பாக, 1926-இல் அவருடைய இளைய மகன் ராஜரத்னா. அவன் அப்பா செல்லம். அவனுடைய மறைவுக்குப் பிறகு, டாக்டர் அம்பேத்கர் தன்னுடைய நண்பர் தத்தோபாவுக்கு எழுதிய கடிதத்தில் இப்படிச் சொல்கிறார்: 'என்னுடைய இளைய மகன் மிகவும் அற்புதமானவன். அவனைப் போன்றவர்களை அபூர்வமாகவே பார்த்திருக்கிறேன். அவனுடைய மறைவால், களைகள் நிறைந்த தோட்டமாக என் வாழ்க்கை மாறிவிட்டது.' ராஜரத்னாவின் மரணத்துக்குப் பிறகு டாக்டர் அம்பேத்கர் தன்னுடைய லௌகீக வாழ்க்கையில் ஆர்வமிழந்தார். வீட்டுக்கு வந்துபோவது அரிதானது.

மகளின் அன்பை அவர் ஒருபோதும் அனுபவித்ததில்லை. யஷ்வந்த் மட்டுமே எஞ்சியிருந்தான். ஆனால், அவனும் எப்போதும் நோயுற்றபடி இருந்தான். அவனுடைய நோய் காரணமாகவோ வேறு சில பாதகச் சூழ்நிலை காரணமாகவோ, யஷ்வந்த் அதிகம் கற்றுக்கொள்ளவில்லை. அவனை அமெரிக்காவிலுள்ள கொலம்பியா பல்கலைக்கழகத்துக்கு அனுப்ப வேண்டும் என்கிற முனைப்பு டாக்டருக்கு இருந்தது. ஆனால், அந்த ஆசை நிறைவேறவில்லை.

சகோதரப் பாசமும் டாக்டர் அம்பேத்கருக்கு மறுக்கப்பட்டது. அவருடைய அண்ணன் 1927 நவம்பரில் இறந்துபோனார். அதிலிருந்து சில ஆண்டுகளுக்குள் அவருடைய அக்கா காலமானார். நெருங்கிய உறவினர்கள் யாருமின்றித் தனித்து விடப்பட்டார். இவ்வாறு அம்மாவின் அன்பு, அப்பாவின் அன்பு, மனைவியின் அன்பு, குழந்தைகளின் அன்பு, உடன்பிறப்புகளின் அன்பு, நெருங்கிய உறவினர்களின் அன்பு என்று எல்லாமும் எப்போதும் மறுக்கப்பட்டதால் அவர் அன்புக்காக ஏங்கினார். ஆனால், இவை எல்லாவற்றுக்கும் மேலாக, தன்னுடைய தனிப்பட்ட வாழ்க்கையின் குறைபாடுகள் எவையும் தலித்துகளின் முன்னேற்றத்துக்கான தன் உறுதிப்பாட்டில் குறுக்கிட அவர் ஒருபோதும் அனுமதிக்கவில்லை. அவருடைய பணி தவிர்க்க முடியாமல் அவருடைய உடல்நிலையில் பாதிப்பை ஏற்படுத்தியது. அந்த மோசமான உடல்நிலைதான் கடைசியில் எங்கள் சந்திப்புக்குக் காரணமானது. என்னுடைய வாழ்க்கையையே புரட்டிப்போட்ட சந்திப்பு அது. அதனால், என்னுடைய ஒட்டுமொத்த வாழ்க்கையுமே அர்த்தமுள்ளதானது.

தன் சகாக்கள் வற்புறுத்தியபோதும் இரண்டாம் திருமணம் பற்றி அவர் ஒருபோதும் யோசிக்கவில்லை. உடல்நலக்குறைவு காரணமாகவே அவர் இரண்டாம் திருமணம் குறித்து யோசிக்க வேண்டிய கட்டாயம் உருவானது. அப்போதுதான் நான் அவரைச் சந்தித்தேன். வாழ்நாள் முழுவதும் அவருக்கு அன்பு மறுக்கப்பட்டதால், அவரின் அணை உடைந்தது. அன்பின், அதீத பாசத்தின் பெருவெள்ளத்தால் என்னை மூழ்கடித்தார். அதற்கு நிகராக நானும் அன்புகாட்டினேன்.

பாறையின் அடியிலுள்ள தூய, தெளிவான நீரூற்றுபோல டாக்டர் அம்பேத்கரின் அன்பு இருந்தது. அவர் முகம் சற்றுக் கடுமையாக இருக்கும்; அவருடைய ஒட்டுமொத்த ஆளுமையோ தீவிரப் படிப்பாளிக்கான இயல்பிலிருந்து எழும் தீவிரமும் கவர்ச்சிகரமான பிரகாசமும் கலந்த கலவையைப் பிரதிபலித்தது. அவர் மனமும் உள்ளமும் எவ்வளவு தெளிவாகவும் மென்மையாகவும் இருந்தன என்பதை அவருடைய ஒவ்வொரு கடிதத்திலும் காணலாம்.

13 மார்ச் 1948 அன்று நான் அவருக்கு ஒரு கடிதம் எழுதியிருந்தேன். அதற்கு அவர் மார்ச் 15 அன்று பதில் எழுதினார்:

அன்பின் ஷாரு,

13-ஆம் தேதியிட்ட உன்னுடைய இரண்டாம் கடிதம் இன்று மதியம் கிடைத்தது. 11 அன்றைய உன் முதல் கடிதமும் இந்த இரண்டாம் கடிதத்துடன் என் கைக்கு வரும் என்று எதிர்பார்த்தேன். ஆனால், அது நடக்கவில்லை. தபால் நிலையத்தில் தொலைந்துபோயிருந்திருக்க வேண்டும். அதைத் தவறவிட்டதற்காக வருந்துகிறேன்... டால்ஸ்டாய் வாழ்க்கைதான் உன்னுடைய மனவுளைச்சலுக்கும் உளச்சோர்வுக்கும் காரணம் என்று நினைக்கிறேன். அதைப் படிக்கச்சொல்லியதில் எனக்கு ஏதோ ரகசிய உள்நோக்கம் இருக்குமென நீ நினைப்பதாகத் தோன்றுகிறது. நான் செய்யும் ஒவ்வொரு செயலையும், விதவிதமாக அர்த்தம் கொடுக்கும்படி சந்தேகிப்பது உன்னுடைய இயல்பு என்று நான் கூற விரும்பவில்லைதான். ஒருவேளை, என்னுடையதிலிருந்து முற்றிலும் வேறான உலகிலிருந்து நீ வந்திருப்பதால் எதையும் நம்புவதற்கு உனக்கு விருப்பமில்லாமல் இருக்கலாம்தான். இதிலிருந்து உன்னை மீட்டுவிடுவேன் என்று என்னால் உறுதியாக நம்பிக்கை தர முடியவில்லை. ஆனால், நீ கொண்டிருக்கும் அவநம்பிக்கைக்கு எந்த அடிப்படையும் கிடையாது என்பதை நம்முடைய சகவாசம் காலப்போக்கில் உனக்குக் கற்பிக்கும் என்று நம்புகிறேன்.

டால்ஸ்டாய் வாழ்க்கையை நீ வாசிக்க வேண்டும் என்று நான் பரிந்துரைத்ததில் எனக்குக் குறிப்பிட்ட நோக்கம் ஏதும் இல்லை. உண்மையில், சீமாட்டியின் பாத்திரத்தை நீ ஏற்றுக்கொண்டு நம் வாழ்வை அவர்களுடையதைப் போலவே மாற்ற வேண்டுமென்பது என்னுடைய எதிர்பார்ப்பல்ல. இப்படியான விஷயம் முட்டாள்தனமாக இருக்கும். ஷாரு தன் [ராஜா]வின் புத்திசாலித்தனத்தையும் குணாதிசயத்தையும் பற்றிக் கொஞ்சமாவது அறிந்திருந்தால், அவன் அப்படியொரு உள்நோக்கம் கொண்டிருப்பதாக அவள் காரணம் கற்பித்திருக்க மாட்டாள். டால்ஸ்டாயை வாசிக்கச்சொன்ன என் யோசனையில் அத்தகைய அடிநாதம் ஏதும் கிடையாது. எனக்கு இலக்கியம் மீது அலாதி ப்ரியம். குறிப்பாக, தன்வரலாறு. ஒவ்வொரு ஆண், பெண் வாழ்க்கையும் அற்ப ஆயுள் கொண்டது — அது இயங்கும் பாதையோ மிகமிகக் குறுகியதாகவே எப்போதும் இருக்கும். விளைவாக, ஒவ்வொரு தனிநபரின் அனுபவமும் மிகவும் வரையறுக்கப்பட்டதாகவே எப்போதும் இருக்கும். ஒரு மட்டுப்படுத்தப்பட்ட அனுபவம் மிகவும் குறுகிய எல்லையிலான

அக்கறைகளையே உருவாக்குகிறது. அப்படியான நபர் இந்த வாழ்க்கைக்குப் பொருத்தமில்லாதவராகவே இருப்பார். ஒருவர் விதவிதமான வாழ்க்கையை வாழ்ந்தவர்களையும் விதவிதமான அனுபவங்களைப் பெற்றவர்களையும் சந்திக்க வேண்டியிருக்கும்படி அவருடைய வாழ்க்கை கட்டப்பட்டிருக்கும். ஒருவர் மற்ற நபர்கள் பெற்ற அனுபவங்கள் பற்றி அறிந்தாலொழிய அவருக்கு எந்த மேன்மையும் கிடையாது; அவருடைய வாழ்க்கையில் எந்தச் செழுமையும் இருக்காது. டால்ஸ்டாய் என் ஹீரோ இல்லை. உண்மையில், எந்த எழுத்தாளருமே எனக்கு ஹீரோ கிடையாது. நான் மிகவும் தேர்ந்தெடுத்து வாசிக்கக்கூடியவன். எந்தவொரு எழுத்தாளரிடமிருந்தும் பரிசீலனைக்குத் தகுதியானதை மட்டுமே நான் தேர்ந்தெடுக்கிறேன். பிறகு, அதை எனக்குள் உட்கிரகித்துக் கொள்வேன். அதிலிருந்து என்னுடைய சொந்த ஆளுமையை உருவாக்கிக்கொள்வேன்; இது, ஒருவர் எவ்வளவு பெரிய உயரத்தில் இருந்தாலும் அவரைப் போலச்செய்வதாக யாரும் சொல்லிவிடாதபடி இருக்க வேண்டும். இது என்னுடைய சொந்த அசலான சுயம். டால்ஸ்டாயை நான் வாசிக்கச்சொன்னேன் என்றால், அவர் என்னுடைய முன்மாதிரி என்பதால் அல்ல. அவருடைய திருமண வாழ்க்கை அனுபவங்களை நீ தெரிந்துகொள்ள விரும்புவாய் என்று நான் நினைத்ததால்தான் அப்படிச் செய்தேன். அவருடைய வாழ்க்கையை நீ வாசித்து முடித்த பின், தஸ்ரேலி வாழ்க்கையை வாசிக்கும்படி நான் கேட்கவிருந்தேன். டால்ஸ்டாய் வாழ்க்கை ஒருவிதம் என்றால், தஸ்ரேலி வாழ்க்கை இன்னொரு விதம். திருமண வாழ்க்கை எவ்வாறு பரிபூரண ஆனந்தமாக இருக்க முடியும் என்பதை தஸ்ரேலி வாழ்க்கையில் நீ கண்டுகொண்டிருந்திருப்பாய். தஸ்ரேலி வாழ்க்கையை ஏன் முதலில் வாசிக்கச்சொல்லவில்லை என்றால் அது ஆறு பெரிய தொகுதிகள் கொண்டது. எனவே, டால்ஸ்டாய் வாழ்க்கையை உன்னிடம் வாசிக்கச்சொன்னதில் எந்தக் கண்ணாமுச்சி ஆட்டமும் கிடையாது.

ஏதேனும் உள்நோக்கம் இருந்திருந்தால், அதை உன்னிடம் வெளிப்படுத்துவதில் எனக்கு எவ்விதத் தயக்கமும் கிடையாது. அறிவியலாளர்கள் தங்கள் ஆய்வகங்களில் புலமையுடன் இருப்பார்கள். ஆனால், ஆய்வகம் மட்டுமே முழு உலகம் கிடையாது. நாம் வாழும் இந்த உலகமானது ஆய்வகங்களிலிருந்து வேறுபட்டது. அறிவியலாளர்கள் தங்கள் ஆய்வகங்களுக்கு வெளியே, மனிதத்தின் மோசமான வகைமாதிரிகளாகத் தோன்றுகிறார்கள்.

ஏனெனில், அவர்களுக்கு மனிதநேயம் பற்றிய பொதுஅறிவு ஏதும் கிடையாது. இலக்கியத்தை அவர்கள் ஒருபோதும் வாசித்திராததே அதற்குக் காரணம். அறிவியலாளர்களிடம் காணப்படும் தப்பிதம் உன்னிடமும் இருப்பதாக எனக்கு ஓர் உள்ளுணர்வு. நீ சமூகத்தின் முன்னால் நிற்கும்போது உன்னை நான் முட்டாளாகப் பார்க்க விரும்பவில்லை என்பதால்தான் இதை உனக்குத் தெரியப்படுத்த விரும்புகிறேன். அறிவார்ந்த உரையாடலுக்கான உன்னுடைய திறமையின் எல்லையை விரிவுபடுத்துவதற்காக, நீ இலக்கியம் வாசிக்க வேண்டும் என்று நான் சொன்னதை நீ சந்தேகிக்கிறாயா? டால்ஸ்டாயை வாசிக்கும்படி உன்னிடம் சொன்னதன் நோக்கத்தை நீ சந்தேகிக்கிறாயா?

... 20/25 வயது மனிதனைப் போன்ற சுறுசுறுப்புடன் என்னால் இந்த வயதில் இருக்க முடியாது. என்னுடைய நோய் என்னைச் செயல்பட முடியாதபடி செய்துவிட்டது. இல்லையென்றால், சுறுசுறுப்பாக இருந்திருப்பேன். உடலுறவை நீ வெறுப்பதுபோல் தோன்றுவதால் ஒருவகையில் என்னுடைய நிலைமை உனக்கு அனுகூலம்தான். இருந்தாலும், நான் அறவே பாலியல் இச்சையின்றி இருக்கிறேன் என்று என்னால் சொல்லிவிட முடியாது. அதே நேரத்தில், உன்னுடைய விருப்பத்துக்கு மாறாக நான் கட்டாயப்படுத்த மாட்டேன் என்று நீ உறுதியாக நம்பலாம். நான் கனவான். கணவனுக்கான உரிமை [இதில் விருப்பமில்லை] இருந்தாலும் ஒரு பெண் அதற்கு எதிராக இருந்தால், சுயக் கட்டுப்பாட்டையும் இச்சைக் கட்டுப்பாட்டையும் என்னால் கடைப்பிடிக்க முடியும். கடந்த 15 ஆண்டுகளாக அதற்குப் பழக்கப்பட்டும் இருக்கிறேன்... ஆனால், உன்னை என்னுடைய மனைவியாக ஏற்றுக்கொண்ட பிறகு, எரிச்சலூட்டப்பட்ட ஒரு பூனையைப் போல் பிராண்டவோ நாசி விடைக்க முகர்ந்துபார்க்கவோ சீறவோ மாட்டேன். என்ன ஆனாலும் சரி, உன்னை மகிழ்ச்சியாக வைத்திருப்பதில் நான் உறுதியாக இருக்கிறேன்...

... உன்னை உளச்சோர்வுக்கு ஆட்படுத்தியதற்காக என்னை மன்னிக்க வேண்டுகிறேன். இந்தக் கடிதம் உன்னை அதிலிருந்து மீட்டுவிடும் என்று நம்புகிறேன்.

மிகுந்த அன்புடன்,

15.3.48 ராஜாவிடமிருந்து

எங்களுடைய கடிதப் பரிமாற்றத்துடன் தொலைபேசி உரையாடல்களும் நடக்கும். கிட்டத்தட்ட அன்றாடம் பேசுவோம். அவருடைய தொலைபேசி அழைப்புகள் பெரும்பாலும் இரவில்தான் வரும். 16-ஆம் தேதி நாங்கள் பேசினோம். தொலைபேசியில் நீண்டநேரம் ஒருவரால் பேச முடியாது. எந்தத் தகவல்களையும் பகிர்ந்துகொள்ள முடியாது. எனவே, நாங்கள் பேசி முடித்த பிறகு, 16-ஆம் தேதி நள்ளிரவில் எனக்குக் கடிதம் எழுதினார். அந்தக் கடிதத்தின் முக்கியமான பகுதிகளை இங்கே தருவது பொருத்தமாக இருக்கும்: [மராத்தியிலிருந்து மொழிபெயர்க்கப்பட்டது]

*ப்ரிய ஷாரு,*

*இப்போது நள்ளிரவு 12 மணி. எனக்குத் தூக்கமாகவும் வருகிறது. இந்த நேரத்தில் உட்கார்ந்து கடிதம் எழுதுவதில் எனக்கு விருப்பமே இல்லை. ஆனால், உன்னுடைய பிதற்றலைக் கேட்டதால் இது அவசியமாகிவிட்டது. அதனால், இந்த இரவைப் பகலாக்கிக்கொண்டு உட்கார்ந்திருக்கிறேன்...*

*உன்னிடம் சந்தேக குணம் இருப்பதுபோல் தெரிகிறது. நான் வெறுமனே ஒரு புத்தகத்தை வாசிக்கச்சொன்னேன். அதன் முடிவு இனிமையாக இல்லை. அவ்வளவுதான்! உடனே சந்தேகம் வந்துவிட்டது! புத்தகத்தை வாசிக்கச்சொல்லி நான் கேட்டதன் அடிநாதமாக ஏதோ ரகசிய நோக்கம் இருப்பதாகிவிட்டது. எனவே, அந்த உள்நோக்கம் என்ன என்பதை உனக்குச் சொல்லும்படி தொடர்ந்து கேட்டுக்கொண்டிருக்கிறாய்! உன்னுடைய குணம் ஓரளவு டால்ஸ்டாயின் மனைவியைப் போன்றதாகத் தோன்றுகிறது. அவளும் உன்னைப் போல் சந்தேக குணம் கொண்டவள்தான். அவள் முழுக்கவும் சந்தேகத்தில் நிறைந்திருந்தாள். வெறிபிடித்தவளாகிக் கிணற்றில் குதிக்கிறாள். பிறகு, "என்னை வெளியே இழுத்துவிடுங்கள்!" என்று கதறுகிறாள். எனக்கு இப்போது பயம் வரத் தொடங்கிவிட்டது; டால்ஸ்டாயின் மனைவி தன்னுடைய கணவனை அலைக்கழிப்பதுபோல நீயும் செய்வாயா? இந்த வாக்கியத்தை எழுதும்போது என்னிடம் அச்சவுணர்வு பீடிக்கிறது — யாருக்குத் தெரியும், நீ சாப்பிடாமலும் தண்ணீர் அருந்தாமலும் அழுகையுடன் உட்கார்ந்திருக்கக்கூடும்! மேலும், இப்படியெல்லாம் செய்வது உனக்கு நல்லதல்ல என்று நீயாகவே முடிவுசெய்ய வேண்டும்! இதையெல்லாம் வைத்துப் பார்க்கும்போது ஷாருவுக்குத்*

தன் ராஜா மீது நம்பிக்கை இல்லை என்ற முடிவுக்குத்தான் வர முடிகிறது. ராஜா தனக்கு ஒருபோதும் தீங்கிழைக்க மாட்டான் என்றும், ராஜா தன்னை எல்லையின்றி நேசிக்கிறான் என்றும் ஷாரு இன்னும் நம்பத் தொடங்கவில்லை என்பது துரதிர்ஷ்டவசமானது. உள்ளபடியாக எனக்கு என்ன செய்வதென்றே தெரியவில்லை. துகாராம் சொன்னதுபோல, 'தேவாவர் பாவ் தேவோனி' [சுமையைச் சுமப்பதற்குக் கடவுளை அனுமதி], ராஜா அதையே செய்ய முடிவெடுத்திருக்கிறான்.

[இங்கிருந்து ஆங்கிலத்தில்]

*இதுவரை எனக்கு ஒரே ஒரு கடிதம்தான் கிடைத்திருக்கிறது. மற்றவையெல்லாம் என்ன ஆயின என்று தெரியவில்லை. இது உன்னுடைய ஒரு கடிதத்துக்கான என்னுடைய மூன்றாவது கடிதம். நாளை இன்னொரு கடிதம் எனக்குக் கிடைக்கும் என்று நம்புகிறேன். எவ்வித ஐயங்களும் குளறுபடிகளும் இல்லாமல் அந்தக் கடிதம் இனிமையுடன் எழுதப்பட்டிருக்கும் என்றும் நம்புகிறேன்.*

*உனக்காக ஒரு கைக்கடிகாரம் வாங்கியிருக்கிறேன். மிகவும் அழகானது. அதன் விலை ரூ.780. தோலுக்குப் பதிலாகத் தங்க வார் வாங்கினேன். அது கல்கத்தாவிலிருந்து வரவழைக்கப்பட்டது. அது ரூ.350-க்கு மேல் இருக்கும் என்பது நிச்சயம். அது உனக்கு உறுதியாகப் பிடிக்கும் என்று நம்புகிறேன்.*

*... ஏற்பாடு செய்யப்பட்டுள்ள நிகழ்ச்சியானது டெல்லியில் நடக்கவிருக்கிறது. அதேபோல, நான் அரசாங்கத்திலிருந்து பதவிவிலகுகிறேன் என்று பம்பாய் பிரஸ் வெளியிட்ட அறிக்கையில் எந்த உண்மையும் இல்லை. கொஞ்ச காலம் இங்கே இருக்கவே விரும்புகிறேன். வேறு எதற்காகவும் இல்லையென்றாலும், குறைந்தபட்சம் தன் கணவனுடைய பதவியின் பெருமையையும் மகிழ்ச்சியையும் என் அன்புக்குரிய ஷாருவிடம் பகிர்ந்துகொள்வதற்காகவாவது. இது எல்லாப் பெண்களுக்கும் கிடைப்பதில்லை.*

*இப்போது நான் பரவாயில்லை. கால்களில் ஏற்படும் வலியின் தீவிரம் குறைந்திருக்கிறது. இருப்பினும், மிகவும் பலவீனமாகவே உணர்கிறேன்.*

*மிகுந்த அன்புடன்,*
*ராஜாவிடமிருந்து*

## திருமண நாள் இறுதிசெய்யப்பட்டது

என்னைத் தேர்ந்தெடுத்தது பற்றியும், திருமண முடிவு பற்றியும் டெல்லியிலிருந்து பாவ்ராவ் கெய்க்வாட்டுக்கு 16 மார்ச் 1948 அன்று டாக்டர் சாஹேப் அனுப்பிய கடிதம் மிகவும் முக்கியத்துவம் வாய்ந்தது. இது அவர் ஏன் என்னை மனைவியாகத் தேர்ந்தெடுத்தார் என்பதற்கும், இரண்டாம் திருமணம் செய்துகொள்வதைத் தவிர அவருக்கு வேறு வழியில்லை என்பதற்கும் மிக யதார்த்தமான விளக்கத்தை அளிக்கிறது. அந்தக் கடிதம் இதுதான்:[15]

*புதுடெல்லி*
*16.03.1948*

*என் அன்புக்குரிய பாவ்ராவ்,*

*உங்கள் கடிதம் கிடைக்கப்பெற்றேன்...*

*இரண்டு விஷயங்கள் குறித்து உங்களுக்கு எழுத விரும்புகிறேன்...*

*அடுத்தது, என்னைப் பற்றியது. நான் பாதிக்கப்பட்டிருக்கும் நோயிலிருந்து மீண்டுவருவதற்கான எல்லா வாய்ப்புகளும் உள்ளன, ஆனால் மீண்டும் நோய்வாய்ப்பட்டேன் என்றால் அது ஆபத்தாக முடியும் என்று என் நண்பர்களும் மருத்துவ ஆலோசகர்களும் திட்டவட்டமாகக் கூறியிருக்கிறார்கள். நீரிழிவு என்பது ஊட்டச்சத்துக் குறைபாடு தொடர்பானது என்கிறார்கள் — என்னுடைய உணவு, இன்சுலின், இன்ன பிறவற்றை யாரேனும் பார்த்துக்கொள்ளாவிட்டால் நான் மீண்டுவருவதற்கான வாய்ப்பு முழுமையாக இல்லாமலாகிவிடுமாம். நான் மணந்துகொள்ள விரும்பவில்லை என்றால், ஒரு செவிலியர் அல்லது பணிப்பெண்ணை வைத்துக்கொள்ளும்படி என்னை வற்புறுத்துகிறார்கள். இது பற்றி நான் நீண்ட நாள்களாக யோசித்துவருகிறேன். செவிலியரையோ பணிப்பெண்ணையோ வைத்துக்கொண்டேன் என்றால் அது நிச்சயம் அவதூறுக்கு வழிவகுக்கும் என்பதில் எனக்கு எந்த ஐயமும் இல்லை. எனவே, மணம்புரிந்துகொள்வதே சிறந்த வழி. யஷ்வந்தின் அம்மா இறந்த பிறகு நான் மீண்டும் மணம்புரிந்துகொள்ளக் கூடாது என்று நினைத்திருந்தேன். ஆனால், நான் எடுத்திருந்த தீர்மானத்திலிருந்து விலகிக்கொள்ள இப்போது சூழல் கட்டாயப்படுத்துகிறது. ஒன்று,*

*நான் மணம்புரிந்துகொள்ள வேண்டும் அல்லது முன்கூட்டிய மரணத்துக்குத் தயாராக வேண்டும். இந்தத் தேர்வுகள் மட்டுமே எனக்கு இருப்பதாக மருத்துவர்கள் சொல்கிறார்கள்.*

*யாரோ ஒருவரைத் தேர்ந்தெடுப்பது எளிதான காரியம் என்றாலும், ஒரு மனைவியைக் கண்டெடுப்பது சாத்தியமற்றதில்லை என்றாலும் நிச்சயமாகக் கடினமானதுதான். என்னுடைய மனைவியாக இருக்க வேண்டுமென்றால் அந்தப் பெண் நன்றாகக் கல்வியறிவு பெற்றிருக்க வேண்டும், மருத்துவம் பழகுபவராக இருக்க வேண்டும், நன்றாகச் சமைக்கத் தெரிந்திருக்கவும் வேண்டும். இந்த மூன்று தகுதிகளையும் இணைத்து, என்னுடைய வயதுக்கும் ஏற்ப என் சமூகத்தில் ஒரு பெண்ணைக் கண்டுபிடிப்பது சாத்தியமற்றது. என் சமூகத்துக்கு வெளியே பெண் தேடுவதென்றால் அதுவும் சாத்தியமற்றதாகிறது. காரணம், எளிமையானது. எனக்குப் பெரிதாகத் தொடர்புகள் கிடையாது. நான் மிகவும் தனிமையான வாழ்க்கையை வாழ்ந்து வந்ததால் சாதி இந்து ஆண்களுடன் எனக்குப் பெரிதாகத் தொடர்புகள் இருந்ததில்லை. சாதி இந்துப் பெண்களுடனான தொடர்பு அதைவிடக் குறைவு. அதிர்ஷ்டவசமாக, என்னால் ஒரு பெண்ணைக் கண்டுபிடிக்க முடிந்திருக்கிறது. சாரஸ்வத் பிராமணச் சமூகத்தைச் சேர்ந்தவள் அவள். ஏப்ரல் 15 அன்று டெல்லியில் எங்கள் திருமணம் நடைபெறும். இதை ரகசியமாக வைத்துக்கொள்ளுங்கள்.*

*11 அன்று டெல்லி வந்தேன். நான் மிகவும் பலவீனமாக இருந்தாலும் இப்போது தேறியிருப்பதாகத் தோன்றுகிறது.*

*அன்புடன்,*
*பி.ஆர்.ஏ.*

இதற்கிடையில், டாக்டர் சாஹேப் 15 ஏப்ரல் 1948 அன்று பம்பாய் வருவார் என்றும், பம்பாயில் திருமணம் நடைபெறும் என்றும் டி.ஜி. ஜாதவ் எனக்குச் செய்தி கொடுத்திருந்தார். இது போன்று எதுவும் உண்மையில் உறுதிசெய்யப்படாத நிலையில் ஏன் ஜாதவ் எனக்கு இந்தச் செய்தியைக் கொடுத்திருக்க வேண்டும் என்பதைப் புரிந்துகொள்வது கடினமாக இருந்தது. உண்மையில், வெகு ஆரம்பத்தில் டாக்டர் சாஹேபின் திட்டம் என்னவாக இருந்தது என்றால், மே முதல் வாரத்தில் பம்பாய் வந்துவிட வேண்டும், பிறகு திருமணப் பதிவாளரிடம் எங்கள் திருமணத்துக்கான விண்ணப்பத்தைத் தாக்கல் செய்வோம்.

அதன் பின்னர், அவர் டெல்லி சென்றுவிட்டு ஏப்ரல் முதல் வாரத்தில் பம்பாய் திரும்புவார். அப்போது திருமண விழாவை நடத்தலாம் என்பது எண்ணமாக இருந்தது. ஏப்ரல் 15-க்குள் எல்லாம் முடிந்துவிடும் என்பது கணிப்பு. ஆனால், டெல்லியில் விழாவை வைத்துக்கொள்ளலாம் என்று பின்னால் ஏற்பாடு செய்தார்.

இப்போது, ஏப்ரல் 15-ஐ எங்கள் திருமணத்துக்கான நாளாக நிர்ணயித்ததற்கான காரணம் என்ன என்று பார்க்கலாம். ஏப்ரல் 14 அன்றுதான் டாக்டர் சாஹேபின் அதிகாரபூர்வப் பிறந்த நாள் என்பதால், ஏப்ரல் 14 என்பதில் நான் முனைப்புடன் இருந்தேன். ஆனால், நண்பர்களும் நலம்விரும்பிகளும் சக ஊழியர்களும் அபிமானிகளும் என ஒரு கூட்டம் அவரைச் சந்தித்துத் தங்கள் வாழ்த்துகளைத் தெரிவிப்பார்கள். அது விஷயங்களை அசௌகரியமாக ஆக்கிவிடும். மற்றொரு முக்கியமான அம்சம் என்னவென்றால், ஏப்ரல் 15 வியாழக்கிழமை என்பது. தனிப்பட்ட அனுபவங்களின் பொருட்டு டாக்டர் சாஹேப் அதை நல்ல நிமித்தமாகக் கருதினார். தற்செயலாக, 6 டிசம்பர் 1956 அன்று ஒரு வியாழக்கிழமையில்தான் அவர் காலமானார்.

டாக்டர் சாஹேபுக்கு நான் இரண்டு கடிதங்கள் எழுதினேன். ஒன்று, மார்ச் 16 அன்று. இன்னொன்று, மார்ச் 17 அன்று. என்னுடைய கடிதங்களுக்கு அவர் மார்ச் 19-இல் பதில் எழுதினார். அதில், என்னுடைய மொழி சிறப்பாகவும் வசீகரமாகவும் இருப்பதாகக் குறிப்பிட்டிருந்தார்.

அந்தக் கடிதம் இதோ:

*12 நள்ளிரவு*

அன்புள்ள ஷாரு,

16, 17 தேதியிட்ட உன்னுடைய இரண்டு கடிதங்களும், இன்றைக்கு ஒன்றும் நேற்று ஒன்றுமாக வந்துசேர்ந்தன. நீ எனக்கு எழுதியவற்றிலேயே இனிமையான கடிதங்கள் இவைதான். உன்னுடைய மொழி சிறப்பாகவும் வசீகரமாகவும் இருக்கிறது. உன்னைப் பின்பற்றுவதற்கு நான் முயற்சி எடுக்கப்போவதில்லை. அது நிச்சயம் தோல்வியில்தான் முடியும். உன்னுடைய

கடிதங்களைக் கணக்கற்ற முறை வாசித்துவிட்டேன். அவை தம் வசீகரத்தை இழக்கவே இல்லை. அவற்றை நான் கவிதை என்பேன். நீ கொடுத்திருக்கும் கடிதச் சுருக்கம் மிகவும் அழகாக இருந்திருக்கும், நீ 'குறும்புக்காரி'யாக இல்லாதிருந்திருந்தால். உன்னுடைய சொந்த வார்த்தைகளையே நானும் பயன்படுத்துகிறேன் [—] நீ வசீகரமானவள். சிறந்த ஆற்றல் கொண்ட இலக்கியவாதியாக உருவாகும் திறமை உன்னிடம் இருப்பதாக நான் உறுதியாக நம்புகிறேன். நீ அதை அவசியம் முயன்றுபார்க்க வேண்டும்.

நாம் மிகவும் மகிழ்ச்சியாக இருப்போம் என்ற உன் நம்பிக்கையை நானும் பகிர்ந்துகொள்கிறேன். நம் மகிழ்ச்சிக்குத் தடையாக எதுவும் வரப்போவதில்லை. உன்னுடைய லட்சியத்துக்கு நெருக்கமான ஒன்றை என்னிடம் நீ கண்டுபிடித்ததாகச் சொல்லியிருந்தாய். உன்னுடைய லட்சியத்திலிருந்து நான் எவ்வளவு தொலைவில் இருக்கிறேன் என ஆச்சரியப்பட்டேன். மேலும், உன்னுடைய லட்சியத்துக்கு நிகரான ஒருவரை நீ பின்னர் கண்டறிந்தால் என்ன செய்வாய் என்பதை அறியவும் விரும்புகிறேன். என்னைப் பொறுத்தவரை, என்னுடைய லட்சியத்தைவிடச் சிறந்த, என்னுடைய லட்சியத்தைவிட மேலான ஒன்றை உன்னில் நான் கண்டேன் என்று சொல்ல முடியும். ஆகவே, உன்னைப் பற்றி நான் கொண்டிருக்கும் அச்சம் ஏதும் உனக்கு இருக்க வேண்டியதில்லை. உன்னுடைய வார்த்தைகளாலேயே உன்னை எப்படி மடக்கினேன் பார்த்தாயா!! நான் வழக்கறிஞர். ஒரு வழக்கறிஞருக்கே உரிய சாமர்த்தியத்துடன் வாதாடும் வழக்கறிஞர் நான். இது சும்மா பரிகாசம்தான். இந்த உலகம் எதிர்பார்ப்பதுபோல் நீ என்னை மாற்ற மாட்டாய் என்று எனக்குத் தெரியும். அப்படித்தானே?

நீ கண்ணீர் வடிக்காததைக் கண்டு நான் ஆச்சரியத்தில் ஸ்தம்பித்துப் போனேன். காரணங்களைக் கண்டறிவதை நிறுத்த முடியாமல் துயரத்தில் மூழ்கிப்போனேன். மூன்று நாள்களாக நீ யோகா செய்வதை அறிந்தேன். அதைப் பற்றி நான் நினைத்திருக்கவில்லை. இல்லையென்றால், என்னாலும் எவ்வளவு தூரம் கட்டுப்பாட்டைக் கொண்டிருக்க முடியும் என்று காட்டியிருந்திருப்பேன். என்ன இருந்தாலும், கண்ணீர் வடிப்பதொன்றும் தவறில்லையே. காதலால் நிரம்பிவழியும் இதயத்தின் இயல்பான வெளிப்பாடு அது.

என்னுடைய கடிதங்கள் சிலவற்றின் கடுமையான தொனி காரணமாக, நீ சின்ன கடிதங்கள் எழுதியோ அல்லது கடிதங்களே எழுதாமலோ என்னை மிரட்டுவாய். அவற்றில் கடுமையான தொனி இருக்குமானால் அதற்குக் காரணம் நான் அல்ல. நீதான் அதற்குப் பொறுப்பு. மேலும், அப்படியான தண்டனைகள் ஏதும் எனக்கு நீ தந்தால் அது முற்றிலும் தவறு. அப்படிச் செய்தால் நிச்சயமாக உன்னை நான் மன்னிக்கவும் மாட்டேன். ஒரு நாளைக்கு ஒரு கடிதம் — நீண்ட, இனிமையான, அன்பான — பெறுவதற்குத் தகுதியானவன் நான். ஒவ்வொரு நாளும் அதைப் பெறுவதற்கு என்னைப் பழக்கியிருக்கிறேன்.

நான் ஏற்கெனவே சொன்னதுபோல, நம்மை மகிழ்வற்றவர்களாக வைத்திருக்கும்படி எதுவும் இருக்காது. ஏனெனில், நாம் இருவரும் பெருந்தன்மையுள்ளவர்களாகவும் மன்னிக்கிறவர்களாகவும் ஒருவரையொருவர் மகிழ்வித்துக்கொள்ளும் உறுதி கொண்டவர்களாகவும் இருக்கிறோம். ஒரே ஒரு விஷயம்தான் என்னைக் கவலையுறச்செய்கிறது. என் மகன் மீதும், என் அண்ணன் மகன் மீதும் நீ தாய்ப்பாசத்தை வளர்த்துக்கொள்ள வேண்டும் என்று விரும்புகிறேன். இதுவரையிலும் என்னுடைய பாசம் எல்லாவற்றையும் அவர்களுக்காகச் செலவிட்டிருக்கிறேன். நீயும் அவர்களும் நட்பின் அடிப்படையில் இணைந்திருக்க விரும்புகிறேன். உனக்குக் குழந்தைகள் ஏதும் இல்லை என்றாலும், இது ஒன்றும் உனக்குக் கடினமாக இராது. நீயே சொன்னதுபோல, மருத்துவர்கள்தான் மனிதநேயம் மிக்கவர்கள். அதுபோக, உன்னுடைய துறையிலுள்ள மற்றவர்களைவிட நீதான் மனிதநேயம் மிக்கவள் என்பதில் எனக்கு முழு நம்பிக்கை உண்டு. நீ அவர்களைச் சந்திக்க விரும்புகிறாயா? சித்ரே, ஜாதவ் இருவரிடமும் ஒரு சந்திப்புக்கு ஏற்பாடு செய்யச்சொல்லலாம். இது தொடர்பான விஷயத்தில் உன்னுடைய உணர்வுகள் என்னவாக இருக்கின்றன என்பதை எனக்குத் தெரியப்படுத்து. அது என்னைப் பெரும் தவிப்பிலிருந்து விடுவிக்கும்.

15-ஆம் தேதி அன்று நீ எத்தனை பேரை வரவழைக்கவிருக்கிறாய் என்று எனக்குத் தெரியவில்லை. சின்ன வீடுதான். கூடுதலாக ஒரே ஒரு படுக்கையறைதான் இருக்கிறது. விமானப் பயணத்துக்கு ஆகக்கூடிய செலவையும் கருத்தில்கொள்ள வேண்டும்.

*திருமணத்துக்கு வரும்படி அழைப்புவிடுத்து நான் டாக்டர் மால்வன்கருக்கு அவசியம் எழுதுகிறேன்...*

*என்னுடைய உடல்நிலை நன்றாக உள்ளது. வலி தணிந்திருக்கிறது. நோயின் தீவிரமும் கணிசமாகக் குறைந்திருக்கிறது. ஒரே விஷயம் என்னவென்றால், நான் அதிக பலவீனமாகவும் பசியில்லாமலும் இருக்கிறேன்.*

*ஆழமான ப்ரியத்துடன்,*

*19.3.48* *ராஜாவிடமிருந்து*

19 மார்ச் 1948 அன்று சித்ரேவுக்கு எழுதிய கடிதத்தில், ஜாதவ் என்னைப் பற்றி யஷ்வந்திடம் திணித்த சில முறையற்ற விஷயங்கள் குறித்து டாக்டர் அம்பேத்கர் வருத்தம் தெரிவிக்கிறார். மால்வன்கரின் சிகிச்சையால் தனக்கு ஏற்பட்ட நல்ல விளைவு பற்றியும் பேசுகிறார். அந்தக் கடிதத்திலிருந்து முக்கியமான பகுதிகளைக் கீழே தருகிறேன். கடிதத்தில் இடம்பெறும் 'க' நான்தான் (டாக்டர் கபீர்):

*அந்தரங்கமானது*

*என் அன்புக்குரிய கமலகாந்த்,*

*அந்தரங்கமான முறையில் எழுதுவதற்கு சில விஷயங்கள் உள்ளன. அதனால்தான், அவற்றைத் தனிக் காகிதத்தில் எழுதுகிறேன்...*

*எனக்குக் கடிதம் ஏதும் எழுத வேண்டாம் என்று ஜாதவ் சொன்னதாக யஷ்வந்த் எழுதுகிறான். ஏனென்றால், க அதை விரும்பவில்லையாம். எதன் அடிப்படையில் இதைச் சொன்னான் என்று தெரியவில்லை... க, யஷ்வந்த் இருவருக்குமிடையே இது மோசமான உணர்வுகளை விதைக்கும். ஆனால், க இப்படி ஏதும் சொல்லியிருக்க மாட்டாள் என்று உறுதியாக நம்புகிறேன். எனக்குத் தெரிந்த பெண்களில் மிகவும் கருணையுள்ளம் கொண்டவள் அவள். உள்ளபடியாக, அவள் டெல்லி வருவதற்கு முன்பாக யஷ்வந்த், முகுந்த் இருவரும் அவளைச் சந்திக்க வேண்டும் என்று நான் விரும்பினேன். உண்மையில், ராஜ்கிரஹாவிலோ வேறு எங்கேனுமோ ஒரு சந்திப்புக்கு ஏற்பாடு செய்யச்சொல்லி உங்களிடம் கேட்கவும் நினைத்திருந்தேன். க'வுக்கு எழுதிவிட்டு, உங்களுக்குத் தெரியப்படுத்துகிறேன்...*

*என்னுடைய ரயில் கிளம்பிச்சென்ற பிறகு நீங்களும் ஜாதவும் மால்வன்கரைப் பார்த்தீர்கள்போல. என்னுடைய வலி இன்னும் சரியாகவில்லை என்று அவரிடம் முறையிட்டிருக்கிறீர்கள். இதனால், அவர் காயப்பட்டிருப்பதாகத் தெரிகிறது. நிச்சயமாக, இரண்டுமே தத்தமது நிலையில் சரியானதுதான்.*

21 மார்ச் 1948 தேதியிட்ட என்னுடைய கடிதம் மார்ச் 23 அன்று டாக்டர் அம்பேத்கருக்குக் கிடைத்தது. ஆங்கிலத்திலும் மராத்தியிலுமாக எனக்குப் பதில் எழுதினார். பாதுகாப்பதற்காகக் கடவுள் எனக்குக் கொடுத்த பொக்கிஷம் அவர் என்று என் கடிதத்தில் எழுதியிருந்தேன். என்னுடைய உடல்நலத்தில் அவர் எவ்வளவு அக்கறைகாட்டினார் என்பதையும், என் மீது அவர் எப்படி அளவுகடந்த அன்புகாட்டினார் என்பதையும் எழுதியிருந்தேன். மேலும், வியாழன் உகந்த நாள் என்பதைத் தன்னுடைய அனுபவத்திலிருந்து அவர் அறிந்துவைத்திருந்ததால், எங்கள் திருமணத்துக்கு ஒரு வியாழக்கிழமையை (15 ஏப்ரல் 1948) இறுதிசெய்திருந்தார். கீழே கொடுக்கப்பட்டுள்ள கடிதம் மற்றுமொரு வரலாற்று முக்கியத்துவம் வாய்ந்த குறிப்பைத் தருகிறது. அதாவது, ஏப்ரல் 14 அவருடைய பிறந்த நாள் என்பதற்கு எந்த உத்தரவாதமும் இல்லை. இது அவருடைய அதிகாரபூர்வப் பிறந்தநாளாக ஆவணங்களில் பதிவுசெய்யப்பட்டது. அவ்வளவுதான். அந்தக் கடிதம்: [மராத்தியிலிருந்து மொழிபெயர்க்கப்பட்டது]

*நள்ளிரவு*
*23.3.48*

*அன்புள்ள ஷாரு,*

*21-ஆம் தேதியிட்ட உன்னுடைய கடிதம் இன்று காலையில் கிடைத்தது. உண்மை என்னவென்றால், உன்னுடைய கடிதம் என்னை வந்தடையும் முன்பே நான் உனக்கு எழுதியிருந்திருக்க வேண்டும். ஆனால், வேலைப்பளு காரணமாக என்னால் எழுத முடியவில்லை. அதற்காக என் வருத்தத்தைத் தெரிவித்துக்கொள்கிறேன்.*

*இறுதியாக, நான் சென்ற பிறகு கங்கையும் யமுனையும் சங்கமிப்பது நிகழ்ந்தது. அதிகாலையில் நடக்காமல்போனால் பின்னிரவில் நடக்கும் என்பார்கள். அது அப்படித்தான் நடந்தது. நீ*

மனவுறுதி மிக்கவள். நானும் அப்படியான மனவுறுதியோடு இருக்க வேண்டுமென மறைமுகமாகச் சொல்லியிருந்தாய். அப்படியானால், இதுதான் நீ பேசிக்கொண்டிருந்த மனவுறுதியா? முழு அணையும் உடைந்த பிறகு, நீரோட்டத்தைத் தடுத்துநிறுத்த வேண்டும் என்று நீ சொல்வதில் என்ன அர்த்தம் இருக்கிறது? என்னுடைய அணை உடைந்துவிட்டதுதான். நான் அதை ஒப்புக்கொள்கிறேன். அதை மறைக்கக்கூட நான் முயலவில்லைதான். ஆனால், உன்னுடைய அணை என்னவாயிற்று? நம்முடைய இரண்டு பேரின் அணையும் உடைந்திருக்க வேண்டும் என்பதில் தவறானது என்று ஏதும் இல்லை.

நான் பகலில் அழுதேன். நீ இரவில் அழுதாய். கிணற்றில் தேங்கியிருக்கும் நீர் வற்றுவதைப் போல நம்முடைய அன்பு சுருங்கப்போவதில்லை. அதன் அடிவாரத்தில் ஒரு நீரூற்று உண்டு. அது நிரம்பிவழிவதன் வெளிப்பாடுதான் கண்ணீர். நம் இருவரின் கண்களிலும் அது வந்தது, இல்லையா?

என்னைப் பாதுகாப்பதற்காகக் கடவுள் எனக்குக் கொடுத்த மகத்தான பொக்கிஷம் நீ. உடல்நிலை சரியில்லை என்று நீ தொலைபேசியில் சொன்னபோது எனக்கு அவ்வளவு வருத்தமாக இருந்தது. உன் உடல்நலத்தில் நீ அதிகக் கவனம் எடுத்துக்கொள்ள வேண்டும் என்பது மிகவும் அவசியம். இல்லையில்லை, அது உன் கடமை. எனக்கு உடல்நிலை சரியில்லை என்பதே நம் இருவருக்கும் போதுமான உபத்திரவமாக இருக்கிறது. இதில் நீயும் நோய்வாய்ப்பட்டாய் என்றால் நம்முடைய பிரச்சினைகள் இரட்டிப்பாகிவிடும். இந்த நேரத்தில் நான் உன்னை எச்சரிக்க விரும்புகிறேன். நீ நோய்வாய்ப்பட்டாய் என்றால், என்னுடைய கோபம் தலைக்கேறிவிடும். இதற்கான தீர்வு என்னவென்றால், நீ உன்னுடைய உடல்நலத்தில் அக்கறைகாட்ட வேண்டும். நோய்வாய்ப்படக் கூடாது.

கடிதங்கள் எழுதுவதில் நீ உற்சாகத்தோடு இருப்பதாகத் தெரியவில்லை. ஆனால், மீண்டும்மீண்டும் உன்னிடமிருந்து எனக்குக் கடிதங்கள் வந்துகொண்டே இருக்க வேண்டும். ஆயிரம் மைல்களுக்கு அப்பால் இருக்கிறாய். இந்தத் தொலைவைக் கடப்பதற்கு நமக்குக் கடிதங்கள் தவிர வேறு என்ன உபாயம் இருக்கிறது? மேலும், உன்னுடைய கடிதங்கள் மிகவும் இனிமையானவை! அவற்றை வாசிக்கும்போது நீ என் அருகே

*இருப்பதான உணர்வை நானாவது பெற்றுக்கொள்கிறேனே!... இத்தகைய சூழ்நிலையில், நீ எழுதாதிருப்பது மிகக் கடுமையான தண்டனைகளை எனக்கு அளிப்பதாக அர்த்தமாகும்.*

[இங்கிருந்து ஆங்கிலத்தில்:]

*நீ என்னிடம் தெரிவித்த எல்லா அறிவுரைகளையும் பின்பற்றிவருகிறேன். இன்னும் ஓரிரு நாள்களில் நான் மால்வன்கருக்கு எழுதுகிறேன். ஏற்கெனவே சொன்னதுபோல, நான் மிகவும் தனிமையாக உணர்கிறேன். நாள்களை எண்ணிக்கொண்டிருக்கிறேன். ஏப்ரல் 15–க்காகக் காத்திருக்கிறேன். உன்னைப் பார்ப்பதற்காகவும் உன்னை அணைத்துக்கொள்வதற்காகவும் ஏங்குகிறேன்.*

*ஏன் 15–ஆம் தேதி என்றும், ஏன் அது 16–ஆக இருக்கக் கூடாது என்றும் கேட்டிருந்தாய். நான் ஏன் 15–ஐ இறுதிசெய்தேன் என்றால், அது வியாழக்கிழமை. எனக்கு வியாழக்கிழமை என்பது சுப தினம். 14–ஆம் தேதிக்கு சாதகமான ஒரே விஷயம் என்னவென்றால், அது என்னுடைய அதிகாரபூர்வப் பிறந்த நாள். வெவ்வேறு ஜோதிடர்கள் வெவ்வேறு நாள்களை என்னுடைய பிறந்த நாள்களாகக் கொடுத்துள்ளார்கள். ஏப்ரல் 14 என்று சிலர் தந்திருக்கிறார்கள், சிலர் ஏப்ரல் 17, சிலர் மே 15, இத்யாதி. இப்படி எதுவும் உறுதியாக இல்லாத நிலையில், வியாழக்கிழமையே என் விருப்பத்தேர்வாக இருக்கிறது. இதுவே என்னுடைய சுப தினம் என்று என்னுடைய அனுபவம் சொல்கிறது.*

*— ராஜா*

அதன் பிறகு, டாக்டர் சாஹேபுக்கு இரண்டு கடிதங்கள் எழுதினேன்: 25 மார்ச் 1948 அன்று முதல் கடிதமும், 31 மார்ச் 1948 அன்று இரண்டாவது கடிதமும். அவரிடமிருந்து ஏப்ரல் 1 அன்று எனக்குப் பதில் வந்தது. அதிலிருந்து சில முக்கியமான பகுதிகள்: [மராத்தியிலிருந்து மொழிபெயர்க்கப்பட்டது]

*1.4.48*

*அன்பின் ஷாரு,*

*உனக்குக் கடிதம் எழுதி இப்போது ஒரு வாரம் ஆகிவிட்டது என்பதை நான் அறிவேன். அதற்குக் காரணங்கள் உள்ளன.*

சனிக்கிழமையிலிருந்து என்னுடைய உடல்நிலை மோசமாகிவிட்டது. நேற்றுதான் கொஞ்சம் தேறினேன். ஏற்கெனவே தொலைபேசியில் என்னுடைய உடல்நிலை பற்றி உன்னிடம் தெரிவித்திருந்தேன் அல்லவா. அதனால், இது தொடர்பாக என்னை நீ குற்றஞ்சாட்ட முடியாது. ஆனால், நீயும் உன்னுடைய உதடுகளை மூடிக்கொண்டதாகத் தெரிகிறது. அது எனக்கு வருத்தத்தையும் ஆச்சரியத்தையும் அளித்தது. உன்னுடைய இந்த நடத்தைக்கு எந்தக் காரணமும் இருப்பதாக எனக்குத் தெரியவில்லை... 29 அன்று திருமணப் பதிவாளர் அலுவலகத்தில் மனு அளிக்கப்பட்டுள்ளது. நீ இன்னும் உறுதியாக இல்லையென்றால், இந்த முழு விளையாட்டையும் நிறுத்திவிடலாம். 15 அன்று உனக்காக நான் காத்திருக்கலாம்தானே? எனக்குத் தெரியப்படுத்து. அப்போதுதான், உன்னுடைய பொருள்களை இங்கே கொண்டுவருவதற்கான ஏற்பாட்டை என்னால் செய்ய முடியும். திருமண விழாவில் சித்ரே, ஜாதவ் இருவரும் கலந்துகொள்வதாக சித்ரே கடிதம் எழுதியிருந்தார். அவர்கள் ரயிலில் வருகிறார்கள். அவர்களால் உன்னுடைய பொருள்களைக் கொண்டுவர முடியும் என்பதால் இங்கிருந்து ஒருவரை அனுப்ப வேண்டியதில்லை. ஃப்ரன்டியர் மெயிலில் அவர்களை வரச்சொல்லப்போகிறேன். எனவே, உன்னுடைய பயணப் பெட்டி அதற்கு முன்பாகக் கட்டிவைக்கப்பட்டுத் தயாராக இருக்க வேண்டும். நான் உனக்கு டிரங்குகள் அனுப்ப வாய்ப்பில்லை. உன்னுடைய அப்பா வீட்டிலுள்ள அல்லது நீ தனிப்பட்ட முறையில் வைத்திருக்கும் டிரங்குகளில் எடுத்துவைத்துக்கொள். ஜாதவிடம் சில டிரங்குகள் இருக்கக்கூடும். கேட்டால் தருவார். இங்கே பொருள்களைக் கொண்டுவந்துசேர்த்ததும், டிரங்குகளை அவற்றின் உரிமையாளர்களிடம் திருப்பிக்கொடுத்துவிடலாம்.

இரண்டாயிரத்து ஐந்நூறு கேட்டிருந்தாய். ஆயிரத்து எழுநூறு அனுப்பியிருக்கிறேன். ஏதும் ஏமாற்றம் இல்லையே? ஏமாற்றமடைய சாத்தியம்தான். ஆனால், எனக்கு வேறு வழி இல்லை. உனக்கு அனுப்பிய 1,700 போக என்னிடம் இப்போது இருப்பது 5,300 ரூபாய்தான். துணிக்கான செலவு இரண்டாயிரம் ஆகிவிடும் என்று நான் நினைக்கவில்லை. இன்னும் கொஞ்சம் தொகை எஞ்சியிருக்கும் என்றே என் எண்ணம் இருந்தது. ஆபரணங்களுக்கான தொகை இரண்டாயிரத்தைத் தாண்டும் என்றாய். நான் என்ன நினைத்திருந்தேன் என்றால், துணிக்கான செலவில் எஞ்சும் தொகை ஆபரணங்களுக்குப் போதுமானதாக

இருக்கும் என்று. எப்படியிருந்தாலும், கையில் கொஞ்சம் பணம் இருக்க வேண்டும் என்பதால் 1,300 ரூபாயை நான் கைவசம் வைத்திருக்கிறேன். போதுமான அளவுக்குப் பணம் இருக்கிறது என்ற நம்பிக்கையில் நான் அது பற்றிக் கவலைப்படாமல் இருந்துவந்தேன். ஆனால், இந்தச் செலவு (ஏழாயிரம் ரூபாய்) என்னால் ஈடுகொடுக்க முடியாத அளவுக்குப் பெரிய செலவாக இருக்கிறது. நான் பெரிய பணக்காரன் என்ற தவறான புரிதலை யாரோ உனக்குத் தந்திருக்கிறார்கள். நான் எப்படிப் பணக்காரனாக இருக்க முடியும்? என்னுடைய அப்பா எனக்காக எவ்விதச் சொத்தையும் வைத்துவிட்டுப்போகவில்லை. மாறாக, ஐந்தாறு ஆயிரம் கடன்தான் வைத்துவிட்டுப்போயிருக்கிறார். அதை அடைத்துவிட்டேன். பிறகு, வழக்கு நடத்த ஆரம்பித்தேன்!! ஆனால், இந்து மக்களிடமிருந்து, குறிப்பாக பிராமணர்களிடமிருந்து எதிர்ப்பு வந்தது. நான் காங்கிரஸை எதிர்த்ததால் இந்து மக்களிடமிருந்து எதிர்ப்பு. ஒரு மஹர் தங்கள் தொழிலுக்குள் ஊடுருவியதால் பிராமணர்களிடமிருந்து எதிர்ப்பு. எந்த நீதிமன்றப் பணியும் எனக்குக் கிடைத்துவிடக் கூடாது என்பது இரண்டு தரப்பினரின் தீர்மானமாக இருந்தது!! இப்படியான சூழ்நிலைகளை எப்படியோ என்னால் சமாளிக்க முடிந்தது. பிறகு எப்படி என்னிடம் நிறையப் பணம் இருக்க முடியும்? 'மோத்தா வாஸா ஆணி போகல் கர் [மாபெரும் உத்திரம், வெறுமையான வீடு] என்ற நிலையில்தான் நான் இருக்கிறேன். என்னுடைய உடல்நிலையைப் பார்க்கும்போது, பல நாள்களுக்கு நான் ஒரு வேலையில் தொடர முடியாது என்று தோன்றுகிறது. ஒருவேளை நான் வேலைபார்க்க வேண்டுமென்றால் அது அரசியல் தொடர்பானதாகத்தான் இருக்கும் — இங்கு இன்று, எப்படியிருந்தாலும் நாளையும். தவிரவும், எனக்கு ஏதேனும் ஓய்வூதியம் கிடைக்கும் என்ற நம்பிக்கையும் இல்லை. சூழல்கள் இப்படி இருக்கும்போது, முதுமைக் காலத்தை எப்படிக் கழிக்கப்போகிறோமோ என்று மிகவும் கவலைப்படுகிறேன். தண்ணீரைச் சேமித்துவைக்க வேண்டும். பிறகு, அதைக் கவனமாகப் பயன்படுத்த வேண்டும். அப்போதுதான் எனக்கும் உனக்கும் மகிழ்ச்சியான காலம். வரம்புமீறி வீண் செலவு செய்ய மாட்டேன் என்ற உன்னுடைய வார்த்தைகளைப் படித்தபோது மிகவும் திருப்தியாக இருந்தது.

[இங்கிருந்து ஆங்கிலத்தில்:]

*... உன் கடிதத்தில் உன்னைக் காட்டிக்கொண்டதைவிட நீ பெருந்தன்மையானவள் என்பதில் எனக்கு ஐயம் ஏதுமில்லை. நான் என் குழந்தைகளை மிகவும் நேசிக்கிறேன் என்றால், உனக்காக நான் நேசம் கொண்டிருக்கிறேனா என்று கேட்கிறாய். இதற்கான பதில் என்ன என்பதில் எனக்கு எந்த ஐயமும் இல்லை. என்னுடைய குழந்தைகளை நேசிப்பதிலும் உன்னை நேசிப்பதிலும் எந்த முரண்பாடும் கிடையாது. அன்பு அப்படியான பிரத்யேக வஸ்து என்றால், ஒருவரிடம் ஒரு நபர் அன்பு காட்டினால் மற்ற எல்லோரையும் அவர் வெறுக்க வேண்டும் என்ற முடிவுக்கு வர வேண்டியிருக்கும். நீ உன் அப்பாவையும் சகோதர சகோதரிகளையும் நேசிக்கிறாய் என்பதால், என்னிடம் உனக்கு அன்பு கிடையாது என்று நான் சொல்ல முடியுமா? அது எவ்வளவு முட்டாள்தனமாக இருக்கும். ஒருவர் எல்லோரையும் நேசிக்க முடியும். உண்மையில், எல்லோரையும் நேசிக்க வேண்டும். இதில் ஒரு விஷயம் என்னவென்றால், எல்லோரையும் நேசிப்பது என்பது ஒருவர் அவர் ஆர்வம்காட்டும் எல்லோரிடமும் ஒரே ஆர்வத்தையோ அல்லது சமமான ஆர்வத்தையோ கொண்டிருக்கிறார் என்று அர்த்தமாகாது.*

*இந்தியாவைப் பொறுத்தவரை, கணவன்கள் தங்களுடைய மனைவிகளைவிடக் குழந்தைகள் மீது அதீத ஆர்வம்காட்டுவார்கள். மனைவிகள் தங்களுடைய கணவன்களைவிடப் பெற்றோர்கள் மீதும் சொந்தக்காரர்கள் மீதும் அதீத ஆர்வம்காட்டுவார்கள். இந்த அபிப்ராயங்கள் தவறு என்றே நான் எப்போதும் கருதிவந்திருக்கிறேன். மனைவி தன் கணவனிடம் பாசம்காட்டுவதற்கு உரிய இடம் தர வேண்டும். அதனால்தான், கூட்டுக்குடும்பம் — அது ஒரு பெண்ணுக்கு எப்போதும் ஊறுவிளைவிக்கக்கூடியது — மீது எனக்கு நம்பிக்கை இல்லை.*

*... பழிவாங்கும் மனப்பான்மை எனக்குள் அறவே இல்லை. மற்றவர்கள் செய்வதாகச் சொல்லிப் பெருமைப்பட்டுக்கொள்வதைவிட நான் அதிகமாகவே மக்களுக்கு நன்மை செய்திருக்கிறேன். நிறையப் பேர் எதிரிகளாக உருமாறியிருக்கிறார்கள். ஆனால், ஒருபோதும் பழிவாங்க முயன்றதில்லை. அவர்களை எப்போதும் என்னுடைய விருந்தாளிகளாகவே வரவேற்கிறேன். எனவே, உன்னுடைய உறவுகள் மீதான என் அணுகுமுறை குறித்து நீ*

அச்சப்படத் தேவையில்லை. அவர்கள் எப்போதும் விருந்தினர்களாக வந்துபோகலாம்.

மாற்றான் குழந்தைகளுக்கும் மாற்றான் தாய்களுக்கும் இடையிலான உறவு எப்போதும் மகிழ்ச்சியாக இருந்ததில்லை என்பதை நான் அறிந்ததால்தான் என் குழந்தைகள் குறித்து உனக்கு எழுதினேன். இந்த மகிழ்ச்சியற்ற உறவுகள் முன்தீர்மானத்துடன் தொடங்கி, எல்லோருடைய மகிழ்ச்சியையும் அழிக்கும் முழுமையான விரோதத்தில் முடிவடைகின்றன. இது நடந்துவிடக் கூடாது என்று ஆசைப்படுகிறேன். அதனால்தான், தொடக்கத்திலிருந்தே இரு தரப்பினரிடையேயும் நல்லெண்ணத்தையும் புரிதலையும் ஏற்படுத்த விரும்பினேன். நீ இதில் போதுமான மறுமொழி தரவில்லை என்பதில் வருத்தம்தான். இதற்கு, ஏதும் முன்தீர்மானம் காரணமாக இல்லாமல் கூச்ச சுபாவம்தான் காரணமாக இருக்கும் என்று நம்புகிறேன். இது தொடர்பாக நான் எழுதுவதற்கான இரண்டாவது காரணம் என்னவென்றால், வியாபாரத்தில் ஈடுபட்டிருக்கும் என் மகன் அதில் நல்ல தலைமைப் பண்பும் கொண்டிருக்கிறான். அவனுடன் நீ நட்புடன் நடந்துகொண்டால் உன்னுடைய சகோதரர்களுக்கு உதவிபுரியக்கூடும். இதையும் நீ உணர்ந்துகொள்ளவில்லை.

நீ எழுதுவதற்கு எதிரான மனநிலை கொண்டிருக்கிறாய். உன்னை நிர்ப்பந்திக்கும் எண்ணமும் எனக்கு இல்லை. நானும் அடிக்கடி எழுத முடியாத அளவுக்கு வேலையில் மும்முரமாக இருக்கிறேன். தொலைபேசியால் எந்தப் பயனும் இல்லை. அது எரிச்சலூட்டுகிறது. விட்டுவிட்டுத் தொடர்புகொள்ளும் இப்படியான கடிதப் போக்குவரத்துகளை மட்டுமே நாம் சார்ந்திருக்க முடியும். டாக்டர் மால்வன்கரிடமிருந்து எந்தப் பதிலும் இல்லை. ஒருவேளை அவர் அகமதாபாதிலிருந்து இன்னும் திரும்பாமல் இருக்கலாம்.

மிகுந்த அன்புடன்,
ராஜா

டாக்டர் எங்கள் திருமணம் பற்றிய எல்லா விஷயங்களையும் கமலகாந்த் சித்ரேவிடம் மனம் திறந்து பேசியதாகத் தெரிகிறது. அநேகமாக, ஜாதவ் மீது அவருக்கு அதே நம்பிக்கை இல்லை. ஏப்ரல் 3 அன்று கமலகாந்துக்கு டாக்டர் எழுதிய கடிதத்தில் விவரமாகச் சொல்கிறார்:

*என் அன்புக்கினிய கமலகாந்த்,*

*... யஷ்வந்த், க இருவருக்குமிடையே என் நெருங்கிய சகாக்களில் ஒருவர் மோசமான உணர்வுகளை விதைக்கிறார்...*

*விழாவைத் தள்ளிப்போடக் கூடாது என்பதில் உடன்படுகிறேன். இனி மாற்ற முடியாதபடி 15-அன்று இறுதிசெய்யப்பட்டுள்ளது. தள்ளிப்போடுவது பரந்த அளவில் விஷயம் கசிய வழிவகுக்கும். மேலும், பொல்லா நாக்குகள் குதியாட்டமிடுவதற்கான நல்வாய்ப்பாகவும் அமைந்துவிடும். நான் என்ன செய்துகொண்டிருக்கிறேன் என்பதில் எவ்விதத் தார்மீகக் குழப்பமும் எனக்கில்லை. யாரும் புகார் சொல்வதற்கான அடிப்படையும் அதில் கிடையாது; ய கூடச் சொல்ல முடியாது. கிட்டத்தட்ட ரூ.30,000/- கொடுத்திருக்கிறேன். கூடுதலாக, வீடு வேறு. அந்த வீட்டின் இன்றைய மதிப்பு குறைந்தபட்சம் ரூ.80,000/- இருக்கும். மகனுக்காக நான் செய்ததைவிட வேறு எந்த அப்பாவும் செய்துவிட முடியாது என்று நான் உறுதியாக நம்புகிறேன். ய என்னுடைய உடல்நலத்தைக் கருத்தில்கொண்டு, நான் கட்டாயம் மணம்புரிந்துகொள்ள வேண்டும் என்ற சுயவிருப்பத்தின் பேரில் எழுதியதை நினைவுகூர்ந்தால், இப்போது அவன் காட்டும் அதிருப்தி எனக்கு ஆச்சரியமளிக்கிறது.*

*உங்களுடைய பயணச் செலவையும், டாக்டர் க'வின் பயணச் சுமைக்கான செலவையும் ஈடுகட்ட ரூ.100-க்கான காசோலையை அனுப்பியிருக்கிறேன். நீங்கள் வரும்போது, ராஜ்கிரஹாவிலிருந்து பின்வரும் விஷயங்களை எடுத்துவர மறந்துவிடாதீர்கள்.*

*1) புத்தரின் புகைப்படம்*

*2) மார்பை விரிவாக்கும் கருவி — உள்ளறையில் புத்தகத்துடன் இருக்கும்.*

*அன்புடன்,*
*தங்கள் உண்மையுள்ள,*
*பி.ஆர். அம்பேத்கர்*

ஏப்ரல் 6 அன்று டாக்டர் சாஹேபுக்கு ஒரு கடிதம் எழுதியிருந்தேன்: 'மே இட் ப்ளீஸ் யுவர் ஹானர்.' மேலும், இப்படி எழுதினேன்:

*... நாம் திருமண வாழ்க்கையில் நுழைய முடிவெடுத்த நாளிலிருந்து, என்னுடைய வாழ்க்கையின் குறிக்கோள் என்னவாக இருந்ததென்றால், தங்களுடைய உடல் ஆரோக்கியம் பாதிக்கப்படாமல் பாதுகாப்பது என்று மட்டுமல்லாமல், தங்களுடைய மன நேர்மையைப் பாதுகாக்கும் வகையிலும் தங்களைக் கவனித்துக்கொள்ள வேண்டும் என்பதுதான். அந்த இலக்கை அடைய வேண்டுமென்றால் நான் மிகவும் அடிபணிந்து இருந்தாக வேண்டும் — சொல்லப்போனால், அது எந்த அளவுக்கான விளைவை ஏற்படுத்தும் என்றால், நானே இல்லாமல் ஆவேன் எனும் அளவுக்கு. இப்படி இருக்கும்போது, தங்களைத் தொந்தரவுக்குள்ளாக்கும் விஷயங்களை நான் எப்படிச் செய்ய முடியும்? தாங்கள் தொட்டாற்சிணுங்கி சுபாவம் கொண்டவராக இருப்பதால், வருங்காலத்தில் நான் மிகவும் கவனமாக இருந்துகொள்வேன்...*

மேற்குறிப்பிட்டுள்ள கடிதத்தின் உள்ளடக்கம் அவரைக் கடுமையாகக் கடித்திருக்கும்போல. அவரும் ஏப்ரல் 9 அன்று கொஞ்சம் காட்டமாகவும் எள்ளலுடனும் பதிலளித்திருந்தார்: [மராத்தியிலிருந்து மொழிபெயர்க்கப்பட்டது]

*9.4.48*

*மே இட் ப்ளீஸ் யுவர் எக்ஸலன்ஸி*

*முகமன் சொல்லும் முறை மாறிவிட்டது! ஆனால், நான் வேறென்ன செய்ய? தங்களுடைய வழக்கமான நடைமுறையைக் கைவிட்டுவிட்டு, 'யுவர் ஹானர்' என்று என்னை அழைப்பது அவசியம் என்று தாங்கள் கருதினால், நானும் தங்களை 'யுவர் எக்ஸலென்ஸி' என்று அழைக்க வேண்டிய கட்டாயம் வந்துவிடும். மேலும், தங்களுடைய பெருமையும் ஆணவமும் நிறைந்த இயல்பைப் பார்க்கும்போது இது தங்களுக்குப் பொருத்தமானதுதான். தங்களுக்கு ஆட்சேபனை இல்லையென்றால், நான் இனி தங்களை இப்படியே அழைக்க விரும்புகிறேன்.*

*தங்களுடைய 6-ஆம் தேதியிட்ட கடிதத்தை வாசித்ததில் வருத்தமும் ஆச்சரியமும் படாமல் என்னால் தவிர்க்க முடியவில்லை. வேதனைப்படுவதான உணர்வு ஏற்படுவது எனக்கு இயல்புதான். எவ்விதக் காரணமும் இல்லாமல் இப்படியான துளையிடும் வார்த்தைகளைப் பரிமாறும்போது யார்தான் வேதனையுற*

மாட்டார்கள்? எவ்விதக் குற்றமும் இழைக்காமல், மீண்டும்மீண்டும் குற்றச்சாட்டுக்கு ஆளாகும்போது யார்தான் அதிர்ச்சியடைய மாட்டார்கள்? எந்தவொரு தவறான புரிதலும் இருக்கக் கூடாது என்று மீண்டும்மீண்டும் கடிதத்தில் குறிப்பிடப்பட்டுள்ளது. அதையெல்லாம் வைத்து என்ன செய்ய? ஆங்கிலத்தில் ஒரு பழமொழி உண்டு: பின்னர் மன்னிப்பு கேட்பதன் வழியாக உங்களை மன்னித்துக்கொள்ள முடியும்போது உதைப்பதற்கு ஏன் அச்சப்பட வேண்டும்? இதைப் பார்க்கையில் அப்படித்தான் தோன்றுகிறது: முதலில் உதைத்துவிடுவது, பின்னர் மன்னிப்புகேட்பது. தங்களுடைய மனப்போக்கில் ஒளிவுமறைவற்ற தன்மையை என்னால் காண முடியவில்லை என்று சொல்ல வேண்டிய கட்டாயத்தில் நான் இருக்கிறேன். தங்களுக்கும் என்னுடைய மகனுக்கும் இடையே தாய்மையுணர்வுடனான பிணைப்பு இருக்க வேண்டும் என்றும், இருவருக்கும் இடையே சந்திப்பு நடக்க வேண்டும் என்றும் என்னுடைய விருப்பத்தை வெளிப்படுத்தியிருந்தேன்...

... நான் கேட்டதெல்லாம் இவ்வளவுதான்: செலவு எவ்வளவு ஆனது? நேர்மறையான மனநிலை கொண்ட எந்தவொரு நபரும், செலவினத்தை விவரிக்கும் குறிப்பை அனுப்பியிருப்பார்கள். அதோடு முடிந்திருக்கும். ஆனால், தாங்கள் இந்த நேர்மறையான பாதையைப் பயன்படுத்த வேண்டாம் என்று முடிவெடுத்துவிட்டீர்கள். மாறாக, எல்லாச் செலவையும் தங்கள் மீதுள்ள கடனாகக் கருதி, அதைச் செலுத்திவிட்டு, என்னிடமுள்ள கடனை அடைத்துவிடத் தீர்மானித்ததாக எழுதியிருந்தீர்கள். தங்கள் இயல்பின் விசித்திரத்தை இங்கே என்னால் சிக்கெடுக்க முடியாது. தங்களுக்கும் என்னுடைய பையன்களுக்கும் இடையே பாசம் அதிகரிக்க வேண்டும் என்று கூறுவது குற்றமாகுமா? பணத்தை நியாயமாகச் செலவழிக்க வேண்டும் என்று நான் பரிந்துரைத்தது தவறாகுமா?

தங்கள் உறவினர்கள் என்னிடம் கேட்பதைவிடத் தெருவில் கையேந்துவார்கள் என்கிறீர்கள்; இது குறித்துச் சொல்வதற்கு என்னிடம் ஏதுமில்லை. அவர்களுடைய சுயமரியாதையை எண்ணி என்னால் வாழ்த்த மட்டுமே முடியும். எனது இக்கட்டான காலகட்டத்தில் என்னைக் கவனித்துக்கொள்வதாகத் தாங்கள் அளித்திருக்கும் வாக்குறுதிக்காக நான் மிகவும் நன்றியுள்ளவனாவேன். ஆனால், கடைசிவரை நான் என்னுடைய சொந்த முயற்சியால் சம்பாதித்த உப்பும் ரொட்டியும் சாப்பிட்டு என் வாழ்க்கையை வாழ்ந்துமுடிக்க

வேண்டும் என்பதே என் நோக்கம். நான் யாரையும் சார்ந்து வாழ விரும்பவில்லை. என்னுடைய வயிற்றை (தங்கள் வயிறும்தான், தாங்கள் என்னுடன் வாழ்ந்தீர்கள் என்றால்) நிரப்பக் கஷ்டப்பட நேரும்போது, நான் தற்கொலை செய்துகொள்ளத் துணிவேன். எனவே, இது தொடர்பாகத் தாங்கள் கவலைப்பட வேண்டாம்.

என்னைத் தாங்கள் கஞ்சனாகவும் கருமியாகவும் நினைப்பதாகத் தெரிகிறது. நான் ஒருவேளை கஞ்சனாக இருக்கலாம்தான். இல்லையில்லை, உள்ளபடியாகக் கஞ்சனேதான். நான் பணக்காரனாகப் பிறக்கவில்லை. நான் வறுமையின் உச்சத்திலிருந்து எழுந்துவந்திருக்கிறேன். எனவே, மீண்டும் வறுமைச் சாக்கடைக்குள் விழுந்துவிடக் கூடாது என்ற அச்சத்தில் கையை இறுக்கிக்கொள்ளப் பழகுவது இயல்புதான்; இது சரிதான் என்பதை ஒப்புக்கொள்வீர்கள்தானே. எனவே, நான் மட்டுமீறிய சிக்கன குணாளனாக இருந்தாலும், கருமி அல்ல. நான் பெருமைபீற்றிக்கொள்ளவில்லை. ஆனால், பிறருக்கென அயராது உழைக்கும் வேறொருவரை எங்கேனும் பார்க்க முடியுமா என்பது ஐயத்துக்குரியதுதான். மக்கள் சேவையிலேயே என்னுடைய வாழ்நாள் முழுவதும் கழிந்திருக்கிறது. ஒருவருடைய சாதியையோ மதத்தையோ பார்த்து நான் உதவியதில்லை. நான் எல்லோருக்கும் உதவியிருக்கிறேன். என்னைக் கருமியாகக் கருதிய தங்கள் உறவினருக்கும் கட்டாயம் உதவுவேன், அவர்களுக்கு என்றேனும் தேவை ஏற்பட்டால்.

தங்கள் சுதந்திரத்துக்கு என்ன நேரிடுமோ என்ற அச்சத்தைத் தாங்கள் வெளிப்படுத்தும்போது, குடிக்கும் சூதாட்டத்துக்கும் விபச்சாரத்துக்கும் அடிமையான, காட்டுமிராண்டித்தனமான, ஒழுக்கக்கேடான நபரைத் தாங்கள் மணம்முடிப்பதாக நினைத்துக்கொள்கிறீர்கள். தாங்கள் உருவாக்கிவைத்திருக்கும் சித்திரம் அதுதான் என்றால், தீர்வு தங்கள் கரங்களில்தான் உள்ளது. இந்தச் சுதந்திரம் பற்றி எனக்கு இம்மியளவும் அபிப்ராயம் கிடையாது. குயவனின் கழுதைபோல் சுமைகளைச் சுமந்தபடிதான் என்னுடைய நாள்களெல்லாம் கழிந்தன. சுதந்திர ஆடம்பரத்தில் என்னை நீட்டித்துக்கொள்ள எனக்கு நேரம் இருந்ததே கிடையாது; எனவே, தங்கள் சுதந்திரம் பறிபோகுமோ என்று தாங்கள் புலம்பும்போது அது எனக்குப் புரிய மாட்டேனென்கிறது. எவ்வளவு சுதந்திரம் வேண்டும் என்று தாங்கள் கேட்டிருந்தால், என்னால் உறுதியான பதிலைக் கூற

முடிந்திருக்கும். தங்களுடைய தந்தை தங்களின் மரியாதைக்குரிய தாய்க்கு எவ்வளவு சுதந்திரம் கொடுத்தார் என்று நானறியேன்; ஆனால், என்னிடமிருந்து தாங்கள் அதே அளவு சுதந்திரத்தைப் பெறுவீர்கள் என்பதை உறுதியாக நம்பலாம்.

ஒரு விஷயம் தங்களை வருத்தப்படுத்துவதாகக் கடிதத்திலிருந்து தெரிந்துகொள்ள முடிகிறது: அதாவது, திருமணம் தங்கள் உடலுக்கு அணைபோட்டுவிடும் என்று. இது வெறும் கற்பனையே அன்றி வேறொன்றுமில்லை. இளமைப் பருவத் திருமண பந்தத்தில் பாலியல் ஆசை வலுவானது. அங்கே ஆண் தன் மனைவியின் உடலை வலுக்கட்டாயமாகக் கைப்பற்றுகிறான். என்னுடைய திருமணமோ முதுமைப் பருவத் திருமணம். இங்கே உடலுறவுகொள்ளும் வேட்கையைவிட உறுதுணைக்கான வேட்கைதான் அதிகம். எனவே, இது தொடர்பாகத் தாங்கள் அச்சம் பேணுவதற்கு எந்தக் காரணமும் இல்லை. இன்னொரு கோணத்திலிருந்து பார்த்தால், தாங்கள் எதிர்கொள்ளும் பேய்களெல்லாம் தங்களுடைய கற்பனையில் உருவான பேய்கள்தான். இருப்பினும், தங்களுடைய உடலை என்னுடைய கட்டுக்குள் வைத்துக்கொள்ள நான் எவ்வளவு வலுவான பாவ எண்ணங்களைக் கொண்டிருந்தாலும், என்னுடைய எண்ணங்கள் ஈடேறாது. ஏனெனில், சட்டம் தங்கள் பக்கத்தில்தான் உள்ளது. உரிமை கொண்டாடுவது சகித்துக்கொள்ள முடியாததாக மாறினால், தாங்கள் தனியாகப் பிரிந்து வாழ தங்களுக்கு உரிமை உண்டு. மேலும், குழந்தையைப் பெற்றெடுக்கும் நம்பிக்கை (குறைந்தபட்சம் என் வழியாகவாவது) மறைந்துவிட்டதென்றால், தங்கள் வழி எப்போதும் தெளிவாகவே இருக்கும். இப்படியான சூழல்கள் இருப்பதால், அடிபணிந்துபோவது பற்றிய அச்சம் தங்களுக்குத் தேவையே இல்லை.

நம்மிடம் உள்ள குறைகளை ஒருவருக்கொருவர் கண்டறியத் தொடங்கியுள்ளோம்; போகப்போக இன்னும் அதிகமாகலாம். யாருக்குத் தெரியும், இப்படிக் குற்றம் கண்டுபிடிப்பது ஒரு பழக்கமாகவே ஆகலாம். இப்படியே தொடர்ந்தால், தாங்கள் சொல்வதுபோல, எதிர்காலம் பற்றி முன்பு நாம் கண்ட தரிசனங்களெல்லாம் மாயமாய் மறையக்கூடும். தங்களுடைய வார்த்தைகளைத்தான் நான் பயன்படுத்தியிருக்கிறேன். இப்படியான எண்ணம்தான் எழுகிறது என்றால், நம் இருவரின் உறவும் ஒரு பரிசோதனை என்பதாகப் பார்ப்பது நல்லது. கடிதங்கள் இனிமையாக

*இருக்க வேண்டும் என்று சொல்லியிருக்கிறீர்கள். நானும் அப்படியே நினைக்கிறேன். ஆனால், ஓசை எழ வேண்டுமானால் இரு கரங்கள் வேண்டும் என்பதைத் தாங்கள் மறந்துவிட்டீர்கள்; இதைச் சொல்வதற்காக வருந்துகிறேன்.*

*சரி, அப்படியானால், ஏப்ரல் 15 அன்று தங்களுக்காகக் காத்திருக்கிறேன். தங்கள் சுதந்திரம் குறித்து அச்சப்படாமல் இருக்க வேண்டும் என்பதற்காக, எனக்கொரு புதிய அடையாளம் தந்து முடிக்கிறேன்.*

*தங்கள் அடிமை*
*பீம்ராவ்*

*ஷாருவின் ராஜா.*

அவருடைய அதிகாரபூர்வப் பிறந்த நாளுக்காக (ஏப்ரல் 14) நான் அவருக்கு ஏப்ரல் 13 அன்று இந்தியில் ஒரு வாழ்த்துக் கடிதம் எழுதினேன் – வெறுமனே வேடிக்கைக்காக. இன்னும் இரண்டு நாள்களில், அதாவது ஏப்ரல் 15 அன்று, நான் டெல்லி செல்லவிருந்தேன்; ஆக, அவருக்கு நான் எழுதும் கடைசிக் கடிதம் இதுதான். கடிதத்துக்கு 'முபாரக் பாட்ரிக்கா' [தோராயமாக மொழிபெயர்த்தால், 'வாழ்த்துச் செய்தி' எனலாம்] என்று தலைப்பிட்டேன்.

[கரடுமுரடான இந்தியில் எழுதப்பட்ட கடிதம். அதில்தான் வசீகரம் அடங்கியிருக்கிறது. அதன் மொழியாக்கம் இதோ:]

*என் அன்புக்குரிய ராஜனின் அருமைக் கரங்களில் அன்புடனும் மரியாதையுடனும் இந்த வாழ்த்துக் குறிப்பு சமர்ப்பிக்கப்படுகிறது.*

*இந்த நன்னாளில், உங்கள் பிறந்த நாள் கொண்டாடப்படும் வேளையில், உங்களுடன் டெல்லியில் இருக்க வேண்டும் என்ற ஆசையுடன் இருந்தேன் – அது மிகவும் கேளிக்கையாக இருந்திருக்கும். ஆனால், நீங்கள் அதை விரும்பவில்லை. அதனால்தான், என்னுடைய குரலால் செய்ய வேண்டிய காரியத்தை, இப்போது பேனாவால் செய்ய வேண்டிய கட்டாயத்தில் இருக்கிறேன். கடவுளின் கருணையால் இவ்வளவு பெரிய பொக்கிஷம் எனக்குக் கிடைத்திருக்கிறது என்று முன்பு ஒரு கடிதத்தில் உங்களுக்கு எழுதியிருந்தேன். நான் உண்மையிலேயே இதற்குத் தகுதியானவளா*

என்ற ஐயம் எனக்குள் பல முறை எழுந்துள்ளது. என்னுடைய ராஜன் நீண்ட ஆயுளுடனும், நல்ல ஆரோக்கியத்துடனும் (உங்கள் உடலில் ஊடுருவி, உங்கள் உடலிலிருந்து விலக விரும்பாத அந்த நோய்களையெல்லாம் தயவுசெய்து எவ்வளவு சீக்கிரம் முடியுமோ அவ்வளவு சீக்கிரம் அகற்றுங்கள்), வெற்றிகரமான மகிழ்ச்சியுடனும், பெரும் முன்னேற்றத்துடனும் வாழ வழிவகுக்க வேண்டுமென இந்த நாளில் பகவானை வேண்டுகிறேன். என்னுடைய இந்த வேண்டுதலெல்லாம் தூய்மையான உணர்வுகளிலிருந்து எழுவதால் பகவான் இதை ஏற்றுக்கொள்வார் என்று எனக்கு முழு நம்பிக்கை இருக்கிறது.

இந்தியில் எழுதப்பட்டுள்ள இந்தக் கடிதத்தைப் பார்த்து நீங்கள் சற்று ஆச்சரியப்படுவீர்கள். நான் இந்தி மொழியை ஒருபோதும் கற்றுக்கொண்டதில்லை. எனவே, என்ன பிழைகள் இருந்தாலும், என்னுடைய வேண்டுகோள் என்னவென்றால், நான் உங்களை மன்னிக்க வேண்டும் [sic]. சில நாள்களுக்கு முன்பு நீங்கள் பம்பாயில் இருந்தபோது, என்னால் இந்தியில் பேச முடியுமா என்ற ஐயத்தை வெளிப்படுத்தியிருந்தீர்கள். இந்தக் கடிதத்தின் வழியாக இப்போது பதில் சொல்லியிருக்கிறேன்.

ஏப்ரல் 15-க்குப் பிறகு எனக்கு விடுமுறை (ஒரு நாள்கூட) கொடுக்க மாட்டேன் என்றிருக்கிறீர்கள். எனவே, உங்களுக்குக் கடிதம் எழுதுவதற்கு இனி எந்த வாய்ப்பும் இருக்காது. எனவே, இந்தத் தருணத்தில் இந்தக் கடிதத்தை இந்தியில் எழுதி உங்களுக்கு அனுப்பியிருக்கிறேன். மகிழ்ச்சியோடு ஏற்றுக்கொள்ளுங்கள். அவ்வளவுதான். இத்தோடு என் வாழ்த்துரை முடிகிறது.

நீண்ட ஆயுளையும் முன்னேற்றத்தையும் வெற்றியையும் மகிழ்ச்சியையும் உங்களுக்கு வழங்க வேண்டுமென மீண்டும் பகவானை வேண்டுகிறேன். எல்லா இந்தியக் குடிமக்களும் உங்களிடமிருந்து நிறையப் பெற்றுக்கொள்ள வேண்டியிருக்கிறது. எனவே, நீங்கள் நல்ல ஆரோக்கியத்தோடு இருக்க வேண்டும். நீண்ட ஆயுளோடும் இருக்க வேண்டும்.

என் அன்பான வணக்கம்,

ஷாரு

[அடுத்த வாக்கியம் மராத்தியிலிருந்து மொழிபெயர்க்கப்பட்டது]

*எப்பேர்பட்ட மனிதர் எனக்குக் கிடைத்துவிட்டார்! இந்தி தெரியாது என்றல்லவா நான் சொன்னேன்!*

[பின்வரும் பத்தி ஆங்கிலத்தில் எழுதப்பட்டது]

*நான் ஒரு மருத்துவராக இருப்பதால், என்னால் முடிந்த அளவு நிறைய மொழிகளை நான் அறிந்திருப்பது அவசியம். மருத்துவர் தன்னுடைய நோயாளியின் மொழியில் பேசினால் மட்டுமே நோயாளிகளைத் திருப்திப்படுத்த முடியும்.*

[பின்வருவது மராத்தியிலிருந்து மொழிபெயர்க்கப்பட்டது]

*ஆமாம், சில பிழைகள் நிச்சயம் நடக்கும். அதில்தான் உண்மையான வேடிக்கை! நான் மீண்டும் என் தாய்மொழியில் வாழ்த்துகளைத் தெரிவிக்கிறேனா? நாள் உண்மையோ இல்லையோ, நான் மற்ற எல்லோருடனும் சேர்ந்து எட்டுவைக்க வேண்டும் இல்லையா? இன்றைய நாள் எவ்வளவு பெரிய, பெருமைகொள்ளத்தக்க நாள்! அத்தகைய தருணத்தில், ஒரு கையில் தீபமும் செந்தூரமும் அடங்கிய தட்டுடனும், இன்னொரு கையில் காதல் மாலையுடனும் உங்கள் முன்பாக ஆஜராக வேண்டும். இது போன்ற சடங்குகள் மீது உங்களுக்கு என்னதான் வெறுப்பு இருந்தாலும், நான் செய்தாக வேண்டும். ஒருவேளை, இது போன்ற விஷயம் உங்கள் விருப்பத்துக்கு எதிரானதாகவும் இருக்கலாம். ஆர்த்தி எடுத்த பிறகு, நான் கடவுளிடம் வேண்டுவேன்: 'கடவுளே! இவரைப் போன்ற மக்கள் தலைவருக்கும் சிறந்த சமூக சேவகருக்கும் நீண்ட ஆயுளையும் நல்ல ஆரோக்கியத்தையும் செல்வச் செழிப்பையும் எல்லா வகையான மகிழ்ச்சியையும் வழங்குங்கள்.' என்னுடைய அன்றாட வேண்டுதல் இதுதான்: 'பகவானே, எல்லா நோய்களிலிருந்தும் என்னுடைய கணவரை விரைவில் விடுவியுங்கள். அவருக்கு நல்ல ஆரோக்கியத்தையும், 125 ஆண்டுகள் வாழும்படி நல்ல ஆயுளையும் வழங்குங்கள்.' முன்னேற்றப் பாதையில் உங்கள் நடைப்பயணத்தைத் தொடருங்கள்...*

*உங்கள் சகாக்களில் சிலர் திருட்டுத்தனம் செய்திருக்கிறார்கள்போல. உங்களையும் என்னையும் பற்றி மராத்தி நாளிதழ்களில் செய்திகள் வரத் தொடங்கியுள்ளன. 'லோக்சத்தா' வைச் சேர்ந்த பர்வதே மிகவும்*

குதர்க்கமான விஷயங்களை எழுதியிருக்கிறார். உங்களுடைய உடல்நலக்குறைவைக் காரணம்காட்டி, அப்பாவியான எனக்குத் தாம்பத்ய இன்பம் ஏதேனும் கிடைக்குமா என்றும், உங்கள் சரஸ்வதியின் [அறிவின் தெய்வம்] முழு அனுகூலத்தையும் என்னால் பெற முடியும் என்பதில் நான் மகிழ்ச்சியடைகிறேன் என்றும் அவர் சந்தேகிக்கிறார். இவையெல்லாம் அற்பத்தனமான விஷயங்கள். நான் யாரிடமும் இது பற்றிக் கூறவில்லை. மக்கள் என்னைப் பார்த்து ஐயோ பாவம் என்று அழைப்பதை நான் வெறுக்கிறேன். நீங்கள் மனநோயால் பாதிக்கப்பட்டிருப்பதாகவும் எழுதியிருக்கிறார். இன்னும் நிறைய முட்டாள்தனங்கள் அதில் இருந்தன. எப்படி இருந்தாலும், இது போன்ற விஷயங்களில் நாம் அதிகக் கவனம் செலுத்தப்போவதில்லைதான். நாம் எந்த விதத்தில் நடந்துகொண்டாலும் இந்த உலகம் அதை ஒருபோதும் விரும்பாது. அதனால், வேலையைப் பார்த்துக்கொண்டு நம் வழியில் போய்க்கொண்டிருக்க வேண்டியதுதான். உங்களுடைய உடல்நிலை பற்றி எங்களைவிட யாரும் அதிகம் அறிந்திருக்க முடியாது. எல்லா சாத்தியங்களையும் பரிசீலித்த பிறகு நாங்கள் முடிவெடுத்துள்ளோம். மற்றவர்களைப் பற்றி மோசமாகப் பேசுவதில் மகிழ்ச்சியடைபவர்கள் எப்போதும் இருக்கத்தான் செய்வார்கள். அவர்களையெல்லாம் திருத்த முடியாது. இது முழுக்கமுழுக்கத் தனிப்பட்ட விவகாரம். வெளியாட்களின் அத்துமீறலைப் பொறுத்துக்கொள்ளவே முடியாது. மற்றபடி குறிப்பிட்டுச்சொல்ல வேறொன்றும் இல்லை.

ஆக, இந்த நன்னாளில் மீண்டும் ஒருமுறை உங்களுக்கு என்னுடைய மனமார்ந்த வாழ்த்துகளைத் தெரிவித்துக்கொள்கிறேன். நிச்சயமாக, இந்த முறை உங்கள் தாய் (வளர்ப்புத்தாய்) மொழியில்: கடவுள் உங்களுக்கு நல்ல ஆரோக்கியத்தையும் நீண்ட ஆயுளையும் நிறைவான மகிழ்ச்சியையும் அமைதியையும் கௌரவத்தையும் கொடுப்பார்.

ஏப்ரல் 15 அன்று உங்களைச் சந்திக்கும்வரை உங்கள் நினைவாகவே இருப்பேன்.

மிகுந்த அன்பு.

ஷாரு

பம்பாயிலிருந்து டாக்டர் சாஹேபுக்கு நான் எழுதிய கடைசிக் கடிதம் இதுதான். ஏப்ரல் 15 அன்று டெல்லி சென்று

சேர்ந்தேன். ஆக, டாக்டர் சாஹேபிடமிருந்து இனிமேலும் எனக்குக் கடிதங்கள் வருமா என்பது பற்றி இப்போது எந்தக் கேள்வியும் இல்லை. அதனால்தான், என்னுடைய கடிதத்திலிருந்து மேற்கண்ட பகுதிகளைத் தந்திருக்கிறேன். மற்ற இடங்களிலெல்லாம் என்னுடைய குறிப்புகளைச் சொல்லாமல் டாக்டர் சாஹேபின் கடிதங்களிலிருந்து மட்டுமே சில பகுதிகளைக் கொடுத்திருக்கிறேன்.

## நாங்கள் தொடர்புகொள்வதற்கான லெட்டர் பேட்

டாக்டர் அம்பேத்கருக்கு நான் ஆரம்பத்தில் எழுதிய கடிதங்கள் சாதாரணக் காகிதத்தில் எழுதப்பட்டவை. உள்ளபடியாக, பெரும்பாலும் துண்டுக் காகிதங்களில்தான் எழுதினேன். ஒருமுறை அவர் பம்பாய் சுற்றுலா வந்திருந்தபோது, என்னுடைய வீட்டுக்கு வந்தார். தேநீருக்குப் பிறகு, "வெளியே செல்லத் தயாராகு" என்றார். தயாரானேன். காரில் ஏறினோம். காலா கோடாவிலுள்ள தக்கர் அண்ட் கம்பெனிக்குச் செல்லுமாறு ஓட்டுநரிடம் டாக்டர் அம்பேத்கர் கூறினார். கார் கிளம்பியதும் டாக்டர் சொன்னார், "ஷாரு, நீ எனக்குத் துண்டுக் காகிதங்களில் எழுதுகிறாய். வா, தக்கரில் லெட்டர் பேட் வாங்கலாம். இனி நீ துண்டுக் காகிதங்களில் எழுத வேண்டாம். லெட்டர் பேட் பயன்படுத்து." கடைக்கு வந்ததும் ஆர்டர் கொடுத்தார். இந்த லெட்டர் பேட்களின் சிறப்பு என்னவென்றால், அவை நம்முடைய பெயர்களையோ முகவரிகளையோ கொண்டிருக்காது. சில லெட்டர் பேட்களில் 'B' இருந்தது. சிலவற்றில் 'S'. அடர்த்தியாக, ரோமானிய பாணியில், கலைநயம்கூடிய வடிவத்தில் காகிதத்தின் மேற்புறத்தில் நடுவே அச்சிடப்பட்டிருந்தன. அதற்குப் பிறகு, இந்த லெட்டர் பேட்களில்தான் எங்களுக்கிடையே கடிதத் தொடர்பு நடந்தது. இவை எங்களுடைய பிரத்யேகப் பயன்பாட்டுக்காக இருந்ததால், டாக்டர் சாஹேப் எனக்குக் கடிதங்கள் எழுதும்போது மட்டும்தான் அவற்றைப் பயன்படுத்தினார் என்று நினைக்கிறேன். அந்த லெட்டர் பேட்களில் அவர் மற்றவர்களுக்குக் கடிதம் எழுதியிருக்க வாய்ப்பே இல்லை. ஆனால், பாஸ்கர்ராவ்

கத்ரேக்கருக்கு இந்த லெட்டர் பேடில் கடிதம் எழுதியிருந்ததைப் பார்த்தேன்.

டாக்டர் அம்பேத்கர் எனக்கு முதலில் அறிமுகமானபோது அவர் என்னை டாக்டர் கபீர் என்றுதான் அறிந்திருந்தார். ஒருவரையொருவர் தெரிந்துகொள்ளத் தொடங்கியதும், நான் ஷாரதா என்று அறிந்துகொண்டார். அவர் எழுதிய எல்லாப் புத்தகங்களையும் எங்கள் திருமணத்துக்கு முன்பு எனக்கு அன்பளிப்பாக வழங்கினார், அவற்றில் இப்படி எழுதினார்:

டாக்டர் எஸ். கபீருக்கு

எழுத்தாளரிடமிருந்து அன்புடன்

அதற்குக் கீழே கையெழுத்திட்டிருந்தார். என்னை எப்போதும் ஷாரு என்றே அழைத்தார். எழுதும்போதும் அப்படித்தான். திருமணத்துக்குப் பிறகு, சவிதா என்று மாற்றிக்கொண்டார். சவிதா என்றால் சூரியனின் மகிமை என்றார். அவர் எனக்கு சவிதா என்று பெயர் சூட்டிவிட்டாலும், ஷாரு என்றே எப்போதும் அழைப்பார். வாசகர்கள் தவறான புரிதலுக்குள் சிக்கிவிடாமல் இருப்பதற்காக நான் இங்கே தெளிவுபடுத்த வேண்டிய இன்னொரு விஷயமும் உள்ளது. அது இதுதான்: ஏப்ரல் 13-ஆம் தேதியிட்ட என்னுடைய கடிதத்தில் 'பகவான்', 'கடவுள்' போன்ற சொற்களைப் பயன்படுத்தியிருந்தேன். அவை அடையாள நிமித்தமாக மட்டுமே பயன்படுத்தப்பட்டன. உணர்வுகளை வெளிப்படுத்துவதற்கான சம்பிரதாயம். அவ்வளவுதான். உண்மையில், அந்த நேரத்தில் நான் பௌத்தம் தழுவியிருக்கவில்லை.

ஏப்ரல் 15 அன்று நாங்கள் மணம்புரிந்துகொண்டோம். அன்றிலிருந்து கடைசி நிமிடம்வரை அவருடைய நிழல்போல எப்போதும் அவருடன் இருந்தேன். டாக்டர் சாஹேபும் அவரிடமிருந்து என்னை ஒருபோதும் விலக்கிவைத்ததில்லை. ஆகவே, எங்களுக்குள் கடிதப் பரிமாற்றம் பற்றிய எந்தக் கேள்வியும் எழவில்லை. மக்கள் கல்விச் சங்கக் கூட்டம் மட்டுமே ஒரே விதிவிலக்கு. டாக்டர் அம்பேத்கர்தான் இந்தச் சங்கத்தின் நிறுவனத் தலைவர். பம்பாயில் இதற்கான சந்திப்பு நடைபெற்றது. அதற்காக அவர் விமானத்தில் செல்வார். இரண்டு

விமானப் பயணச்சீட்டுகளுக்கான நிதி நெருக்கடியைச் சுமப்பது எங்களுக்குக் கடினம் என்பதால் அவர் மட்டும் தனியாக பம்பாய் சென்றார். அப்போதுதான் அவர் எனக்குக் கடிதம் எழுதும்படி ஆயிற்று. அதை இங்கே பொருத்தமான இடத்தில் தருகிறேன். இரண்டு விமானப் பயணச்சீட்டுகளுக்கான செலவு எங்களுக்குக் கட்டுபடியாகவில்லையா என்று சிலர் ஆச்சரியப்படக்கூடும். ஆனால், நான் துளியும் மிகைப்படுத்தவில்லை. தன்னலமற்றும் நேர்மையுடனும் வாழ்ந்தவர் டாக்டர் அம்பேத்கர். சொத்துசுகம் மீது அவர் ஒருபோதும் மோகம் கொண்டதில்லை. விளைவாக, எங்கள் நிதி நிலைமை எப்போதும் போதுமான அளவிலே இருந்தது. அதற்காக நாங்கள் ஒருபோதும் வருந்தியதில்லை. எங்கள் வாழ்க்கையை மிகவும் கண்ணியமாக வாழ்ந்தோம்.

## என் டெல்லி பயணமும் எங்கள் திருமண விழாவும்

*15 ஏப்ரல் 1948* வியாழன் அன்று டெல்லியில் எங்கள் திருமண விழாவை நடத்துவதென டாக்டர் அம்பேத்கர் முடிவெடுத்திருந்தார். கமலகாந்த் சித்ரே, தவ்லத் ஜாதவ், பாவ்ராவ் கெய்க்வாட், டாக்டர் மால்வன்கர் ஆகியோருடன் தேர்ந்தெடுக்கப்பட்ட டெல்லி நண்பர்கள் சிலருக்கும் அவர் அழைப்புவிடுத்திருந்தார். நாட்டில் சூழ்நிலை கொஞ்சம் பதற்றமாக இருந்ததால் அவர் இந்த நிகழ்வை விளம்பரப்படுத்தவில்லை. இந்தியா அப்போதுதான் பிரிவினைக்குள்ளாகியிருந்தது. எங்கெங்கும் பதற்றங்கள் நிறைந்திருந்தன. அலையலையாக மக்கள் இடம்பெயர்ந்துகொண்டிருந்தனர். தீவைப்பும் குண்டுவெடிப்புமான இத்தகைய சூழ்நிலைகளின் பின்னணியில், 30 ஜனவரி 1948 அன்று புது டெல்லி பிர்லா இல்லத்தில் நாதுராம் கோட்சேவால் மகாத்மா காந்தி சுட்டுக்கொல்லப்பட்டார். எங்கு காணினும் கலவரம். இந்தப் பின்னணியில்தான் நாங்கள் மணம்முடித்தோம். காந்தியை எதிர்த்த தலைவர்களுக்கு எதிராக காங்கிரஸ் கொதித்தெழுந்தது. அதனால்தான், எங்கள் திருமணம் பற்றி நாங்கள் வாய் திறக்கவில்லை. என்னுடைய உறவினர்களிடமும் தெரிந்தவர்களிடமும்கூட இது பற்றி நான் அதிகம் பேசவில்லை.

டெல்லி செல்வதற்காக நான் தயாராகத் தொடங்கினேன். என்னுடைய மூன்றாவது தம்பி வசந்த் என்னுடன் வருவதற்குத் தயாராக இருந்தான். டி.ஜி. ஜாதவ், கமலகாந்த் சித்ரே இருவரும் என்னுடன் தொடர்ந்து தொடர்பில் இருந்தார்கள். வேண்டிய எல்லா விஷயங்களையும் அவர்கள் பார்த்துக்கொண்டார்கள். டாக்டர் சாஹேப் அவர்களுக்குத் தொலைபேசியில் அறிவுரைகள் வழங்குவார். அவர்கள் அதற்கேற்ப ஓடிக்கொண்டிருந்தார்கள். எனக்கும் என் தம்பிக்கும் விமானப் பயணத்தை ஏற்பாடு செய்தது டாக்டர் சாஹேப்தான். பயணச்சீட்டுகளை ஜாதவ் அனுப்பினார். பம்பாய் சாந்தாகுரூஸ் விமான நிலையத்திலிருந்து, என்னுடைய தம்பியுடன் ஏப்ரல் 15 காலையில் இந்தியன் ஏர்லைன்ஸ் விமானத்தில் புறப்பட்டு டெல்லி வந்துசேர்ந்தேன். ஜாதவ், சித்ரே இருவரும் ஒரு குழுவுடன் எங்களை வரவேற்க அங்கே காத்திருந்தனர். "டாக்டர் சாஹேப் உங்களை வரவேற்க வர வேண்டும் என்று மிகவும் ஆசைப்பட்டார். ஆனால், அது சரியாக இருக்காது என்று விளக்கிச்சொன்னோம். அவர் வந்தார் எனில் அவருடைய எதிர்ப்பாளர்கள் அற்பமான செய்திகளைப் பரப்புவதற்கு சாக்குப்போக்கு கிடைத்துவிடும். பிறகு, அதுவே விவாதப்பொருளாகவும் மாறிவிடும்" என்று சித்ரே சொன்னார். சித்ரே சொல்வது ஏற்றுக்கொள்ளக்கூடியது. ஏனெனில், டாக்டர் அம்பேத்கர் அப்போது மத்திய அமைச்சரவையில் சட்ட அமைச்சர். அவர் எங்களை வரவேற்க வருவது சரியாக இருந்திருக்காதுதான்.

டாக்டர் சாஹேப் அந்நாள்களில் 1, ஹார்டிங் அவென்யூ, டெல்லி என்ற முகவரியிலுள்ள பங்களாவில் வசித்துவந்தார். விமான நிலையத்திலிருந்து அந்த பங்களாவுக்குப் புறப்பட்டோம். நாங்கள் வருவதற்கு முன்பே திருமணத்துக்கான எல்லா ஏற்பாடுகளும் செய்யப்பட்டிருந்தன. அவருடைய நெருங்கிய நண்பர்கள் சுமார் பதினைந்து இருபது பேர் ஏற்கெனவே அங்கு வந்திருந்தனர். 1, ஹார்டிங் அவென்யூவை அடைந்ததும், சடங்கார்த்த வரவேற்புக்காக ஐந்து மண் விளக்குகள் கொண்ட தட்டுடன் சித்ரேவின் மருமகள் தாழ்வாரத்துக்கு விரைந்துவந்தாள். நான் காரிலிருந்து இறங்கியவுடன், அவள் ஒரு பாக்ரி [புளிப்பற்ற உள்ளூர் ரொட்டி] துண்டையும் கொஞ்சம் தண்ணீரையும் என் முகத்தைச் சுற்றிக் காண்பித்துவிட்டு, என் கரம் பிடித்து என்னை பங்களாவுக்குள் அழைத்துச்சென்றாள். டாக்டர்

சாஹேபும் எங்களை வரவேற்க உடனே வெளியே வந்தார். எடுத்த உடனே, விமான நிலையத்தில் எங்களை வரவேற்க வராததற்காக மன்னிப்புகேட்டார். பிறகு, பயணம் குறித்தும், எங்களுக்கு ஏதேனும் அசௌகரியங்கள் ஏற்பட்டனவா என்றும் அக்கறையுடன் விசாரித்தார். அடுத்ததாக, அங்கே திரண்டிருந்த எல்லா விருந்தினர்களுக்கும் என்னை அறிமுகப்படுத்தினார். குழுமியிருந்த எல்லோருடனும் மகிழ்ச்சிகள் துரிதமாகப் பரிமாறிக்கொள்ளப்பட்டன.

சித்ரேவின் மருமகள் என்னை மாடியிலுள்ள அறைக்கு அழைத்துச்சென்றாள். இரட்டைமாடிக் கட்டடமாக அந்த பங்களா இருந்தது. டாக்டர் சாஹேபின் உறவினர்களில் அப்போது பெண்கள் யாரும் இல்லை என்பதால் விழாவுக்கு அவள் பிரத்யேகமாக அழைக்கப்பட்டிருந்தாள். என்னை மாடி அறைக்கு அழைத்துச்சென்று, நான் பொருத்தமான உடை அணிய உதவினாள். பிறகு, கீழேயுள்ள வரவேற்பறைக்கு என்னை அழைத்துவந்தாள். தேவையான எல்லா ஆவணங்களுடனும் திருமணப் பதிவாளர் ஏற்கெனவே அங்கு வந்திருந்தார். சிவில் திருமணச் சட்டத்தின் கீழ் எங்கள் திருமணம் நடந்தது. ஒவ்வொரு தரப்பிலிருந்தும் இரண்டு சாட்சிக் கையெழுத்துகளுடன் எங்களுடைய கையெழுத்துகளும் வாங்கப்பட்டன. கமலகாந்த் சித்ரே, என்னுடைய தம்பி வசந்த் இருவரும் என் தரப்பு சாட்சிகளாகக் கையெழுத்திட்டனர். டாக்டர் அம்பேத்கர் தரப்பில் கையெழுத்திட்ட ஒருவர் ராவ்சாஹேப் மேஷ்ராம். இன்னொருவர் யார் என்று எனக்கு ஞாபகம் இல்லை.

பதினைந்து அல்லது இருபது தேர்ந்தெடுக்கப்பட்ட நபர்கள் விழாவுக்கு வந்திருந்தனர். இவர்களில் திருமணப் பதிவாளரும் அடக்கம் (அவருடைய பெயர் ரந்தாவா அல்லது ரமேஷ்வராக இருக்கலாம்). மற்றவர்களில் சிலர் பொறியாளர் ராவ் பகதூர் பூரண்சந்த்; டாக்டர் சாஹேபின் தனிச் செயலரும் அவருடைய அரசாங்கச் செயலருமான மைஸீ, பிள்ளை, கட்ஸே; அரசு அதிகாரியான நீல்கந்த்; வெளிநாட்டு நாளிதழின் செய்தித் தொடர்பாளர் ராம்கிருஷ்ணா சாந்திவாலா; ராவ் பகதூர் ஜி.டி. மேஷ்ராம்; கமலகாந்த் சித்ரே; சித்ரேவின் மகனும் மருமகளும்; தவ்லத் ஜாதவ்; உள்துறை அமைச்சகச் செயலர் டாக்டர் பானர்ஜி; டாக்டர் சாஹேபின் சகா சோஹன்லால் சாஸ்திரி; என் தம்பி

டாக்டர் வசந்த் கபீர்; எஸ்.சி. ஜோஷி; வேறு முக்கியஸ்தர்கள் சிலரும், இந்தியாவின் முன்னணிப் பத்திரிகை நிருபர்களும் வந்திருந்தனர். இவர்கள் முன்னிலையில், பதிவுத் திருமண ஆவணங்களில் கையெழுத்திட்டோம். அதிகாரபூர்வக் கணவன் மனைவியானோம். கைதட்டல் சத்தம் அறையை நிறைத்தது. பிறகு, எல்லோரும் தங்களுடைய மனமார்ந்த வாழ்த்துகளை எங்களோடு பகிர்ந்துகொண்டார்கள். பத்திரிகை நிருபர்கள் நிறையப் புகைப்படங்கள் எடுத்தார்கள். பிறகு, இனிப்புகள் வழங்கப்பட்டன. மிகுந்த உற்சாகத்துக்கும் களிப்புக்கும் மத்தியில் திருமண நிகழ்வு முடிவுக்குவந்தது.

இதைத் தொடர்ந்து, தேர்ந்தெடுக்கப்பட்ட நண்பர்கள் சிலருக்கும் சகாக்களுக்கும் சிறிய அளவில் மதிய உணவு வழங்கப்பட்டது. பிறகு, மாலை வேளையில் பங்களா வளாகத்தில் ஒரு சிறிய வரவேற்பு. இந்தியாவின் அப்போதைய கவர்னர் ஜெனரலான மவுன்ட்பேட்டன் பிரபு தனது நல்வாழ்த்துகளுடனும் பரிசுகளுடனும் சிறப்புத் தூதர் ஒருவரை அனுப்பியிருந்தார். அரசு உயர் அதிகாரிகள் பலரும் கலந்துகொண்டார்கள். உண்மையில், டாக்டர் சாஹேப் பெரிய அளவில் விழா நடத்த விரும்பினார். ஆனால், என்னுடைய மனநிலை அதற்கு எதிராக இருந்தது. சித்ரே, ஜாதவ், இன்ன பிற சகாக்களும் காந்திஜியின் படுகொலையானது சூழலைக் கடுமையாகச் சீர்குலைத்துவிட்டதைச் சுட்டிக்காட்டி, விழாவைச் சிறிய அளவில் நடத்தினால் போதும் என்றார்கள். அங்கே அமைதி நிலவியபோதும் எந்நேரமும் எதுவும் ஆகலாம் என்ற பதற்றம் காணப்பட்டது. இத்தகைய சூழலில் விழாவை ஆடம்பரமாக நடத்தினால் அது காந்தியர்களை வேண்டுமென்றே தூண்டிவிடுவதுபோல் ஆகிவிடும். அற்ப காரியங்களுக்கு இடம்கொடுப்பதாகவும் அமைந்துவிடும். கொலைகாரரான நாதுராம் கோட்சே ஒரு மராட்டிய பிராமணன் என்பதால், நாடு முழுவதும் மராட்டிய பிராமணர்களின் வீடுகள் தாக்கப்பட்டுத் தீவைக்கப்பட்டன. கிளைச் சாதிகள் — சாரஸ்வத், சித்பவன், சாந்திரசேனிய, தேசாஸ்த், கோகனாஸ்த், கர்ஹாடே — பற்றியெல்லாம் யாரும் யோசிக்கவில்லை. பாரபட்சமின்றி எல்லோரும் தாக்கப்பட்டார்கள். நாங்கள் வரவேற்பு நிகழ்ச்சியை மிகவும் பிரம்மாண்டமாக நடத்தியிருந்தால், என்னுடைய உறவினர்கள் சிலர் துன்புறுத்தப்படுவதற்கான வாய்ப்புகள்

அதிகம். அது நடந்திருந்தால், என் மீது குற்றம்சுமத்த என் மற்ற உறவினர்களுக்கு அது கெடுவாய்ப்பாக அமைந்திருக்கும். காரணம் என்னவென்றால், அவர்களின் பார்வையில் டாக்டர் அம்பேத்கர் ஒரு தீண்டத்தகாதவர். எனவே, அவர்கள் இந்தத் திருமணத்தை எதிர்த்தார்கள். இது எல்லாவற்றையும் கருத்தில்கொண்டு, பங்களா வளாகத்துக்குள்ளேயே விழாவை மிக எளிமையாகவும் சிறிய அளவிலும் நடத்த முடிவெடுத்தோம்.

## சர்தார் படேலுடனான சந்திப்பு

துணைப் பிரதமரும் உள்துறை அமைச்சருமான சர்தார் வல்லபபாய் படேல் எங்களுக்கு ஒரு வாழ்த்துச் செய்தி அனுப்பியிருந்தார்:

*புது டெல்லி*
*15.4.1948*

*என் அன்புக்குரிய டாக்டர் அம்பேத்கர்,*

*இன்று நடக்கவிருக்கும் தங்கள் திருமணம் பற்றி நாளிதழ்களிலிருந்து அறிந்துகொண்டேன். தங்களுடைய மகிழ்ச்சியான திருமண வாழ்க்கைக்கு என்னுடைய அன்பான நல்வாழ்த்துகள். பாபு உயிருடன் இருந்திருந்தால், உங்களுக்கு ஆசி வழங்கியிருப்பார் என்று நான் உறுதியாக நம்புகிறேன்.*

*அன்புடன்,*
*தங்கள் உண்மையுள்ள*
*வல்லபபாய் படேல்*

*பெறுநர்,*
*மாண்புமிகு டாக்டர் பி.ஆர். அம்பேத்கர்*
*சட்ட அமைச்சர்.*
*புது டெல்லி.*

வல்லபபாய் எழுதிய கடிதத்துக்கு டாக்டர் சாஹேப் இப்படிப் பதிலளித்தார்:

*என் அன்புக்குரிய சர்தார் படேல்,*

நானும் என் மனைவியும் இந்தத் திருமணப் பொழுதில் தங்கள் வாழ்த்துகளை ஏற்றுக்கொள்கிறோம். அதற்காக மிகுந்த நன்றி சொல்லக் கடமைப்பட்டிருக்கிறோம். உண்மைதான், பாபு உயிருடன் இருந்திருந்தால் எங்களை ஆசீர்வதித்திருப்பார்.

இப்போது நீங்கள் முழுமையாகக் குணமடைந்திருப்பீர்கள் என்று நம்புகிறேன்.

அன்புடன்,
தங்கள் உண்மையுள்ள
பி.ஆர். அம்பேத்கர்

திருமணம் முடிந்ததும், சர்தார் படேலைச் சந்திப்பதற்காக அவருடைய இல்லத்துக்கு டாக்டர் சாஹேப் அழைத்துச்சென்றார். சில நாள்களுக்கு முன்பு அவர் ஏதோ இதயப் பிரச்சினையால் பாதிக்கப்பட்டிருக்கிறார். இப்போது கொஞ்சம் தேறியிருக்கிறார் என்றாலும் முழுக்க ஓய்வெடுக்க வேண்டும் என்று மருத்துவர்கள் அறிவுறுத்தியிருக்கிறார்கள். பங்களாவுக்கு வெளியே உள்ள புல்தரையில் அவர் மக்களைச் சந்திக்கும் விதமாக ஒரு படுக்கை அமைக்கப்பட்டிருந்தது. நாங்கள் அவரைச் சந்திக்கச்சென்றபோது படுக்கையிலிருந்து எழுந்து உட்கார்ந்து, புன்னகையுடன் எங்களை வரவேற்றார். டாக்டர் சாஹேபுடன் கைகுலுக்கினார். எங்களுக்கு உளபூர்வமாக வாழ்த்துகள் சொன்னார். அவருடைய படுக்கை அருகே என்னை உட்காரவைத்து அன்புடன் முதுகில் தட்டிக்கொடுத்தார். பாசத்துடன் விசாரித்தார். பிறகு சொன்னார்:

"மகளே, டாக்டர் சாஹேபை மணம்புரிந்துகொண்டதன் வாயிலாக நீ மிகுந்த மனதைரியத்தை வெளிப்படுத்தியிருக்கிறாய். பாபுஜியின் முன்னிலையில் இந்த நிகழ்வு நடந்திருந்தால், மகிழ்வுறுவதற்கு நல்ல காரணமாக இது அமைந்திருக்கும். இந்தப் புரட்சிகர நிகழ்வை நேரில் காண்பதற்கு பாபு நம்முடன் இல்லாதது எனக்கு வருத்தமாக இருக்கிறது."

சர்தார் படேல் உண்மையில் எங்கள் திருமணத்துக்கு வாழ்த்து தெரிவிக்கும் விதமாக ஒரு சிறிய நிகழ்வை ஏற்பாடு செய்திருந்தார். ஆனால், அவருடைய உடல்நிலை மோசமாக இருந்ததால், நாங்கள் அவருடன் நீண்ட நேரம் தங்கவில்லை.

## இந்தியாவிலிருந்தும் வெளிநாடுகளிலிருந்தும் வந்த பத்திரிகைச் செய்திகள்

இந்தியாவிலும் வெளிநாடுகளிலும் எங்கள் திருமணம் பற்றிய கதை பேசுபொருளானது. லண்டனைச் சேர்ந்த *'டெய்லி மெயில்'*, நியூ யார்க்கைச் சேர்ந்த *'தி நியூ யார்க் டைம்ஸ்'* மற்றும் எல்லா இந்தியப் பத்திரிகைகளும் இதழ்களும் எங்கள் திருமணச் செய்திக்கு மிகுந்த முக்கியத்துவம் கொடுத்துப் பிரசுரித்தன. இந்தச் சமயத்தில், லண்டனைச் சேர்ந்த *'டெய்லி மெயில்'* பத்திரிகையின் இந்திய செய்தித் தொடர்பாளர் ஒரு தவறான கதையைப் பதிவுசெய்திருந்தார். வல்லபபாய் படேல் இதைக் கவனித்தபோது அதிர்ச்சியுற்றார். இப்படியான நிகழ்வுகளைத் தடுக்க என்ன செய்ய முடியும் என்று பார்க்கச்சொல்லி பிரதமர் நேருவுக்குக் கோபத்துடன் கடிதம் எழுதினார். அந்தக் கடிதம் இதுதான்:

*அன்புள்ள ஜவாஹர்லால்,*

*லண்டனைச் சேர்ந்த 'டெய்லி மெயில்' பத்திரிகையின் டெல்லி செய்தித் தொடர்பாளரின் குறிப்பை இணைத்திருக்கிறேன். நீங்கள் பார்க்க வேண்டும். இது மிகவும் விஷமம் நிறைந்த செய்தி. உண்மையான நிலைமை வேண்டுமென்றே திரித்துக்கூறப்பட்டிருக்கிறது. இது போன்ற முட்டாள்தனங்களைத் தடுக்க என்ன செய்யலாம் என்று யோசிக்கிறேன்.*

*தங்கள் உண்மையுள்ள,*
*வல்லபபாய் படேல்*

*மாண்புமிகு பிரதமர் ஜவாஹர்லால் நேரு,*
*இந்தியப் பிரதமர்,*
*புது டெல்லி.*

### இணைப்பு

*13 ஏப்ரல் 1948 தேதியிட்ட செய்தி, அனுப்பியவர் திரு. ஆசாத், டெய்லி மெயிலின் டெல்லி நிருபர், லண்டன், பெறுநர்: டெய்லி மெயில்*

டாக்டர் அம்பேத்கர், இந்திய அரசின் சட்ட அமைச்சர், பட்டியல் சாதியைச் (தீண்டப்படாத சமூகம்) சேர்ந்தவர். வியாழன் அன்று டெல்லியில் பிராமணப் பெண் ஒருவரை மணம்முடிக்கவிருக்கிறார். இது இந்துச் சட்டத்தை மீறுவதாகும். பிராமணர்கள் — புரோகித நிலையில் — இந்து மதத்தில் உயர்சாதியினர். பிராமணச் சாதிக்கு வெளியே ஒரு பெண் மணம்புரிந்துகொள்வது குற்றமாகும். மற்ற அரசாங்க உறுப்பினர்களின் சாதியானது அவர்களைத் தீண்டப்படாதவர்களின் வீட்டில் சாப்பிடுவதையோ அல்லது வீட்டுக்குள் நுழைவதையோ அனுமதிக்காது என்பதால் சங்கடத்தைத் தவிர்ப்பதற்காக, திருமணம் பற்றிய எந்த அறிவிப்பும் வெளியிடப்படவில்லை. அதனால், வியாழன் அன்று அமைச்சர்கள் யாரும் டெல்லியிலிருந்து வர மாட்டார்கள். அம்பேத்கரின் மணப்பெண் இங்கே பிரபலப் பெண் மருத்துவராவார்.[16]

அமெரிக்காவின் நியூ யார்க் நகரிலிருந்து வெளியாகும் உலகப் புகழ்பெற்ற பத்திரிகையான *'நியூ யார்க் டைம்ஸ்'*, 16 ஏப்ரல் 1948 அன்று எங்கள் திருமணம் பற்றிய செய்தியை வெளியிட்டது. அந்தச் செய்தி இதுதான்:

**தீண்டப்படாதவர்களின் தலைவரை இந்து பிராமணப் பெண் மணம்புரிந்துகொண்டதால் அவர் சொர்க்கம் செல்வதற்கான உரிமையை இழக்கிறார்**

**சிறப்புச் செய்தி, நியூ யார்க் டைம்ஸ், புது டெல்லி 15** — தீண்டப்படாதவரான டாக்டர் பி.ஆர். அம்பேத்கருக்கும், அதியுயர் பிராமணச் சாதியைச் சேர்ந்த டாக்டர் லக்ஷ்மி [*sic*] கபீருக்கும் இடையே இன்று திருமணம் நடைபெற்றது. லட்சக்கணக்கான ஆச்சார இந்துக்களைப் பொறுத்தவரை, புதிய சுதந்திர இந்தியாவின் மிக முக்கியமான நிகழ்வுகளுள் ஒன்று இது. சாதியத்தால் பிணைக்கப்பட்ட இந்தியாவில், சில ஆண்டுகளுக்கு முன்புகூட இப்படியான திருமணம் அபூர்வமாகவே நடந்திருக்கிறது. இன்றும், இந்திய நாளிதழ்களில் முதல் பக்கச் செய்தியாக இடம்பெறும் அளவுக்கு அரிதான விஷயம் இது.

டாக்டர் அம்பேத்கர் இந்திய அமைச்சரவையில் சட்ட அமைச்சர். அகில இந்திய பட்டியல் சாதிகள் (தீண்டப்படாதவர்கள்) அமைப்பின் தலைவருங்கூட. சமூக அமைப்பில் தாழ்ந்தவர்களிலும் தாழ்ந்த — சாதியற்றவர்கள், எல்லாப் பிறவிகளிலும் தீண்டப்படாதவர்களாகவே மறுபிறவி எடுக்க விதிக்கப்பட்டவர்கள் — நிலையில் இருக்கும் இந்தியர்கள் 60,00,000 பேருக்குச் சமவுரிமை வழங்குவதில் தலைசிறந்து விளங்குபவர். பல ஆண்டுகளாக அவர் மேற்கொண்ட முயற்சிகளால் [இன்று] தீண்டப்படாதவர்கள் பல இந்துக் கோயில்களில் சட்டபூர்வ உரிமையுடன் அனுமதிக்கப்படுகின்றனர்.

மிஸ் கபீர் ஒரு தீண்டப்படாத சமூகத்தவரை மணம்புரிந்து கொண்டதன் காரணமாக, ஆச்சார இந்து மதக் கோட்பாட்டின்படி, சொர்க்கத்தில் நுழைவதற்கான உரிமையை அவர் என்றென்றும் இழக்கிறார். சாதியின் கட்டுக்கோப்பான தடைகளை அவர் மீறிவிட்டார். அதனால், ஆயிரக்கணக்கான இந்திய கிராமங்களில் இன்னும் வழக்கத்தில் இருக்கும் நம்பிக்கையின்படி, அவர் தன்னையும் தன்னுடைய சந்ததியினரையும் காலம் முடியும்வரை துருவத்துக்கு [*sic*] அப்பால் வைத்துவிட்டார்.

உலகின் பலமான மத மரபுகளில் ஒன்றை ஒரு பிராமணப் பெண் மீற முடியும் என்பது இந்து இந்தியாவில் ஒரு புதிய சகாப்தத்துக்கான பாதையில் ஒரு மைல்கல்லாகக் கருதப்படுகிறது. சாமானியனுக்கு அரசவையில் நடக்கும் திருமணத்தைவிட இது மிகவும் முக்கியத்துவம் வாய்ந்தது.

டாக்டர் அம்பேத்கர் நேற்று 55 வயதைக் கடந்தார். பரோடா மஹாராஜா கெய்க்வாட்டின் ஆதரவில் கொலம்பியா மற்றும் ஐரோப்பியப் பல்கலைக்கழகங்களில் படித்தவர் அவர். இந்திய அரசியலில் தனித்துவம் கொண்டவர். தீண்டப்படாதவர்களுக்கான தனித் தொகுதிப் பிரச்சினையில் மோகன்தாஸ் கே. காந்தியுடன் ஏற்பட்ட கசப்பான கருத்து வேறுபாடுகளுக்காகப் பிரபலமானவர்.[17]

புகழ்பெற்ற *'தி டைம்ஸ் ஆஃப் இந்தியா'* நாளிதழ் வெளியிட்ட செய்தி:

> *இந்திய அரசின் சட்ட அமைச்சர் டாக்டர் அம்பேத்கர், வியாழக்கிழமை காலையில், 1, ஹார்டிங் அவென்யூவிலுள்ள தன்னுடைய இல்லத்தில் வைத்து டாக்டர் (மிஸ்) லக்ஷ்மி [sic] கபீரை மணம்புரிந்துகொண்டார். மணப்பெண் பம்பாயில் மருத்துவர். டாக்டர் அம்பேத்கரின் தனிப்பட்ட நண்பர்கள் சிலரின் முன்னிலையில், சிவில் திருமணச் சட்டத்தின் கீழ் இந்தத் திருமணம் கொண்டாடப்பட்டது. பிறகு, அவர்களுக்கு மதிய உணவு வழங்கி உபசரிக்கப்பட்டது. — ஏ.பி.ஐ.*

இந்தியாவின் பிரபலப் பத்திரிகையான 'கேரவன்' எங்கள் திருமணச் செய்தியை வெளியிட்டது. சாரஸ்வத்தின் மருமகன் என்று டாக்டர் அம்பேத்கரைக் குறிப்பிட்டது.

பத்திரிகைகளில் எங்கள் திருமணச் செய்தி வெளியானவுடன், தந்திகளும் கடிதங்களுமாக வாழ்த்து மழையும் பாராட்டு மழையும் பொழியத் தொடங்கிவிட்டன. டாக்டர் சாஹேபின் நண்பர்கள், சகாக்கள், ஆதரவாளர்கள் எனப் பலரும் தங்கள் மகிழ்ச்சியை வெளிப்படுத்தினார்கள். அரசமைப்பு அவை உறுப்பினர்கள், நாடாளுமன்ற உறுப்பினர்கள், அமைச்சரவை உறுப்பினர்கள், பிரதமர் நேரு, அரசமைப்பு அவைத் தலைவரும் பின்னர் இந்தியாவின் முதல் குடியரசுத் தலைவருமான டாக்டர் ராஜேந்திர பிரசாத், சுதந்திர இந்தியாவின் முதல் கவர்னர் ஜெனரல் மவுன்ட்பேட்டன் பிரபு, இந்தியாவின் முதல் இந்திய கவர்னல் ஜெனரல் சி. ராஜகோபாலாச்சாரி, இன்னும் முக்கியமான பிரமுகர்கள் பலரும் கடிதங்கள் வழியாகவோ தொலைபேசியிலோ தந்தி வழியாகவோ அல்லது நேரடியாக எங்களைச் சந்தித்தோ தங்கள் வாழ்த்துகளை வழங்கினார்கள். இங்கிலாந்திலும் அமெரிக்காவிலுமுள்ள டாக்டர் சாஹேபின் நண்பர்களும் எங்களுக்குக் கடிதங்களும் தந்திகளும் அனுப்பி எங்களை வாழ்த்தினார்கள்.

## டாக்டர் அம்பேத்கரும் நவல் பத்தேனாவும்: அழிக்க முடியா நட்பு

டாக்டர் சாஹேபின் பார்சி நண்பரான நவல் பத்தேனாவிடமிருந்து வாழ்த்துக் கடிதம் வந்தது. டாக்டர் அம்பேத்கருக்கும் பத்தேனாவுக்கும் இடையிலான நட்பை ஓர் உன்னத நட்புக்கான இலக்கணமாக நான் கருதுகிறேன். டாக்டர் அம்பேத்கர் எதிர்கொண்ட ஒவ்வொரு இக்கட்டான சூழ்நிலையிலும் அவருக்குத் தன்னலமற்ற உதவிகள் வழங்க, இப்படித் தன்னையே கரைத்துக்கொள்ளக்கூடிய இன்னொரு நண்பர் இருந்திருப்பாரா என்பது சந்தேகம்தான். பத்தேனாவும் டாக்டர் சாஹேபும் அமெரிக்காவில் இருந்தபோது ஒன்றாக வசித்தனர். டாக்டர் அம்பேத்கருக்குத் தன்னுடைய பாரிஸ்டர் படிப்பை முடிக்க நிதியுதவி தேவைப்பட்டதால், இரண்டு தனிப் பயிற்சிக்கான ஏற்பாடுகளை பத்தேனா செய்துகொடுத்தார். பத்தேனாவின் முயற்சியால்தான் பாட்லீபாய் நிறுவனத்தில் அவருக்கு வேலை கிடைத்தது. அங்கே கொஞ்ச நாள்கள் அவர் வேலைபார்த்தார். அவர் பார்-அட்-லா முடித்த பின்னர் அதற்கான உரிமம் வாங்குவதற்கு அவரிடம் பணம் இல்லை; இதற்கும் பத்தேனாதான் நிதி உதவி வழங்கினார். உயர்கல்விக்கென இரண்டாவது முறையாக மீண்டும் அவர் வெளிநாடு சென்றபோது அது பத்தேனாவின் உதவியால்தான் சாத்தியப்பட்டது. டாக்டரின் மகன் யஷ்வந்த், அண்ணன் மகன் முகுந்த் இருவரும் நல்ல வேலைகளில் அமர வேண்டியிருந்தது. இங்கும் பத்தேனா கடுமையாகப் பாடுபட்டார். இவை எல்லாவற்றையும் எவ்விதக் குழப்பமும் சங்கடமும் இல்லாமல் செய்தார்; எவ்வித எதிர்பார்ப்புமின்றிச் செய்தார். டாக்டர் சாஹேப் பின்னாளில் அரசமைப்பு வரைவாளரானார். பிறகு, இந்தியாவின் சட்ட அமைச்சரானார். அப்போதும் பத்தேனா எந்த எதிர்பார்ப்பையும் வைத்திருக்கவில்லை. தன்னுடைய நட்பின் வழியாக ஆதாயமடைய முயலவில்லை.

இங்கே கவனிக்க வேண்டிய முக்கியமான விஷயம் என்னவென்றால், பத்தேனா அப்போது காந்திஜியின் பக்தர். டாக்டர் அம்பேத்கரோ அவருடைய கூர்மையான எதிரி. ஆனால், இந்தக் கொள்கை வேறுபாடுகள் எவையும் அவர்களுடைய

நட்புக்குக் குறுக்காக வந்ததில்லை. மக்கள் கல்விச் சங்கத்தில் பத்தேனா தீவிரமாகப் பங்கெடுக்க வேண்டும் என்றும், சங்கத்தின் பொறுப்பைப் பகிர்ந்துகொள்ள வேண்டும் என்றும் அம்பேத்கர் வெகுவாக ஆசைப்பட்டார். ஆனால், அந்த விருப்பம் நிறைவேறவில்லை. அவர் பத்தேனாவை அழைத்து, அவரிடம் இந்தக் கோரிக்கையை முன்வைத்தார். ஆனால், இந்தச் சந்திப்பு நடந்து ஒரு மாதத்துக்குள்ளாக டாக்டர் சாஹேப் காலமாகிவிட்டார்.

எங்கள் திருமணத்தை முன்னிட்டு நவல் பத்தேனா ஒரு வாழ்த்துக் கடிதம் அனுப்பினார். டாக்டர் சாஹேப் மணம்புரிந்துகொள்ள வேண்டியதன் அவசியத்தை அதில் வலியுறுத்தியிருந்தார். ஏப்ரல் 19 அன்று அந்தக் கடிதத்துக்கு டாக்டர் சாஹேப் எழுதிய பதில்:

'என் அன்புக்குரிய நவல்,

என்னுடைய திருமணத்துக்காக நீங்கள் அனுப்பிய வாழ்த்துக் கடிதத்துக்கு மிக்க நன்றி. அதன் அவசியத்தை நீங்கள் உணர்ந்து கொண்டதில் எனக்கு மகிழ்ச்சி...'

## ஒன்றாக வாழத் தொடங்கினோம்

சில நாள்களிலேயே டாக்டர் சாஹேப் என்னை சிம்லா அழைத்துச்சென்றார் (7 – 16 ஜூன் 1948). திருமணத்துக்குப் பிறகு நாங்கள் விடுமுறைக்குச் செல்வது இதுவே முதல் தடவை. சொல்லப்போனால், டாக்டர் சாஹேபுடன் நான் பயணித்த முதல் சந்தர்ப்பம் அதுதான். சிம்லாவிலுள்ள அரசு டாக் பங்களாவில் தங்கினோம். தற்செயலாக, என்.வி. எனப்படும் காகாசாஹேப் காட்கிலும் மறுமணம்புரிந்திருந்தார். அவரும் தன்னுடைய புது மனைவியுடன் சிம்லா வந்திருந்தார். காகாசாஹேப் காட்கிலும் அமைச்சர்தான். நேரு அமைச்சரவையில் பொதுப்பணித் துறை அமைச்சர். அன்றைய அன்பான சந்திப்பால் இருவருக்கும் மகிழ்ச்சி. அங்கு அவரைச் சந்தித்ததற்காக டாக்டர் சாஹேப் தன்னுடைய பேருவகையை வெளிப்படுத்தினார். இருவரும் சந்திக்கும்போதெல்லாம் மஹாராஷ்டிர அரசியல் குறித்து மணிக்கணக்கில் பேசுவார்கள். தேக்சந்த்[18] மஹாஜனையும்

சந்தித்தோம். அவர் உச்ச நீதிமன்ற நீதிபதியாக இருந்தார். பின்னர், மஹாராஷ்டிரத்துக்கும் கர்நாடகத்துக்கும் இடையிலான எல்லைப் பிரச்சினையைத் தீர்ப்பதற்காக அமைக்கப்பட்ட மஹாஜன் கமிஷனுக்குத் தலைவராக நியமிக்கப்பட்டார். அடிக்கடி குறிப்பிடப்படும் மஹாஜன் அறிக்கையின் மஹாஜன் இவர்தான்.

நீதிபதி தேக்சந்த் த்ன்னுடைய தன்வரலாறான 'லுக்கிங் பேக்' புத்தகத்தில் எங்களுடனான சிம்லா சந்திப்பு பற்றிக் குறிப்பிடுகிறார். அதில் இப்படிச் சொல்கிறார்:

> 'சிம்லாவில் நான் தங்கியிருக்கையில், அப்போது இந்திய அரசின் சட்ட அமைச்சராக இருந்த டாக்டர் அம்பேத்கரையும், மத்திய வீட்டுவசதித் துறை அமைச்சராக இருந்த காகா காட்கிலையும் சந்தித்தேன். இருவருமே சமீபத்தில்தான் மறுமணம் புரிந்திருந்தனர். சிம்லாவில் தங்களுடைய தேனிலவைக் கொண்டாடிக்கொண்டிருந்தார்கள். முதல் சந்திப்பிலேயே அவர்களுடன் நட்பு பாராட்டும் பாக்கியம் எனக்குக் கிடைத்தது.'

சிம்லாவில் சில நாள்கள் தங்கியிருந்தோம். டாக்டர் சாஹேப் மிகவும் மகிழ்ச்சியாகவும் உற்சாகமாகவும் காணப்பட்டார். டாக்டர் சாஹேப் மிகவும் கூர்மையான நகைச்சுவை உணர்வு கொண்டவர் என்பது வெகு சிலருக்குத்தான் தெரியும். சிம்லாவில்தான் அவரிடமிருந்து நகைச்சுவைக் கதைகளைக் கேட்கும் அனுபவம் வாய்த்தது – மிகையான நாடகத்தன்மையில். சிரித்துச்சிரித்து என் வயிறு வலித்தது என்று சொல்லும் அளவுக்குக் கதைகளை அவ்வளவு அழகாக அலங்கரித்தார். குஷியாகிவிட்டால் போதும், அவர் எடுத்துரைக்கும் ஒவ்வொரு நிகழ்வும் வயிற்றுக்குள் கிச்சுக்கிச்சு மூட்டி எல்லோரையும் சிரிப்புக்குள் மூழ்கடித்துவிடும். கதைசொல்லலின் தேவைக்கேற்ப குரலை உயர்த்தியும் தாழ்த்தியும், நாடக பாணியிலான அங்க அசைவுகள் தந்து, தன்னுடைய கூரிய நகைச்சுவை உணர்விலிருந்து ஒரு வகைமாதிரியை எடுத்து நமக்குத் தருவார்.

திருமணத்துக்குப் பிறகு சில நாள்கள் விடுமுறையைக் கழித்துவிட்டு மீண்டும் டெல்லி வந்துசேர்ந்தோம். எங்களுடைய கூட்டு வாழ்க்கை தொடங்கியது. எங்கள் இருவருடைய

வரலாற்றையும் பின்னணியையும் வைத்துப் பார்க்கும்போது, அது ஒரு துணிகரமான செயல். குறிப்பாக, என்னைப் பொறுத்தவரை அது மிகப் பெரும் துணிவு என்பேன். இதைச் செய்துமுடித்ததில் எனக்கு ஆச்சரியம் மட்டுமல்ல, பெருமையாகவும் உள்ளது.

டாக்டர் சாஹேப் அப்போது நேரு அமைச்சரவையில் சட்ட அமைச்சர். அரசமைப்பு வரைவுக் குழுவின் தலைவர் என்ற முறையில், அரசமைப்பை உருவாக்கும் முதன்மைப் பொறுப்பும் அவருக்கு இருந்தது. தேசம் தன் மீது வைத்திருந்த மகத்தான, வரலாற்றுபூர்வமான பணியை நிறைவேற்றுவதில் அவர் பெருமளவிலான இடையூறுகளைச் சகித்துக்கொள்ள வேண்டியிருந்தது.

டாக்டர் அம்பேத்கர் ஏற்கெனவே நீரிழிவு, முடக்குவாதம், நரம்பு அழற்சி மற்றும் வேறு பல நோய்களால் பாதிக்கப்பட்டிருந்தார். அவருடைய கால்களில் ஏற்படும் வலி அவ்வப்போது அதிகரிக்கத் தொடங்கிவிடும். விளைவாக, தொடர்ந்து பதினைந்து நாள்களுக்குத் தூக்கமில்லாமல் அவதிப்பட்டுக்கொண்டு, படுக்கையில் தாங்கவொண்ணா வலியுடன் நெளிந்துகொண்டிருப்பார். அவருடைய கைகால்களை அழுத்திவிடுவேன், கால்களுக்கு எண்ணெயிட்டுத் தேய்த்துவிடுவேன், நரம்பு வலியும் கால் வலியும் அதிகரிக்கையில் வெதுவெதுப்பான துவாலையில் சுற்றிய செங்கல்லால் ஒத்தடம் கொடுப்பேன். இப்படி ஏதாவது ஒரு வகையில் அவருக்கு நிவாரணம் கிடைப்பதற்காக வழிதேடிக்கொண்டிருப்பேன்.

சட்ட அமைச்சகத்தை நடத்தும் பொறுப்பு, அரசமைப்பு அவையின் வரைவுக் குழுத் தலைவராக வரைவுப் பணிகளை மேற்கொள்வது ஆகியவை அவர் இரட்டைப் பொறுப்புகளைத் தன்னுடைய தோள்களில் சுமந்துகொண்டிருந்தார் என்பதையே காட்டுகின்றன. ஆகவே, அவருடைய உடல்நிலை கடுமையாகப் பாதிக்கப்பட்டிருந்தபோதும், அவர் இரவுபகலாக ஓயாமல் பணியில் ஈடுபட வேண்டியிருந்தது.

## எங்கள் அன்றாடம்

அவருடைய வாழ்க்கையில் நான் நுழைந்த பிறகு, அவருக்காக ஒரு திட்டவட்டமான அட்டவணையைத் தயாரிப்பதற்கு எல்லா விதமான முயற்சிகளையும் மேற்கொண்டேன். அவருடைய உணவுக்காகவும், ஓய்வு நேரத்துக்காகவும், மருந்துகளுக்காகவும், அரசமைப்பை உருவாக்கும் மகத்தான பணிக்காகவும் நேர்த்தியான கால அட்டவணையைத் தயாரித்தேன். டாக்டர் சாஹேப் ஏற்கெனவே நீரிழிவால் பாதிக்கப்பட்டிருந்ததால், உணவுக் கட்டுப்பாட்டிலும் மருந்துகள் விஷயத்திலும் தீவிரப் பராமரிப்பு வேண்டியிருந்தது. ஆகவே, இவை எல்லாவற்றுக்குமிடையே நல்ல சமநிலை பேண நான் எப்போதும் விழிப்புடன் இருந்து வந்தேன்.

டாக்டர் சாஹேப் சீக்கிரம் எழுந்திருக்கும் பழக்கம் கொண்டவரல்ல. அவருடைய வாசிப்பும் எழுத்தும் இரவு நெடுநேரம் நீடித்திருக்கும். சில நேரத்தில், முழு இரவையும் வாசிப்பதிலும் எழுதுவதிலும் செலவிடுவார். அவர் இப்படி மும்முரமாக இருக்கும்போது உலகை மட்டுமல்ல, தன்னையே மறந்துவிடுவார். நேரங்காலம், தூக்கம், ஓய்வு, உணவு மற்றும் உலகின் ஏனைய விஷயங்களோடு தன்னைப் பற்றிய பிரக்ஞையையும் முற்றிலும் இழந்துவிடுவார். விடியற்காலையில் தூங்கச்சென்றால், அவரால் சீக்கிரம் எழுந்திருக்க முடியாது என்பது இயல்பானதுதான். எனவே, அவரை ஒவ்வொரு நாளும் ஏழரை முதல் எட்டு மணிக்குள் எழுப்புவது என்னுடைய கடமை ஆயிற்று.

நான் ஐந்தரையிலிருந்து ஆறு மணிக்குள் எழுந்துவிடுவேன். இந்த வழக்கம் என்னுடைய மாணவப் பருவம் முதல் இருந்து வருகிறது. இன்றுவரை தொடர்கிறது. நான் எழுந்தவுடன் எங்கள் பங்களாவைச் சுற்றியுள்ள இரண்டு விசாலமான தோட்டங்களைச் சுற்றிப்பார்ப்பேன். பிறகு, பங்களா வாசலுக்கு அருகில் இருந்த எங்கள் தோட்டக்காரரின் அறைக்குச் செல்வேன். தோட்டக்காரருடனும் அவருடைய குடும்பத்துடனும் ஒரு கோப்பை கடுந்தேநீர் குடிப்பேன். அவர்களோடு கொஞ்ச நேரம் செலவிட்ட பிறகு, பல் துலக்கி, முகம் கழுவிவிட்டு, கழிப்பறை தொடர்பான சமாச்சாரங்களை முடித்துக்கொள்வேன்.

பிறகு, குளித்துவிட்டு டாக்டர் சாஹேபுக்கு ஆங்கில பாணியில் தேநீர் தயாரிப்பேன்: ஒரு பாத்திரத்தில் தேநீர், இன்னொன்றில் பால், இன்னொரு தனிப் பாத்திரத்தில் சர்க்கரை, இப்படி இருந்தால்தான் மூன்றையும் விரும்பிய விகிதத்தில் கலந்துகொள்ளலாம். இவ்வாறு தயாரிக்கப்பட்டதை ஒரு வட்டிலில் எடுத்துக்கொண்டு, அவருடைய படுக்கையறை சென்று அவரை எழுப்புவேன். எழுந்ததும், அவருக்காகத் தேநீர் தயாரிப்பேன். இருவரும் ஒன்றாகத் தேநீர் பருகுவோம். டாக்டர் சாஹேப் இங்கிலாந்திலும் அமெரிக்காவிலும் வசித்ததால், படுக்கையில் தேநீர் அருந்தும் பழக்கம் கொண்டிருந்தார். தேநீர் அருந்தியபடியே நாளிதழ்களை ஒரு பார்வை பார்ப்பார். தேநீர் முடிந்ததும், நாளிதழ் வாசிப்பு தொடரும்.

நரம்பு அழற்சிக்கும் ரத்த அழுத்தத்தைக் கட்டுப்படுத்தவும் யோகாசனங்கள் மிகவும் பயனளிக்கக்கூடியவை. டாக்டர் சாஹேபுக்கு இரண்டு பிரச்சினைகளுமே இருந்ததால் அவருக்குச் சில ஆசனங்களைக் கற்றுக்கொடுத்திருந்தேன். இந்த யோகப் பயிற்சிகளை அவர் தவறாமல் மேற்கொள்ளும்படி வலியுறுத்துவேன். அதன்படி, தேநீர் முடித்துவிட்டு, நாளிதழ்களைப் புரட்டிவிட்டு, உடற்பயிற்சிகளில் ஈடுபடுவார். பிறகு, பங்களாவின் தாழ்வாரம் சென்று, சாய்வு நாற்காலியில் உட்கார்ந்தபடி, தன்னை நீட்டிநிமிர்த்திக்கொள்வார்.

பிறகு, எங்கள் ஓட்டுநர் வந்து, அவருக்கு எண்ணெய் தடவி நன்றாகத் தேய்த்துவிடுவார். அதனால், ரத்தவோட்டம் மேம்படும். நரம்புகள் ஆற்றல் பெறும். இந்த எண்ணெய்த் தேய்ப்பு கிட்டத்தட்ட அரை மணிநேரம் நீளும். ஓட்டுநர் அதற்குள் வியர்வையில் குளித்துவிடுவார். யோகப் பயிற்சி, உடம்பைத் தேய்த்துவிடுவது இரண்டுமே அவருடைய சிகிச்சையின் பகுதிதான். அதனால்தான், நான் இந்த வழக்கத்தைக் கட்டாயப்படுத்தினேன்.

டாக்டர் சாஹேப் பிறகு பல் துலக்கி, முகம் கழுவிவிட்டு, கழிப்பறை சமாச்சாரங்களை முடித்துக்கொள்வார். பிறகு, குளியல். அவர் குளிக்க வெந்நீர் கேட்பார். அவ்வப்போது நான் அவரைக் குளிப்பாட்டியும் விடுவேன். நான் சோப்பு போட்டு அழுக்கு தேய்த்துக் குளிப்பாட்டிவிடுவது அவருக்கு மிகவும் பிடிக்கும்.

நான் அவரைக் குளிப்பாட்டிவிடும்போது, கீழ்ப்படிதலுள்ள வெகுளியான குழந்தைபோல உட்கார்ந்திருப்பார். அவருடைய இந்த வெகுளித்தனத்தை நானும் முழுமையாக ரசித்தேன். குளியல் முடிந்ததும், துவட்டிவிடுவேன். பிறகு, அவர் உடல் முழுவதும் பவுடர் பூசிவிடுவேன். இவை எல்லாவற்றையும் அவர் விரும்பினார்.

பிறகு, சுமார் எட்டு ஒன்பது மணிக்குள் காலை உணவுக்காக உணவு மேஜைக்கு வருவார். காலை உணவை நானே தயாரித்து, சுடச்சுட அவருக்குப் பரிமாற வேண்டும் என்பது அவருடைய அதிதீவிர விருப்பம். இந்த வழக்கத்துக்கு அவர் ஆட்பட்டிருந்தார் என்றுகூடச் சொல்லலாம். வீட்டில் சமையலுக்கு ஆள் உண்டுதான். ஆனால், நான்தான் சமைத்தாக வேண்டும்! அவர் சாப்பிட உட்கார்ந்ததும் அவருக்கு வேண்டியதை அப்போதே தயாரித்துச் சுடச்சுடப் பரிமாற வேண்டும். சூடாகத் தருவதற்கான அடுப்பு ஒன்று ஏற்பாடு செய்து, உணவு மேஜைக்கு அருகிலேயே வைத்திருந்தேன். மதியச் சாப்பாடுபோல அவர் காலை உணவும் விதவிதமாக இருக்க வேண்டுமென விரும்பினார். அவர் என்ன கேட்டாலும், அவருடைய விருப்பத்துக்கு ஏற்றபடி தயாரித்து, சூடாகப் பரிமாறுவேன்.

அவருடைய காலை உணவாக முதலில் ஓட்ஸ் கஞ்சி. வெறுமனே வேகவைத்த ஓட்ஸில் பாலைக் கலந்தால் போதும், ஓட்ஸ் கஞ்சி தயார். நான் அதில் கொஞ்சம் பாதாம் விழுது சேர்ப்பேன். எங்கள் மொழியில் அது பெஜ அல்லது கஞ்சிதான். ஆங்கிலத்தில் போரிட்ஜ் என்பார்கள். அவர் எப்போதாவது ஒரு மாற்றத்துக்காக ஓட்ஸுக்குப் பதில் கார்ன்ஃப்ளேக்ஸ் எடுத்துக்கொள்வார். அவர் ஓட்ஸ் கஞ்சி அல்லது கார்ன்ஃப்ளேக்ஸ் சாப்பிட்டுக்கொண்டிருக்கும் வேளையில், உணவு மேஜைக்கு அருகில் இருக்கும் அந்த அடுப்பில், முட்டைப் பதார்த்தம் ஏதேனுமொன்றைத் தயாரித்துவிடுவேன். அவர் வெவ்வேறு விதங்களில் முட்டை சாப்பிட விரும்பினார். உண்மையில், அவரிடமிருந்துதான் நிறைய உணவு வகைகளை நான் சமைக்கக் கற்றுக்கொண்டேன். அந்தச் சமயத்தில் நான் நிறைய சமையல் குறிப்புப் புத்தகங்களையும் வாங்கியிருந்தேன். கிட்டத்தட்ட ஒவ்வொரு நாளும் ஒவ்வொரு விதமான புதிய வகை உணவுகள் சமைத்தேன். அவற்றை மிகுந்த மகிழ்ச்சியோடும்

விருப்பத்தோடும் சுவைத்துச் சாப்பிடுவார். முட்டைகளை வைத்து மட்டுமே அவருக்காக வெவ்வேறு விதங்களில் சமைத்துக்கொடுத்தேன்: வேகவைத்த முட்டை, பாதி வறுத்தது, முழுதாக வறுத்தது, ஆம்லெட், மசியல், துருவல் என விதவிதமாகச் செய்தேன். முட்டைகளுடன், வெண்ணெய் தடவி வாட்டப்பட்ட சூடான ரொட்டியும் இருக்கும். விதவிதமான ஜாம்களையும் விரும்பினார். முட்டைகளையும் ரொட்டிகளையும் காபி அருந்திப் பூர்த்திசெய்வார். காபி என்றால் அவருக்கு அலாதி ப்ரியம்.

அவர் காலை உணவில் ஓர் ஒழுங்கைக் கடைப்பிடித்தார் — இதுதான் அவரது பிரதான உணவாக இருந்தது. மதிய உணவை அளவாக வைத்துக்கொண்டார். அவர் சீனப் பீங்கான் பாத்திரங்களை மிகவும் விரும்பினார். அதனால், வெவ்வேறு விதமான உணவுக்கு ஏற்ப விதவிதமான பாத்திரங்கள் எங்களிடம் இருந்தன: காலை உணவுக்காக, தேநீருக்காக, காபிக்காக, மதிய உணவுக்காக, இரவு உணவுக்காக என. அவரது பரிந்துரைகள் தெளிவாக இருந்தன. எந்த நோக்கத்துக்காகப் பாத்திரங்கள் வடிவமைக்கப்பட்டிருக்கின்றனவோ அதற்காகவே அவை பயன்படுத்தப்பட வேண்டும்: தேநீருக்காகத் தயாரிக்கப்பட்டது தேநீருக்காக, காபிக்காகத் தயாரிக்கப்பட்டது காபிக்காக, காலை உணவுக்காகத் தயாரிக்கப்பட்டது காலை உணவுக்காக, மதிய இரவு உணவுக்காகத் தயாரிக்கப்பட்டது மதிய இரவு உணவுக்காக. ஒவ்வொன்றுக்கும் ஒவ்வொன்று. எங்களிடம் விதவிதமான சீனப் பீங்கான்களும் கரண்டிகளும் இருந்தன. தட்டுகளும் முட்கரண்டிகளும் அகப்பைகளும் மற்ற உணவு வகைகளும் உணவு பாணிக்கும் பரிமாறுவதற்கும் ஏற்ப இருக்க வேண்டும் என்பதை எப்போதும் வலியுறுத்துவார். தன் இளமைக் காலத்தின் பெரும்பகுதியை அவர் மேலைநாடுகளில் செலவிட்டிருந்ததால் இவையெல்லாம் அவர் மனத்தில் பதிந்திருந்தன.

காலை உணவை முடித்ததும் அலுவலகத்துக்குத் தயாராகிவிடுவார். உடை உடுத்த அவருக்கு நான் உதவ வேண்டும் என்று விரும்பினார். கால்சராயை அவரே அணிந்துகொள்வார். ஆனால், சட்டை மாட்ட நான் உதவ வேண்டும். அவர் கைகளைத் தூக்கிக்கொள்வார். நான் சட்டை அணிவித்து, பட்டன்

மாட்டிவிடுவேன். அவருக்கு ஜாக்கெட் மாட்டவும் நான் உதவ வேண்டும். நான் ஜாக்கெட் மாட்டிவிடுவதற்காக அவர் மீண்டும் எழுந்து கைகளை உயர்த்திக்கொள்வார். ஜாக்கெட் பட்டன் மாட்டிய பிறகு, அவருடைய சட்டைப்பையில் கைக்குட்டை வைக்க வேண்டும். கைக்குட்டை ஒரு குறிப்பிட்ட வழியில் மடிக்கப்பட வேண்டும். அப்போதுதான் சட்டைப்பை மீது அதன் முக்கோண விளிம்பு நேர்த்தியாகத் தெரியும். உடை அணிவிக்கும்போது அவர் ஒரு வெகுளியான குழந்தைபோல நிற்பார். அவர் உடுத்திக்கொண்டவுடன், எங்கள் சமையல்காரர் சுதாமா, அவர் காலுறைகளையும் காலணிகளையும் அணிந்து கொள்வதற்கு உதவத் தயாராக இருப்பார்.

ஒழுங்காக உடை அணிந்துகொண்டு, ஒன்பது ஒன்பதரைபோல் புறப்படுவார். தாழ்வாரத்தில் அவருக்காகக் கார் காத்திருக்கும். சாஹேப் தன்னுடைய கார் நோக்கி நகரத் தொடங்கியதும் நானும் அவருடன் வர வேண்டும் என்று எதிர்பார்ப்பார். அவருக்காகக் கதவைத் திறந்து, அவர் உள்ளே உட்கார்ந்ததும் மூடிவிடுவேன். பிறகு, அவர் விடைபெற்றுக்கொள்ளும் பொருட்டுக் கையசைப்பார். நான் படிக்கட்டுகளில் நின்றபடி, வாயிலை விட்டு கார் வெளியேறும்வரை அவருக்குக் கையசைத்துக்கொண்டிருக்க வேண்டும். பார்வையிலிருந்து கார் மறைந்துபோகும்வரை அவருடைய பார்வை என்னை விட்டு விலகாது. இந்த விஷயங்களெல்லாம் வழக்கமானதாகி, பிறகு தன்னியல்பாக நடக்கத் தொடங்கின. அவர் இவை எல்லாவற்றையும் விரும்பினார். எனவே, நான் இவை எல்லாவற்றையும் மகிழ்ச்சியுடனும் உற்சாகத்துடனும் செய்துவந்தேன்.

## பிடித்த உணவு வகைகள்

சாஹேப் பொதுவாக ஒன்றரை அல்லது இரண்டு மணி அளவில் வீடு திரும்புவார். நாங்கள் இருவரும் ஒன்றாக மதிய உணவு சாப்பிடுவோம். மதிய உணவை அவர் அளவோடு நிறுத்திக்கொள்வார். இரண்டு கோதுமைச் சப்பாத்தி, கொஞ்சம்போல் சோறு என்று சாப்பிடுவார். அசைவம்

என்றால் அவருக்கு மிகவும் பிடிக்கும். அவர் அளவோடுதான் சாப்பிடுவார் என்றாலும் விதவிதமாகச் சாப்பிட விரும்புவார் — விதவிதமான பொருள்கள் விதவிதமான வழிகளில் சமைக்கப்பட்டிருக்க வேண்டும். வறுத்த ஆட்டிறைச்சி, குளிர்ந்த ஆட்டிறைச்சி, சில பிரத்யேக வகை சூப்கள், புட்டிங், பேக்கரி வகைகள் போன்றவை அவருக்கு மிகவும் பிடித்தமானவை. கல்கத்தாவின் ஹில்சா மீன் என்றால் அவருக்கு மிகவும் பிடிக்கும். கல்கத்தாவில் தொழிலாளர் ஆணையராகப் பணியாற்றிவந்த டி.ஜி. ஜாதவிடம் சொல்லி, ஐஸ் பெட்டியில் அடைத்து, விமானத்தில் அனுப்பச்சொல்வார். சிக்கன் வறுவலும் வாவல் மீன் வறுவலும் அவருக்கு விருப்பமானவை. வெவ்வேறு விதமாகச் சமைக்கப்பட்ட கோழியும் அவருடைய விருப்பத்துக்குரியது. கோழி வறுவல், கோழிக் கறி, தந்தூரி, இன்ன பிற கோழி வகைகளையும் அவருக்காக நான் சமைப்பேன். சாப்பாட்டுடன் சூப், புட்டிங் எடுத்துக்கொள்ளவும் அவர் விரும்பினார். அவருக்குப் பிடித்த எல்லாவற்றையும் மகிழ்ச்சியுடனும் உற்சாகத்துடனும் செய்வது என்னுடைய கொள்கையாகவே ஆகிவிட்டது.

அவர் தன்னுடைய சாப்பாட்டு மேஜையில் இறைச்சி இருக்க வேண்டுமென விரும்பினாலும் அவர் அதிகமாக எடுத்துக்கொள்ள மாட்டார் — ஒன்று, அதிகபட்சம் இரண்டு. சாப்பாட்டின்போது அரசமைப்பு தொடர்பான விஷயம் உரையாடலுக்கு வந்துவிட்டதென்றால், அதன் கூறுகள் பற்றிப் பேசுவோம். நான் போதுமான அளவு வாசித்திருந்ததாலும், அது எனக்கு மிகவும் பிடித்திருந்ததாலும் அவருடன் என்னால் குறிப்பிட்டும் தர்க்கரீதியாகவும் பேச முடிந்தது. அதில் அவருக்கு அளவில்லா மகிழ்ச்சி. இப்படியான அரட்டைகளுடன் சாப்பிட்டு முடிப்போம்.

சாப்பிட்டு முடித்ததும், டாக்டர் சாஹேப் தன்னுடைய வாசிப்புக்கும் எழுத்துக்கும் திரும்ப விரும்புவார். கொஞ்ச நேரம் ஓய்வு எடுத்துக்கொள்ளச்சொல்லி, அவரைப் படுக்கையறைக்கு அனுப்பக் கட்டாயப்படுத்த வேண்டியிருக்கும். ஏனெனில், எந்தச் சூழ்நிலையிலும் அவருக்கு ஓய்வு அளிக்கப்பட வேண்டும் என்பதுதான் நோக்கம். அறையில் வெளிச்சம் இருந்தால் டாக்டர் சாஹேபாலும் என்னாலும் தூங்க முடியாது. எனவே,

அவர் தூங்கச்சென்ற பிறகு, கதவுகளையும் ஜன்னல்களையும் மூடிவிட்டு, திரைச்சீலைகளையும் இழுத்துவிடுவேன். அவர் இருட்டில் நன்றாக உறங்க வேண்டும் என்பதற்காக. எங்கள் படுக்கையறையில் தொலைபேசி இருந்தது. அந்தத் தொலைபேசியைத் தலையணையால் மூடிவைத்துவிடுவேன்; அது ஒலித்தால் அவருடைய தூக்கம் கலைந்துவிடக் கூடாது என்பதற்காக. அது ஒலித்ததென்றால், எழுந்துவிடுவார். யார் அழைத்தது என்று கேட்பார். இதனால், கூடுதல் கவனம் செலுத்த வேண்டியதாயிற்று.

பொதுவாக, நான் மதிய வேளைகளில் தூங்குவதில்லை. மற்ற வீட்டு வேலைகளை முடிப்பதில் மும்முரமாக இருப்பேன். அல்லது சந்தைக்குக் கார் எடுத்துச்சென்று பொருள்கள் வாங்கிவருவேன். அல்லது நாளிதழ்களோ புத்தகங்களோ (பெரும்பாலும் பௌத்தம் தொடர்பான புத்தகங்கள்) வாசிப்பேன்.

சாஹேப் தன்னுடைய மதிய நேர உறக்கத்துக்குப் பிறகு சுமார் மூன்றரை மணியளவில் எழுந்திருப்பார். பல் துலக்கிவிட்டு, முகம் கழுவிக்கொள்வார். பிறகு, நாங்கள் இருவரும் ஒன்றாகத் தேநீர் அருந்துவோம். அதன் பின்னர், அவர் நாடாளுமன்றத்துக்கோ அரசமைப்பு அவை அலுவலகத்துக்கோ கிளம்புவார். ஒன்பதிலிருந்து பத்து மணிக்குள் மிகுந்த சோர்வுடன் வீடு திரும்புவார். அன்றைய உளைச்சல்கள் அவருடைய ஆற்றல்களை உறிஞ்சியெடுத்திருக்கும். அந்தச் சமயத்தில், அவர் எடுத்துக்கொண்ட சிரத்தைக்கு நிகராக வேறு யாரும் சிரத்தை எடுத்ததாக எனக்குத் தெரியவில்லை. அவர் வீடு திரும்பியதும், அவருடைய ஜாக்கெட் பட்டன்களைக் கழற்றி, ஜாக்கெட்டையும் சட்டையையும் களைவது நான்தான். லுங்கி அல்லது பைஜாமாவுக்கு மாறிக்கொண்டு புல்வெளிக்கு வந்துவிடுவார். அவர் அங்கே அமர்ந்து காற்று வாங்கிக்கொள்ள வேண்டும் என்பதற்காக அந்தப் புல்வெளியில் மேஜைகளையும் நாற்காலிகளையும் போட்டுவைத்திருந்தேன். 1, ஹார்டிங் அவென்யூவில் மிக அழகாகப் பராமரிக்கப்பட்ட புல்வெளி வைத்திருந்தோம். சிறிய குளமும் உண்டு. அதில் தாமரைச் செடிகள் வைத்தோம். புல்வெளியில் ஒரு சிறிய கவர்ச்சிகரமான

நீரூற்று இருந்தது. மாலையானதும் நாங்கள் இந்தக் குளத்தின் அருகேதான் அமர்ந்திருப்போம்.

அரசமைப்பு அவை அலுவலகம், சட்ட அமைச்சகம், அடுத்த நாள் அரசமைப்பு அவையில் சமர்ப்பிக்கப்படும் சட்டக் கூறுகள் தொடர்பான தகவல்களை உறுப்பினர்களுக்கு வழங்குதல், அவர்களுடைய ஐயங்களைத் தெளிவுபடுத்துதல், இன்ன பிற வேலைகள் என எல்லாவற்றையும் முடித்துவிட்டு அதீத சோர்வுடன் வீட்டுக்கு வருவார். விளைவாக, அடிக்கடி 'எனக்கு உணவு வேண்டாம், இது வேண்டாம், அது வேண்டாம்' என்று பிடிவாதம் பிடிப்பார். என்ன செய்வது என்று புரியாத நிலைக்கு இது என்னைத் தள்ளிவிடும். குழந்தையிடம் தாஜாசெய்வதுபோல் இவரைத் தாஜாசெய்ய முயல்வேன். சில சமயங்களில் அவர் குறிப்பிட்ட உணவுதான் வேண்டும் என்று கேட்பார். எனக்கு வேறு வழியே இருக்காது. எனவே, அடுப்பையும் அவர் குறிப்பிட்ட உணவுக்குத் தேவையான பொருள்களையும் எடுத்துக்கொண்டு புல்வெளிக்கு வந்து, அவருக்கு விருப்பமான உணவைச் சமைக்கத் தொடங்கிவிடுவேன். இப்படியெல்லாம் செய்தால்தான் கடைசியில் சாப்பிட மனமிரங்கிவருவார். சிறிது நேரம் புல்வெளியில் ஓய்வெடுத்த பிறகு, பங்களாவின் முதல் மாடிப் படுக்கையறைக்குச் செல்வார். பிறகு, மீண்டும் வாசிப்பிலும் எழுத்திலும் இறங்கிவிடுவார். அரசமைப்பு அவைக்கான குறிப்புகள் தயாரிப்பார். நள்ளிரவு ஒன்று அல்லது இரண்டு மணியைத் தாண்டியும் இது நீளும். அவருக்கு ஏதாவது தேவைப்பட்டால் உதவுவதற்காக நான் அவ்வப்போது இடைவிடாமல் அவரைப் பார்த்துக்கொண்டிருப்பேன். இறுதியாக, ஒன்று அல்லது இரண்டு மணிக்கு உறங்கச்செல்வார்.

## பொதுமக்களிடமிருந்து எனக்கான முதல் பாராட்டு

நான் திருமணம் முடித்த பிறகு ஒரே ஒரு முறைகூட என்னுடைய குடும்பத்தினரைச் சந்திக்கவில்லை. 12 அக்டோபர் 1948 அன்று புனித சேவியர் மைதானத்தில், பம்பாய் தலித் பெண்கள் சங்கத்தால் ஒரு பெரிய வரவேற்பு நிகழ்வு ஏற்பாடானது. டாக்டர் சாஹேபும் நிகழ்வில் பங்கேற்குமாறு

கேட்டுக்கொள்ளப்பட்டார். அவரும் தன்னுடைய ஒப்புதலை அனுப்பி, கலந்துகொள்வதாக உறுதிப்படுத்தியிருந்தார். இந்த நிகழ்வுக்காக நாங்கள் பம்பாய் சென்றோம். சம்யுக்த் (ஒருங்கிணைந்த) மஹாராஷ்டிர மாநிலம் தொடர்பான பிரச்சினை அந்நாள்களில் கொதிநிலையில் இருந்தது. இயக்கம் வேர்விட்டிருந்தது. மஹாராஷ்டிராவின் பிற பகுதிகளிலிருந்து பம்பாயைத் தனியாகப் பிரிப்பதற்கு மத்திய அரசு சதி செய்கிறது என்ற ஐயம் எங்கும் நிறைந்திருந்தது. முன்னாள் பம்பாய் மாநிலத்திலிருந்தும் மஹாராஷ்டிராவின் பிற பகுதிகளிலிருந்தும் அறிவுஜீவிகள் பலர் இந்தப் படைகளில் இணைந்திருந்தனர். சாஹேப் இந்தப் பணிகளில் மாட்டிக்கொண்டதால், அவரால் நிகழ்வுக்குச் செல்ல முடியவில்லை. அதே நேரத்தில், என்னைப் பாராட்டும் வகையிலேயே இந்த நிகழ்வு ஏற்பாடாகியிருந்ததால், கலந்துகொள்ளாமல் தவிர்ப்பதற்கு வழி இல்லாமலாயிற்று. அந்தக் கூட்டத்தின் தலைவர் திருமதி சரோஜினி ஜாதவ். டி.ஜி. ஜாதவின் மனைவி. ஒரு ரூபாய் அல்லது எட்டு அணாக்கள் [ஐம்பது பைசா] டிக்கெட் வாங்கியவர்கள் மட்டுமே உள்ளே நுழைய அனுமதி என்ற நிலையிலும்கூட, ஆண்களும் பெண்களும் குழந்தைகளுமாக ஆயிரக்கணக்கானவர்கள் குவிந்திருந்தார்கள். மொழிவாரியாக மாநிலங்களை மறுசீரமைப்பது தொடர்பான பணிகளில் முனைப்புடன் இருப்பதாலும், உடல்நிலை சரியில்லாத காரணத்தாலும் விழாவுக்கு டாக்டர் சாஹேப் வர முடியவில்லை என்று நிகழ்ச்சி ஏற்பாட்டாளர்களுக்கு விளக்கினேன்.

மாலையில் சுமார் ஆறு ஆறரை மணியளவில் விழா தொடங்கியது. புடவையும் பூங்கொத்தும் கொடுத்து, தலைவர் என்னை வரவேற்றார். அதைத் தொடர்ந்து, சாந்தாபாய் வதல்வகர், சம்பூபாய் காம்ப்ளே, திருமதி சுபத்ராபாய் காஸாரே, திருமதி முக்தாபாய் காம்ப்ளே, திருமதி சுசிலாதாய் பவார், திருமதி போரீகர், திருமதி ருக்மாபாய் ஷிர்கே, திருமதி சக்குபாய் மோஹிதே ஆகியோரோடு இன்ன பிற பெண் தொழிலாளர்களும் சாஹேபையும் என்னையும் பாராட்டி உரையாற்றினார்கள்.

இறுதியாக, இடிமுழக்கம் போன்ற கரவொலிக்கு மத்தியில் எழுந்துசென்று, அந்தப் பெருந்திரளான மக்களிடையே உரையாற்றினேன் [மராத்தியிலிருந்து மொழிபெயர்க்கப்பட்டது]:

சகோதர சகோதரிகளே,

உங்கள் எல்லோரிடமிருந்தும் இப்படியான இதமான வரவேற்பைப் பெற்றுக்கொண்டதில் எனக்கு அளவில்லா மகிழ்ச்சி. மரியாதைக்குரிய பாபாசாஹேப் இந்த விழாவில் பங்கேற்காதது குறித்து நீங்கள் தயவுசெய்து ஏமாற்றமடைய வேண்டாம். சமீப காலமாக அவருடைய உடல்நிலை மிகவும் மோசமாக இருப்பதை நீங்கள் அறிவீர்கள். மேலும், இன்று அவர் மிக முக்கியமான பணியொன்றில் மும்முரமாக ஈடுபட்டுள்ளார். விரைவில் அவருடைய உடல்நிலை மேம்படும் என்று நான் உறுதியாக நம்புகிறேன். பிறகு, அவர் உங்களைச் சந்திக்க வருவார்.

பெண்களே, நீங்கள் கல்வியின்றி இருக்கிறீர்கள். உங்கள் மத்தியில் கல்வி பரவ வேண்டும். நீங்கள் குறைந்தபட்சம் எழுத்தறிவாவது பெற வேண்டும் என்று நான் நினைக்கிறேன். டாக்டர் சாஹேபின் பணியை முன்னகர்த்திச்செல்ல யாரும் இல்லையே என்று, டாக்டர் சாஹேபும் நானும் இன்னும் பலரும் வருத்தப்படுகிறோம். அவருடைய வாழ்க்கைத் தத்துவத்தை நீங்கள் நடைமுறைப்படுத்திக் காட்ட வேண்டும்.

பம்பாய் நம்முடைய மஹாராஷ்டிராவில் இருக்க வேண்டும் என்று என்னைப் போலவே நீங்களும் நினைக்கிறீர்கள். இந்த விஷயத்தில் பாபாசாஹேபின் அபிப்ராயம் மிகவும் முக்கியத்துவம் வாய்ந்தது. இந்த பம்பாய் – மஹாராஷ்டிரா பணியில் அவர் ஈடுபட்டுள்ள காரணத்தால்தான் அவரால் இன்று வர முடியவில்லை.

நான் சொன்ன ஒவ்வொரு கூற்றுமே இடிமுழக்கம் போன்ற கரவொலியுடன் வரவேற்கப்பட்டது. சம்யுக்த் மஹாராஷ்டிரக் குழுவின் அசல் விளம்பரதாரர் டாக்டர் அம்பேத்கர்தான் என்பதைத் தனியாகக் குறிப்பிடத் தேவையில்லை. ஆனால், பம்பாய் – மஹாராஷ்டிரா விவகாரத்தோடு எவ்விதத் தொடர்பும் இல்லாதவர்கள்கூட ‘நம் பம்பாய், மராத்தி பம்பாய்’

அல்லது 'ஜெய் மஹாராஷ்டிரா' என்று முழக்கமிடுகிறார்கள்; மஹாராஷ்டிரா தங்களுக்குத் திருமணப் பரிசாக வந்திருக்கிறது என்ற மாயையை அவர்கள் சுமப்பதாகத் தெரிகிறது.

என்னைப் பாராட்டும் முதல் விழா மிகவும் பிரம்மாண்டமான முறையில் நடைபெற்றது. டாக்டர் சாஹேப் நான் ஆற்றிய உரையின் செய்திக் குறிப்பை அடுத்த நாள் 'ஜனதா'வில் படித்துவிட்டு, என்னுடைய முதுகில் தட்டிக்கொடுத்து மகிழ்ச்சி தெரிவித்தார்.

## என் வாழ்க்கையின் பொன்னான தருணம்

இந்த நாட்டின் பீம் நினைவகத்துக்கு [அரசமைப்பு] வடிவம் கொடுக்கப்பட்டு, என் முன்னிலையில் அது நடைமுறைக்கு வந்தது. அது ஏற்றுக்கொள்ளப்பட்டவுடன், எண்ணற்ற தொகுதிகளைக் கொண்ட, உலகின் மிகப் பெரிய, ஒரு ஜனநாயக நாட்டின் அரசமைப்பு என்று உலகளாவிய அளவில் அறியப்பட்டது. அரசமைப்பு உருவாக்கத்தின்போது நடந்த ஒவ்வொரு படிப்படியான முன்னேற்றத்துக்கும் நான் சாட்சியாக இருந்தேன். 1948 நவம்பரில் இந்திய அரசமைப்பானது [வரைவு] இந்திய அரசமைப்பு அவையிடம் கையளிக்கப்பட்டது. இது எங்கள் இருவருடைய வாழ்க்கையின் பொன்னான தருணமாகும்.

[வரைவு] அரசமைப்பின் நகலை அரசமைப்பு அவைத் தலைவர் டாக்டர் ராஜேந்திர பிரசாத்திடம் டாக்டர் அம்பேத்கர் அளித்தபோது, அவைத் தலைவரின் அனுமதியுடன், மத்தியக் கூடத்துக்குள் சாஹேபுக்கென ஒரு சிறப்பு நாற்காலி கொண்டுவரப்பட்டது எனக்கு நன்றாக ஞாபகம் இருக்கிறது. அரசமைப்புப் பணி நடந்துகொண்டிருந்த அந்தப் பெரிய கூடத்தில் மரத்தாலான நீளிருக்கைகள் போடப்பட்டிருந்தன. அவற்றின் மீதுதான் உறுப்பினர்கள் அமர்வார்கள். டாக்டர் சாஹேபுக்குச் சிறப்பு நாற்காலியைக் கொண்டுவந்ததற்கான காரணம், சாஹேபின் தொப்புளுக்குச் சற்றுக் கீழே ஒரு கொப்புளம் வந்திருந்ததுதான். நீரிழிவு நோயால் பாதிக்கப்பட்டவர்களின் காயங்கள் எளிதில் ஆறுவதில்லை என்பதையும், அவை விரைவாகக் குணமடையக்கூடியவை அல்ல என்பதையும்

வாசகர்கள் அறிவீர்கள். நீரிழிவு நோயால் டாக்டர் சாஹேப் பாதிக்கப்பட்டிருந்ததால், எல்லா முயற்சிகளுக்குப் பிறகும் அந்தக் கொப்புளம் குணமடைய மறுத்தது. அது அவருக்கு அவ்வளவு வலியையும் அசௌகரியத்தையும் தர ஆரம்பித்திருந்தது. நல்ல வசதியான இருக்கையில் அமர்வதுகூட அவருக்கு முடியாமலாயிற்று. நான் அன்றாடம் அந்தக் கொப்புளத்தைச் சுத்தப்படுத்தி மருந்திடுவேன். முழுப் பஞ்சுக் குவியலும் அந்தக் குழிக்குள் வசதியாக உட்கார்ந்துகொள்ளும் அளவுக்கு அந்தக் காயம் மிகவும் பெரிதாகிவிட்டது. ஆனால், அரசமைப்பை வழங்குவதற்கான பணிகள் அத்தனை முக்கியமானதாக இருந்ததால், அவருக்கென்று ஒரு சிறப்பு நாற்காலி தயாரிக்கப்பட்டிருந்தது. வரலாற்றுச் சிறப்புமிக்க நிகழ்வின் முக்கிய நினைவுச் சின்னமான அந்த நாற்காலியை நான் பாதுகாத்துவைத்திருந்தேன். பூனாவின் சிம்பியாசிஸ் நிறுவனத்தால் கட்டப்பட்டுவரும் 'டாக்டர் பாபாசாஹேப் அம்பேத்கர் அருங்காட்சியகம் மற்றும் நினைவிடம்' என்ற தேசிய நினைவகத்தில் இதைக் காண முடியும். கீதை, பைபிள், குரான் மற்றும் இந்திய மக்களின் திரிபிடகம், இவைதான் நாட்டின் உச்சபட்ச அரசமைப்பு. அந்தத் தருணத்தை நான் தனிப்பட்ட முறையில் அனுபவித்தேன். என்னுடைய கண்களால் பார்த்தேன். இவ்வாறு என்னுடைய கண்கள் பரிசுத்தமாயின.

அரசமைப்பை டாக்டர் சாஹேப் எழுதியதைக் கொண்டாடும் மறக்க முடியாத அந்த நிகழ்வு என்னுடைய மனத்தில் திரைப்படம்போல் தொடர்ந்து ஓடிக்கொண்டிருக்கிறது. டாக்டர் சாஹேப் தன்னுடைய வரலாற்றுச் சிறப்புமிக்க உரை[19]யில் முன்வைத்த தேசிய ஒருமைப்பாட்டுக்கான உளபூர்வமான வேண்டுகோள் இன்னும் என்னுடைய காதுகளில் ஒலிக்கிறது.

> 'பட்டியல் சாதி மக்களின் நலன்களைப் பாதுகாப்பது என்ற உயர்ந்த லட்சியத்துடனும் நான் அரசமைப்பு அவைக்கு வந்தேன். [...] எனவே, சட்டமன்றம் என்னை வரைவுக் குழுவுக்குத் தேர்ந்தெடுத்தபோது நான் மிகவும் ஆச்சரியப்பட்டேன். [...] என் மீது அளப்பரிய நம்பிக்கையும் பற்றுறுதியும் கொண்டிருந்ததற்காகவும், என்னை அவர்களுடைய கருவியாகத் தேர்ந்தெடுத்ததற்காகவும், நாட்டுக்கு சேவைபுரிவதற்கான வாய்ப்பை எனக்கு

வழங்கியதற்காகவும் அரசமைப்பு அவைக்கும் வரைவுக் குழுவுக்கும் நான் நன்றியுள்ளவனாவேன்.’

அரசமைப்பின் பண்புகளை ஆராய்ந்த பிறகு இறுதியாக அவர் தன்னுடைய நாட்டு மக்களுக்கு ஓர் உணர்வுபூர்வமான வேண்டுகோள் வைத்தார்:[20]

‘இந்தியாவில் சாதிகள் இருக்கின்றன. சாதிகளெல்லாம் தேசவிரோதமானவை. ஏனென்றால், முதன்மையாக அவை சமூக வாழ்க்கையில் பிரிவினையைக் கொண்டுவருகின்றன. அவை தேசவிரோதமானவை, ஏனென்றால் அவை ஒரு சாதிக்கும் இன்னொரு சாதிக்குமிடையே பொறாமையையும் விரோதத்தையும் உருவாக்குகின்றன. ஆனால், யதார்த்தத்தில் நாம் தேசமாக மாற விரும்பினால் இந்த நெருக்கடிகளையெல்லாம் கடந்தாக வேண்டும்.’

அரசமைப்பு அவைத் தலைவர் டாக்டர் ராஜேந்திர பிரசாத்தின் உரையானது டாக்டர் சாஹேப் ஆற்றிய பணிகளையும் நிறைவேற்றிய பொறுப்புகளையும் பற்றிய தெளிவான சித்திரத்தைத் தருகிறது. அவர் சொன்னார்:[21]

‘வரைவுக் குழு உறுப்பினர்கள், குறிப்பாக அதன் தலைவர் – உடல்நிலை மிக மோசமாகப் பாதிக்கப்பட்டிருந்த நிலையிலும் எவ்வளவு வைராக்கியத்தோடு உழைத்திருக்கிறார் என்பதைப் பார்க்கும்போது வேறு யாராலும் இதைச் செய்திருக்க முடியாது என்பதை உணர்கிறேன். நாம் அவரை வரைவுக் குழுவில் இணைத்ததும் அதன் தலைவராக அவரை ஆக்கியதும் மிகச் சரியான முடிவு. இதைவிட மேலான முடிவை நாம் எடுத்திருக்க முடியாது. அவர் தன்னுடைய தேர்வை நியாயப்படுத்தியது மட்டுமின்றி, தான் ஆற்றிய பணிக்குக் கூடுதல் பொலிவும் சேர்த்துள்ளார்.’

அரசமைப்பை உருவாக்கிய வரலாற்றுச் சிறப்புமிக்க பணி டாக்டர் அம்பேத்கருக்கு உலக அளவில் புகழை ஈட்டித்தந்தது. நாடு அவரை ‘நவீன மநு’ என்று போற்றியது. பல பெருமைக்குரிய இடங்களிலிருந்து எங்களுக்கு அழைப்புகள் வந்தன. பட்டியல் சாதிகள் கூட்டமைப்புகூட 22 டிசம்பர் 1948 அன்று பம்பாய் பரேலிலுள்ள ஆர்.எம்.பட் உயர்நிலைப் பள்ளியில் ஒரு விழாவை

ஏற்பாடு செய்தது. டெல்லியிலிருந்து பம்பாய் சென்ட்ரலை நாங்கள் அடைந்தோம். டாக்டர் சாஹேப் தன்னுடைய மிகப் பெரும் தொண்டர் பட்டாளத்தின் முன் வைத்த செறிவுமிக்க சிந்தனைகளை இங்கே தருவது பொருத்தமாக இருக்கும் [மராத்தியிலிருந்து மொழிபெயர்க்கப்பட்டது]:

'எனக்குச் சரியாக நினைவில்லை. ஆனால், 1943-இல் நடந்த தேர்தல்களின்போது இங்கே ஒரு கூட்டம் நடத்தியிருந்தோம். அப்போது நானும் உடன் இருந்தேன். இன்று உங்கள் முன் நிற்கும் இந்தத் தருணத்தில், அந்தச் சந்திப்பு எனக்குத் தெளிவாக ஞாபகம் வருகிறது. அதை இங்கே சொல்லித்தான் ஆக வேண்டும். 1946-இல் நம் கட்சியும் நாமும் பெரிய தோல்வியைச் சந்தித்தோம். தேர்தலில் தோல்வியடைந்ததற்காக நாம் வருத்தப்பட ஏதுமில்லை. தோல்விகள் குறித்து நான் ஒருபோதும் வருத்தப்பட்டதில்லை. கிரிக்கெட் போட்டிகளில் சில நேரத்தில் ஒரு அணி தோல்வியுறும், சில நேரத்தில் இன்னொரு அணி தோல்வியுறும். தோல்வியுற்ற அணி இன்னொரு சந்தர்ப்பத்தில் வெற்றிபெறலாம்தான்; அதே நேரத்தில், வெற்றிபெறும் அணி தோல்வியுறுவதற்கான சாத்தியமும் எப்போதும் உண்டு. அதே போன்றதுதான் தேர்தலின் வெற்றி தோல்வியும். எனவே, காங்கிரஸ் நம்மைத் தேர்தல்களில் தோற்கடித்தது என்பதற்காக அலட்டிக்கொள்ள ஒன்றுமில்லை.

முந்தைய தேர்தலில் நாம் என்ன செய்திருக்க வேண்டும் என்று நினைத்துப்பார்ப்பதற்கு இங்கே இடம் கிடையாது. தேர்தலில் போட்டியிடும் கட்சிகள் எவை என்று பார்க்க வேண்டும். நாம் சிறுபான்மையினர். எனவே, ஏதாவது ஒரு கட்சியுடன் ஒத்துழைக்காமல் நம்மால் விஷயங்களைக் கையாள முடியாது. ஆக, எந்தக் கட்சியுடன் நாம் ஒத்துழைக்க வேண்டும் என்பதை முடிவுசெய்ய ஒவ்வொரு கட்சியின் தேர்தல் அறிக்கையையும் பார்க்க வேண்டும். நாம் கூட்டணி அமைக்க வேண்டும் என்றாலும், சொந்தக் கட்சியை உடைத்து அவர்களுடன் இணையக் கூடாது. மற்ற கட்சிகளுடன் கூட்டணி அமைக்கும் அதே நேரத்தில் சொந்தக் கட்சியைக் காப்பதுதான் எப்போதும் நம்முடைய கொள்கையாக இருக்க வேண்டும். 'பிராமணேதர்'

[பிராமணரல்லாத] கட்சிகள் சின்னாபின்னமானதைப் போன்ற பரிதாபகரமான நிலைக்கு நாம் தள்ளப்பட்டுவிடக் கூடாது. அதனால்தான், இந்த எச்சரிக்கை மணி அவசியமாகிறது. பிராமணேதர் கட்சி தன்னுடைய சொந்த அமைப்பையே கலைத்துவிட்டு, காங்கிரஸில் போய்ச்சேர்ந்தது. இப்போது அது காங்கிரஸிலிருந்து வெளியேறி சுயேச்சையான அமைப்பை உருவாக்கத் தொடங்கியுள்ளது. முதலில் வேறொருவரின் வீட்டுக்குள் சென்று, பிறகு அங்கிருந்து வெளியேறி. பின்னர் இடிக்கப்பட்ட வீட்டை மீண்டும் கட்டுவது என்ற தலை கிறுகிறுக்கும் கொள்கையைப் பின்பற்றுவதில் எந்த அர்த்தமும் இல்லை.'

அந்தக் கூட்டத்தில் சாஹேபும் நானும் பிரம்மாண்டமான முறையில் கௌரவிக்கப்பட்டோம். கொஞ்ச நாள்கள் பம்பாயில் தங்கியிருந்துவிட்டு, பிறகு டெல்லி திரும்பினோம். ஆனால், டெல்லியிலிருந்து கிளம்புவதற்கு முன்பாக, அவருடைய உடல்நிலை குறித்து விசாரிக்க வேண்டும் என்று வலியுறுத்தினேன். புனித ஜார்ஜ் மருத்துவமனை சென்று, பல் பரிசோதனை செய்தோம். புகழ்பெற்ற இதய நிபுணர்களான டாக்டர் துல்புலே, டாக்டர் மால்வன்கர் இருவரையும் சந்தித்து, சிகிச்சையைத் தொடங்கினோம்.

பணி நிமித்தமான சுற்றுப்பயணத்தில் இருந்தபோது, ஹைதராபாத் சாலையிலுள்ள மன்மாட்டில் 15 ஜனவரி 1949 அன்று எங்களுக்கொரு மாபெரும் பாராட்டு விழா நடந்தது. சாஹேப் அங்கே இப்படிப் பேசினார் [மராத்தியிலிருந்து மொழிபெயர்க்கப்பட்டது]:

'நான் சமீப காலமாக அரசியல் பேசவில்லை. ஏனெனில், இப்போது நான் அரசியல்ரீதியாக வரம்புகளுக்கு உள்பட்டுச் செயல்பட்டுவருகிறேன். தீண்டப்படாத சமூகம் ஏனைய சமூகங்களைவிட அரசியல் அறிவு மிக்கது என்பதில் எனக்கு எவ்வித ஐயமும் இல்லை. எந்த ஒரு சமூகத்தின் முன்னேற்றமும் கல்வியின் முன்னேற்றத்தைப் பொறுத்தே அமையும்.

நம்முடைய அரசியலை வெற்றிபெறச் செய்வதற்கு அதிகாரப் பதவிகளை நம் சமூகம் பெற வேண்டும் — இதற்கு

அர்த்தம் என்னவென்றால், நான் ஏற்கெனவே உங்களிடம் சொல்லியிருப்பதுபோல் -- முக்கியமான பதவிகள் நம்முடைய கட்டுப்பாட்டின் கீழ் இருக்க வேண்டும்.

நம் மக்கள் ஏழு கோடி பேர் இருக்கிறார்கள். நம்மால் ஒன்றாக இருக்க முடிந்தால், நாம் இப்போது வைத்திருப்பதே போதும். இதையெல்லாம் அமைப்பாக இணைத்தோம் என்றால் நாம் யாருக்கும் அச்சப்படத் தேவையில்லை. நம் அரசியல் கட்சியான பட்டியல் சாதிகள் கூட்டமைப்புடன் நாம் எப்போதும் இணைந்திருக்க வேண்டும். நாம் சிறுபான்மையினராக இருந்தாலும்கூட நாம் புஜவலிமை பெற்றிருப்பதால் அச்சப்படுவதற்கு எந்தக் காரணமும் இல்லை.

நம்முடைய சொந்த வீட்டை இடித்துவிட்டு இன்னொருவரின் மான்ஷனில் போய் இருப்பது முட்டாள்தனத்தின் உச்சம். நம்முடைய குடில்களை அப்படியே காத்துக்கொள்வோம். இல்லையெனில், பிராமணேதர் கட்சிபோல் நம்முடைய நிலைமையும் மோசமாவதை எதனாலும் தடுக்க முடியாது. பிராமணேதர் கட்சி எப்படியொரு கொடூரமான நிலைமையில் இருக்கிறது என்று பாருங்கள்! 1932 வரை அவர்களுடன் ஒன்றாகப் பணியாற்றினோம். காங்கிரஸை விட்டு விலகியிருப்பதில் எந்தப் பயனும் இல்லை என்று பிராமணேதர் தலைவர்கள் சிலர் கருதினார்கள். காங்கிரஸை வெளியேயிருந்து இடிக்க முடியவில்லை என்பதால் உள்ளே சென்று குழிபறித்துத் தகர்த்துவிடலாம் என்ற எண்ணத்துடன் காங்கிரஸுக்குள் நுழைந்தார்கள். இது தொடர்பாக நான் அவ்வப்போது அவர்களுக்கு விளக்க முயன்றேன். ஆனால், அவர்கள் எனக்குச் செவிசாய்க்கவில்லை. இப்போது பிராமணரல்லாத கட்சி துடைத்தெறியப்பட்டுவிட்டது.

என் நாட்டை நான் சீரழிப்பதாக மிக ஆரம்ப காலத்திலிருந்தே குற்றஞ்சாட்டப்பட்டது. ஆனால், இப்போது அந்தக் குற்றச்சாட்டு உள்ளீடற்றது என்பது எல்லோருக்கும் புலப்பட்டிருக்கும். நம்முடைய கட்சி ஒருபோதும் நாட்டு நலனுக்கு எதிரானதாக இருந்ததில்லை.

உண்மையான சோஷலிஸத்தை நிறுவப்போவது நாம்தான். விவசாயிகளுக்கான, தொழிலாளிகளுக்கான இடத்தையும் நாம் நிறுவுவோம். ஏனெனில், நம்மிடம் உயர் வர்க்கமும் இல்லை, நடுத்தர வர்க்கமும் இல்லை. நாமெல்லாம் தொழிலாளிகள், நாமெல்லாம் ஏழைகள். ஜனநாயகத்தை உருவாக்கவிருப்பதும் நாம்தான். உண்மையான ஜனநாயகம் வர வேண்டும் என்றால், பல்லாயிரம் ஆண்டுகளாக நம்முடைய தலை மேல் உட்கார்ந்து ஆட்டம்போடும் மேல்தட்டு மக்களைக் கீழே இறக்கி, தாழ்த்தப்பட்ட மக்களை மேலே உயர்த்தும் உண்மையான புரட்சி நடக்க வேண்டும். புரட்சிச் சக்கரம் பாதிதான் சுழன்றிருக்கிறது. அது முழுமையாகச் சுழலாமல் புரட்சி சாத்தியமில்லை. நாம் இந்தச் சக்கரத்தை முழுமையாகச் சுழற்றுவோம்.

அரசு வேலைவாய்ப்புகளில் தீண்டப்படாதவர்களுக்கான இடஒதுக்கீட்டுக்கு நான் ஏற்பாடு செய்திருக்கிறேன். ஆனால், ஒதுக்கீடு செய்யப்பட்ட இந்த வேலைகளுக்குப் பொருத்தமான ஆள்கள் இல்லை. நாம் இப்போது அதிகாரபூர்வ உரிமைகளைப் பெற்றுவிட்டோம். ஆனால், உயர் வர்க்கத்தைச் சேர்ந்தவர்கள்தான் அதிகாரிகளாக இருக்கிறார்கள் என்பதால் முறையான அமலாக்கம் இன்னும் நடைபெறவில்லை. எனவேதான், முக்கியமான அதிமுக்கியமான இந்தப் பதவிகள் நம்முடைய கட்டுப்பாட்டில் வந்தாக வேண்டும் என்கிறேன்.

அரசியலைப் போலவே கல்வி நிறுவனங்களும் முக்கிய இடத்தைப் பிடித்துள்ளன. ஒரு சமூகத்தின் முன்னேற்றமானது அந்தச் சமூகத்தின் அறிவார்ந்த, துணிவுள்ள, ஆர்வம்மிக்க இளைஞர்களின் கரங்களில்தான் உள்ளது. இந்தத் திசையை நோக்கி நகர்ந்திருக்கும் நான், கடந்த சில ஆண்டுகளாக அரசியலைவிடக் கல்வி நிறுவனங்களில்தான் அதிக அளவில் கவனம் செலுத்திவருகிறேன். பம்பாயில் சித்தார்த் கல்லூரியைத் தொடங்கினேன். அதில் பயிலும் 2,400 மாணவர்களில் நம்மவர்கள் 160 பேர். அவர்களுக்காக ரூ.21,000 செலவழிக்கிறேன். இந்த விஷயத்தில்தான் என்னுடைய முழுக் கவனமும் இருக்கிறது. ஔரங்காபாதிலும் கல்லூரி தொடங்குவது பற்றி யோசித்துக்கொண்டிருக்கிறேன். இது

பாண்டுரங்கக் கடவுள் தன்னுடைய பக்தர் நாம்தேவின் திருமணத்துக்கு உதவுவதைப் போன்றது.

முன்மொழியப்பட்டுள்ள அரசமைப்பில் தீண்டப்படாதவர்களுக்கான ஏற்பாடுகளை நான் செய்திருக்கிறேன். தீண்டாமை என்ற கருத்தாக்கத்தை அரசமைப்பின் 17-ஆவது கூறு முற்றிலும் தகர்க்கிறது. எல்லா விதச் சாதிப் பாகுபாடுகளும், உயர்வு-தாழ்வு உணர்வுகளும் அடியோடு ஒழிக்கப்பட்டுள்ளன. முடிதிருத்துபவர் இனி உங்கள் சிகையை வெட்டிவிட வேண்டும், சலவைசெய்பவர் இனி உங்கள் துணிகளைத் துவைத்துத்தர வேண்டும், கோயில்களிலும் உணவகங்களிலும் உயர்சாதியினர் எப்படி நடத்தப்படுகிறார்களோ அதே வகையில் நாமும் நடத்தப்பட வேண்டும். எல்லோரும் சமம் என்ற அடிப்படையில் ஒவ்வொருவரும் நம்முடன் உரையாட வேண்டும்.'

அரசமைப்பு என்ற மகத்தான பணிகளை முடித்துவிட்டு முதன்முறையாக பம்பாய் சென்றோம். அதன் காரணமாகவே எங்களுடைய ஒவ்வொரு நிகழ்விலும் பெருங்கூட்டம் கலந்துகொண்டது. டாக்டர் சாஹேப் என்ற முழக்கம் காற்றில் எதிரொலித்தது. எல்லா இடங்களிலும் காதடைக்கும்படியான கைத்தட்டல்களால் எங்களை வரவேற்றனர். கொஞ்சம் சிற்றுண்டிப் பரிமாறலுடன் கூட்டம் நிறைவுற்றது.

## மருத்துவமனையில் டாக்டர் அம்பேத்கர்

இது 1949-இல் நடந்த நிகழ்வு. நாடாளுமன்றத்திலும் அமைச்சகத்திலும் தன்னுடைய பணியை முடித்துவிட்டு வீடு திரும்பியிருந்தார் டாக்டர் அம்பேத்கர். சில பொருள்கள் வாங்கலாம் என்று பிற்பகலில் நான் சந்தைக்குச் சென்றிருந்தேன். அங்கே நல்ல சதைப்பற்றுள்ள வாட்டமுறாத சோளக்கதிர்களைக் கண்டேன். கொஞ்சம்போல் வாங்கிக்கொண்டேன். எங்களுடன் சில நாள்களைக் கழிப்பதற்காக டெல்லியிலிருந்து என்னுடைய அப்பா அப்போது வந்திருந்தார். சாஹேப் திரும்பியதும் என் அப்பாவுடன் தாழ்வாரத்தில் அமர்ந்து அரட்டையடிக்கத் தொடங்கினோம். நாங்கள் பேசிக்கொண்டிருக்கையில், எங்கள்

சமையல்காரர் சுதாமாவிடம், உப்பு சேர்த்து சோளத்தை வேகவைக்கச் சொன்னது ஞாபகம் வந்தது. அவரிடம் சோளத்தை எடுத்துவருமாறு சொன்னேன். மூவருமாகச் சோளக்கதிர்களை எடுத்துச் சாப்பிட்டபடி அரட்டையைத் தொடர்ந்தோம். அவர் சோளத்தைச் சாப்பிட்டுக்கொண்டே, "இதில் நிறைய வைட்டமின்கள் இருக்கின்றன" என்றார். உப்பிட்டு வேகவைத்த சோளம் மிகவும் சுவையாக இருந்தது. சாஹேப் ஒன்றிரண்டு துண்டுகளை எடுத்துச் சாப்பிட்டார். வைட்டமின் நிறைந்திருப்பதால் அளவுக்கதிகமாகச் சாப்பிட வேண்டாம் என்று எச்சரித்தேன். "இத்துணூண்டு சோளம் சாப்பிடுவதால் என்ன ஆகிவிடப்போகிறது?" என்று பதிலளித்தார்.

அப்போது அவருடைய சகா சோஹன்லால் சாஸ்திரி வந்துசேர்ந்தார். டாக்டர் சாஹேப் அவருக்கும் சோளம் கொடுத்தார். அதில் நிறைய வைட்டமின்கள் இருக்கின்றன என்று அவரிடம் சொன்னார். சோஹன்லால் கிளம்பியதும் இரவு உணவை முடித்தோம். டாக்டர் சாஹேப் படிக்கக் கிளம்பினார். வாசிப்பிலும் எழுத்திலும் மூழ்கிப்போனார்.

திடீரென இரவு நேரத்தில் டாக்டர் சாஹேப் வயிற்றுவலியால் துடித்தார். எல்லோரும் எழுந்துவிட்டோம். அவர் வலியுடன் மலம் கழிக்க ஆரம்பித்தார். இரவு முழுக்கவும் வயிற்றுப்போக்கு நீடித்தது. நான் அவருக்குச் சில மருந்துகள் கொடுத்தேன். ஆனால், பிணித் தாக்கம் கடுமையாக இருந்தது. மருந்துகள் எவையும் உதவவில்லை. சர்க்கரை நோய், நரம்பு அழற்சி, உயர் ரத்த அழுத்தம் அவருக்கு இருந்ததால் மருந்து கொடுக்கும்போது மிகவும் கவனமாக இருக்க வேண்டியிருந்தது. வயிற்றுப்போக்கு மிகவும் கடுமையாக இருந்ததால் அவரால் கழிப்பறைக்குச் செல்லக்கூட முடியவில்லை. விளைவாக, படுக்கை விரிப்பும் தலையணைகளும் மலத்தால் நனைந்தன. நாங்கள் அவரை மருத்துவமனையில் சேர்க்க விரும்பினோம். ஆனால், அவர் பிடிவாதக்காரராக மாறினார். "இதற்கு முன் நான் மருத்துவமனையில் சேர்க்கப்பட்டதில்லை" என்றவர், "இப்போதும் அப்படியொன்றில் அடைபட விரும்பவில்லை" என்று வலியுறுத்திச் சொன்னார். என்னுடைய அப்பா, சுதாமா, நான் மூவரும் எங்களால் இயன்றவரை அவரை நன்றாகப் பார்த்துக்கொண்டோம். மருத்துவமனைக்குப் போகலாம் என்று

நாங்கள் தொடர்ந்து அவரிடம் மன்றாடிக்கொண்டிருந்தோம். ஆனால், அவர் தன்னுடைய பிடிவாதத்தை விடுவதாய் இல்லை. அதிகப்படியான குடல் இயக்கம் காரணமாக அவர் மிகவும் பலவீனமாகிவிட்டார். முழு இரவையும் துளி உறக்கமின்றிக் கழித்தோம்.

அடுத்த நாள், என்ன ஆனாலும் சரி, அவரை மருத்துவமனையில் சேர்ப்பது என்று தீர்மானித்தோம். சோஹன்லால் சாஸ்திரியும் வந்தார். நாங்கள் எல்லோருமாக டாக்டர் சாஹேபுக்குப் புரியவைக்க முயன்றோம். இறுதியாக, நீண்ட முயற்சிக்குப் பிறகு அவர் எங்கள் கோரிக்கையை ஏற்றுக்கொண்டார். நான் ஆம்புலன்ஸை அழைத்தேன். அவரை வில்லிங்டன் மருத்துவமனையில் (இப்போது ராம் மனோகர் லோஹியா மருத்துவமனை என்றழைக்கப்படுகிறது) சேர்த்தோம். சேர்க்கப்பட்டவுடன் உடனடியாக சிகிச்சை தொடங்கியது. சலைன் ஏற்றப்பட்டது. யாரிடமும் பேசுவதற்குக்கூட ஆற்றல் இல்லாமல் பலவீனத்தால் தளர்ந்துபோயிருந்தார். கிட்டத்தட்ட மூன்று நாள்கள் சிகிச்சைக்கும் ஓய்வுக்கும் பிறகு அவர் தேறிவந்தார்.

டாக்டர் சாஹேப் ஆரம்ப நாள்களிலிருந்தே வயிற்றுப்போக்கால் அவதிப்பட்டுவந்தார் என்பதை வாசகர்கள் அறிந்திருப்பீர்கள். இந்தப் புத்தகத்தின் ஆரம்பப் பகுதியில், தன்னுடைய இந்த நிலைமையைக் குறிப்பிட்டு அவருடைய நண்பர்களுக்கு எழுதிய கடிதங்களின் சில பகுதிகளைத் தந்திருக்கிறேன்.

இது போன்ற இன்னொரு நிகழ்வு ஔரங்காபாதில் நடந்தது. மிலிந்த் கல்லூரி தொடர்பான வேலைகளுக்காக நானும் டாக்டர் சாஹேபும் ஊருக்குச் சென்றிருந்தோம். அங்கே நாங்கள் ரயில்வே ஹோட்டல் ஒன்றில் தங்கினோம். காலையில் கிளம்பியபோது மின்தூக்கியிலிருந்து வெளியே வருகையில் கடும் மல நாற்றம் எழுந்தது. கீழே பார்த்தபோது, அவருடைய கால்சராயிலும் காலணிகளிலும்கூட மலக் கறை இருப்பதைக் கண்டேன். இது, தான் மலம் கழித்திருக்கிறோம் என்பதைக்கூட அவர் உணரவில்லை என்பதைக் காட்டுகிறது. நான் அவரை மீண்டும் அறைக்கு அழைத்துச்சென்று உடை மாற்ற உதவினேன். அவருடைய உள்ளாடையிலும் கால்சராயிலும் படிந்திருந்ததை

அப்போதே கழுவிவைத்தேன். அவர் வேறு உடைக்கு மாறியதும், ஏற்பாடு செய்யப்பட்டிருந்த நிகழ்ச்சிக்குக் கிளம்பினோம்.

நாங்கள் முதன்முதலாக ஔரங்காபாத் சென்றது அஜந்தா, எல்லோரா குகைகளைப் பார்க்கத்தான். 22 ஜனவரி 1949 அன்று குகைகளை நான் பார்க்க அவர் அழைத்துச்சென்றது என்பது அவர் முன்னரே திட்டமிட்டிருந்ததன் அடிப்படையில்தான். ஒவ்வொரு குகையிலும் இருந்த படங்கள், சிலைகள் தொடர்பான ஜாதகக் கதைகளை அவர் எனக்கு விரிவாக விளக்கிச்சொல்லியபடி இருந்தார். நான் ஸ்தம்பித்துப்போனேன். புத்தர் மீது அவர் கொண்டிருந்த மோகம் எல்லையற்றது. ஔரங்காபாத் மீதும் அவருக்கு அளவுகடந்த ஈர்ப்பு இருந்தது. அஜந்தா–எல்லோரா வளாகமெங்கும் சிதறிக்கிடக்கும் பௌத்தம் தொடர்பான நினைவுச் சின்னங்கள் பற்றி மிகுந்த உற்சாகத்துடன் பேசினார். பௌத்தத்தின் பொற்காலம் குறித்த தகவல்களை வெளிப்படுத்திய இந்த உலகப் புகழ்பெற்ற குகைகள் குறித்து அவர் மிகவும் பெருமைப்பட்டார். பௌத்தப் பிக்குகளின் இருப்புடன் இந்த இடம் எவ்வளவு துடிப்புடன் இருந்திருக்கும்! எத்தகைய ஆர்வத்துடன் இங்கே அறிவுத்தளம் செழித்தோங்கியிருக்கும்! இந்தக் குகைகள் எவ்வாறு கற்றலுக்கும் பண்பாட்டுக்கும் மதப் பிரச்சாரத்துக்கும் மையங்களாக அந்தக் காலத்தில் இருந்தன என்பதைச் சிந்தித்துப்பார்ப்பதில் டாக்டர் சாஹேப் அப்படியே லயித்துப்போவார்.

ஒரு காலத்தில் கற்பதற்கான மையமாக இருந்த பகுதி இப்போது மிகவும் பின்தங்கிவிட்டது. இது அவரை வேதனைக்குள்ளாக்கும். கல்வி விஷயத்தில் மராத்வாடா முழுவதும் இருளார்ந்த நிலையில் இருந்ததால், அதனுடைய தீண்டப்படாத குடிகளின் நிலை கற்பனைசெய்யக்கூட லாயக்கற்றது.

## கல்வி: சித்தார்த் மற்றும் மிலிந்த்

தீண்டப்படாதவர்களிடையே கல்வியைப் பிரபலப்படுத்துவதன் வழியாகவும் பரப்புவதன் வழியாகவும்தான் அவர்களுடைய முன்னேற்றம் சாத்தியப்படும் என்பதை டாக்டர் சாஹேப் மிகத் தெளிவாக உணர்ந்திருந்தார். இந்தப் பணியை முன்னெடுத்துச்செல்லும் பொருட்டு, அவர் 1928–இல் ஒடுக்கப்பட்ட வர்க்கத்தினருக்கான கல்விச் சங்கத்தை நிறுவியதோடு, இரண்டு விடுதிகளையும் தொடங்கினார். பின்னர், 1946–இல் மக்கள் கல்விச் சங்கம் என்ற அமைப்பை நிறுவி, அதே ஆண்டு ஜூன் 20 அன்று பம்பாயில் சித்தார்த் கல்லூரியைத் தொடங்கினார். பம்பாய் பல்கலைக்கழக வரலாற்றிலேயே காலை வகுப்புகளைத் தொடங்கிய முதல் கல்லூரியாக இது ஆனது. இதனால், தீண்டப்படாதவர்களும் தீண்டப்படுபவர்களும் தங்கள் பகல் வேலையைத் தக்கவைத்துக்கொண்டு உயர்கல்விக்குச் செல்ல முடிந்தது.

அதைத் தொடர்ந்து, மராத்வாடா மிகவும் பின்தங்கிய பகுதியாகக் கருதப்பட்டதால் அங்கு ஒரு நல்ல கல்வி நிறுவனத்தை நிறுவ விரும்பினார். இப்படித்தான் ஔரங்காபாதில் கல்லூரியை உருவாக்கும் அவருடைய முயற்சி தொடங்கியது. அவருடைய முயற்சிகள் பலன் தந்தன. விளைவாக, மிலிந்த் கல்லூரி உருவானது. மராத்வாடா போன்ற தொலைதூரப் பகுதியில் கல்லூரியை அமைத்த முதல் நபர் டாக்டர் அம்பேத்கர்தான்.

டாக்டர் சாஹேப் ஔரங்காபாதில் கல்லூரி அமைக்க விரும்பிய நிலத்தின் வரைபடங்களை ஒரு பொறியாளரிடமிருந்து 1949 பிப்ரவரியில் பெற்றிருந்தார். அதன் வரைபடங்களை அவர் குறித்துவைத்துக்கொண்டார். பிறகு, நில அளவை எண் உள்பட நிலம் தொடர்பான எல்லாத் தகவல்களையும் ஔரங்காபாதிலுள்ள ஆட்சியர் அலுவலகத்திலிருந்து பெற்றுத்தருமாறும், விலை தொடர்பான விவரங்களைத் தெரிவிக்குமாறும் கேட்டு பாவ்ராவ் கெய்க்வாட்டுக்குக் கடிதம் எழுதினார்.

மேலும், கல்லூரிக்குத் தேவையான நிலங்களைத் தனியாரிடம் பேரம் பேசிப் பெற்றுத்தர முடியவில்லை என்றால், பொது நோக்கங்களுக்காக அந்த நிலங்களை வழங்க ஹைதராபாத்

அரசுக்குப் பரிந்துரைக்க வாய்ப்பிருக்குமா என்று மாவட்ட ஆட்சியரைச் சந்தித்துக் கேட்டுப்பார்க்கவும் கெய்க்வாட்டுக்கு அறிவுறுத்தியிருந்தார்.

ஔரங்காபாதின் தரிசு நிலத்தில் அதி அற்புதமான கல்லூரியைக் கடின உழைப்பால் அவர் உருவாக்கியதை வாசகர்கள் அறிவீர்கள். இதற்கு, மக்கள் கல்விச் சங்கக் கல்லூரி என்று முன்பு பெயரிடப்பட்டிருந்தது. பிறகு, மிலிந்த் கல்லூரி என்ற பெயர் மாற்றத்துக்கும், அதைச் சுற்றியுள்ள அற்புதமான, விசாலமான வளாகங்களுக்கு நாகசேனா வனம் அல்லது நாகசேனா காடுகள் என்று பெயரிட்டதற்கும் நான்தான் காரணம் என்பதை இங்கே பெருமையுடன் பதிவுசெய்கிறேன். இப்படியாக, அந்த நிறுவனத்துக்குச் சரியான பெயர் வைப்பது குறித்து எங்களுக்குள் விவாதம் நடந்தது. மிலிந்த் — பௌத்த அறிஞரின் பெயர் — என்பதைப் பரிந்துரைத்தேன்; வளாகமெங்கும் பரவியிருக்கும் இடத்துக்கு நாகசேனா — மற்றொரு கற்றறிந்த பௌத்த பக்தர் — என்ற பெயரைப் பரிந்துரைத்தேன். டாக்டர் சாஹேபுக்கு இந்தப் பெயர்கள் மிகவும் பிடித்திருந்ததால், கல்லூரிக்கு மிலிந்த் என்றும், அதைச் சுற்றிய பகுதிகளுக்கு நாகசேனா வனம் என்றும் பெயரிடப்பட்டது.

ஔரங்காபாதின் மிலிந்த் அறிவியல் கல்லூரி விடுதி, கலைக் கல்லூரி விடுதி, மிலிந்த் உயர்நிலைப் பள்ளி ஆகியவற்றின் கட்டடங்களுக்கான திட்டங்களை டாக்டரே தயாரித்தார் என்பதைக் கேட்டால் வாசகர்கள் ஆச்சரியப்படக்கூடும். இன்று அந்தக் கட்டடங்களைப் பார்த்தால், கட்டடக் கலையில் டாக்டர் சாஹேப் எவ்வளவு திறமையானவர் என்பது புலப்படும். வைஸ்ராய் நிர்வாகக் குழுவில் தொழிலாளர் துறை அமைச்சராக அவர் இருந்தபோது, பொதுப்பணித் துறை அவருக்குக் கீழ் இருந்தது. அப்போதுதான் அவர் தன்னுடைய சொந்த ஈடுபாட்டின் காரணமாகக் கட்டடக் கலையில் நிபுணத்துவம் பெற்றார். அவர் தொழிலாளர் துறை அமைச்சராக இருந்தபோது, ஒரு மாநாட்டில் கட்டடக் கலை குறித்துச் சொற்பொழிவு நிகழ்த்தி, நாடு முழுவதுமிருந்து அங்கே திரண்டிருந்த பொறியாளர்களை வியப்பிலாழ்த்தினார்.

மிலிந்த் கல்லூரியிலுள்ள நாகசேனா வன வளாகத்தை அழகுபடுத்துவதில் அவர் எப்போதும் ஈடுபாடுகாட்டுவார். அங்கே யார் வந்தாலும் ஒரு மரக்கன்று நட வேண்டும் என்பதைக் கட்டாயமாக்கினார். அவருடைய மேற்பார்வையின் பேரிலேயே விதவிதமான நூற்றுக்கணக்கான மரக்கன்றுகள் நடப்பட்டன. மிலிந்த் கல்லூரிக் கட்டடத்துக்கு முன்பாக ஒரு புத்த விஹாரை, ஊழியர்களுக்கான குடியிருப்புகள், விருந்தினர் இல்லம், பிரம்மாண்டமான நூலகம், விளையாட்டு மைதானம், பெரிய மணிக்கூண்டு ஆகியவற்றைக் கற்பனை செய்திருந்தார். சில கனவுகள் உருவம் பெற்றன; சில கனவுகள் அவருடைய மறைவுக்குப் பிறகு கலைந்துவிட்டன.

அறிவியல் கல்லூரி அருகே பி.ஹெச். வராலே வைத்திருந்த மனையில் ஒரு பங்களா கட்டுவது எங்களுடைய திட்டமாக இருந்தது. (வராலே – டாக்டர் அம்பேத்கரின் சகா. டாக்டர் அம்பேத்கரின் கல்வி நிறுவனங்களைப் பார்த்துவந்தவர்.) வாழ்வின் எஞ்சிய பகுதியை ஔரங்காபாதில் கழிக்க வேண்டும் என்பதே எங்களுடைய நோக்கம். பங்களாவுக்கு அருகே ஆதரவற்றோர் இல்லம் ஒன்றை நிறுவும் எண்ணமும் சாஹேபுக்கு இருந்தது. அவர் ஆதரவற்றோருக்கான சேவையில் மிகுந்த மனநிறைவைப் பெறக்கூடியவர். அவர் எப்போதும் சொல்வார், "ஆதரவற்றோரை – ஏழைகளையும் மணமாகாத தாய்மார்களால் கைவிடப்பட்ட சிசுக்களையும் – இல்லத்தில் வைத்துப் பராமரித்து அவர்களுக்கு சேவைபுரிய வேண்டும் என்பது என்னுடைய ஆழமான விருப்பம்."

## டாக்டர் சாஹேபின் உடல்நலம்

ஏப்ரல் முதல் வாரத்தில் டாக்டர் சாஹேப் மிகவும் நோய்வாய்ப்பட்டார். அது ஒரு ஞாயிற்றுக்கிழமை என்பதாக ஞாபகம். மூட்டு வலி, பல் வலி, உயர் ரத்த அழுத்தம் போன்றவை அவரை நிலைகுலையவைத்தன. சர்க்கரை அளவும் அதிகரித்துவிட்டது. அந்த ஞாயிற்றுக்கிழமை இரவு முழுவதும் நான் உறங்கவில்லை. அவருக்குக் கொஞ்சம் உடல்நோவு தணியும் விதமாகக் கைகால்களை அழுத்திவிட்டுக்கொண்டிருந்தேன்.

சுமார் பத்துப் பன்னிரண்டு நாள்கள் அவர் படுக்கையில் இருக்கும்படி ஆயிற்று. இது தொடர்பாக அவர் பாவ்ராவுக்கு எழுதினார்:[22]

*புது டெல்லி*
*11 ஏப்ரல் 1949*

*என் அன்புக்குரிய பாவ்ராவ்,*

*நீங்களும் சித்ரேவும் ஔரங்காபாதில் இருந்தபோது, நான் புது டெல்லியில் கடுமையாக நோய்வாய்ப்பட்டிருந்தேன். 3-ஆம் தேதி ஞாயிற்றுக்கிழமை கடும் சோதனையான நாளாக இருந்தது. இப்போது தேறிவருகிறேன். என்னால் வெளியே வர முடியவில்லை. எந்த வேலையையும் பார்க்க முடியவில்லை...*

*தங்கள் உண்மையுள்ள,*
*பி.ஆர்.ஏ.*

## இந்துச் சட்டத் தொகுப்பு மசோதா

வரலாற்றுச் சிறப்புமிக்க அரசமைப்பு வேலையை முடித்த பிறகு டாக்டர் சாஹேப் வேறொரு மிக முக்கியமான பணியைக் கையில் எடுத்தார். அது, இந்துச் சட்டத் தொகுப்பு மசோதா. இந்துக்களுக்கு எதிரானவர் டாக்டர் அம்பேத்கர் என்று பரப்பப்படும் விஷமத்தனமான பிரச்சாரம் முற்றிலும் தவறானது. இந்துக்களுக்காக டாக்டர் சாஹேப் ஆற்றிய பணியானது தீண்டப்படாதவர்களுக்காக அவர் செய்ததைவிடவும் அதிகம். மனித முன்னேற்றத்துக்குத் தடையாக இருந்த, இந்து மதம் கொண்டிருந்த மூடத்தனமான கற்பனைகள் மீதும் மதரீதியான பழக்கவழக்கங்கள் மீதும் தீவிரமான தாக்குதலைத் தொடுத்ததன் வழியாக அவர் சமூகத்தை உலுக்கி விழித்தெழவைத்தார். இந்து ஆண்களுக்கும் பெண்களுக்கும் சமவுரிமைகள் வழங்கினார். இந்த இந்துச் சட்டத் தொகுப்பு மசோதாவிலிருந்து பின்னர் உருவான பல்வேறு சட்டங்கள் இந்துப் பெண்களுக்கு சமவுரிமையையும் சுதந்திரத்தையும் கொடுத்தன. இந்து மதத்தில் நிலவிவரும் தீவினைப் பழக்கவழக்கங்களை அவர் நுட்பமாக விமர்சித்து,

சமூகத்தின் கண்களைத் திறக்க உதவினார். அதனால்தான், இந்துக்கள் மத்தியில் முன்னேற்றம் உண்டானது.

நான் ஒரு பெண் என்பதால் பெண்ணின் மனதைப் புரிந்து கொள்வது இயல்பானதுதான். எனவே, டாக்டர் சாஹேபும் நானும் இந்துச் சட்டத் தொகுப்பு மசோதா குறித்து நீண்ட விவாதம் நடத்தினோம். பெண் கல்வி, பெண் சுதந்திரம், பெண் விடுதலை குறித்து அவர் எப்போதும் ஆழ்ந்த அக்கறையுடன் இருந்தார். ஆதிக்கத்திலிருந்து பெண்களை விடுவிப்பதில் அவர் திடமான பற்றுறுதி கொண்டிருந்தார்.

நானும் பெண் சுதந்திரத்தை மிகத் தீவிரமாக ஆதரிப்பவளாகவே எப்போதும் இருந்துவந்தேன். இந்துச் சட்டத் தொகுப்பு மசோதா தொடர்பான பணி நடந்துகொண்டிருந்தபோது நான் என்னுடைய அபிப்ராயங்களை மிகுந்த முனைப்புடன் முன்வைப்பேன். என்னுடைய எண்ணங்களையும் அபிப்ராயங்களையும் டாக்டர் சாஹேப் வெகுவாகப் பாராட்டினார்.

பெண்கள் தங்களுடைய திருமண பந்தத்தை வெளிப்படுத்தும் விதமாகக் கழுத்தில் மாங்கல்யம் அணிந்துகொள்ள வேண்டும் என்ற எண்ணம் எனக்கு அறவே பிடிக்கவில்லை. டாக்டர் சாஹேபும் இதே அபிப்ராயம்தான் கொண்டிருந்தார். என்னுடைய புகைப்படங்கள் எல்லாவற்றையும் வாசகர்கள் ஆராய்ந்தீர்களானால், நான் ஒருபோதும் மாங்கல்யம் அணிந்ததில்லை என்பது புலப்படும். நங்கூரத் தொங்கணியுடன் கூடிய சங்கிலியை மட்டுமே நான் எப்போதும் அணிந்திருப்பேன்; அது எங்களுடைய திருமணத்துக்கு முன்பாக அவர் எனக்கு அனுப்பித்தந்தது. அவர் எப்போதும் என்னிடம் சொல்வார், "நிலையற்ற, அடித்துச்செல்லப்படும் கப்பல்களை நிலைப்படுத்தப் பயன்படுவதுதான் நங்கூரம். உன்னால்தான் என்னுடைய நிலையற்ற வாழ்க்கை ஸ்திரப்பட்டது."

பெண்கள் அனுபவித்துவரும் கொடுமைகளை ஒரு பெண்ணாக என்னால் நன்றாகப் புரிந்துகொள்ள முடிகிறது. குறிப்பாக, ஆதரவற்ற பெண்கள், கணவனால் கைவிடப்பட்டவர்கள், மாமியார் வீட்டில் துன்புறுபவர்கள், சில நேரத்தில் சொந்தத் தாய் வீட்டில்கூட இன்னலுக்கு உள்ளாகுபவர்கள் எனப் பெண்கள் படும் துயரம் பற்றி டாக்டர் சாஹேபிடம் அவ்வப்போது

பேசுவேன். விவாகரத்து பெற்ற பெண்களுக்கான ஜீவனாம்சம், சொத்தில் சமவுரிமை ஆகிய இரண்டு விஷயங்களுக்கு நான் அதிக முக்கியத்துவம் கொடுப்பேன். சமவுரிமை, சொத்தில் சமவுரிமை, இருதார மணத்துக்குத் தடை போன்ற விஷயங்களுக்கு இந்துச் சட்டத் தொகுப்பு மசோதா வழிவகுக்க வேண்டும் என்று நான் வலியுறுத்துவேன். இந்துச் சட்டத் தொகுப்பு மசோதாவில் என்னுடைய பங்களிப்பும் இருக்கிறது என்பதில் எனக்குப் பெருமிதம் உண்டு; அது வெறும் ஒரு தானிய மதிப்புதான் என்றாலும்கூட.

மத நூல்களில் உள்ள விவரணைகளையும் சுலோகங்களையும் மொழிபெயர்ப்பதற்காக சமஸ்கிருத அறிஞர்கள் சிலரை சாஹேப் நியமித்திருந்தார். மத நூல்களின் மொழிபெயர்ப்புகளாலும் விவரணைகளாலும் அறை முழுவதும் நிரம்பிவழிந்தது. இந்து மதப் பண்டிதர்களுடன் ஆலோசனைக் கூட்டத்தில் அமர்ந்து, ஐயங்கள் தீர்த்து, விவாதங்கள் நடத்தி, வாதங்கள் புரிந்து, வேண்டிய வழிகளைக் கண்டறிந்து, இந்துச் சட்டத் தொகுப்பு மசோதா செதுக்கப்பட்டுக்கொண்டிருந்தது. இந்தப் புத்தகத்தில் பொருத்தமான இடத்தில் இது குறித்து விரிவாக எடுத்துரைத்திருக்கிறேன்; அவருடைய காலத்தில் இந்த மசோதா எப்படித் தூக்கியெறியப்பட்டது என்பதை அது எடுத்துச்சொல்லும். இருப்பினும், இதன் சட்டக் கூறுகளும் பிரிவுகளும் பிற்பாடு துண்டுதுண்டாக ஏற்றுக்கொள்ளப்பட்டன. அப்போது அதிகாரத்தில் இருந்த காங்கிரஸ், இவற்றுக்கான பேரையும் புகழையும் எடுத்துக்கொண்டது.

## மிலிந்த் கல்லூரியில் இந்துச் சட்டத் தொகுப்பு மசோதா

இந்துச் சட்டத் தொகுப்பு மசோதா தயாரிக்கப்பட்டுவந்ததாலும், ஔரங்காபாதில் கல்லூரிக்குப் பொருத்தமான நிலத்தைப் பெறுவதற்கான பணிகள் நடைபெற்றுவந்ததாலும், நாங்கள் பம்பாய்க்கு அடிக்கடி செல்ல வேண்டியிருந்தது. பம்பாய்ப் பயணத்துக்கு முக்கியமாக இரண்டு காரணங்கள் இருந்தன: ஒன்று, சித்தார்த் கல்லூரியில் நடைபெற்றுக்கொண்டிருந்த

பணிகள் தொடர்பாக — மக்கள் கல்விச் சங்க நிர்வாகக் குழுவுடன் கூட்டங்கள் நடத்துவது உள்பட; இன்னொன்று, டாக்டர் சாஹேபின் உடல்நிலையைப் பரிசோதிப்பதற்காக.

கல்லூரியில் ஏற்பாடாகும் ஒவ்வொரு சிறப்பு நிகழ்ச்சியிலும் கலந்துகொள்வதை அவர் வழக்கமாக வைத்திருந்தார். 11 ஜனவரி 1950 அன்று கல்லூரி ஒரு விழாவுக்கு ஏற்பாடு செய்திருந்தது. அதில் முதன்மைப் பேச்சாளர் சாஹேப்தான். இந்துச் சட்டத் தொகுப்பு மசோதா குறித்துப் பேசுவதாக சாஹேப் முடிவெடுத்திருந்தார். எல்லாக் கூட்டங்களிலும் அமர்வுகளிலும் இது பற்றிப் பேசி, இந்துச் சட்டத் தொகுப்பு மசோதா குறித்து மக்கள் கொண்டிருக்கும் ஐயங்களை அவர் தீர்க்க வேண்டும் என்றும், இந்த மசோதாவைப் பிரபலப்படுத்த வேண்டும் என்றும் நான் எப்போதும் வலியுறுத்துவேன். அது மக்களிடம் அபிப்ராயங்களை உருவாக்க வழிவகுக்கும் என்பேன். இந்தக் கோணத்தில்தான் சாஹேப் இந்தத் தலைப்பைத் தேர்ந்தெடுத்திருந்தார். சித்தார்த் கல்லூரியில் திரண்டிருந்த மக்களின் முன்னிலையில் காலை 8.30 மணிக்கு இந்த உரை நிகழ்த்தப்பட்டது. இந்துச் சட்டத் தொகுப்பு மசோதா தொடர்பான சாஹேபின் உரையிலிருந்து சில பகுதிகளை இங்கே தருவது பொருத்தமாக இருக்கும் [மராத்தியிலிருந்து மொழிபெயர்க்கப்பட்டது]:

'இந்தச் சட்டத் தொகுப்பு மிகவும் புரட்சிகரத் தன்மை கொண்டது என்று எதிர்த்தரப்பினர் கூறுகிறார்கள். அது முற்றிலும் தவறு. சமூகநலன் சார்ந்த கண்ணோட்டத்தின்படி, இந்துச் சமூகத்திலுள்ள நல்ல, தீய பழக்கவழக்கங்களை விரிவாக ஆராய்ந்த பின்னரே இந்தச் சட்டத் தொகுப்பு உருவாக்கப்பட்டுள்ளது. எதிர்த்தரப்பினர் மேற்கொள்ளும் பரப்புரை தவறானது. பல்வேறு சாதிகளின் பழக்கவழக்கங்கள் தொடர்பான சட்டங்களை இயற்றுவதற்கு அரசுக்கு உரிமை இல்லை என்று எதிர்த்தரப்பினர் வேண்டுமென்றே விடாப்பிடியாக இருப்பது தவறு. எல்லாச் சாதிகளின் நலன் சார்ந்த சட்டங்களை இயற்றும் அடிப்படை உரிமை அரசுக்கு உண்டு. நாட்டுக்கு நன்மை பயக்கும் இது போன்ற உள்நாட்டுச் சட்டங்களின் தொகுப்பை அரசு தயாரிப்பதற்கு இந்திய அரசமைப்பு மிகத் தெளிவான விதிகளை வகுத்துள்ளது.'

இந்துச் சட்டத் தொகுப்பு மசோதாவில் சர்ச்சைக்குரியதாக மாறிய இரண்டு விஷயங்கள்: கூட்டுக் குடும்ப அமைப்பு மற்றும் சொத்தில் பெண்களுக்குச் சமவுரிமை. காங்கிரஸில் இருந்த பழமைவாத சக்திகள் இந்த மசோதாவைக் கடுமையாக எதிர்த்தன.

## அரசமைப்பை உருவாக்கியவருக்கு எஸ்.சி.எஃப். நடத்திய பாராட்டு விழா

அரசமைப்பு எனும் மகத்தான பணியின் பொறுப்பு முடிந்த பிறகு, டாக்டர் சாஹேப் தன்னுடைய சட்ட அமைச்சர் பணியைத் தவறாமல் தொடர்ந்தார். 'இந்திய அரசமைப்பின் சிற்பி' என இந்தியா முழுவதும் போற்றிப் புகழப்பட்டார் அவர். கல்வி மறுக்கப்பட்ட சமூகத்தைச் சேர்ந்த, தன்னுடைய பாதையில் ஒவ்வொரு அடிக்கும் அவமானப்படுத்தப்படுபவர்களில் ஒருவர் ஒரு துணைக்கண்ட அளவிலான நாட்டின் அரசமைப்பை எழுதி அதன் சிற்பியாக ஆகிறார் — இது சாஹேப் தன்னுடைய கடும் முயற்சியால் நிகழ்த்திக்காட்டிய அற்புதம் அன்றி வேறல்ல. பட்டியல் சாதிகள் கூட்டமைப்பு (எஸ்.சி.எஃப்.) டாக்டரின் உருவாக்கம்தான். தங்களுக்குக் கொடையளித்தவரை ஒட்டுமொத்த நாடும் வாழ்த்திக்கொண்டிருக்கும்போது பட்டியல் சாதிகள் கூட்டமைப்பு மட்டும் எப்படி அமைதியாக இருக்க முடியும்? அவர்கள் பம்பாயில் பிரம்மாண்டமான விழா ஒன்றை ஏற்பாடு செய்தார்கள். அதற்கு எங்களை அழைத்தார்கள்.

சித்தார்த் கல்லூரி விழா காலையில் நடந்த நிலையில், தாதரில் உள்ள நரே பூங்காவில் மாலை ஏழு மணியளவில் இந்த மாபெரும் பாராட்டு விழாவை எங்கள் தொண்டர்கள் ஏற்பாடு செய்திருந்தனர். நரே பூங்காவுக்கு வெளியே மதியத்திலிருந்தே மக்கள் வரிசையில் நிற்கத் தொடங்கினார்கள்.

பூங்கா முழுவதும் நீலநிறத் தோரணங்கள் அமைக்கப்பட்டிருந்தன. குவிந்திருந்த ஆயிரக்கணக்கான தொண்டர்களால் பூங்கா நிறைந்தது. பிரதான சாலையில் ததும்பிவழிந்தது கூட்டம். எங்கள் இருவரையும் மலர் மாலைகள் அணிவித்து வரவேற்றார்கள்.

பெரும்பாலான மாலைகள் நாங்கள் அதற்குள் புதைந்துபோகும் அளவுக்கு இருந்தன. பட்டியல் சாதிகள் கூட்டமைப்பின் செயலரான ஜெகந்நாத் பாதன்கர், அரசமைப்பு நகலை ஒரு தங்கப்பேழையில் வைத்து சாஹேபுக்கு வழங்கினார். நாட்டுக்காக டாக்டர் சாஹேப் ஆற்றிய காரியம், தீண்டப்படாதவர்களுக்காக ஆற்றிய அளப்பரிய சேவை ஆகியவற்றின் நிமித்தம் அன்பின் அடையாளமாக இந்த நகல் அவருக்கு வழங்கப்பட்டது. பட்டியல் சாதிகள் கூட்டமைப்பைச் சேர்ந்த எல்லாத் தொழிலாளர்களுக்கும், விழா ஏற்பாட்டாளர்கள் அனைவருக்கும் டாக்டர் சாஹேப் நன்றி தெரிவித்துவிட்டு, இப்படிப் பேசினார் [மராத்தியிலிருந்து மொழிபெயர்க்கப்பட்டது]:

> 'என்னுடைய தலைமையிலும் வழிகாட்டலிலும் கூட்டம் நடந்து நாள்கள் பல ஆகிவிட்டன. உங்களிடம் சில வார்த்தைகள் பேசுவதற்கும் எனக்கு வாய்ப்பு கிடைக்கவில்லை. இதனால், நான் டெல்லியில் வசித்துவந்ததைக் காரணம்காட்டி அரசியல் அரங்கில் என்னுடைய கால்களுக்குக் கீழாக மணல் சரியத் தொடங்கிவிட்டது என்று பலரும் சொல்லும்படி ஆயிற்று. இதைச் சொன்னவர்கள் இங்கே இருக்கிறார்கள் என்றால், மணல் சரிந்து ஓடுவதற்குப் பதிலாக, என்னுடைய கால்களின் அடியில் அது கெட்டிப்பட்டுவிட்டது என்பதை அவர்கள் கண்கூடாகப் பார்க்கட்டும். ஒரு அரசியல் கட்சியினுடைய அழைப்பின் பொருட்டுத் திரண்டிருக்கும் இவ்வளவு பெரிய கூட்டத்தை வேறு எந்தத் தலைவரின் தலைமையிலும் கூட்ட முடியும் என்று நான் நினைக்கவில்லை.
>
> நம்முடைய நாட்டின் அரசமைப்பை உருவாக்கும் பணிச்சுமை என்னுடைய தோள்களில் விழுந்தது என்பது பரஸ்பர நன்மை பயக்கும் நிகழ்வாகும்.
>
> நாட்டின் அரசமைப்பை உருவாக்கும் எவ்வித லட்சியத்தையும் நான் கொண்டிருக்கவில்லை. அரசமைப்பு அவையில் அங்கம் வகிப்பதுகூட எட்டாக்கனி என்ற நிலையில், நான் அதிகாரம் செலுத்தி ஓர் உயர்தரமான பணியைச் செய்துவிட முடியும் என்று கற்பனைசெய்துகூடப் பார்க்க முடியாது. ஆனால், டாக்டர் அம்பேத்கரைத் தவிர வேறு யாரும் உள்ளே அனுமதிக்கப்பட மாட்டாது என்று முடிவெடுக்கப்பட்டது.

அரசமைப்பு அவையின் கதவுகள் எனக்கும்கூட நிச்சயமாக மூடப்பட்டிருந்தனதான். ஜன்னல்களும் மூடப்பட்டிருந்தன. அதோடு, ஓட்டைகளும் அடைத்துவைக்கப்பட்டிருந்தன. நம்முடைய நற்பேறால்தான் என்னால் உள்ளே போக முடிந்தது.

உள்ளே நுழையக்கூட அனுமதிக்கப்படாத நபரைத்தான் இந்த மகத்தான பொறுப்புக்காக நம்பியிருக்க வேண்டும் என்று விதிக்கப்பட்டிருந்தது. எது நடந்ததோ அது நல்லதற்காகவே நடந்திருக்கிறது. ஏனென்றால், இந்த அற்புதமான பணியைச் செய்வதற்கான வாய்ப்பு மிக அரிதினும் அரிதான நபரிடம் வந்துவிழுந்திருக்கிறது. என்னைப் பொறுத்தவரை இது மிகவும் மதிப்புமிக்க காரியம். எனவே, உங்களுக்கும்தான்.

கடந்த இருபது ஆண்டுகளாக என் மீது விதவிதமான குற்றச்சாட்டுகள் வைக்கப்பட்டன: நான் தேசவிரோதி, என்னுடைய கட்சியும் தேசவிரோதக் கட்சி, நான் ஆங்கிலேயர்களுடன் கூட்டுச்சேர்ந்திருக்கிறேன், நான் முஸல்மான்களின் கட்டுப்பாட்டில் இருந்தேன்... இப்படியான மட்டுமீறிய குற்றச்சாட்டுகள் என் மீது சுமத்தப்பட்டன. நாம் அப்படிப்பட்டவர்கள் இல்லை என்று இந்து மக்கள் இப்போது நம்புகின்றனர். பட்டியல் சாதிகள் கூட்டமைப்பு நன்கு ஒழுங்கமைக்கப்பட்டது என்றும், வலுவான அரசியல் நிலைப்பாடு கொண்ட வலுவான கட்சி என்றும், அது ஒருபோதும் தேசதுரோகச் செயலில் ஈடுபடாத கட்சி என்றும் இப்போது எல்லோரும் முழுமையாக நம்புகின்றனர்.

இப்போது நாம் திடமாக மனத்தில் இருத்திக்கொள்ள வேண்டிய விஷயம் ஒன்று உள்ளது: நாம் இதுவரை நம்முடைய சமூகத்தின் நலனைக் கவனித்துக்கொண்டிருந்தோம். நிச்சயமாக, நாம் அதைத் தொடர்ந்து செய்ய வேண்டும்தான். அதே நேரத்தில், அதோடு சேர்த்து நம்முடைய நாட்டுக்குக் கிடைத்திருக்கும் சுதந்திரத்தை எவ்வாறு பாதுகாக்க வேண்டும் என்பதையும் நாம் பரிசீலித்தாக வேண்டும். முன்பு சுதந்திரம் பெற்றிருந்தாலும் அடிமைத்தனத்தை அனுபவிக்கும்படி ஆயிற்று. முன்னதாக முஸல்மான்களும் பிறகு ஆங்கிலேயர்களும் நம்முடைய சுதந்திரத்தை நம்மிடமிருந்து பறித்துவிட்டார்கள். உயர்

வர்க்கத்தினருக்குச் சுதந்திரம் எவ்வளவு முக்கியமோ அதற்குக் கொஞ்சமும் குறைவில்லாமல் கீழ் வர்க்கத்தினருக்கும் முக்கியம். ஆங்கிலேயர்களின் அடிமைத்தனத்திலிருந்து நாம் விடுபட்டுவிட்டோம். மீண்டும் அந்நிய சக்திக்கு அடிமையாகிவிட்டால் அது கொடூரமான துயரமாக இருக்கும். எனவே, இந்த நாட்டின் சுதந்திரத்தைப் பாதுகாப்பதை நாம் மிக முக்கியமான கடமையாகக் கருத வேண்டும்.'

அரசமைப்பு அவை குறித்தும், அரசமைப்புப் பணிகள் குறித்தும், பட்டியல் சாதிகள் கூட்டமைப்பு குறித்தும் விரிவாகப் பேசிய டாக்டர் அம்பேத்கர், பின்னர் நாட்டின் சுதந்திரத்தைத் தக்கவைத்துக்கொள்ள வேண்டும் என்ற செய்தியை அவர்களிடம் வழங்கினார்.

1949-ஆம் ஆண்டு மத்தியில் டாக்டர் சாஹேபின் உடல்நிலை மறுபடியும் பாதிக்கப்பட்டது. நரம்பு அழற்சி அவருக்குத் தீவிரமானதால் கால்களில் கடும் வலியை அனுபவித்தார். இரவும்பகலும் அவரைக் கவனித்துக்கொண்டோம். நாங்கள் அவருடைய கால்களுக்கும் முதுகுக்கும் ஒத்தடம் தந்து, நன்றாகத் தேய்த்துவிட்டோம்.

இந்தக் காலகட்டத்தில், ஜெயப்பிரகாஷ் நாராயணன், சரத் சந்திர போஸ், தோழர் மோரே ஆகியோருடன் இன்னும் சில தலைவர்களும் சாஹேபைச் சந்தித்து, பட்டியல் சாதிகள் கூட்டமைப்புடன் ஒத்துழைப்பு தருவது குறித்து விவாதித்தார்கள். டாக்டர் சாஹேப் டெல்லியில் இருந்தபோதும்கூட, அவர் தன்னுடைய நிறுவனங்கள், நாட்டுநடப்புகள், கட்சிப் பணிகள், தன்னுடைய தொழிலாளர்கள், இது போன்ற பிற விவகாரங்களைக் கூர்ந்து கவனிப்பார். இவை தொடர்பாக நாங்கள் எப்போதும் விவாதிப்போம். வாசிப்பதில் நான் எப்போதும் விழிப்புடன் ஈடுபடுவேன் என்பதால், எல்லா அரசியல் நிகழ்வுகள் குறித்தும் அவருக்குத் தெரியப்படுத்துவேன். அத்துடன் எங்களுடைய சொந்தக் கட்சியைக் கட்டியெழுப்புவதற்கும், ஏனைய எல்லா விஷயங்களிலும் அவருக்கு உதவுவேன். சாஹேபும் என்னுடைய ஆலோசனைகளை ஏற்றுக்கொள்வதைக் கண்ணியக் குறைபாடாக ஒருபோதும் கருதியதில்லை. என்னுடைய நிலைப்பாடு

சரியாக இல்லை என்றால் அது ஏன் என்று ஆதாரத்துடன் புரியவைப்பார்.

## யஷ்வந்துக்குத் திருமணம் நடத்திவைக்கும் எண்ணம்

வைஸ்ராய் நிர்வாகக் குழுவுக்கு டாக்டர் சாஹேப் பரிந்துரைக்கப்பட்ட பின்னர் அவர் டெல்லியில் தங்கத் தொடங்கினார். யஷ்வந்த், முகுந்த் இருவரும் பம்பாயில் [ராஜ்கிரஹா] வசித்துவந்தனர். அவர்களுக்காக கர் பகுதியிலுள்ள கொங்கனஸ்த் மஹர் காலனியில் இரண்டு தனி வீடுகளைக் கட்டினார். யஷ்வந்துக்குத் திருமணம் நடத்திவைப்பது குறித்து நாங்கள் யோசிக்கத் தொடங்கினோம். ஏனென்றால், அவன் தன்னுடைய வீட்டில் குடியேறுவது என்பது ஒரு பெரும் பொறுப்பிலிருந்து எங்களை விடுவிக்கும்.

யஷ்வந்தும் தான் திருமணத்துக்குத் தயாராக இருப்பதாக நண்பர்கள் சிலரிடம் சொல்லியிருக்கிறான். எனவே, அவனுக்குப் பொருத்தமான மணமகளைத் தேடும் முயற்சியில் இறங்கினோம். யஷ்வந்துக்கு என்னுடைய உறவினர்களிலிருந்து ஒரு பெண் தேர்ந்தெடுக்கப்பட வேண்டும் என்று டாக்டர் சாஹேப் விருப்பம் கொண்டிருந்தார். என்னைப் பொறுத்தவரை, யஷ்வந்துக்கு ஏற்ற பெண் யாரும் என்னுடைய உறவினர்களில் இல்லை. உள்ளபடியாக, யஷ்வந்த்* நான் விரும்பிய அளவுக்குப் படித்திருக்கவில்லை. தவிரவும், யஷ்வந்துக்கு ஏற்ற பொருத்தமான பெண் யாரும் எங்கள் குடும்பத்தில் இல்லாததால் நான் சாஹேபிடம் தெளிவாக 'நோ' சொல்லிவிட்டேன். இப்போது, அன்று மறுத்ததை நினைத்துப்பார்க்கும்போது அது நல்ல விஷயம் என்றே எனக்குத் தோன்றுகிறது; இல்லையெனில், கடந்த முப்பது ஆண்டுகளாக நான் அனுபவித்துவருவதுபோல் டாக்டர் சாஹேபின் தொண்டர்கள் மத்தியிலுள்ள சுயநலக்காரர்களால் அவளும் அவதிப்பட்டிருக்கக்கூடும். எல்லாவற்றையும் தாண்டி, அம்பேத்கரின் வாரிசுகள் என்று தங்களைப் பிரகடனப்படுத்திக்கொண்ட அந்தக் காலத்தவர்கள் என்னைப் பழிசொல்வதற்கான வாய்ப்பாகவும் இது

அமைந்திருக்கும். எதுவாக இருப்பினும், எல்லாம் நன்மைக்கே என்று சொல்வதுண்டு. இதன் உண்மையான அர்த்தத்தை நான் யஷ்வந்தின் திருமண விஷயத்தில் புரிந்துகொண்டேன்.

என் தரப்பு மறுப்பு ஏற்கெனவே தெரிவிக்கப்பட்டுவிட்டது என்பதோடு சாஹேபாலும் என் உறவினர்கள் மத்தியில் யஷ்வந்துக்குப் பொருத்தமான பெண்ணைக் கண்டுபிடிக்க முடியவில்லை. எனவே, பெண் பார்க்கும் பொறுப்பு நாக்பூரைச் சேர்ந்த பாவ்ராவ் கெய்க்வாட், ராஜ்போஜ், கவாடே ஆகியோருக்கு வழங்கப்பட்டது. பாவ்ராவ், கவாடே இருவரும் டாக்டர் சாஹேபின் எதிர்பார்ப்புக்கு ஏற்றபடி பெண்கள் சிலரை அடையாளம் கண்டனர். எங்களுடைய மருமகள் எப்படி இருக்க வேண்டும் என்பதில் எங்களுக்குச் சில எதிர்பார்ப்புகள் இருந்தன. 3 ஜூன் 1949 அன்று சாஹேப் எழுதிய கடிதத்தில் இவற்றைக் குறிப்பிட்டுள்ளார். கடிதத்திலிருந்து தொடர்புடைய பகுதிகள் கீழே தரப்பட்டுள்ளன:[23]

*புது டெல்லி*

*3.6.49*

*என் அன்புக்குரிய பாவ்ராவ்,*

*... நான் உங்களுக்கு எழுத விரும்பிய இன்னொரு விஷயமும் இருக்கிறது. ஆனால், அதைச் செய்வதற்கு [நேரம்/ சந்தர்ப்பம்] கிடைக்கவில்லை. யஷ்வந்த் திருமணம் செய்துகொள்ள விரும்புகிறான். நான் அவனுக்காகப் பெண் பார்த்துக்கொண்டிருக்கிறேன். உங்களுக்கு யாரையேனும் தெரியுமா [?] அந்தப் பெண் (1) பார்க்க அழகாக இருக்க வேண்டும் (2) ஆளுமையுடனும் கண்ணியமான தோற்றமும் கொண்டிருக்க வேண்டும் (3) ஒழுக்க மரபுகள் கொண்ட நல்ல குடும்பத்துப் பெண்ணாக இருக்க வேண்டும் (4) மிகவும் சின்ன பெண்ணாக இருக்கக் கூடாது (5) பட்டதாரியாக இருக்க வேண்டியது அவசியம் இல்லை என்றாலும் படித்தவராக இருக்க வேண்டும். சீக்கிரம் முடித்தாக வேண்டிய விஷயமாக இதைக் கருதினால் மகிழ்வேன். சி.பி.யில் இப்படியான பெண் ஏதும் கிடைக்குமா என்று கேட்டு நீங்கள் கவாடேக்கும் எழுத வேண்டும் என்று விரும்புகிறேன்.*

*தங்கள் உண்மையுள்ள,*

*பி.ஆர்.ஏ.*

யஷ்வந்தின் திருமணம் குறித்தும் தன்னுடைய உடல்நலம் குறித்தும் சாஹேப் ஜூன் 5 அன்று தாதாசாஹேப் கெய்க்வாட்டுக்கு மற்றொரு கடிதம் எழுதினார்:[24]

*புது டெல்லி*
*5 ஜூன் 1949*

*பீம்ராவ் ஆர். அம்பேத்கர்*
*எம்.ஏ., பிஹெச்.டி., டி.எஸ்சி.,*
*பார்-அட்-லா*

*அன்புள்ள பாவ்ராவ்,*

*என்னுடைய கடைசிக் கடிதம் உங்களுக்குக் கிடைத்திருக்கும். அதில், யஷ்வந்தின் திருமணம் குறித்து எழுதியிருக்கிறேன். நீங்கள் இங்கே வந்தீர்களானால் நன்றாக இருக்கும். நாம் அது பற்றித் தனிப்பட்ட முறையில் விவாதிக்கலாம். சட்டமன்றத்துக்குக் குறுகிய கால விடுப்பு விட வாய்ப்பிருக்கிறது. நான் மிகவும் சோர்வாக உணர்வதால் சிம்லாவுக்கும் மசூரிக்கும் போக விரும்புகிறேன். என்னைப் பிரிந்து நீங்கள் தவித்துக்கொண்டிருப்பதற்குப் பதிலாக உடனடியாக இங்கே வந்துவிடுங்கள்.*

*அன்புடன்,*
*தங்கள் உண்மையுள்ள,*
*பி.ஆர்.ஏ.*

யஷ்வந்தின் திருமணம் தொடர்பாகப் பேச நாக்பூரிலிருந்து ரேவாராம் கவாடே எங்களைப் பார்க்க டெல்லி வந்திருந்தார். எங்களுடைய எதிர்பார்ப்புகளுக்கு ஏற்ற பெண்கள் மூவரை அவர் நாக்பூரில் அடையாளம் கண்டிருந்தார். அது பற்றி நாங்கள் விவாதித்தோம். யஷ்வந்த் அவனுக்குப் பிடித்த ஒரு பெண்ணை இதிலிருந்து தேர்ந்தெடுத்துக்கொள்ளட்டும் என்று சாஹேப் சொன்னார். அதன்படி, கவாடேவும் யஷ்வந்தும் சந்திப்பதற்கு ஏற்பாடு செய்யச்சொல்லி பாவ்ராவுக்குத் தெரிவித்தோம். யஷ்வந்த் தக்க சமயத்தில் அந்தப் பெண்களைப் பார்த்தான். ஆனால், மூவரையும் நிராகரித்துவிட்டான். அவர்களை ஏன் நிராகரித்தான் என்று எங்களுக்குத் தெரியவில்லை. யஷ்வந்த்

தனக்கு விருப்பமான பெண்ணை மணம்புரிந்துகொள்ள விரும்புவதாக பாவ்ராவ் எங்களிடம் தெரிவித்தார்.

நாக்பூர் பெண்களை யஷ்வந்த் நிராகரித்த பிறகு, பூனாவைச் சேர்ந்த ராஜ்போஜ் தன்னுடைய சொந்த மகளை யஷ்வந்துக்குத் தர விரும்புவதாக பாவ்ராவிடம் சொல்லியிருக்கிறார். ஆனால், அந்தப் பெண்ணையும் யஷ்வந்த் நிராகரித்துவிட்டான்.

யஷ்வந்தின் திருமண விஷயத்தால் விரக்தியடைந்திருந்த சாஹேப், இனி இதில் கவனம்செலுத்த வேண்டியதில்லை என்று முடிவெடுத்தார். அதன் பிறகு, அவனுடைய திருமணம் குறித்து யாருக்கும் கடிதம் எழுதவில்லை. யஷ்வந்தைச் சுற்றி சுயநலக்காரக் கூட்டமொன்று இருப்பதுபோல் தெரிந்தது. அவனும் அவர்களுடைய அறிவுரையின்படி நடந்துகொள்கிறான். அரிதாகவே அவன் எங்களிடம் (டெல்லிக்கு) வந்தான். நானும் சாஹேபும் தனியாகத்தான் வசிக்கிறோம், எனவே எங்களோடு வந்து இருந்துவிடு என்று அவனிடம் அவ்வப்போது சொல்வேன். ஆனால், அவன் டெல்லியில் அசௌகரியமாகவே இருப்பான். இங்கே இருக்கச்சொல்லி அவனை வலியுறுத்தும்போது அவனுடைய பதில் இப்படி இருக்கும்: "எனக்கு பாபாசாஹேபைப் பார்த்து அச்சமாக இருக்கிறது. எப்போதும் எரிச்சலடைகிறார். எனக்கு பம்பாயே ஏற்றதாக இருக்கிறது."

பின்னர், யஷ்வந்த் தான் விரும்பிய பெண்ணையே மணம்புரிந்துகொண்டான். யதேச்சையாக அன்று (19 ஏப்ரல் 1953) நாங்கள் பம்பாயில் இருந்தோம். யஷ்வந்தின் திருமண விழாவுக்குப் போக சாஹேபை வற்புறுத்த வேண்டியிருந்தது. ஆனந்த் பவன் [சித்தார்த் கல்லூரி] அடித்தளத்திலுள்ள ஓர் அறையில் கிடந்த நீளிருக்கையில் அவர் உட்கார்ந்திருந்தார். யஷ்வந்தின் திருமணத்துக்குச் செல்ல நான் தயாரானேன். அவரையும் தயாராகச்சொல்லி வேண்டினேன். நான் அவரிடம் சென்றதும் எழுந்து உட்கார்ந்தவர், "எனக்கு உடம்பு சரியில்லை. நீ விரும்பினால் போயேன். உன்னை நான் தடுக்கவில்லையே" என்றார். அவர் அங்கே வரத் தயாராக இல்லை. ஒரு பென்சிலையும் காகிதத்தையும் எடுத்து, புத்தரின் சித்திரத்தைத் தீட்டுவதில் மூழ்கிப்போனார்.

இறுதியாக, என்னுடைய சகோதரிகளுடனும் ஓரிரு உறவினர்களுடனும் யஷ்வந்தின் கல்யாணத்துக்குச் சென்றுவிட்டு [ஆர்.எம்.பட் உயர்நிலைப் பள்ளி, பரேல்], ஆனந்த் பவன் திரும்பினேன். சாஹேப் இன்னும் ஓவியம் வரைவதிலேயே மும்முரமாக இருப்பதைப் பார்த்தேன். என்னைப் பார்த்ததும், "ஆ, வந்துவிட்டாயா" என்றவர், மீண்டும் ஓவியத்தில் மூழ்கினார்.

யஷ்வந்த் பிறகு மணப்பெண்ணுடன் கல்லூரிக்கு வந்தான். இருவரும் சாஹேபின் பாதங்களைத் தொட்டு வணங்கினார்கள். ஆனால் சாஹேப், "மகிழ்வுடன் இருங்கள்" என்று முணுமுணுக்க மட்டுமே செய்தார். பெரிதாக அவர்களைக் கண்டுகொள்ளவில்லை. தன்னுடைய வேலையில் மும்முரமாக இருந்தார். அந்த ஜோடி கிளம்பிச்சென்றது.

## இறையாண்மைமிக்க ஜனநாயக இந்தியா

*அரசமைப்பு அவையில் டாக்டர் அம்பேத்கர் 4 நவம்பர் 1948 அன்று அரசமைப்பு வரைவை ஆலோசனைகளுக்காக முன்வைத்தார். சட்டமன்றத்தில் வரைவைச் சமர்ப்பித்துப் பேசிய டாக்டர் சாஹேப் அன்று மிகவும் அறிவார்ந்த உரையொன்றை நிகழ்த்தினார். அமெரிக்க அரசமைப்பையும் அமெரிக்க அதிபரின் நிலைப்பாட்டையும் ஆராய்ந்து பேசிய பின்னர், இந்திய அரசமைப்பின் சிறப்புகள் குறித்துப் பேசினார்.*

*சட்டக் கூறுகள் விவாதிக்கப்பட்ட பிறகு அவை ஒவ்வொன்றாக அங்கீகரிக்கப்பட்டன. அரசமைப்பின் கூறு 11 [sic] தீண்டாமை தொடர்பானது.*[25] *20 நவம்பர் 1948 அன்று இந்தக் கூறுக்கு ஒப்புதல் அளித்து ஏற்றுக்கொள்ளப்பட்டதன் வழியாகத் தீண்டாமைக்குச் சட்டரீதியான அடக்கம் செய்யப்பட்டது. இது சாஹேப் தன் வாழ்க்கையில் நடத்திய சிலுவைப் போருக்குக் கிடைத்த மிகப் பெரும் வெற்றி. சமத்துவமின்மையைப் பரப்பும் மநு ஸ்மிருதியை மஹத் சத்யாகிரகத்தின்போது அவர் பகிரங்கமாகப் பொதுவில் எரித்தார். ஆனால், 20 நவம்பர் 1948 அன்று அவர் மநு ஸ்மிருதியை அதன் உண்மையான அர்த்தத்தில்*

எரித்து, சமத்துவத்தைப் பரப்பும் பீம் ஸ்மிருதியை நம்முடைய நாட்டில் நிலைநிறுத்தினார்.

அரசமைப்பு 26 ஜனவரி 1950 அன்று நடைமுறைக்கு வந்தது. எண்ணற்ற தொகுதிகளைக் கொண்ட, ஒரு ஜனநாயக நாட்டின் அரசமைப்பு என்று அதிகாரபூர்வமாக அங்கீகாரம் பெற்றது. உலக வரைபடத்தில் இந்தியா ஓர் இறையாண்மைமிக்க ஜனநாயக நாடாக உருப்பெற்றது.

டாக்டர் சாஹேப் உண்மையிலேயே அதிர்ஷ்டசாலி என்று நான் நம்புகிறேன். விதி அப்படியான பொறுப்புகளை அவருக்குக் கொடுத்து ஆசீர்வதித்தது; உலகில் மிகக் குறைவானவர்களே அப்படி ஆசீர்வதிக்கப்பட்டவர்களாக இருந்திருக்கிறார்கள். சுதந்திரம், சமத்துவம், சகோதரத்துவம் ஆகியவற்றுக்காக சாஹேப் பல போராட்டங்களை நடத்தினார்; உண்மையில், அவர் தன்னுடைய வாழ்நாள் முழுவதையும் இந்தப் பணிகளுக்காகச் செலவிட்டார். புனிதத்திலும் புனிதமான இத்தகைய பணிகளின் சாரத்தை அவர் தன்னுடைய கரங்களால் அரசமைப்பில் ஊற்றிவிட முடியும். இதைவிடப் பெரிய அதிர்ஷ்டம் இருக்க முடியுமா என்ன?

டாக்டர் சாஹேப் 25 நவம்பர் 1949 அன்று அரசமைப்பு அவையில் நாட்டுக்கு எச்சரிக்கை மணி அடித்தார். இன்றும்கூட ஒவ்வொரு இந்தியரும் இதைப் பற்றிச் சிந்திக்க வேண்டும் என்று நான் நம்புகிறேன். ஊடுருவும் தன்மை கொண்ட அந்த நறுக்கென்ற பேச்சு இன்றும் என்னுடைய காதுகளில் ஒலிக்கிறது. சாஹேப் அன்று அடித்த எச்சரிக்கை மணி இதுதான்:[26]

> ‘26 ஜனவரி 1950–இலிருந்து நாம் முரண்பாடுகள் நிறைந்த வாழ்க்கைக்குள் நுழையப்போகிறோம். அரசியலில் சமத்துவம் இருக்கும். சமூக, பொருளாதார வாழ்க்கையில் சமத்துவமின்மை இருக்கும்... இந்த முரண்பாட்டை நாம் எவ்வளவு சீக்கிரம் முடியுமோ அவ்வளவு சீக்கிரம் அகற்ற வேண்டும். இல்லையென்றால், சமத்துவமின்மையால் பாதிக்கப்படுபவர்களெல்லாம் இந்த அவை மிகக் கடினமான உழைப்பில் கட்டியெழுப்பியிருக்கும் அரசியல் ஜனநாயகத்தின் கட்டமைப்பைத் தகர்த்துவிடுவார்கள்.’

## மீண்டும் உடல்நலிவு

டெல்லியைச் சேர்ந்த வெவ்வேறு மஹாராஷ்டிர 'மண்டல்கள்' இணைந்து 29 ஜனவரி 1950 அன்று, எங்களைப் பாராட்டுவதற்காக ஒரு நிகழ்ச்சியை ஏற்பாடு செய்தன. மிகுந்த உள்ளன்புடன் அந்த விழாவுக்குச் சென்றோம். தான் ஒரு மராத்தியன் என்பதில் சாஹேப் எப்போதும் பெருமிதம் கொண்டிருந்தார். நானும் அப்படியான பெருமையை எப்போதும் சுமந்துவந்திருக்கிறேன். மஹாராஷ்டிர மண்டல்களின் இந்தக் கூட்டத்தில் மஹாராஷ்டிர மக்களுக்காக சாஹேப் தன்னுடைய பாராட்டுகளை வெளிப்படுத்தினார்.

நாங்கள் பம்பாயிலிருந்து திரும்பிய பிறகு அவருடைய உடல்நிலை மீண்டும் மோசமானது. பிப்ரவரி மாதம் முழுக்கவும் பெரும்பாலான நேரத்தில் அவர் படுத்த படுக்கையாகவே இருந்தார். அந்த மாதம் முழுவதும் அவருடைய வாசிப்புக்கும் எழுத்துக்கும் தடைவிதிக்கப்பட்டிருந்தது. அவர் வாசிப்பதைப் பார்த்துவிட்டேன் என்றால், அவர் கையில் வைத்திருக்கும் புத்தகத்தைப் பிடுங்கிவிடுவேன். அவருக்குக் கால்களில் கடுமையான வலி இருந்தது. அவருடைய அதீத பலவீனம் அவரை மயக்கமடையவைத்தது. இந்தத் தலைசுற்றலால் அவருக்கு வலிப்பு ஏற்பட்டது. இந்த உடல்நலமின்மை அவருக்கு ஒரு மாதம் நீடித்தது. டெல்லியைச் சேர்ந்த மருத்துவர்களுடன் கலந்தாலோசித்து, டாக்டர் மால்வன்கர் அவருக்கு சிகிச்சை அளித்தார். ஒரு மாதத்துக்குப் பிறகு அவர் தேறிவர ஆரம்பித்தார்.

## டெல்லியில் புத்தரின் பிறந்த நாள் விழா

பௌத்தம் தழுவுவது என்று நாங்கள் முடிவெடுத்தோம். எங்களுடைய எஞ்சிய வாழ்நாளை பௌத்தர்களாகக் கழிக்க வேண்டும் என்பதே எங்கள் தீர்மானம். ஆனால், லட்சக்கணக்கான தீண்டப்படாதவர்களின் முன்னேற்றம் என்ற விஷயமும் எங்கள் முன்பாக இருந்தது. அரசியல் அதிகாரம் பெறாமல் அது சாத்தியம் இல்லை. கண்ணுக்கு எட்டிய தூரம்வரை வேறு எந்தத் தீர்வும் இல்லாத நிலையில், சாஹேப் அரசியலில் நீடிக்க வேண்டியது அவசியமானதாக மட்டுமல்ல, தவிர்க்க முடியாததாகவும் ஆனது.

அதே நேரத்தில், மத இயக்கத்துக்கு எங்களுடைய வலுவான, வெளிப்படையான ஆதரவைத் தெரிவித்து, மதமாற்ற திசையில் தீவிர நடவடிக்கைகளை எடுக்கத் தொடங்குவதும் அதே அளவு முக்கியமானது.

2 மே 1950 அன்று டெல்லியில் மகாத்மா கௌதம புத்தரின் பிறந்த நாளைக் கொண்டாடும் விதமாக ஏற்பாடு செய்யப்பட்டிருந்த நிகழ்ச்சிக்கு நாங்கள் அழைக்கப்பட்டிருந்தோம். இந்தியாவுக்கான பர்மியத் தூதர் சர் மவுங் கீ தலைமையில் இந்த நிகழ்ச்சி நடைபெறவிருந்தது. பௌத்தம் குறித்த இந்த முதல் பொது உரையில், பௌத்தத்தை ஆதரிப்பதைத் தவிர தீண்டப்படாதவர்களுக்கு விடிவுகாலம் இல்லை என்ற செய்தியை வழங்கினார் டாக்டர் சாஹேப். அவர் தன் உரையில், பௌத்தத்தின் நற்கூறுகளைப் பட்டியலிட்டதோடு அதை மற்ற மதங்களுடனும் ஒப்பிட்டு, அதன் மேம்பட்ட நிலையை நம்பத் தகுந்த வாதங்களுடன் முன்வைத்தார். வாசகர்களுக்காக அவருடைய உரையின் முக்கியமான பகுதிகளைக் கீழே தருகிறேன். இந்தியாவிலிருந்தும் வெளிநாடுகளிலிருந்தும் வந்திருந்த புகழ்பெற்ற பௌத்தப் பிக்குகளின் முன்னிலையில் டாக்டர் சாஹேப் இந்த உரையை இந்தியில் நிகழ்த்தியது குறிப்பிடத்தக்கதாகும். கடலெனத் திரண்டிருக்கும் மக்கள் மத்தியில் அரை மணிநேரம் உரையாற்றியபோது சாஹேப் கூறியதாவது [மராத்தியிலிருந்து மொழிபெயர்க்கப்பட்டது]:

> ‘பௌத்தத் தத்துவத்தின் உயிர்த்தெழல் மீண்டும் இந்தியாவில் தொடங்கியிருக்கிறது. எப்படியானபோதும், ஜனநாயக இந்தியாவின் குடியரசுத் தலைவர் சுதந்திர இந்தியாவின் தேசியக் கொடியிலுள்ள அசோகச் சக்கரத்தை பௌத்தத்திலிருந்துதான் எடுத்துக்கொள்ள வேண்டியிருந்தது. சுதந்திர இந்தியாவின் தேசிய முத்திரையாகத் திகழும் மூன்று சிங்கங்களும்கூட பௌத்த அடையாளம்தான். மேலும், சுதந்திர இந்தியக் குடியரசுத் தலைவர் பதவியேற்ற அந்த வரலாற்றுச் சிறப்புமிக்க நிகழ்வில், கணக்கிலடங்கா இந்துக் கடவுள்களின் சிலைகளை நிறுவியிருக்கவில்லை; மாறாக, அந்த விசாலமான அரங்கில் புத்தரின் அற்புதமான சிலையே நிறுவப்பட்டிருந்தது. புத்தர் சிலையைச் சாட்சியாக

வைத்துதான் குடியரசுத் தலைவர் பதவிப்பிரமாணம் எடுத்துக்கொண்டார்.

எந்தக் கடவுளையும் புத்தருடன் ஒப்பிட முடியாது – ராமரையும் ஒப்பிட முடியாது, கிருஷ்ணரையும் ஒப்பிட முடியாது, வேறு யாரையும் ஒப்பிட முடியாது. புத்தரைவிட உயர்ந்த எந்த இறைத்தூதரும் வழிகாட்டியும் இனி பிறக்க முடியாது என்பதே உண்மை.'

ராமாயணத்திலும் மகாபாரதத்திலும் உள்ள பல்வேறு நிகழ்வுகளைக் கூராய்ந்த பிறகு, ராமர் மற்றும் கிருஷ்ணரின் நடத்தை குறித்து சாஹேப் குறிப்பிட்டார். மேலும், இந்த இருவரின் மகத்துவம் குறித்த கேள்விகளையும் ஐயங்களையும் எழுப்பினார்.

அவர் மேலும் இப்படிச் சொன்னார்:

'அறத்தை அடிப்படையாகக் கொண்டது பௌத்த அடித்தளம். புத்தர் மிகச் சிறந்த வழிகாட்டி. இதற்கு நேர்மாறாக, ஸ்ரீ கிருஷ்ணரோ தன்னைக் கடவுள்களின் கடவுள் என்கிறார்; இயேசு கிறிஸ்து தன்னைக் கடவுளின் மகன் என்கிறார்; ஹஸ்ரத் பைகம்பர் தன்னைக் கடவுளின் கடைசி இறைத்தூதர் என்கிறார். எல்லா மதங்களின் நிறுவனர்களும் மீட்பரின் பாத்திரத்தை ஏற்றுக்கொண்டார்கள். மிகக் கூர்மையான வகையில் இதற்கு நேர்மாறாக, வழிகாட்டியின் பாத்திரத்தை ஏற்றுக்கொண்டார் புத்தர். பௌத்தத்தில் கடவுளுக்கான இடத்தை அறம் எடுத்துக்கொண்டது. தர்மம் என்ற சொல்லின் புரட்சிகரமான அர்த்தத்தைப் பரிசீலனைக்காக அறிமுகப்படுத்தியவர் புத்தர்தான். பிராமணர்களின் கருத்துப்படி, மதம் என்பது யாகம் மற்றும் கடவுளுக்கான வேள்வி என்பதாகும். ஆனால், கர்மாவுக்குப் பதிலாக தர்மத்தின் முக்கிய அடிப்படையாக அறத்தை உருவாக்கினார் புத்தர். இந்து மதத்தின் சமூகக் கோட்பாடுகளெல்லாம் சமத்துவமின்மையை அடிப்படையாகக் கொண்டவை; மாறாக, பௌத்தமோ சமத்துவத்தை அடிப்படையாகக் கொண்டது. கீதையும் நான்கு-சாதி அமைப்பை அங்கீகரித்துள்ளது.

மேலும், தந்தையிடமிருந்து மகனுக்கு தர்மம் சொத்தாகக் கடத்தப்படக் கூடாது. மதங்களை ஏற்றுக்கொள்வதற்கு முன்பாக எல்லா மதங்களையும் ஒவ்வொருவரும் தனிப்பட்ட முறையில் விவேகமுடனும் நியாயமான வகையிலும் ஆராய வேண்டிய நேரம் வந்துவிட்டது.'

'தி பாரத்'தில் 3 மே 1950 அன்று வெளியான கட்டுரை இந்த உரையின் முக்கியத்துவம் குறித்த நியாயமான மதிப்பீட்டை வைக்கிறது. அது பின்வருமாறு:

'தேசிய முக்கியத்துவம் வாய்ந்த, தெற்காசியாவின் கவனத்தை ஈர்த்த வியத்தகு விஷயமொன்று இன்று இரவு நடைபெற்றது. 7 கோடி ஹரிஜன்களிடம், பகவான் புத்தரின் முப்பெரும் [sic] விழா அன்று பௌத்தத்தைத் தழுவுமாறு இந்தியாவின் சட்ட அமைச்சர் டாக்டர் அம்பேத்கர் அறைகூவல் விடுத்தார்.'

## தலேகான்

தலேகானில் எங்களுக்குக் கொஞ்சம்போல் நிலம் இருந்தது. அதில் மூன்று படுக்கையறை கொண்ட வீடு வைத்திருந்தோம். பம்பாயில் இருக்கையில் நேரம் வாய்க்கும்போதெல்லாம் நாங்கள் அங்கே சென்று ஓரிரு நாள்கள் தங்குவோம். தலேகானில் காற்று மிகவும் சுத்தமாக இருக்கும். அந்தச் சூழ்நிலை சாஹேபுக்கு விருப்பமானது. குறிப்பாக, ஓய்வு எடுப்பதற்காக மட்டுமே நாங்கள் தலேகான் செல்வோம். அங்கே போவதற்கு எப்போதும் ஆர்வம் கொண்டிருந்தோம்.

தலேகான் செல்லும்போதெல்லாம் நாங்கள் வந்திருக்கும் செய்தி உடனடியாகச் சுற்றுப்புறங்களில் பரவிவிடும். அவ்வளவுதான், மக்கள் எங்களைப் பார்க்க வரிசையாக வந்துவிடுவார்கள். நாங்கள் அங்கே சமைப்பதற்கான ஏற்பாடுகளைச் செய்துவைத்திருந்தோம். எங்கள் தேவைகளுக்குப் போதுமான பாத்திரங்கள், மெத்தைகள், படுக்கை விரிப்புகள், இது போன்ற இன்ன பிற பொருள்களை அங்கே வாங்கிவைத்திருந்தோம். ஆனால், அங்கே நான் சமைக்க வேண்டிய தேவையே எழுந்ததில்லை. ஏனெனில், அண்டை வீட்டுக்காரர்கள் எங்களுக்காக பாக்ரி, பம்பாய்

வாத்துமீன் சட்னி, இனிப்பு பூரன் போலி, சில நேரத்தில் ஆட்டிறைச்சி, இது போன்ற எண்ணற்ற உணவுப் பொருள்களை மிகுந்த அன்புடனும் ப்ரியத்துடனும் பயபக்தியுடனும் கொண்டுவந்து தருவார்கள். மிகுந்த பரிவுடன் பரிமாறுவார்கள். நாங்களும் மிகுந்த மகிழ்ச்சியுடனும் ஈடுபாட்டுடனும் அந்த உணவுகளைச் சாப்பிட்டோம். பாக்ரியையும் பம்பாய் வாத்துமீன் சட்னியையும் நாங்கள் இருவரும் விரும்பினோம். எங்கள் சமூக மக்களிடமிருந்து வரும் இந்த வெகுளித்தனமான, எல்லையற்ற அன்பு எங்களைத் திக்குமுக்காடவைத்தது. அவர்களைப் பற்றி டாக்டர் சாஹேப் அக்கறையுடனும் இணக்கத்துடனும் விசாரிப்பார். அவர்களுக்கு வழிகாட்டுவார். தைரியமூட்டுவார்.

## அஹமதுநகர் கல்லூரி

ஒருமுறை, பத்திரிகையாளர்களின் கேள்விகளுக்குப் பதிலளிக்கும்போது, சித்தார்த் கல்லூரியின் வழியில், அஹமதுநகரில் ஒரு கலை அறிவியல் கல்லூரியைத் திறப்பதற்கான தன்னுடைய விருப்பத்தை சாஹேப் தெரிவித்தார். பிறகு, எங்களுடைய உரையாடலில் அடிக்கடி இடம்பெறும் விஷயமாக இது ஆனது. ஒப்பீட்டளவில், கல்வியில் மிகவும் பின்தங்கியதாகவும் வறண்ட நிலப்பரப்பாகவும் நகர் பகுதி இருந்தது. மிகுந்த ஆர்வம்மிக்க உழைப்பாளியான பி.ஜே. ரோஹம், நகரில் கல்லூரி அமைப்பதற்கு நிறைய உழைத்திருந்தார். இதற்காகப் பொருத்தமான இடமொன்றை முன்கூட்டியே பார்த்துவைக்கும்படி அவரிடம் சாஹேப் கேட்டுக்கொண்டார். இருப்பினும், அதற்கு மேல் எதுவும் வேலைக்காகவில்லை. நகர் கல்லூரி வராமலேபோயிற்று.

## ஹைதராபாத் பயணம்

ஹைதராபாத் மாநிலப் பட்டியல் சாதிகள் கூட்டமைப்பின் செயற்குழுக் கூட்டம் 19 மே 1950 அன்று ஏற்பாடானது. அந்தக் கூட்டத்துக்குத் தலைமை ஜே.ஹெச். சுப்பையா. பட்டியல் சாதிகள் கூட்டமைப்பின் தலைவர் என்ற முறையில்

அம்பேத்கரும் அவரோடு நானும் இந்தக் கூட்டத்துக்குச் சிறப்பு அழைப்பாளர்களாகச் சென்றிருந்தோம். கூட்டமைப்பின் செயலர் பி.என். ராஜ்போஜும் வந்திருந்தார். நாங்கள் ஹைதராபாதில் இருந்தபோது, ஔரங்காபாத் கல்லூரி தொடர்பாக அரசு அதிகாரிகளுடன் கலந்துரையாடினோம்.

ஹைதராபாதிலுள்ள போட் க்ளப்பில் சாஹேப் ஓர் உரையாற்றினார். அதில், மனித வாழ்க்கையில் மதத்தின் நிலை என்ன என்றும், அதன் முக்கியத்துவம் என்ன என்றும், பிற தொடர்புடைய பிரச்சினைகள் குறித்தும் விரிவாகப் பேசினார்.

## ஒக்லா பயணம்

*1950* ஜூன் மாதத்தில், பல்வந்த் வராலே என்ற சாஹேபின் சகா டெல்லி வந்தார். வராலே மீது சாஹேபுக்குப் பிரத்யேகமான ப்ரியம் உண்டு. மாலையில் தலைமைச் செயலகத்திலிருந்து சாஹேப் திரும்பியவுடன டெல்லியின் வரலாற்று முக்கியத்துவம் வாய்ந்த தலங்களைக் காட்டுவதற்காக அவரை வெளியே அழைத்துச்செல்வோம்: சில நேரத்தில் ஜும்மா மசூதி, வேறு சில நேரத்தில் செங்கோட்டை, குதுப் மினார், ஜுமாயூன் கல்லறை, ஒக்லா, இது போன்ற பிற இடங்கள்.

வீட்டுக்குத் தேவையான பொருள்கள், இனிப்புகள், எழுதுபொருள்கள், புத்தகங்கள், இன்ன பிற என ஒவ்வொன்றையும் எந்தெந்தக் கடைகளில் வாங்க வேண்டும் என்று முடிவெடுத்தோம். வராலேவையும் எங்களுடன் அழைத்துச்செல்வோம். பகல் பொழுதில்கூட வீட்டுக்குப் பொருள்கள் வாங்கிவர வேண்டும் என்றால், நான் வராலேவை அனுப்பிவைப்பேன். அவற்றை எங்களுக்கு வாங்கித்தருவதில் அவர் மட்டற்ற மகிழ்ச்சியடைவார்.

ஒருநாள் நான் வராலேவின் உதவியுடன் ஒக்லாவுக்குப் போகத் திட்டமிட்டேன். டாக்டர் சாஹேபை எங்களுடன் வரும்படி வற்புறுத்தினேன். இந்தப் பயணத்துக்கான செலவை வராலே ஏற்றுக்கொள்வதாக அடம்பிடித்தார். சாஹேபுக்கும் எனக்கும் அதில் உடன்பாடு இல்லை. ஆனால், வராலேவின் வற்புறுத்தல்

காரணமாக நாங்கள் பின்வாங்கும்படி ஆயிற்று. தற்செயலாக, என்னுடைய சகோதரர்கள் இருவரும் டாக்டர் மால்வன்கரும் எங்களைப் பார்க்க வந்திருந்தார்கள். டாக்டர் உள்ளபடியாக சாஹேபின் உடல்நிலையைப் பரிசோதிக்க வந்திருந்தார்.

டாக்டர் சாஹேபின் தனிச் செயலர் மைஸீ, உதவிச் செயலர் பிள்ளை இருவரும் எங்களின் பயண ஏற்பாட்டுக்கு உதவ முன்வந்தார்கள். சாஹேப், நான், என்னுடைய இரண்டு சகோதரர்கள், டாக்டர் மால்வன்கர், மைஸீ, பிள்ளை, சாஹேபின் பத்திரிகையாள நண்பர் ஸ்ரீகிருஷ்ணா, எங்கள் சமையல்காரர் சுதாமா, இன்னும் கொஞ்சம் பேர் எனக் கிளம்பினோம். டெல்லியிலிருந்து ஒக்லா ஏழு மைல் தூரம். ஆட்டிறைச்சி, அரிசி, மசாலா, நெய், இன்ன பிற சமைக்க உதவும் பொருள்களுடன் ஒக்லாவிலுள்ள விருந்தினர் மாளிகையை அடைந்தோம்.

அந்த இடத்தை அடைந்ததும் எல்லோரும் தேநீர் அருந்தினோம். தான் சமைக்கப்போவதாக வற்புறுத்திய சாஹேப், உடனே அதில் மும்முரமாகிவிட்டார். அவர் செய்த முதல் காரியம் என்னவென்றால், ஒவ்வொரு உணவுக்கும் என்னென்ன மசாலா வைக்க வேண்டும் என்று சமையல்காரருக்கு அறிவுறுத்தியதுதான்: கோழியை ஊறவைப்பதற்கு, உலர் ஆட்டிறைச்சிக்கு, பிரியாணிக்கு. ஒவ்வொரு உணவுக்குமான மசாலாவில் சேர்க்க வேண்டியவற்றின் விகிதாச்சாரம் அறிவுறுத்தப்பட்டது: மிளகாய் எவ்வளவு, கொத்தமல்லிப் பொடி எவ்வளவு, கரம் மசாலா எவ்வளவு, அபினி விதைகள் எவ்வளவு, கொத்தமல்லித் தழை எவ்வளவு, லவங்கம் எவ்வளவு. இந்த விஷயத்தில் எந்தவொரு பெண்ணையும்விடப் பெரிய நிபுணராக சாஹேப் இருக்கிறார் என்பதில் எனக்கு அளவில்லா ஆச்சரியம். எதை எப்போது போட வேண்டும் என்று உதவியாளருக்குத் தொடர் அறிவுறுத்தல்கள் வழங்கப்பட்டன. "மசாலாவை வெண்ணெய்போல மென்மையாக அரைக்க வேண்டும். ஒருவருடைய கண்களில் பட்டால்கூட அதைக் கவனிக்காத அளவுக்கு அவ்வளவு நேர்த்தியாக அரைக்க வேண்டும்" என்பார். சமைத்துக்கொண்டிருக்கும்போது பாத்திரத்தைத் திறந்து கொஞ்சம்போல் கரண்டியில் எடுத்து இடது உள்ளங்கையில் விட்டுக்கொண்டு, அது எப்படி வந்திருக்கிறது என்று

பார்ப்பதற்காக நக்கிப்பார்ப்பார். பிறகு, அதைச் சேர், இதைச் சேர் என்று அறிவுரை வழங்குவார்.

என்னை அன்று சமையல் பக்கமே விடவில்லை. "ஷாரு, நீ பார்த்துக்கொண்டு மட்டும் இரு. எவ்வளவு ருசியான உணவைச் சமைக்கிறேன் என்று பார். எந்தப் பெண்ணாலும் இவ்வளவு ருசியாகச் சமைத்துவிட முடியுமா என்பது சந்தேகம்தான்" என்றார். உணவுடன் இணைந்துபோகும் விதமாகக் கெட்டிச்சட்னியும் வைத்தார். கோழிக்கறி, உலர் ஆட்டிறைச்சி, உருளைக்கிழங்கு பொரியல், பிரியாணி என எல்லாவற்றையும் சாஹேபே செய்துமுடித்தார்.

பிறகு, தரையில் தாள்களை விரித்து உணவுக்காக உட்கார்ந்தோம். அரட்டையும் சிரிப்புமாக உண்டுகளித்தோம். அங்கே கூடியிருக்கும் ஒவ்வொருவரையும் இன்னும் கொஞ்சம் எடுத்துக்கொள்ளச் சொல்லி சாஹேப் வற்புறுத்தினார். சாப்பாடு தொடர்ந்துகொண்டிருந்தபோது வெற்றிப்பூரிப்பில் எங்களைப் பார்த்து, "சரி, என்னுடைய சமையல் எப்படி?" என்றார். சாஹேபின் சமையல் திறமையை, எல்லோரும் உள்ளபடியாக மனமுவந்து பாராட்டினார்கள். கூடி விருந்துண்ணும் மகிழ்ச்சியோடு நாங்கள் உண்டுமுடித்தோம். சமைப்பதிலும் அதை மற்றவர்களுக்குப் பரிமாறுவதிலும் மிகுந்த மனநிறைவு அடையக்கூடியவர் அவர்.

## பௌத்தம் தொடர்பான கொழும்பு மாநாடு

கொழும்பில் (கண்டி) நடைபெறவிருந்த பௌத்தம் தொடர்பான மாநாட்டுக்கு, சிலோனின் இளைஞர்களுக்கான பௌத்தச் சங்கம் எங்களை அழைத்திருந்தது.

25 மே 1950 அன்று நாங்கள் கொழும்பு கிளம்பினோம். பட்டியல் சாதிகள் கூட்டமைப்பின் செயலர் ராஜ்போஜ் எங்களுடன் வந்திருந்தார். பௌத்தர்களின் உலகக் கூட்டமைவைத் திறந்துவைப்பதற்காக, புனிதப் பல்லக்குக் கோயிலில் (புத்தரின் பல் பாதுகாக்கப்படும் இடம்) இருபத்தேழு நாடுகளைச் சேர்ந்த பிரதிநிதிகள் கூடியிருந்தனர். நாங்கள் இந்த மாநாட்டில்

கலந்துகொண்டதற்கான முக்கியமான காரணம் என்னவென்றால் பௌத்தம் தொடர்பான சம்பிரதாயங்களையும் சடங்குகளையும் கவனித்து, இந்தியாவில் பௌத்தத்தைப் பரப்ப என்ன செய்யலாம் என்று பார்க்கத்தான்.

இலங்கையின் பண்டைய தலைநகரான கண்டியில் நாங்கள் தங்குவதற்கு ஏற்பாடாகியிருந்தது. மாநாட்டின் அதிகாரபூர்வ அமர்வொன்றில் உரையாற்றும்படி டாக்டர் சாஹேப் கேட்டுக்கொள்ளப்பட்டார். ஆனால், அதை அவர் நிராகரித்துவிட்டார். பிறகு, மாநாட்டின் தொடக்கத் தீர்மானம் நிறைவேற்றப்பட்டவுடன், உலகின் வெவ்வேறு பகுதிகளைச் சேர்ந்த பௌத்தப் பிரதிநிதிகளின் முன்பாக [26 மே 1950 அன்று] உரையாற்றினார். அப்போது இப்படிப் பேசினார்:[27]

'இந்தியாவில் பௌத்தத்தைப் புத்துயிர் பெறவைப்பதற்கான முயற்சிகள் மேற்கொள்ளப்பட வேண்டிய நேரம் வந்துவிட்டது என்று நினைப்பவர்கள் இந்தியாவில் இருக்கின்றனர் என்பதை நீங்கள் அறிந்திருப்பீர்கள். அவர்களில் ஒருவன் நான்... பௌத்த நாடுகள் கூட்டிணைவு கொண்டிருந்தால் மட்டும் போதாது. மதத்தை வளர்க்கவும் தியாகங்கள் புரியவும் வேண்டும். பௌத்த நாடுகளெல்லாம் தியாகங்கள் புரிய வேண்டும், மதத்தைப் பரப்பும் குழுக்களை நிறுவ வேண்டும், நிதி ஆதாரங்களைக் கண்டறிய வேண்டும்... இப்படியாகத்தான் போதனைகளைப் பரப்பும் பணியைச் செய்ய முடியும்...'

'இந்தியாவில் பௌத்தத்தின் முன்னேற்றமும் அழிவும்' என்ற தலைப்பில் ஜூன் 5 அன்று இளைஞர்களுக்கான பௌத்தச் சங்கத்தில் உரையாற்றினார்:[28]

'பௌத்தம் அதன் புலப்படக்கூடிய வடிவத்தில் மறைந்துவிட்டது. இதை நான் ஒப்புக்கொள்கிறேன். ஆனால், ஆன்மிக உணர்வாக அது இன்றும் உள்ளது.[29]

மூன்று விதமான மாற்றங்களுக்கு இந்திய மதம் உள்பட்டுள்ளது. முதலில் பின்பற்றப்பட்ட வைதீக மதம் காலப்போக்கில் பிராமணியத்துக்கு வழிவகுத்தது. பிறகு, இது இந்து மதத்துக்கு வழிவகுத்தது. பிராமணியக் காலத்தில்தான்

பௌத்தம் பிறந்தது. ஏனென்றால், இந்தியாவில் பிராமணியம் அறிமுகப்படுத்திய சமத்துவமின்மையையும் அதிகாரத்தையும் சமூகத்தைப் பல்வேறு வகுப்புகளாகப் பிரிப்பதையும் பௌத்தம் எதிர்த்தது.[30]

சங்கராச்சாரியாரால்தான் இந்தியாவில் பௌத்தம் அழிந்தது என்று பலரும் முன்வைக்கும் கருத்துடன் எனக்கு உடன்பாடில்லை. அவர் இறந்து பல நூற்றாண்டுகளுக்குப் பிறகும் இங்கே பௌத்தம் இருந்ததால் இது உண்மைக்கு முரணானதாகும்.'[31]

இந்தியாவில் பௌத்தத்தின் வீழ்ச்சியை ஆராயும்போது அவர் இப்படிச் சொன்னார்:

'வைணவம், சைவம் இரண்டின் எழுச்சிதான் இந்தியாவில் பௌத்தம் வீழ்ந்ததற்குக் காரணம். இந்த இரண்டு வழிபாட்டு மரபுகளும் பௌத்தத்தின் பல நல்ல விஷயங்களை ஸ்வீகரித்துக்கொண்டன.[32]

இரண்டாவது காரணம் என்னவென்றால், இந்தியா மீதான முஸல்மான்களின் படையெடுப்பு. பிஹாருக்கு எதிராக அலாவுதீன் படையெடுத்துச்சென்றபோது அங்கே பௌத்தத் துறவிகள் 5,000 பேரை அவர் கொன்றார். விளைவாக, எஞ்சியிருந்த பௌத்தர்கள் தங்கள் உயிரைக் காப்பாற்றிக்கொள்ளும் பொருட்டு அண்டை நாடுகளான சீனாவுக்கும் நேபாளத்துக்கும் திபெத்துக்கும் தப்பிச்சென்றனர். பிற்காலத்தில், இந்தியாவிலுள்ள பௌத்தர்கள் மீண்டும் பௌத்தத்துக்குப் புத்துயிரூட்ட முயன்றனர். ஆனால், ஏறத்தாழ 90% பௌத்தர்கள் ஏற்கெனவே இந்து மதத்தைத் தழுவியிருந்தார்கள் என்பதால் அவர்களின் முயற்சி வெற்றிபெறவில்லை.'[33]

எங்களுடைய கொழும்புப் பயணத்தின்போது எண்ணற்ற பௌத்த விஹாரைகளுக்குச் சென்றோம். அங்கே கடைப்பிடிக்கப்படும் பழக்கவழக்கங்களையும் சம்பிரதாயங்களையும் உற்றுக் கவனித்தோம்.

6 ஜூன் 1950 அன்று கொழும்பு டவுன் ஹாலில் எங்களுக்கு பிரம்மாண்ட வரவேற்பு அளிக்கப்பட்டது. பௌத்தம் தழுவும்படி கொழும்பிலுள்ள தீண்டப்படாதவர்களிடம் சாஹேப் வேண்டுகோள் வைத்தார். ஒரு பெற்றோர்போல் தலித்துகளின் நன்மைக்காக அவர்கள் மீது ப்ரியத்துடன் இருக்க முயலுங்கள் என்றும், தங்களுடைய மதத்தில் அவர்களுக்கான இடத்தைக் கொடுங்கள் என்றும் சிலோன் மக்களிடம் வேண்டுகோள் வைத்தார்.

மாநாடு முடிந்ததும் நாங்கள் இந்தியா திரும்பினோம். பம்பாய்க்குச் செல்லும் வழியில் திருவனந்தபுரத்திலும் மெட்ராஸிலும் சாஹேப் உரை நிகழ்த்தினார். மாநில டாக் பங்களாவில் திருவிதாங்கூர் முதலமைச்சர், அரசு தலைமை வழக்கறிஞர், பகுத்தறிவுவாதிகள், நீதிபதிகள் ஆகியோருடன் இந்துச் சட்டத் தொகுப்பு மசோதா குறித்து அவர் நீண்ட விவாதம் நடத்தினார். இரண்டு மூன்று நாள்கள் திருவனந்தபுரத்தில் தங்கியிருந்தோம். அந்தச் சமயத்தில் எங்களுக்குச் சில கோயில்கள் காட்டப்பட்டன. இந்து மதப் பூசாரிகளின் ஆதிக்கத்தையும் உணவு வீணாவதையும் பார்த்து டாக்டர் சாஹேப் தன்னுடைய ஆழ்ந்த வருத்தத்தை வெளிப்படுத்தினார்.

## டாக்டர் சாஹேப் சிலை

19 ஜூலை 1950 அன்று வராலே தன்னுடன் ஒரு கனவானை டெல்லிக்கு அழைத்துவந்தார். அவருடைய வருகைக்கான காரணத்தை அடுத்த நாள் வராலே என்னிடம் சொன்னார். அவர் ஒரு சிற்பி. பெயர் மாதில்கேகர். அவர் சாஹேபை ஒரு சிலையாக வடிப்பதில் விருப்பம் கொண்டிருந்தார். சிற்பம் வடிக்கத் தேவையான உபகரணங்களையும் உடன் எடுத்துவந்திருந்தார்.

சிலை வடிப்பதை சாஹேப் விரும்புவார் என்று நான் நினைக்கவில்லை. அந்த நபரின் திறமை குறித்தும் எனக்குத் தெரியாது. ஒருவேளை சிலை மோசமாக வந்ததென்றால் சாஹேப் சலனமுறுவார். ஆகவே, இந்த முன்மொழிவை நான் வரவேற்கவில்லை. எவ்வித உற்சாகத்தையும் காட்டவில்லை.

ஒருநாள், சாப்பாட்டு மேஜையில் வராலே இந்த விஷயத்தை அவராகவே தொடங்கிவைத்தார். சாஹேப் உடனே,

> "என்ன? முடியாது! நான் அரசனோ எந்த நாட்டையும் ஆள்பவனோ அல்ல. எனக்குச் சிலை வைக்க வேண்டி எந்தத் தேவையும் இல்லை. மிக முக்கியமாக, அதற்காக உட்காருவதற்கான அவகாசம் எனக்கு அறவே கிடையாது."

மன்மாட், ஔரங்காபாத், பம்பாய் ஆகியவற்றுக்கு ஏற்கெனவே திட்டமிடப்பட்டிருந்த பயணத்துக்காக சாஹேப் கிளம்ப வேண்டியிருந்தது. ஔரங்காபாதில் அவருக்கு ஒரு பணமுடிப்பு பரிசளிக்கப்படவிருந்தது. கல்லூரிக்கான நிலம் தொடர்பாகவும் வேலை இருந்தது.

அவருக்கான ரூ. 2,001 பணமுடிப்பானது பட்டியல் சாதிகள் கூட்டமைப்பைச் சேர்ந்த சுப்பையாவிடம் வழங்கப்பட்டது. அந்த நிகழ்ச்சி குறித்த செய்தி 'ஜனதா' நாளிதழில் வெளியானது. அங்கே அவர் ஆற்றிய உரையிலிருந்து சில பகுதிகளைத் தருவது முக்கியம் என்று நினைக்கிறேன். ஏனெனில், அது இன்றும் தலித் தலைவர்கள் தீர எண்ணிப்பார்க்க வேண்டியது. அவர் இப்படிச் சொன்னார் [மராத்தியிலிருந்து மொழிபெயர்க்கப்பட்டது]:

> 'இந்தப் பணமுடிப்பை வழங்க வேண்டிய தேவை ஏதும் இல்லை. நான் ஒருபோதும் தூண்டுதல்களாலும் பேராசைகளாலும் சேவைபுரிந்ததில்லை. உங்களுக்குத் தொடர்ந்து சேவைபுரிய வேண்டும் என்பது என்னுடைய தலையாய கடமை. நான் பணமுடிப்பாகப் பெற்ற சிறு தொகையையும்கூட நான் என்னுடைய தேவைக்காகப் பயன்படுத்தியதில்லை. காந்திக்குப் பணமுடிப்பாகச் சில மில்லியன் ரூபாய் வழங்கப்பட்டது; திலகருக்குப் பணமுடிப்பாக 9 லட்ச ரூபாய் வழங்கப்பட்டது. ஆனால், நமக்கு அப்படி இல்லை.
>
> தன்னலமின்றி உங்களுக்கு சேவையாற்றுவதுதான் என்னுடைய ஒரே லட்சியம். அறிமுக உரைகளில் என்னுடைய நண்பர்கள் சொன்னவை மயிர்க்கூச்செறியவைத்தன. முன்பு இருந்த சூழலுக்கும் இப்போது இருக்கும் சூழலுக்கும் மிகப் பெரும் வித்தியாசம் இருக்கிறது. ஒருமுறை நாங்கள் தௌதலாபாத்

கோட்டையைப் பார்க்க வந்திருந்தோம். என்னுடைய சகாக்கள் தங்கள் தாகம் தீர்த்துக்கொள்ள அங்கே இருந்த குளத்திலிருந்து தண்ணீர் எடுத்துக் குடித்தார்கள். அப்போது, 15-20 வயதுடைய முஸல்மான் சிறுவனொருவன் எங்களை வசைபாடினான்.

சமதள நிலத்தில் மழை பெய்தால் தண்ணீர் சிதறிச்செல்லும்; குழியில் விழுந்ததென்றால் சேகரமாகும். எனவே, பட்டியல் சாதிகள் கூட்டமைப்பு என்ற குடையின் கீழ் ஒற்றை நோக்கத்தோடு ஒன்றிணைய உங்களை அழைக்கிறேன். உங்களுக்கு மனிதருக்கான உரிமைகள் உள்ளன; அவற்றை யாரேனும் உங்களிடமிருந்து பறித்துச்சென்றால் நீங்கள் அரசுக்கு எதிராக நீதிமன்றம் செல்லலாம். எனவே, நீங்கள் அச்சம்கொள்வதற்கு இனி எந்தக் காரணமும் கிடையாது. நான் உங்களுக்குச் சொல்ல விரும்புவதெல்லாம் நீங்கள் கண்டிப்பாக ஒற்றுமையுடன் இருக்க வேண்டும் என்பதுதான்.'[34]

ஔரங்காபாதிலிருந்து திரும்பிய அவர், ராயல் ஏசியாட்டிக் சொசைட்டியின் பம்பாய் கிளை ஏற்பாடு செய்திருந்த நிகழ்ச்சியில், பௌத்தம் மீதான தன்னுடைய ஈர்ப்பை வெளிப்படுத்தினார். பேராசிரியர் என்.கே. பகவத் இந்த நிகழ்ச்சிக்குத் தலைமைதாங்கினார்.

ஔரங்காபாத், பம்பாய் நிகழ்ச்சிகள் முடிந்த பிறகு நாங்கள் ஜூலை 26 அன்று டெல்லி திரும்பினோம். சாஹேப் இல்லாதிருந்த சமயத்தில், புத்தரின் படமொன்றை அனுப்பச்சொல்லி வராலே கேட்டிருந்தார். அந்தப் படத்தின் அடிப்படையில் ஓர் உருமாதிரியைத் தயாரிக்க அவர் முடிவெடுத்திருந்தார். சிலை தயாரானதும் என்னிடம் காட்டினார். மாதில்கேகர் உருவாக்கிய அந்தச் சிலை எனக்கு மிகவும் பிடித்திருந்தது. வராலேவிடம், "மிகச் சிறந்த சிலையை அவர் உருவாக்கியிருக்கிறார். நாம் சாஹேபிடம் காட்டலாம். அவருக்கு நிச்சயம் பிடிக்கும்" என்றேன்.

நம்முடைய பங்களாவிலுள்ள புத்தரின் புகைப்படத்தை மாதிரியாக வைத்து அழகிய சிலையொன்றை மாதில்கேகர் உருவாக்கியிருக்கிறார் என்றும், அது நிச்சயம் உங்களுக்குப்

பிடிக்கும் என்றும் சாஹேபிடம் இரவுணவின்போது சொன்னேன். சாப்பிட்டு முடித்ததும், மாதில்கேகர் இருந்த அறைக்கு நாங்கள் எல்லோரும் பத்து மணிபோல் சென்றோம். சிலையைப் பார்த்துவிட்டு மாதில்கேகரை சாஹேப் மெச்சினார். பிறகு, வராலேவுடனும் மாதில்கேகருடனும் சேர்ந்து சிலை முன்பாக நின்று புகைப்படம் எடுத்துக்கொண்டார்.

அந்த புத்தர் சிலை எனக்குப் பிடித்திருந்ததால், சாஹேபின் சிலையையும் மாதில்கேகர் செதுக்க வேண்டுமெனக் கேட்டுக்கொண்டேன். வராலேவும் என்னுடன் சேர்ந்துகொண்டார். சாஹேப் எந்த எதிர்ப்பையும் காட்டவில்லை. அப்படியென்றால், ஒருவகையில் மௌனம் சம்மதம் என்றாயிற்று. அதிர்ஷ்டவசமாக, மக்கள் கல்விச் சங்கமும் ஒரு சிலை செய்ய விரும்பியது. சித்தார்த் கல்லூரி முதல்வர் பாதன்கர் இது தொடர்பாக விசாரித்துவந்தார். சாஹேபுக்குச் சிலை செதுக்கப்பட வேண்டும் என்பதில் நானும் விடாப்பிடியாக இருந்தேன். எனவே, சிலை செதுக்குவதற்கான வேலையில் இறங்குவதற்கு அவரிடம் ஒப்புதல் பெற்றேன். மாதில்கேகரும் பங்களாவில்தான் வசித்துவந்தார் என்பதால் வேலை உடனடியாகத் தொடங்கப்பட்டது. ஒவ்வொரு நாளும், சாப்பாட்டுக்காக உணவு அறைக்குள் சாஹேப் நுழைந்த உடனேயே சிலைக்கான மாதிரியாக உட்காரும் படலம் தொடங்கிவிடும். ஒருநாள், எண்ணற்ற புகைப்படங்கள் வெவ்வேறு கோணத்திலிருந்து எடுக்கப்பட்டன. சில நாள்களில் சிலையின் களிமண் மாதிரி தயாராகிவிட்டது. மக்கள் கல்விச் சங்கத்தின் கோரிக்கைக்கு இணங்க இது வெண்கலச் சிலையாக மாற்றப்பட்டது. சங்கத்தின் செயலர் கமலகாந்த் சித்ரேவின் முன்னெடுப்பால், நூலகத்தில் சிலை நிறுவப்பட்டது.

## டாக்டர் அம்பேத்கர்:
## வாழ்நாள் முழுவதும் மாணவர்

வராலேவும் மாதில்கேகரும் எங்களுடன் தங்கியிருந்தவரை வரைவதிலும் சிலை வடிப்பதிலும் மாதில்கேகரிடம் சாஹேப் பாடம் கற்றுக்கொண்டார். மாதில்கேகரின் வழிகாட்டுதல்படி, புத்தர் சிலையொன்றை சாஹேப் வடித்தார். அதனால்

அவர் அடைந்த மகிழ்ச்சி இருக்கிறதே அதை வார்த்தையில் வர்ணிப்பது கடினம். ஏனெனில், தானே ஒரு புத்தர் சிலை செய்ய வேண்டும் என்பது அவருடைய நெடுநாள் கனவு. புத்தர் போதனை வழங்குவது மாதிரியான தோற்றத்தில், இந்திய அம்சங்களுடன் கூடிய புத்தர் சிலைகளையும், கண்கள் திறந்த நிலையிலுள்ள சிலைகளையும் அவர் உருவாக்க விரும்பினார். இந்தச் சிலைகளையெல்லாம் அவர் இந்தியாவின் வெவ்வேறு பகுதிகளுக்கும் வெளிநாடுகளுக்கும் கொண்டுசெல்ல விரும்பினார். அதேபோல, ஔரங்காபாத் கல்லூரி வளாகங்களிலும் சில சிலைகளை நிறுவ ஆசைப்பட்டார். சாஹேப் தன்னுடைய வாழ்நாள் முழுக்கவும் மாணவராகவே இருந்துவந்தார். எல்லா வகை அறிவையும் பெற்றுக்கொள்ளத் தன்னைத் தயாராக வைத்திருந்தார். ஓவியம், சிற்பம், தபேலா, வயலின், இசை, சமையல், கார், பாலி, சமஸ்கிருதம் என வெவ்வேறு விஷயங்களைக் கற்றுக்கொள்வதில் அவர் எப்போதும் ஆர்வத்துடன் இருந்துவந்தார்.

சாஹேபுக்கு வண்டி ஓட்டத் தெரியாது. எனவே, அதில் இறங்க நினைத்தார்! அவருடைய தலைக்குள் இது ஓட ஆரம்பித்துவிட்டது. “உனக்கு எப்படி கார் ஓட்ட வேண்டுமெனத் தெரியும்தானே?” என்றவர், “சரி, நானும் கற்றுக்கொள்ள வேண்டும்!” என்று ஒரு குழந்தையின் பிடிவாதத்துடன் சொன்னார். அவர் நாடாளுமன்றத்திலிருந்து வந்ததும் நாங்கள் கிளம்பத் தயாராவோம். சாஹேப், ஓட்டுநர், நான் என டெல்லியிலிருந்து வெகுதூரம் தள்ளி எங்கேனும் குறைவான கூட்டமுள்ள சாலைக்குச் செல்வோம். ஓட்டுநர் பயிற்சி வகுப்பு தொடங்கும். அவர் மிகுந்த உற்சாகத்துடன் ஓட்டுநர் இருக்கையில் உட்கார்ந்துகொள்வார். நான் அவரருகே உட்கார்ந்து சொல்லித்தருவேன். எங்கள் ஓட்டுநர் எங்களுக்குப் பின்னாலுள்ள இருக்கையிலிருந்து எட்டிப்பார்த்துக் கொண்டிருப்பார். சாஹேப் காரைச் சரியாக உயிர்ப்பித்துவிடுவார். ஆனால், பிரேக்கை அழுத்தச்சொன்னால் ஆக்ஸலரேட்டரை அழுத்துவார். ஆக்ஸலரேட்டரை மிதிக்கச்சொன்னால் பிரேக்கை மிதிப்பார். க்ளட்ச், பிரேக், ஆக்ஸலரேட்டர் மூன்றையும் முற்றிலும் குழப்பிக்கொள்வார். விஷயம் சிக்கலாகிவிடும். இந்த ஓட்டுநர் பயிற்சி ஏறத்தாழ ஒரு வாரம்போல் தொடர்ந்தது. அவ்வளவுதான். இறுதியில் சோர்வாகிவிட்டார். “இதை என்னால்

கையாள முடியாது. நிச்சயம் முடியாது. நீ எப்படி இவ்வளவு நிபுணத்துவத்துடன் ஓட்டுகிறாய்? என்னால் முடியாது என்று எனக்கு நன்றாகத் தெரிகிறது" என்றார். நான் சொன்னேன்: "உங்களைக் கற்றுக்கொள்ளச்சொல்லி யார் சொன்னது?"

## எங்கள் தெஹ்ராதூன் பயணம்

1950 இறுதியில் வராலே தன்னுடைய இரண்டு மூன்று நண்பர்களுடன் மீண்டும் டெல்லி வந்தார். அதில் சிற்பி மாதில்கேகரும் ஒருவர். அப்போது என்னுடைய தம்பி பாலு கபீரும் எங்களுடன் இருந்தான். நான் சாஹேபிடம், "வராலே தன் நண்பர்களுடன் வந்திருக்கிறார். என் தம்பியும் இங்கே இருக்கிறான். எனவே, எங்கேனும் பயணம் போகலாம்" என்றேன். சாஹேபுக்கு இந்த யோசனை பிடித்திருந்தது. அவர் தன்னுடைய செயலர் மைஸீயிடம் மசூரி செல்வதற்கான ஏற்பாடுகளைப் பார்க்கச்சொல்லி அறிவுறுத்தினார். பிறகு, தன்னுடைய மற்ற விஷயங்களைப் பார்த்துவிட்டு, பயணத்துக்குத் திட்டமிட்டார். அதிகாலையில் இரண்டு கார்களில் நாங்கள் கிளம்பினோம். காலை 6 மணிக்கெல்லாம் தெஹ்ராதூன் சென்று சேர்ந்துவிட்டோம்.

தெஹ்ராதூன் மாவட்ட ஆட்சியர் எங்களை வரவேற்க நேரில் வந்திருந்தார். முன்பு வைஸ்ராய் பயன்படுத்திய பெரிய பங்களாவை எங்களுக்காகக் கோரிக்கைவிடுத்துப் பெற்றுவைத்திருந்தார். நாங்கள் அங்கே சென்றவுடனே தேநீரும் சிற்றுண்டியும் வழங்கப்பட்டன. எங்களுடைய இரவு உணவுக்காக மாவட்ட ஆட்சியரே சிறப்பு ஏற்பாடுகளைச் செய்திருந்தார். வேடிக்கையும் சிரிப்பும் கலந்த சூழ்நிலையில் உண்டுகளித்தோம். தங்குமிடம் மிகச் சிறப்பான வகையில் ஏற்பாடாகியிருந்தது. வானிலையும் மிக அருமை.

பரந்துவிரிந்த பங்களாவைச் சுற்றியிருந்த தாவரவெளியும் புல்வெளியும் கவர்ச்சிமிக்கவையாக இருந்தன. அமைதிவாய்ந்த சூழல் நிறைந்த புல்வெளியில் உட்கார்ந்தபடி, எங்கள் மனதுக்கு இணக்கமான விஷயங்களைப் பேசி அரட்டையடித்தோம்.

ஒருநாள், காரை வராலேவிடம் கொடுத்த சாஹேப், அருகேயுள்ள காலசியா என்ற இடத்துக்குச் சென்று பார்க்கச்சொன்னார். யமுனை ஆற்றங்கரையில் ஒரு மடாலயம் இருந்தது. அங்கே ததாகதர் கௌதம புத்தர் தங்கியிருந்திருக்கிறார். அதனால்தான், வராலேவையும் அவருடைய நண்பர்களையும் அந்த இடத்தைப் பார்த்துவர அனுப்பினார். சாஹேப் 1949-இல் என்னை அங்கே கூட்டிச்சென்றிருக்கிறார். ததாகதரின் வருகையால் புனிதப்படுத்தப்பட்ட அந்த இடம் அமைதியையும் புனிதத் தன்மையையும் சாந்தத்தையும் வெளிப்படுத்தியது. சுற்றிலும் நிறைந்திருக்கும் தேயிலைத் தோட்டங்கள் மிகுந்த கவர்ச்சியுடன் காட்சியளித்தன.

## கண் பிரச்சினை

டாக்டர் சாஹேப் இடைவிடாமல் வாசித்துக்கொண்டும் எழுதிக்கொண்டும் இருப்பவர். அவர் இதற்கு முன்பு அரசமைப்புக்காகப் பணியாற்றிய அதே தீவிரத்துடன் இந்துச் சட்டத் தொகுப்பு மசோதா பணியிலும் ஈடுபட்டார். இதற்காக அவர் ஸ்மிருதிகளையும் சாஸ்திரங்களையும் வேதங்களையும் புராணங்களையும் வாசிக்க வேண்டியிருந்தது. நூற்றுக்கணக்கான புத்தகங்களை இடைவிடாமல் வாசிப்பதும் அதன் பொருட்டு குறிப்புகள் எடுப்பதுமாக இருந்தார். இவை போக, அவருக்கான தனிப்பட்ட வாசிப்பும் புத்தகங்களுக்கான எழுத்தும் போய்க்கொண்டிருந்தன. இந்த வழக்கத்தில் கொஞ்சம்கூட இடைவெளியே கிடையாது. இந்த வாசிப்பு, எழுத்துப் பணிகளிலிருந்து கொஞ்ச நாள்களுக்கு ஓய்வு எடுத்துக்கொள்ள வேண்டும் என்று மருத்துவர்கள் அறிவுறுத்தினார்கள். ஓய்வு எடுக்கச்சொல்லி நானும் வற்புறுத்தினேன். ஆனால், இந்து நிபுணர்களும் ஆய்வறிஞர்களும் அவ்வப்போது இந்த மசோதா தொடர்பாக விவாதிக்க வருவார்கள். அது அவருடைய வாசிப்புக்கும் எழுத்துக்கும் திரும்ப வரவழைக்கும். இவை எல்லாவற்றின் விளைவாக, சாஹேபுக்கு உடல்நிலை சரியில்லாமல் இருந்தது போக, அவர் தன்னுடைய கண்களையும் பாழாக்கிக்கொள்ள நேர்ந்தது.

இரண்டு மூன்று மாதங்களாகக் கண் பிரச்சினை அவரைத் தொடர்ந்து தொந்தரவுக்குள்ளாக்கியது. அசௌகரியம் அதிகமாகும்போது சில நாள்களுக்கு வாசிப்பையும் எழுத்தையும் நிறுத்திவைப்பார். ஆனால், அவரால் அதிக நாள்களுக்குச் செயலற்று இருக்க முடியாது. பணிக்குத் திரும்பிவிடுவார். கூடவே, கண் வலியும் தொடங்கிவிடும். அவருடைய கண் சிகிச்சைக்காக பம்பாய்க்குக்கூடப் போய்ப்பார்த்தோம். பம்பாய் மருத்துவமனையில் ஒரு பிரபலமான கண் சிகிச்சை நிபுணர் இருந்தார். பார்சிக்காரர். அவருடைய பெயர் மாஸ்டர் அல்லது மிஸ்ட்ரி. பெயர் சரியாக நினைவில் இல்லை. அவரிடம் சிகிச்சைக்குக் காட்டினோம்.

இந்த வாசிப்பும் எழுத்தும் சேர்ந்து அவருடைய கண்களை மோசமாகப் பாதித்துவிட்டன. சில மாதங்களுக்கு ஒரு முறை கண்ணாடியை மாற்ற வேண்டிய தேவை உருவானது. கலக்கத்துடன் அவர் அடிக்கடி சொல்வார், "எனக்கு என்ன ஆகும்? என்னால் வாசிக்கவும் எழுதவும் முடியாமல்போகும் என்றால் நான் வாழ்வதற்கு என்ன அர்த்தம்?"

## ஔரங்காபாத் கல்லூரி குறித்த கவலை

ஔரங்காபாதில் 1950–இல் பி.இ.எஸ். என்ற பெயரில் ஒரு கல்லூரி தொடங்கியிருந்தோம். பின்னர், 1955 அக்டோபரில் அது மிலிந்த் கல்லூரி என்று பெயர் மாற்றம் பெற்றது. செப்டம்பர் 1 அன்று ஏற்பாடாகியிருந்த விழாவில், ஜனநாயக இந்தியாவின் முதல் குடியரசுத் தலைவர் டாக்டர் ராஜேந்திர பிரசாத் இந்தக் கட்டடத்துக்கு அடிக்கல் நாட்டினார். நிஜாமின் சிறப்புத் தூதுவரும் இந்த நிகழ்ச்சியில் கலந்துகொண்டார்.

இந்த நிகழ்ச்சியின்போது டாக்டர் ராஜேந்திர பிரசாத் ஆற்றிய உரையில், சாஹேபின் அளப்பரிய புலமை, அரசமைப்பை எழுதுவதில் அவர் கொண்டிருந்த மிக முக்கியமான பங்கு, ஏழைகளிடத்திலும் ஒடுக்கப்பட்டவர்களிடத்திலும் வாஞ்சையுடன் கல்வியைப் பரப்புவதில் அவர் கொண்டிருந்த இடையறாத ஆர்வம் ஆகியவற்றைக் குறிப்பிட்டு மனபூர்வமாகப் பாராட்டினார். அடுத்த நாளன்று டாக்டர் ராஜேந்திர பிரசாத்,

சாஹேப், மிலிந்த் கல்லூரி முதல்வர் மனோகர் சிட்னிஸ், வராலே, அரசு அதிகாரிகள் சிலர், நான் என எல்லோருமாக எல்லோராவிலுள்ள குகைகளைப் பார்க்கச்சென்றோம். அந்தக் குகைகள் ஒவ்வொன்றின் விவரங்களையும் அவற்றின் முழு வரலாற்றையும் குடியரசுத் தலைவருக்கு டாக்டர் சாஹேப் விளக்கினார். குகைகளிலுள்ள கலை தொடர்பாகவும், குகைகளின் பௌத்தம் தொடர்பான பின்னணி குறித்தும் டாக்டர் சாஹேப் எடுத்துச்சொன்ன தகவல்களெல்லாம் குடியரசுத் தலைவரை வியப்பில் ஆழ்த்தின.

ஜூன் மாதத்தில் கல்லூரி தொடங்கப்பட்டிருந்தாலும் அதன் விரிவாக்கத்துக்குத் தேவையான பணம் குறைந்த அளவே இருந்தது. அதன் வரவுசெலவு விவரங்கள் மோசமான நிலையை எட்டியிருந்தன. ஒஸ்மானியா பல்கலைக்கழகத்தின் கட்டுப்பாட்டில் ஔரங்காபாத் பிரிவு இருந்தது. அந்தப் பல்கலைக்கழகத் துணைவேந்தர் டெல்லியில் சாஹேபைச் சந்தித்தார். ஆனால், நிதிநிலையைப் பார்த்துவிட்டு, உதவிகள் வழங்குவதில் அவர் பெரிதாக ஆர்வம் காட்டவில்லை. அந்த ஆண்டில் கல்லூரிக்கு ஒரு லட்ச ரூபாய் நஷ்டம் ஏற்படும் என்று எங்களுக்குத் தெரிவிக்கப்பட்டது. எனவே, சாஹேபுக்கு மிகுந்த கவலையளிக்கும் விஷயமாக இந்தக் கல்லூரி ஆகிப்போனது. கல்லூரியை வேறு இடத்துக்கு மாற்ற வேண்டும் என்று சொல்லும் அளவுக்குத் துணைவேந்தர் சென்றுவிட்டார்.

ஆனால், பின்னாளில் இந்தக் கல்வி நிறுவனம் அபரிமிதமான வளர்ச்சிபெற சாஹேப் உதவினார். இந்தக் கல்லூரி மிகச் சிறந்த கல்வி நிறுவனம் என்று காலப்போக்கில் பெயரெடுக்கும் அளவுக்கு மிகப் பெரும் அங்கீகாரம் பெற்றது.

## வர்லி புத்த மடாலயத்தில்

மக்களவை 22 டிசம்பர் 1950 முதல் 5 பிப்ரவரி 1951 வரை ஒத்திவைக்கப்பட்டதால், இந்த நேரத்தை மத சேவைக்காகப் பயன்படுத்தலாம் என்று நாங்கள் முடிவெடுத்து பம்பாய் சென்றோம். சாஹேபின் கண்களும் பரிசோதிக்கப்பட வேண்டியிருந்தன.

தொழிலாளர்கள் 14 ஜனவரி 1951 அன்று வர்லியிலுள்ள புத்த மடாலயத்தில் ஒரு கூட்டத்தை ஏற்பாடு செய்திருந்தனர். அங்கே சில நாள்களாக மாநாடு நடந்துகொண்டிருந்தது. பேராசிரியர் பகவத் எங்களைச் சந்திக்க சித்தார்த் கல்லூரி வந்தார். புத்த மடாலயத்தைப் பார்க்கவருமாறு எங்களை அழைத்தார். சாஹேப் அந்த அழைப்பை ஏற்றுக்கொண்டார். அங்கே திரண்டிருந்தவர்களின் வற்புறுத்தலுக்கு இணங்க அவர் அங்கே உரையாற்றினார். அதில் பௌத்தம் பற்றிய தன்னுடைய கருத்தை வெளிப்படுத்தினார். சாஹேப் சொன்னார் [மராத்தியிலிருந்து மொழிபெயர்க்கப்பட்டது]:

'புத்தர் இந்த மண்ணில் 80 ஆண்டுகள் வாழ்ந்திருக்கிறார். 45 ஆண்டுகளை மதமாற்றத்துக்காகச் செலவிட்டார். இன்று சங்கராச்சாரியார் வைத்திருப்பதுபோல அவர் கார் ஏதும் வைத்திருக்கவில்லை. அவரிடம் சாதாரணக் குதிரைவண்டிகூடக் கிடையாது. பயணிப்பதற்கான எந்த வசதியும் அவர் கொண்டிருக்கவில்லை. ஆனால், நாட்டின் நலனுக்காக அவர் ஜம்முவிலிருந்து கன்னியாகுமரி வரை நடந்தே சென்றார். பௌத்தம் இந்த நாட்டில் 1,200 ஆண்டுகளாக நிலவியது. கையேந்தி வாழ்ந்த அந்த மனிதரை, எல்லா விதமான துன்பங்களையும் அனுபவித்த அந்த மனிதரை இந்த நாடு நினைவில் வைத்திருக்கவில்லை.

சில நேரத்தில் பொய்மை வெல்லும், வாய்மை போற்றப்படாமல்போகும். இந்த விஷயம் அந்த வகைமைக்குள்தான் வரும். ஆனால், எல்லோரும் நினைவில் வைத்துக்கொள்ள வேண்டிய விஷயம் என்னவென்றால் வாய்மை என்றேனும் வென்றே தீரும். அந்த நாள் இப்போது வந்துவிட்டது. 1,200 ஆண்டுகளுக்குப் பிறகு அது மீண்டும் இந்த நாட்டின் மதமாக மாறும் என்று நான் உறுதியாக நம்புகிறேன்.

இங்குள்ள என்னுடைய பிக்கு நண்பர்களில் சிலர் நிறைய பேருக்கு தீக்ஷை தர விரும்புவதாகக் கூறினார்கள். பௌத்தராக ஒருவர் மாறுவது எளிதல்ல என்று நான் அவர்களிடம் சொன்னேன். அதனால்தான், நானும் என்னுடைய சகாக்களும் சேர்ந்து சில விதிகளைத் தயாரிக்கப்போகிறோம். இந்த

விதிகளைக் கடைப்பிடிப்பவர்களுக்கு மட்டுமே தீக்ஷை தரப்பட வேண்டும். நீங்கள் பௌத்தம் தழுவிவிட்டீர்கள் என்றால் பிறகு இந்துக் கருத்துகளையும் இந்துக் கடவுள்களையும் பௌத்தத்துக்குள் கொண்டுவர அனுமதிக்கப்பட மாட்டீர்கள். கண்டோபா உள்ளே, புத்தர் வெளியே என்பதற்கு இடமே கிடையாது.

மதம் தானாக அதன் ஆற்றல் முழுவதையும் இழந்துவிட்டதாகத் தோன்றுகிறது. ஆனால், எல்லோருக்கும் மதம் அவசியம் என்று நான் நம்புகிறேன். என்னைப் பொறுத்தவரை ஒன்று நிச்சயம்: மதம் இல்லாமல் ஒரு சமூகம் வாழ முடியாது, அந்த மதம் பௌத்தமாக மட்டுமே இருக்க வேண்டும். உலகை உயர்த்துவதற்குத் தேவையான மூன்று பண்புகளும் — சமத்துவம், அன்பு, சகோதரத்துவம் — பௌத்தத்தில் உள்ளன. கடந்த இருபது ஆண்டுகளாக நான் எல்லா மதங்கள் பற்றியும் ஆராய்ந்துவருகிறேன். இந்த ஆய்வுக்குப் பிறகு நான் வந்திருக்கும் முடிவு என்னவென்றால், மொத்த உலகமும் பௌத்தம் தழுவ வேண்டும் என்பதுதான்.'

## இந்துச் சட்டத் தொகுப்பு மசோதா விவாதம்

இந்துச் சட்டத் தொகுப்பு மசோதா 5 பிப்ரவரி [1951] அன்று தாக்கல் செய்யப்படுவதற்கான சாத்தியக்கூறுகள் தென்பட்டன. காங்கிரஸில் உள்ள சனாதனிகள் இந்த மசோதாவுக்கு எதிர்ப்பு தெரிவித்துவந்தனர். மற்ற காங்கிரஸ்காரர்களும் விரைவில் வரவிருக்கும் தேர்தலை மனத்தில்கொண்டு எதிர்ப்பு தெரிவித்தனர். இந்த விஷயம் தொடர்பாக நாடு முழுவதும் பரபரப்பான விவாதங்கள் நடந்தன.

எதிர்த்தரப்பினரின் முக்கியமான குற்றச்சாட்டுகள்:

1. இது தொடர்பாக மக்களிடம் கருத்துகள் கேட்கப்படவில்லை. எனவே, இந்த மசோதாவைச் சீக்கிரமாக நாடாளுமன்றத்தில் சமர்ப்பிக்க வேண்டும்.

2. புரட்சிகரமான சமூக மாற்றங்களைக் கொண்டுவருவதற்கான சூழல் இப்போது சாதகமாக இல்லை. எனவே,

சர்ச்சைக்குரிய இந்த மசோதாவை இப்போது விவாதத்துக்கு எடுத்துக்கொள்ளாமல், பின்னர் உகந்த சந்தர்ப்பத்தில் விவாதிக்க வேண்டும்.

3. இந்த மசோதா நிறைவேற்றப்படுமானால் இந்துச் சமூகம் பிளவுபடும்.

4. தற்போதைய நாடாளுமன்றம் மறைமுகத் தேர்தல்களால் அமைக்கப்பட்டுள்ளது. எனவே, இது போன்ற அடிப்படைப் பிரச்சினையில் சட்டங்களை இயற்றுவதற்கான மக்களின் இசைவை அது பெற்றிருக்கவில்லை.

5. தற்போதைய அரசாங்கம் தன்னை 'காபந்து அரசாங்கம்' என்று அழைத்துக்கொள்கிறது. அத்தகைய காபந்து அரசாங்கம் ஒரு நாட்டின் சமூக வாழ்க்கையைப் பாதிக்கக்கூடிய சட்டங்களை உருவாக்க அதிகாரம் கொண்டிருக்கவில்லை.

சமத்துவமின்மையை அடிப்படையாகக் கொண்ட இந்துச் சமூகத்தை, சமத்துவம் என்ற கட்டமைப்புக்குள் மறுசீரமைக்கும் மகத்தான கனவை டாக்டர் அம்பேத்கர் வளர்த்துவந்தார். இந்துச் சட்டத் தொகுப்பு மசோதாவின் அம்சங்களைத் தெளிவுபடுத்துவதற்காக, சாஹேப் முப்பத்து ஒன்பது பக்கங்கள் கொண்ட ஒரு கையேட்டை அச்சிட்டு மக்களவை உறுப்பினர்களிடம் விநியோகித்தார். இந்தக் கையேட்டில், நாட்டின் பல்வேறு அடுக்குகளின் பிரதிநிதிகளுடனும் அவர் எவ்வாறு கலந்துரையாடினார் என்பதையும், அடிப்படை இந்துச் சட்டத் தொகுப்பில் அவர் என்னென்ன மாற்றங்களைச் செய்தார், எப்படிச் செய்தார் என்பதையும் விரிவாக ஆராய்ந்திருந்தார்.

பிரதமர் நேரு அமெரிக்காவுக்குச் சுற்றுப்பயணம் போய்விட்டுத் திரும்பியபோது சாஹேப் அவரைச் சந்தித்து மசோதாவைத் தாக்கல் செய்வதற்கான ஒப்புதல் பெற்றார். இந்த மசோதாவுக்கு ஒப்புதல் பெற்றுத்தருவதாக நேரு உறுதியளித்தார். அவர் எந்த அளவுக்குச் சென்றார் என்றால், இந்த மசோதா நிறைவேற்றப்படாவிட்டால் தன்னுடைய அரசு பதவிவிலகும் என்று சொல்லும் அளவுக்கு. "இந்துச் சட்டத் தொகுப்பு மசோதாவை நிறைவேற்றுவேன் அல்லது செத்துப்போவேன்" என்று அவர் முழங்கினார்.

பிரதமர் நேரு இந்த மசோதாவுக்கு எதிராக இல்லை. ஆனால், சபாநாயகர் மாவலன்கர், குடியரசுத் தலைவர் டாக்டர் ராஜேந்திர பிரசாத், உள்துறை அமைச்சர் வல்லபபாய் படேல் ஆகியோர் வெளிப்படையாகவே எதிர்ப்பு தெரிவித்தனர்.

இப்படியான ஒரு நெருக்கடியான சூழ்நிலையில்தான் டாக்டர் சாஹேப் 5 பிப்ரவரி 1951 அன்று இந்துச் சட்டத் தொகுப்பு மசோதாவைத் தாக்கல் செய்தார். எதிர்பார்த்ததைப் போலவே புயல் வீசத் தொடங்கியது. சீக்கியப் பிரதிநிதியான சர்தார் ஹுகூம் சிங் மிகத் தீவிரமான இந்து ஆதரவாளர். பண்டித தாகூர்தாஸ் பார்கவாவும் இந்த மசோதாவைக் கடுமையாக எதிர்த்தார். சாஹேப் மிகப் பொருத்தமான, தர்க்கரீதியான பகுப்பாய்வுடன் விமர்சகர்களுக்குப் பதிலளித்தார். இந்த விவாதம் மூன்று நாள்களுக்குத் தொடர்ந்தது. இருந்தாலும், இந்த மசோதாவை எதிர்த்தவர்கள் திருப்தியடைய மறுத்துவிட்டார்கள். எந்தச் சூழ்நிலையிலும் இந்த மசோதாவை ஏற்க அனுமதிக்க மாட்டோம் என்ற உறுதியுடன் சனாதனிகள் வந்திருந்தனர். எதிர்த்தரப்பினர் இறுதியாக வெற்றிபெற்றனர்; 1951 செப்டம்பர் மக்களவைக் கூட்டத்தொடருக்கு இந்த மசோதா மீதான விவாதம் ஒத்திவைக்கப்பட்டது. டாக்டர் சாஹேப் மிகுந்த ஏமாற்றத்துக்கு ஆளானார். ஆனால், அவர் ஒருபோதும் நெஞ்சுரத்தை இழக்கவில்லை. நானும் அவருடைய தன்னம்பிக்கையை வளர்த்துவிட முயன்றேன். இன்னும் அவகாசம் இருந்தது. ஏழெட்டு மாதங்கள் காத்திருக்க வேண்டியிருக்கும். அவ்வளவுதான். இந்தக் காலகட்டத்தில் பொதுமக்களிடம் அபிப்ராயத்தைக் கட்டியெழுப்ப முடியும்; எதிரணியினரும்கூட மனம் மாறலாம். நம்பிக்கையை இழப்பதற்கு எந்தக் காரணமும் இல்லை. சாஹேப் மனமுடைந்து காணப்பட்டாலும், செப்டம்பரில் மசோதாவை நிறைவேற்ற வேண்டும் என்ற அவருடைய தீர்மானம் உறுதியாக இருந்தது.

அரசாங்கத்துக்கு எதிராகவும் சாஹேபுக்கு எதிராகவும் விமர்சனப் புயல்களை வீசிய பேச்சுகள், ஆர்ப்பாட்டங்கள், அறிவிப்புகள் எனப் பிரச்சாரம் தொடங்கியது. நாடாளுமன்றத்துக்கு முன்பாக ஆர்ப்பாட்டம் நடத்துவதற்கென ஆள்கள் பணியமர்த்தப்பட்டார்கள். ஒருமுறை, ஆர்ப்பாட்டக்காரர்கள் நிறைந்த கும்பலொன்று எங்கள் பங்களாவுக்குள் அத்துமீறி நுழைந்தனர். முழக்கங்கள்

எழுப்பத் தொடங்கினர். பாதுகாவலர்களை வைத்து அவர்களைத் துரத்த வேண்டியிருந்தது. கொலை மிரட்டல் விடுத்துக் கடிதங்களும் வந்தன. ஆனால், உறுதியுடன் நின்றார் சாஹேப்.

## அசைக்க முடியா மனவுறுதி

இந்துச் சட்டத் தொகுப்பு மசோதா தொடர்பான அரசியல் காரணங்களால் சாஹேப் மனவுளைச்சலுக்கு ஆளாகும் போதெல்லாம் நான் அவரை மதம் தொடர்பான நடவடிக்கைகளுக்கு இழுக்க முயல்வேன். நாம் இப்போது தம்மம் [மதத்துக்கான பிராகிருதச் சொல்] மீது கவனம்செலுத்த வேண்டும் என்று அவரிடம் சொல்வேன். அரசியல் நடவடிக்கைகளுக்குப் பதிலாக மத நடவடிக்கைகளில் ஈடுபட வேண்டும் என்பேன். தம்மம் தொடர்பான பணிகளில் ஈடுபடுவதற்கு அவர் எப்போதும் அதீத ஆர்வத்துடன் இருப்பார். அவருடைய முழக்கம்: 'நான் இந்தியாவை பௌத்த நாடாக மாற்றுவேன்.' இது அவருடைய அசைக்க முடியாத மனவுறுதியின் அடையாளம்.

பாவ்ராவுக்கு எழுதிய கடிதத்தில் அவர் இப்படிச் சொன்னார் [மராத்தியிலிருந்து மொழிபெயர்க்கப்பட்டது]:

புது டெல்லி
3.4.1951

என் அன்புக்குரிய பாவ்ராவ்,

தங்களின் எல்லாக் கடிதங்களும் கிடைக்கப்பெற்றேன். அவை எல்லாவற்றுக்குமான பதில் இது. இப்போது நான் என்னை நன்றாகக் கவனித்துக்கொள்ளத் தொடங்கியிருக்கிறேன்.

நான் ஏன் நீண்ட காலம் வாழ வேண்டும் என்று சில நேரத்தில் யோசிப்பேன். ஆனால், புத்தர் தொடர்பான, பௌத்தம் தொடர்பான பணியைக் கையில் எடுத்திருக்கிறேன். இப்போது நான் நீண்ட காலம் வாழ்ந்தாக வேண்டும். இன்று என்னுடைய ஆசை என்னவென்றால் நான் நீண்ட காலம் வாழ வேண்டும் என்பதுதான். என்னுடைய வயதைக் கருத்தில்கொண்டால், இப்போது என்னுடைய

உடல்நலத்தில் ஒரு புதிய உயிர்ப்பு வந்திருப்பதை நீங்கள் கவனித்திருக்கக்கூடும்.

## 1952 தேர்தல் காற்று

அரசமைப்பின்படி, 1952–ஆம் ஆண்டுக்கான முதல் பொதுத் தேர்தல் நெருங்கிக்கொண்டிருந்தது. அந்தக் கண்ணோட்டத்தில், எல்லா அரசியல் கட்சிகளும் தங்களுடைய போர்த் திட்டங்களை வகுப்பதில் மும்முரமாக இருந்தன. தேர்தல் கூட்டணி அமைப்பது தொடர்பாகப் பரபரப்பாகப் பேசப்பட்டது. உணவு வேளையின்போதும், நடைப்பயணத்தின்போதும், புல்வெளியில் அமர்ந்துகொண்டிருக்கும்போதும் எங்களுக்குள் நடந்த பல உரையாடல்களிலிருந்து காங்கிரஸ், ஜனசங்கம், இந்து மகாசபை, கம்யூனிஸ்ட், இது போன்ற பிற கட்சிகளுடன் கூட்டணி என்பது சாஹேப் ஆதரித்த கொள்கைகளுக்குப் பொருந்தாது என்பது தெளிவானது. இறுதியாக, சோஷலிஸக் கட்சியுடன் கூட்டணி அமைப்பது என்றும், விவசாயிகள் மற்றும் தொழிலாளர்கள் கட்சியின் தலைவர்களான கேசவ்ராவ் ஜேதே, ஷங்கர்ராவ் மோரே, பாவ்சாஹேப் ராவுத் ஆகியோருக்குப் பட்டியல் சாதிகள் கூட்டமைப்பு ஆதரவு அளிக்க வேண்டும் என்றும் முடிவானது.

## பட்டியல் சாதிகள் கூட்டமைப்பின் தேர்தல் சின்னம்

மற்ற கட்சிகளுடன் கூட்டணி வைத்து முதல் பொதுத் தேர்தலைச் சந்திக்க முடிவெடுத்த சாஹேபுக்கு எண்ணற்ற வேலைப்பளு காத்திருந்தது. தேர்தல் தொடர்பான விவாதங்கள், ஆலோசனைகள், கட்சிக்கான பிரச்சாரம், வேட்பாளர் பட்டியல் தயாரித்தல், வேட்பாளர்களைத் தேர்ந்தெடுத்தல் எனப் பல வேலைகளைச் செய்ய வேண்டியிருந்தது. இந்த நடவடிக்கைகளெல்லாம் அவரைச் சோர்வடையவைத்தன.

அவருக்குக் கட்டாய ஓய்வு தேவையாக இருந்ததால் அவரை டெல்லியிலிருந்து அழைத்துச்செல்வதைத் தவிர வேறு வழியில்லை. எனவே, அவரை [இன்றைய உத்தராகண்ட்டில்

உள்ள] ராணிகேத்துக்குக் கூட்டிச்செல்ல அவருடைய செயலரின் உதவியுடன் ஒரு திட்டம் தீட்டினேன். நினைவில் ராணிகேத் ஒரு சிறப்பிடம் பிடித்திருப்பதற்குக் காரணம் உண்டு. ராணிகேத் விருந்தினர் இல்லத்தில் ஓய்வெடுத்திருந்தபோதுதான் தேர்தல் சின்னமாக நாங்கள் யானையைத் தேர்ந்தெடுத்தோம். முதலில், பட்டியல் சாதிகள் கூட்டமைப்புக்குத் தேர்ந்தெடுக்கப்பட்ட இந்தச் சின்னம், பின்னர் குடியரசுக் கட்சிக்கும் பயன்படுத்தப்பட்டது.

என்ன நடந்தது என்பது பின்வருமாறு: விரைவில் முதல் பொதுத் தேர்தல் நடக்கவிருக்கும் சூழலில் அனைத்து அரசியல் கட்சிகளைச் சேர்ந்த பிரதிநிதிகளுக்கான கூட்டத்துக்கு பம்பாய் அரசின் தலைமைச் செயலர் அழைப்புவிடுத்திருந்தார். பட்டியல் சாதிகள் கூட்டமைப்பின் செயலர் என்ற வகையில் பி.என். ராஜ்போஜ் இந்தக் கூட்டத்தில் கலந்துகொள்வார். கட்சியின் தேர்தல் சின்னம் தொடர்பாகக் கூட்டத்தில் என்ன சொல்ல வேண்டும் என்று கேட்டு சாஹேபுக்கு அவர் கடிதம் அனுப்பியிருந்தார். சாஹேபைப் பொறுத்தவரை, பெரும்பாலான வாக்காளர்கள் அறியாமையிலும் கல்வியறிவின்றியும் இருப்பதால் தேர்தல் சின்னம் பார்க்க எளிதானதாகவும் சுலபமாக நினைவில் வைத்துக்கொள்ளக்கூடியதாகவும் இருக்க வேண்டும். ஏதாவது ஒரு பொருள் அல்லது விலங்காக இருக்க வேண்டும். விலங்கு என்று முடிவானதும், அது என்ன விலங்கு என்ற அடுத்த கேள்வி எழுந்தது. புலி, சிங்கம், யானை, குதிரை, ஒட்டகம், காளை, பசு, இத்யாதி எனத் தேர்தல் சின்னத்தின் சாத்தியக்கூறுகள் குறித்து விவாதித்துக்கொண்டிருந்தபோது நான் சொன்னேன், "யானையைத் தேர்ந்தெடுப்போம். யானையை நினைவில் வைத்துக்கொள்வது எளிது. அது மற்றவற்றிலிருந்து முற்றிலும் மாறுபட்டது. மேலும், பௌத்தத்தில் யானைக்கென்று பிரத்யேக இடமும் உண்டு." யானை என்னுடைய நினைவுக்கு வந்ததற்கான காரணம் என்னவென்றால் அஜந்தா, எல்லோராவிலுள்ள பௌத்தக் குகைகளில் எண்ணற்ற யானைச் சிற்பங்களைப் பார்த்ததுதான். அதோடு, அஜந்தா குகையில் வரையப்பட்டிருந்த போதிசத்துவ யானையின் சித்திரக்கதையும் நினைவுக்கு வந்தது. சாஹேபின் மனத்திலும் யானை இருந்தது. பௌத்தம் குறித்து சாஹேபிடமிருந்து நான் கற்றுக்கொண்ட பாடங்களின் விளைவுதான் யானை பற்றிய என்னுடைய பரிந்துரை.

## நேரு எழுதிய கடிதம்

நாடாளுமன்றத்தில் இந்துச் சட்டத் தொகுப்பு மசோதா விவாதிக்கப்பட்டு நிறைவேற்றப்பட வேண்டும் என்பதில் சாஹேப் முழுமூச்சாக இருந்தார். அவர் 10 ஆகஸ்ட் 1951 அன்று நேருவுக்கு உணர்ச்சிமிக்கதொரு கடிதம் எழுதினார். அதிலிருந்து ஒரு முக்கியமான பகுதி இங்கே தரப்பட்டுள்ளது:

என் அன்புக்குரிய பண்டித நேரு,

என்னுடைய உடல்நிலை எனக்கும் என் மருத்துவர்களுக்கும் கவலை ஏற்படுத்தும் விதத்தில் உள்ளது. என்னை நான் மருத்துவர்களின் கைகளில் ஒப்படைக்கும் முன்பாக இந்துச் சட்டத் தொகுப்பு மசோதா நிறைவேற்றப்பட வேண்டும் என்ற கவலையில் தவிக்கிறேன். எனவே, நாடாளுமன்றத்தில் இதற்குக் கூடுதல் முன்னுரிமை தந்து ஆகஸ்ட் 16 அன்று பரிசீலனைக்கு எடுத்துக்கொள்ளும்படி கேட்டுக்கொள்கிறேன். அப்போதுதான், செப்டம்பர் 1-க்குள் முடிக்க முடியும். இந்த விஷயத்துக்கு நான் அதிக அளவில் முக்கியத்துவம் கொடுக்கிறேன் என்பதும், மசோதாவை நிறைவேற்றும் பொருட்டு என்னுடைய உடல்நிலையில் நான் எவ்விதச் சிரமங்களையும் எதிர்கொள்ளத் தயாராக இருக்கிறேன் என்பதும் பிரதமருக்குத் தெரியும்.

தங்கள் உண்மையுள்ள,
பீம்ராவ் ஆர். அம்பேத்கர்

அதே நாளன்று பிரதமர் நேரு பதில் அனுப்பினார். அந்தக் கடிதம்:

அன்புள்ள டாக்டர் அம்பேத்கர்,

இந்துச் சட்டத் தொகுப்பு மசோதா தொடர்பாக உள்ளேயும் வெளியேயும் எதிர்ப்பு இருப்பதால் நீங்கள் விஷயங்களைக் கொஞ்சம் எளிதாக எடுத்துக்கொள்ள வேண்டும். 1951 செப்டம்பர் தொடக்கத்தில் இதை எடுத்துக்கொள்ள அமைச்சரவை தீர்மானித்துள்ளது.

தங்கள் உண்மையுள்ள,
ஜவாஹர்லால் நேரு

[...]*

## மீண்டும் இந்துச் சட்டத் தொகுப்பு மசோதா

இந்துச் சட்டத் தொகுப்பு மசோதாவுக்கு முன்னுரிமை அளிக்கவும், ஆகஸ்ட் 16 அன்று அவையில் சமர்ப்பிக்கவும் பிரதமர் நேருவுக்கு டாக்டர் சாஹேப் கடிதம் எழுதினார். இந்த மசோதாவுக்கு உடனடியாக ஒப்புதல் அளிக்கும்படி காங்கிரஸ் நாடாளுமன்றக் குழுவை நேரு கேட்டுக்கொண்டார். ஆனால், இது நாடாளுமன்றத்தின் கடைசிக் கூட்டத்தொடர் என்பதாலும், அதைவிட முக்கியமாகப் பெரும்பான்மையான காங்கிரஸ்காரர்கள் மசோதாவுக்கு எதிராக இருந்ததாலும் புதிய மக்களவை வரும்வரை இந்த மசோதா பரிசீலனைக்கு எடுத்துக்கொள்ளப்படாது என்று முடிவெடுக்கப்பட்டது. இதன் விளைவாக, காங்கிரஸ் தன்னுடைய சட்டமன்ற உறுப்பினர்களை அவர்களின் மனசாட்சிப்படி வாக்களிக்க அனுமதித்தது.

மசோதா செப்டம்பர் முதல் வாரத்தில் பரிசீலனைக்கு எடுத்துக்கொள்ளப்படவில்லை. எந்தவொரு மசோதாவும் தாக்கல் செய்யப்படுவதற்கு முன்பாக, அது நிகழ்ச்சிநிரலில் வைக்கப்பட வேண்டும்; அது சபாநாயகர் அலுவலகம் வழியாக நடக்க வேண்டும். இந்த மசோதா நிகழ்ச்சிநிரலில் இடம்பெறாமல் இருப்பதற்காகப் பலரும் கடுமையான முயற்சிகளை மேற்கொண்டுவந்தனர். நிச்சயமாக ஒரு முக்கியமான மசோதாவுக்காகத் தலையிட்டு அதற்கு முன்னுரிமை தர சபாநாயகருக்கு அதிகாரம் உண்டுதான். ஆனால், காங்கிரஸின் பெருந்தலைகள் எல்லோரும் வரவிருக்கும் தேர்தல்களைக் கருத்தில்கொண்டு ஒவ்வொரு அடியையும் பார்த்துப்பார்த்து எடுத்துவைத்தனர். இந்த மசோதாவை ஏற்று இந்துச் சமூகத்தில் சமத்துவத்தைக் கொண்டுவருவதைவிட, தேர்தலில் வெற்றிபெற்று ஆட்சியைத் தக்கவைத்துக்கொள்வதிலேயே அவர்கள் அதிகளவில் ஆர்வம்காட்டினார்கள்.

திருமணம் மற்றும் விவாகரத்து தொடர்பான பிரிவு செப்டம்பர் 17 அன்று பரிசீலனைக்கு எடுத்துக்கொள்ளப்படும் என்றும், கையாள வசதியாக இருக்கும்பட்சத்தில் சொத்து தொடர்பான பிரிவுகளையும் பரிசீலனைக்கு எடுத்துக்கொள்ளலாம் என்றும் காங்கிரஸ் நாடாளுமன்றக் குழு முடிவெடுத்தது. அதன்படி, திருமணம் மற்றும் விவாகரத்தை ஒரு சுயாதீனப் பகுதியாகக்

கருதுவதற்கான நேருவின் ஆலோசனைக்கு சாஹேப் ஒப்புக்கொண்டார். ஏனெனில், அவர் இந்துச் சட்டத் தொகுப்பு மசோதாவை உயிர்ப்புடன் வைத்திருப்பதில் உறுதியாக இருந்தார். ஆனால், காங்கிரஸ் கொறடாக்கள் வேண்டுமென்றே காலதாமதம் ஏற்படுத்தினார்கள். தங்கள் உறுப்பினர்களுக்கு அவர்கள் எந்த அழுத்தத்தையும் தரவில்லை. இதனால், காங்கிரஸ் உறுப்பினர்கள் வேண்டுமென்றே எல்லாவற்றிலும் தங்கள் மூக்கை நுழைத்து, முடிந்தவரை நேரத்தைக் கடத்த வேண்டும் என்பதற்காக அர்த்தமற்ற உரைகளை நிகழ்த்தினார்கள். கூட்டத்தொடரின் நேரத்தை எப்படியாவது தீர்த்துவிட வேண்டும் என்பதே காங்கிரஸின் உத்தியாக இருந்தது. அப்படிச் செய்தால் இந்த மசோதா அடுத்த நாடாளுமன்றக் கூட்டத்தொடருக்குக் கொண்டுசெல்லப்படும்.

முந்தைய அமர்வில் உறுப்பினர்கள் அர்த்தமற்ற உரைகளாலும் இடையூறு விளைவிக்கும் உத்திகளாலும் நேரத்தை வீணாக்கினார்கள். பிந்தைய அமர்விலும் அதுவே நடந்தது. இப்படியாக நான்கு நாள்கள் வீணடிக்கப்பட்டன. செப்டம்பர் 22 வரை நான்கு பிரிவுகளை மட்டுமே விவாதத்துக்கு எடுத்துக்கொள்ள முடிந்தது; திருமணம் மற்றும் விவாகரத்து பற்றிய பிரிவையும்கூட நேரக்குறைவு காரணமாக முழுமையாக விவாதிக்க முடியவில்லை. இந்தத் துரதிர்ஷ்டவசமான சூழ்நிலைகள் காரணமாக இறுதியில் மசோதா கைவிடப்பட்டது. இந்த மசோதாவைத் தன்னுடைய வாழ்நாள் லட்சியமாகக் கொண்டு செயல்பட்ட டாக்டர் சாஹேப், தாங்க முடியாத ஏமாற்றத்தை அனுபவிக்க நேரிட்டது. என்.வி. காட்கில், பண்டித குன்ஸ்ரூ, இன்னும் சில உறுப்பினர்கள் இந்த மசோதாவுக்கு ஆதரவாக உரை நிகழ்த்தினார்கள் என்றாலும், அவற்றால் எந்தப் பயனும் இல்லை.

இந்துச் சட்டத் தொகுப்பு மசோதாவை நிறைவேற்றுவதற்கு எதிராக அதிகபட்ச அழுத்தம் கொடுத்தவர்கள் பெரும்பாலும் மார்வாடி மற்றும் குஜராத்தி முதலாளிகள்தான். இந்த மசோதா நிறைவேற்றப்பட்டிருந்தால், மனைவிக்கும் திருமணமான மகளுக்கும் சொத்தில் சம பங்கு கிடைத்திருக்கும்.

வழியெங்கும் எல்லா விதமான தடைக்கற்களும் வீசப்பட்டன. இந்துச் சட்டத் தொகுப்பு மசோதாவுக்கும் முஸ்லிம்களுக்கும் என்ன தொடர்பு இருக்க முடியும்? இருந்தாலும், அஸிஸுதீன் அஹமது என்ற உறுப்பினர் இந்த மசோதாவை எதிர்த்து அவையின் நேரத்தை வீணடித்தார். அஹமதுக்கும் இந்த மசோதாவுக்கும் என்ன தொடர்பு என்று உறுப்பினர்கள் பலர் கேள்வி எழுப்பியபோது, "திரு. அஹமது ஒரு முஸ்லிமாக இருந்தாலும், எல்லா மசோதா குறித்தும் பேச அவருக்கு உரிமை உண்டு" என்று சபாநாயகர் அனந்தசயனம் பதிலளித்தார்.

இந்துச் சட்டத் தொகுப்பு மசோதா குறித்த இந்தப் பகுதியை முடிக்கும் முன்பாக இது தொடர்பாக சாஹேப் வெளிப்படுத்திய கருத்தை இங்கு முன்வைக்கிறேன். இந்த மசோதாவின் தன்மை பற்றிய தெளிவான சித்திரத்தை உருவாக்க இது உதவும். ஒரு நேர்காணலில் அவர் இப்படிச் சொன்னார் [மராத்தியிலிருந்து மொழிபெயர்க்கப்பட்டது]:

> 'இந்த மசோதா இந்து மதத்தின் புனிதத்தன்மையைக் கேலிக்கூத்தாக்குவதாகவும், இந்துக் கூட்டுக் குடும்பத்தைச் சீரழிப்பதாகவும் விமர்சகர்கள் கூறுகிறார்கள். ஆனால், இந்தக் குற்றச்சாட்டு ஒரு மாயை. கூட்டுக் குடும்பத்தின் அழிவு என்ற கோணத்தில் பார்த்தால், இப்போது இருக்கும் சட்டங்களின் கீழும் கூட்டுக் குடும்ப உறுப்பினர்கள் விவாகரத்து கோர முடியும். நடைமுறையிலுள்ள விதிகளுக்கு மாறாக இந்துச் சட்டத் தொகுப்பு மசோதா எதையும் கொண்டுவரவில்லை.'

## இந்துச் சட்டத் தொகுப்பு மசோதா மீதான விவாதத்துக்கான பதில்

இந்துச் சட்டத் தொகுப்பு மசோதா மீதான விவாதத்துக்குப் பதிலளித்த டாக்டர் சாஹேப் இப்படிச் சொன்னார்:[35]

> 'இந்து அமைப்பு, இந்துப் பண்பாடு, இந்துச் சமூகம் ஆகியவற்றை நீங்கள் பேணிக்காக்க விரும்பினால் பழுதுபார்ப்பு தேவைப்படும் இடங்களில் பழுதுபார்க்கத் தயங்காதீர்கள். இந்து அமைப்பில் ஏறக்குறைய பாழாகிப்போன

அப்படியான பகுதிகளைப் பழுதுபார்ப்பதைத் தவிர வேறு எதையும் இந்த மசோதா செய்யவில்லை.

திருமண விஷயத்தில் பழைய சிந்தனைப் பள்ளியைச் சேர்ந்தவர்களையும், புதிய சிந்தனைப் பள்ளியைச் சேர்ந்தவர்களையும் திருப்திப்படுத்தும் முயற்சி மேற்கொள்ளப்பட்டுள்ளது. ஆச்சாரமான நபர்கள் ஒரே வர்ணத்தைச் சேர்ந்த மணமகனுக்கும் மணமகளுக்கும் இடையே தங்களுடைய மதத்தின்படி திருமணங்களை ஏற்பாடு செய்ய அனுமதி வழங்கப்பட்டுள்ளது. சீர்திருத்தவாதிகள் தங்களுடைய சொந்த உளச்சான்றுக்கு ஏற்ப தங்கள் சமூகத்துக்கு வெளியே மணம்புரிந்துகொள்ளவும் சுதந்திரம் வழங்கப்பட்டுள்ளது.

90% இந்துக்களிடையே இப்போதும் விவாகரத்து வழக்கம் நடைமுறையில் உள்ளது. இந்துச் சமூகத்தில் 90% இருக்கும் 'சூத்திரர்' மத்தியிலும் விவாகரத்து வழக்கம் நடைமுறையில் உள்ளது. விவாகரத்து நடைமுறை வெறும் 10% இந்துக்களிடம் மட்டும்தான் கிடையாது. எனவே, உங்களிடம் நான் கேட்கும் கேள்வி இதுதான்: 10% மக்களின் வழக்கத்தை 90% மக்கள் மீது திணிப்பீர்களா என்ன?[36]

சாஸ்திரங்கள் எப்போதும் விவாகரத்துக்கு அனுமதி அளித்திருப்பதை நீங்கள் பார்க்கலாம். திருமண உறவுகளை மகிழ்ச்சியாக வைத்திருக்கும் பொருட்டு சாஸ்திரங்கள் வகுத்துவைத்திருந்த விதிகளைச் சில அபத்தமான நடைமுறைகள் இப்போது உடைத்தெறிந்துவிட்டன. தம் காலடியில் போட்டு மிதித்து அவற்றை விஞ்சி இவை மேலெழும்பிவிட்டன.[37]

உலகில் விவாகரத்து நடைமுறையைக் கொண்டிருக்கும் நபர்களின் அனுபவங்களை வைத்துப் பார்க்கும்போது, விவாகரத்து செய்யும் உரிமை ஆரோக்கியமானது என்பது தெளிவாகிறது.

எல்லாச் சட்ட மசோதாக்களையும் கொண்டுவருவதற்கோ அறிமுகப்படுத்துவதற்கோ முன்பாக மக்களின் கருத்துகளைக்

கேட்டறிந்தாக வேண்டும் என்ற கட்டாயம் அரசுக்கோ இந்த அவைக்கோ இல்லை.[38]

இரண்டாவது விஷயம் என்னவென்றால், இந்த மசோதாவைச் சில குறிப்பிட்ட மாகாணங்களுக்கு மட்டும் நடைமுறைப்படுத்துவதற்கான ஏற்பாடுகள் திட்டமிட்டே செய்யப்பட்டுள்ளன. மாகாணங்களில் நடைமுறைப்படுத்துவதைப் பற்றியே தற்போது பேசிக்கொண்டிருக்கிறோம். இந்த மசோதா மக்களின் கருத்தை அறிவதற்காக ஏற்கெனவே மூன்று முறை அவையில் முன்வைக்கப்பட்டுள்ளது. நான்காவது முறையாக மசோதாவைத் தாக்கல் செய்வதன் வழியாக எதையும் சாதிக்க முடியும் என்று நான் நினைக்கவில்லை. சமஸ்தானங்களில் இந்த மசோதாவை நடைமுறைப்படுத்துவதற்கான நேரம் வரும்போதெல்லாம், சமஸ்தான மக்களின் அபிப்ராயங்கள் பரிசீலிக்கப்படும் என்று நான் உறுதியளிக்கிறேன்.[39]

திருமண உரிமைகள் மற்றும் விவாகரத்து தொடர்பான பிரதான மசோதாவில் இரண்டு புதிய பிரிவுகளைத் தெரிவுக் குழு இணைத்துள்ளது.'

## இந்துச் சட்டத் தொகுப்பு மசோதாவின் அம்சங்கள்

### அ) விவாகரத்து மற்றும் மகளிர் உரிமை

பெண்களுக்கு விவாகரத்து செய்யும் உரிமையைச் சில சூழ்நிலைகளில் ஸ்மிருதிகள் வழங்கியுள்ளன. பெண்களுக்கு இந்த உரிமைகளை மீண்டும் பெற்றுத்தருவதற்கான சில ஏற்பாடுகளைப் புதிய மசோதா செய்திருந்தது; அத்தகைய ஏற்பாடுகளைச் செய்வது விவகாரத்து பெறுவதை மிகவும் எளியதொரு காரியமாக மாற்றிவிடாது. அது தொடர்பான கட்டுப்பாடுகள் மிகவும் கடுமையான வகையில் பேணப்பட்டன. மிகவும் தவிர்க்க முடியாத சூழ்நிலைகளில் மட்டுமே விவாகரத்து வழங்கப்படும்.

பெண்களுக்கு வாரிசுரிமை வழங்கும் விஷயத்தைப் பொறுத்தவரை இந்த மசோதா புதிதாக எதையும் சேர்க்கவில்லை. பழைய

இந்துச் சட்டங்களில்கூட இறந்தவருடன் தொடர்புடைய பெண்ணுக்கு – அவர் மகளாக இல்லாவிட்டாலும் – வாரிசுரிமை வழங்கப்பட்டுள்ளது. இருந்தாலும், பெண்ணுக்கான வாரிசுரிமை ஒரு கடைசிப் போக்கிடமாக மட்டுமே சாத்தியப்படுகிறது. தந்தை/தாயின் சொத்தில் 25 சதவீதத்தை மகள்களுக்கு வாரிசுரிமையாக அளிக்கிறது யக்ஞவல்கிய ஸ்மிருதி. மகள்களின் வாரிசுரிமையைப் பொறுத்தவரையில், சட்டத்தைவிட வழக்கநெறிகளே முந்துரிமை பெறும் என்று ப்ரிவி கவுன்சில் தீர்ப்பளித்துள்ளது. யக்ஞவல்கிய ஸ்மிருதி வழங்கிய உரிமையைத்தான் இந்துச் சட்டத் தொகுப்பு மசோதா மீண்டும் அவருக்குத் தருகிறது.

## ஆ) ஒருதார மணம்

இந்துச் சட்டத் தொகுப்பு மசோதா இந்து ஆண்கள் மீது ஒருதார மணத்தைச் சுமத்துகிறது. அதே நேரத்தில், இது பண்டைய மரபுகளை அடிப்படையாகக் கொண்டதும்கூட. அதுவரை, ஒரு வம்சத்தை அல்லது சபிண்டாவைச் [குறிப்பிட்ட ரத்தவுறவு] சேர்ந்தவர்களுக்கிடையே திருமண உறவு அனுமதிக்கப்படவில்லை. அந்தக் கட்டுப்பாடு கொஞ்சம்போல் தளர்த்தப்பட்டுள்ளது. ஆனால், நெருங்கிய ரத்தவுறவுகள் – எடுத்துக்காட்டாக, இரண்டு சகோதரர்களின் சந்ததிகள் – மணம்புரிந்துகொள்ள அனுமதிக்கிறது என்று விமர்சகர்கள் சொல்கிறார்கள். அது தவறு. இந்தச் சுதந்திரத்தை மசோதா அனுமதிக்கவில்லை.

## இ) தத்தெடுப்பதற்கான சட்டம்

வேறு மதத்துக்கு மாறுவதால், குழந்தையைத் தத்துக் கொடுப்பதற்கான தகுதியைத் தந்தை இழக்கும்போது அந்த உரிமை தாயிடம் மட்டுமே இருக்க வேண்டும் என்று தெரிவுக் குழு கூறுகிறது.[40] அதே வழியில், ஒரு இந்துக் கைம்பெண் வேறு மதத்துக்கு மாறினால், குழந்தையைத் தத்துக்கொடுக்கும் உரிமையை அவரிடமிருந்து பறித்துவிட வேண்டும் என்றும் மசோதா கூறுகிறது.[41]

தத்தெடுப்புக்குப் பல வகையான நடைமுறைகள் வழக்கத்தில் இருந்ததால் அதில் சில மாற்றங்கள் பரிந்துரைக்கப்பட்டுள்ளன.

சட்டத் தொகுப்பில் குறிப்பிட்டிருப்பதைத் தவிர வேறு எந்த நடைமுறையும் அனுமதிக்கப்படாது என்று தெரிவுக் குழு கூறியிருக்கிறது.[42]

இது தொடர்பாக இரண்டு மாற்றங்களைத் தெரிவுக் குழு பரிந்துரைத்திருக்கிறது. தந்தை சந்நியாசம் போனாலோ [உலகத்தைத் துறப்பது] அல்லது வேறு மதத்துக்கு மாறினாலோ, இயற்கைப் பாதுகாவலராக இருக்கும் தந்தையின் உரிமை அவரிடமிருந்து பறிக்கப்படும். இந்துக்களை ஒன்றிணைப்பதுதான் இந்த மசோதாவின் அடிப்படை நோக்கம் என்பதால் இந்த நிபந்தனை அவசியம் என்று கருதப்பட்டது.[43]

## ஈ) மகளுக்கான உரிமைகள்

மகளுக்கான உரிமைகள் தொடர்பாகத் தெரிவுக் குழு முக்கியமான மாற்றங்களைச் செய்திருக்கிறது. வாரிசுரிமையாக மகன் பெற்றதில் பாதியை மகளுக்கான வாரிசுரிமையாகத் தர வேண்டும் என்று மூல மசோதா பரிந்துரைக்கிறது. ஆனால், சம பங்கு என்பதன் பொருட்டும் பெண்களை வாரிசுகளாக வைத்திருக்கவும், மகன் பெறும் பங்குக்கு இணையாக மகளுக்கு வழங்க வேண்டும் என்கிறது இந்த மசோதா.[44]

## உ) கூட்டுக் குடும்ப அமைப்பு

மிதாக்ஷரா சட்டங்களின் கீழ் இருந்த கூட்டுக் குடும்ப அமைப்பு இந்தச் சட்டத் தொகுப்பால் அழிக்கப்படுமா என்று சிலர் வியப்படைந்தார்கள். குடும்ப உறுப்பினர்களின் பெயர்களில் இருந்த சுயமான சொத்துகள் தொடர்வதற்கு இந்தச் சட்டத் தொகுப்பு வழிவகுத்திருந்தது. இது புரட்சிகரமான நடவடிக்கை அல்ல. அப்போது எல்லோருமே சுதந்திரமாக வாழ விரும்பினார்கள். கூட்டுக் குடும்பத்திலிருந்து கூட்டு அதிகாரம் பறிக்கப்பட்டிருந்தாலும் கூட்டுக் குடும்பம் என்ற அதிகாரம் நிலைத்திருக்கும். இதற்கு அர்த்தம் என்னவென்றால், மிதாக்ஷரா சட்டம் பின்னர் தயாபாகச் சட்டங்களால் பதிலீடு செய்யப்படும் என்பதாகும்.

## ஊ) பெண்களின் வாரிசுரிமை

குடும்பச் சொத்துகளில் பெண்களின் வாரிசுரிமை என்பது சிக்கலானதாக இருந்தது. இரண்டு வெவ்வேறு வகையான சொத்துரிமைகள் நடைமுறையில் இருந்தன. 1) சீதனச் சொத்து, 2) கைம்பெண்களின் சொத்து. கணவன் இறந்த பிறகு அவனுடைய வாரிசாகப் பெற்ற சொத்துகள் கைம்பெண்களின் சொத்தாகக் கருதப்பட்டன. ஒரு பெண் தன்னுடைய சீதனச் சொத்துகளை விற்கவும் செலவழிக்கவும் போதுமான உரிமைகளைப் பெற்றிருப்பதைப் போலவே, கணவன் இறந்த பிறகு வாரிசுரிமையின்படி கிடைக்கும் கைம்பெண் சொத்துகளையும் நிர்வகிப்பதற்குப் போதுமான உரிமைகளைக் கொண்டிருக்க வேண்டும் என்பதே இந்த விஷயத்தில் தெரிவுக் குழுவின் முடிவாக இருந்தது. ஒரு பெண் தன்னுடைய சொத்துகளின் மீது முழுமையான உடைமை உரிமையைக் கொண்டிருக்க வேண்டும் என்று தெரிவுக் குழு முடிவெடுத்ததற்கு இதுவே காரணம்.

இது எவ்வளவு சுருக்கமாக இருந்தாலும் இந்துச் சட்டத் தொகுப்பு மசோதா குறித்த முழுமையான தகவல்களை உங்களுக்குத் தர முயன்றுள்ளேன். காரணம் என்னவென்றால், சிலர் இப்போதும்கூடத் தங்கள் மனத்தில் தவறான புரிதல்களைச் சுமந்துகொண்டிருக்கிறார்கள்; இன்னும் சிலரோ சர்ச்சைக்குரிய இந்த மசோதாவில் என்ன இருந்தது என்று தெரியாமலே இருக்கிறார்கள். தவறான புரிதல்கள் களையப்பட வேண்டும் என்பதற்காகவும், பொதுமக்களின் முன்பாக உண்மைகள் வைக்கப்பட வேண்டும் என்பதற்காகவும் எல்லா அம்சங்களையும் தகவல்களையும் ஆதாரங்களுடன் இங்கே முன்வைக்க முயன்றிருக்கிறேன். ஆமாம், தெள்ளத்தெளிவாக இந்த ஒட்டுமொத்த வரலாற்றுக்கும் நான் சாட்சியாக இருந்தேன்.

## தன்னலமற்ற டாக்டர் அம்பேத்கர்

பட்டியல் சாதிகள் கூட்டமைப்பின் தலைவராக சாஹேப் இருந்தபோதும் நேரு அமைச்சரவையில் சட்ட அமைச்சராகச் சேர்ந்தார். சுதந்திர இந்தியாவின் மறுகட்டமைப்பில் பங்காற்றும் கடமையுணர்வே இதற்கான முக்கியமான காரணம். இன்னொரு

மெச்சத்தக்க நோக்கம் என்னவென்றால், நாட்டின் எதிர்கால அரசமைப்பில் லட்சக்கணக்கான தீண்டப்படாத சகோதரர்களுக்கு உரிமைகளை வழங்குவதற்கும், அவர்களுக்கான அரசமைப்புப் பாதுகாப்பை உறுதிப்படுத்துவதற்கான முயற்சியை மேற்கொள்வதற்கும்தான். ஆக, அவர் அமைச்சரவையில் உறுப்பினராக இருந்தாலும்கூட, தேவைப்பட்டால் காங்கிரஸிடம் ஆக்கபூர்வமான விமர்சனங்களை முன்வைக்க அவர் ஒருபோதும் தயங்கியதில்லை. அவருக்கு அதிகார ஆசை இருந்ததே இல்லை. விளைவாக, அவர் ஒருபோதும் தன்னை நிராதரவானவராக உணர்ந்ததில்லை. இது தொடர்பான இரண்டு உதாரணங்களை இங்கே தர வேண்டும் என்ற என்னுடைய ஆர்வத்தைக் கட்டுப்படுத்த முடியவில்லை.

முதல் உதாரணம், 1948-இல் லக்னோவில் அவர் ஆற்றிய சொற்பொழிவு. லக்னோவில் நடைபெற்ற கூட்டத்தில் பட்டியல் சாதிகள் கூட்டமைப்புத் தொழிலாளர்களுக்கு ஆலோசனை வழங்கும்போது அவர் இப்படிச் சொன்னார்:

'நான் மத்திய அரசில்தான் சேர்ந்திருக்கிறேனே தவிர காங்கிரஸ் கட்சியில் அல்ல. பற்றியெரியும் வீடு காங்கிரஸ் கட்சி. அது புகைந்துகொண்டிருக்கிறது. ஓரிரு வருடங்களில் கட்சி அழிந்துபோனாலும் ஆச்சரியப்படுவதற்கில்லை.

அரசியல் அதிகாரம் ஒரு சமூகம் முன்னேறுவதற்கான மிக முக்கியமான கருவியாகும். எனவே, தலித் சமூகத்தில் எல்லோரும் ஒன்றிணைந்து ஒரு கூட்டணியை உருவாக்கி அரசியல் அதிகாரத்தைக் கைப்பற்ற வேண்டும்.'

இந்த உரையைச் செய்தித்தாள்களில் வாசித்த காங்கிரஸ் தலைவர்கள் எரிச்சலடைந்தது இயல்பானதுதான். பண்டித நேருவும் தன்னுடைய தனிப்பட்ட வருத்தத்தை வெளிப்படுத்தியதோடு, காங்கிரஸ் கட்சியை விமர்சித்ததன் வழியாக அமைச்சகம்சார் கூட்டுப் பொறுப்புக் கொள்கையை அவர் மீறியிருப்பதாகவும் கேள்விகள் எழுப்பி சாஹேபுக்கு எழுதினார். இந்த உரையால் மிகவும் எரிச்சலடைந்திருந்த நேரு தன்னுடைய அதிருப்தியை சர்தார் படேலிடமும் வெளிப்படுத்தினார். சர்தார் படேலுக்கு நகல் வைத்து நேருவுக்கு டாக்டர் சாஹேப் ஒரு விரிவான கடிதம் எழுதினார்.

டாக்டர் சாஹேப் அந்த உரையின் உட்பொருளை விளக்கி ஒரு துண்டுப்பிரசுரத்தை வெளியிட்டு, நேருவுக்கு எழுதியதாவது:

'புகாரளிக்கப்பட்ட அத்தகைய பேச்சு, நீங்கள் உங்களுடைய கடிதத்தில் குறிப்பிட்டதைப் போன்ற அபிப்ராயத்தைப் பொதுமக்கள் மனத்தில் உருவாக்கக்கூடும் என்பதை நான் ஒப்புக்கொள்கிறேன். ஆனால், நான் வெளியிட்டுள்ள அறிக்கை அத்தகைய விளைவுகளை நீக்கிவிடும் என்று நம்புகிறேன். இருந்தாலும், என்னுடைய பேச்சு உங்களைச் சங்கடப்படுத்தியிருப்பதாக இப்போதும் நீங்கள் உணரும் பட்சத்தில் — காங்கிரஸ் கட்சியோடு இணைத்துப் பார்க்கும்போது சமாதானம் சொல்ல முடியாத நிலைக்கு நீங்கள் தள்ளப்பட்டிருப்பீர்கள் — இந்திய அரசின் சட்ட அமைச்சர் பதவியிலிருந்து நான் விலகிவிடுவதே உங்களைச் சங்கடத்திலிருந்து விடுவிப்பதற்கான சரியான தீர்வாகக் கருதுகிறேன். என்னைப் பொறுத்தவரை, அரசியல் என்பது விளையாட்டாக இருந்ததில்லை; அது ஒரு லட்சியம் என்பதை நீங்கள் அறிந்திருக்கக்கூடும். நான் என்னுடைய வாழ்நாள் முழுவதையும், எனக்குக் கிடைத்த தனிப்பட்ட நல்வாய்ப்புகள் எல்லாவற்றையும் பட்டியல் சாதியினரின் முன்னேற்றத்துக்கு உதவுவதற்காகத் தியாகம் புரிந்திருக்கிறேன். உங்களுடைய அமைச்சரவையில் சேர்ந்துகொள்வதற்கான தங்கள் அழைப்புக்காக நான் நன்றியுள்ளவனாவேன். அதே நேரத்தில், அந்த அழைப்பை ஏற்றுக்கொண்டது சில வரம்புகளுக்கு உள்பட்டது என்ற தன்னுணர்வும் எனக்கு இருந்தது. ஆனால், என்னதான் வரம்புகளை ஏற்றிருந்தாலும், என்னுடைய மக்களுக்கு அவர்கள் பின்பற்ற வேண்டிய சிறந்த வழி என்ன என்பதைக் கூறும் என்னுடைய உரிமையை நான் அடகுவைக்க முடியாது.'

இரண்டாவது உதாரணம், பட்டியல் சாதிகள் கூட்டமைப்பின் தொழிலாளர்கள் சிலரை மத்திய மாகாண அரசு அநியாயமாகக் கைதுசெய்தது. இது தொடர்பாக, நாக்பூரைச் சேர்ந்த ரேவாராம் கவாடேவுக்கு சாஹேப் கடிதம் எழுதினார்:

'நம்முடைய தொழிலாளர்களை சி.பி. அரசாங்கம் கைதுசெய்தது குறித்துக் கேள்விப்பட்டேன். அவர்களுடைய

செயல் என்னை மிகுந்த கோபத்துக்கு உள்ளாக்கியது. இதை நாம் பொறுத்துக்கொள்ளவே கூடாது. நம் கூட்டமைப்பு செத்துப்போகவில்லை, அது காங்கிரஸுக்குக் கட்டுப்பட்டதும் இல்லை. காங்கிரஸ் அரசாங்கத்தில் நான் சேர்ந்திருக்கிறேன் என்பதற்காக நான் காங்கிரஸில் சேர்ந்துவிட்டேன் என்று அர்த்தம் அல்ல. எனவே, சி.பி. அரசாங்கத்தின் நடவடிக்கைக்கு எதிர்ப்பு தெரிவிக்க நீங்கள் தயங்கக் கூடாது.'

இப்படியாக, சட்ட அமைச்சர் பதவியிலிருந்து விலகியது அவருடைய குணாம்சத்துக்கு முற்றிலும் பொருந்திப்போவதாகவே இருந்தது.

## சட்ட அமைச்சர் பதவியிலிருந்து விலகல்

மக்களவையின் கடைசிக் கூட்டத்தொடர் முடிவடைவதற்கு முன்பாக இந்துச் சட்டத் தொகுப்பு மசோதாவை நிறைவேற்ற முடியும் என்ற விடாப்பிடியான நம்பிக்கையில்தான் அமைச்சரவையில் டாக்டர் சாஹேப் நீடித்துவந்தார். நாங்கள் விவாதிக்கும்போது அவர் எப்போதும் சொல்வார்: "இருக்கையிலிருந்து மநுவை அகற்றிவிட வேண்டும், கேடு விளைவிக்கும் அவனுடைய சட்டங்களோடு சேர்த்து. இந்துச் சட்டத் தொகுப்பு மசோதா எனக்கு ஓர் உயிரோட்டமான, துடிப்புமிக்க குறிக்கோள். என்னைப் பொறுத்தவரை, அரசமைப்பைப் போலவே சமத்துவத்தை நிலைநாட்டுவதும் முக்கியமானது என்று நான் நம்புகிறேன்." எனவே, மசோதா ஒதுக்கிவைக்கப்பட்டதும் அமைச்சரவையில் தொடர அவருக்கு ஆர்வம் இல்லாமலாயிற்று. அதனால், 27 செப்டம்பர் 1951 அன்று தன்னுடைய பதவிவிலகல் கடிதத்தைச் சமர்ப்பித்தார்.

சாஹேப் தன்னுடைய பதவிவிலகலுக்குக் கூறிய ஐந்து காரணங்கள்:

1. சட்ட அமைச்சர் பொறுப்பை டாக்டர் அம்பேத்கரிடம் ஒப்படைத்தபோது திட்டத் துறையும் அவருக்கு வழங்கப்படும் என்று பிரதமர் உறுதியளித்திருந்தார். திட்டத் துறை அவருக்கு

வழங்கப்படவில்லை என்பது மட்டுமல்ல; அமைச்சரவையின் எந்த நிர்வாகக் குழுவிலும் அவர் நியமிக்கப்படவில்லை.

2. தீண்டப்படாதவர்கள் தொடர்பான பிரச்சினைகளில் அரசாங்கம் அலட்சியத்தோடு இருந்ததோடு, அவற்றுக்கு எப்போதும் இரண்டாம் நிலை அந்தஸ்தே வழங்கப்பட்டது.

3. காஷ்மீர் தொடர்பாகப் பிரதமர் நேரு கொண்டிருக்கும் கொள்கை தவறானது. (காஷ்மீரை இந்தியாவிலேயே வைத்திருப்பதற்காக ராணுவத்துக்கென அரசாங்கம் செய்யும் மிகப் பெரும் செலவை நாட்டின் வளர்ச்சிக்காக முதலீடு செய்யலாம் என்பதே சாஹேபின் எண்ணம். இந்துக்களும் பௌத்தர்களும் பெரும்பான்மையாக வாழும் பகுதி இந்தியாவுக்கும், முஸ்லிம்கள் பெரும்பான்மையாக வாழும் பகுதி பாகிஸ்தானுக்கும் என காஷ்மீர் பிரிக்கப்பட வேண்டும். இப்படிப் பிரித்துவிட்டோம் என்றால், ராணுவத்துக்காகச் செய்யப்படும் மிகப் பெரும் செலவினம் மிச்சப்படுத்தப்படுவதோடு, எதிர்காலத்தில் காஷ்மீர் விவகாரத்தில் ஏற்படும் மோதல்களையும் தவிர்க்கலாம். நட்புறவும் ஏற்படும்.)

4. பிரதமர் நேருவின் தவறான வெளியுறவுக் கொள்கை காரணமாக நட்பு நாடுகளைவிட எதிரி நாடுகளையே இந்தியா அதிகம் சந்திக்க நேரிடும்.

5. கருத்து முரண்பாட்டுக்கான ஐந்தாவது காரணம், இந்துச் சட்டத் தொகுப்பு மசோதா. பண்டித நேரு இந்த மசோதாவை நிறைவேற்றுவது தொடர்பாக உரத்த அறிவிப்புகளை வெளியிட்டார். ஆனால், தன்னுடைய வார்த்தையின்படி அவர் நடக்கவில்லை. மசோதாவை நிறைவேற்றுவதற்கான முனைப்பையும் உறுதியையும் அவர் காட்டவே இல்லை.

அந்த நேரத்தில், டாக்டர் அம்பேத்கர் தன்னுடைய உடல்நலக்குறைவு காரணமாகவே பதவிவிலகினார் என்று காங்கிரஸ் வட்டாரங்களில் ஒரு வசதியான வதந்தி பரவத் தொடங்கியது. இந்தக் குற்றச்சாட்டுக்குப் பதிலளிக்கும் விதமாக இப்படிச் சொன்னார்:

"உடல்நலக்குறைவு காரணமாகத் தன்னுடைய கடமையைக் கைவிடுபவர்களில் கடைசி நபராகவே நான் இருப்பேன்."[45]

## பட்டியல் சாதிகள் கூட்டமைப்பு மீதான கவனக்குவிப்பு

1952-இல் முதல் பொதுத் தேர்தலுக்கான காற்று வீசத் தொடங்கியது. அப்போது இருந்த முக்கியமான கட்சிகள் காங்கிரஸ், கம்யூனிஸ்ட்டுகள், சோஷலிஸ்ட்டுகள், இந்து மகாசபை, ஜனசங்கம், பகுஜன் சமாஜ்வாதி, சேத்கரி காம்கார் பக்ஷ, எங்களுடைய பட்டியல் சாதிகள் கூட்டமைப்பு, இன்னும் சில கட்சிகள். விரைவில் வரவுள்ள தேர்தலைக் கருத்தில்கொண்டு கட்சிக் கூட்டணிக்கான தேடல் தொடங்கியிருந்தது. இதற்காக எங்களுடைய கட்சி அமைப்பில் கவனம் செலுத்த முடிவெடுத்திருந்தோம். பம்பாய் பிரதேச காங்கிரஸ் குழுவின் தலைவர் எஸ்.கே. பாட்டீல், அரசியல் கூட்டணிக்கான வாய்ப்புகள் குறித்து விவாதிக்க சாஹேபுக்கு எழுதியிருந்தார். சாஹேப் அந்தச் சமயத்தில் சட்ட அமைச்சராக இருந்தார். அதனால்தான், பம்பாய் காங்கிரஸ் மேலிடமான சதோபா பாட்டீலும் மற்றவர்களும் பட்டியல் சாதிகள் கூட்டமைப்புடன் கூட்டணி வைக்கலாம் என்று நினைத்தனர். ஆனால், சாஹேப் பதவிவிலகிய பிறகு எந்த முன்னேற்றமும் ஏற்படவில்லை. இந்து மகாசபையும் ஜனசங்கமும் வகுப்புவாதக் கட்சிகள் என்பதால் அவர்களைப் பற்றிய பேச்சுக்கே இடமில்லை. கம்யூனிஸ்ட்டுகளுடன் ஒத்துழைக்கும் பேச்சுக்கும் இடமில்லை. இறுதியாக, தேர்தல்களுக்காக மட்டும் என்ற எண்ணத்தில் சோஷலிஸக் கட்சியுடன் கூட்டணிவைக்க சாஹேப் முடிவெடுத்தார். அதேபோல, கேசவ்ராவ் ஜேதேவுக்கும், சேத்கரி காம்கார் பக்ஷச் சேர்ந்த இன்ன பிறருக்கும் ஆதரவு தருவதாக அறிவிக்கப்பட்டது.

கலந்தாலோசனைக்குப் பிறகு சாஹேப் தானே பட்டியல் சாதிகள் கூட்டமைப்புக்கான அறிக்கையை இரவும்பகலுமாகக் கூர்ந்து ஆராய்ந்து உருவாக்கினார். அறிக்கையின் நகல்கள் டெல்லியில் அச்சிடப்பட்டன. எங்களுடைய இயக்கத்தின் கோணத்திலிருந்து

பார்த்தால், இந்த அறிக்கை அசாதாரண முக்கியத்துவம் வாய்ந்ததாகும்.

## எங்களின் பஞ்சாப் தேர்தல் பயணம்

டாக்டர் சாஹேப் எதிர்வரும் பொதுத் தேர்தலைக் கருத்தில் கொண்டு பஞ்சாப் மாகாணத்தில் சுற்றுப்பயணம் மேற்கொண்டு நம்முடைய மக்களுக்கு ஆலோசனை வழங்க வேண்டும் என்று பஞ்சாப் பட்டியல் சாதிகள் கூட்டமைப்பின் நிர்வாகிகள் வலியுறுத்திவந்தனர். உண்மையில், சாஹேபின் உடல்நிலை மோசமாக இருந்தது. சாஹேபின் உடல்நிலை நாளுக்கு நாள் மோசமடைந்துவருவதையும், நீண்ட சுற்றுப்பயணமும் பெருங்கூட்டத்துக்கு மத்தியில் உரையாற்றுவதும் அவருக்கு மிகுந்த அழுத்தத்தை உண்டாக்கும் என்பதையும் நிர்வாகிகளுக்கு விளக்க முயன்றேன். ஆனால், அவர்கள் அசைந்துகொடுப்பதாய் இல்லை. அவருடைய சுற்றுப்பயணம் குறித்த செய்தி பஞ்சாபில் உற்சாக அலையை ஏற்படுத்தியிருப்பதாகவும், இப்போது அவர் போகவில்லை என்றால் அங்கே மக்களிடையே பெரும் ஏமாற்றம் ஏற்படும் என்றும் சொன்னார்கள். எனவே, சாஹேப் ஒப்புதல் தர வேண்டியிருந்தது. சுற்றுப்பயணத்துக்கான திட்டத்தைத் தயாரிக்குமாறு சொன்னார்.

திட்டமிட்ட நிகழ்ச்சிநிரலின்படி, 27 அக்டோபர் 1951 அன்று ஜாலந்தர் மற்றும் ராம்தாஸ்பூர், 28 அன்று லுதியானா, 29 அன்று பட்டியாலா என்று சூறாவளிப் பயணம் மேற்கொண்டோம். எல்லா இடங்களிலும் மிகுந்த உற்சாகத்துடன் மக்கள் எங்களை வரவேற்றனர். தங்களுடைய ஆரவாரத்தால் வானத்தைக் கீழே இழுத்துவரும் ஆயிரக்கணக்கான லட்சக்கணக்கான மக்கள் இந்தக் கூட்டங்களில் கலந்துகொண்டனர்.

பட்டியல் சாதிகள் கூட்டமைப்பின் குறிக்கோள்கள் குறித்தும் கொள்கைகள் குறித்தும் அவர்களிடம் சாஹேப் பேசினார். கட்சி வேட்பாளர்களை அதிக வாக்கு வித்தியாசத்தில் வெற்றிபெறவைப்பது எப்படி ஒட்டுமொத்த தலித் சமூகத்தின் நலனுடனும் நெருங்கிய தொடர்புடையது என்பதை அவர்களுக்கு விளக்கிச்சொன்னார். பட்டியல் சாதிகள் கூட்டமைப்பின்

சின்னத்தில் தங்கள் முத்திரையைப் பதித்து, கூட்டமைப்பின் வேட்பாளரை வெற்றிபெறவைக்குமாறு அறிவுறுத்தினார். நானும் சில இடங்களில் ஆலோசனை வழங்கினேன். பஞ்சாப் பயணத்தை முடித்துக்கொண்டு நாங்கள் டெல்லி திரும்பினோம்.

## சோஷலிஸ்ட்டுகளுடனான கலந்துரையாடல்

நாங்கள் எங்களுடைய பஞ்சாப் சுற்றுப்பயணத்திலிருந்து திரும்பிய பிறகு, பம்பாய் மாநில சோஷலிஸக் கட்சித் தலைவர் ஹாரிஸ்[46] தன்னுடைய சகாக்களான எஸ்.எம். ஜோஷி, எம்.வி. தோந்தே ஆகியோருடன் 31 அக்டோபர் 1951 அன்று, தேர்தல் கூட்டணி விவகாரம் குறித்து விவாதிக்க எங்கள் பங்களாவுக்கு வந்தார். அந்த அமர்வில் நானும் இருந்தேன்.

சோஷலிஸத் தலைவர் ஜெயப்பிரகாஷ் நாராயணனுடனான நீண்ட விவாதம் முடிந்து சில நாள்களுக்குப் பிறகு, தேர்தல் கூட்டணிக்கு சாஹேப் ஒப்புக்கொண்டார். ஜெயப்பிரகாஷ் நாராயணனுடனான உரையாடல் ஒன்றரையிலிருந்து இரண்டு மணிநேரம்வரை நீண்டது.

## பம்பாயில் மாபெரும் பாராட்டு விழா

சாஹேப் தன்னுடைய சட்ட அமைச்சர் பதவியிலிருந்து விலகிய பிறகு முதன்முறையாக நாங்கள் பம்பாய் செல்கிறோம். 18 நவம்பர் 1951 ஞாயிற்றுக்கிழமை அன்று போரி பந்தர் ரயில் நிலையத்தில் இறங்கினோம். சாஹேபுக்கு அண்மையில்தான் கண் அறுவை சிகிச்சை நடந்திருந்தது. போரி பந்தர் ரயில் நிலையத்தில் எங்களை வரவேற்பதற்காகத் தோரணவாயில்கள் அமைக்கப்பட்டிருந்தன. பட்டியல் சாதிகள் கூட்டமைப்பும் சோஷலிஸக் கட்சியும் இணைந்து எங்களை வரவேற்கும் நிகழ்ச்சியை ஏற்பாடு செய்திருந்தன. பஞ்சாப் மெயிலில் நாங்கள் பம்பாய்க்குப் பயணித்திருந்தோம். போரி பந்தர் நிலையத்துக்குள் ரயில் நுழைந்தவுடன், ‘டாக்டர் அம்பேத்கர் ஜிந்தாபாத்’ [டாக்டர் அம்பேத்கர் வாழ்க], ‘டாக்டர்

அம்பேத்கர் கி ஜெய்' [டாக்டர் அம்பேத்கர் வெல்க] என்று முழக்கமிட்டபடி திரண்டுநின்ற பிரம்மாண்டக் கூட்டம் ஆர்ப்பரித்தது. எங்களுடைய ரயில்பெட்டிக்கு முதலில் வந்தவர் சோஷலிஸக் கட்சித் தலைவர் அசோக் மேத்தா. அவர் சாஹேபுடன் கைகுலுக்கிவிட்டு, எங்களை இறங்குமாறு கேட்டுக்கொண்டார். ராவ் பகதூர் எஸ்.கே. போலே, முகுந்த்ராவ் அம்பேத்கர், சித்தார்த் கல்லூரியின் முதல்வர் கர்ணிக், முதல்வர் பாதன்கர், என்னுடைய தம்பி பாலு கபீர், பட்டியல் சாதிகள் கூட்டமைப்பின் தலைவர்கள், சமாஜ்வாதி கட்சித் தலைவர்கள், இவர்களுடன் ஆயிரக்கணக்கான தொண்டர்களும் வந்திருந்தனர். 8 மற்றும் 9-ஆவது நடைமேடைக்கு இடையே சிறிய வரவேற்பு நிகழ்ச்சிக்கு ஏற்பாடாகியிருந்தது. பல்வேறு தாலுகா கிளைகள் சார்பாகவும், வெவ்வேறு அமைப்புகள் சார்பாகவும் எங்களுக்கு மலர் மாலைகள் வழங்கப்பட்டன.

இது மிகவும் சிறிய விழா என்பதால் எங்கள் இருவருக்கு மட்டுமே நாற்காலிகள் போடப்பட்டிருந்தன. ராவ்பகதூர் எஸ்.கே. போலே ஆரம்பத்திலிருந்தே சாஹேபின் மூத்த சகா. கூட்டம் நடைபெறும் இடத்தில் இரண்டு நாற்காலிகளுக்கான ஏற்பாடுகள் மட்டுமே செய்யப்பட்டிருந்ததால், சாஹேப் தன்னுடைய எண்பத்தைந்து வயது மூத்த சகாவான ராவ் பகதூர் போலேவை அழைத்து, தன்னுடைய மடியில் உட்கார வைத்தார். இந்த நிகழ்வால் சாஹேப், போலே, நான் மூவரும் வெடித்துச் சிரித்தோம். சுற்றியிருந்த கூட்டமும் அடக்க மாட்டாமல் சிரித்தது. இந்த அரிய தருணத்தை அங்கேயிருந்த புகைப்பட நிருபர்கள் தங்கள் புகைப்படக் கருவிகளில் கச்சிதமாகப் படம்பிடித்தார்கள். வேடிக்கையான இந்த நிகழ்வு குறித்த விவரங்களுடன் அடுத்த நாள் எல்லா நாளிதழ்களும் இந்தப் படத்தை வெளியிட்டன. (இந்தப் படத்தை இந்தப் புத்தகத்தில் இணைத்திருக்கிறேன்.)

## பம்பாய் மாகாண

## எஸ்.சி.எஃப். நடத்திய பாராட்டு விழா

22 நவம்பர் 1951 அன்று மாலை பம்பாய் பரேலிலுள்ள போய்வாடா மைதானத்தில் ஆர்.ஜி. கராத் தலைமையில் எங்களை வரவேற்க பம்பாய் மாகாணப் பட்டியல் சாதிகள் கூட்டமைப்பு மாபெரும் நிகழ்ச்சியை ஏற்பாடு செய்திருந்தது.

சாஹேபுக்கும் எனக்கும் ஜே.ஜி. பாத்தங்கர் மாலை அணிவித்ததோடு கூட்டம் தொடங்கியது. சாஹேபுக்குப் பணமுடிப்பும் வழங்கப்பட்டது. காங்கிரஸின் குறிக்கோள்களையும் கொள்கைகளையும் சாஹேப் கடுமையாகச் சாடினார். தலித்துகள் வெறும் 8 சதவீதம்தான் என்பதால், மற்றவர்களின் உதவி இல்லாமல் தேர்தலில் போட்டியிட முடியாது என்றார் சாஹேப். அதுதான் சோஷலிஸக் கட்சியுடனான தேர்தல் கூட்டணிக்குக் காரணமாக அமைந்தது. ஆனால், தலித்துகளுக்கு இழைக்கப்பட்ட அநீதிகளையும் அடக்குமுறைகளையும் அகற்றுவதில் பட்டியல் சாதிகள் கூட்டமைப்பு தன்னுடைய பணியைச் சுதந்திரமாகத் தொடரும்.

சம்தா சைனிக் தள்[47]த்தைப் [சமத்துவத்துக்கான படைவீரர்கள்] பாராட்டிய அவர், வரவிருக்கும் தேர்தல்களில் அவர்களின் உதவி மிகுந்த முக்கியத்துவம் கொண்டதாக இருக்கும் என்று நம்பிக்கை தெரிவித்தார். இறுதியாக, பட்டியல் சாதிகள் கூட்டமைப்பு மற்றும் சமாஜ்வாதி கட்சி வேட்பாளர்களுக்கு வாக்களிக்க வேண்டும் என்று தன்னுடைய தொண்டர்களுக்கு அவர் உருக்கமான வேண்டுகோள் விடுத்தார்.

பம்பாயை வந்தடைந்த பிறகு நாங்கள் எங்கள் பிரச்சாரக் கூட்டங்களைத் தொடங்கினோம். சௌபதியில் முதல் கூட்டம் நடைபெற்றது. இரண்டாம் கூட்டத்தை, பட்டியல் சாதிகள் கூட்டமைப்பும் சோஷலிஸக் கட்சியும் இணைந்து கூட்டாக ஏற்பாடு செய்திருந்தன. பிராமணேதர் [பிராணமரல்லாத] கட்சியைச் சேர்ந்த ஷங்கர்ராவ் மோரே இந்தக் கூட்டத்துக்கு வந்திருந்தார். பின்னர், நரே பூங்காவில் ஒரு பிரம்மாண்டக் கூட்டம் நடந்தது. 25 நவம்பர் 1951 அன்று தாதரிலுள்ள சிவாஜி பூங்காவில் நடந்த கூட்டத்தில், சோஷலிஸக்

கட்சியுடனும் தன்னைப் போன்றவர்களுடனும் பிரதமர் நேரு கைகோக்க வேண்டும் என்று சாஹேப் பொதுவில் பகிரங்கமாக அறிவுறுத்தினார். 3,00,000-க்கும் மேற்பட்ட மக்கள் கலந்துகொண்ட அந்த சிவாஜி பூங்கா கூட்டத்தை, பட்டியல் சாதிகள் கூட்டமைப்பும் சோஷலிஸக் கட்சியும் இணைந்து ஏற்பாடு செய்திருந்தன.

## 1952 முதல் பொதுத் தேர்தல்

மக்களவைக்கும் சட்டமன்றங்களுக்குமான முதல் பொதுத் தேர்தல் 1952 ஜனவரியில் நடந்தது. வடக்கு பம்பாயின் மக்களவைத் தனித் தொகுதியில் டாக்டர் சாஹேப் போட்டியிட்டார். காங்கிரஸ் அதை மதிப்புமிக்க தொகுதியாகக் குறிப்பிட்டு, ஆயத்த பணிகளில் இறங்கியது. பிரதமர் நேருவே அந்தத் தொகுதியில் நேரடியாகக் கண் வைத்திருந்தார். எஸ்.கே. பாட்டீலும் கம்யூனிஸ்ட் கட்சியைச் சேர்ந்த டாங்கேவும் ஓர் உடன்பாட்டுக்கு வந்திருந்தனர். அப்போது நாங்கள் கேள்விப்பட்டது என்னவென்றால், தேவையான எல்லாவற்றையும் செய்துகொள்ளலாம் என்றும், சூழலுக்கு என்ன உத்தி தேவைப்படுகிறோ அதையெல்லாம் பயன்படுத்தலாம் என்றும் நேரு, எஸ்.கே. பாட்டீல், டாங்கே மூவரும் முடிவெடுத்திருந்தனர். மேலும், டாக்டர் அம்பேத்கர் வெற்றிபெற்றுவிடவே கூடாது என்பதில் அவர்கள் திடமாக இருந்தனர். இந்த இலக்கை மனத்தில் வைத்து பாட்டீலும் டாங்கேவும் தங்கள் படைகளை ஒருங்கிணைத்தனர். அது தனித் தொகுதி என்பதால் காங்கிரஸ் அங்கே ஒரு தலித் வேட்பாளரை நிறுத்த வேண்டியிருந்தது. மஹரல்லாத சமூகத்தினர், குறிப்பாக சமார் சமூகத்தைச் சேர்ந்தவர்கள் ஆதரிப்பார்கள் என்று காங்கிரஸ் நம்பியது. எனவே, சமார்களைத் தவிர வேறு பொருத்தமான வேட்பாளரைக் கண்டுபிடிப்பது காங்கிரஸுக்கு இயலாத காரியமாக இருந்தது. டாக்டர் அம்பேத்கருக்கு எதிராக நிறுத்த சமார் சமூகத்தைச் சேர்ந்த நாராயணராவ் காஜ்ரோல்கர் என்பவரை காங்கிரஸ் கண்டுபிடித்தது.

தேர்தல் போரின் புழுதியும் புகையும் கிளம்பியிருந்த சமயத்தில் நாங்கள் டெல்லியில் வசித்துவந்தோம். சாஹேப்

தன்னை பம்பாயில் இருத்திக்கொள்வதற்கு வாய்க்கவில்லை. நாடு முழுவதும் நடைபெறும் தேர்தல் கூட்டங்களில் அவர் பேச வேண்டியிருந்தது. அவருடைய உடல்நிலையோ மோசமாகிக்கொண்டே இருந்தது. போதாததற்கு, தேர்தல் கூட்டங்களும் அதோடு தொடர்புடைய பயணங்களும் அவரை மேலும் மோசமாக்கின.

## அரசமைப்பை உருவாக்கியவரின் தோல்வி

இந்தத் தேர்தலுக்காக காங்கிரஸ் தன்னுடைய செல்வாக்கைப் பணயம்வைத்தது. எஸ்.கே. பாட்டீலும் டாங்கேவும் தங்கள் மூட்டையில் வைத்திருந்த எல்லாத் தந்திரங்களையும் கையாண்டார்கள். ஆக, என்ன நடந்தது என்பது தவிர்க்கவே முடியாதது — அரசமைப்பை உருவாக்கிய டாக்டர் அம்பேத்கர் தோற்கடிக்கப்பட்டார். சாஹேபுக்கு அது உளவியல்ரீதியான பேரிடி. காஜ்ரோல்கர் போன்ற முக்கியத்துவமற்ற, சாதாரண பலமோ திறமையோகூட இல்லாத ஒரு நபரால் இந்தியாவின் அரசமைப்பை உருவாக்கியவரைத் தோற்கடிக்க முடிந்தது. சாஹேப் 1,23,576 வாக்குகள் பெற்றிருந்த நிலையில், காஜ்ரோல்கர் 1,37,950 வாக்குகள் பெற்றார். இப்படியாக, இறுதியில் காங்கிரஸ் வென்றது.

மிகப் பெரும் புலமைக்கோ தகுதிக்கோ திறமைக்கோ காங்கிரஸில் இடமில்லை என்பது நிரூபிக்கப்பட்டது. சாஹேப் இந்தத் தேர்தலில் வெற்றிபெறுவது என்று மட்டுமில்லாமல் எதிர்கால அமைச்சரவையிலும் அவர் ஓர் அங்கமாக இருப்பார் என்று நாங்கள் மிக உறுதியாக நம்பினோம். சாஹேபும்கூட உறுதியாக நம்பினார்; நாட்டின் ஒளிமயமான எதிர்காலத்துக்காக சாஹேபின் அறிவாற்றலையும் அனுபவத்தையும் பயன்படுத்திக்கொள்ள நேருவை நிர்ப்பந்திக்கலாம் என்று நம்பினார். அதே நேரத்தில், காங்கிரஸின் சூழ்ச்சிதான் இந்தியாவின் அரசமைப்பை உருவாக்கியவருக்குத் தோல்வியைத் தந்தது. டாங்கே போன்ற ஒரு சாரஸ்வத் கம்யூனிஸ்ட்டும் இதில் பங்காற்றினார். தலித்துகளின் வறுமையும் அறியாமையும்கூட இங்கே பங்காற்றியுள்ளன. தேர்தல் முடிவுகள் அறிவிக்கப்பட்டபோது

நாங்கள் டெல்லியில் இருந்தோம். தேர்தல்களில் ஏற்பட்ட இந்த விரும்பத்தகாத தோல்வி ஏற்கெனவே பலவீனமடைந்திருந்த அவருடைய உடல்நலத்தில் மிக மோசமான விளைவுகளை ஏற்படுத்தியது. என்னிடம் இருந்த பெரிய கேள்வி: அடுத்து என்ன செய்வது? அவரை நான் அப்படியொரு அக்கறையோடு கவனித்துக்கொண்டேன், பலவீனமான பொக்கிஷம்போல் அவரைப் பாதுகாத்தேன், அவர் வாழவும் போராடவுமான ஆசைக்குப் புத்துயிர் கொடுத்தேன்; இப்போது இந்தத் தோல்வி எல்லாவற்றையும் பழைய நிலைக்குத் தள்ளிவிட்டது. சலிப்பு, ஏமாற்றம், மனச்சோர்வு, இயலாமை மீண்டும் திரும்பிவிட்டன. அவர் விரக்தியடையத் தொடங்கினார். திரிபிடகத்திலிருந்து [புனித பௌத்த சாஸ்திரங்களிலிருந்து] சில பகுதிகளை நான் அவருக்கு வாசித்துக்காட்டுவேன். அவரைத் தூங்கவைப்பதற்காக சுத்தபிடகத்தை [புத்தரின் போதனைகள்] ஓதுவேன்.

## காஜ்ரோல்கரின் வஞ்சகம்

சாஹேபை எதிர்த்துநிற்குமாறு முதலில் புவாஜி சோங்கான்கரை காங்கிரஸ் கேட்டுக்கொண்டது. ஆனால், டாக்டர் அம்பேத்கருக்கு எதிராக நிற்பதற்கான அழைப்பை அவர் பணிவுடன் நிராகரித்தார். அப்போதுதான் அந்த இடத்தை எடுத்துக்கொள்ளுமாறு காஜ்ரோல்கரிடம் கூறப்பட்டது.

தன்னுடைய பேட்டிகள், கூட்டங்கள், உரைகளில் காஜ்ரோல்கர் எப்போதும், "டாக்டர் அம்பேத்கரை நான் என்னுடைய கடவுளாகக் கருதுகிறேன்" என்பார். நான் சொல்லவருவது என்னவென்றால், அவர் உண்மையிலேயே அம்பேத்கரைத் தன்னுடைய கடவுளாகக் கருதியிருந்தால், தன்னுடைய கடவுளுக்கு எதிராக நிற்பதற்குப் பதிலாக, சோங்கான்கர் செய்ததைப் போல அந்த வாய்ப்பை அவர் நிராகரித்திருக்கலாம். ஆனால், காங்கிரஸ் உலகில் குடிகொண்டிருப்பவர் காஜ்ரோல்கர். அந்த வாய்ப்பைத் தள்ளிவிட்டுவிட்டு அதிகாரத்தையும் தன்னலத்தையும் விட்டுவிட்டு அவரால் எப்படிச் சென்றிருக்க முடியும்? அவர் தன்னுடைய கடவுளைத் தள்ளிவைத்துவிட்டு, கட்சியின் கட்டளைக்கு முன்னுரிமை தந்தார். இதில் எழக்கூடிய

கேள்வி இதுதான்: கடவுள் பெரியதா அல்லது கட்சியின் கட்டளை பெரியதா? இந்த மனிதர் சொன்னதற்கும் அவர் செயல்பட்டதற்கும் ஏதாவது தொடர்பு இருக்கிறதா?

அரசமைப்பு அவைக்கு டாக்டர் அம்பேத்கர் தேர்ந்தெடுக்கப்படுவதில் தனக்கு முக்கியமான பங்கிருக்கிறது என்று காஜ்ரோல்கர் நிறுவ முயன்றார். இது தொடர்பான ஆவணங்களைப் பார்த்தீர்களானால், இந்தக் கூற்று அப்பட்டமான பொய் என்றும், நன்மதிப்பைப் பெறுவதற்காக மட்டுமே அப்படிச் சொல்லப்பட்டது என்றும் தெரியவரும். உயர்மட்ட கடிதத் தொடர்புகளையும், இதர குறிப்புகளையும் ஆராய்ந்தால் உண்மை எங்கே இருக்கிறது என்பது புலப்படும். சி.பி. கைர்மோட் எழுதிய டாக்டர் பி.ஆர். அம்பேத்கர் வாழ்க்கை வரலாறு, தொகுதி 8, பக்கம் 198–200; சர்தார் படேல் கடிதங்கள், பதிப்பாசிரியர்: துர்கா தாஸ், தொகுதி 5; 30 ஜூன் 1947 அன்று அரசமைப்பு அவைத் தலைவர் டாக்டர் ராஜேந்திர பிரசாத் அப்போதைய பம்பாய் மாநில முதல்வர் பாலாசாஹேப் கேருக்கு எழுதிய கடிதம்:

> 'அரசமைப்பு அவையிலும் வெவ்வேறு இதர குழுக்களிலும் டாக்டர் அம்பேத்கர் நியமிக்கப்பட்டது என்பது, மற்ற எல்லா விஷயங்களையும்விட, அவருடைய சேவையை நாம் இழந்துவிடக் கூடாது என்ற உயரிய நோக்கத்தில்தான். அவர் வங்கத்திலிருந்து தேர்ந்தெடுக்கப்பட்டார் என்பதும், மாகாணப் பிரிவினைக்குப் பிறகு அரசமைப்பு அவை உறுப்பினராக இருப்பதை அவர் நிறுத்திவிட்டார் என்பதும் தங்களுக்குத் தெரியும். ஜூலை 14 முதல் நடைபெறவிருக்கும் அரசமைப்பு அவையின் அடுத்த அமர்வில் அவர் கலந்துகொள்ள வேண்டும் என்பதில் நான் மிகவும் ஆர்வமாக இருக்கிறேன். எனவே, அவர் உடனடியாகத் தேர்ந்தெடுக்கப்பட வேண்டியது அவசியம்.'

மாவலன்கருக்கு சர்தார் படேல் எழுதிய கடிதம்:

> 'டாக்டர் அம்பேத்கரின் தேர்வுக்கு முன்கூட்டிய நடவடிக்கை தேவை. மேலும், தற்போது ஒரேயொரு காலியிடம்தான் உள்ளதால், இன்றே படிவத்தை அனுப்புமாறு அவரிடம் கேட்டிருக்கிறோம். அவர் வங்கத்திலிருந்து

தேர்ந்தெடுக்கப்படவில்லை. இங்குள்ள எல்லோரும் அவருடைய சுபாவம் மாறிவிட்டதாக நினைக்கிறார்கள். மேலும், குழுவில் அவர் மிகவும் பயனுள்ள உறுப்பினராக இருந்துள்ளார்.'

3 ஜூலை 1947 அன்று மாவலன்கருக்கு படேல் எழுதிய இன்னொரு கடிதம்; எஸ்.கே. பாட்டீலுக்கு வல்லபபாய் 3 ஜூலை 1947 அன்று எழுதிய கடிதம்:

'பிரதமருக்கு டாக்டர் அம்பேத்கரின் வேட்புமனு அனுப்பப்பட்டுள்ளது. போட்டி ஏதும் இருக்கக் கூடாது. 14-ஆம் தேதி அவர் இங்கே வர வேண்டும் என்பதற்காக அவர் போட்டியின்றித் தேர்ந்தெடுக்கப்படுவார் என்று நம்புகிறேன்.'

சி.பி. ராமசாமிக்கு 3 மே 1948 அன்று படேல் எழுதிய கடிதம்:

'அம்பேத்கரை முடிந்த அளவுக்கு எங்களுடன் வைத்திருக்க முயல்வோம் என்று நான் உங்களுக்கு உறுதியளிக்கிறேன். தன்னுடைய நிலைப்பாட்டை ஆதரித்துக்கொள்ளும் பொருட்டு அவர் சில விஷயங்களைச் சொல்லலாம்தான். ஆனால், அவர் இந்த நாட்டுக்குப் பயனுள்ளவர் என்பதை நான் முழுமையாக உணர்கிறேன்.'

இந்த எல்லா ஆவணங்ளையும் இன்ன பிற தொடர்புடைய கடிதப் பரிமாற்றங்களையும் படித்துப்பார்க்கும்போது டாக்டர் ராஜேந்திர பிரசாத், சர்தார் படேல், நேரு மூவரும் அரசமைப்பு அவைக்கு டாக்டர் அம்பேத்கரின் பெயரை ஏற்கெனவே இறுதிப்படுத்தியிருப்பதைத் தெளிவாகக் காணலாம். இது தொடர்பாக மேலே கொடுக்கப்பட்டுள்ள ஆவணங்களில் காஜ்ரோல்கர் பற்றிய எந்தத் தடயமும் இல்லை; உள்ளபடியாக, அவருடைய பெயரொன்றும் குறிப்பிடப்படும் அளவுக்கு இல்லை. இந்த ஒட்டுமொத்த விஷயத்திலும் ஒரே ஒரு உண்மை மட்டுமே உள்ளது: சாஹேப் வேட்புமனு தாக்கல் செய்தபோது, காங்கிரஸ் முக்கியஸ்தர்களினுடைய வேண்டுகோளின் பேரில் காஜ்ரோல்கர் கையெழுத்திட்டிருக்கிறார். இதில் கவனிக்க வேண்டிய ஒரு சுவாரஸ்யமான உண்மை என்னவென்றால்,

டாக்டர் அம்பேத்கர் மறைந்த பிறகுதான் அவர் இந்தப் புரளியைப் பரப்பத் தொடங்கினார்.

டாக்டர் அம்பேத்கருக்கு எதிராக காஜ்ரோல்கர் போட்டியிடுவார் என்று அறிவிக்கப்பட்டபோது மிகவும் குறிப்பிட்டுச் சொல்லத்தக்க, சிந்தனையைக் கிளறுகிற, முற்றிலும் பொருத்தமான, யதார்த்தத்தோடு தொடர்புடைய கேலிச்சித்திரத்தை ஒரு செய்தித்தாள் வெளியிட்டது. அதில் டாக்டர் அம்பேத்கர் மிக பிரம்மாண்டமாகவும் உயரமாகவும் நிற்கிறார்; அவருடைய காலுக்கு அருகே அவருடைய காலணியின் குதிகால்வரைகூட எட்ட முடியாத உயரத்தில் காஜ்ரோல்கர் நிற்கிறார். காஜ்ரோல்கரின் இடத்தை மிகச் சரியாக இந்தக் கார்ட்டூனிஸ்ட் கேலிச்சித்திரமாக வரைந்துவிட்டதால், இது தொடர்பாக நான் மேலும் எழுத வேண்டிய தேவை ஏதும் இல்லை.

தேர்தல் முடிவுகள் அறிவிக்கப்பட்டபோது நாங்கள் டெல்லியில் இருந்தோம். பிப்ரவரி முதல் வாரத்தில் பம்பாய் சென்றோம். மக்கள் கல்விச் சங்கக் கூட்டத்தின் பொருட்டு நாங்கள் பம்பாய் சென்றிருந்தோம் என்பதாகத் தோராயமாக நினைவிருக்கிறது. நான்கைந்து நாள்கள் அங்கே இருந்தோம். ஒருநாள், சாஹேபைச் சந்திப்பதற்காக சித்தார்த் கல்லூரிக்கு நாராயணராவ் காஜ்ரோல்கர் வந்தார். ஒருவேளை அவர் குற்றவுணர்வு கொண்டிருந்திருக்கலாம்போல. ஏனெனில், சாஹேபின் முன்னால் வந்தபோது மிகவும் கலக்கமடைந்தவராக அவர் காணப்பட்டார். ஆனால், காஜ்ரோல்கரைப் பார்த்ததும் சாஹேப் மிகுந்த அன்புடன் வரவேற்றார். அப்போது முன்னே எட்டுவைத்த காஜ்ரோல்கர் தன்னுடைய தலையை சாஹேபின் கால்மாட்டில் வைத்தார். சாஹேப் தன்னுடைய இரு கரங்களாலும் அவரைத் தூக்கிவிட்டார். தன்னருகே உட்காரவைத்துவிட்டு, அவர் தேர்ந்தெடுக்கப்பட்டதற்காக மனதார வாழ்த்தினார். பிறகு, அவரைப் பற்றி இணக்கத்துடன் விசாரித்தார். இன்னும் ஒரு படி மேலே சென்று, டெல்லியிலும் எங்களைத் தொடர்ந்து சந்திக்க வாருங்கள் என்று அழைத்தார். அவருக்கு ஆலோசனையோ எந்த விதமான உதவியோ எந்நேரத்தில் தேவைப்பட்டாலும், சாஹேபின் பங்களாக் கதவுகள் அவருடைய சொந்த மக்களுக்காக எப்போதும் திறந்தே இருக்கும். அதன் பின்னர், டெல்லியில்

எங்களைப் பார்க்க காஜ்ரோல்கர் எப்போதும் வருவார். சாஹேப் அவருக்கு எல்லா விதமான உதவிகளையும் வழிகாட்டுதலையும் எப்போதும் தருவார். வெறுப்புக்கோ காழ்ப்புக்கோ ஒரே ஒரு நொடிகூட சாஹேப் இடம்கொடுக்கவில்லை. காஜ்ரோல்கரை அவர் ஒரு போட்டியாளராக ஒருபோதும் பார்க்கவில்லை.

## தீண்டப்படாதவர்களிடையே கோடாரிகள்

டாக்டர் அம்பேத்கரின் இயக்கத்தில் ஹரிஜன், மஹர், இன்ன பிற பிரிவுகள் பிரிந்தே இருந்தன என்பதை மிகுந்த வருத்தத்துடன் சொல்லத்தான் வேண்டும்.

மஹர்கள், மஹர்களில் உள்ள ஹரிஜனங்கள், சமார்கள், மாங்குகள், இன்னும் பலரும் சாஹேபின் இயக்கத்தில் சேர்ந்திருந்தார்கள். ஆனால், அவர்களால் இயக்கத்தில் தங்களைப் பிணைத்துக்கொள்ள இயலவில்லை. காரணம், சமூக சேவையைவிட சுய தேவையைத்தான் அவர்கள் மிகவும் விரும்பத்தக்கதாகப் பார்த்தார்கள். ஆட்சியில் இருந்த கட்சியினர் அவர்களின் முன்பாகத் தொங்கவிட்ட அற்பமான கவர்ச்சிகளுக்கு இரையானார்கள். விளைவாக, சமூக முன்னேற்றத்துக்கான தலித் இயக்கத்திலிருந்து அவர்கள் தூக்கி எறியப்பட்டார்கள். அழித்தொழிக்கப்பட்டார்கள்.

டாக்டர் சாஹேபின் புரட்சிகரச் சிலுவைப் போருக்கு உண்மையாக இல்லாதவர்களின் பெயர்களை வரலாறு முற்றிலும் மறந்துவிட்டது. இந்திய மக்களிடையே பிளவுகளை உருவாக்கவும், அவர்கள் மீது ஆட்சிசெலுத்தவும் பிரிட்டிஷார் 'பயன்படுத்து - தூக்கியெறி' என்ற கொள்கையைப் பயன்படுத்தினார்கள்; துரதிர்ஷ்டவசமாக, இந்தியர்களிடையேயும் பல உட்கலகங்கள் இருந்தன. அம்பேத்கரின் இயக்கத்தை அவை மிக மோசமாகப் பாதித்தன.

இருந்தாலும், வரலாற்றுரீதியான உண்மை என்னவென்றால், இயக்கத்தின் உடலிலும் ஆன்மாவிலும் வளங்களிலும் தங்களைப் பிணைத்துக்கொண்ட சமூகங்கள் மஹாராஷ்டிரத்திலுள்ள மஹர்கள்; குஜராத், உத்தர பிரதேசம், பிஹார், பஞ்சாப்,

வங்கம், தமிழ்நாட்டின் தென்மாவட்டங்கள், கர்நாடகம், ஆந்திரா ஆகியவற்றைச் சேர்ந்த தீண்டப்படாதவர்கள்; மற்றும், சாதி இந்துக்களில் சி.கே.பி. [காயஸ்த்], சாரஸ்வத், சில பிராமணக் குழுக்கள். தீண்டப்படாதவர்கள் எல்லோரும் பெரிய அளவில் ஒன்றுதிரண்டிருந்தால், நாடு முழுவதுமுள்ள காட்சியே முற்றிலும் வேறாக இருந்திருக்கும் என்பதில் எவ்வித ஐயமும் இல்லை. தனிப்பட்ட அக்கறைக்கும் சுயநலத்துக்கும் டாக்டரின் இயக்கத்தில் இடம் கிடையாது; விளைவாக, அப்படியான நோக்கத்தை மனத்தில் கொண்டு நெருங்கிவந்தவர்களெல்லாம் தொடர்ந்து அதில் இருக்க முடியாது என்பதை உணர்ந்திருப்பார்கள்.

## 26, அலீப்பூர் சாலை, டெல்லி

லார்ட் வேவலின் நிர்வாகக் குழுவில் 1942-இல் தொழிலாளர் அமைச்சராக சாஹேப் சேர்க்கப்பட்டபோது, 22 பிரித்விராஜ் சாலையிலுள்ள அரசு பங்களாவில் வசித்துவந்தார். பின்னர், நேரு அமைச்சரவையில் சட்ட அமைச்சராக இருந்தபோது அவருக்கு 1, ஹார்டிங் அவென்யூவில் அரசு பங்களா வழங்கப்பட்டது. இந்த பங்களாவில் வைத்துதான் எனக்கும் சாஹேபுக்கும் திருமணம் நடைபெற்றது. பின்னர், 1951 செப்டம்பரில் சட்ட அமைச்சர் பதவியிலிருந்து சாஹேப் விலகினார். அதன் காரணமாக, நவம்பர் இறுதியில் 1, ஹார்டிங் அவென்யூவிலுள்ள அரசு பங்களாவை விட்டு வெளியேறினோம். செப்டம்பர் மாதம் சாஹேப் தன்னுடைய பதவிவிலகல் கடிதத்தைச் சமர்ப்பித்திருந்தாலும்கூட, அவர் வேலைபார்த்துக்கொண்டிருந்த மசோதாக்களையும் இன்ன பிற நோட்டீஸ் வழங்கும் பணிகளையும் முடிக்கும்வரை அமைச்சகத்தில் தொடர்ந்து பணியாற்றுவதற்கு அவர் மரியாதை நிமித்தமாக ஒப்புக்கொண்டிருந்தார். தசரா விடுமுறைவரை அவர் அமைச்சரவையில் இருந்தார் என்று நினைக்கிறேன். அமைச்சர் பதவியிலிருந்து விலகிய பிறகுதான் 1, ஹார்டிங் அவென்யூவிலுள்ள அரசு பங்களாவிலிருந்து அவர் வெளியேற வேண்டும். அதுதான் நடைமுறை.

பின்னர், சிவில் லைன்ஸிலுள்ள 26, அலீப்பூர் சாலைக்கு வசிக்கச்சென்றோம். அந்த பங்களா டாக்டர் சாஹேபுக்குச் சொந்தமானது என்பது மக்கள் மத்தியில் பொதுவான கருத்தாக இருந்துவந்தது. உண்மை என்னவென்றால், டெல்லியில் அவருக்குச் சொந்தமான ஒரு பங்களாகூடக் கிடையாது. 26, அலீப்பூர் சாலையில்கூட நாங்கள் வாடகைக்குத்தான் குடியிருந்தோம். அது சிரோஹி மஹாராஜாவுக்குச் சொந்தமான பங்களா. சாஹேபின் மறைவுக்குப் பிறகு அது எப்படிக் காலிசெய்யப்பட்டது என்பது தொடர்பான சுருக்கமான வரலாறு பொருத்தமான இடத்தில் கொடுக்கப்படும். சாஹேப் பதவிவிலகியதிலிருந்து அவர் இறந்துபோன நாள்வரை நாங்கள் அந்த பங்களாவில்தான் இருந்தோம்.

## என்னுடைய ஆற்றொணா முயற்சிகள்

எதிர்பாராத விதமான தேர்தல் தோல்வி சாஹேபை உடைந்து போகவைத்தது. நிராதரவான மக்களின், குறிப்பாகக் கிராமங்களிலுள்ள அவருடைய உடன்பிறப்புகளின் முன்னேற்றத்துக்கும் மேம்பாட்டுக்கும் ஏதாவது செய்துவிட வேண்டும் என்பது அவருடைய வேட்கையாக இருந்தது. அதற்கு அவர் நாடாளுமன்றத்தில் இருக்க வேண்டியது அவசியமாகும். இதெல்லாம் அவருடைய உடல்நிலையைக் கடுமையாகப் பாதித்தது. எல்லாவற்றுக்கும் மேலாக எழுந்த கேள்வி இதுதான்: அவர் இப்போது என்ன செய்ய வேண்டும்? என்னைப் பொறுத்தவரை, இந்த மன அதிர்ச்சியிலிருந்து அவரை மீட்டெடுக்க வேண்டியது கட்டாயம். பல யோசனைகளுக்குப் பிறகு, சித்ரேவுக்கு விரக்தியுடன் ஒரு கடிதம் எழுதினேன். அதிலிருந்து சில முக்கியமான பகுதிகள்:

'மொரார்ஜி தேசாய்க்கு காங்கிரஸ்காரர்கள் என்ன செய்தார்களோ அதை டாக்டர் சாஹேபின் கட்சிக்காரர்களும் சாஹேபுக்குச் செய்ய வேண்டும்... அரசியல்தான் டாக்டரின் இருப்புக்கான ஆதாரம். அவருடைய உடல்நல, மனநல ஆரோக்கியத்துக்கு மிகச் சிறந்த மருந்து ஒன்றுதான்: அது அவர் மிகவும் ரசித்துச் செய்த நாடாளுமன்றப் பணி... நான் துணிந்து சொல்கிறேன்,

ஒருவேளை (மிகப் பெரிய ஒருவேளையாக இருந்தாலும்) அவர் இந்தியாவின் பிரதமராக இருந்தால் அவர் எழுந்து ஓடத் தொடங்கிவிடுவார். அதுதான் அவருடைய பற்று. என்றாவது ஒருநாள் அது நிறைவேற வேண்டும் என்று பிரார்த்திப்போம். தற்போதைய தோல்வியை அவர் நல்லபடியாகத் தாங்கிக்கொண்டாலும், கடந்த காலங்களில் நடந்த அரசியல் நிகழ்வுகள் அவருடைய உடல்நலத்தை மிகவும் பாதித்துள்ளன. டாக்டரின் உயரத்துக்கும் அந்தஸ்துக்கும் ஏற்ற இடமாக இருந்த நாடாளுமன்றத்துக்கு வந்ததும் செய்ய வேண்டிய பல காரியங்களை அவர் முன்பே திட்டமிட்டு வைத்திருந்தார். இங்கேதான் நம்பத்தகுந்த லெப்டினன்ட்டான உங்களுடைய பங்கு வருகிறது. இந்த விஷயத்தில் நீங்கள் தலையிடுவீர்கள் என்றும், அதில் ஏதும் ஏமாற்றம் இருக்காது என்றும் நான் நம்புகிறேன்.'

சித்ரேவுக்கு எழுதியதுபோல என்னுடைய தம்பி பாலுவுக்கும் சாஹேபின் மனநிலையை விவரித்து எழுதினேன். அந்தக் கடிதத்திலிருந்து.

'தேர்தல் முடிவைக் கண்டு [மக்கள்] எல்லோரும் திகைத்துப்போயிருக்கிறார்கள் என்றாய். சரி, இதற்காக நாம் யாரைக் குறைகூறுவது? இவ்வளவு அதிருப்தியை வெளிப்படுத்தினாலும், பணத்துக்கு மக்கள் அடிபணிந்திருக்கும் பட்சத்தில், இது போன்ற கட்டழிந்த மக்களுக்கும் அவர்களுடைய நாட்டுக்கும் யாராலும் உதவ முடியாது. டாக்டர் சாஹேபை வீழ்த்துவதற்காக நம்முடைய எதிரிகள் ஏறத்தாழ 20 லட்ச ரூபாய் செலவழித்ததாகக் கூறப்படுகிறது. இது உண்மையாக இருக்க நிறைய வாய்ப்புகள் உள்ளன. இது தவிர, டாக்டர் சாஹேப் மீது எப்போதும் வகுப்புவாதச் சார்பு வேறு இருந்திருக்கிறது. அவரைப் போன்ற மேதைக்கு மதிப்பே இல்லை. இப்படியான சூழ்நிலையில், எதற்கு இந்தத் தேர்தல் கேலிக்கூத்தெல்லாம்? எல்லாவற்றுக்கும் மேலாக, நாம் இன்னமும் ஜனநாயகத்துக்குத் தயாராகவில்லை. அது நம் ரத்தத்தில் இல்லை. டாக்டர் சாஹேபின் உயரத்திலும் அந்தஸ்திலுமுள்ள எவரையும் நம்முடைய பிரதமர் (ஜே.என்.) ஒருபோதும் விரும்பியதில்லை. எனவே, பாட்டீலின் உதவியுடன் அவர் வெற்றிபெற்றுவிட்டார்.

அரசியலும் நாடாளுமன்றமும்தான் சாஹேபின் வாழ்க்கை. அவர் தன்னுடைய உடல்நிலையைக் கெடுத்துக்கொள்ளும் வகையில் இதை மனத்தில் கொள்ள மாட்டார் என்று நம்புகிறேன். ஐயத்துக்கு இடமின்றி இதை நல்லபடியாக அவர் தாங்கிக்கொண்டார்தான். இருந்தாலும், நாட்டுக்காக நாடாளுமன்றத்தில் நிறையக் காரியங்களைச் செய்த ஒரு நபர் இதை ஜீரணித்துக்கொள்வது அசாத்தியம். அவர் பழைய காலங்களை எண்ணியெண்ணி வருத்தப்படுவார். *[ஒரு குறிப்பிட்ட நபரின்] விஷமத்தனமான பரப்புரையால் வழிநடத்தப்படும் பம்பாய் மக்களின் நன்றியற்ற தன்மையைப் பாருங்கள். இந்த அக்கிரமத்தின் பெரும் பகுதிக்கு அவரே பொறுப்பு.[48] இதைச் சொல்வதற்காக வருந்துகிறேன், சாதிய மனோபாவம் கொண்டவர்களும் குண்டர்களும் நிறைந்த நகரம் என்பதை பம்பாய் நிரூபித்திருக்கிறது. ஒரு வாக்குச்சாவடியிலிருந்து இன்னொரு வாக்குச்சாவடிக்கு வாக்குச்சீட்டுகளைக் கொண்டுசென்று, சூழ்ச்சி செய்ததன் வெளிப்பாடே பம்பாய் முடிவுகள். இப்போது மேலும் முயற்சி மேற்கொள்வது மட்டும்தான் ஒரே வாய்ப்பு. வாக்குப்பதிவில் ஆதாரங்களை யாரேனும் பெற முடிந்தால், மனுத்தாக்கல் செய்துபார்க்கலாம்.

2. கெய்க்வாட் போன்றவர்களும் அவருடைய சகாக்களும் தேர்ந்தெடுக்கப்பட்ட உறுப்பினர்கள் சிலரைப் பதவி விலகவைத்து, மறுதேர்தலை நடைமுறைப்படுத்துவதன் வழியாக ஒரு சந்தர்ப்பத்தை உருவாக்கலாம். இது அவர்களுடைய மரியாதைக்குரிய தலைவரிடம் அவர்கள் கொண்டிருக்கும் மரியாதையையும் பாசத்தையும் வெளிப்படுத்துவதற்கான உண்மையான சோதனை. எந்த அளவுக்குப் போகிறது என்று பார்க்கலாம். மொரார்ஜிக்காக காங்கிரஸ் அதைச் செய்யும்போது நாமும் ஏன் அதைச் செய்யக் கூடாது? கராத், பாத்தங்கர் போன்றவர்களிடம் நீ பேச வேண்டும் என்று நான் விரும்புகிறேன். அதனால், சரியான இடத்துக்குத் தகவல் போய்ச்சேரும். நிச்சயமாக சாஹேப் இதை ஒருபோதும் பரிந்துரைக்க மாட்டார்தான். இது போன்ற காரியங்களை அவர்கள்தான் முன்னெடுக்க வேண்டும். காங்கிரஸ் செய்யவில்லையா? ராஜ்போஜ் போன்றவர்களில் ஒருவர் தங்கள் திறமையான

தலைவருக்காக விருப்பத்துடன் தங்களுடைய இடத்தைக் காலிசெய்யாவிட்டால், அவர்களைப் போன்ற நூறு பேர் [நாடாளுமன்றத்துக்கு] வந்தும் என்ன பயன்? இந்தப் பந்தை நீ உருட்டிவிடு. என்ன நடக்கிறது என்று பார்க்கலாம். டாக்டர் மால்வன்கரிடம் சென்று, சித்ரேவிடம் இது பற்றி அவர் பேச வேண்டும் என்று நான் விருப்பப்படுவதாகச் சொல். இதற்கு அவருடைய எதிர்வினை எப்படி இருந்தது என்று பார்க்க வேண்டும்.

3. ஏமாற்றமான நாடாளுமன்ற முடிவைப் பார்த்த பிறகு, மேலவைத் தேர்தலில் பங்குகொள்ள டாக்டர் சாஹேபுக்குத் தைரியம் இல்லை. ஆனால், இதையும் நாம் சிந்தித்துப்பார்க்க வேண்டும். ஆக, இதுதான் நிலைமை.

டெல்லியில் பயங்கரமான குளிர். நாங்கள் இருவரும் ஓகே.'

எனவே, இப்படித்தான் என்னுடைய தரப்பிலிருந்து என்னால் முடிந்த எல்லாவற்றையும் சாஹேபை மீட்டெடுப்பதற்காகச் செய்துகொண்டிருந்தேன். என்னுடைய முயற்சிகள் அவருக்குக் கொஞ்சம் மனதைரியம் கொடுத்தன. அவர் ஒரு போராளி. அவர் மிகவும் மனமுடைந்துபோயிருந்தாலும், தேர்தல்கள் ஒரு சூதாட்டம் என்றும், எனவே எந்த விரக்தியும் இருக்கக் கூடாது என்றும் தன்னுடைய சகாக்களுக்கு அறிவுறுத்தினார். முன்புபோல அதிக ஆற்றலுடனும் ஆர்வத்துடனும் நம்முடைய கட்சிக்காகப் பணியாற்ற வேண்டும் என்றார். 14 ஜனவரி 1952 அன்று ஆர்.டி. பந்தாரேவுக்கு அவர் கடிதம் எழுதினார்:

'உங்கள் தோல்விக்காக நான் வருந்துகிறேன். உங்களுடைய தோல்வி என்னுடைய தோல்வியும்தான். ஆனால், தேர்தல் என்பது சூதாட்டம். முடிவு என்ன என்பதை யாராலும் உறுதியாகச் சொல்லிவிட முடியாது. ஒருவரால் முடிந்தது தன்னால் இயன்றதைச் செய்வது மட்டுமே. நான் நினைக்கிறேன் உங்களுடைய விஷயத்தில், என்னுடையதைப் போலவே, எது சிறப்பானதோ அது செய்யப்பட்டது. முடிவுகளும் மோசமாக இல்லை. நாம் வெற்றிக்கு அருகில் இருக்கிறோம். நாம் தைரியத்தை இழக்கக் கூடாது. மக்களின் உணர்வுகளை உயிர்ப்புடன் வைத்திருக்க வேண்டும். அதுதான் நம்மை வெற்றியை நோக்கி இட்டுச்செல்லும்.'

18 ஜனவரி 1952 அன்று டி. ஜி. ஜாதவுக்கு சாஹேப் எழுதினார்:

'என்னுடைய தேர்தல் முடிவு உங்களுக்குத் தெரியும். அதைத் தைரியமாகத் தாங்கிக்கொள்ளக் கற்க வேண்டும். வேறு என்ன நம்மால் செய்துவிட முடியும்?'

## மாநிலங்களவையில் டாக்டர் அம்பேத்கர்

அப்போதைய பம்பாய் மாநிலம் மாநிலங்களவைக்குப் பதினேழு இடங்களைக் கொண்டிருந்தது. அவர்களுக்கு நான் எழுதிய கடிதத்துக்கு ஏற்ப சித்ரே, ஜாதவ், பாவ்ராவ் கெய்க்வாட் ஆகியோர் போட்டியின்றி மாநிலங்களவைக்கு சாஹேப் தேர்ந்தெடுக்கப்படுவதற்கு ஏற்பாடு செய்ய முயற்சிகளைத் தொடங்கினர். மாநிலங்களவைக்கு நிற்கச் சம்மதிக்குமாறு நானும் அவரை வற்புறுத்தத் தொடங்கினேன். அவர் ஒப்புதல் வழங்கியவுடன், மார்ச் நடுவில் அவருடைய விண்ணப்பம் தாக்கல் செய்யப்பட்டது. அதிர்ஷ்டவசமாக அவர் பம்பாய் மாநிலத்திலிருந்து மாநிலங்களவைக்குத் தேர்ந்தெடுக்கப்பட்டார். எதிர்க்கட்சி உறுப்பினர்களும் தங்கள் வாக்குகளை சாஹேபுக்கு அளித்தனர். வாக்கு சேகரிப்புக்காக சாஹேப் எதிர்க்கட்சி உறுப்பினர்கள் சிலருக்குக் கோரிக்கைகள் அனுப்பினார். சிலரைத் தனிப்பட்ட முறையில் நேரில் சந்தித்தும் வாக்குகள் கோரினார்.

## காங்கிரஸ் திரட்டிக்கொண்ட நற்பெயர்

சட்ட அமைச்சர் பதவியிலிருந்து சாஹேப் விலகியதும் அந்த இடத்துக்கு ஹரிபாவ் பாடஸ்கர் நியமிக்கப்பட்டார். சாஹேபை அவர் ஆழ்ந்த மரியாதையுடன் நடத்தினார். இந்துச் சட்டத் தொகுப்பு மசோதாவைப் பிரிவுகளாக உடைப்பதும், அவற்றை நிறைவேற்றும் பொறுப்பும் அவர் மீது விழுந்தது. அதன்படி, 26 அலீப்பூர் சாலையிலுள்ள எங்கள் வீட்டுக்கு அவர் அன்றாடம் வந்து சாஹேபின் வழிகாட்டுதலைக் கேட்பார். என்னென்ன கேள்விகளை எதிர்பார்க்கலாம், சாத்தியமான

அந்தக் கேள்விகளுக்கு என்னென்ன பதில்கள் தர வேண்டும் என்று சாஹேப் அவருக்கு ஆலோசனை தருவார்.

உடைத்து எழுதப்பட்ட பிரிவுகளை நிறைவேற்றுவதில் பழமைவாத இந்துக்களுக்கு எவ்வித எதிர்ப்பும் இல்லை. ஏனென்றால், அவர்களுடைய தனிநபர்ச் சட்டங்களை நிர்வகிப்பது தீண்டப்படாத ஒருவனல்லாமல் புனிதத்தைத் தூக்கிநிறுத்தும் ஒரு பிராமணனே என்பதால் அவர்கள் பெரிதும் மகிழ்ந்திருந்தார்கள். இங்கே ஆச்சரியமான விஷயம் என்னவென்றால், முரணான நிலைப்பாட்டை எடுத்திருந்த குடியரசுத் தலைவர் டாக்டர் பிரசாத் சிறு முணுமுணுப்பும் இல்லாமல் கையெழுத்திட்டதுதான். இந்த நாட்டில் சாதி அமைப்பும் சாதிப் பாகுபாடும் எவ்வளவு கூர்மையானவை என்ற சித்திரத்தை இது நமக்குத் தருகிறது. இப்படித்தான் இந்துச் சட்டத் தொகுப்பு மசோதா தொடர்பான எல்லா நற்பெயர்களையும் காங்கிரஸ் திரட்டிக்கொண்டது.

## மராத்வாடாவுக்கான வளர்ச்சித் திட்டம்

மராத்வாடா மிகவும் பின்தங்கிய பகுதி. அங்கேயுள்ள தீண்டப்படாதவர்களின் நிலை குறித்துக் கேட்காமல் இருப்பதே நல்லது. இந்தப் பகுதி வளர்ச்சி பெற்றால் இங்குள்ள தீண்டப்படாதவர்களும் வளர்ச்சி பெறுவார்கள் என்று சாஹேப் நம்பினார். இந்த இலக்கை முன்வைத்து அவர் பல திட்டங்கள் தீட்டினார். அவற்றைச் செயல்படுத்துவதற்கான ஆயத்தங்களிலும் இறங்கினார். மராத்வாடாவில் ஒரு சுயாதீனமான பல்கலைக்கழகம் இருக்க வேண்டும்; மராத்வாடாவை பூனாவுடன் இணைக்கும் வகையில் கோதாவரி ஆற்றின் மீது காய்கான் டோகேவில் பாலம் கட்டப்பட வேண்டும்; பயணத்தையும் வர்த்தகத்தையும் அதிகரிக்கும் பொருட்டு மன்மாட் – ஔரங்காபாத் ரயில்பாதையை அகல ரயில்பாதையாக மாற்ற வேண்டும்; மன்மாட், நாசிக் வழியாகச் சுற்றி பம்பாய்க்குச் செல்வதற்குப் பதிலாகக் குறுகிய நேரத்தில் செல்ல சாலை உருவாக்கப்பட வேண்டும்; ஔரங்காபாத் என்ற பெயரை புஷ்ப்நகர் என்று மாற்ற வேண்டும்; உள்ளூர்த் தொழிலாளர்களின் ஒத்துழைப்புடன்

துணி ஆலைகள் அமைக்கப்பட வேண்டும்; வானொலி நிலையம் ஒன்று தொடங்கப்பட வேண்டும்; இது போன்ற எண்ணற்ற திட்டங்கள் அவர் மனத்தில் ஓடிக்கொண்டிருந்தன. இந்தத் திட்டங்களில் பல செயல்வடிவம் பெற்றுவிட்டதால், அரசாங்கம் என்று மட்டுமல்லாமல் மக்களும் இப்போது இந்தத் திட்டங்களின் முக்கியத்துவத்தை ஏற்றுக்கொண்டிருக்கிறார்கள். இருப்பினும், சில திட்டங்கள் இன்னும் நடைமுறைக்கு வராமல் இருக்கின்றன, அவற்றின் முக்கியத்துவம் ஏற்றுக்கொள்ளப்பட்ட பின்பும்கூட.

## கொலம்பியா பல்கலைக்கழக அங்கீகாரம்

இந்தியப் பல்கலைக்கழகங்கள் எத்தனையோ பேருக்கு டாக்டர் பட்டம் வழங்கிக் கௌரவித்துள்ளன. ஆனால், சாஹேபின் புலமை, அவருடைய அபாரமான கல்வி அறிவு, அவர் ஆற்றிய வரலாற்று முக்கியத்துவம் வாய்ந்த காரியங்களெல்லாம் ஏற்றுக்கொள்ளத் தகுந்தவை என்று ஒரு பல்கலைக்கழகம்கூடக் கருதவில்லை. இது பல்கலைக்கழகங்களின் பழமைவாதத் தன்மையை மட்டுமே வெளிப்படுத்துகிறது. நிச்சயமாக, அவர்கள் அவரை அங்கீகரிப்பது அவருடைய அறிவார்ந்த சாதனைகளில் எந்த மாற்றத்தையும் ஏற்படுத்தியிருக்காதுதான்; மாறாக, அவருடைய சாதனைகளைப் பாராட்டுவதன் வழியாகப் பல்கலைக்கழகங்கள் தங்களைக் கௌரவித்துக்கொண்டதாக உணர்ந்திருக்கும். ஹைதராபாதின் ஒஸ்மானியா பல்கலைக்கழகம் மட்டும்தான் இங்கே ஒரே விதிவிலக்கு.

பல்லாயிரக்கணக்கான மைல்களுக்கு அப்பால் அமைந்துள்ள கொலம்பியா பல்கலைக்கழகம்தான் சாஹேபின் புலமையையும் அவருடைய செயல்களின் மதிப்பையும் பாராட்டியது. அதன் இருநூற்றாண்டுக் கொண்டாட்டத்தின்போது, டாக்டர் அம்பேத்கருக்குக் கௌரவ டாக்டர் பட்டம் (சட்டம்) வழங்க முடிவெடுத்து அந்த விழாவுக்கு அவரை அழைத்திருந்தது. இதை ஏற்றுக்கொள்வதற்கு அமெரிக்கா செல்ல வேண்டியிருந்தது. அதன் பொருட்டு, 31 மே 1952 அன்று நாங்கள் பம்பாய் சென்றடைந்தோம். சித்தார்த் கல்லூரி அவருக்குத் தங்களுடைய

நல்வாழ்த்துகளைத் தெரிவிக்கும் விதமாக இந்திய கிரிக்கெட் கிளப்பில் அன்று மாலை ஒரு நிகழ்ச்சிக்கு ஏற்பாடு செய்தது. அந்த நிகழ்ச்சியின்போது, கல்லூரி முதல்வர் பாதன்கர் இப்படிச் சொன்னார் [மராத்தியிலிருந்து மொழிபெயர்க்கப்பட்டது]:

'இந்திய அரசமைப்பின் முதன்மைச் சிற்பியைக் கௌரவிப்பதற்கான நல்லெண்ணத்தை இந்தியப் பல்கலைக்கழகம் வெளிக்காட்டவில்லை. டாக்டர் அம்பேத்கரைக் கௌரவிக்க ஒரு வெளிநாட்டுப் பல்கலைக்கழகம்தான் முன்வர வேண்டியிருக்கிறது என்பது விசித்திரமானது.'

பாராட்டுக்குப் பதிலளித்த சாஹேப் இப்படிச் சொன்னார் [மராத்தியிலிருந்து மொழிபெயர்க்கப்பட்டது]:

'நான் என்னுடைய நாட்டுக்கு ஒருபோதும் துரோகம் இழைத்தவன் அல்ல. நாட்டின் நலனை நான் எப்போதும் என்னுடைய இதயத்துக்கு நெருக்கமாகவே வைத்திருக்கிறேன். வட்டமேஜை மாநாட்டின்போது, நாட்டின் நலன் என்ற கண்ணோட்டத்தில் எடுத்துக்கொண்டால், காந்திஜியைவிட நான் நூறு மைல் முன்னால் இருந்தேன்.'

கொலம்பியா பல்கலைக்கழகப் பட்டமளிப்பு விழா 5 ஜூன் 1952 அன்று நியூ யார்க்கில் நடைபெற்றது. அங்கே டாக்டர் சாஹேபுக்குக் கௌரவ டாக்டர் பட்டம் வழங்கப்பட்டது. பட்டத்தில் குறிப்பிடப்பட்டிருந்த பாராட்டு வார்த்தைகள் இப்படி இருந்தன:

'... சட்டமேலவை உறுப்பினர், அரசமைப்பை உருவாக்கியவர், அமைச்சரவை உறுப்பினர், மத்திய சட்டமேலவை உறுப்பினர், இந்தியாவின் முன்னணிக் குடிநபர்களில் ஒருவர் — சிறந்த சமூகச் சீர்திருத்தவாதி, மனித உரிமைகளைத் துணிவுடன் நிலைநாட்டியவர்.'

சாஹேப் என்னை அழைத்துச்செல்லாமல் எங்குமே சென்றதில்லை. உயிருள்ள நிழல்போல அவருடன் நான் சுற்றிவந்தேன். ஆக, அவர் என்னை நியூ யார்க் அழைத்துச்செல்லவில்லை என்பதை அறிந்தால் வாசகர்கள் ஆச்சரியப்படுவீர்கள். காரணம்

எளிமையானது: எங்களுடைய நிதி நிலைமை இதற்கு அனுமதிக்கவில்லை. மேலும், வெளிநாட்டுப் பணவுதவிகளைப் பெறுவதில் இருந்த கட்டுப்பாடுகளும் தடையாக மாறின.

## எனக்கான பாராட்டு

நியூ யார்க்கிலிருந்து டாக்டர் சாஹேப் 14 ஜூன் 1952 அன்று பம்பாய் திரும்பினார். நான் குறிப்பிட்டுச் சொல்ல விரும்பும் ஒரு விஷயம் இதுதான்: அவர் நியூ யார்க் சென்றபோது, அவருடைய உடல்நலம் குறித்த சுருக்கமான குறிப்புகளையும் அவருக்கு அளிக்கப்பட்ட எல்லா சிகிச்சை விவரங்களையும் தன்னுடன் எடுத்துச்சென்றார். இவற்றையெல்லாம் நியூ யார்க்கிலுள்ள மருத்துவ நிபுணர்கள் சிலரிடம் காட்டி, அவர்களின் அபிப்ராயத்தைக் கேட்டிருக்கிறார். அவருடைய நோய்களை அறிந்துகொண்ட முறையையும், அவருக்கு அளிக்கப்பட்ட சிகிச்சையையும் அங்குள்ள மருத்துவ நிபுணர்கள் வெகுவாகப் பாராட்டியிருக்கிறார்கள் என்பதை இங்கே தெரிவிப்பதில் நான் பெருமைகொள்கிறேன். இதைவிட மேலான சிகிச்சையைத் தந்துவிட முடியாது என்று பிரகடனப்படுத்தியிருக்கிறார்கள். அதோடு நிறுத்திக்கொள்ளாமல், சாஹேபைக் கவனித்துக்கொண்ட அந்த மருத்துவர் யார் என்றும் தெரிந்துகொள்ள விரும்பியிருக்கிறார்கள். தன்னுடைய சொந்த மனைவிதான் அந்த மருத்துவர் என்று அவர் சொன்னபோது, அந்த அமெரிக்க மருத்துவர்கள் என்னைப் பற்றி அக்கறையுடன் விசாரித்திருக்கிறார்கள். டாக்டர் சாஹேப் திரும்பிவந்ததும் இந்த உரையாடல் குறித்து என்னிடம் விவரித்தார்.

நாங்கள் மீண்டும் பம்பாய் வந்தோம். சித்தார்த் கல்லூரியில் 17 ஆகஸ்ட் 1952 அன்று, எஸ்.சி. மேம்பாட்டு அறக்கட்டளை ஏற்பாடு செய்திருந்த கூட்டத்தில் சாஹேப் இப்படிச் சொன்னார் [மராத்தியிலிருந்து மொழிபெயர்க்கப்பட்டது]:

'தீண்டப்படாதவர்களின் முன்னேற்றத்துக்காக, ஒரு மனிதன் தனக்கு வழங்கப்பட்ட ஒரேயொரு யுகத்தில் என்னவெல்லாம் செய்ய முடியுமோ அவை எல்லாவற்றையும் நான் செய்திருக்கிறேன்... இதை நான் பெருமைக்காகக்

கூறவில்லை. மாறாக, கடந்த 25 ஆண்டுகளில் உங்களுக்காக நான் ஆற்றிய பணிகளின் அளவுக்கு இதே காலகட்டத்தில் வேறு யாரும் எங்கும் இவ்வளவு செய்ததில்லை என்ற நம்பிக்கையில்தான் சொல்கிறேன். இது உண்மையும்கூட.

வெறுமனே என் புகழ்பாடுவதற்குப் பதிலாக, என்னுடைய பார்வையில் மிகவும் மதிப்புமிக்கதாக இருக்கும் விஷயங்களுக்காக நீங்கள் போராடுவது மிகவும் மேலானதாக இருக்கும்.'

சாஹேப் ஒரு சமூகக் கூடத்துக்கான தேவையைக் குறிப்பிட்டு, அத்தகைய ஒரு கட்டடத்துக்கு நிதி வசூலிக்கத் தொடங்குமாறு தொழிலாளர்களிடமும் அங்கே கூடியிருந்தவர்களிடமும் வேண்டிக்கொண்டது இந்த உரையின்போதுதான். கட்டட நிதிக்கான கணக்கைப் பராமரிக்கும் பணியைப் பார்த்துக்கொண்டவர் சாந்தாராம் உப்ஷாம் (குருஜி). மிகவும் நம்பகமான நபர். மிக ஆரம்ப காலத்திலிருந்தே சாஹேபின் நெருங்கிய சகா. உப்ஷாம் குருஜி வெகு ஆரம்ப காலத்திலிருந்தே சாஹேபுடன் இயக்கத்தில் இருந்தவர். அவருடைய நன்னடத்தையாலும் நேர்மையாலும் மிகவும் ஈர்க்கப்பட்ட சாஹேப், கிட்டத்தட்ட தான் நிறுவிய எல்லா நிறுவனங்களின் பொருளாளராகவும் அவரையே நியமித்தார்.

## பூனா சட்ட நூலகத்தில் ஆற்றிய வரலாற்றுச் சிறப்புமிக்க உரை

பூனா சட்ட நூலகத்தின் புதிய கிளை 23 டிசம்பர் 1952 அன்று சாஹேபின் கரங்களால் திறக்கப்பட்டது. இந்த நிகழ்ச்சியில், வெற்றிகரமான ஜனநாயகத்துக்குத் தேவையான காரணிகள் குறித்து அவர் பயனுள்ள, சிந்தனையைத் தூண்டும் விதமான உரையை வழங்கினார். ஜனநாயகம் என்பதற்கு அவர் அளித்த வரையறை இதுதான்: ரத்தம் சிந்தாமல், மக்களின் பொருளாதார மற்றும் சமூக வாழ்வில் புரட்சிகரமான மாற்றத்தைக் கொண்டுவரும் ஆட்சி முறை. ஜனநாயகம் என்பதற்கு இதைவிடக் கச்சிதமான வரையறையை வேறு

யாரும் தந்திருப்பதாக எனக்குத் தெரியவில்லை. நாளிதழ்களிலும் பல்வேறு அமைப்புகளிலும் இந்த உரை பல நாள்கள் விவாதப்பொருளாக இருந்தது. ஜனநாயகம் குறித்த இந்த விரிவான உரை மிகவும் மதிப்புமிக்கது. இந்த விழாவில், பரிசுகள் வழங்கச்சொல்லி என்னிடம் கேட்டார்கள். பிறகு, நாங்கள் பூனாவிலிருந்து கோல்ஹாப்பூர் சென்றோம்.

## ராஜாராம் கல்லூரிப் பொன் விழா

24 டிசம்பர் 1952 அன்று ராஜாராம் கல்லூரியின் பொன் விழா ஆண்டு விழாவில் நடைபெற்ற கூட்டத்தில் தலைமை விருந்தினராகக் கலந்துகொண்டோம். நாங்கள் கோல்ஹாப்பூரை நோக்கிச் சென்றோம். அப்போது, கராட் முதல் கோல்ஹாப்பூர் வரை நாங்கள் கடந்துசென்ற ஒவ்வொரு கிராமத்திலும் மக்கள் எங்களை வரவேற்க எறும்புகள்போல் சாலையில் சாரிசாரியாகத் திரண்டுநின்றார்கள். கிராமங்களின் நுழைவாயில்களில் தோரணவாயில்கள் அமைக்கப்பட்டிருந்தன. பெண்கள் ஒவ்வொரு கிராமத்திலும் ஆரத்தித் தட்டுகளுடன் வரவேற்புச் சடங்கின் பொருட்டு நின்றுகொண்டிருந்தனர். எங்களுடைய கார் நின்றவுடன், பெண்கள் தங்கள் பானைகளிலிருந்து தண்ணீர் எடுத்து எங்கள் முன்பாக ஊற்றிவிடுவார்கள். பிறகு, ஆரத்தித் தட்டுகளை எங்கள் முகங்களின் முன்பாகச் சுற்றுவார்கள். நாற்புறங்களிலிருந்தும் எங்கள் மீது பூக்கள் தூவப்பட்டன. நாங்கள் தங்குவதற்கான ஏற்பாடுகள் அரசாங்க விருந்தினர் மாளிகையில் செய்யப்பட்டிருந்தன. மாணவர்களுக்கு சாஹேப் உரை நிகழ்த்திய பிறகு, சிறந்த மாணவர்களுக்கான பரிசுகளும் சான்றிதழ்களும் என் கரங்களால் வழங்கப்பட்டன.

ராஜரிஷி சாஹூ சத்ரபதி செய்த சமூகச் சமத்துவப் பணிகளின் காரணமாக சாஹேப் மீது கோல்ஹாப்பூர் ஒரு சிறப்பு ஈர்ப்புடன் இருந்தது. அவர் கோல்ஹாப்பூரிலுள்ள பலருடனும் மிக நெருக்கமான உறவைக் கொண்டிருந்தார். அவர் பன்ஹாலாவில் தனக்கெனக் கொஞ்சம் நிலம் வாங்க முடிவெடுத்திருந்தார். மேலும், இது தொடர்பாக ஏற்கெனவே தத்தோபா பவாருடன் பேசியிருந்தார். பன்ஹாலாவின் காற்றோட்டமான சூழலில்

இளைப்பாற அங்கே ஒரு பங்களா கட்ட விரும்பினார். ஆனால், இந்த ஆசை நிறைவேறவே இல்லை.

கல்லூரி விழா முடிந்ததும், வயதான, ஓய்வுபெற்ற ஆசிரியர் ஒருவரின் வீட்டுக்கு சாஹேப் என்னை அழைத்துச்சென்றார். முதுமையின் காரணமாகவும் நோய்மையின் காரணமாகவும் படுத்த படுக்கையாக இருந்த அந்த முதியவர், சாஹேபின் வருகையால் மகிழ்ச்சியடைந்தார். வாழ்க்கையில் மிக உயர்ந்த நிலைக்குச் சென்றிருந்தாலும், சாஹேப் ஒருபோதும் பாகுபாடு காட்டவில்லை; மனிதநேயத்தை ஒருபோதும் கைவிடவில்லை.

## உடற்பயிற்சி மீதான காதல்

நாங்கள் கோல்ஹாப்பூர் விருந்தினர் மாளிகையில் இருந்தபோது மல்யுத்த வீரர்கள் பலரும் எங்களைச் சந்திக்க வந்தார்கள். இந்த மல்யுத்த வீரர்களில் சிலரை சாஹேப் முன்பே அறிந்திருந்தார் என்பதாகத் தெரிந்தது. அந்த வீரர்களுக்கு அறிவுரை வழங்கிய சாஹேப் இப்படிச் சொன்னார்: "சாண்டோ மல்யுத்த வீரர்கள் எப்போதும் அவ்வளவு கச்சிதமாக இருப்பார்கள். ஆனால், உங்களில் சிலரின் வயிறு தொங்க ஆரம்பித்துவிட்டது! இதற்கு என்ன அர்த்தம் என்றால், உங்களுடைய உடற்பயிற்சி முறையில் ஏதோ கோளாறு இருக்கிறது. நீங்கள் உங்கள் பயிற்சிகளை நவீன முறைகளில் செய்ய வேண்டும்." அப்போது ஒருவர் உள்ளே புகுந்து, "பாபா, நீங்களும் உடற்பயிற்சி செய்கிறீர்களா?" என்றார். சாஹேப், "நான் அன்றாடம் யோகாசனம் செய்கிறேன்" என்று பெருமிதத்துடன் பதிலளித்தார். மல்யுத்த விளையாட்டு மீது சாஹேப் விருப்பம் கொண்டிருந்தார். தன் இளமைக் காலத்தில், கோல்ஹாப்பூரிலுள்ள கஸ்பா மைதானத்தில் பல புகழ்பெற்ற மல்யுத்த வீரர்கள் விளையாடுவதை அவர் பார்த்திருந்தார்.

## ஒஸ்மானியா பல்கலைக்கழகத்தின் பாராட்டு

இந்திய அரசமைப்பை எழுதியதற்காக டாக்டர் சாஹேபைக் கௌரவிக்கும் நல்ல எண்ணம் இந்த ஒட்டுமொத்த நாட்டிலும் ஒரே ஒரு பல்கலைக்கழகத்துக்கு மட்டும்தான் இருந்தது. அது, ஹைதராபாதின் ஒஸ்மானியா பல்கலைக்கழகம். 12 ஜனவரி 1952 அன்று ஏற்பாடாகியிருந்த பட்டமளிப்பு விழாவின்போது அவருக்குக் கௌரவ டாக்டர் பட்டம் (இலக்கியம்) வழங்கப்பட்டது. அவருக்கு இந்தக் கௌரவத்தை வழங்கியதன் வழியாகப் பல்கலைக்கழகம் தனக்கான பெருமையைப் பெற்றுக்கொண்டது.

ஒஸ்மானியா பல்கலைக்கழகம் வழங்கிய பட்டத்தின் எடுத்துரைப்பு பின்வருமாறு:

ஒஸ்மானியா பல்கலைக்கழகம்

டாக்டர் பீம்ராவ் ஆர். அம்பேத்கரின்
மாண்புமிக்க பதவியையும் சாதனைகளையும்
அங்கீகரிக்கும் வகையில்
பட்டமளிப்பு விழாவில் அவருக்குக்
கௌரவ டாக்டர் பட்டம் (இலக்கியம்)
வழங்கப்பட்டுள்ளது

ஹைதராபாத் - டெக்கான்  பி. ராமகிருஷ்ணராவ்
ஜனவரி 12, 1953  வேந்தர்

## டாக்டர் அம்பேத்கரின் உடல்நலம் — கண்காணிப்பாளராக என் பங்கு

சாஹேபின் உடல்நிலையில் ஏற்ற இறக்கங்கள் நெடுநாள்களாக நிலைத்திருந்தன. என்னுடைய பணி இதுதான்: சரியான நேரத்தில் மருந்துகளை வழங்குவது, இன்சுலின் ஊசி போடுவது, அவருடைய உணவுமுறையை ஒழுங்குபடுத்துவது, சத்தான உணவுகள் தருவது, வழக்கமான உடற்பயிற்சியை உறுதிப்படுத்துவது, போதுமான அளவு ஓய்வெடுக்கவைப்பது,

முறையான இரவுத் தூக்கத்தை உறுதிப்படுத்துவது. அவருக்குத் தேவையான எல்லாக் கவனிப்புகளுக்காகவும் என்னை நான் வளைத்துக்கொள்ளத் தயங்கியதில்லை. நான் ஒரு மருத்துவராக இருந்ததால், எல்லாம் சரியாக இருக்கின்றனவா என்று சில சமயங்களில் மற்றவர்களிடமிருந்து ஏதாவது அபிப்ராயம் கேட்க வேண்டிவரும்.

அவருடைய அன்றாட வாழ்க்கையை ஒரு முறைக்குள் கொண்டுவரவும், அவருக்கான விரிவான கால அட்டவணையைத் தயாரிக்கவும் என்னை முழுமையாக ஈடுபடுத்திக்கொண்டேன். அவசியம் ஏற்பட்டால், அவர் நல்ல உடல் ஆரோக்கியத்துடனும் மன ஆரோக்கியத்துடனும் இருப்பதை உறுதிப்படுத்துவதற்காக, எனக்கு நேரும் அவமானங்களையும் கசப்பான அனுபவங்களையும்கூடப் பொறுத்துக்கொண்டேன். அவர் தன்னுடைய வாழ்நாள் முழுவதும் அளவுக்கு அதிகமான பணிச் சுமையைத் தாங்கிக்கொள்ள வேண்டியிருந்தது. எனவே, அவர் அவ்வப்போது நோய்வாய்ப்படுவார். நீரிழிவும் வாத நோயும் அவரை வாட்டிவதைத்தன. இறுதியாக, இந்தத் தொடர்ச்சியான வலிகளாலும் வேதனைகளாலும் களைப்படைந்ததால், அவர் தன்னுடைய உடல்நலம் பற்றிக் கவலைப்படுவதை நிறுத்திக் கொண்டார். அவர் தன்னுடைய சகாக்களில் ஒருவருக்கு இப்படி எழுதினார்:

> *'குணப்படுத்த முடியாததைச் சகித்துக்கொள்வதற்கு ஒருவர் கற்றுக்கொள்ள வேண்டும். தோன்றுவது அனைத்தும் அழிந்துபோகும்தான். சமுகத்துக்கான பொறுப்பை ஏற்க நீங்கள் முன்வர வேண்டும்.'*

பாவ்ராவ் கெய்க்வாட்டுக்கு அவர் எழுதிய கடிதங்களிலிருந்து சில பகுதிகளை இங்கே தந்திருக்கிறேன். அவருடைய மனநிலையையும் உடல்நிலையையும் குறித்து அவர் கொண்டிருந்த விரக்தியை இவற்றிலிருந்து புரிந்துகொள்ள முடியும். ஒரு கடிதத்தில் அவர் இப்படி எழுதுகிறார்:[49]

> *'பம்பாயிலிருந்து திரும்பிவந்ததிலிருந்து என்னுடைய உடல்நிலை மிகவும் மோசமாகிவிட்டது... இனி தப்பிக்க முடியாது என்று நினைக்கிறேன்.'*

பாவ்ராவ் கெய்க்வாட்டுக்கு எழுதிய இன்னொரு கடிதத்தில்:[50]

'என் உடல்நிலை அப்படியே தொடர்கிறது. இது உங்கள் எல்லோரின் வருத்தத்துக்கும் காரணமாக அமைந்துவிட்டது. என்னுடைய பழைய சுயத்தை மீட்டெடுக்க என்னால் எதுவும் செய்ய முடியாது என்பதால் இப்போது நான் கவலைப்படுவதை நிறுத்திவிட்டேன். புத்தர் கூறியதுபோல் தோன்றுவது அனைத்தும் அழிந்துபோகும்தான். அந்த அர்த்தத்தில் இதை எடுத்துக்கொள்ளப் பழக வேண்டும். என்னுடைய உடல்நிலையைப் பற்றிக் கவலைப்படுவதைவிட முக்கியமானது என்னவென்றால் என்னுடைய பொறுப்புகளை எடுத்துக்கொள்வது பற்றிச் சிந்திப்பது. அதற்கான பொறுப்பேற்க நீங்கள் விரைவில் தயாராக வேண்டும். நான் நீண்ட நாள் வாழ மாட்டேன் என்று எனக்கு உறுதியாகத் தோன்றுகிறது.'

சாஹேபுக்குக் கொஞ்சம் ஓய்வு கிடைக்க வேண்டும் என்பதற்காகவும், அவருக்கு மன அமைதி கிடைக்க வேண்டும் என்பதற்காகவும் அவரைச் சந்திக்கவரும் நபர்களுக்குச் சில கட்டுப்பாடுகளை விதித்திருந்தேன். இது சிலரை எரிச்சல்படுத்தும் என்பது வெளிப்படையானதுதான். ஆனால், வேறு தீர்வு ஏதும் எனக்குத் தெரியவில்லை. கசப்புகளை உண்டாக்கினாலும்கூட, சாஹேபின் உடல்நிலையைப் பராமரிப்பதை நான் உறுதிசெய்ய வேண்டியிருந்தது. பெரும்பாலான தலைவர்களும் தொண்டர்களும் அவரைச் சந்திக்க வரும்போது தங்களுடன் கூடவே சில வேலைகளையும் கொண்டுவருவார்கள். நேரத்தைப் பற்றிக் கவலைப்படாமல் வந்து மணிக்கணக்கில் அவருடன் அமர்ந்துவிடுவார்கள். இதனால், அவர்களைத் திருப்பி அனுப்புவதைத் தவிர எனக்கு வேறு வழியில்லை. அவர்கள் தங்களுடைய கேள்விகள், கவலைகள், புகார்கள், இன்னல்கள், அநீதிகள், அட்டூழியங்களுக்குத் தீர்வு தேடித்தான் வருகிறார்கள். ஆனால், சாஹேபின் உடல்நிலை பற்றிக் கவலைப்படாமல், இந்தத் தலைவர்களும் தொண்டர்களும் தங்கள் குறைகளை அடுக்கிக்கொண்டே மணிக்கணக்கில் உட்கார்ந்திருப்பார்கள். இது இயல்பாகவே சாஹேபை மிகவும் அமைதியற்றவராகவும் நோய்வாய்ப்பட்டவராகவும் ஆக்கியது. சாஹேப் ஏற்கெனவே நோயாளி. இந்த நிலையில், யாரேனும் முறையீட்டுடன் வந்தால் அதைக் கேட்பது அவரை அமைதியிழக்கவைக்கும். உடல்ரீதியான இயலாமையால் அவர் எரிச்சலும் கோபமும்

கொள்வார் என்றாலும் மற்றவர்கள் அவற்றை உணராத வகையில் பார்த்துக்கொண்டார். எனவே, நான் முன்வந்து இதில் கடுமைகாட்ட வேண்டியிருந்ததால் மனக்கசப்பு உருவானது.

சாஹேபுக்கு மிக மோசமாக உடல்நலம் பாதிக்கப்படும்போது சில நேரத்தில் டாக்டர் மால்வன்கர் அழைக்கப்படுவார். எப்போதாவது சாஹேபே அவரை அழைப்பார். மற்ற நேரத்தில் தொலைபேசி வழியாக ஆலோசனை பெற்றுக்கொள்வோம். 24 பிப்ரவரி 1953 அன்று ஜாதவுக்கு சாஹேப் எழுதிய கடிதம்:

> *'உங்கள் கடிதம் வந்து நீண்ட நாள்கள் ஆகிவிட்டன. அப்போது என்னால் பதில் எழுத முடியவில்லை. முதல் காரணம், அப்போது நான் உடல்நிலை சரியில்லாமல் இருந்தேன். டாக்டர் மால்வன்கரை இங்கு அழைக்க வேண்டியிருந்தது. இப்போது அவர் இங்கே என்னைக் கவனித்துக்கொண்டுதான் இருக்கிறார்.'*

ஜாதவுக்கு அவர் மேலும் எழுதுகிறார்:

> *'என்னால் இயல்பாக நடக்க முடியாவிட்டாலும் இப்போது நன்றாக உணர்கிறேன்.'*

## பம்பாயில் புத்த ஜெயந்தி

27 மே 1953 அன்று பம்பாயின் நரே பூங்காவில் பட்டியல் சாதிகள் கூட்டமைப்பு ஏற்பாடு செய்திருந்த புத்தரின் பிறந்த நாள் விழாவில் நாங்கள் கலந்துகொண்டோம். புத்தரின் வாழ்க்கை குறித்தும் தத்துவம் குறித்தும் சாஹேப் பேசினார்.

மே 27 அன்று நாங்கள் செம்பூர் பகுதிக்குச் சென்றோம். அங்கே, கட்டட நிதிக்காக ரூ. 1,001 பணமுடிப்பு தீண்டப்படாதவர்களின் சங்கதனா மண்டல் சார்பாக எங்களுக்கு வழங்கப்பட்டது. இந்த நிகழ்ச்சியில், சாஹேப் தன் தொண்டர்களிடம் அவர்களுடைய உடை குறித்தும் உடுத்தும் முறை குறித்தும் பேசினார். சாதியை வெளிப்படுத்தாத விதத்தில் ஆடை இருக்க வேண்டும். எளிமையான உடையாக இருந்தாலும் அது சுத்தமானதாகவும் பொருத்தமானதாகவும் இருக்க வேண்டும் என்றார்.

ஜூன் 2 அன்று பம்பாயிலுள்ள ராவளி முகாம் சென்றோம். அங்கே, கட்டட நிதியாக ரூ. 1,001 வழங்கப்பட்டது.

1953 ஜூலை, ஆகஸ்ட் மாதங்களில் நாங்கள் ஔரங்காபாதில் தங்கியிருந்தோம். அவர் அப்போது நல்ல ஆரோக்கியத்துடன் இல்லை என்றாலும், கல்லூரி மேம்பாடு தொடர்பான பரபரப்பு தொடர்ந்தது. கன்ஷ்யாம் தல்வத்கருக்கு அவர் 6 ஆகஸ்ட் 1953 அன்று உணர்ச்சிவசப்பட்ட நிலையில் எழுதினார்:

> *‘ஜூலை 26 அன்று உங்களுடைய கடிதம் கிடைக்கப்பெற்றதில் எனக்கு மகிழ்ச்சி. எனக்குக் கை வலி. அதனால்தான் உங்களுக்குப் பதில் எழுத முடியவில்லை... என்னுடைய இடத்தை எடுத்துக்கொள்ள யாரேனும் சீக்கிரமாக முன்வர வேண்டும். அப்படியென்றால்தான் நான் உருவாக்கிய அமைப்புகள் நிலைத்துநிற்கும்.’*

ஔரங்காபாதிலுள்ள பட்டியல் சாதிகள் கூட்டமைப்பின் வார்ட் கமிட்டி 9 ஆகஸ்ட் 1953 அன்று எங்களைத் தேநீர் விருந்துக்கு அழைத்தது. அங்கு சாஹேப் இப்படிச் சொன்னார்:

> ‘தீண்டப்படாதவர்களிடமிருந்து நிலத்தை எடுத்துக்கொள்ள அரசு முயன்றால் விண்ணப்பங்களையும் கோரிக்கைகளையும் நம்பாதீர்கள். மாறாக, தைரியமானவர்களாக மாறுங்கள். வெறுங்கையுடன் செல்லாமல் தரிசு நிலங்களை ஆக்கிரமியுங்கள்.’

## என் உடல்நலக்குறைவு

அப்போது லண்டன் ஸ்கூல் ஆஃப் எகனாமிக்ஸில் விட்டல் பயாஜி கதம் என்ற மாணவர் படித்துவந்தார். சாஹேப் அவருக்கு நிறைய உதவினார். அவருக்கு அவ்வப்போது வழிகாட்டுவார். கடிதங்கள் வழியாக ஊக்கப்படுத்துவார். ஆலோசனை சொல்வார். இந்தியாவில் கிடைக்காத புத்தகங்களை லண்டனிலிருந்து அனுப்பிவைக்கச் சொல்வார். லண்டனில் தங்கியிருந்தபோது சாஹேப் எழுதிய கட்டுரைகளைத் தட்டச்சு செய்து அனுப்பும்படியும் அவரிடம் சொன்னார். மேலும், அவர் தன்னுடைய எண்ணங்களையும் கதமுக்கு எழுதுவார். தனிப்பட்ட விஷயங்களையும்கூட எழுதுவது உண்டு. எங்கள்

இருவரின் உடல்நிலை குறித்து 23 அக்டோபர் 1953 அன்று விட்டல் கதமுக்கு எழுதிய கடிதத்தில் இப்படிச் சொல்கிறார்:

'என்னுடைய உடல்நிலையில் முன்னேற்றம் மெதுவாகத்தான் நடக்கிறது. இதில் என்ன துயரம் என்றால், என்னுடைய மனைவியும் நோயுற்றவளாக மாறிவிட்டாள்.'

என்னுடைய மார்புக்குள் ஒரு கட்டி உருவாகிவிட்டது. டெல்லி, பம்பாய் டாக்டர்கள் பரிசோதித்துப் பார்த்ததில் அது புற்றுத் திசுவாக இருக்கலாம் என்று ஐயமுற்றனர். சாஹேப் மிகவும் கலக்கமடைந்தார். டாடா புற்றுநோய் [sic] மருத்துவமனையில் இது தொடர்பான பரிசோதனைகள் மேற்கொள்ளப்பட வேண்டியதும் மதிப்பிடப்பட வேண்டியதும் அவசியம். அதன்படி, டாக்டர் சாஹேபே என்னை டாடா மருத்துவமனைக்கு அழைத்துச்சென்றார். தேவையான பரிசோதனைகள் மேற்கொள்ளப்பட்டன. எனக்கு அறுவை சிகிச்சை அவசியம் என்று அங்குள்ள மருத்துவர்கள் பரிந்துரைத்தார்கள். மேலும், எங்களைத் தனியாகத் தூங்கச்சொல்லி அறிவுறுத்தினார்கள்.

சாஹேப் எப்போதும் கலவர மனநிலையிலே இருந்தார். அவர் என்னிடம் தொடர்ந்து இப்படிச் சொன்னார்: "ஷாரு, உனக்கு ஏதாவது அசம்பாவிதம் நடந்துவிட்டால் நான் என்ன ஆவேன்? என்னைப் பார்த்துக்கொள்ள யார் இருப்பார்கள்? உன்னை நான் அமெரிக்கா அழைத்துச்செல்கிறேன். அங்கே உனக்கு சிகிச்சை எடுத்துக்கொள்ளலாம்." அவருடைய கன்னங்களில் கண்ணீர் வழிந்தோடும். எனக்கு ஒன்றும் ஆகாது என்று சொல்லி அவரைத் தேற்றுவேன்.

மருத்துவரின் ஆலோசனைப்படி நாங்கள் தனியாக உறங்கினோம். ஒருநாள் இரவு திடீரென விழிப்பு தட்டியது. சாஹேபின் படுக்கையறையில் விளக்குகள் எரிவதைப் பார்த்தேன். என்ன நடந்திருக்குமோ என்ற பரிதவிப்பில் எழுந்து அவர் அறைக்குச் சென்று எட்டிப்பார்த்தேன். அங்கே நான் பார்த்தது என்னை நிலைகுலையவைத்தது: தலையணையில் தன் முகத்தைப் புதைத்தபடி சாஹேப் அழுதுகொண்டிருந்தார். அவரிடம் சென்று ஆரத்தழுவிக்கொண்டபோது அவர் கட்டுப்பாடு இழந்து அடக்க மாட்டாமல் அழத் தொடங்கிவிட்டார். நாங்கள் ஒருவரையொருவர் இறுக்கமாகக் கட்டியணைத்துக்கொண்டு

ஒன்றாகக் கண்ணீர் வடித்தோம். "ஷாரு" என்று விம்மியபடி, "உனக்கு ஏதும் ஏற்பட்டால் நான் என்ன ஆவேன்? என்னை யார் பார்த்துக்கொள்வார்கள்?" என்றார். இதனால், அவர் இன்னும் பெரிதாக அழுதார். அவருக்குத் தைரியம் அளிக்கும் விதமாக, "கவலைப்படாதீர்கள், நான் சரியாகிவிடுவேன். நீங்கள் மனம் தளராதீர்கள்" என்றேன்.

சரியான நேரத்தில், டாடா மருத்துவமனை அறிக்கைகள் வந்தன. மருத்துவர்களின் அச்சங்கள் தவறானவை என்றன. அறிக்கைகள் எங்களுக்குச் சாதகமாக இருந்தன. மருந்துகள் எடுத்துக்கொண்டதன் காரணமாக அந்தக் கட்டி தானாகவே மறைந்திருந்தது.

## மாநிலங்களவையில் இருப்பு

மாநிலங்களவை உறுப்பினராகப் பொறுப்புவகித்தார் சாஹேப். ஆனால், அவருடைய உடல்நிலை சரியில்லாத காரணத்தால் அவரால் தொடர்ச்சியாக அவைக்குச் செல்ல இயலவில்லை. சாஹேப் மீது மாநிலங்களவைத் தலைவர் டாக்டர் சர்வபள்ளி ராதாகிருஷ்ணன் மிகுந்த மதிப்பு வைத்திருந்தார். எப்போதெல்லாம் முக்கியமான விவாதம் நடைபெறுகிறதோ அல்லது எப்போதெல்லாம் சாஹேபின் வருகை அவசியம் என்று அவருக்குத் தோன்றுகிறதோ அப்போது தொலைபேசியில் தொடர்புகொண்டு வரச்சொல்லிக் கூப்பிடுவார். இன்னும் ஒரு படி மேலே சென்று, சாஹேபை அழைத்துச்செல்ல ஆள் அனுப்பிவைப்பார்.

## மாரடைப்பு

1953 நவம்பர் மாதம் நானும் சாஹேபும் ஃப்ரன்டியர் மெயிலில் டெல்லியிலிருந்து பம்பாய்க்குச் செல்ல ஆயத்தமானோம். ரயில் நிலையத்தை அடைந்தோம். காரிலிருந்து இறங்கியதும் கதவை வேகமாகச் சாத்தும்போது அவருடைய விரல்கள் மாட்டிக்கொண்டன. இருந்தாலும், அதைப் பொருட்படுத்தாமல்

ரயிலில் ஏறிக்கொண்டோம். அது குளிர்காலம் என்பதால் வானிலை மிகவும் குளிராக இருந்தது. குளிர் காரணமாக அவருடைய விரல்கள் கடுமையாக வலிக்கத் தொடங்கின.

ரயில் வேகமாகப் போய்க்கொண்டிருந்தது. அடுத்தது ரத்லாம் ரயில் நிலையம்தானா என்பதை அறிய விசாரித்தேன். சாஹேபுக்குக் கடும் காய்ச்சல் அடிக்கத் தொடங்கியிருந்தது. முதலில் அவருடைய விரல்கள் கதவில் சிக்கிக்கொண்டன; பிறகு, காய்ச்சல் வேகமாக அதிகரிக்கத் தொடங்கியதும் அவர், "ஷாரு, நான் போக விரும்புகிறேன்" என்று பிதற்ற ஆரம்பித்தார். இடைவெளியின்றிப் பிதற்றல் தொடர்ந்தது. நான் ஒரு மருத்துவராக இருந்தாலும்கூட அப்போது என்னால் பெரிதாக ஒன்றும் செய்ய முடியவில்லை. நான் அவருக்கு ஒரு கோடோபைரின் மாத்திரையைக் கொடுத்து, அவருடைய நெற்றியில் குளிர்ந்த ஈரத்துணியை வைத்தேன். அவர் சுயநினைவு இழந்துவிட்டார் என்று உறுதியாகத் தெரிந்தது. "ஷாரு, நான் போக வேண்டும்" என்பதையே திரும்பத் திரும்பச் சொல்லிக்கொண்டிருந்தார். கொஞ்ச நேரத்தில் அவருக்குக் காய்ச்சல் குறைந்தது. ஆனால், "ஷாரு, நான் போக விரும்புகிறேன். என்னைப் போகவிடு" என்பது மட்டும் தொடர்ந்துகொண்டிருந்தது. நான் பதற்றம்கொள்ளத் தொடங்கினேன். எனக்கு என்ன செய்வதென்றே தெரியவில்லை. ரத்லாம் நிலையம் இன்னும் வரவில்லை. பம்பாய்க்குச் செல்வதா அல்லது ரத்லாமில் இறங்கி டெல்லி திரும்புவதா என்று என்னால் முடிவெடுக்க முடியவில்லை. கொஞ்ச நேரத்தில் அவருக்குக் காய்ச்சல் குறைந்துவிட்டது. எனவே, நேராக பம்பாய் செல்வதென முடிவெடுத்தேன். சாஹேபுக்கும் சுயநினைவு மீண்டுவந்தது. நான் விவரம் சொன்னதும் அவர் கவலைப்பட்டார்.

பம்பாய் சென்ட்ரல் ரயில் நிலையத்தில் இறங்கினோம். கமலகாந்த் சித்ரேவும் சங்கத்தைச் சேர்ந்த வேறு சிலரும் எங்களை வரவேற்க வந்திருந்தார்கள். சாஹேப் தெளிவான மனநிலையில் இருப்பதாகத் தெரியவில்லை. சித்ரே மிகுந்த அனுபவசாலி. மூத்தவரும்கூட. எனவே, அவரைத் தனியே அழைத்துச்சென்று, பயணத்தின்போது நடந்தவற்றைச் சொன்னேன். 'ஷாரு,

நான் போக விரும்புகிறேன்' என்று சுயநினைவின்றி அவர் முணுமுணுத்ததையும் சொன்னேன்.

இதைக் கேட்டதும் மிகவும் வருத்தப்பட்ட சித்ரே, "இதெல்லாம் நல்ல அறிகுறி இல்லையே. நாம் அவருக்குக் கூடுதல் கவனம் கொடுக்க வேண்டும்" என்றார்.

"சாஹேபை நல்ல மருத்துவமனையில் வைத்துப் பார்க்கலாமா?" என்று கேட்டேன்.

"அதற்குப் பதிலாக அவருக்கெனத் தனியாக ஒரு செவிலியரை வைத்துக்கொள்வோம்" என்று சித்ரே சொன்னார்.

லிபர்ட்டி சினிமாவுக்கு அருகேயுள்ள மிராபேல் ஹோட்டலில் எங்களுக்கான தங்குமிடம் ஏற்பாடாகியிருந்தது. பம்பாய் சென்ட்ரல் ரயில் நிலையத்திலிருந்து நேரே மிராபேல் ஹோட்டல் சென்றோம்.

ஹோட்டலை அடைந்ததும் சாஹேபுக்கு மூச்சுத்திணறல் ஏற்பட்டது. சித்ரே உடனடியாக ஒரு செவிலியருக்கு ஏற்பாடு செய்தார். இவ்வளவு ஆபத்தான நிலையில் இருந்தபோதும் அங்கே சுற்றியிருந்தவர்களிடம் சாஹேப் பேச்சு கொடுத்துக்கொண்டிருந்தார். அறைக்கு வெளியே இருந்த இருக்கையில் தன்னைச் சாய்த்துக்கொண்டு பேச்சைத் தொடர்ந்து கொண்டிருந்தார். உறங்கச்செல்லும்படி நாங்கள் தொடர்ந்து வேண்டிக்கொண்டபோதும் அவர் அமைதியாக இருக்க மறுத்துவிட்டார். அப்போது செவிலியர் வந்தார். அவருடைய முன்னங்கையைப் பிடித்த செவிலியர் சொன்னார்: "டாக்டர் அம்பேத்கர், நீங்கள் போதுமான அளவு பேசிவிட்டீர்கள். போதும். நீங்கள் இப்போது ஓய்வெடுக்க வேண்டும்."

அதற்கு அவர், "இல்லை சிஸ்டர், நான் இப்போது நன்றாக இருக்கிறேன்" என்றார்.

ஆனால் அவரை உறுதியாகப் பற்றிக்கொண்டு, "இல்லை... இப்போது உங்களுக்கு ஓய்வு தேவை" என்றபடி அவரை எழவைக்க முயன்றார்.

நாங்கள் அவருடைய இரண்டு முன்னங்கைகளையும் பிடித்து, கிட்டத்தட்ட தூக்கி அவரைப் படுக்கையில் கிடத்தினோம். ஆனால், அவரால் நிம்மதியாகத் தூங்க இயலவில்லை. அவருக்கு மூச்சுத்திணறல் அதிகரிக்க ஆரம்பித்தது. எனக்கும் பதற்றம் அதிகரித்தது. சித்ரேவிடம் என்னுடைய அசௌகரியத்தைச் சொன்னேன். அவர், "கவலைப்படாதீர்கள். நாம் 24 மணிநேரமும் செவிலியர் வைத்துக்கொள்வோம். மருத்துவ நிபுணரை அழைத்துப் பேசுவோம்" என்று சொன்னார்.

டாக்டர் மால்வன்கரையும் பிரபல இதய நோய் நிபுணர் டாக்டர் துல்புலேவையும் அழைத்த சித்ரே அவர்களை மிராபேல் ஹோட்டலுக்கு வருமாறு கேட்டுக்கொண்டார். சாஹேபின் சிறப்பு மருத்துவராக டாக்டர் துல்புலே இருந்தார். முன்னதாகக்கூட சுவாசக் கோளாறு, உயர் ரத்த அழுத்தம் ஆகியவற்றுக்காக அவர் சாஹேபைப் பரிசோதித்து, அவருக்கு சிகிச்சை அளித்துவந்தார். டாக்டர் துல்புலே வந்ததும் நான் உள்ளறைக்குச் சென்று ஒளிந்துகொண்டேன். அதற்குக் காரணம், நான் கிராண்ட் மெடிக்கல் கல்லூரியில் எம்.பி.பி.எஸ். படித்துக்கொண்டிருந்தபோது அவர் என் வகுப்பாசிரியராக இருந்தார் என்பதுதான். அவரைப் பார்ப்பதை எண்ணி நான் மிகவும் வெட்கப்பட்டேன். சாஹேப் என்னைவிட வயதில் மிகவும் மூத்தவர். மேலும், அவர் முன்னிலையில் நான் மிகவும் சிறியவளாகத் தோன்றினேன். அதனால், டாக்டர் துல்புலே முன்பாக வந்துநிற்பதற்கு நாணினேன்.

சாஹேபைப் பரிசோதித்துப்பார்த்த டாக்டர் துல்புலே உடனடியாக அவருக்கு ஆக்ஸிஜன் செலுத்துமாறு அறிவுறுத்தினார். நாசிக்குழாய்கள் விரைவாகக் கொண்டுவரப்பட்டு அவருடைய மூக்கு வழியாக உள்ளே செலுத்தப்பட்டன. சிகிச்சை தொடர்பாகவும் பராமரிப்பு தொடர்பாகவும் அறிவுரைகளை வழங்கிவிட்டு டாக்டர் துல்புலே கிளம்பிச்சென்றார்.

சாஹேப் நல்ல நிலைமையில் இல்லை. அவர் இங்குமங்கும் சுற்றிப்பார்ப்பார். அருகே வரச்சொல்லி சைகை தருவார். நான் வந்ததும், "இங்கே உட்கார்" என்பார். நான் அவர் அருகே உட்கார்ந்ததும் பழையபடி, "ஷாரு, நான் போக விரும்புகிறேன். என்னைப் போகவிடு" என்பார். இது

எனக்குள் கலவரமூட்டியது. ஆரம்பத்தில், அவர் டெல்லி போக விரும்புவதாக நினைத்துக்கொண்டு, "அப்படிச் சொல்லாதீர்கள். படுத்துக் கொஞ்சம் ஓய்வெடுங்கள். உங்களுடைய உடம்பு சரியானதும் நாம் எப்படியும் போய்த்தான் ஆக வேண்டும்" என்று அவரைத் தேற்றினேன். அறிகுறிகள் சரியாகப் படவில்லை என்று சித்ரே சொன்ன பிறகுதான் நான் மிகவும் கவலையுற்றேன்.

நான்கைந்து மணிநேரம் அவருக்கு ஆக்ஸிஜன் வழங்கப்பட்ட பிறகு அவர் தன்னுடைய பேச்சை விட்டுவிட்டு ஆழ்ந்த உறக்கத்துக்குச் சென்றார். இருபத்து நான்கு மணிநேரம் ஆக்ஸிஜன் அளிக்கப்பட்ட பின்னர், அவருக்கு லேசான மாரடைப்பு ஏற்பட்டதாக அவருக்கு சிகிச்சை அளித்த மருத்துவர்கள் சொன்னார்கள். அதிர்ஷ்டவசமாக, பெரும் அசம்பாவிதம் தவிர்க்கப்பட்டது. ரத்லாமில் சாஹேபுடன் இறங்கி மீண்டும் அவரை டெல்லிக்கு அழைத்துச்செல்ல முனைந்திருந்தால் என்ன ஆகியிருக்கும் என்ற எண்ணத்தில் என் முதுகெலும்பு சில்லிட்டுப்போனது.

நாங்கள் மிராபேல் ஹோட்டலில் இருந்தபோது, புகழ்பெற்ற வாழ்க்கை வரலாற்றாசிரியர் தனஞ்செய் கீர் வந்து சாஹேப் குறித்து விசாரித்தார். டாக்டர் சாஹேபின் மூக்கில் செலுத்தப்பட்டிருந்த குழாய்கள் அப்போதுதான் அகற்றப்பட்டிருந்தன. அவர் படுக்கையில் படுத்திருந்தார். டாக்டர் சாஹேபின் வாழ்க்கை வரலாற்றை எழுதும் பணியில் கீர் இருந்தார். கீர் அகில இந்திய வானொலியின் பாஸ்கர்ராவ் போஸ்லே வழியாகத்தான் சாஹேபின் ஒப்புதல் பெறவும், புத்தகத்துக்காக அவரை நேர்காணவும் சாஹேபைத் தொடர்புகொண்டார். சாஹேப் அவருக்கு அனுமதி அளித்திருந்தார். மேலும், கிட்டத்தட்ட வாழ்க்கை வரலாற்றை எழுதிமுடிக்கும் நிலையில் கீர் இருந்தார்.

கீர் அவருடைய உடல்நிலை குறித்து விசாரித்த பிறகு, வாழ்க்கை வரலாற்றைப் பற்றிப் பேசத் தொடங்கினார். அப்போது அவர் சாஹேபிடம், "தீண்டப்படாதவர்களின் பிரச்சினைக்குத் தீர்வுகாண்பதற்காக, பிரதமர் ராம்சே மெக்டொனால்டுக்கு அளித்த அறிக்கையில் காந்தி கையெழுத்திட்டாரா?" என்று கேட்டார். உடனடியாக எழுந்து உட்கார்ந்த சாஹேப், "நான் உங்களுக்குச் சொல்கிறேன், காந்திஜி அந்த அறிக்கையில்

கையெழுத்திட்டிருந்தார். கையெழுத்திடுவதைத் தவிர வேறு என்ன செய்திருக்க முடியும்?" என்றார். சாஹேப் உற்சாகமாகப் பேசத் தொடங்கிவிட்டார். அது எனக்குக் கவலையளித்தது. எனவே, உரையாடலை முடித்துக்கொள்ளும்படி கீருக்குச் சைகை காட்டினேன். அவர் அதற்கு இணங்கினார்.

சாஹேப் குணமடையத் தொடங்கியதும், நாங்கள் அவரை குலாப்யாவிலுள்ள ஜெய்ராஜ் இல்லத்துக்கு மாற்றினோம். அவர் மிகவும் பலவீனமடைந்துவிட்டார். அதனால், முதல் மாடியிலுள்ள அவருடைய அறைக்குக் கொண்டுசெல்ல அவரை ஒரு நாற்காலியில் உட்காரவைத்துத் தூக்கிச்செல்ல வேண்டியிருந்தது.

இந்த உடல்நலக்குறைவு அவருக்கு வாழ்வா சாவா போராட்டமாக மாறிவிட்டது. அதிர்ஷ்டவசமாக, இந்த நெருக்கடியை எங்களால் சமாளிக்க முடிந்தது. அவர் உயிர் பிழைப்பதற்கான சாத்தியங்கள் குறித்து அவரே ஐயமுற்றிருந்தார். லண்டனிலுள்ள விட்டல் ககமுக்கு 19 ஏப்ரல் 1954 அன்று அவர் எழுதிய கடிதத்திலிருந்து இதைக் காணலாம். சாஹேப் இப்படி எழுதுகிறார்:

> *'நீ அனுப்பிய புத்தகங்களையும், அவற்றைத் தொடர்ந்து வந்த இரண்டு கடிதங்களையும் குறித்து உடனடியாக உனக்குத் தெரியப்படுத்தாததற்காக வருந்துகிறேன். கடந்த நவம்பரிலிருந்து மிக மோசமாக நோய்வாய்ப்பட்டிருந்தேன். பல சமயங்களில், நான் பிழைத்துக்கொள்வேன் என்ற நம்பிக்கையே இல்லாமல் இருந்தது. ஆனால், புத்தருக்கு நன்றி. நான் மீண்டுவிட்டேன். நான் பம்பாய்க்குக் கொண்டுசெல்லப்பட்டேன். மார்ச் பாதிவரை படுக்கையில் இருக்கும்படி ஆயிற்று.'*

## எங்கள் மண வாழ்க்கை மீதான தாக்குதல்

1953-இல் எங்கள் மண வாழ்க்கை மீது பயங்கரமான தாக்குதல் நடத்திய ஒரு நிகழ்வு பற்றி இங்கே பேசுவது முக்கியம். திருமணம் முடிந்து தேனிலவுக்காக நாங்கள் சிம்லா சென்றிருந்தோம். நான் எப்போதுமே அதிகாலையில் எழுந்திருக்கும் பழக்கம் கொண்டவள். ஆனால், அந்த ஆரம்ப மாதங்களில் அவர்

என்னைப் படுக்கையிலிருந்து எழ அனுமதிக்க மாட்டார். மாறாக, எங்கள் இருவர் மீதும் போர்வையை இழுத்துப் போர்த்திக்கொண்டு, சமஸ்கிருதத்திலிருந்து ஒரு சொலவடையை மேற்கோள் காட்டுவார். அதன் அர்த்தம்: 'சோம்பேறித்தனம் மனித உடலுக்கான மிகச் சிறந்த நண்பன்.' அந்த நாள்களில் அவருடைய நகைச்சுவை உணர்வின் பல்வேறு அம்சங்களைப் பற்றியும் நான் அறிந்துகொண்டேன்.

அவர் தனக்கொரு மகள் வேண்டும் என்ற விருப்பத்தைத் தெரிவித்தபோது, நான் என்னுடைய தங்கையின் மகளைத் தத்தெடுத்துக்கொள்ளலாம் என்று பரிந்துரைத்தேன். ஆனால், தத்தெடுப்பதற்குப் பதிலாகச் சொந்த மகளைப் பெற்றெடுப்போம் என்பதே அவருடைய எண்ணம். துரதிர்ஷ்டவசமாக, அவருடைய இந்த ஆசை நிறைவேறவில்லை. உண்மையில், 1953-இல் எங்கள் அன்பின் விதை என் வயிற்றில் வளர்ந்துகொண்டிருந்தது. அது மகளாகத்தான் இருக்கும் என்று அவர் எப்போதும் சொல்வார். அவளுக்கு என்ன பெயர் வைக்கலாம் என்று நாங்கள் விவாதிப்போம்.

இந்தக் காலகட்டத்தில், காஷ்மீர் முதல்வர் ஷேக் அப்துல்லாவின் சிறப்பு அழைப்பின் பேரில் நாங்கள் காஷ்மீர் சென்றிருந்தோம். சிறப்பு விருந்தினர் மாளிகையில் நாங்கள் தங்குவதற்கான ஏற்பாடுகளைச் செய்திருந்தார். மேலும், அவர் எங்களை ஒரு சிறப்பு விருந்துக்கும் அழைத்திருந்தார். காஷ்மீர் குறித்து ஷேக் அப்துல்லாவுடன் சாஹேப் விவாதித்தார். ஒரு மதிய வேளையில் எனக்கு மயக்கம் வந்தது. சில முறை வாந்தியும் எடுத்தேன். என்னுடைய நிலைமை சஹேபைக் கலங்கவைத்தது. உடனடியாக டெல்லிக்குக் கிளம்பினோம். விமானத்தில் என்னுடைய வயிறு பிறழ ஆரம்பித்தது. டெல்லி விமான நிலையத்திலிருந்து சாஹேப் என்னை நேரே மருத்துவமனை அழைத்துச்சென்றார். என்னைப் பரிசோதித்துப்பார்த்த மருத்துவர்கள் எனக்கு மருந்துகள் தந்தார்கள். ஆனால், இந்த நிகழ்வு எங்கள் மண வாழ்க்கையில் மிக மோசமான தாக்குதலை உண்டாக்கியது: எனக்குக் கருச்சிதைவு ஏற்பட்டது. அது எங்களுடைய உள்ளங்களில் பெரிய ரணத்தை உண்டாக்கியது. மண வாழ்க்கை மீதான ஆர்வத்தை இழக்கும் அளவுக்கு இந்த விபத்து அவரை மிகுந்த மனவுளைச்சலுக்குள் தள்ளியது.

இந்த நிகழ்வுக்குப் பிறகு, ஒரு மகளைத் தத்தெடுத்துக்கொள்ளலாம் என்று அவரை மீண்டும் வற்புறுத்த ஆரம்பித்தேன். ஏனெனில், அவருடைய இதயத்திலுள்ள முள்ளை வெளியே எடுப்பது முக்கியம் என்று நான் நினைத்தேன். இறுதியாக, அவரும் அந்த யோசனைக்கு இணங்கிவந்தார். என்னுடைய தங்கையின் மகளைத் தத்தெடுக்க நாங்கள் திட்டமிட்டோம். ஆனால், இந்தத் திட்டம் கடைசிவரை நிறைவேறவில்லை.

## மகாத்மா புலே குறித்த ஆச்சார்ய அத்ரேவின் திரைப்படம்

புத்தர், கபீர், புலே மூவரையும் சாஹேப் தன்னுடைய ஆசான்களாகக் கருதினார். மகாத்மா ஜோதிபா புலேவின் வாழ்க்கை வரலாற்றைப் படமாக எடுக்க முடிவெடுத்திருந்தார் மிகப் பெரும் இலக்கிய ஆளுமையான ஆச்சார்ய அத்ரே. அவர் படப்பிடிப்புக்காக சாஹேபை அழைத்திருந்தார். சாஹேபுக்கு உடல்நிலை நன்றாக இல்லைதான். ஆனால், அது மகாத்மா புலே பற்றிய படம் என்பதாலும், அத்ரேயுடன் அவர் மிக நெருக்கமான உறவைப் பேணிவந்ததாலும் அவரால் அழைப்பை நிராகரிக்க முடியவில்லை. பம்பாயிலுள்ள பிரபல ஸ்டுடியோவில் 31 ஜனவரி 1954 அன்று சாஹேபின் கரங்களால் படப்பிடிப்பு தொடங்கிவைக்கப்பட்டது.

அந்தக் காலத்தின் மிகவும் மதிக்கத்தக்க நபர்கள் பலரும் நிகழ்ச்சிக்காகக் கூடியிருந்தனர்: தயாரிப்பாளரும் இயக்குநருமான ஆச்சார்ய அத்ரே, புலே பாத்திரத்தை ஏற்று நடித்த பாபுராவ் பெந்தார்கர், புலேவின் மனைவி சாவித்ரிபாய் பாத்திரத்தை ஏற்று நடித்த சுலோச்சனாபாய், பெரியார் ராமசாமி நாயக்கர், சேனாபதி பாபட், சாஹிர் அமர் ஷேக், நாங்கள் இருவர், மற்ற நடிகர்கள் மற்றும் ஏராளமான விருந்தினர்கள். அங்கே கூடியிருந்தவர்கள் சாஹேபிடம் அன்பு பாராட்டினர். அவருடைய மோசமான உடல்நிலை குறித்துக் கவலை தெரிவித்தனர். உண்மையில், வருந்தத்தக்க விஷயம் என்னவென்றால் அவர் பேசுவதற்கு மிகவும் சிரமப்பட்டார். அவரால் பேச்சைச் சரியாக முடிக்கக்கூட முடியவில்லை.

படம் தயாரானதும் அதன் முதல் காட்சிக்கு அத்ரே எங்களை அழைத்திருந்தார். அந்தப் படத்தைப் பார்த்து சாஹேப் உணர்ச்சிக் கொந்தளிப்புக்கு ஆளானார். மகாத்மா புலே ஆற்றிய காரியங்களும் தியாகங்களும் நினைவுக்கு வந்து அழத் தொடங்கிவிட்டார். படம் முடிந்ததும், சிறப்பாக நடித்ததற்காக பெந்தார்கரின் முதுகில் தட்டிக்கொடுத்துப் பாராட்டினார். அத்ரேவையும் வாழ்த்தினார். இதில் திருப்தி அடையாத அவர், 20 நவம்பர் 1955 அன்று அத்ரேவுக்குக் கடிதம் எழுதிப் பாராட்டி, திரைப்படம் வெற்றிபெற வாழ்த்தினார். அந்தப் படம் சில மாநில விருதுகளை வென்றது.

## லோனாவலாவில் ஓய்வு

நான் 1954 மார்ச் மாதத்தில் லோனாவலாவுக்குப் பயணம் செல்லத் திட்டமிட்டேன். அதனால் சாஹேபுக்கு மிகவும் அவசியமான ஓய்வு கொஞ்சம் கிடைக்கும். பம்பாயில் தங்குவது என்றால் அவருடைய சகாக்களும் தொழிலாளர்களும் ஏதோ ஒரு வேலைக்காக அல்லது வேறு காரியங்களுக்காக அவரைச் சந்திக்க இரவும்பகலும் முடிவில்லாமல் வந்துகொண்டிருப்பார்கள். ஆங்கில நாளிதழான ஃப்ரீ பிரஸ் ஜர்னலை நடத்திவந்த, அவருடைய அருமை நண்பர் ஏ.பி. நாயருக்குச் சொந்தமான பங்களாவில் சிறிது காலம் செலவிடும் பொருட்டு பம்பாயிலிருந்து காரில் புறப்பட்டோம். 1953-இல் சாஹேபுக்கு மாரடைப்பு ஏற்பட்டபோது, ஜுஹுவிலுள்ள நாயர் பங்களாவில்தான் ஏறத்தாழ ஒரு மாத காலம் நாங்கள் தங்கியிருந்தோம். அவர்கள் வாஞ்சையுடன் இதயத்துக்கு நெருக்கமான உரையாடல்களில் அடிக்கடி ஈடுபடுவது உண்டு.

ஓய்வுக்காக நாங்கள் அங்கே சென்றிருந்தாலும் அவருடைய வாசிப்புக்கும் எழுத்துக்கும் ஒருபோதும் ஓய்வு இருக்காது. அத்துடன், எங்களுடைய நகர்வுகளை எவ்வளவுதான் ரகசியமாக வைத்திருக்க முயன்றாலும், அவர் தங்கியிருக்கும் செய்தி காட்டுத்தீபோல் பரவிவிடும். மக்கள் சாரிசாரியாக வரத் தொடங்கிவிடுவார்கள். வெறும் வயிற்றில் அல்லது ஒரு துண்டு பாக்ரி ரொட்டியையும் சட்னியையும் சிறு

துணியில் கட்டிக்கொண்டு வந்து, சாஹேபைத் தரிசிக்கும் அதிர்ஷ்டம் வாய்க்குமா என மணிக்கணக்கில் பொறுமையுடன் உட்கார்ந்திருப்பார்கள். தன்னை வெறுமனே பார்க்க வேண்டும் என்ற ஆவலுடன் தன் சகோதரர்கள் தனக்காகக் காத்திருப்பதைக் கேள்விப்பட்டதும் சாஹேப் வெளியே வருவார். நேசத்தோடு அவர்களைச் சந்தித்து, அக்கறையுடன் விசாரிப்பார். அவர்களுக்கு ஆலோசனைகளும் தருவதுண்டு. அவருடைய தரிசனம் கிடைத்த பிறகு, இந்த உண்மையுள்ள விசுவாசமிக்க மக்கள் மிகுந்த மனநிறைவுடன் வீடு திரும்புவார்கள். அவரை நேரில் பார்த்த பெரும் பாக்கியத்துக்காக அவர்களில் பலருடைய கண்களும் ஆனந்தக் கண்ணீர் வடிக்கும்.

ஒருநாள், பொருளாதார நிபுணர் ஒருவர் எங்களைப் பார்க்க வந்திருந்தார்; அவருடைய பெயர் எனக்கு நினைவில் இல்லை. அவர்கள் தேநீர் அருந்திவிட்டு அரட்டையடித்துக் கொண்டிருந்தார்கள். சாஹேபின் தரிசனத்துக்காக வெளியே ஒரு பெரும் கூட்டம் காத்துக்கொண்டிருப்பதைத் தெரிவிக்க, சமையல்காரர் உள்ளே நுழைந்தார். சாஹேப் உடனே அந்தப் பொருளாதார நிபுணரைத் தாழ்வாரத்துக்குக் கூட்டிச்சென்றார். சாஹேப் தன்னுடைய உள்ளங்கைகளை ஒன்றுசேர்த்து வணக்கம் செலுத்தியபோது, மக்களின் கரங்களும் தானாகவே ஒன்றுசேர்ந்தன. தங்களுக்கு விமோசனம் வழங்கியவரின் மீதான பயபக்தியைக் காட்டுவதற்காக அவர்கள் எல்லோரும் தங்கள் தலைகளைத் தரையில் தொட்டு வணங்கினார்கள். நிறைவான, வறுமையில் வாடும் மக்களை அந்தப் பொருளாதார நிபுணரிடம் சுட்டிக்காட்டி, “பாருங்கள், இவர்கள்தான் என் மக்கள். இவர்கள் பாமரர்கள், ஏழைகள். ஆனால், நம்பிக்கைக்குரியவர்கள்.” சாஹேப் இரண்டு மூன்று பேரை அருகே வருமாறு அழைத்தார். அவர்கள் கொண்டுவந்திருக்கும் அந்தச் சிறு பொட்டலங்களைத் திறந்துகாட்டச் சொன்னார். அவர்களிடம் பாக்ரி ரொட்டி, சட்னி, வெங்காயங்கள் இருந்தன. அவர் நெகிழ்ந்துபோனார். பொருளியலாளரிடம் அவற்றைக் காட்டி, “என் மக்கள் என்ன சாப்பிடுகிறார்கள் என்று பாருங்கள்” என்றார். அவர் கண்கள் கலங்கின. சாஹேபின் குற்றச்சாட்டைக் கவனித்த பொருளியலாளர் அங்கிருந்து விடை பெற்றுக்கொண்டார். சாஹேப் மிகுந்த துயரமும் விசனமும் கொண்டார். சமைத்த உணவுகள் எல்லாவற்றையும் மக்களுக்கு

விநியோகிக்கும்படி சமையல்காரரிடம் கூறினார். எல்லாச் சப்பாத்திகளும் காய்கறிகளும் சோறும் குழம்பும் மக்கள் மத்தியில் பகிரப்பட்டன. சாஹேபும் சரி, மற்றவர்களும் சரி அன்று இரவு உணவு உண்ணவில்லை.

## பந்தர்பூரின் வித்தல்? இல்லை, புத்தர்!

லோனாவலாவில் நாங்கள் தங்கியிருந்தபோது, பந்தர்பூரின் [கடவுள்] வித்தல் பற்றி ஆராய்ச்சிக் கட்டுரை எழுதும் பணியை சாஹேப் கையில் எடுத்திருந்தார். கட்டுரையின் சில பக்கங்களை எழுதியிருந்தார். இந்தக் கட்டுரையின் நோக்கம், வித்தல் சிலை உண்மையில் புத்தர் சிலை என்பதை நிரூபிப்பது. அவருடைய அபிப்ராயம் என்னவென்றால், 'புன்டலிக்' என்ற சொல் 'புன்டரிக்' என்ற அசல் பாலி வார்த்தையின் நகல் என்பதுதான். அவர் தன்னுடைய கூற்றை நிரூபிப்பதற்காக ஏராளமான ஆதாரங்களைச் சேகரித்திருந்தார். 'யார் பாண்டுரங்கன்?' என்ற ஆங்கிலத் தலைப்புடன் இந்தக் கட்டுரையின் அறிமுகத்தை சாஹேப் எழுதியிருந்தார். ஆனால், அந்தக் கட்டுரையை சாஹேப் முடிக்கவில்லை. எங்கள் நூலகத்தை மக்கள் கல்விச் சங்கம் எடுத்துக்கொண்டபோது அந்தக் கையெழுத்துப் பிரதியையும் ஏனைய ஆவணங்களுடன் எடுத்துச்சென்றிருப்பார்கள்.

## பண்டாரா மக்களவை இடைத்தேர்தல்

தொழிலாளர்களின், சக ஊழியர்களின் வற்புறுத்தலின் பேரில், மே மாதம் நடக்கவிருக்கும் மக்களவைத் தனித் தொகுதி இடைத்தேர்தலில் நிற்பதற்கு சாஹேப் முடிவெடுத்தார். அவர் வேட்புமனுவைத் தாக்கல் செய்துவிட்டுப் பிரச்சாரத்தைத் தொடங்கினார். சாஹேப் தன்னுடைய தேர்தல் கூட்டங்களில் நேருவின் தலைமையையும், அரசாங்கம் செயல்பட்ட விதத்தையும், நேருவின் வெளியுறவுக் கொள்கையையும் கடுமையாகச் சாடினார். தீண்டப்படாதவர்கள் மீது மாற்றாந்தாய் மனப்பான்மையை அரசாங்கம் கொண்டிருப்பதையும் அவர் எடுத்துச்சொன்னார்.

சாஹேபை எதிர்த்து நிற்கவைப்பதற்கு மஹர் சமூகத்தைச் சேர்ந்த ஹரிஜன் பாவ்ராவ் போர்கரை காங்கிரஸ் தேர்ந்தெடுத்தது. இந்த இடைத்தேர்தலில் சாஹேப் வெற்றிபெறுவது உறுதி என்று நினைத்தோம். நாங்கள் தேர்தல் கூட்டங்கள் நடத்திய எல்லா இடங்களிலும் லட்சக்கணக்கான மக்கள் கலந்துகொண்டார்கள். ஆனால், எது நடக்கக் கூடாதோ அதுதான் நடந்தது. சாஹேப் 1,32,000 வாக்குகள் பெற்றது உண்மைதான் என்றாலும், காங்கிரஸின் போர்கர் 8,381 வாக்குகள் வித்தியாசத்தில் வெற்றி பெற்றார்.

சாஹேப் போன்ற ஒரு மாபெரும் ஆளுமை பின்வரும் காரணங்களால்தான் தோற்கடிக்கப்பட்டார் என்று நான் உறுதியாக நம்புகிறேன்: மஹர் சாதிகள் மற்றும் அதன் கிளைச் சாதிகளுக்கிடையே பொறாமைகளைத் தூண்டிவிடுவது; உயர்வு தாழ்வு சார்ந்து ஒருவருக்கொருவர் அழித்துக்கொள்ள நினைக்கும் உட்பகை உணர்வு; லட்சியவாதிகளின் சூழ்ச்சிகள்; தனித் தொகுதியில் உயர்சாதி வாக்காளர்களின் எதிர்மறை வாக்குகள்; போதுமான நிதி இல்லாததும் உட்கட்சிப் பூசல்களும். கிளைச் சாதிகள் இந்தத் தேர்தலில் முக்கியப் பங்குவகித்தன. எங்கள் கூட்டங்களுக்கு நீலத் தொப்பி அணிந்து லட்சக்கணக்கான மக்கள் வந்தார்கள் என்பது எனக்கு உறுதியாகத் தெரியும்;[51] அதே மக்கள் தங்களுடைய கிளைச் சாதி உணர்வாலும் தனிநபர்களுக்கு இடையேயான பொறாமை உணர்வாலும் மட்டுமே தூண்டப்பட்டு, காந்தித் தொப்பி அணிந்துகொண்டு காங்கிரஸ் கூட்டங்களில் கலந்துகொண்டார்கள். இந்த அறிவற்ற மூளையில்லாத மக்கள் தங்கள் கிளைச் சாதி அரசியல், பாகுபாடு, உள்வட்ட வேறுபாடுகளுக்கு எதிராகத் தங்கள் கோபத்தை வெளிப்படுத்தினர். ஆனால், அதன் விளைவை சாஹேப் ஏற்க வேண்டியிருந்தது. நாட்டின் அரசமைப்புச் சிற்பி தொடர்ந்து இரண்டு தேர்தல்களில் தோல்வியைச் சந்திக்க வேண்டியிருந்தது. இதற்கு என்ன பொருள்? பெரிய அவலம் என்னவென்றால், சாஹேபின் தோல்வி என்பது நாட்டில் முற்போக்கு, சமத்துவக் கருத்துகளின் தோல்விக்குக் கொஞ்சமும் குறைந்ததல்ல.

# [மஹர்களிலுள்ள கிளைச் சாதியின்]*
## நன்றிகெட்ட நிலை

விதர்பாவில் மஹர்களின் கிளைச் சாதி ஒன்று இருப்பதாகப் பின்னர் அறிந்தோம்.* சாஹேபின் கூட்டங்களில் தங்கள் வருகையை உறுதிப்படுத்திய பின்னர், இந்தக் கிளைச் சாதியினர் தங்கள் வாக்குகளை காங்கிரஸுக்கு அளித்து, சாஹேபின் முதுகில் குத்தினர். அவரைத் தோல்வியுறச்செய்ய எதையும் விட்டுவைக்கவில்லை என்பதும் மிகப் பெரும் துரதிர்ஷ்டமும் வெட்கக்கேடும் அவமானமும் நிறைந்த செயலாகும். தமக்கு விமோசனம் வழங்கியவருக்கு எதிராகவே துரோகச் செயலில் ஈடுபட்டதாகும்.

இந்தத் தகவல்கள் அனைத்தும் வெளிவந்தபோது சாஹேப் மிகுந்த மனச்சோர்வுக்கு ஆளானார். இந்த நேரத்தில் நான் என்ன செய்ய வேண்டும் என்பதை எண்ணித் திகிலடைந்திருந்தேன். தேர்தல்களில் ஏற்பட்ட முதல் தோல்வியை அவர் மிகுந்த சிரமத்துக்கு இடையில் ஜீரணித்துக்கொண்டார். இந்த இரண்டாவது தோல்விக்குப் பிறகு என்னவாகும்?

சாஹேபுக்கும் ஐயம் ஏற்பட்டது. சித்ரேவுக்கு அவர் இப்படி எழுதினார்:

'நான் தேர்தலிலிருந்து வெளியேற்றப்பட்டதாக மற்ற வட்டாரங்களிலிருந்து வரும் செய்திகள் தெரிவிக்கின்றன. இது சாத்தியமற்றது அல்ல. நான் அதற்குத் தயாராக இருக்கிறேன்.'

சாஹேப் மிகுந்த மனவுளைச்சலில் உழன்றதால் இந்தச் சூழலிலிருந்து அவரை வெளியே கொண்டுவருவது முக்கியமாக இருந்தது. அதிர்ஷ்டவசமாக, அந்தச் சமயத்தில், புத்த பகவானின் பிறந்த நாளைக் கொண்டாடும் விதமாக ரங்கூனில் ஏற்பாடாகியிருக்கும் மாநாட்டில் அவர் கலந்துகொள்ள அழைப்பு வந்தது. இந்த மாநாட்டில் கலந்துகொள்ளுமாறு சாஹேபை வற்புறுத்துவதில் நான் வெற்றிபெற்றேன். தேர்தல் முடிவுகள் வெளியாகும் முன்பே அங்கு செல்ல முடிவெடுத்தேன்.

## காங்கிரஸின் விளையாட்டுகள்

முன்னதாக சாஹேபை அரசமைப்பு அவைக்குப் போட்டியின்றித் தேர்ந்தெடுத்தது காங்கிரஸ்தான். பிறகு அரசமைப்பு வரைவை உருவாக்குதல், சட்ட அமைச்சகம் ஆகிய தேசியப் பொறுப்பை அவரிடம் ஒப்படைத்ததும் இதே காங்கிரஸ்தான். எனவே, அரசமைப்புச் சிற்பியை உரிய மரியாதையுடன் மீண்டும் அழைப்பதற்கான பெருந்தன்மை மனதை அது வெளிப்படுத்தியிருந்திருக்க வேண்டும். அதேபோல், பம்பாய் மக்களும் அவரைத் தேர்ந்தெடுக்கும் தொலைநோக்குப் பார்வையைக் காட்டியிருந்திருக்க வேண்டும். வேறு எதற்காக இல்லாவிட்டாலும், குறைந்தபட்சம் நாட்டின் நலனுக்காக மக்களவைக்கு சாஹேப் தேர்ந்தெடுக்கப்பட நேரு வழிவிட்டிருக்க வேண்டும். ஆனால் அதற்கு நேர்மாறாக, டாங்கே போன்ற ஒரு நபருடன் காங்கிரஸ் கைகுலுக்கியது. தன் எல்லா வலிமைகளையும் பயன்படுத்தி சாஹேபைத் தோற்கடிக்க எல்லா வகையான சூழ்ச்சிகளிலும் ஈடுபட்டது. இது, காங்கிரஸுக்கு நாட்டின் நலனைவிடக் கட்சி மீதுதான் அதிக அக்கறை இருந்தது என்பதை நிரூபிக்கிறது. ‘இந்திராதான் இந்தியா’ என்ற அதே வழக்கம் இன்றுவரை நடைமுறையில் இருப்பதாகத் தெரிகிறது. இது நம் ஜனநாயகத்தின் மிகப் பெரும் அவலம்.

## ரங்கூனில் புத்தரின் பிறந்த நாள் விழா

சாஹேபின் மனதைத் திசைதிருப்பும் நோக்கத்துடன் அவரை ரங்கூனுக்கு அழைத்துச்செல்லும் முயற்சியை முன்னெடுத்தேன். பண்டாரா இடைத்தேர்தல் முடிவுகளை நாங்கள் ரங்கூனில்தான் பார்த்தோம்.

16 மே 1954 அன்று காலை 5:10 மணிக்கு டெல்லியிலிருந்து போயக் விமானத்தில் புறப்பட்டுச்சென்று மாலை 3:30 மணிக்கு ரங்கூன் விமான நிலையத்தில் இறங்கினோம். நாங்கள் தங்குவதற்கு மிக அருமையான ஹோட்டலில் ஏற்பாடாகியிருந்தது. எங்களைப் பார்க்க வருபவர்களெல்லாம் தேர்தல் பேச்சை எடுத்துக் கிளறிவிடுவார்கள். நிருபர்கள் சிலரும் அவருடைய தோல்வி குறித்துக் கேள்வி எழுப்பிப் புதிர்போட்டனர். அவர்களுடைய

வாயை மூடுவது எனக்குக் கடுமையான காரியமாக இருந்தாலும், சாஹேபின் உடல்நலனைக் கருத்தில் கொண்டு நான் அதைச் செய்ய வேண்டியிருந்தது.

17 மே 1954 அன்று நடைபெறவிருக்கும் புத்த சாசனக் குழுவின் திறப்பு விழாவுக்கு நாங்கள் வந்திருந்தோம். அன்று மதியம் சில நிகழ்ச்சிகளும் இருந்தன. ஆனால், அந்த மதியப் பொழுது முழுவதும் மழை விடாது பெய்ததால் நாங்கள் ஹோட்டலிலேயே தங்கிவிட்டோம்.

18 ஆம் தேதியன்று சாஹேப் திடீரென அசௌகரியமாக உணர ஆரம்பித்தார். அவருக்குக் காய்ச்சல் அடிக்கவும் தொடங்கியது. அவர் மிகவும் சோர்வாக உணர்ந்ததால், எங்களால் எந்த விழாவிலும், அவ்வளவு ஏன் சாசனக் குழு அமர்வுகளிலும்கூடக் கலந்துகொள்ள முடியவில்லை. சாஹேப் முற்றிலுமாக ஆற்றலின்றி மந்தமாகக் காணப்பட்டார். இதனால், நான் திகிலுற்றேன். உடனே மருத்துவ நிபுணர்கள் சிலரை அழைத்தேன். அவரைப் பரிசோதித்துப்பார்த்துவிட்டு, அவருக்கு முழு ஓய்வு தேவை என்றார்கள்.

19 ஆம் தேதியன்று, எங்களுக்கான தங்குமிட ஏற்பாடுகள் ஓர் ஆடம்பர அரசு விருந்தினர் மாளிகை[52]க்கு மாற்றப்பட்டதாகச் சொன்னார்கள். அதன்படி நாங்கள் அங்கே கிளம்பிச்சென்றோம்.

குடியரசுத் தலைவர் மாளிகையில் நடைபெற்ற பட்டமளிப்பு விழாவுக்கு நாங்கள் வந்திருந்தோம். பிக்குகளுக்குப் பயிற்சி அளிக்கும் அரசு அமைப்பு ஒன்று உள்ளது. அங்கே, பாடத்திட்டத்தை வெற்றிகரமாக முடிக்கும் மாணவர்களுக்குச் சான்றிதழ்கள் வழங்கப்படுகின்றன. பாடத்திட்டத்தில் சிறந்து விளங்கும் கற்றறிந்த பிக்குகளுக்கு அக்கமஹா பண்டிதர் என்ற பட்டத்தை அரசு வழங்குகிறது. நாங்கள் அங்கிருந்த நாளில் எட்டு பிக்குகளுக்கு இந்தப் பட்டம் வழங்கப்பட்டது.

21 மே 1954 அன்று, வடக்கே ஐம்பது மைல் தொலைவிலுள்ள பெகூ என்ற ஊருக்குப் புறப்பட்டோம். இந்த இடத்தைப் பார்ப்பதற்காக வெவ்வேறு நாடுகளின் பிரதிநிதிகளை ஏற்றிக்கொண்டு ஐம்பது கார்கள் கொண்ட அணிவகுப்பு புறப்பட்டது. அணிவகுப்பின் முன்புறத்திலும் பின்புறத்திலும்

ஆயுதம் தாங்கிய வீரர்களின் வாகனங்கள் வந்தன. உலகம் முழுவதிலுமிருந்து வந்திருந்த பிரதிநிதிகளின் பாதுகாப்புக்காக அரசாங்கம் செய்திருந்த சிறப்பு ஏற்பாடு இது.

23 மே 1954 அன்று காலையில் மண்டாலேவுக்கு நாங்கள் விமானத்தில் அனுப்பப்பட்டோம். எண்ணற்ற பௌத்தப் பிக்குகள், வெவ்வேறு நாடுகளின் பிரதிநிதிகள், புத்த சாசனக் குழுவைச் சேர்ந்த அதிகாரிகள், அரசு அதிகாரிகள், பாதுகாப்பு வீரர்கள், இன்னும் சிலர் என ஏறத்தாழ 200 பேரை எட்டு விமானங்களில் ஏற்றிச்சென்றனர். வானிலை மேகமூட்டத்துடன் காணப்பட்டதாலும் புயல் அடித்ததாலும் விமானி வழிதவறிவிட்டார். ஒரு மணிநேரம் சுற்றித்திரிந்த பிறகு நாங்கள் சரியான திசையில் பறக்கத் தொடங்கினோம். ஆனால், மேகமூட்டம் அதிகமாக இருந்ததாலும் எங்கும் பனிமூட்டம் நிறைந்திருந்ததாலும் எல்லாமே மங்கலாகக் காட்சியளித்தன. மாலையில் விருந்தினர் இல்லத்துக்குத் திரும்பினோம்.

அட்டர்னி ஜெனரலும் புத்த சாசனக் குழுவின் தலைமைச் செயலருமான யூ சான் ஹடுன் மே 25 அன்று, ரங்கூனில் தேமிஸ் கோர்ட் எண் 1, சர்ச் சாலையிலுள்ள தன்னுடைய வீட்டுக்கு மதிய உணவுக்காக எங்களை அழைத்திருந்தார். அங்குதான் புத்த சாசனக் குழுவின் முக்கிய உறுப்பினர்கள் பலரை நாங்கள் சந்தித்தோம். சாஹேபிடம் குழுத் தலைவர் எண்ணற்ற கேள்விகள் கேட்டார். பௌத்தத்தைப் பரப்புவது தொடர்பான ஐயங்களையும் கேட்டார். இதற்குப் பதிலளிக்கும் விதமாக, மிலிந்த் பன்ஹாவின் பகுதிகள் சிலவற்றை மேற்கோள்காட்டிய சாஹேப், தம்மத்தைப் பரப்புவதிலுள்ள சிரமங்களையும் விளக்கிச்சொன்னார்.

## சாஹேபின் முக்கியமான பரிந்துரைகள்

உலகம் முழுவதும் பௌத்தத்தைப் பரப்புவதற்காக, சர்வதேச புத்த மிஷன் நிறுவப்பட வேண்டும் என்று பரிந்துரைத்த சாஹேப், இந்த அமைப்புக்கான இலக்குகளையும் வகுத்துத்தந்தார். அவை பின்வருமாறு:

1. இளைஞர்களுக்கு உரிய கல்வி அளிக்கப்பட வேண்டும்.

2. இந்தியாவில் பள்ளிகளும் கல்லூரிகளும் தொடங்குவதற்கு பர்மிய அரசு உதவ வேண்டும். அவற்றின் வழியாகவே கல்வியுடன் தம்மப் பரப்புரையும் நிகழும். கட்டணம் வசூலிப்பதன் வழியாக இந்த நிறுவனங்கள் தன்னிறைவு பெறும். பர்மிய அரசின் உதவி தேவைப்படாது. தலித், பிற்படுத்தப்பட்ட மாணவர்களுக்கு இலவசக் கல்வியுடன் கல்வி உதவித்தொகையும் வழங்க வேண்டும். இந்த நிறுவனங்களில் மேற்கொள்ளப்படும் தம்மம் தொடர்பான சொற்பொழிவுகள் வழியாகவும், பிரார்த்தனை அமர்வுகள் வழியாகவும் மக்கள் அதன் முக்கியத்துவத்தைப் புரிந்துகொள்வார்கள். பௌத்தம் மீது தானாகவே ஈர்க்கப்படுவார்கள்.

3. இந்தியாவின் முக்கிய நகரங்களில் மடங்கள் கட்டப்பட வேண்டும். நாட்டின் மக்கள்தொகையில் 89 சதவீதம் உள்ள தலித் மற்றும் பிற்படுத்தப்பட்ட சமூகங்கள் (மீனவர்கள், செக்கெண்ணெய் ஆட்டுபவர்கள் போன்ற சமூகங்கள் உள்பட) ஏற்கெனவே பௌத்தம் தழுவுவதற்கான ஆர்வத்தை வெளிப்படுத்தியுள்ளன.

4. பௌத்தம் தொடர்பான உயர்தர ஆய்வறிக்கைகளைச் சமர்ப்பிக்கும் நபர்களுக்கு ஊக்கப் பரிசுகள் வழங்க வேண்டும்.

5. மிஷனரி முறையில் மதமாற்ற போதகர்களைப் பயிற்றுவிக்க வேண்டும்.

மே 27, 28 தேதிகளில் யூ சான் ஹடுன் எங்களைத் தேநீர் அருந்த அழைத்தார். அந்தச் சமயத்தில் விரிவான விவாதங்கள் நடைபெற்றன. அவர் மிகவும் உற்சாகமாகக் காணப்பட்டார். தம்மப் பணியில் யூ சான் ஹடுன் தன்னை முழுமையாக ஈடுபடுத்திக்கொண்டிருப்பதை நாங்கள் அறிந்தோம். புத்த சாசனக் குழுவின் நிதிச் சுமையில் சிலவற்றை அரசாங்கமே ஏற்றுக்கொள்ள வேண்டும் என்று பர்மிய அரசாங்கத்தைச் சட்டமியற்ற வைத்திருந்தார். மத நடவடிக்கைகளுக்காக நாட்டின் வரவுசெலவுத் திட்டத்தில் நிதி ஒதுக்கப்பட்டிருந்தது. இவை அனைத்தும் யூ சான் ஹடுனின் உழைப்பு மற்றும்

புத்திக்கூர்மையின் விளைவு என்பது வெளிப்படை. பௌத்தத்தில் தன்னை முற்றிலுமாக அர்ப்பணித்துக்கொண்ட ஒருவரைப் பார்த்ததில் நாங்கள் மகிழ்ச்சி அடைந்ததோடு, எங்களுடைய பர்மா சுற்றுப்பயணம் வெற்றிபெற்றதாகவும் உணர்ந்தோம்.

பர்மியப் பிரதமர் யூ நுவின் உரையைக் கேட்க நாங்கள் மிகவும் ஆர்வமாக இருந்தோம். பர்மா சுதந்திரம் பெற்ற பிறகு அடைந்துள்ள முன்னேற்றத்தைக் கண்டு டாக்டர் சாஹேப் மிகவும் கவரப்பட்டார். நிலங்களைத் தேசியமயமாக்கும் பர்மிய அரசின் திட்டம் அவருக்குப் பிடித்திருந்தது. "இதுதான் உண்மையான சோஷலிஸத் திட்டம்" என்று குறிப்பிட்டார். முன்மொழியப்பட்ட நில தேசியமயமாக்கல் சட்டம், பர்மிய அரசமைப்பு ஆகியவற்றின் நகல் வேண்டும் என்று கேட்டார்.

சாஹேப் முன்வைத்திருக்கும் திட்டங்களையும் அவர் எழுதிக் கொண்டிருக்கும் புத்தகத்தையும் விரைவில் வெளியிட வேண்டும் என்றும், அவற்றைப் பல்வேறு மொழிகளில் மொழிபெயர்க்க வேண்டும் என்றும் யூ சான் ஹடூன் வலியுறுத்தினார். மேலும், புத்தகத்தை வெளியிடுவதற்கு புத்த சாசனக் குழுவின் உதவியைப் பெற்றுத்தருவதாகவும் அவர் உறுதியளித்தார். "சாசனக் குழு ஒப்புக்கொண்டாலும் இல்லாவிட்டாலும் உங்களுடைய புத்தகம் *(பௌத்த பைபிள்)* வெளிவருவதை நான் பார்த்துக்கொள்வேன்" என்றார். சாஹேபுக்கு மட்டற்ற மகிழ்ச்சி.

மூன்று முதல் ஆறு மாதங்கள் வரையிலான காலத்துக்கு இந்திய இளைஞர் குழுக்களை பர்மாவுக்கு அனுப்ப வேண்டும் என்று யூ சான் ஹடூன் முன்மொழிந்தார். இந்தக் காலகட்டத்தில் புத்த சாசனக் குழுவின் செயற்பாடுகளை இளைஞர்கள் அவதானிப்பார்கள். குழு அதன் தரப்பிலிருந்து பௌத்தத்திலும் அதைப் பரப்பும் விஷயத்திலும் அவர்களுக்குப் பயிற்சியளிக்கும். பௌத்தத்தின் திறமையான பிரச்சாரகர்களாக அவர்களை மாற்றி இந்தியாவுக்குத் திருப்பி அனுப்பிவைக்கும். இந்த நடவடிக்கைக்கான முழுச் செலவையும் பர்மிய அரசே ஏற்கும். இந்த முன்மொழிவை சாஹேப் மகிழ்ச்சியுடன் ஏற்றுக்கொண்டார். விவாதம் பிறகு பிக்கு சங்கம் தொடர்பாகத் திரும்பியது. சாஹேப் கூறினார்: "பழங்காலத்தில் இருந்ததைப் போல இப்போது புதிய சங்கங்களை நிறுவுவது அவசியமாகிவிட்டது.

ஜப்பானியச் சங்கத்தின் அமைப்பு நன்றாக இருக்கிறது. செயல்படுத்தத் தகுந்தது."

பிரதமர் யூ நு உடனான சந்திப்புக்கு மே 29 அன்று யூ சான் ஹடுன் ஏற்பாடு செய்திருந்தார். இதற்கு முன்பாக நாங்கள் யூ நுவைப் பார்த்திருக்கிறோம். ஆனால், அன்றைய நாளில்தான் அவருடைய அன்பான குண இயல்பைப் புரிந்துகொண்டோம். கவர்ச்சிகரமான ஆளுமைப் பண்பு கொண்ட யூ நு தன்னை முழுமையாக பௌத்தத்துக்கு ஒப்படைத்திருந்தார் என்பது தெள்ளத்தெளிவாகத் தெரிந்தது. யூ நு பிரதமராக இருந்தபோதும் பிரார்த்தனை, தியானம், வாசிப்பு, இன்ன பிற விஷயங்கள் என அன்றாடம் ஆறு மணிநேரம் மதப் பணிக்காகச் செலவிட்டார் என்பதையும் அறிந்துகொண்டோம். இந்தியாவில் பௌத்தம் எவ்வாறு பரவ வேண்டும் என்பது குறித்து சாஹேபும் அவரும் விரிவாக விவாதித்தார்கள்.

30 மே 1954 அன்று வெகுஜனக் கல்வி மையத்தையும் புனர்வாழ்வுப் படைப்பிரிவையும் பார்க்கச்சென்றோம். வெளியுறவு அலுவலகத்திலிருந்து ஒரு பாதுகாப்பு அதிகாரியை எங்களுக்கு வழிகாட்டியாகக் கொடுத்தார்கள். இந்த அமைப்பின் பணியானது சேவைத் தன்மையில் உள்ளதால் அங்கே வெகுஜன விழிப்புணர்வின் வழியாகச் சமூக மேம்பாட்டை எவ்வாறு கொண்டுவரலாம் என்று அறிவுறுத்தப்படுகிறது. எண்ணற்ற தொழிலாளர்கள் எதையும் எதிர்பாராமல் ஆர்வத்துடன் இந்தப் பணியில் தங்களை ஈடுபடுத்திக்கொண்டுள்ளார்கள். பர்மியர்கள் மிகுந்த விருந்தோம்பல் பண்பு கொண்டவர்கள். மற்றவர்களுக்கு உதவிக்கரம் நீட்ட அவர்கள் எப்போதும் தயாராக இருக்கிறார்கள். இதற்கு பௌத்தத்தின் போதனைகளே காரணம் என்பதில் எவ்வித ஐயமும் இல்லை.

புத்தர் தொடர்பாக சாஹேப் எழுதத் திட்டமிட்டிருந்த புத்தகங்களுக்கு உதவக்கூடிய, பாலியிலும் பிற மொழிகளிலும் எழுதப்பட்ட பல அரிய புராணங்களையும் புத்தகங்களையும் பர்மாவில் நாங்கள் தங்கியிருந்த நாள்களில் சேகரித்தோம். பலதரப்பட்ட பௌத்த விஹாரைகளிலிருந்து ஏராளமான புத்தகங்களைக் கொள்முதல் செய்தோம். அந்த விஹாரைகளில் பின்பற்றப்படும் பௌத்த ஐதீகங்களையும் சடங்குகளையும்

நாங்கள் மிகமிக உன்னிப்பாக அவதானித்தோம். பர்மா சுற்றுப்பயணத்தை முடித்துக்கொண்டு, ஜூன் முதல் வாரத்தில் நாங்கள் இந்தியா திரும்பினோம். சாஹேபின் உடல்நிலை இன்னும் பலவீனமாகத்தான் இருந்தது.

## 'அரசியல் பணிக்குப் பதிலாகச் சமூகப் பணி ஆற்றுவோம்!'

1952, 1954 ஆகிய ஆண்டுகளில் நடந்த மக்களவைத் தேர்தல்களில் ஏற்பட்ட தோல்விகளால் சாஹேப் மிகவும் ஏமாற்றம் அடைந்தார். அரசியலில் அவருக்கு ஆர்வம் குறைந்தது. அதே நேரம், தலித்துகளின் நலனுக்காகவும் வறிய மக்களின் நலனுக்காகவும் அரசியலில் நீடிப்பது முக்கியமாக இருந்தது. சாஹேப் குழப்பத்தில் இருந்தார். ஒருபக்கம், ஆட்சியில் இருக்கும் வலுவான காங்கிரஸ் கட்சி; இன்னொருபுறம், தலித்துகள் மத்தியில் ஒற்றுமை இல்லாத நிலை. அரசியலில் திருப்தியும் வெற்றியும் அடைய முடியாத சூழ்நிலையில் இருப்பதாகத் தோன்றியது.

சாஹேபை அரசியலிலிருந்து விலக்கிவைப்பதற்காகவும், அவரது மனநலன் மற்றும் மனநிறைவுக்காகவும் நான் அவரிடம் எப்போதும் சொல்வேன்: "அரசியல் பணிகளில் ஈடுபடாமல் சமூகப் பணிகளை மட்டும் மேற்கொள்வோம். நீங்கள் அறிவித்துள்ளபடி பௌத்தப் பணியைக் கையில் எடுப்போம்." இது என்னுடைய தொடர்ச்சியான வற்புறுத்தலாக இருந்தது. காங்கிரஸுக்கு எதிரான கோபத்தை சாஹேப் அடிக்கடி வெளிப்படுத்துவார்.* அதனால்தான் சமூகத்துக்காகவும் மதத்துக்காகவும் அவரை உழைக்கத் தூண்டுவேன். பௌத்த மாநாடுகளுக்கான அழைப்புகளை அவர் ஏற்றுக்கொண்டதும், மதம் பற்றிப் புத்தகங்கள் எழுதுவேன் என்று அவர் அறிவித்ததும், தன்னுடைய எஞ்சிய வாழ்நாளை மதப் பணியில் செலவிடுவேன் என்று அவர் உறுதியளித்ததும் அந்தத் தூண்டுதல்களின் விளைவே. பல ஆண்டுகளுக்கு முன்பே அவர் இந்த எல்லா விஷயங்களிலும் ஈடுபட முடிவெடுத்திருந்தார் என்பது உண்மைதான். ஆனால், அவருக்கு ஆதரவளிப்பதன்

வழியாகவும், உடனடியாகக் கையில் எடுக்க வேண்டும் என்று வலியுறுத்துவதன் வழியாகவும் இவற்றுக்கு உறுதியான வடிவம் கொடுக்க உதவியதற்கு நான் ஓரளவு பொறுப்பாளி என்பதை இங்கே தாழ்மையுடன் சொல்லிக்கொள்கிறேன்.

## ஜப்பானிலிருந்து அழைப்பு

ஜப்பானின் டோக்கியோவைச் சேர்ந்த டாக்டர் ஃபெலிக்ஸ் வாய்லி, பௌத்தத்தைப் பரப்பத் தேவையான அனைத்து வழிகளிலும் உதவுவதாக சாஹேபுக்கு உறுதியளித்திருந்தார். ஜப்பான் அரசால் அங்கீகரிக்கப்பட்ட சர்வதேசப் பண்பாட்டு உறவுகளுக்கான சங்கமானது, சமணத்தையும் பௌத்தத்தையும் ஒப்பிட்டுப் பேசும் 'இந்தியத் தத்துவத்தின் வேர்கள்' என்ற தலைப்பிலான அவருடைய ஆய்வறிக்கையைப் படிக்குமாறு, டோக்கியோவில் ஏற்பாடாகியிருந்த வட்டமேஜை மாநாட்டில் சாஹேபிடம் கேட்டுக்கொண்டது. சாஹேபுக்கு ஃபெலிக்ஸ் வாய்லி இப்படி எழுதினார்:

> 'இந்த வட்டமேஜை மாநாட்டில் நீங்கள் பங்கேற்பது மிகவும் முக்கியம். இந்திய பௌத்தத் தலைவர் என்ற முறையில் நீங்கள் ஜப்பானில் பிரபலமானவர். உங்களுடைய சர்வதேசப் புகழ் எங்கள் முயற்சிக்கு சர்வதேச முக்கியத்துவத்தைக் கொடுக்கும்.'

சாஹேப் எழுதிய 'புத்தரும் அவர் சுவிசேஷமும்' என்ற புத்தகம் அவருடைய அறிவார்ந்த, வியக்கத்தக்க பணிக்கான மிகச் சிறந்த எடுத்துக்காட்டு என்றும், அந்தப் புத்தகம் ஜப்பானிய மொழியில் மொழிபெயர்க்கப்பட வேண்டும் என்றும் அவர் சொன்னார். அந்தப் புத்தகத்தை வெளியிடுவதற்காக ஜப்பானிலுள்ள பதிப்பாளர்களுடன் பேச சாஹேபிடம் அனுமதி கேட்டார்.

சாஹேபின் உடல்நலக்குறைவு காரணமாக டாக்டர் வாய்லியின் அழைப்பை எங்களால் ஏற்க முடியவில்லை. மேலும், அவர் தன்னுடைய புத்தகத்தை எழுதுவதிலும் மதமாற்றம் பற்றிய சிந்தனையிலும் மும்முரமாக இருந்துவந்தார். முக்கியமாக, புத்தரின் பிறந்த நாளைக் கொண்டாடும் விதமாக ரங்கூனில்

நடைபெறவிருக்கும் மாநாட்டில் கலந்துகொள்ள வேண்டும் என்ற அழைப்பை நாங்கள் ஏற்கெனவே ஏற்றுக்கொண்டிருந்தோம்.

## பெங்களூரில் பௌத்தக் கல்விக்கூடம்

டாக்டர் ஃபெலிக்ஸ் வாய்லி மற்றும் சர்வதேசப் பண்பாட்டு உறவுகள் சங்கத்தின் உதவியுடன் பெங்களூரில் ஒரு பௌத்தக் கல்விக்கூடம் நிறுவும் எண்ணம் சாஹேபின் மனத்தில் இருந்தது. இந்தப் பின்னணியில், 8 ஜூலை 1954 அன்று மைசூர் மஹாராஜாவை சாஹேப் சந்தித்தபோது அவர் எங்களுக்குக் கொஞ்சம் நிலத்தை அன்பளிப்பாக அளித்தார். முன்மொழியப்பட்ட கல்விக்கூடத்துக்கான திட்டம் என்னவென்றால், பிக்குகளுக்கு தம்மத்தில் பயிற்சி அளிக்கப்பட வேண்டும், அவர்கள் கிறிஸ்தவ மிஷனரிகள்போல் தம்மத்தைப் பரப்ப வேண்டும்; தம்மம் தொடர்பான ஆய்வுகளுக்காக மிகச் சிறந்த புத்தகங்கள் கொண்ட, தேவைப்படும் புத்தகங்களுக்கான இருப்பு கொண்ட பிரம்மாண்டமான நூலகம் அமைக்க வேண்டும்; ஆய்வுகள் மேற்கொள்வதற்காக வரும் வெளிநாட்டு ஆய்வாளர்களும் அறிஞர்களும் தங்குவதற்கான வசதிகள் இருக்க வேண்டும்; சாஹேபிடம் இது போன்ற பல்வேறு திட்டங்கள் இருந்தன. டாக்டர் வாய்லியுடனும் ஜப்பான் துணைத் தூதரகத்துடனும் இது தொடர்பாகக் கடிதப் பரிமாற்றம் நடத்தினார். 4 ஜூன் 1954 அன்று, ஜப்பானின் துணைத் தூதரகத் தலைவர் எஃப். ஹ்யான்ஸிக்கு சாஹேப் இப்படி எழுதினார்:

> *‘பெங்களூரில் கல்வி நிறுவனம் அமைப்பதற்கான முன்மொழிவு இன்னும் வடிவம் பெறவில்லை என்பதை வருத்தத்துடன் தெரிவித்துக்கொள்கிறேன். இன்னும் சிறிது காலம் பிடிக்கும் என்று தோன்றுகிறது. இதன் பொருட்டு மைசூர் மஹாராஜாவைத் தொடர்புகொள்வதற்கு என்னுடைய நோய் என்னை அனுமதிக்கவில்லை.’*

பின்னர், மைசூர் மஹாராஜா எங்களுக்கு நிலத்தைப் பரிசாக வழங்கினார்தான். ஆனால், நிதிக் காரணங்களால் கட்டுமானப் பணி எதுவும் நடக்கவில்லை. ஜப்பானிய அமைப்புகளுடனான கடிதத் தொடர்புகளில் அதிக நேரம் செலவிடப்பட்டது. பின்னர்,

பௌத்த மாநாடுகள், மதமாற்றத் திட்டம், புத்தகம் எழுதும் பணி போன்ற பிற கடப்பாடு காரணமாகவும், உடல்நலக்குறைவு காரணமாகவும் சாஹேபால் அந்தத் திசையில் அதிகக் கவனம் செலுத்த முடியவில்லை. பின்னர், சிறிது காலம் கழித்து அவர் இறந்துபோனார். அந்தத் துண்டு நிலம் என்ன ஆனது என்பதை இப்போது அறிய வழியில்லை. அனுமதியற்ற குடியிருப்புகளால் அது ஆக்கிரமிக்கப்பட்டுள்ளதாகக் கேள்விப்பட்டேன்.

## டாக்டர் சாஹேபின் உடல்நிலை நலிவுற்றது

ரங்கூனில் சாஹேபின் உடல்நிலை மோசமாகிவந்தது. டெல்லியிலிருந்து திரும்பிய பின்னர் அவருடைய உடல்நிலையில் முன்னேற்றத்துக்கான எந்த அறிகுறியும் தென்படவில்லை. தொடர்ந்து மோசமாகித்தான் வந்தது. ஜூன் இரண்டாவது வாரத்தில் மக்கள் கல்விச் சங்கத்தின் நிர்வாகக் குழு கூடுவதாக இருந்தது. ஆனால், சாஹேப் அதன் தலைவராக இருந்தபோதும் அவர் கலந்துகொள்ளும் நிலையில் இல்லை. அவர் தன்னுடைய சகா பல்வந்த் வராலேவுக்கு எழுதியதாவது:

> *'தங்கள் கடிதம் கிடைக்கப்பெற்றேன். மிக மோசமான உடல்நிலையோடு நான் இப்போதுதான் ரங்கூனிலிருந்து திரும்பி வந்திருக்கிறேன். நீங்கள் ஏற்பாடு செய்திருக்கும் கூட்டங்களில் என்னால் கலந்துகொள்ள முடியும் என்று தோன்றவில்லை. கூட்டத்துக்குத் தலைமையேற்கும்படி நீங்கள் ஜாதவிடம் கேட்டுக் கொள்வது நல்லது.'*

அவர் விட்டல் கதமுக்கும் எழுதினார் [மராத்தியிலிருந்து மொழிபெயர்க்கப்பட்டது]:

> *'ரங்கூனிலிருந்து திரும்பியதிலிருந்து எனக்கு உடல்நிலை சரியில்லை. நான் சிகிச்சைக்காக பம்பாய் கொண்டுசெல்லப்படுவேன்.'*

ஜூன் மாதக் கடைசி வாரத்தில் முழுப் பரிசோதனைக்காக சாஹேபை நான் பம்பாய்க்கு அழைத்துச்சென்றேன். டாக்டர் மால்வன்கர், டாக்டர் துல்புலே இருவரும் அவரைப் பரிசோதித்துப்பார்த்துவிட்டு சிகிச்சையைத் தொடங்கினார்கள்.

7 ஜூலை 1954 அன்று நாங்கள் பம்பாயிலிருந்து நீலகிரி சென்றோம். அங்குள்ள ராணுவப் பணியாளர் கல்லூரியில் இந்திய அரசமைப்பு குறித்து சாஹேப் உரையாற்றினார். அங்கிருந்து 15 அல்லது 16 அன்று நாங்கள் டெல்லி திரும்பினோம்.

## விரக்தியுற்ற டாக்டர் அம்பேத்கர்

தேர்தலில் ஏற்பட்ட தோல்விகளிலிருந்து சாஹேப் ஒருபோதும் விடுபட முடியாது. ஜாதவுக்கு 1 ஆகஸ்ட் 1954 அன்று அவர் எழுதிய கடிதம் இதை வெளிப்படுத்துகிறது:

> *'தேர்தலுக்கு முன்பு நான் என்னவாக இருந்தேன்? இப்போது என்னவாக இருக்கிறேன்? துயரம் என் உள்ளத்தில் நுழையாது என்பதல்ல. இந்தக் கேள்வியைக் கேட்டுக்கொள்கிறேன்: எனக்கு எதிர்காலம் உள்ளதா? சில நேரத்தில் எனக்கு எதிர்மறையான பதில்தான் கிடைக்கிறது. ஆனால், இவையெல்லாம் தற்காலிகமானவை. அவை என் மன அமைதியை ஒருபோதும் குலைக்காது.'*

அவருடைய உடல்நிலையும் மனநிலையும் மிகவும் கவலைக்குரியவையாக மாறியிருந்தன. ஆனால், அவருடைய மனவுறுதியோ வலுவிழக்கவில்லை. அவர் தன்னுடைய அசாதாரணமான மனவுறுதியின் பலத்தால் மட்டுமே செயல்பட்டார்.

விட்டல் கதம் தன்னுடைய கடிதங்களில் சாஹேபின் உடல்நிலை பற்றியும் என்னுடையது பற்றியும் கேட்பதுண்டு. 6 ஆகஸ்ட் 1954 அன்று சாஹேப் எழுதிய பதில் கடிதத்தில் இப்படிச் சொன்னார்:

> *'மாய் நன்றாக இருக்கிறார். நான் எப்படியோ ஓட்டிக் கொண்டிருக்கிறேன்.'*

## சாஹேபின் எதிர்பார்ப்புகளும் விருப்பங்களும்

இங்கிலாந்தில் சாஹேப் மாணவராக இருந்தபோது அவருக்கொரு தோழி இருந்தார். அவருடைய பெயர் எஃப். எக்ஸ். அவர் அங்கே நாடாளுமன்றச் செயலகத்தில் பணியாற்றிவந்தார்.

அவருடைய உதவியால் இங்கிலாந்தில் நாடாளுமன்றம் எவ்வாறு செயல்படுகிறது என்பதை சாஹேப் அறிந்துகொள்ள முடிந்தது. அங்குள்ள நாடாளுமன்ற ஜனநாயகத்தின் செல்வாக்கு சாஹேபின் மனத்தில் ஆழமான தாக்கத்தை ஏற்படுத்தியது. எனவே, அவர் நாடாளுமன்ற ஜனநாயகம் மீது காதலில் விழுந்ததில் வியப்பதற்கு ஏதுமில்லை. இங்கிலாந்தில்தான் உண்மையான நாடாளுமன்ற ஜனநாயகத்தைக் காண முடிந்தது. ஏனென்றால், அங்குள்ள ஜனநாயக மரபு மிகவும் பழமையானது. இதுதான் சாஹேப் தன் மனக்கண்ணில் எப்போதும் வைத்திருந்த லட்சியம்.

நாடாளுமன்றத்தில் அவர் உரையாற்றும் நாள்களிலெல்லாம் நான் பார்வையாளர் அரங்கில் இருக்க வேண்டும் என்று சாஹேப் எப்போதும் எதிர்பார்த்தார். அவர் பேச வேண்டிய நாள்களில் வீட்டை விட்டுக் கிளம்பும்போது என்னைத் தயாராக இருக்கச்சொல்வார். எனக்காகக் கார் அனுப்பிவைப்பார். அவருக்கு விருப்பமான புடவையை நான் அணிந்துகொள்ள வேண்டும் என்பதும் அவருடைய வலியுறுத்தல். அவருடைய இன்னொரு எதிர்பார்ப்பும் விருப்பமும் என்னவென்றால், பார்வையாளர் அரங்கில் அவர் என்னைப் பார்க்கக்கூடிய ஓர் இடத்தில் நான் உட்கார வேண்டும் என்பது. அவர் பேசும்போது என் பக்கமாக அவ்வப்போது பார்ப்பார். அவர் எதிர்பார்த்த இடத்தில் நான் இல்லை என்றால் வருத்தப்படுவார்; நான் அங்கே உட்கார்ந்திருப்பது அவருக்கு மனநிறைவு அளித்தது. பார்வையாளர் அரங்கில் நான் அமர்ந்திருக்க வேண்டும் என்ற இந்த விருப்பம் சர்ச்சிலிடமிருந்து பெறப்பட்டதாகத் தோன்றுகிறது. சர்ச்சிலும் நாடாளுமன்றத்தின் பார்வையாளர் அரங்கில் தன்னுடைய மனைவியை அமரச்சொல்வார்.

## அன்புக் கோபம்

சாஹேப் கோபப்பட்ட நிகழ்வு ஒன்றைச் சொல்கிறேன். ஒருமுறை நாடாளுமன்றத்தில் உரையாற்றவிருந்தார். என்னை உடன் வரச்சொன்னார். நான் புடவை உடுத்திக்கொண்டு தயாரானேன். ஆனால், அது அவர் உடுத்தச்சொன்ன புடவை

அல்ல. எரிச்சலடைந்த அவர், "நீ என்ன உடுத்திக்கொள்ள வேண்டும் என்பது மட்டும் உனக்குப் புரிய மாட்டேன் என்கிறது" என்றார். கிளம்பும்போது, "நீ வர வேண்டாம்" என்றார். நான் ஓட்டுநரிடம், "சாஹேபை விட்டுவிட்டுத் திரும்பிவாருங்கள். நானும் வர வேண்டும்" என்றேன். சாஹேப் சிடுசிடுப்புடன் காரில் ஏறி நாடாளுமன்றம் புறப்பட்டுச்சென்றார்.

என்னுடைய அறிவுறுத்தலின்படி, என்னை அழைத்துச் செல்வதற்காக ஓட்டுநர் திரும்பிவந்தார். நான் தயாராகி, காத்துக் கொண்டிருந்தேன். சாஹேப் பரிந்துரைத்திருந்த புடவையை உடுத்தியிருந்தேன். நாடாளுமன்றம் சென்றதும் என்னுடைய வழக்கமான இடத்தில் அமர்ந்துகொண்டேன். சாஹேப் பேச எழுந்தார். வழக்கம்போல் கண்களை என் பக்கமாகத் திருப்பினார். அவர் விரும்பிய புடவையை உடுத்திக்கொண்டு அமர்ந்திருந்த என்னைப் பார்த்ததும், ஆச்சரியத்தில் கண்கொட்டாமல் என்னையே பார்த்துக்கொண்டிருந்தார். அன்று நான் நாடாளுமன்றம் வருவேன் என்று அவர் நினைத்திருக்க மாட்டார். என்னைப் பார்த்ததும் அவருடைய கோபமெல்லாம் ஆவியாகிவிட்டது. அவர் தன்னுடைய நாடாளுமன்றப் பணியை முடித்த பிறகு நாங்கள் இருவரும் ஒன்றாக வீடு திரும்பினோம். அப்படித்தான் இருந்தது அவருடைய காதல் கோபம்.

நான் சம்பந்தப்பட்ட எல்லா விஷயங்களிலும் அவர் அக்கறை காட்டினார். நான் என்ன உடுத்த வேண்டும், நான் என்ன செய்ய வேண்டும் என்பதில் அவருக்கு எதிர்பார்ப்பு இருந்தது. அவர் உயிருடன் இருந்தவரை, அவர் விரும்பும் புடவைகளை அணிவதில் நான் பரிபூரண நிறைவைக் கண்டேன். அவரின் தேர்வு கூர்மையுடனும் துல்லியத்துடனும் இருக்கும். எனக்கு எது பொருத்தமானது என்று என்னைவிட அவருக்கு நன்றாகத் தெரியும். அகலமான பார்டர் கொண்ட சேலைகள் அணிவதை அவர் விரும்பவில்லை. நான் எப்போதாவது அகலமான பார்டர் கொண்ட சேலையை எடுத்தால், "உனக்குப் புரிய மாட்டேன் என்கிறதே. இந்த மாதிரியான புடவை உனக்குப் பொருந்துமா என்ன? பார்டர் மெல்லியதாகவும் லேசானதாகவும் பார்க்க நேர்த்தியுடனும் இருக்க வேண்டும்!

## வைர விழா கொண்டாட்டங்கள்

அக்டோபர் [26–28] கடைசி வாரத்தில், [பம்பாய்] புரந்தரே திடலில், சாஹேப் தலைமையில் பட்டியல் சாதிகள் கூட்டமைப்பு ஒரு தோழமை மாநாட்டை ஏற்பாடு செய்திருந்தது. அந்த மாநாட்டில் சாஹேப் பேசியதாவது [மராத்தியிலிருந்து மொழிபெயர்க்கப்பட்டது]:

'தீண்டப்படாத மக்களின் உணர்வுகள் மீதுதான் பட்டியல் சாதிகள் கூட்டமைப்பின் கோட்டை எழுப்பப்பட்டுள்ளது. இந்தக் கோட்டை ஒருபோதும் சரிந்துவிடக் கூடாது என்பதே என் விருப்பம்.

மார்வாடிகளின் மீசைபோல நம்முடைய இலக்குகளை நாம் தீர்மானிக்க வேண்டும். அவர்களுடைய இலக்குகளைப் பொறுத்து அவர்களின் மீசைகள் மேல்நோக்கி அல்லது கீழ்நோக்கி வளைந்திருக்கும். நம் இலக்குகளும் அப்படித்தான் தீர்மானிக்கப்பட வேண்டும். இதை மனத்தில் கொள்ளுங்கள்.'

பட்டியல் சாதிகள் கூட்டமைப்பு சார்பாக 28 அக்டோபர் 1954 அன்று மாலை சாஹேபுக்கு ரூ. 1,18,000 பணமுடிப்பு வழங்கப்பட்டது. லட்சக்கணக்கானோர் முன்னிலையில் இந்த விழா கொண்டாடப்பட்டது. உண்மையில், 14 ஏப்ரல் 1954 அன்று சாஹேப் அறுபது ஆண்டுகளை நிறைவுசெய்தார். ஆனால், இந்த வைர விழா கொண்டாட்டம் 28 அக்டோபர் 1954 அன்று ஏற்பாடாகியிருந்தது. இதற்காக, 'டாக்டர் அம்பேத்கர் வைர விழா கொண்டாட்டக் குழு' என்ற பெயரில் ஒரு குழு அமைக்கப்பட்டது. பாராட்டுக்குப் பதிலளித்த சாஹேப் இப்படிச் சொன்னார்: "வைர விழா என்பது ஒரு சாக்குதான். இந்தப் பணம் உங்களுடையது. கட்டட நிதிக்காக நான் சேகரித்த பணம் இது."

சாஹேப் தன்னுடைய குழந்தைப் பருவத்திலிருந்து பல நிகழ்வுகளை விவரித்தார். அப்பா, அம்மா, அத்தை ஆகியோரின் நினைவுகள் அவரை உணர்ச்சிவசப்படவைத்தன. அவர் சொன்னார்: "என்னை வளர்த்தெடுத்தவர்களில் ஒருவர்கூட இன்று உயிருடன் இல்லை. என்னைக் கௌரவப்படுத்துவதைக் காண அவர்கள் அருகில் இருந்திருந்தால் மிகுந்த மகிழ்ச்சியடைந்திருப்பார்கள்."

அவர் உரையாற்றும்போது புத்தர், கபீர், புலே ஆகியோர் தன்னுடைய ஆசான்கள் என்றும், அறிவும் பணிவும் நேர்மையும் தன்னுடைய மதிப்புக்குரிய தெய்வங்கள் என்றும் அறிவித்தார்.

## டாக்டர் அம்பேத்கர்:

## உலகின் ஆறு அறிவுஜீவிகளில் ஒருவர்

*14* நவம்பர் *1954* அன்று ஹைதராபாதில் நடைபெற்ற மாணவர்கள் சந்திப்பில் கலந்துகொண்டோம். மாணவர்கள் கல்வி கற்க வேண்டும் என்றும், ஆக்கபூர்வமான பணிகளில் ஈடுபட வேண்டும் என்றும் அறிவுறுத்தினார். அவர் சொன்னார்: "இந்த நாட்டிலுள்ள பிராமணர்கள் தங்களால் மட்டுமே அறிவைப் பெற முடியும் என்ற எண்ணத்தைக் கொண்டிருந்தார்கள். ஆனால், இது முற்றிலும் தவறானது. ஒரு ஐரோப்பியர் இந்த உலகில் ஆறு அறிவுஜீவிகள் இருக்கிறார்கள் என்றும், அவர்களில் டாக்டர் அம்பேத்கர் ஒருவர் என்றும் கூறியுள்ளார்."

## ரங்கூன் பௌத்த மாநாடு

ரங்கூனில் நடைபெறவிருக்கும் பௌத்தர்களின் உலகக் கூட்டுறவு அமைப்பின் மூன்றாவது மாநாட்டில் கலந்துகொள்வதற்காக சாஹேபுக்கு பர்மிய அரசு சிறப்பு அழைப்பு விடுத்திருந்தது. அந்த அழைப்பை ஏற்க முடிவெடுத்தோம். அதன்படி, *1* டிசம்பர் *1954* அன்று சாஹேப், நான், சாஹேபின் நம்பிக்கைக்குரிய சகாவான காசிநாத் விஷ்ராம் சவாத்கர் மூவரும் பான் அமெரிக்கன் விமானத்தில் ரங்கூன் சென்றோம். சாஹேப் பயணிக்கும்போதெல்லாம் தன்னுடைய எழுத்துக்கு உதவும் புத்தகங்களையும் எழுதுபொருள்களையும் எப்போதும் தன்னுடன் எடுத்துச்செல்வது வழக்கம். மேலும், இதைத் தனிப்பட்ட முறையில் அவரே கவனித்துக்கொள்வார். பயணங்களுக்குப் புறப்படும் முன்பாக, தேவையான புத்தகங்களைக் கவனமாகச் சேகரித்துத் தனியாக எடுத்துவைத்திருப்பார்.

விமானத்தில் சவாத்கரின் இருக்கை எங்களிடமிருந்து வெகு தொலைவில் இருந்தது. எல்லாவற்றுக்கும் மேலாக அவர் இப்போதுதான் முதன்முறையாக விமானத்தில் வருகிறார். எனவே, எல்லாம் சரியாக இருக்கிறதா என்று பார்க்க சாஹேபும் நானும் அவருடைய இருக்கைக்குச் சென்றோம். அந்தக் கனவான் அயர்ந்து தூங்கிக்கொண்டிருந்தார். நான் அவரை உலுக்கி எழுப்பி, "சவாத்கர்... சாஹேப் வந்திருக்கிறார்" என்றேன். அவர் திடுக்கிட்டு எழுந்ததும் சாஹேப் அவரிடம், "அரே, போதுமான போர்வைகள் இருக்கின்றனவா? இல்லையென்றால், என்னுடைய போர்வையை எடுத்துக்கொள்ளலாம்" என்றார்.

அதிகாலை 1 மணிக்கு ரங்கூன் விமான நிலையத்தில் இறங்கினோம். அங்கே எங்களை வரவேற்பதற்காக அரசு அதிகாரிகள் சிலர் காத்திருந்தார்கள். மிக அழகான கான் பாவ்ஸா ஹோட்டலில் நாங்கள் தங்குவதற்காக ஏற்பாடுகள் செய்யப்பட்டன.[53]

பர்மாவின் பிரதமர் யூ நு முன்னிலையில், சத்தா சாங்காயனா குகையில் [உலக சமாதான ஆலயம்] 3 டிசம்பர் 1954 அன்று காலை 7.30 மணிக்கு புத்தர் வந்தனம் [பிரார்த்தனை] ஏற்பாடாகியிருந்தது. ஆனால், சாஹேபின் உடல்நிலை சரியில்லாத காரணத்தால் எங்களால் கலந்துகொள்ள இயலவில்லை. மாலையில் நாங்கள் இருவரும் கபா அயே பகோடாவுக்குச் சென்றோம். நாங்கள் பகோடாவுக்குள் நுழைந்து, பேருருவ புத்தர் சிலைக்கு முன்பாக முழங்காலிட்டு, உடலை வளைத்து, அவருக்கு எங்கள் பணிவான வணக்கத்தைச் செலுத்தினோம்.

உலகெங்குமிருந்து மாநாட்டில் கலந்துகொள்ள வந்திருந்த தேர்ந்தெடுக்கப்பட்ட பிரதிநிதிகள் சிலரை வைத்து, நான்காம் தேதியன்று மேல் கோயனா விடுதி மண்டபத்தில் சொற்பொழிவுகளுக்கு ஏற்பாடு செய்திருந்தது புத்த சாசனம். மண்டபத்தின் மைய நாற்காலியில் மஹா தேரோ [மூத்த பிக்குவுக்கான பாலி அடைமொழி] அமர்ந்திருந்தார். உரை நிகழ்த்துவதற்காகக் காலை 11 மணியளவில் எழுந்துவந்தார் சாஹேப். இந்தியாவில் பௌத்தத்தின் வீழ்ச்சி குறித்துப் பார்வையாளர்களுக்கு விளக்கிய பின்னர், ஆமை வேகத்தில் பௌத்தம் பரவுவது குறித்து அவர் வருத்தம் தெரிவித்தார்.

மேலும், இப்படிச் சொன்னார் [மராத்தியிலிருந்து மொழிபெயர்க்கப்பட்டது]:[54]

'நான் நாடாளுமன்றத்தில் இருந்தபோது பௌத்த மறுமலர்ச்சிக்கான ஏற்பாடுகளைச் செய்திருந்தேன். இந்திய அரசமைப்பின் சிற்பி நான். ஒன்று, பாலி மொழியைக் கற்பதற்கென அரசமைப்பில் நான் ஊக்குவிப்புகள் வழங்கினேன். இன்னொன்று, குடியரசுத் தலைவர் மாளிகையின் முன்பகுதியில் பொறிக்கப்பட்ட பாலி 'தம்மச்சக்கர பிரவர்த்தனன்' என்ற முதல் உபதேசத்தை நான் பர்மா அதிபர் [sic] டாக்டர் ஜி.பி. மலாலசேகராவிடம் காட்டியபோது அவர் வியப்படைந்தார். மூன்றாவதாக, இந்திய தேசியக் கொடியின் மீதுள்ள அசோகச் சக்கரம் இந்திய அரசின் அடையாளமாக அங்கீகாரம் பெற்றுள்ளது. நான் இதைச் செய்துகொண்டிருந்தபோது, இந்துக்களோ முஸல்மான்களோ கிறிஸ்தவர்களோ மற்ற மதங்களைச் சேர்ந்த உறுப்பினர்களோ கடுமையான ஆட்சேபனை எதையும் எழுப்பாத அளவுக்கு நாடாளுமன்றத்தில் நான் ஒப்பற்ற, தர்க்கரீதியான விளக்கத்தை அளித்திருந்தேன்.'

பிறகு, கல்லூரிகள் குறித்தும், வெவ்வேறு இடங்களில் புத்த விஹாரைகள் கட்டுவதற்கான திட்டம் குறித்தும் அவர்களிடம் கூறினார். சிந்தனையைத் தூண்டும் இந்த நாற்பத்தைந்து நிமிட உரையை இருபத்து எட்டு நாடுகளின் பிரதிநிதிகள் மிகுந்த கவனத்துடன் கேட்டனர். இறுதியாக, பர்மிய அரசாலும் பர்மிய மக்களாலும் நடத்தப்படும் விதவிதமான பண்டிகைகளின் தேவையற்ற செலவினங்களையும் நன்கொடை முறையையும் சாஹேப் விமர்சித்தார்.

சொற்பொழிவுகள் முடிந்த பிறகு, மாலை வேளையில் எங்கள் ஹோட்டலுக்குத் திரும்பினோம். பிற நாட்டுப் பிரதிநிதிகளுடன் உரையாடலில் மூழ்கியபடி கூடத்தில் அமர்ந்திருந்தார் சாஹேப். அப்போது சாஹேபின் அருகே வந்த சவாத்கர், "பாபா, பம்பாயில் உங்களைச் சந்திக்க வந்த தாடிக்காரரை இங்கே பார்த்தேன்" என்றார்.

சாஹேப், "ஓ, ஆமாம்! அது ராமசாமி நாயக்கர். அவரிடம் சென்று, நான் வரச்சொன்னதாகச் சொல்லுங்கள்" என்றார்.

சவாத்கர் வெளியே ஓடிச்சென்று ராமசாமி நாயக்கரை அழைத்துவந்தார். அவருடன் நாங்கள் ஒரு மணிநேரம் உரையாடினோம். இறுதியாக அவரிடம், "நீங்கள் பிராமண எதிர்ப்புக் கொள்கையைக் கைவிட்டுவிட்டு, பௌத்தத்தைப் பரப்பத் தொடங்க வேண்டும்" என்று சாஹேப் கூறினார்.

பிறகு, நாங்கள் வெளியே சென்று புத்தகக் கடைகளைப் பார்வையிட்டோம். அங்கே இருந்த சில பயனுள்ள புத்தகங்களை சாஹேப் எடுத்துக்கொண்டார். ஆனந்த் கௌசல்யாயன், காஷ்யப் உள்ளிட்ட அவருக்குத் தெரிந்த சில பிக்குகள் அங்கே [ரங்கூன்] அவரைச் சந்திக்க வந்தனர்.

8 டிசம்பர் 1954 அன்று ரங்கூனிலிருந்து மண்டாலேவுக்குச் சிறப்பு விமானத்தில் சென்றோம். பர்மிய அரசு எங்கள் பாதுகாப்பை உறுதிப்படுத்துவதற்காக இந்தச் சிறப்பு விமானத்தை ஏற்பாடு செய்திருந்தது. குண்டுகளுக்கும் கொள்ளைகளுக்கும் ரயில்கள் இலக்காக மாறும் நிகழ்வுகள் நடந்தேறியிருந்தன. மண்டாலேவில் டாக்டர் சோஹ்னியின் விருந்தினர்களாக நாங்கள் தங்கினோம். மண்டாலேவில் சில புத்த விஹாரைகளைப் பார்த்தோம். சில விஹாரைகளெல்லாம் 500 அடிவரை உயரத்துடன் மிக பிரம்மாண்டமாக இருந்தன; புத்தர் சிலைகள் சில 150 அடி உயரம் கொண்டிருந்தன.

ரங்கூன் திரும்பியதும் நாங்கள் சாஹேபின் நண்பர் தினாநாத் வீட்டில் தங்கினோம். இவர் நேதாஜி சுபாஷ் சந்திரபோஸின் நெருங்கிய கூட்டாளியாக இருந்தவர். சுபாஷ் பாபுவின் பர்மா விவகாரங்களில் முன்வரிசை நிர்வாகியாக இருந்தார். அவர் பஞ்சாபைப் பூர்வீகமாகக் கொண்டவர் என்றாலும், பர்மியக் குடியுரிமை பெற்று ரங்கூனில் குடியேறினார். சாஹேபும் அவரும் நெருக்கமான உறவைக் கொண்டிருந்தனர்.

சவாத்கர் மற்ற பிரதிநிதிகளுடன் மண்டாலேவுக்கு ரயிலில் சென்றிருந்தார். எங்களைப் பார்ப்பதற்காக அவர் தினாநாத் வீட்டுக்கு வந்தபோது நாங்கள் அவரை உள்ளே கூட்டிச்சென்றோம். இந்தியாவின் தென்பகுதியைச் சேர்ந்த தலித்துகள் குழு ஒன்று ரங்கூனில் வணிகர்களாக இருந்தது. எங்களைப் பார்க்க அவர்கள் ஒரு குழுவாக தினாநாத் வீட்டுக்கு வந்திருந்தார்கள். அவர்கள் அதே நாளில் ஒரு பெரிய நிகழ்ச்சிக்கு

ஏற்பாடு செய்திருந்தார்கள். அதற்கு எங்களை அழைத்தார்கள். அவர்கள் எங்கள் இருவரையும் முறைப்படி வரவேற்றார்கள். அப்போது, அவருக்கு முறையாக எழுதப்பட்ட கடிதத்தை ஒரு வெள்ளிப் பேழையில் வைத்து அவரிடம் கொடுத்தார்கள். முதலில் அது மார்ஷல் டிட்டோவுக்காக உருவாக்கப்பட்டது என்பதைப் பின்னர் அறிந்துகொண்டோம். கூட்டம் முடிந்த பிறகு, இரவு உணவுக்காக ஒரு பெரிய ஹோட்டலுக்கு அழைத்துச்செல்லப்பட்டோம். 18 டிசம்பர் 1954 அன்று போயக் விமானத்தில் டெல்லி திரும்பினோம். சில நாள்களுக்குப் பிறகு, பூனாவுக்கு அருஹே தேஹூவிலுள்ள புத்த விஹாரையில் புத்தர் சிலையை நிறுவுவதற்கு சாஹேப் ஒப்புக்கொண்டதால் நாங்கள் பம்பாய் சென்றோம்.

## எங்கள் மதமாற்றம்

மிக முக்கியமான, வரலாற்றுப் பொருத்தம் மிக்க ஒரு விஷயத்தை இங்கே பதிவுசெய்தாக வேண்டும். ரங்கூனில் நடைபெற்ற மூன்றாவது உலக பௌத்தர்களின் கூட்டுறவு மாநாட்டில் கலந்துகொள்வதற்கு முன்பாகவே, சாஹேபும் நானும் தனிப்பட்ட முறையில் தீக்ஷை எடுத்துக்கொண்டு பௌத்தத்தில் இணைந்துவிட்டோம் என்பது வெகுசிலருக்கு மட்டும்தான் தெரியும். சாஹேபின் தொண்டர்களுக்குத் தெரிந்திருக்க வாய்ப்பே இல்லை. அவருடன் நெருங்கிப் பழகியவர்களுக்கும்கூட இது தெரியாது.

சரியான தேதி [2 மே 1950] எனக்கு நினைவில் இல்லை. ஆனால், நாங்கள் இருவரும் பௌத்த மாநாட்டுக்குச் செல்வதற்கு வெகு காலத்துக்கு முன்பே பௌத்தம் தழுவியிருந்தோம். சாஹேபிடம் நான் சொன்னேன்:

“பௌத்தப் பணிகளை நாம் கையில் எடுத்திருக்கிறோம். மேலும், உலக அளவிலான அழைப்புகளும் வரத் தொடங்கியுள்ளன. பௌத்த மாநாடுகளில் நாம் கலந்துகொள்வோம் என்பதால் நாம் பௌத்தம் தழுவி பௌத்தர்களாக அந்த மாநாடுகளில் கலந்துகொள்வோம்.” இதற்கு சாஹேப் உடன்பட்டார். அதன்படி, நாங்கள் பௌத்தத்துக்கு மாற முடிவெடுத்தோம்.

ஒருநாள் காலை 6 மணியளவில் எங்கள் காரை வெளியே எடுத்து, டெல்லி பிர்லா கோயில் வளாகத்திலுள்ள புத்த விஹாரைக்குச் சென்றோம். அங்கே நாங்கள் இருவரும் பந்தே ஆரியவன்ஷின் கரங்களில் த்ரிஷரனையும் பஞ்சசீலத்தையும் எடுத்துக்கொண்டு பௌத்தம் தழுவினோம். இது குறித்து வெகுசிலருக்குத்தான் தெரியும். ஆகாஷவாணிக்கு மஹாஸ்தவிர் பதந்த் ஆனந்த் கௌசல்யாயன் அளித்த பேட்டியின்போது இந்த வரலாற்று நிகழ்வைக் குறிப்பிட்டது என் நினைவில் இருக்கிறது.

## தேஹூ வீதி புத்த விஹாரை

பம்பாய்-பூனா நெடுஞ்சாலையிலுள்ள தேஹூ வீதியில் புத்த விஹாரை கட்டப்பட்டது. இந்த விஹாரையில் புத்தர் சிலை நிறுவுவதாக சாஹேப் உறுதியளித்திருந்தார். குறிப்பாக இந்த விஹாரையில் நிறுவும் பொருட்டுதான் நாங்கள் ரங்கூனிலிருந்து புத்தர் சிலை ஒன்றைக் கொண்டுவந்திருந்தோம். உண்மையில், நாங்கள் ஒன்றுபோலுள்ள இரண்டு சிலைகளைக் கொண்டுவந்திருந்தோம். பல சிலைகளுக்கு மத்தியிலிருந்து, திறந்த கண்களுடனும் உபதேசிக்கும் தோரணையுடனும் இருந்த சிலையை சாஹேப் தேர்ந்தெடுத்திருந்தார். அவர் சொல்வார்:

"புத்தர் தன் வாழ்நாள் முழுவதும் நாட்டின் மூலைமுடுக்கெங்கும் கண்கள் திறந்த நிலையில்தான் சுற்றிவந்தார். திறந்த விழிகளுடன்தான் அவர் உலகின் துயரங்களை அவதானித்தார். அவருடைய அலைச்சல்களெல்லாம் உள்ளபடியாக நடைப்பயணமாகவே இருந்தன. அவர் தன்னுடைய பயணங்களுக்காக எந்த வாகனத்தையும் அல்லது வேறு வழிகள் எவற்றையும் ஒருபோதும் பயன்படுத்தவில்லை."

இந்த இரண்டு சிலைகளில் ஒன்றை 26, அலீப்பூர் சாலையிலுள்ள எங்கள் பங்களாவில் கண்ணாடிப் பேழையில் வைத்தோம். இந்தச் சிலைக்கு முன்பாக இருந்துதான் நாங்கள் காலையும் மாலையும் புத்தர் வந்தனம் செய்வோம். எங்கள் பங்களாவில் இருந்த இந்தச் சிலை இப்போது பூனாவில் உள்ளது. திட்டமிடப்பட்டுள்ள டாக்டர் அம்பேத்கர் நினைவு விஹாரையில் இது வைக்கப்படும்.

இரண்டில் மற்றொன்றுதான் தேஹூ வீதியிலுள்ள விஹாரைக்கு நாங்கள் அன்பளிப்பாக வழங்கியது.

25 டிசம்பர் 1954 அன்று தேஹூ வீதியில் ஒரு விழாவுக்கு ஏற்பாடாகியிருந்தது. அதற்கு பம்பாயிலிருந்து காரில் கிளம்பினோம். பொறியியலாளராக இருந்த, என்னுடைய தம்பி வசந்த் கபீரும், வெளிநாட்டு பௌத்தப் பிக்கு ஒருவரும் எங்களுடன் இருந்தனர். அந்தப் பிக்குவின் பெயர் ஞாபகம் இல்லை. அவர் பர்மியர் என்று நினைக்கிறேன். விஹாரையின் வளாகத்துக்குள் எங்கள் கார் நுழைந்தவுடன் அங்கே கூடியிருந்த லட்சக்கணக்கான மக்கள் எங்களை வரவேற்றனர். பிக்குவின் பக்கம் திரும்பிய சாஹேப், “பாருங்கள், இவர்கள்தான் என் மக்கள். என் பொருட்டு வெகுதூரம் பயணித்து வந்திருக்கிறார்கள். இவர்கள் ஏழைகள்தான். ஆனால், மிகுந்த நம்பிக்கைக்குரியவர்கள்.”

ஒளிவீசும் வெண்ணிறச் சிலையைக் கையில் ஏந்தியவாறு விஹாரைக்குள் நுழைந்தோம். பிறகு, அங்கே சிலையை நிறுவினார். பல்லாயிரக்கணக்கான வாய்களிலிருந்து எழுந்துவந்த த்ரிஷரணையின் ஒலியானது வானெங்கும் எதிரொலித்தது.

அந்த நிகழ்வின்போது சாஹேப் சொன்னார்:

> “1200 ஆண்டுகளுக்குப் பிறகு புத்தர் சிலையை நிறுவிய பெருமை தலித் சமூகமான நமக்குத்தான் சொந்தம். இது மிகமிக முக்கியமான தருணம். மேலும், இது நிச்சயமாக வரலாற்றில் பதிவுசெய்யப்படும். இந்த மிகச் சிறிய பௌத்தக் கோயிலிலிருந்துதான் மதப் புரட்சி தொடங்கப்போகிறது.”

இந்தத் தருணத்தில்தான், புத்தர் பற்றியும் அவருடைய மதத் தத்துவம் பற்றியும் எழுதும் தன் எண்ணத்தை அறிவித்தார்.

## மதப் பணியில் தோய்ந்தார்

மதப் பணிகளில் சாஹேப் தன்னுடைய ஈடுபாட்டைத் தீவிரப்படுத்தினார். விளைவாக, அரசியலிலிருந்து அவருடைய கவனம் கொஞ்சம்போல் திசைதிருப்பப்பட்டது. அவருக்குள்

கொஞ்சம் உற்சாகமும் உருவானது. இந்த உற்சாகத்தில்தான், மதப் பிரச்சாரத்துக்காக, கல்கத்தாவிலுள்ள மஹாபோதி சங்கத்தைச் சேர்ந்த தேவிப்ரியா வலிசின்ஹா, மஹாஸ்தவிர் சந்திரமணி, பந்தே சங்கரக்ஷித், பதந்த் ஆனந்த் கௌசல்யாயன், ஜப்பானைச் சேர்ந்த ஃபெலிக்ஸ் வாய்லி, இன்னும் பல குறிப்பிடத்தக்க பௌத்தர்களுடன் அவர் தொடர்பை ஏற்படுத்திக்கொண்டார். மேலும், பௌத்த நம்பிக்கையைப் பரப்புவதற்காகவும் அதற்கு மாறுவதற்காகவும் என மதமாற்ற நிகழ்ச்சி தொடர்பாக அவர்களுடன் விவாதிக்கத் தொடங்கினார். மதம் தொடர்பான பணிகளால் நாங்கள் இருவரும் இழுத்துச்செல்லப்பட்டிருந்தோம். இந்தியாவில் நிலவும் மூடநம்பிக்கைகளையும் சமூகச் சூழ்நிலைகளையும் மனத்தில் கொண்டு ஒரு தனித்துவமான தீக்ஷைச் சடங்கை சாஹேப் வகுத்திருந்தார். தீக்ஷையின்போது எடுக்கப்பட்ட இருபத்து இரண்டு உறுதிமொழி[55]களும் அந்தச் சடங்கின் பகுதியாகும். இந்தியாவில் புதிய பௌத்த இயக்கம் தொடங்கப்பட வேண்டுமென்றால் அது கிறிஸ்தவ பாணியில்தான் செய்யப்பட வேண்டும் என்பது சாஹேபின் கருத்து. ஞானஸ்நானமும் அதை ஒரு பாதிரி உறுதிப்படுத்துவதும் என்ற வகையில் கிறிஸ்தவர்கள் மத்தியில் இருப்பதுபோல் பௌத்தத்தைப் பின்பற்றுபவர்களும் அதே மாதிரியைப் பின்பற்ற வேண்டும். இதன் அர்த்தம் என்னவென்றால், பௌத்தத்துக்கான மதமாற்றமும் இரண்டு சடங்குகளைக் கொண்டிருக்க வேண்டும்.

'எங்களுடைய மதமாற்றம் (நானும் என்னுடைய மனைவியும்) சார்நாத்தில்தான் நடக்க வேண்டுமென நான் முடிவெடுத்துவிட்டேன்' என்று டாக்டர் வலிசின்ஹாவுக்கு சாஹேப் எழுதியிருந்தார். ஆனால், உண்மையில் அப்படி நடக்கவில்லை.

பௌத்தத்துடன் நாங்கள் கொண்டிருந்த ஈடுபாட்டின் தீவிரத்தைக் குறிக்கும் விதமாக, 6 பிப்ரவரி 1955 அன்று லண்டனிலுள்ள விட்டல் கதமுக்கு சாஹேப் எழுதிய கடிதம் இதோ:

> *'நான் நன்றாக இருக்கிறேன். என் மனைவியும் நலம். பௌத்தப் பணியில் நாங்கள் இருவரும் ஆழமாக ஈடுபட்டிருக்கிறோம். நிறுவனம் அமைப்பதற்காக பெங்களூரில் ஐந்து ஏக்கர் நிலத்தை மைசூர் மஹாராஜா எங்களுக்கு வழங்கியுள்ளார்.'*

## பட்டியல் சாதிகள் கூட்டமைப்பின் விதிமுறைகள்

1955 பிப்ரவரி இறுதியில், பட்டியல் சாதிகள் கூட்டமைப்புக்கான விதிமுறைகளை உருவாக்குவதில் சாஹேப் மும்முரமாக ஈடுபட்டிருந்தார். அதுவரை, பட்டியல் சாதிகள் கூட்டமைப்பின் விதிமுறைகள் எழுத்து வடிவில் இல்லை. கட்சிக்கு எழுத்து வடிவிலான விதிமுறைகள் இருப்பது அவசியம் என்று நினைத்த அவர், தான் கொண்டிருந்த பார்வையின் அடிப்படையில் வரைவை உருவாக்கினார். பாவ்ராவ் கெய்க்வாட், ராஜாபாவ் கோப்ராகடே, என். சிவராஜ், ஹர்தாஸ் ஆவலே, இன்ன பிற முக்கிய உறுப்பினர்களுக்கு அதன் நகல்களை அனுப்பி, இது தொடர்பாக ஏதேனும் அபிப்ராயங்கள் இருந்தால் அவற்றை ஒரு மாதத்துக்குள் அனுப்பிவைக்கும்படி அவர்களுக்கு வேண்டுகோள் விடுத்தார். உறுப்பினர்களின் கருத்துகளை வைத்து, பட்டியல் சாதிகள் கூட்டமைப்புக்கான விதிமுறைகளுக்கு இறுதி வடிவம் கொடுத்தோம். பிறகு, அதை டெல்லியில் அச்சிட்டோம்.

## மீண்டும் உடல்நலக்குறைவு

மார்ச் [1955] முதல் வாரத்தில் சாஹேபின் உடல்நிலை மீண்டும் மோசமானது. அந்த நிலையிலும்கூட அவர் மாநிலங்களவை அமர்வுகளில் அவ்வப்போது கலந்துகொண்டார். புத்தகங்கள் வாசிப்பது, எழுதுவது போன்ற திட்டமிடப்பட்ட பணிகளும் தொடர்ந்து நடைபெற்றுக்கொண்டிருக்கும். அவர் உடல்நலம் குன்றியபோது டாக்டர் மால்வன்கரை அழைக்க வேண்டியிருந்தது. அவர் சாஹேபைப் பரிசோதித்துப்பார்த்துவிட்டுச் சில மருந்துகளைப் பரிந்துரைத்தார். ஆனால், என்ன நோய் என்று அவரால் சரியாக அறிந்துகொள்ள முடியவில்லை என்பதால் சாஹேபை முழுமையாக ஆராய பம்பாய் செல்லுமாறு எங்களிடம் அறிவுறுத்தினார்.

15 மார்ச் 1955 அன்று டி.ஜி. ஜாதவுக்கு சாஹேப் இப்படி எழுதினார்:

'நீண்ட நாள்களுக்கு முன்பே உங்கள் கடிதம் கிடைத்தது. உங்களுக்குப் பதில் அனுப்ப வேண்டும் என்றும் விரும்பினேன்.

ஆனால், அதற்கு முன்பாகத் திடீரென ஒரு பயங்கரமான நோய் என்னைத் தாக்கியது. அது என்னுடைய செயல்பாடுகளை முற்றிலும் முடக்கிவிட்டது.

இதனால், டாக்டர் மால்வன்கரை அழைக்கும்படி ஆயிற்று. அவராலும் என்னுடைய நோயைக் கண்டறிய முடியவில்லை. ஆனால், அவரால் எனக்குக் கொஞ்சம் நிவாரணம் கிடைத்தது. கடந்த சில நாள்களாகத்தான் எழுந்து நடக்கிறேன்.'

உடல்நலம் சரியில்லாத நிலையிலும், மார்ச் 18 அன்று மாநிலங்களவையில் கலந்துகொண்டார். உரை நடந்து கொண்டிருந்தபோது அவர் அசௌகரியமாக உணரத் தொடங்கினார். அவருக்கு வியர்த்துக்கொட்டத் தொடங்கியது. அப்படியே உட்கார்ந்துவிட்டார். மாநிலங்களவைத் தலைவர் டாக்டர் ராதாகிருஷ்ணன் இதைக் கவனித்துவிட்டார். பாதுகாப்பு ஊழியர்களை உள்ளே அழைத்த அவர், சாஹேபை ஒரு காலி அறைக்கு அழைத்துச்செல்லுமாறு கூறினார். வெளிப்புற அறைக்கு அவரை அழைத்துச்சென்று, கைவைத்த நாற்காலியில் உட்காரவைத்தனர். அவருடைய ஜாக்கெட்டையும் சட்டையையும் அவிழ்த்துவிட்டனர். இதற்குள் ராதாகிருஷ்ணன் என்னைத் தொலைபேசியில் அழைத்தார். சாஹேப் அருகில் ராதாகிருஷ்ணன் நிற்பதைக் கண்டு மாநிலங்களவைக் கூடத்துக்கு விரைந்தேன். அவருக்கு வியர்த்து விறுவிறுப்பது குறைந்திருந்தது. டாக்டர் ராதாகிருஷ்ணன் எங்களுக்கு இரண்டு பாதுகாப்பு ஊழியர்களைக் கொடுத்து, எங்களை பங்களாவுக்கு அழைத்துச்செல்லச் சொன்னார்.

நான் சாஹேபை எங்கள் பங்களாவுக்கு அழைத்துச்சென்றதும், டாக்டர் மால்வன்கரிடம் உடனே வருமாறு கேட்டுக்கொண்டேன். சாஹேபுக்குச் சில நாள்கள் முழு ஓய்வு அவசியம் என்று மருத்துவர் அறிவுறுத்தினார். முறையான ஆய்வுக்கு பம்பாய் செல்ல வேண்டும் என்று சொல்லிச்சென்றார்.

சாஹேப் 22 மார்ச் 1955 அன்று பாவ்ராய் கெய்க்வாட்டுக்கு இப்படி எழுதினார் [மராத்தியிலிருந்து மொழிபெயர்க்கப்பட்டது]:

'உங்களுக்கு உடனே பதில் எழுத நினைத்திருந்தேன். ஆனால், திடீரென [நோயில்] விழுந்ததால் என்னால் எந்த வேலையையும்

*செய்ய முடியவில்லை. பம்பாயிலிருந்து டாக்டர் மால்வன்கரை அழைத்திருந்தோம். அவர் இப்போதுதான் திரும்பினார். அவர் கிளம்பும்போது, கொஞ்ச காலம் நான் எவ்வித அறிவார்ந்த பணிகளிலும் ஈடுபடக் கூடாது என்று அழுத்தந்திருத்தமாகச் சொல்லிச் சென்றுவிட்டார். இதுவரை நான் கீழ்ப்படிதலுள்ள நோயாளியாக இருந்ததில்லை. ஆனால், குணமடையும்வரை எந்த வேலையும் செய்யக் கூடாது என்று இப்போது முடிவெடுத்திருக்கிறேன். 18-ஆம் தேதியன்று மாநிலங்களவையில் உரையாற்றுவது தொடர்பாக ஏற்பட்ட அழுத்தம் காரணமாக என் உடல் வலிமை மேலும் மோசமாகிவிட்டது. விளைவாக, இப்போதைக்குப் படுத்த படுக்கையாகக் கிடக்கிறேன்... இப்போது இந்தக் கடிதத்தை எழுதுவதற்கும் ஒரே ஒரு காரணம்தான் இருக்கிறது. மஹர்களுக்கான நிலம் தொடர்பாக ஏதாவது நடவடிக்கை எடுக்க வேண்டும் என்று நான் நினைத்துக்கொண்டிருந்தேன். ஆனால், இப்போது அது சாத்தியமற்றதாகிவிட்டது. என்னுடைய மருத்துவப் பரிசோதனையை முடித்துவிட்டு விரைவில் பம்பாய் வருவேன். டாக்டர் மால்வன்கரும் என்னை பம்பாய்க்கு வரும்படி அறிவுறுத்தியிருக்கிறார். எனக்கு ஏன் இந்தத் திடீர் வியாதி வந்தது என்பதை அறிய அவர் தகுந்த பரிசோதனைகள் மேற்கொள்வார்.'*

பம்பாய் சென்று தேவையான பரிசோதனைகள் மேற்கொண்டோம். அவரைப் பரிசோதித்த பிறகு, டாக்டர் மால்வன்கரும் டாக்டர் துல்புலேவும் அவர் முழு ஓய்வு எடுக்க வேண்டுமென அறிவுறுத்தினார்கள்.

## 'தம்ம தீக்ஷைக்குத் தயாராகுங்கள்!'

பர்மா உச்ச நீதிமன்ற நீதியரசர் யூ யான் டானுக்கு ஒரு பாராட்டு விழா 3 ஏப்ரல் 1955 அன்று சித்தார்த் கல்லூரியில் ஏற்பாடாகியிருந்தது. விழாவுக்குத் தலைமை விருந்தினர்களாக எங்களை அழைத்தனர். இந்த நிகழ்ச்சியில் பேசிய டாக்டர் அம்பேத்கர், மதத்தின் அவசியத்தை வலியுறுத்தியதோடு, சர்வாதிகாரத்தையும் பாகுபாடு காட்டும் கொள்கை, பண்பாடு ஆகியவற்றையும் ஜனநாயகத்தின் இரு எதிரிகளாக அடையாளம் காட்டினார். இந்து மதத்தில் சமத்துவம் ஒருபோதும்

தழைத்தோங்க முடியாது என்று அறிவித்தவர், இறுதியாக இப்படிக் கூறினார்: "என்னுடைய தீண்டப்படாத நண்பர்கள் எல்லோருக்கும் நான் கொடுக்கும் உரிமை என்னவென்றால், அவர்கள் தங்களை விடுவித்துக்கொள்ளவும் சமத்துவத்தை நிலைநாட்டவும் விரும்பினால் அவர்கள் ஒவ்வொருவரும் பௌத்த தீக்ஷை பெறத் தயாராக இருக்க வேண்டும்." இந்த நிகழ்ச்சி முடிந்த பிறகு நாங்கள் டெல்லி திரும்பினோம்.

## ரகசியமாக ஆக்ஸிஜன் எடுத்துக்கொள்ளுதல்

பம்பாயிலிருந்து நாங்கள் திரும்பிய பிறகு சாஹேபின் உடல்நிலை தொடர்ந்து ஏற்றஇறக்கமாக இருந்தது. எப்போதாவது மாநிலங்களவைக்குச் சென்றுவருவார். அவருடைய உடல்நிலையில் தொடர்ந்து பின்னடைவு ஏற்பட்டதால் நாங்கள் பம்பாய் திரும்பினோம். சாஹேபுக்குப் பல் பிரச்சினைகளும் இருந்தன. சில பற்கள் ஆடத் தொடங்கின. சில கடைவாய்ப் பற்கள் சொத்தையாகிவிட்டன. அது ஈறுகளில் ரத்தக் கசிவைக் கொண்டுவந்துவிடுமோ என்று அச்சமாக இருந்தது. இறுதியாக, பற்களைப் பிடுங்கிவிடுமாறு மருத்துவர் அறிவுறுத்தினார். அதன்படி, போரி பந்தரிலுள்ள புனித ஜார்ஜ் பல் மருத்துவமனை சென்று பற்களைப் பிடுங்கினோம். மே மாதத்திலிருந்து அவருடைய உடல்நிலை மிகவும் மோசமாகத் தொடங்கியது. உண்மையில், 1953-இல் அவருக்கு மாரடைப்பு ஏற்பட்டதிலிருந்தே அவருடைய உடல்நலம் மிகவும் பலவீனமாகிவிட்டிருந்தது. எப்படியோ வண்டியை ஓட்டிக்கொண்டிருந்தோம்.

போதாக்குறைக்கு, சுவாசிக்கும்போது அவருக்கு மூச்சிரைக்கத் தொடங்கியது. இதனால், செயற்கை சுவாசத்துக்குத் தேவையான குழாய்களுடனும் இதர உபகரணங்களுடனும் ஆக்ஸிஜன் உருளையை வீட்டில் வைத்திருக்க வேண்டும் என்று இதய நிபுணர் டாக்டர் துல்புலே அறிவுறுத்தினார். ஆகவே, இந்த உபகரணங்கள் எல்லாவற்றையும் எங்கள் பங்களாவில் ஏற்பாடு செய்தோம். எப்போதேனும் சாஹேப் அசௌகரியமாக உணர்ந்தால் அவருக்குக் கொஞ்சம் ஆக்ஸிஜன் கொடுக்கப்பட்டது. கொஞ்ச

நாள்களில் அவருக்கு வாரம் இருமுறை தவறாமல் ஆக்ஸிஜன் கொடுக்க வேண்டியிருந்தது. ஆனால், சாஹேபின் அறிவுறுத்தல் காரணமாக இந்த விஷயம் ரகசியமாக வைக்கப்பட்டது. அவர் சொல்வார்: "என் மக்கள் பாமரர்கள். எனக்கு ஆக்ஸிஜன் கொடுக்கப்படுகிறது என்று கேள்விப்பட்டால் அவர்களுடைய மனவுறுதி குலைந்துபோய்விடும்."

இயல்பாகவே, இது சாஹேபின் நெருங்கிய சகாக்களுக்கு மட்டுமே தெரியும். எங்களுடைய சமையல்காரர் சுதாமா, சங்கரானந்த் சாஸ்திரி, சோஹன்லால் சாஸ்திரி, நானக் சந்த் ரட்டு, டி.ஜி. ஜாதவ், பாவ்ராவ் கெய்க்வாட் ஆகியோருக்கு எல்லா விவரங்களும் தெரியும். ஆக்ஸிஜன் ஒரு சுற்று செலுத்திய பிறகு, சாஹேப் கொஞ்சம் உற்சாகம் பெறுவார்.

நவீன சிகிச்சை முறையாக அவருடைய நரம்புப் பிரச்சினைக்கும் மூட்டுவலிக்கும் என அவருக்கு மின்சாரக் குளியல் கொடுப்போம். டெல்லியில் குளிர் மிகவும் அதிகமாக இருந்ததால் அவருடைய மூட்டுவலி இன்னும் கடுமையானதாக ஆனது. இது சாஹேபின் வாழ்க்கையை மிகவும் வேதனைக்குள்ளாக்கியது; செங்கற்களைச் சூடாக்கி முடிந்த மட்டும் அவருடைய கைகால்களுக்கு ஒத்தடம் கொடுத்தோம்; இது தன்னைக் கவனித்துக்கொள்கிறார்கள் என்றாவது அவரை உணரவைக்கும். இரவு முழுவதும் தூங்க முடியாத அளவுக்குச் சில சமயங்களில் வலி மிகவும் அதிகமாக இருக்கும். குளிர் கடுமையாகும்போது, அவருடைய படுக்கையறையில் ஹீட்டரை இயக்கிவிடுவோம். சில சமயங்களில் அவருடைய உடலுக்கு வெப்பம் கொடுக்கவும் இயந்திரங்களைப் பயன்படுத்துவோம். இது போன்ற பொழுதுகளில், எங்கள் சமையல்காரர் சுதாமாவும், சாஹேபின் தட்டச்சர் நானக் சந்த் ரட்டுவும் உதவியாக இருப்பார்கள்.

### ஒரே ஒரு சொட்டு மதுவுக்கும் தடை

தன்னுடைய அப்பாவைப் போலவே டாக்டர் அம்பேத்கருக்கும் எந்தப் போதைப் பழக்கமும் கிடையாது. மேலைநாடுகளில் அவர் வாழ்ந்திருந்தாலும் ஒரு துளி மதுவைக்கூடத் தொட்டதில்லை. நேர்மை, உயர்ந்த பண்பு, தூய்மை, கனவானுக்குரிய தன்மை

ஆகியவற்றின் திரளுருவாக டாக்டர் சாஹேப் இருந்தார். குளிர் காலத்தில் ஒரு தேக்கரண்டி பிராந்தியும், கோடை காலத்தில் கொஞ்சம் பீரும் மருந்துகளாக எடுத்துக்கொள்ள வேண்டும் என்று மருத்துவர்கள் பரிந்துரைத்திருந்தனர். ஆனால், மது அருந்த வேண்டும் என்ற எண்ணமே அவரால் சகிக்க முடியாததாக இருந்தது. அவர் மிகத் தெளிவாக என்னிடம் சொன்னார்: "எனக்கு என்ன ஆனாலும் பரவாயில்லை. நான் ஒரு சொட்டு மதுகூட எடுத்துக்கொள்ள மாட்டேன்." இத்தனைக்கும் பிறகும், அவற்றை மருந்தாகக் கொடுப்பது அவசியமாக இருந்தது. எனவே, ரட்டுவிடம் ஒரு பிராந்திப் போத்தல் வாங்கிவரச்சொல்லிக் கேட்டேன். அவர் நேரடியாக எடுத்துக்கொள்ளப்போவதில்லை என்பதால், நாங்கள் ஒரு வியூகம் அமைத்தோம்: அவருக்குத் தெரியாமல், கொக்ககோலா அல்லது எலுமிச்சைச் சாறில் ஒரு தேக்கரண்டி பிராந்தியைக் கலந்து அவரிடம் தர முயன்றோம். ஆனால், வாசனையை அவர் உடனடியாகத் தெரிந்துகொண்டு, மிக மூர்க்கமாக வாயை விலக்கிக்கொண்டுவிட்டார். பல சமயங்களில் அதைத் தட்டிவிடவும் செய்தார். கடைசியில், இந்தச் சூழ்ச்சியைக் கைவிட்டுவிட்டோம். சாஹேப் தன்னுடைய வாழ்க்கையில் ஒரு சொட்டு மதுவைக்கூடத் தொட்டதில்லை.

அவருடைய உடல்நிலை நாளுக்கு நாள் மோசமடைந்துவந்தது. சின்னச்சின்னப் பிரயத்தனங்கள்கூட அவரை மூச்சுத் திணறவைக்கும். அவர் மிகவும் மெலிந்துபோனதால், அவருடைய உடைகள் தொளதொளவென்று ஆகிவிட்டன. நாங்கள் எங்கள் முஸ்லிம் தையல்காரரை அழைத்து, அவருடைய உடைகளைப் பிடித்துத் தைக்க வேண்டியிருந்தது.

ஊசலாட்டங்கள் தொடர்ந்தன. சாஹேப் 8 ஜூன் 1955 அன்று விட்டல் கதமுக்கு இப்படி எழுதினார்:

> *'... கடந்த ஆண்டின் கடைசிக் காலாண்டும், இந்த ஆண்டின் முதல் காலாண்டும் எனக்கு மோசமான காலங்கள். நான் உடல்நலத்துடன் இருப்பதைவிட அடிக்கடி நோய்வாய்ப்பட்டுக் கொண்டிருந்தேன். அதனால்தான், என்னால் உனக்கு எழுத இயலவில்லை. என் வேலைகளும் முடங்கிவிட்டன. இப்போதுதான் மீண்டும் தொடங்கியிருக்கிறேன்.'*

*5 ஜூலை 1955 அன்று கதமுக்கு மீண்டும் எழுதியதாவது:*

*'நான் இப்போதுதான் நோயிலிருந்து விடுபட்டிருக்கிறேன்.'*

## நிரந்தரத் துயரம்

உடல்நலம் குன்றிய நிலையிலும் அவருடைய வாசிப்பும் எழுத்தும் இடையறாது தொடர்ந்தன. நாம் எவ்வளவு எதிர்ப்பு தெரிவித்தாலும் அவருடைய பதில் எப்போதும் இப்படித்தான் இருக்கும்: 'இதோ கொஞ்சம்தான்' அல்லது 'ஒரு வரி அல்லது இரண்டு வரி எழுத வேண்டியிருக்கிறது'. இந்த எல்லாப் பணிகளாலும் கண்ணுக்குப் புலப்படும்-புலப்படாத பாதிப்பு தொடர்ந்து நிகழ்ந்தது. தலித்துகளுக்கு இழைக்கப்படும் அநீதிகளையும் அட்டூழியங்களையும் பற்றி நாளிதழ்களில் வாசிக்கும்போது அவர் கடுமையுடன் காணப்படுவார். அரசாங்கத்தின் அலட்சியத்தைக் கண்டு கொதிப்படைவார். விடுதலை கிடைத்துவிட்டதுதான், அரசமைப்பை நடைமுறைப்படுத்தியாயிற்றுதான். ஆனால், தலித்துகள் மீதான வன்முறைகள் மட்டும் இன்னும் குறைந்தபாடில்லை. இதனால், சாஹேப் கிளர்ந்தெழுந்தார். ஐக்கிய நாடுகள் அமைப்புக்காக 'தீண்டப்படாதவரின் வழக்கு' என்ற தோராயமான தலைப்பில் சிறந்த சான்றாதாரங்களுடன் ஒரு ஆய்வுக் கட்டுரை எழுதுவதற்கான சாத்தியக்கூறுகள் பற்றி யோசிக்கத் தொடங்கினார். இந்த அநீதிகள் குறித்தும் அட்டூழியங்கள் குறித்தும் எண்ணற்ற நாளிதழ் துணுக்குகளை அவர் சேகரித்திருந்தார்.

## கல்விப் பணி தொடர்பான செயல்பாடுகள்

சாஹேபின் உடல்நிலை குறித்து விசாரிக்க 1955 ஆகஸ்ட் மாதம் நாங்கள் பம்பாய் சென்றோம். நாங்கள் அங்கே குலாப்யாவிலுள்ள ஜெயராஜ் இல்லத்தின் முதல் மாடியில் தங்கியிருந்தோம். மக்கள் கல்விச் சங்கம் தன்னுடைய கல்லூரிகளை நடத்துவதற்கான செலவைச் சமாளிக்க எப்போதும் சுரண்டி எடுத்துக்கொண்டும்

அதற்காக மற்றவர்களை எதிர்பார்த்து அலைந்துதிரிந்துகொண்டும் இருந்தது. கல்விக்கு டாக்டர் சாஹேப் எவ்வளவு முக்கியத்துவம் கொடுத்தாரோ, அதே அளவுக்கு நற்குணத்துக்கும் ஒழுக்க நடத்தைக்கும் முக்கியத்துவம் கொடுத்தார். நற்குணமற்ற முதலாளிகளெல்லாம் முறைகேடான வழிகளிலும் ஏழைகளைச் சுரண்டுவதன் வழியாகவும் தங்கள் செல்வத்தைச் சேகரித்தனர் என்று அவர் நம்பினார். கல்வி எனும் புனிதமான நோக்கத்துக்காக இப்படியான பணத்தைப் பயன்படுத்துவதற்கும், அல்லது பிரதிபலனாகக் கல்வி நிறுவனங்கள் போன்ற புனிதமான கட்டடங்களுக்கு அவர்களின் பெயர்களைச் சூட்டுவதற்கும் அவர் விரும்பவில்லை.

எங்கள் கல்வி நிறுவனங்களுக்கான நிதி சேகரிப்புக்காக ஒரு கோரிக்கைத் துண்டுப்பிரசுரம் தயாரித்தோம். டாக்டர் சாஹேபின் வேண்டுகோளுக்கிணங்க, பிரதமர் நேரு ஒரு செய்தி அனுப்பியிருந்தார். அதில், மக்கள் கல்விச் சங்கத்தின் இலக்குகளையும் செயல்பாடுகளையும் கோடிட்டுக்காட்டும் விதமாக ஒரு பத்தியைச் சேர்த்து சாஹேப் அதை மாற்றியமைத்தார். அவரிடம் ஒரு புதுச் செய்தியை அனுப்புமாறு கேட்டுக்கொண்டார். அவர் நேருவுக்கு எழுதியதாவது:

*‘நான் இதை பம்பாயிலிருந்து எழுதுகிறேன். உங்களை நேரில் சந்தித்து, தங்கள் செய்தியைத் திருத்த நினைத்திருந்தேன். ஆனால், நான் மிகுந்த களைப்புடன் இருப்பதால், நான் எந்தப் பயணமும் மேற்கொள்ளக் கூடாது என்று என்னுடைய மருத்துவர்கள் தடைவிதித்துள்ளனர்.’*

ஓய்வுக்காகவும் மிலிந்த் கல்லூரி தொடர்பான சில வேலைகளுக்காகவும் அக்டோபரில் நாங்கள் ஔரங்காபாத் சென்றிருந்தோம். மாணவர்களுக்கான போதி மண்டலை முதல்வர் சிட்னிஸ் நிறுவியிருந்தார். வராலேவின் மகன் பால்சந்திராதான் இந்த மண்டலின் செயலர். பௌத்தம் தொடர்பாக சாஹேப் ஒரு உரை நிகழ்த்த வேண்டும் என்று இந்த மண்டல் விரும்பியது. ஆனால், சாஹேபுக்கு உடல்நலம் சரியாக இல்லாததால் இந்த அழைப்பை நிராகரிக்கும்படி ஆயிற்று. அது அந்தச் சிறுவனை ஏமாற்றமடையவைத்தது. உண்மையில், பால்சந்திரா மீது சாஹேபுக்கு அளவுகடந்த

பாசம் உண்டு. மேலும், அவனுடைய நிறுவனத்துக்காகவும் அவனைப் பாராட்டினார். எனக்கும் அவன் மீது மிகுந்த மரியாதை இருந்தது. எனவே, “இந்தப் பையன் உங்களிடம் இவ்வளவு நம்பிக்கையுடன் வந்திருக்கிறான். அவனுக்கு சம்மதம் சொல்லுங்கள். அவனை ஏன் ஏமாற்றமடையவைக்க வேண்டும்?” என்று சாஹேபிடம் சொன்னேன். ஒருவழியாக சாஹேப் ஒப்புதல் தந்தார். பால்சந்திராவுடன் முதல்வர் சிட்னிஸூம் வந்திருந்தார்.

சில நாள்களுக்குப் பிறகு, பால்சந்திரா வந்தான். “பாபா, நாளை நீங்கள் உரையாற்றுகிறீர்கள். நினைவூட்டுவதற்காக நான் வந்தேன்” என்றான். சாஹேப் அவனிடம், “எனக்கு உடம்புக்கு முடியவில்லை. என்னால் வர இயலாது” என்றார். நான் அவனிடம், இப்போது சென்றுவிட்டு நாளை கிளம்பிவா என்றேன். “சாஹேப் நல்லபடியாக உணர்ந்தால் நாம் அவரை அழைத்துச்செல்வோம்.”

அடுத்த நாள் பால்சந்திரா வந்தபோது சாஹேப் கத்தத் தொடங்கிவிட்டார்: “எனக்குத்தான் முடியவில்லை என்று நேற்றே சொல்லிவிட்டேனே! என்னால் உரையாற்ற முடியாது. நீ ஏன் மறுபடியும் வந்தாய்?” பால்சந்திரா அவமதிப்படைந்ததாகத் தோன்றினான். நான் உள்ளே புகுந்து, “நீங்கள் உரை நிகழ்த்துவதாக ஏற்கெனவே ஒப்புக்கொண்டுவிட்டீர்கள். அவன் சென்று எல்லா ஏற்பாடுகளையும் செய்துவிட்டான். பூங்கொத்துகளையும் மாலைகளையும் வாங்கியிருக்கிறான். அதனால், போய் கொஞ்ச நேரம் பேசுங்கள். அப்பாவிப் பையனை ஏமாற்ற வேண்டாம்” என்றேன். சாஹேப் என்பக்கம் திரும்பி, “இங்கே பார், என்னால் உரையாற்ற முடியாது. வேண்டுமானால் பூங்கொத்துகளுக்கும் மாலைகளுக்கும் அவனுக்குப் பணம் கொடுத்துவிடு. இந்தத் தொல்லையை இத்துடன் நிறுத்திக்கொள்ளுங்கள்” என்றார். ஆனால், இறுதியாக நாங்கள் அவரை ஒருவழியாக்கி, உரையாற்ற அழைத்துச்சென்றோம். தம்மபதத்தில் நிகழும் த்வேஷ்மூலக் [கொடிய], ப்ரேம்-மூலக் [அன்பான] கோபம் குறித்துப் பேசினார். இந்தக் கூட்டத்தில்தான், கல்லூரியின் விசாலமான வளாகங்களுக்கு ‘நாகசேனா வனம்’ என்று பெயர்சூட்டினார்.

அங்கே பி.ஜி. கோகலே என்ற பேராசிரியர் இருந்தார். பிறகு, அவர் அமெரிக்காவுக்குப் பேராசிரியராகச் சென்றுவிட்டார். பௌத்தத்தில் நன்கு கற்றறிந்தவர் அவர். 4 நவம்பர் 1955 அன்று சாஹேப் அவருக்குக் கடிதம் எழுதினார். மக்கள் கல்விச் சங்கத்தின் கல்விச் செயல்பாடுகளுக்காக அவருடைய உதவி கேட்டு எழுதிய அந்தக் கடிதத்தில் தன்னுடைய உடல்நிலை குறித்தும் பேசியிருந்தார்:

*'20 அக்டோபர் 1955 அன்று உங்களுடைய கடிதம் கிடைக்கப்பெற்றேன். என்னுடைய உடல்நிலையின் பொருட்டு ஔரங்காபாத் வந்திருந்தபோது இந்தக் கடிதம் அங்கே அனுப்பிவைக்கப்பட்டது.'*

## ஒழுக்க நடத்தை மற்றும் நற்பண்பு மீதான காதல்

ஒழுக்க நடத்தை, நேர்மை, நற்பண்புக்கு சாஹேப் மிகுந்த முக்கியத்துவம் கொடுத்தார். இது தொடர்பாக, ஔரங்காபாதில் நடந்த நிகழ்வை உங்களுக்கு நினைவுகூர்கிறேன். நாங்கள் ரயில்வே ஹோட்டலின் மேல்தளத்தில் தங்கியிருந்தோம். தற்செயலாக, [அந்தக் காலத்தின் திரைநட்சத்திரம்]* அங்கே தரைத்தளத்தில் தங்கியிருந்தார். என்னுடைய தம்பி பாலுவும் பால்சந்திரா வராலேவும் ஏதோ வாங்குவதற்காகக் கடைத்தெருவுக்குச் சென்றிருந்தார்கள். அவர்கள் திரும்பிவரும்போது அவரிடம் சென்றவர்கள், சாஹேபைச் சந்திக்க அழைத்துவந்தார்கள். கல்வி நிறுவனத்துக்கு உதவ அந்த நடிகர் முன்வந்தார். சினிமாக்காரர்களின் நடத்தை, குணநலன் தொடர்பாக அவர்கள் மீது தனக்கு வெறுப்பு இருப்பதாகக் கூறினார் சாஹேப். எல்லோரும் அப்படி இல்லை என்று அந்தத் திரைப்பட நடிகர் தன்னுடைய தொழிலுக்காக வாதாடினார். பல நடிகர்களின், நடிகைகளின் முறைகேடுகளை எடுத்துவைத்து அவரை வாயடைக்கச் செய்தார் சாஹேப். அந்த நடிகர் மிகவும் அசௌகரியமாக காணப்பட்டார். சாஹேபிடம், "உங்களுடன் நான் உடன்படவில்லை" என்றார். அதற்கு, "ஏனென்றால் நான் உண்மையைப் பேசுகிறேன். உண்மை கசக்கும்" என்று பதிலளித்தார். இந்தக் கடுமையான மறுமொழியைக் கேட்டு

அந்தத் திரைநட்சத்திரம் சிடுசிடுப்புடன் எழுந்து சென்றுவிட்டார். கொஞ்ச நேரத்துக்கு அங்கே பதற்றமான சூழல் நிலவியது.

மௌனத்தை உடைக்கும் விதமாக என்னுடைய தம்பி பாலு அவரிடம் இப்படிச் சொன்னான்: "நீங்கள் அவரிடம் இவ்வளவு முரட்டுத்தனமாக நடந்திருக்கக் கூடாது. நம்முடைய நிறுவனங்கள் அவரிடமிருந்து ஆயிரக்கணக்கான ரூபாய்களைப் பெற்றிருந்திருக்கும். அவர் உதவ விரும்பினார்."

அவ்வளவுதான், சாஹேப் கொதித்துப்போய்விட்டார்: "நீ என்ன சொல்கிறாய்? ஒருவர் தன் நேர்மையையும் குணத்தையும் விற்று, ஊழல் வழியில் ஈட்டும் பணத்தை நான் ஒருபோதும் ஏற்றுக்கொண்டதில்லை, ஒருபோதும் ஏற்றுக்கொள்ளவும் மாட்டேன். அதற்காக என்னுடைய நிறுவனங்கள் இழுத்து மூடப்பட்டாலும் எனக்குக் கவலையில்லை. ஆனால், ஒழுக்கங்கெட்ட வழிகளில் ஈட்டிய பணத்தைக் கொண்டு, அறிவைப் பெறும் புனிதமான பணியை நான் செய்யவே மாட்டேன்."

இன்னொரு உதாரணம். 'தீண்டப்படாத பெண்களை மேடையில் நடனமாடவைத்துப் பணம் ஈட்டும் நபரிடமிருந்து எனக்குச் சல்லிக்காசுகூட வேண்டாம்' என்று சொல்லி, பிரபல நாடக நடிகர் பத்தே பாபுராவை விரட்டியடித்த நிகழ்வும் உண்டு. நிறுவனங்களுக்குத் தங்கள் பெயரைச் சூட்ட வேண்டும் என்ற நிபந்தனையின் பேரில் உதவத் தயாராக இருப்பதாக முதலாளிகள் பலர் தெரிவித்திருந்தனர். ஆனால், சட்டவிரோதமாக ஈட்டிய பணத்தை சாஹேப் ஒருபோதும் ஏற்றுக்கொள்ளவில்லை.

## 'யுக யாத்திரை' அரங்கேற்றம்

பேராசிரியர் சிட்னிஸ் எழுதிய 'யுக யாத்திரை' நாடகத்தை அரங்கேற்ற 20 நவம்பர் 1955 அன்று போதி மண்டல் ஏற்பாடு செய்திருந்தது. அது குளிர்காலம். குளிரில் நனைந்தால் நோய்வாய்ப்பட்டுவிடுவோமோ என்று சாஹேப் பயந்தார். நான் குறுக்கிட்டு, "இருபது நிமிடங்கள் அளவில் நாடகம் பார்த்துவிட்டுத் திரும்புவோம்" என்றேன். அப்போது பால்சந்திரா

வராலே, "பாபா, உங்களுக்குக் குளிர்ப் பிரச்சினை இல்லாத இடத்தில் உங்கள் இருக்கைக்கு ஏற்பாடு செய்கிறேன்" என்றான். அதன்படி, ஒரு மூடிய அறையில் நாங்கள் உட்கார அவன் ஏற்பாடு செய்தான். ராமாயண சகாப்தம் தொடங்கி டாக்டர் அம்பேத்கரின் காலம்வரையிலான தீண்டப்படாதவர்களின் அவல நிலையை அந்த நாடகத்தில் சிட்னிஸ் வரையறுத்திருந்தார். இரவு 9.30 மணிக்கு நாடகம் தொடங்கியது. இருபது அல்லது இருபத்தைந்து நிமிடம்போல் கடந்திருக்கும். ஆனால், நாடகம் எங்களை இறுகப் பற்றிக்கொண்டதால் எங்களுக்குக் குளிர்காற்றும் தெரியவில்லை, நேரம் போன உணர்வும் இல்லை. நாடகம் முடியும்வரை நாங்கள் இருந்தோம். நடிகர்களையும் சிட்னிஸையும் சாஹேப் மனதாரப் பாராட்டினார். பால்சந்திராவின் முன்முயற்சியால், மொத்தக் குழுவுடனும் நாங்கள் ஒரு குழுப் புகைப்படத்துக்கு நின்றோம்.

சாஹேப் இந்த நாடகத்தை மிகவும் விரும்பினார். சாஹேபின் விருப்பத்துக்கிணங்க, 14 அக்டோபர் 1956 அன்று நாக்பூரில் நடந்த வரலாற்றுச் சிறப்புமிக்க மதமாற்ற நிகழ்வின்போது, தம்ம தீக்ஷை மேடையில் இந்த நாடகம் மீண்டும் நிகழ்த்தப்பட்டது.

## பௌத்தம் குறித்த புனித நூல்

கிறிஸ்தவர்களிடையே இருக்கும் பைபிள்போல இந்திய பௌத்தர்களிடம் ஒரு மதப் புத்தகம் இருப்பது அவசியம் என்று சாஹேப் நம்பினார். அதன்படி, 1951-இல், புத்தரின் வாழ்க்கையையும் தத்துவத்தையும் வைத்துப் புத்தகம் எழுதும் பிரம்மாண்டமான பணியை அவர் கையில் எடுத்தார். 1956-இன் ஆரம்ப காலப் பகுதியில் இந்த வரலாற்றுப் புகழ்பெற்ற புத்தகத்தை அவர் முடிக்கும் தறுவாயில் இருந்தார். இதற்காக, உலகெங்கிலுமிருந்து அவருக்குக் கிடைத்த பாலி புத்தகங்கள், புத்தரின் வாழ்க்கையும் தத்துவத்தையும் குறித்து வெளிநாட்டவர்களும் இந்தியர்களும் எழுதிய புத்தகங்கள் என எல்லாவற்றையும் மிக ஆழமாக ஆராய்ந்தார். நானக் சந்த் ரட்டு, பிரகாஷ் சந்த் இருவரும்தான் இந்தப் புத்தகத்தைத் தட்டச்சு செய்தார்கள். பிழையற்ற ஆவணமாக அது இருக்க வேண்டும்

என்று விரும்பியதால் அவர் தன்னுடைய மூலப் பிரதியில் கணிசமான அளவில் மாற்றங்கள் செய்தார், புதிய அத்தியாயங்கள் எழுதிச் சேர்த்தார், வரிசையை மாற்றி அமைத்தார். புத்தகத்துக்கு 'பௌத்த பைபிள்' என்ற தலைப்பையே அவர் முதலில் நினைத்திருந்தார். ஆனால், *'புத்தரும் அவர் சுவிசேஷமும்'* என்ற தலைப்பில் தனிப்பட்ட விநியோகத்துக்காகச் சில பிரதிகளை அச்சிட்டு, அவற்றை இந்தியாவிலும் வெளிநாடுகளிலும் உள்ள இந்து மற்றும் பௌத்த அறிஞர்களுக்கும் புகழ்பெற்ற பல்கலைக்கழகங்களுக்கும் அவர்களுடைய அபிப்ராயங்களுக்காக அனுப்பிவைத்தார். சாஹேபின் உடல்நிலை மிகவும் மோசமாகிவந்ததால், எவ்வளவு சீக்கிரம் முடியுமோ அவ்வளவு சீக்கிரம் அந்தப் புத்தகம் வெளிவர வேண்டும் என்று அவர் விரும்பினார். அவர் தன்னுடைய சகாவும் சித்தார்த் கல்லூரி நூலகருமான சாந்தாராம் ஷங்கர் ரெகேவுக்கு இப்படி எழுதினார்:

*'என் நாள்கள் நெருங்கிக்கொண்டிருக்கின்றன.'*

பிறகு, அவர் *'புத்தரும் அவர் சுவிசேஷமும்'* புத்தகத்தில் மேலும் சில அத்தியாயங்கள் சேர்த்து, *'புத்தரும் அவர் தம்மமும்'* என்று தலைப்பை மாற்றினார். புத்தகத்தை அச்சிடும் பொறுப்பை, சித்தார்த் கல்லூரி நூலகர் எஸ்.எஸ். ரெகேவிடம் ஒப்படைத்தார். புத்தகத்தின் வடிவம் எப்படி இருக்க வேண்டும், என்ன வகையான காகிதம், ஒவ்வொரு பக்கத்திலும் எத்தனை வாக்கியங்கள், ஒவ்வொரு பக்கத்திலும் பகவான் புத்தரின் கை என்ன ஆசனத்தில் இருக்க வேண்டும், என்ன எழுத்து வடிவம், என்ன அட்டைப்படம், என்ன கட்டமைப்பு – சுருங்கச் சொல்ல வேண்டுமென்றால், இந்த ஈடிணையற்ற புத்தகத்தின் ஒவ்வொரு சிறு விஷயத்திலும் ரெகேவுக்குத் தொடர்ந்து அறிவுறுத்திவந்தார்.

பின்னர் மதமாற்றப் பணியில் மும்முரமானோம். புத்தகத்திலிருந்து அவரின் கவனம் திசைதிருப்பப்பட்டது. மிகப் பெரும் அவலம் என்னவென்றால், அவர் வாழ்ந்த காலத்தில் இந்தப் புத்தகத்தை வெளியிட முடியாமல்போனதுதான். அவர் மறைந்த பிறகு, 19 நவம்பர் 1957 அன்று மக்கள் கல்விச் சங்கம் இந்தப் புத்தகத்தை வெளிக்கொண்டுவந்தது. சாஹேப் இந்த விலைமதிப்பற்ற புத்தகத்துக்கான முன்னுரையை 15 மார்ச் 1956 அன்று எழுதியிருந்தார். மீண்டும் அதை 6

ஏப்ரல் 1956 அன்று திருத்தி எழுதினார். மீண்டும், அவர் இறக்கும் தறுவாயில் இருந்த நாளின் மாலையில், அதாவது டிசம்பர் 5 அன்று, தன்னுடைய சொந்தக் கரங்களால் சில திருத்தங்கள் மேற்கொண்டு அதை மேம்படுத்தினார். ஆனால், புத்தகத்தில் இந்த முன்னுரை அச்சாகவில்லை. இந்தப் புத்தகத்தை எழுதுவதற்கு என்னிடமிருந்து கிடைத்த உதவிக்காகவும் என்னுடைய பங்களிப்புக்காகவும் அவர் என் பெயரைக் குறிப்பிட்டிருந்தார்.[56] இந்த முன்னுரை அச்சாவதைச் சுயநலவாதிகள் சிலர் தடுத்ததற்கான காரணம் மிகவும் வெளிப்படையானது: சாஹேப் என்னைக் குறிப்பிட்டிருப்பது பொதுமக்களிடம் சென்றதென்றால் அது அவர்களுடைய அரசியல் நலன்களுக்கு ஊறுவிளைவித்திருக்கும் என்பதுதான். வாசகர்களுக்காக அந்த முன்னுரை முழுவதையும் இந்தப் புத்தகத்தின் பொருத்தமான இடத்தில் சேர்த்திருக்கிறேன்.

## தூய்மையான, தன்னலமற்ற பொதுக் குணம்

யஷ்வந்த் பம்பாயில் வசித்துவந்தான். புத்த பூஷன் அச்சகத்தில் சம்பளம் வாங்கும் ஊழியராகப் பணியாற்றினான். சாந்தாராம் அனாஜி உப்ஷாம் ஏறத்தாழ சாஹேபின் எல்லா நிறுவனங்களிலும் பொருளாளராகப் பொறுப்புவகித்தார். நிர்வாகத்தின் எல்லாச் செயல்பாடுகளிலும் யஷ்வந்த் தலையிடுவதாக எங்களுக்கு அவரிடமிருந்து அடிக்கடி புகார்கள் வந்தன. இறுதியாக, 26 பிப்ரவரி 1956 அன்று யஷ்வந்துக்கு சாஹேப் கடிதம் எழுதினார். தன்னுடைய ஒரே மகனை 'என் அன்புக்குரிய யஷ்வந்த்' என்று அழைப்பது குறித்துக்கூடக் கவலைப்படாமல், நேராக விஷயத்துக்குள் நுழைந்தார்:

> *புத்த பூஷன் அச்சகத்தின் கணக்காளரும் காசாளருமான திரு. உப்ஷாமின் கடமையைச் செய்ய நீ அனுமதிக்கவில்லை என்று அவரிடமிருந்து எனக்குக் கடிதங்கள் வந்தவண்ணம் உள்ளன என்பதைத் தெரிவிப்பதற்காகவே இது. இந்த உத்திகளால் நீ அச்சகத்தின் உரிமையை எடுத்துக்கொள்ளலாம் என்ற எண்ணத்தில் இருப்பதாகத் தெரிகிறது. இந்த அச்சகம் ஒரு பொதுச் சொத்து என்று எச்சரிக்கவே உனக்கு எழுதுகிறேன் — அது உன்னுடையதும்*

*அல்ல, என்னுடையதும் அல்ல. மேலும், ஒரு பொதுக் கணக்கை ஒரு தனிநபர் தவறாகப் பயன்படுத்துவதை என்னால் அனுமதிக்கவே முடியாது.*

*உன்னுடைய நடத்தை முழுக்கமுழுக்க வெட்கக்கேடானது. நீ பல நூறு ரூபாய்களை முறைகேடாகப் பயன்படுத்தியிருக்கிறாய். உனக்குப் போதிய சலுகைகள் வழங்கப்பட்டபோதும், உன்னை நீ அதிலிருந்து விடுவித்துக்கொள்ளவில்லை. எனவே, உன்னுடைய பொறுப்பை உப்ஷாமிடம் ஒப்படைத்துவிட்டு, அவருடைய கடமையைச் செய்வதில் அவரைத் தொந்தரவுபடுத்தாமல் இரு. இது உனக்கு நான் எழுதும் கடைசிக் கடிதம். உனக்கு வழங்கியிருக்கும் இந்த இறுதி வழிகாட்டுதலின்படி நீ நடந்துகொள்ளவில்லை என்றால், உன்னை அச்சகத்திலிருந்து வெளியேற்றவும், இந்த எச்சரிக்கையை மீறியதற்காக [உன்] மீது வழக்கு தொடரவும் தயங்க மாட்டேன்.*

*பிப்ரவரி இறுதி வாரத்தில் நான் பம்பாய் வருகிறேன். நான் வருவதற்கு முன்பாக இந்த விஷயம் சரிசெய்யப்பட்டிருக்க வேண்டும். பின்விளைவுகளுக்கான பொறுப்பு முழுவதும் உன்னுடையதுதான். உன்னையோ உன்னுடைய குடும்பத்தையோ பராமரிக்கும் பொறுப்பை நான் ஏற்க மாட்டேன். உனக்கான பங்கைவிட நீ அதிகமாகவே பெற்றுவிட்டாய். இந்தக் கடிதத்தின் நகலை நான் உப்ஷாமுக்கு அனுப்புகிறேன்.*

*இப்படிக்கு,*
*பி.ஆர். அம்பேத்கர்*[57]

## அரசியல் பயிற்சிப் பள்ளி

சாஹேப் 'அரசியல் பயிற்சிப் பள்ளி' என்ற பெயரில் [சித்தார்த் கல்லூரி] நூலகர் எஸ்.எஸ். ரெகேவின் மேற்பார்வையின் கீழ் 1953 ஜூலையில் பின்வரும் இலக்குகளுடன் ஒரு பயிற்சிப் பள்ளியைத் தொடங்கினார்: ஜனநாயகக் கருத்தாக்கங்களைப் பரவலாக்குவது, ஜனநாயகத்தின் முக்கியத்துவத்தைப் பொதுமக்களுக்கு விளக்குவது, நன்கு பயிற்சியளிக்கப்பட்ட நபர்களை அரசியல் கட்சிகளுக்கு வழங்குவது, அரசியல் நடவடிக்கைகளுக்குப் பொருத்தமான வழிகாட்டுதல்களை

வழங்குவதற்கெனத் தகுதிவாய்ந்த, நன்கு பயிற்சி பெற்ற, நிபுணத்துவம் பெற்ற மக்கள் பிரதிநிதிகளை மக்களவைக்கும் மாநிலச் சட்டமன்றங்களுக்கும் வழங்குவது, மக்கள் பிரதிநிதிகளுக்கு அவர்களின் உரிமைகளையும் பொறுப்புகளையும் தெரியப்படுத்துவது. பல்வேறு துறைகளைச் சேர்ந்த புகழ்பெற்ற பிரமுகர்கள் பலரும் இந்தப் பள்ளிக்கு வந்து மாணவர்களுக்கு வழிகாட்டினார்கள். சாஹேபும் சில விரிவுரைகள் வழங்க விரும்பினார்தான். ஆனால், பணிச்சுமை காரணமாக அவருக்கு அது சாத்தியப்படவில்லை. சாஹேப்தான் இந்தப் பள்ளியின் நிறுவன–இயக்குநர். அவர் எஸ்.எஸ். ரேகேவைச் செயலராக நியமித்தார்.

## பம்பாயில் கடைசிக் கூட்டம்

மொழிவாரி மாநிலங்கள் அமைப்பது குறித்து மாநிலங்களவையில் 1 மே 1956 அன்று சாஹேப் உணர்ச்சிகரமாக உரை நிகழ்த்தினார். அதன் பிறகு நாங்கள் பம்பாய் சென்றோம். பம்பாய் மாநிலத்தின் அப்போதைய பிரதமர் [பின்னர் முதலமைச்சர் என்று அழைக்கப்பட்டார்] பாலாசாஹேப் கேர் தலைமையில், புத்தரின் பிறந்த நாள் கொண்டாட்ட நிகழ்ச்சியை பம்பாய்த் தொழிலாளர்கள் ஏற்பாடு செய்தனர். டெல்லிக்குப் புறப்படவிருந்ததால் எங்களால் கூட்டத்தில் கலந்துகொள்ள முடியுமா என்று தெரியவில்லை. ஆனால், மே 12 வரை எங்களால் முன்பதிவுசெய்ய முடியாததால், தொழிலாளர்கள் எங்களை வந்துவிடும்படி வலியுறுத்தினார்கள். கூட்டத்தில் சாஹேப் கலந்துகொள்வார் என்ற செய்தி பரவியதும் நரே பூங்கா நிரம்பிவழிந்தது. பம்பாயில் சாஹேப் நிகழ்த்திய கடைசிப் பொதுக்கூட்ட உரையாக இது அமைந்துவிட்டது. சுயமரியாதையின் முக்கியத்துவத்தை முதலில் விளக்கிய அவர், இந்து மதத்தையும் பௌத்த மதத்தையும் ஒப்பிட்டு, பிறகு இரண்டும் ஒன்றல்ல என்று திட்டவட்டமாக அறிவித்தார். 'கேசரி' இதழில் சாவர்க்கர் 'புத்தாச்யா ஆததாயி அஹிம்சேச்சா சிரச்சேத்' ['புத்தரின் அஹிம்சைத் தலையை மூர்க்கமாகத் துண்டித்தல்' என்று தோராயமாக மொழிபெயர்க்கலாம்] என்ற தலைப்பில் ஒரு கட்டுரை எழுதியிருந்தார். இந்தப்

பின்னணியில் சாஹேப் பேசியதாவது [மராத்தியிலிருந்து மொழிபெயர்க்கப்பட்டது]:

‘சாவர்க்கர் என்ன சொல்லவருகிறார் என்று எனக்கு விளங்கவில்லை. அவர் தன் நிலைப்பாட்டைத் தெளிவான வார்த்தைகளில் வெளிப்படுத்த வேண்டும். நான் அவருக்குப் பதிலளிக்கும் திறன் பெற்றவன்... சாவர்க்கர் மட்டுமல்ல, பௌத்தம் குறித்து யாருக்கேனும் ஏதும் கேள்வி இருந்தால் என்னிடம் வெளிப்படையாகக் கேட்க வேண்டும். அவர்களுக்குப் பதில் சொல்லும் தைரியம் எனக்கு உண்டு.

... பகவான் புத்தரிடம் இருந்த பரந்துபட்ட பிக்கு அமைப்பில் 75% பேர் பிராமணர்கள்தான். அது சாவர்க்கருக்குத் தெரியுமா? சாரிபுத்ர, மொகல்லானா போன்ற பண்டிதர்களெல்லாம் பிராமணர்கள் என்பதை அவர் மறந்துவிடக் கூடாது. சாவர்க்கரிடம் நான் இந்தக் கேள்விகளைக் கேட்க வேண்டும்: பேஷ்வாக்கள் யார்? அவர்கள் பிக்குகளாக இருந்தார்களா? அப்படியென்றால், ஆங்கிலேயர்கள் அவர்களுடைய ராஜ்ஜியததைப் பறித்தது எப்படி? எனவே, இது போன்ற பொறுப்பற்ற நபர்களை அதிகம் நம்பக் கூடாது. சாவர்க்கர் விஷத்தை உமிழ்ந்தார் என்று சிலர் கூறுகிறார்கள். ஆனால், அவர் தன்னுடைய வயிற்றில் குடியிருக்கும் நரகத்தைத்தான் உமிழ்ந்தார் என்று நான் கூறுகிறேன்.’[58]

பௌத்தத்தின் வீழ்ச்சியை அலசிய பிறகு சாஹேப் இப்படிச் சொன்னார்: “பௌத்த அலை வந்துவிட்டதென்றால் அது ஒருபோதும் திரும்பிச்செல்லாது.”

## பிரம்மாண்டமான புத்தக–எழுத்துப் பணி

தலித்துகளின் முன்னேற்றத்துக்கான பணி, அரசியல் தலைமை, சமத்துவத்தை நிலைநாட்டுவதற்கான பணி, நாட்டைக் கட்டியெழுப்புவதற்காக ஆற்றிய பணி எனப் பலதரப்பட்ட பொறுப்புகளை மிகுந்த திறமையுடன் கையாண்ட சாஹேப், வெளியிட்ட மற்றும் வெளியிடப்படாத புத்தகங்கள் வழியாக மிக பிரம்மாண்டமான பொக்கிஷத்தை உருவாக்கியிருப்பதைக்

கண்டு ஒருவர் திக்குமுக்காடக்கூடும். அவருடைய உடல்நிலை தொடர்ந்து மோசமாகிக்கொண்டே வந்தாலும் அவருடைய இடைவிடா வாசிப்புக்கும் எழுத்துக்கும் ஒருபோதும் இடைவெளி இருந்ததில்லை. அவருடைய புத்தக-எழுத்துப் பணி அவருடைய வாழ்க்கையின் கடைசி நொடிவரை தொடர்ந்தது. அவருடைய வெளியிடப்படாத புத்தகங்களில், 'புத்தரும் அவர் தம்மமும்' மட்டும் வெளியிடப்படும் பாதையில் இருந்தது. துரதிர்ஷ்டவசமாக, அவர் உயிருடன் இருக்கும்போது அது வெளியிடப்படவில்லை. மேலும், அந்தச் சிறந்த புத்தகத்துக்காக அவர் எழுதிய முன்னுரையை அந்தப் புத்தகத்தில் சேர்க்க முடியவில்லை என்பது மிகப் பெரும் வியப்பைத் தரக்கூடியது. மிகப் பெரும் வெட்கக்கேடும்கூட.

புத்தகங்கள் மீதான அவருடைய காதல் எல்லோரும் அறிந்ததே. அந்தக் காலங்களில் ஜெராக்ஸ் எடுப்பதற்கோ நுண்படம் எடுப்பதற்கோ வசதி கிடையாது. எனவே, அவருடைய தொகுப்பில் இல்லாத அரிய புத்தகம் கிடைத்தால், அதைக் கையால் எழுதவோ தட்டச்சு செய்யவோதான் வேண்டும். அதற்கு அவர் தயாராக இருந்தார். என் நினைவுப்படி, இப்படித்தான் அவர் மகாத்மா புலே தொடர்பான சில புத்தகங்களின் பிரதிகளை உருவாக்கினார். அவர் பிரிட்டிஷ் நூலகத்திலிருந்து சில புத்தகங்களைத் தட்டச்சு செய்து லண்டனிலிருந்து அனுப்பியிருந்தார். அவருக்கு அறிவு மீது அளவற்ற நாட்டமும் பக்தியும் இருந்ததால், ஒரு புத்தகம் கையில் கிடைத்தவுடன் அவருக்கு உலகம் மறந்துபோய்விடும். இரவுபகலாக வாசிக்க உட்கார்ந்து குறிப்புகள் எடுக்கத் தொடங்கிவிடுவார். எண்ணற்ற தலைப்புகளில் விஷயங்கள் அவர் தலைக்குள் ஓடிக்கொண்டிருக்கும். ஒரு கருத்து அல்லது பிரச்சினை அவருடைய மனதைத் தாக்கியவுடன், ஒரு புத்தகத்துக்கான உரு உடனே தயாராகிவிடும். அவருக்கு முதல் அத்தியாயத்திலிருந்து எழுதத் தொடங்க வேண்டும் என்றில்லை; அது எந்த அத்தியாயத்திலிருந்தும் தொடங்கலாம். தோராயமான வரைவு தயாரானதும் அடுத்ததாகத் திருத்தங்கள், மாற்றங்கள், அத்தியாயங்களின் இடமாற்றம் என நீளும். அச்சுக்குச் செல்லும் நாள்வரை இவையெல்லாம் திரும்பத்திரும்ப நடக்கும்.

சாஹேப் தன்னுடைய எல்லா எழுத்துகளையும் ஆங்கிலத்தில் தான் செய்தார். அதனால், தீண்டப்படாதவர்கள் தொடர்பான கேள்வியை உலக அரங்கில் முன்வைத்து, அவர்களுடைய பிரச்சினைகள் நோக்கி உலகின் தலைசிறந்த சிந்தனையாளர்களின் கவனத்தைத் திருப்ப முடியும். அடிமை இந்தியாவினுடைய அரசு நிர்வாகத்தின் மொழியும், அதன் ஆட்சியாளர்களின் மொழியும் ஆங்கிலமாக இருந்ததால், தீண்டப்படாதவர்களின் குறைகளையும் அவர்கள் எதிர்கொள்ளும் பல்வேறு இடர்ப்பாடுகளையும் அரசிடம் முன்வைக்க முடிந்தது. இதனால், அவர்களின் பிரச்சினைகளில் கவனம்செலுத்த வேண்டிய கட்டாயம் அதற்கு ஏற்பட்டது. அவர் ஆங்கிலத்தில் புலமை பெற்றிருந்ததோடு, மராத்தியிலும் முழுமையான தேர்ச்சி பெற்றிருந்தார். தன்னுடைய கல்வியறிவற்ற மக்களிடையே விழிப்புணர்வை உண்டாக்குவதற்காக அவர் பங்குகொள்ளும் கூட்டங்களிலும் மாநாடுகளிலும் தன்னுடைய விவாதங்களையும் தலைமை உரைகளையும் மராத்தியில் நிகழ்த்தி, அதன் வழியாகப் பொதுக் கருத்தை உருவாக்கினார். இவை எல்லாவற்றையும் தாண்டி, 'மூக்நாயக்', 'பஹிஷ்க்ருத் பாரத்', 'ஜனதா'வில் தலையங்கங்களையும் லகுவான கட்டுரைகளையும் எழுதும் கடித எழுத்தாளர், கட்டுரையாளர் அம்பேத்கரை ஒருவர் பார்த்தால் வியந்துபோவார்கள். அவர் தன்னுடைய கருத்துகள் தெளிவாக வெளிப்படுவதை உறுதிப்படுத்துவதற்காக அவர் தன்னுடைய எழுத்துகளில் கூற்றுகள், மரபுத்தொடர்கள், நீதிக் கதைகள், பாரம்பரிய நாட்டார் கதைகள் போன்றவற்றை ஆங்காங்கே தூவிவிடுவார். நையாண்டி, பகடி, அறைகூவல், தர்க்கம், வாதம், இது போன்ற பல திறன்களை அவருடைய ஒவ்வொரு வார்த்தையிலும் அனுபவிக்க முடியும்.

அவருடைய உடல்நிலை எவ்வளவுதான் மோசமாக இருந்தாலும், அவருடைய கண்களுக்கு என்னதான் தொந்தரவு இருந்தாலும் அவருடைய வாசிப்பும் எழுத்தும் ஒருபோதும் நின்றுவிடவில்லை. எழுதுவதற்கான குறிப்பேடு, பேனா, பென்சில் வைக்கப்பட்ட ஒரு முக்காலியோ மேஜையோ ஒவ்வொரு அறையின் வலது மூலையிலும் எப்போதும் இருக்க வேண்டும் என்பது அவருடைய ஆணை. எப்போதேனும் ஒரு புதிய பிரச்சினை, ஒரு புதிய சிந்தனை எந்தத் தருணத்தில் அவருக்குத் தோன்றியதென்றாலும், குறிப்பாக இரவில்

நேரங்கெட்ட நேரத்தில், தட்டுத்தடுமாறிச் சென்றாவது அவற்றை அவரால் எடுக்க முடிய வேண்டும். குறிப்பேட்டில் தனக்குத் தோன்றுவதை எழுதிவைப்பார் (பெரும்பாலும் எந்தப் பக்கத்தில் எழுதுகிறோம் என்பதைக்கூடப் பார்க்காமல்). அப்போதுதான் அந்தச் சிந்தனையை அடுத்த நாள் பயன்படுத்த முடியும். எந்த நேரத்திலும் ஒருவரின் தலையில் ஒரு எண்ணம் தோன்றும் என்று அவர் அடிக்கடி சொல்வார். அது திரும்ப வருமா என்பதற்கு எந்த உத்தரவாதமும் கிடையாது. எனவே, எண்ணம் தோன்றிய உடனே அதைக் குறித்துவைத்துக்கொள்வது நல்லது. பின்னர், அதை நிதானத்துடன் சிந்தித்துப்பார்க்கலாம். இப்படித்தான் அவருடைய புத்தக எழுத்து நடந்தது.

அவருடைய வெளியிடப்படாத புத்தகங்கள் பலவும் எழுதப்பட்டுத் தயார் நிலையில் இருந்தன. சிலவற்றில் அத்தியாயங்களின் ஆதாரச் சட்டம் மட்டும் இருக்கும். சிலவற்றில் சில அத்தியாங்கள் முழுமை பெற்றிருக்கும். சில பாதி முடிந்திருக்கும். சில எழுதவே பட்டிருக்காது. வெளியிடப்படாத இந்தப் புத்தகங்களின் தலைப்புப் பட்டியலைப் பார்த்தாலே, அவருடைய எண்ணங்களின் வீச்சு குறித்த அபிப்ராயத்தை ஒருவர் பெற்றுக்கொள்ள முடியும். என்னுடைய நினைவில் உள்ள, வெளியிடப்படாத சில புத்தகங்களும் அவற்றின் தலைப்புகளும்:

1. இந்து மதத்திலுள்ள தத்துவம் [sic]
2. இந்தியாவும் கம்யூனிஸமும்
3. இந்து மதத்தின் குறியீடுகள்
4. பகவத் கீதை பற்றிய கட்டுரைகள்
5. புத்தர் அல்லது கார்ல் மார்க்ஸ்
6. தீண்டாமை பற்றிய கட்டுரைகள்
7. தீண்டப்படாதவரின் வழக்கு
8. இந்து மதத்திலுள்ள புதிர்கள்
9. இந்திய அரசியலிலுள்ள புதிர்கள்
10. கீதை குறித்த புதிர்
11. விஷ்ணு குறித்த புதிர்

12. [இது தவறவிடப்பட்டுள்ளது]
13. பெண்கள் குறித்த புதிர்
14. சாதிகள் பற்றிய கட்டுரைகள்
15. பண்டைய இந்தியாவில் புரட்சியும் எதிர்ப்புரட்சியும்
16. இந்துக்களுக்கு பிராமணர்கள் என்ன செய்தார்கள்? [sic]
17. நான் இந்துவாக இருக்க முடியுமா?
18. விசாவுக்காகக் காத்திருக்கிறேன் (தன்வரலாறு)

இவற்றில் சில புத்தகங்கள் முழுமை பெற்றவை, சில அரைகுறையானவை, சில எழுதப்படவே இல்லை. இவற்றில் சில தனிப் புத்தகங்கள், சில பெயர் குறிப்பிடப்படாத புத்தகத்துக்கான அத்தியாயங்கள், மற்றவை எண்ணவோட்டத்திலிருந்து வெளிப்பட்ட கட்டுரைகள். முதல் சிந்தனையிலிருந்து இரண்டாவது சிந்தனைக்கு, இரண்டாவது சிந்தனையிலிருந்து மூன்றாவது சிந்தனைக்கு என இப்படித்தான் அவருடைய வாசிப்பும் சிந்தனையும் எழுத்தும் இருக்கும். சாஹேபின் எல்லாக் கையெழுத்துப் பிரதிகளும் இன்ன பிற ஆவணங்களும் பம்பாய் நிர்வாகத் தலைவரின் பொறுப்பில் இருந்தன. அவருடைய எல்லா எழுத்துகளையும் வெளியிட அரசாங்கம் தயாராக இருந்தது. என் பேரனும் [பிரகாஷ்] நானும் அதற்கு எங்கள் ஒப்புதலையும் வழங்கினோம். அதன்படி, ஏற்கெனவே நான்கு தொகுதிகள் வெளியாகி, ஐந்தாவது தொகுதி வெளியிடப்படும் நிலையில் உள்ளது.[59] இந்தப் பாராட்டுக்குரிய முன்முயற்சிக்காக எல்லா அம்பேத்கரியர்களும் வரலாற்று மாணவர்களும் சிந்தனையாளர்களும் ஆராய்ச்சியாளர்களும் நானும் மஹாராஷ்டிர அரசுக்குக் கடன்பட்டிருக்கிறோம். இதற்காக, வெளிப்படையாக மஹாராஷ்டிர அரசை நான் மனதாரப் பாராட்ட விரும்புகிறேன். [இந்து மதத்திலுள்ள] புதிர்கள்[60] புத்தகத்தால் உருவான சர்ச்சையானது டாக்டர் சாஹேபின் சிந்தனைகள் எந்த அளவுக்குத் தகவல்களைக் கண்ணாடிபோல் பிரதிபலித்தன என்பதையும், பொதுமக்களின் உணர்வை எந்த அளவுக்குக் கலைத்துப்போட்டன என்பதையும் நிரூபிப்பதாகத்தான் இருந்தது.

சாஹேப் தன்னுடைய தன்வரலாற்றை எழுத வேண்டும் என்ற எண்ணத்தைப் பல்வேறு கூட்டங்களிலும் பேட்டிகளிலும்

வெளிப்படுத்தியிருக்கிறார். வரைவு எழுதும் வேலையையும் அவர் கையில் எடுத்திருந்தார். 'விசாவுக்காகக் காத்திருக்கிறேன்' என்ற தலைப்பில் எழுபது எண்பது பக்கங்களை அவர் கைப்பட எழுதினார் என்றும் நினைக்கிறேன். தன்னுடைய தன்வரலாற்றுடன், காந்தி குறித்த வாழ்க்கை வரலாற்றுப் புத்தகத்தையும் அவர் எழுத விரும்பினார். அவர் அவ்வப்போது சொல்வார்: "என்னால் மட்டுமே காந்தியை நன்றாகப் புரிந்துகொள்ள முடியும்." காந்திஜியின் கூற்றுகளையும் செயல்களையும் வைத்து ஒரு வாழ்க்கை வரலாற்றுப் புத்தகம் எழுத வேண்டும் என்பது அவருடைய விருப்பம். ஆனால், அது செயல்வடிவம் பெறவில்லை.

அதேபோல, மகாத்மா ஜோதிபா புலே குறித்து எழுதுவதிலும் அவர் மிகுந்த ஆர்வம்காட்டினார். புலேவின் புரட்சிகரமான, வரலாற்று முக்கியத்துவம் வாய்ந்த செயல்களை மதிப்பிடும் விரிவான வாழ்க்கை வரலாற்றை எழுத வேண்டுமென்று அவர் விரும்பினார். அதற்காக, புலே குறித்து எழுதப்பட்ட எல்லாப் புத்தகங்களையும் சேகரித்தார். பிரதிகள் கிடைக்காத சூழலில், அவர் அந்தப் புத்தகங்களைக் கையால் நகலெடுத்தோ தட்டச்சு செய்தோ பெற்றிருந்தார். பம்பாயிலுள்ள ஏசியாடிக் நூலகம், பூனாவிலுள்ள இதிஹாஸ் சன்ஷோதக் மண்டல் [வரலாற்று ஆராய்ச்சி நிறுவனம்] – அவர் உறுப்பினராக இருந்தார் – ஆகியவற்றிலிருந்து இரவல் பெற்ற பல புத்தகங்களை அவர் டெல்லிக்கு எடுத்துச்சென்றார். இதேபோல், ஆச்சார்ய அத்ரே தன்னுடைய மகாத்மா புலே திரைப்படத்துக்காகக் கலைப்பொருள்கள், புத்தகங்கள், ஆவணங்கள், இன்ன பிற பொருள்களைச் சேகரித்துவைத்திருந்தார். வாழ்க்கை வரலாறு எழுதுவதற்குப் பயன்படக்கூடிய எல்லாவற்றையும் பெறும் பொருட்டு அத்ரேவை சாஹேப் அழைத்திருந்தார். அவரும் அவற்றை மிகுந்த மகிழ்ச்சியுடன் அனுப்பிவைத்தார். ஆனால், புலே வாழ்க்கை வரலாற்றையும் அவரால் தொடங்க முடியவில்லை. அவர் இருந்திருந்தால் புலே தொடர்பான நம்பகத்தன்மையுள்ள, ஆதாரத்துடன் கூடிய படைப்பைத் தந்திருப்பார்.

## டெல்லி தம்மப் பிரச்சார சபை

பாரதிய பௌத்தஜன் சமிதியின் [இந்திய பௌத்த கவுன்சில்] டெல்லி கிளை 10 ஜூன் 1956 அன்று டெல்லி அம்பேத்கர் பவனின் விசாலமான மைதானத்தில் ஒரு தம்மப் பிரச்சார சபையை [பிரச்சாரக் கூட்டம்] ஏற்பாடு செய்தது. நாங்கள் அந்தக் கூட்டத்தில் கலந்துகொண்டோம். நாங்கள் ஏற்கெனவே பொதுவெளியில் பௌத்தத்தைப் பரப்ப ஆரம்பித்திருந்தோம்; இந்தக் கூட்டமும் அதன் பகுதியாகவே அமைந்தது. சாஹேப் இந்த நிகழ்வில் ஆற்றிய உரையில் பௌத்தத்தின் முக்கியத்துவத்தை வலியுறுத்தினார். மேலும், கொல்வதன் அவசியத்தையும் கொல்லத் தயாராக இருப்பதன் அவசியத்தையும் அங்கீகரிப்பதை அடிப்படையாகக் கொண்டதுதான் பௌத்த அஹிம்சை என்றார்.

இறுதியாக, அவர் அங்கே கூடியிருந்தவர்களிடம், தம்முடைய பிள்ளைகளுக்குப் பிரகாசமான எதிர்காலத்தை வழங்கவும் அவர்கள் சுயமரியாதையுடன் வாழ்க்கை நடத்தவும் பௌத்தத்தின் பாதையைப் பின்பற்றுமாறு அறிவுறுத்தினார்.

புத்த பிரச்சார் சமிதி 24 ஜூன் 1956 அன்று டெல்லியில் இரண்டாவது கூட்டத்தை ஏற்பாடு செய்திருந்தது. அதில் நாங்கள் சிறப்பு விருந்தினர்களாகக் கலந்துகொண்டோம். பௌத்தம் யதார்த்தமானது என்றும், சமத்துவக் கோட்பாட்டின் அடிப்படையிலானது என்றும் சாஹேப் தன்னுடைய உரையில் குறிப்பிட்டார். எல்லா அம்சங்களிலும் உண்மையாக நிற்கும் ஒரே மதம் பௌத்தம் மட்டும்தான். புத்தியைக் கவர்ந்தால் மட்டுமே பௌத்தத்தை ஏற்றுக்கொள்ள வேண்டும், இல்லையெனில் கூடாது என்றார்.

## எல்ஃபின்ஸ்டோன் கல்லூரி விழா

டாக்டர் அம்பேத்கர் 1912-இல் எல்ஃபின்ஸ்டோன் கல்லூரியில் பி.ஏ. தேர்ச்சிபெற்றார். கல்லூரியின் நூற்றாண்டைக் கொண்டாடும் வகையில், விழாவுக்காக ஏற்பாடு செய்யப்பட்டிருந்த விரிவுரைத் தொடரில் கலந்துகொள்ளும்படி, கல்லூரியின் புகழ்பெற்ற முன்னாள் மாணவருக்கு அழைப்புவிடுத்திருந்தார்கள். இந்த

விரிவுரைகள் பின்னர் புத்தகமாக வெளியிடப்படும் என்றும் சொல்லப்பட்டது. அதன்படி, கல்லூரியின் அப்போதைய முதல்வர் என்.எல். அஹ்மதிடமிருந்து எங்களுக்கு அழைப்பு வந்தது. ஆகஸ்ட் 26 அன்று அவருக்குப் பதிலளித்த சாஹேப், 'ஜனநாயகம் என்றால் என்ன மற்றும் இந்தியாவில் அதற்கான வாய்ப்புகள் என்ன?' என்ற தலைப்பில் பேச விரும்புவதாகக் கூறினார். அவர் மேலும் இப்படி எழுதினார்:

*'என்னுடைய உடல்நிலை சரியில்லாத காரணத்தால் என்னால் கூட்டத்தில் பேச முடியுமா என்று தெரியவில்லை. என்னுடைய கண்பார்வையும் மோசமாக உள்ளது. கண்களுக்கு ஏதும் சிரமம் கொடுக்க வேண்டாம் என்று மருத்துவர் வேறு அறிவுறுத்தியிருக்கிறார். விழாவுக்கான நாள் வருவதற்குள் என்னுடைய கண்பார்வையில் முன்னேற்றம் ஏற்பட்டால் விழாவில் பங்கேற்கக்கூடும்.'*

*[...]**

## கட்சித் தொண்டர்கள் மீதான பாசம்

டாக்டர் சாஹேப் தன்னுடைய சகாக்கள் மீதும் தொண்டர்கள் மீதும் எல்லையற்ற அன்பைப் பொழிந்தார். அவர்கள் ஒவ்வொருவரையும் தாய்மையுணர்வுடன் கவனித்துக்கொண்டார். 1956 ஆகஸ்ட் மாத நிகழ்வொன்று இங்கே குறிப்பிடத்தக்கது. மக்கள் கல்விச் சங்கத்தின் தற்போதைய தலைவர் கன்ஷ்யாம் தல்வத்கர் தன்னுடைய சகா ஒருவருடன் எங்களைப் பார்க்க டெல்லி வந்திருந்தார். ஆகாஷவாணியில் வேலைக்காக அழைக்கப்பட்டிருந்தார். சங்கத்தில் வேலைபார்த்ததால் சாஹேபிடம் ஆலோசனை கேட்க வந்திருந்தார். சில மாதங்களுக்கு முன்பு, 14 ஏப்ரல் 1956 அன்று, தல்வத்கர் தன்னுடைய சகாக்களின் உதவியைப் பெற்று, சாஹேபின் நினைவலைகளைக் கொண்ட '*பரிமல்*' என்ற புத்தகத்தை வெளியிட்டிருந்தார். இப்போது தல்வத்கர் வந்ததும் நான் சொன்னேன்: "பாருங்கள், இந்தக் கனவான் உங்களைப் பற்றிய நினைவுகளோடு தொடர்புடைய ஒரு புத்தகத்தைக் கொண்டுவந்திருக்கிறார்."

அதற்கு சாஹேப், "நானும் என்னுடைய நினைவுகளை எழுதப்போகிறேன்" என்றார்.

தல்வத்கர் தன் நண்பருடன் இரண்டு மூன்று நாள்கள் தங்கினார். அவர் டெல்லியைச் சுற்றிப்பார்த்திருக்கிறாரா என்று சாஹேப் கேட்டபோது, தல்வத்கர் இல்லை என்றார்.

சாஹேப் என்னிடம், "அவருக்கு டெல்லியைச் சுற்றிக்காட்டு" என்றார்.

பிறகு, தல்வத்கரை வெளியே அழைத்துச்சென்று குதுப் மினார், செங்கோட்டை, நாடாளுமன்றம், குடியரசுத் தலைவர் மாளிகை, இன்ன பிற இடங்களைக் காட்டினோம். ஒவ்வொரு முறை நாங்கள் வெளியே போகும்போதும் சாஹேப் காருக்குள் உட்கார்ந்து புத்தகம் படித்துக்கொண்டிருந்தார். சாப்பிடும்போதுகூட அவரிடத்தில் சிறப்புக் கவனம்செலுத்தி அவரை நன்றாகக் கவனித்துக்கொண்டார். தன்னுடைய தொழிலாளர்களுக்குச் சரியான நேரத்தில் தேநீர், உணவு, இன்ன பிற தேவையான விஷயங்கள் கிடைக்கின்றனவா என்பதில் அவர் எப்போதும் விழிப்புடன் இருந்தார். அவர்கள் உறங்குவதற்கான ஏற்பாடுகளையும் அவரே கவனித்துக்கொள்வார்.

## நாக்பூரில் வரலாற்றுச் சிறப்புமிக்க மதமாற்றம்

1956 ஜூன்–ஜூலை மாதங்களிலிருந்து சாஹேபின் உடல்நிலை விரைவாக மோசமானது. நடப்பதற்கு சாத்தியமே இல்லை. உதவியின்றி அவரால் உட்காரக்கூட முடியவில்லை. நகரவாசிகள்தான் சாஹேபின் முயற்சியால் அதிகம் பயனடைந்தார்கள். கிராமங்களில் வாழ்ந்த தீண்டப்படாத மக்கள் அறியாமையிலும் பின்தங்கிய பொருளாதார நிலையிலும் இருந்தனர்.

சாஹேப் தன்னுடைய முக்கியக் கூட்டாளிகளிடையே விரோதமும் பொறாமையும் இருப்பதைக் கண்டு மிகவும் வருத்தமடைவார். என்னால் முடிந்த அளவுக்கு அவரை மதத்தின் பக்கம் திருப்புவேன். சாஹேப் மனக்கொதிப்புடன் சொல்வார்: "எனக்கு இந்தப் படித்தவர்கள் மீதெல்லாம் அறவே நம்பிக்கை இல்லை.

அவர்கள் படித்த பிறகு அதிகாரம், கார், பங்களா, சிவப்பான மனைவி கிடைத்தால் போதும். எல்லாம் முடிந்துவிடுகின்றன. பேராசைக்காக எவ்வளவு தூரம் வேண்டுமென்றாலும் செல்வார்கள். ஆனால், கிராமங்களில் உள்ள என்னுடைய மக்கள் உறுதியான நிலையில் இருப்பவர்கள். இந்தக் கணத்திலிருந்து, இந்தக் கிராமத்தவர்களின் முன்னேற்றத்துக்காகவும் மதத்தைப் பரப்புவதற்காகவும் என்னுடைய வாழ்நாளைச் செலவிடுவேன்."

சாஹேபுடனான என்னுடைய வற்புறுத்தல் தொடர்ந்தது: "நாம் மதப் பணிகளை மேற்கொள்வோம்." தன்னுடைய உடல்நிலை குறித்து அவர் முழுமையாக அறிந்தவர் என்பதால், சக ஊழியர்களுடன் உரையாடும்போது இப்படிச் சொல்வார் [மராத்தியிலிருந்து மொழிபெயர்க்கப்பட்டது]:

'நான் இதுநாள்வரை மதம் தொடர்பான கேள்வியைத் தாமதித்துவந்தேன். ஆனால், என்னுடைய உடல்நலம் நாளுக்குநாள் மோசமாகிவருகிறது. என் முடிவு நெருங்கி விட்டதாகத் தோன்றுகிறது. நான் என்னுடைய மனவுறுதியின் வலிமையைக் கொண்டு மட்டுமே வாழ்க்கையை ஓட்டி வருகிறேன். ஆனால், மனவுறுதிக்கும் எல்லைகள் உண்டு. எனவே, இந்த மதம் தொடர்பான கேள்வியை நான் பின்னுக்குத் தள்ளப்போவதில்லை. என்னுடன் யார் மதம் மாற விரும்புகிறார்களோ அவர்களை நான் வரவேற்பேன். என்னுடன் வர விரும்பவில்லை என்றால், அவர்கள் தங்கள் வழியில் செல்வதற்கு எந்தத் தடையும் இல்லை. என்னுடன் மதம் மாறுவதற்கு ஒரே ஒரு ஆள்கூட இல்லையென்றாலும், நானும் என் மனைவியும் மதம் மாறுவோம். அது நிச்சயம்.'

1957 தேர்தல் நெருங்கிவிட்டதால், மதமாற்ற விழாவை ஒத்திவைக்க வேண்டும் என்று அரசியலில் ஆர்வமுள்ள அவருடைய கூட்டாளிகள் ஆலோசனை வழங்கினார்கள். அவர்களின் அச்சம் என்னவென்றால், மதம் மாறிய பின்னர், தீண்டப்படாதவர்களுக்காக ஒதுக்கப்பட்ட தனித் தொகுதிகளில் நிற்பதில் சிக்கல்கள் ஏற்படும் என்பதுதான்.

முதலில் சார்நாத் சென்று மதமாற்றத்தை முடித்துவிட்டுப் பிறகு பம்பாயில் பொது விழா ஒன்று நடத்தலாம் என நாங்கள் முன்பே முடிவெடுத்திருந்தோம். ஆனால், எல்லோரும்

ஏற்றுக்கொள்ளக்கூடிய இடத்தை எங்களால் இன்னும் இறுதிப்படுத்த இயலவில்லை. விதர்பா, பம்பாயைச் சேர்ந்த தலைவர்கள் இந்த நிகழ்வு தங்கள் பகுதியில் நடக்க வேண்டும் என்று விரும்பினார்கள். அவர்கள் ஒவ்வொருவருமே சாஹேப் தங்களுக்கு இணங்க வேண்டுமென விரும்பினார்கள். பாரதிய பௌத்தஜன் சமிதியின் பொதுச் செயலாளரும் நாக்பூரைச் சேர்ந்தவருமான வாமன்ராவ் கோட்போலேவிடம் சாஹேப் 23 ஜூலை 1956 அன்று பம்பாயில் மதமாற்றம் நடைபெறும் என்று கூறியிருந்தார். பம்பாயைச் சேர்ந்த பந்தாரே, நாசிக்கைச் சேர்ந்த பாவ்ராவ் கெய்க்வாட் போன்றவர்கள் பம்பாயில் மதமாற்ற விழா நடக்க வேண்டும் என்று விரும்பினார்கள். அதே நேரத்தில் கோட்போலே, ஆவலே பாபு, கோப்ராகடே ஆகியோர் நாக்பூரில் நடக்க வேண்டும் என்று விரும்பினர். இந்த இக்கட்டுக்கு நாங்கள் கண்டறிந்த தீர்வு என்னவென்றால், அதிக எண்ணிக்கையிலான கையெழுத்துகளைச் சேகரிக்கும் குழுவின் பகுதியில் மதமாற்றத்தின் முதல் பொது நிகழ்வு நடைபெறும். அதன்படி, தலைவர்கள் மும்முரமாகச் செயல்பட்டார்கள். வாமன்ராவ் கோட்போலே மிகக் குறைந்த காலத்தில் அதிக எண்ணிக்கையிலான கையெழுத்துகளைக் கொண்டுவந்ததால், தம்ம தீக்ஷை விழாவுக்கான இடமாக நாக்பூர் இறுதிப்படுத்தப்பட்டது. எல்லாவற்றுக்கும் மேலாக, நாக்பூர் மீது சாஹேபுக்கு ஒரு சிறப்பு ஈர்ப்பு இருந்தது. ஏனென்றால், பௌத்தக் கோணத்தில், நாக்பூர் வரலாற்று முக்கியத்துவம் வாய்ந்தது. நாக இன மக்கள் அங்கு வாழ்ந்தனர், மேலும் இந்த நாகர்களெல்லாம் பௌத்தர்கள்; அதனால்தான், அதன் பெயர் நாக்பூர். ஆக, கோட்போலேவுக்கு சாஹேப் இப்படி எழுதினார்:

> *'நான் மதம் மாறுவதற்காக முன்பு நாக்பூர் வர மறுத்திருந்தேன். ஆனாலும், பரிசீலித்ததில் நாக்பூர்தான் சிறந்தது என்ற முடிவுக்கு வந்திருக்கிறேன். எனவே, விழாவை வெற்றிகரமாக நடத்துவதற்கு நாம் என்ன ஏற்பாடுகள் செய்யலாம் என்று விவாதிக்கும் வகையில் நீங்கள் டெல்லிக்கு வர வேண்டும் என்று விரும்புகிறேன்.'*

இப்போது எங்கள் முன் இருந்த கேள்வி: யாருடைய கரங்களால் தீக்ஷை பெற வேண்டும்? இது தொடர்பாகப் பலரிடமும் சில பிக்குகளிடமும் கலந்துரையாடிய பின்னர், வயதில் மூத்தவர் என்ற அடிப்படையில், குஷினாராவைச் சேர்ந்த மஹாஸ்தவிர்

சந்திரமணியின் கரங்களால் தீக்ஷை பெற முடிவெடுக்கப்பட்டது. எனவே, இந்த நிகழ்ச்சிக்கு மதகுருவாக இருக்கும்படி மரியாதைக்குரிய சந்திரமணிக்கு எங்கள் இருவரின் சார்பிலும் சாஹேப் கடிதம் எழுதினார். 24 செப்டம்பர் 1956 அன்று அவர் எழுதியதாவது:

*மதிப்புக்குரிய பந்தே,*

*நானும் என்னுடைய மனைவியும் பௌத்தம் தழுவ முடிவெடுத்திருக்கிறோம் என்பதைத் தெரிவிப்பதற்காகவே இந்தக் கடிதம். 14 அக்டோபர் 1956 அன்று நாக்பூரில் இந்த விழா நடைபெற உள்ளது. விழா காலை 9 முதல் 11 வரை நடைபெறும். இந்த விழாவில் தாங்கள் கலந்துகொண்டு சிறப்பிக்க வேண்டும் என்பது எங்களுடைய மிகப் பெரும் விருப்பம். நீங்கள்தான் இந்தியாவின் மூத்த துறவி என்பதால், இந்த விழாவை நீங்கள் நடத்துவதே பொருத்தமானதாக இருக்கும் என்று நாங்கள் நினைக்கிறோம்.*

*தங்களின் உடல்நிலை காரணமாக நீங்கள் நாக்பூர் வர சிரமப்படலாம் என்பதை நாங்கள் உணர்கிறோம். ஆனால், குஷிநாராவிலிருந்து நாக்பூருக்கு ரயில் வழியாகவோ விமானம் வழியாகவோ வருவதற்கான ஏற்பாடுகளையும், இங்கே நாக்பூரில் நீங்கள் தங்குவதற்கான எல்லா ஏற்பாடுகளையும் எங்களால் பார்த்துக்கொள்ள முடியும். குஷிநாராவிலிருந்து நாக்பூருக்கு உங்களை அழைத்துவர ஒருவரை நாங்கள் அனுப்பிவைக்கிறோம். எங்களின் அழைப்பை ஏற்க முடியுமா என்பதைத் தயைகூர்ந்து தெரியப்படுத்துங்கள்.*

*இப்படிக்கு,*
*பி.ஆர். அம்பேத்கர்*

14 அக்டோபர் 1956 அஷோக் விஜய தசமி அன்று மதமாற்றம் நடைபெறும் என்று 'பிரஸ் டிரஸ்ட் ஆஃப் இந்தியா'வுக்கு ஒரு செய்திக் குறிப்பு அனுப்பப்பட்டது. நாடு முழுவதுமுள்ள பத்திரிகைகளில் இந்தச் செய்தி வெளியானது. சாஹேபின் உடல்நிலை அறவே சரியில்லை. எல்லா பாதகங்களுக்கும் எதிராக அவர் தன்னுடைய மனவுறுதியின் பொருட்டுதான் இந்த மதமாற்ற நிகழ்வை மேற்கொள்ள உறுதிபூண்டார். கொஞ்ச

நேரம் தொடர்ந்து உட்கார்ந்திருப்பதுகூடக் கடினம் எனும் அளவுக்கு அவர் பலவீனமடைந்திருந்தார்.

பாதுகாப்புக் காரணங்களுக்காக, நாங்கள் நாக்பூருக்குப் பயணிப்பதை ரகசியமாக வைத்திருந்தோம். முதலில் ரயிலில் செல்லத் திட்டமிட்டிருந்தோம். பிறகு, விமானத்துக்கு மாறிவிட்டோம். எங்கள் பயணம் தொடர்பாக முழு ரகசியம் பேணப்பட்டது. 5 அக்டோபர் 1956 அன்று இரண்டு விமானப் பயணச்சீட்டுகளை வாங்குவதற்காக ரட்டு அனுப்பப்பட்டார். விமான நிலைய அதிகாரியிடம் கையளிக்க ஒரு கடிதத்தையும் ரட்டுவிடம் கொடுத்து அனுப்பினார்:

> *'11 அக்டோபர் 1956 அன்று காலையில் விமானம் வழியாக நாக்பூர் செல்ல உத்தேசித்திருக்கிறேன். என்னுடன் என் மனைவியும் ஒரு உதவியாளரும் வருகிறார்கள். எனக்கு நடப்பதில் சிரமம் இருப்பதால் இவர்களுடைய உதவி எனக்கு மிகமிக அவசியம்.'*

திட்டமிட்டபடி, நாக்பூரில் காலை விமானத்தில் இறங்கினோம். வராலே, கவாடே, கோட்போலே ஆகியோர் பூங்கொத்துகளுடனும் மாலைகளுடனும் எங்களை வரவேற்றனர். ஷியாம் ஹோட்டலின் இரண்டாவது மாடியில் நாங்கள் தங்குவதற்கு கோட்போலே ஏற்பாடு செய்திருந்தார். விமான நிலையத்திலிருந்து நேரடியாக அங்கே சென்றோம். எங்களுக்காக இரண்டு அறைகள் ஒதுக்கப்பட்டிருந்தன. அங்கே மதிய உணவு உண்டோம்.

எங்களின் பயண விஷயம் ரகசியமாக வைக்கப்பட்டிருந்தபோதும் நாங்கள் அங்கே வந்த பிறகு செய்தி கசிந்துவிட்டது. சாஹேப் தன்னுடைய சகாக்களுடன் கலந்துரையாடினார். அவர்களுக்கு ஆலோசனை வழங்கினார். காலை உணவை முடித்துவிட்டு, ஷ்ரதானந்தபேத்தின் சொக்கமேளா விடுதிக்கு அருகேயுள்ள மிகப் பெரும் திறந்தவெளி மைதானத்தில் அமைக்கப்பட்டிருந்த மேடையையும் இதர ஏற்பாடுகளையும் நேரில் சென்று பார்வையிட்டோம். தம்ம தீக்ஷை பூமியாக இந்தப் பதினான்கு ஏக்கர் நிலம் மாறியது.

1957 தேர்தல் முடியும்வரை தீக்ஷை விழாவை ஒத்திவைப்பது குறித்து அரசியல் தலைவர்கள் சிலர் விவாதித்தனர் என்று

நான் முன்பே குறிப்பிட்டிருந்தேன் அல்லவா. இது சாஹேபின் காதுக்கு எட்டியது. எனவே, 13-ஆம் தேதி மாலையில் ஷியாம் ஹோட்டலில் முக்கியத் தொண்டர்களுக்கான கூட்டத்தைக் கூட்டி, எல்லோரையும் எச்சரித்தார்:

> ‘நான் நிச்சயமாக இந்த மதமாற்ற நிகழ்வை நடத்தப் போகிறேன். மதம் மாற விருப்பம் இல்லாதவர்கள் தாங்கள் விரும்பியதைச் செய்ய எந்தத் தடையும் இல்லை. என்னுடன் யாரெல்லாம் வருகிறார்களோ அவர்களெல்லாம் என் மக்கள் என்பதை இதிலிருந்து நான் புரிந்துகொள்வேன்.’

இத்தகைய தெளிவான கூர்மையான எச்சரிக்கைக்குப் பிறகு, அவருக்கு எதிராகச் செல்ல யார் துணிவார்கள்?

அக்டோபர் 14 விடிந்தது. நாங்கள் ஆறு மணிக்கு எழுந்தோம். உடல்நிலை சரியில்லாமல் இருந்தார் சாஹேப். லேசாகக் காய்ச்சலும் அடிக்கத் தொடங்கியது. நான் குளித்துவிட்டு, வெள்ளைப் புடவை கட்டிக்கொண்டு சாஹேபைப் படுக்கையிலிருந்து எழவைத்தேன். அவர் குளிப்பதற்காக வெந்நீருக்கு ஏற்பாடு செய்தேன். அவர் குளித்துமுடித்ததும், தீக்ஷை விழாவுக்கெனப் பிரத்யேகமாக டெல்லியில் தைத்துவைத்திருந்த வெண்ணிற வேட்டியையும் பளபளக்கும் வெள்ளை குர்தாவைவும் ஜாக்கெட்டையும் ரட்டுவும் நானும் சேர்ந்து அவருக்கு அணிவித்தோம். அவர் தன்னுடைய வேட்டியை வங்க பாணியில் கட்டியிருந்தார். ஆனால், அதற்கு அவர் பழகியிராததால் அது கழன்றுகொண்டே இருந்தது. அதற்குத் தீர்வாக, தோல் இடைவாரை அணியவைத்தேன்.

ஆண்களாலும் பெண்களாலும் அந்தப் பதினான்கு ஏக்கர் தீக்ஷை பூமி நிரம்பியிருந்தது. லட்சக்கணக்கான மக்கள் – இளைஞர்கள், முதியவர்கள், ஆண்கள், பெண்கள், குழந்தைகள் – தங்களுடைய மீட்பரின் கரங்களால் தீக்ஷை பெற்றுக்கொள்வதற்காக மிகுந்த உற்சாகத்துடன் இந்த தீக்ஷை பூமியில் திரண்டிருந்தனர். மஹாஸ்தவிர் சந்திரமணி, சாஹேப் இருவரையும் காரிலிருந்து வரவேற்று மேடைக்கு அழைத்துச்சென்றனர். தன்னுடைய லட்சக்கணக்கான தொண்டர்களின் முன்பாக சாஹேப் நின்றபோது, மக்களின் கரவொலியால் வானம் அதிர்ந்தது. மேடையின் முன்புறம் ஒரு மேஜையில் பகவான் புத்தரின்

வெண்கலச் சிலை வைக்கப்பட்டிருந்தது. அதற்கு அருகே எங்களுக்கான இருக்கைகள் வைக்கப்பட்டிருந்தன. வராலேவின் மகள் இந்துமதி தன்னுடைய தேனொழுகும் இனிமையான குரலால், தன்னுடைய தந்தையால் எழுதப்பட்ட வரவேற்புப் பாடலைப் பாடினாள் — ஆலா தலித்தாஞ்ச்சா பக்வான் [தலித்துகளின் கடவுள் வந்துவிட்டார்].

அதன் பின்னர், சாஹேபின் நற்பண்புமிக்க தந்தை — என் மாமனார் — சுபேந்தர் ராம்ஜிராவை நினைவுகூர்ந்து, அவருக்கு ஒரு நிமிடம் மௌன அஞ்சலி செலுத்தப்பட்டது. பர்மாவிலிருந்தும் சிலோனிலிருந்தும் வந்திருந்த பிக்குகள் எல்லோரும் பகவான் புத்தரிடம் பிரார்த்தித்து முடித்த பிறகு, மஹாஸ்தவிர் சந்திரமணி முன்னே வந்து, த்ரிஷரனையையும் பஞ்சசீலத்தையும் ஒப்புவிக்கவைத்து எங்களுக்கு பௌத்த தீக்ஷை வழங்கினார். நாங்கள் மிகுந்த பக்தியுணர்வுடன் புத்தர் சிலை முன்பாக எங்கள் தலையைத் தாழ்த்தி, பகவானை மூன்று முறை வணங்கினோம். சாஹேப் தன்னுடைய ஒட்டுமொத்த வாழ்க்கையிலும் யார் முன்பாகவும் தலையைத் தாழ்த்தியது கிடையாது. இப்போது, முதன்முறையாக புத்தரின் காலடியில் பணிவுடன் சரணடைந்தார். மஹாபோதி சங்கத்தைச் சேர்ந்த தேவிப்ரியா வலிசின்ஹா எங்களுக்கு மலர்மாலை அணிவித்து, புத்தர் சிலையொன்றை அன்பளிப்பாக வழங்கினார். 1935 ஏவ்லே மாநாட்டில் சாஹேப் இப்படிச் சூளுரைத்தார்:

> “நான் இந்துவாகப் பிறந்தேன். ஆனால், இந்துவாகச் சாக மாட்டேன்.”

அவர் அக்டோபர் 14 அன்று நாக்பூரில் பௌத்தம் தழுவி அந்த வரலாற்றுச் சிறப்புமிக்க சபதத்தை நிறைவேற்றினார்.

பின்னர், அந்த பிரம்மாண்டமான கூட்டத்துக்கு பௌத்த தீக்ஷை தரும் பொருட்டு சாஹேப் எழுந்தார். த்ரிஷரனை, பஞ்சசீலம், இருபத்து இரண்டு உறுதிமொழி[61]களை எல்லோரையும் சொல்லவைத்தார். என்னுடைய கணக்கீட்டின்படி, மனித வரலாற்றில் இதற்கு முன் நடந்திராத ஒரு நிகழ்வு இது. இந்த நிகழ்வை இனி மீண்டும் பிரதியெடுக்கவும் முடியாது. ஒரு தனிநபர் தன்னைப் பின்பற்றும் லட்சக்கணக்கானோரை ஒரு மதத்துக்குள் கொண்டுவந்ததற்கு இது மட்டுமே ஒரே உதாரணம்.

வேறு எந்த மதத்தை நிறுவியவர்களும் செய்திராததை டாக்டர் சாஹேப் செய்துகாட்டினார். போதிசத்துவர் என்று அவரை அழைப்பது மிகவும் சரி.

அன்று மாலை, தம்ம தீக்ஷை வழங்கப்பட்ட மேடையிலேயே, மனோகர் சிட்னிஸின் நாடகம் *'யுக யாத்திரை'* அரங்கேற்றப்பட்டது. புதிதாக தீக்ஷை பெற்ற லட்சக்கணக்கான பௌத்தர்கள் அந்த நாடகத்தைப் பார்த்தனர். நாடக அரங்கேற்றத்தில் இதுவும் ஒரு சாதனைதான்.

மதமாற்ற விழா இறுதியாக நடந்துமுடிந்தது. உண்மைதான். ஆனால், அது சாஹேபின் உடல்நலனில் ஏற்படுத்திய அழுத்தம் மிகப் பெரியது. அவர் முற்றிலும் பலவீனப்பட்டுப்போனார். ஹோட்டலுக்குத் திரும்பிய பிறகு, ஆற்றலின்றி அப்படியே படுத்துக்கிடந்தார். அடுத்த நாள், சக ஊழியர் ஒருவர் வராலேவுடன் வந்து, சாஹேபின் கால்மாட்டில் தலைவைத்து அழுதார். சாஹேபின் கரங்களால் தீக்ஷை பெற முடியாமல்போனதால் துக்கமடைந்த அவர் இடைவிடாமல் அழுதுகொண்டிருந்தார். சாஹேப் அவரைச் சமாதானப்படுத்திவிட்டு, தரைவிரிப்பு ஒன்றைக் கொண்டுவரச்சொன்னார். கொஞ்சம் பத்திகளையும் மெழுகுவர்த்திகளையும் ஏற்றிவைக்கச்சொன்னார். பிறகு, அவரை த்ரிஷரனையையும் பஞ்சசீலத்தையும் ஒப்புவிக்கவைத்து, இருபத்து இரண்டு உறுதிமொழிகளையும் எடுக்கவைத்த பின்னர் அவருக்கு தீக்ஷை வழங்கினார். அந்த நபர் மிகுந்த நன்றிப் பெருக்குடன் காணப்பட்டார்.

அடுத்த நாள் காலையில், அக்டோபர் 15 அன்று, தீக்ஷை பூமியில் ஒரு பொதுக்கூட்டம் நடைபெற்றது. சாஹேப் தன்னுடைய மதமாற்ற முடிவை உறுதிப்படுத்தி, வரலாற்றுச் சிறப்புமிக்க உரையாற்றினார். அன்று மாலையில் நாக்பூர் நகராட்சி அவருக்குப் பாராட்டு விழா நடத்தி மரியாதை செய்தது. சாஹேப் அந்தப் பாராட்டு விழாவில் பேசியபோது, நேருவின் கொள்கைகளையும் ஆளுமையையும் கடுமையாக விமர்சித்தார்.

## சந்திரபூர் மதமாற்ற நிகழ்ச்சி

சாஹேபின் சகா பாரிஸ்டர் ராஜாபாவ் கோப்ராகடே 16-ஆம் தேதியன்று சந்திரபூரில் மதமாற்ற நிகழ்ச்சிக்கு ஏற்பாடு செய்திருந்தார். நாங்கள் விழாவுக்கு வர வேண்டும் என்று விடாப்பிடியாக நச்சரித்துவந்தார். நாக்பூர் விழா கொடுத்த சிரமம் தீவிரமாக இருந்தது. ஆனால், தொழிலாளர்களின் வற்புறுத்தல் காரணமாகவும், அது ஒரு மதமாற்ற நிகழ்வு என்பதாலும் நாங்கள் செல்ல வேண்டிய கட்டாயம் ஏற்பட்டது. நாக்பூரிலிருந்து சந்திரபூருக்கு நாங்கள் காரில் பயணிக்க வேண்டியிருந்தது. இது சாஹேபுக்குப் பெரும் சிரமமானது. எல்லாவற்றுக்கும் மேலாக, அதீதக் களைப்பும் மோசமான கார் பயணமும்! அவருடைய பற்களும் தொல்லை தர ஆரம்பித்தது அவரை இன்னும் மோசமாக்கியது. எங்களுடன் ரட்டு, கோப்ராகடே, பாவ்ராவ் கெய்க்வாட், வராலே, ஆவலே பாபுஜி இருந்தனர். மதமாற்ற நிகழ்ச்சி இரவு 9 மணிக்குத் திட்டமிடப்பட்டிருந்தது. நிகழ்விடத்துக்கு சாஹேபை அழைத்துச்சென்றோம். ஆனால், மேடை மிகவும் உயரமாக இருந்ததால், அவரை ஏறக்குறைய தூக்கிச்செல்லும்படி ஆயிற்று. வெவ்வேறு வயதைச் சேர்ந்த ஆயிரக்கணக்கான ஆண்களும் பெண்களும் தங்கள் குழந்தைகளுடன் தீக்ஷை பெற வந்திருந்தார்கள். புத்தரின் பெயரையும் சாஹேபின் பெயரையும் அவர்கள் தங்கள் இதயத்திலிருந்து அழுத்தமாக முழங்கிக்கொண்டிருந்தார்கள். அவர் அதீதக் களைப்புடன் இருந்தாலும், கூட்டத்தினரை த்ரிஷரணையையும் பஞ்சசீலத்தையும் ஒப்புவிக்கவைத்து உறுதிமொழி எடுக்கவைத்தார். மிகப் பெருமளவில் கூடியிருந்த மக்கள் தங்களுடைய மரியாதைக்குரிய தலைவரின் வாயிலிருந்து சிறு முணுமுணுப்பையாவது கேட்டுவிடத் துடித்துக்கொண்டிருந்தனர். அதற்கு ஈடுகொடுக்கும் ஆற்றலோ உற்சாகமோ அவரிடம் கொஞ்சமும் இல்லை. அவருக்குக் காதும் வலிக்கத் தொடங்கியிருந்தது. எனவே, விழா முடிந்தவுடனேயே பங்களாவுக்குத் திரும்பினோம். நான் அவருக்கு மருந்து கொடுத்தேன். அவருடைய காதுகளிலும் சொட்டுமருந்து விட்டேன். ஆனால், அவருக்கு நிவாரணம் கிடைத்தபாடில்லை. அன்று இரவு சாஹேப் சாப்பிடவில்லை. ஒரு கோப்பைத் தேநீர்கூட அருந்தவில்லை. காது வலியால்

அவர் இரவு முழுக்கவும் முனகிக்கொண்டும் அனத்திக்கொண்டும் இருந்தார். எங்களில் ஒருவரும் கண்ணயரவில்லை. அடுத்த நாள், நாக்பூருக்கு ரயிலில் செல்ல முடிவெடுத்தோம். முந்தைய நாள் சாலைப் பயணம் கொடூரமாக இருந்ததுதான் காரணம்.

மதமாற்றம் மீது கொண்டிருந்த அதீத விருப்புறுதியின் காரணமாக சாஹேப் தன்னுடைய உடல்நலிவுக்கு எதிராக முழு மனவுறுதியுடன் போராடிவந்தார். ஆனால், மதமாற்றம் பின்னுக்குத் தள்ளப்பட்டுவிட அவருடைய உடல் ஒத்துழைக்க மறுத்து நலிவுற்றது.

## மதமாற்றத்துக்குப் பிறகான மனநிறைவு

டெல்லி திரும்பிய பிறகு, சாஹேபிடம் முழு ஓய்வு எடுத்துக் கொள்ளுமாறு கேட்டுக்கொண்டேன். அவருடைய ஓய்வை உறுதிப்படுத்தும் விதமாக அவருடைய அமர்வுகளுக்கும் கூட்டங்களுக்கும் கட்டுப்பாடுகள் விதித்தேன். அவர் எதிர்கொண்ட கடுமையான அழுத்தம் காரணமாக, அவர் முற்றிலும் களைப்படைந்துவிட்டிருந்தார்தான். அதே நேரத்தில், தான் எடுத்துக்கொண்ட சபதத்துக்கு ஏற்ப வாழ்வில் வெற்றிபெற்ற திருப்தி உணர்வு அவருடைய எல்லாப் பேச்சுகளிலும் ஒலித்தது. கொஞ்ச நாள்கள் அவர் முழு ஓய்வில் இருக்கும்படி வலியுறுத்திவந்தேன். விளைவாக, அவருடைய அங்கங்களுக்குக் கொஞ்சம் ஆற்றல் திரும்பத் தொடங்கியது. எதிர்பார்த்ததைவிட பிரம்மாண்டமாக மதமாற்ற நிகழ்வு மாறியதில் நாங்கள் புளகாங்கிதப்பட்டுப்போனோம். விழாக்களின் புகைப்படங்கள் இரண்டு பெரும் தொகுப்புகளாக எங்களுக்கு அனுப்பப்பட்டன. அந்தப் படங்களைப் பார்த்தது, அந்த பிரம்மாண்டமான வரவேற்பை இந்தப் படங்களின் வழியாக இன்னொரு முறை பார்த்தது அவருக்கு மிகுந்த மகிழ்ச்சியையும் திருப்தியையும் அளித்தன. நாடு முழுவதும் இது போன்ற எண்ணற்ற மதமாற்றப் பேரணிகளை நடத்த விரும்புவதாக அவர் கூறினார்.

மதமாற்ற நிகழ்வின் மகத்தான வெற்றிக்காக சாஹேபைப் பாராட்டி, மஹாபோதி சங்கத்தின் செயலர் தேவிப்ரியா

வலிசின்ஹாவிடமிருந்து ஒரு கடிதம் வந்தது. சாஹேப் அவருக்கு மிகுந்த உற்சாகத்துடன் பதிலளித்தார்:

*'நிச்சயமாக இது மிகச் சிறந்த நிகழ்வு. மதமாற்றத்துக்காக முன்வந்த கூட்டம் என்னுடைய எதிர்பார்ப்புக்கெல்லாம் அப்பாற்பட்டது. புத்தருக்கு நன்றி, எல்லாம் நல்லபடியாக நடந்தது.*

*இந்தப் பணியை நன்றாகத் தொடங்கியிருப்பதாக நீங்கள் உணர்ந்திருப்பதை எண்ணி எனக்கு மிக்க மகிழ்ச்சி. எதிர்காலத்தில் அதன் தொடர்ச்சியான முன்னேற்றத்தை நாம் பார்க்க வேண்டும். என்னுடைய வார்த்தையை ஏற்று இப்போது தம்மத்தை ஏற்றுக் கொண்டிருக்கும் பெருந்திரளான மக்களுக்கு பௌத்தம் குறித்த அறிவை வழங்குவதற்கான வழியையும் கருவியையும் நாம் கருத்தில் எடுத்துக்கொள்ள வேண்டும். மக்களுக்கு தம்மத்தைப் போதிக்க பெரிய எண்ணிக்கையிலான நபர்களுக்கு நாம் பயிற்சியளிக்க வேண்டும் என்பதில் எவ்வித ஐயமும் இல்லை. ஆனால், அதைச் செயல்படுத்துவதற்கான மிகச் சிறந்த முகவர்கள் பிக்குகள்தான். எந்தவொரு சாமானியருக்கும் கிட்டாத பெரும் கீர்த்தியை அவர்கள் தங்களுடன் எடுத்துச்செல்ல முடியும். பிக்குகளிடம் இருக்கக்கூடிய ஒரே சிக்கல் என்னவென்றால் அவர்கள் மக்களின் மொழியைக் கற்றுக்கொள்வதில் அக்கறைகாட்டுவதில்லை என்பதுதான். சங்கம் தன்னுடைய பார்வையை மாற்றிக்கொள்ள வேண்டும் என்று நான் விரும்புகிறேன். அவர்கள் துறவிகளாக மாறுவதற்குப் பதிலாக, கிறிஸ்தவ மிஷனரிகள்போல மாற வேண்டும்: சமூக சேவகர்கள் மற்றும் சமூக போதகர்கள்...'*

## காத்மாண்டு உலக பௌத்த மன்றம்

எங்கள் முழுக் கவனமும் பௌத்தத்தில்தான் இருந்தது. எங்கள் உடலும் மனமும் புத்தரிடம் முழுமையாக மூழ்கியிருந்தன. நாக்பூரில் மதமாற்ற நிகழ்வு நடந்ததிலிருந்து பௌத்த யாத்திரைத் தலங்களுக்குச் செல்ல வேண்டும் என்ற ஆசையால் சாஹேப் உந்தப்பட்டார். புத்தரின் குணமும் தத்துவமும் தியாகமும் அவரை மயக்கியிருந்தன.

சாஹேபின் உடல்நிலை வெளிப்படையாகவே தெரியும் அளவுக்குப் பலவீனமாகி எங்கள் எல்லோரையும் ஆழ்ந்த கவலையில் ஆழ்த்தியது. சாஹேபின் பிரக்ஞையில் புத்தரைத் தவிர வேறு எதுவும் இல்லை. அவர் அரசியலில் ஆர்வம் இழந்திருந்தார். நேபாளத்தின் காத்மாண்டுவில், உலக பௌத்தர்கள் கூட்டுறவின் நான்காவது பொது மாநாடு ஏற்பாடாகியிருந்ததையொட்டி சாஹேபுக்கு அழைப்பு வந்தது. சாஹேபின் உடல்நலமோ அதலபாதாளத்தில் கிடந்தது. ஆனால், பௌத்தத் தத்துவம் மீது அவருக்கு இருந்த அளப்பரிய ஈர்ப்பு காரணமாக அவர் விடாப்பிடியாக இருந்தார். அதனால், டாக்டர் மால்வன்கரிடம் ஆலோசிக்கலாம் என்று பரிந்துரைத்தேன். அதன்படி, அவர் அழைக்கப்பட்டார். சாஹேபைப் பரிசோதித்த பிறகு, இறுதியாக மால்வன்கரும் எங்களுடன் வர வேண்டும் என்று முடிவானது. சாஹேப் தன்னுடைய சகாக்களிடம் சொன்னபோது வராலே, முதல்வர் சிட்னிஸ் இருவரும் எங்களுடன் வரச் சம்மதித்தார்கள். என்னுடைய தம்பி பாலுவும் இணைந்துகொண்டான். பாட்னா வழியாக காத்மாண்டுக்கு விமானத்தில் செல்லலாம் என்று முடிவானது. கொல்கத்தாவைச் சேர்ந்த பௌத்த பரிஷித்துக்காக வேலைபார்க்கும் எம். ஜோதி எங்களுக்காகச் சிறப்பு அக்கறை எடுத்துக்கொண்டார். எங்களுக்கான பயண ஏற்பாடுகளையும் அவர் கவனித்துக்கொண்டார். பயணத்துக்கு நாங்கள் தயாராகிக்கொண்டிருந்தபோது எங்களைக் கடுமையாகச் சோதித்துப்பார்த்த ஒரு சம்பவம் நிகழ்ந்தது.

## ராஜ்கிரஹா விரிவாக்கம் — சோதித்துப்பார்த்த நிகழ்வு

ராஜ்கிரஹாவில் சில விரிவாக்கப் பணிகளுக்காக மாவானி என்ற ஒப்பந்ததாரரை சாஹேப் நியமித்திருந்தார். கூடுதலாக உயர்த்தப்பட்ட தொகையைச் செலுத்துவது தொடர்பாக அவருடன் மோதல் ஏற்பட்டது. மேலும், அந்தக் கூடுதல் தொகையைச் செலுத்த எங்களிடம் பணமும் இல்லை. ஒப்பந்ததாரர் நீதிமன்றம் சென்றார். எங்களுக்கு நீதிமன்ற நோட்டீஸ் வந்தது. எங்களுக்காக வாதாடும்படி வழக்கறிஞர் காலேவிடம் சாஹேப் கேட்டுக்கொண்டார். உடல்நிலை

சரியில்லாத காரணத்தால் பயணிக்க இயலாத நிலையில் இருப்பதாகவும், எனவே தன்னால் நீதிமன்றத்தில் ஆஜராக இயலாது என்றும் கூறி ஒரு விண்ணப்பத்தைத் தாக்கல் செய்யுமாறு அவரிடம் சொன்னார். காலே எல்லா விதமான சம்பிரதாயங்களையும் முடித்துவிட்டு விசாரணை தேதியில் ஆஜரானார்.

ஆனால், இந்த வழக்கை எந்த நீதிமன்றத்தில் விசாரிக்கப் போகிறார்களோ அங்கேயுள்ள நீதிபதி ஒரு தீவிர இந்து வெறியராக இருந்தார். அதனால் 40,000 ரூபாயை உடனடியாகச் செலுத்த வேண்டும் என்று உத்தரவிட்டார். அதிலும் திருப்தி அடையாத அவர், அம்பேத்கரால் மதமாற்றத்துக்காக நாக்பூர் செல்ல முடியும் என்றால் ஏன் நீதிமன்றத்தில் ஆஜராக முடியாது என்றும் கேள்விகேட்டார்.

நீதிமன்றத் தீர்ப்பு குறித்து வழக்கறிஞர் காலே தெரிவித்தபோது நாங்கள் மிகவும் கவலையுற்றோம். இவ்வளவு பெரிய தொகையை எங்கிருந்து, எப்படித் திரட்டுவது என்று எங்களுக்குத் தெரியவில்லை. நாங்கள் தீவிரமாக யோசிக்கத் தொடங்கினோம். பணத்துக்காக யாரிடமும் போய் இறைஞ்சுவது சாஹேபின் இயல்பு அல்ல. ஆனால், பணத்தைச் செலுத்தியாக வேண்டும். எங்களுக்கு வேறு மாற்றும் தரப்படவில்லை, போதிய அவகாசமும் தரப்படவில்லை. எனவே, எங்களுடைய விவாதத்தின் முடிவில், இந்திய அரசின் பொதுப்பணித் துறையில் பொறியாளராக இருந்த பூரண்சந்த் என்பவரிடம் இந்தப் பணத்தைக் கேட்க முடிவெடுத்தோம். பட்டியல் சாதியைச் சேர்ந்தவர் பூரண்சந்த். மேலும், முன்பொரு சமயத்தில் சாஹேப் அவருக்கான நீதியைப் பெற்றுத்தந்திருந்தார். அவருடைய கல்வித் தகுதி சற்றுக் குறைவாக இருந்தபோதும் சாஹேப் அவரை நியமித்திருந்தார். வைஸ்ராய் நிர்வாகக் குழுவில் சாஹேப் அமைச்சராக இருந்தபோது இது நடந்தது. ஆக்ராவிலுள்ள தாஜ்மஹாலில் விரிசல் ஏற்பட்டது. அதை இந்த பூரண்சந்த்தான் சரிசெய்தார். இவ்வளவு முக்கியமான வேலையைச் செய்திருந்தபோதும் அவருக்குப் பணி நியமனம் மறுக்கப்பட்டது. பணி நியமனம் கிடைக்கும் என்ற நம்பிக்கையில்தான் அந்த வேலையில் அவர் ஈடுபட்டிருந்தார். பொறியாளர்கள் வெறுமனே அவரை ஒதுக்கித்தள்ளி, ஆவணங்களைத் தாக்கல் செய்து ஆட்டத்தை

முடித்துவிட்டனர். சாஹேப் இதை அறிந்தபோது கோப்புகளை வரவழைத்து, முறையாக விசாரணை நடத்தி, பூரண்சந்த்தை டெல்லிக்கு அழைத்தார். அவரைப் பார்த்து திருப்தியடைந்த பிறகு, அவரைத் தலைமை ஆளுநரிடம் அழைத்துச்சென்று முழு விஷயத்தையும் விளக்கினார். அந்த நபரின் பணியை மதித்து அவரைத் துணைப் பொறியாளராக நியமித்தார். அரசாங்கம் இன்னும் ஒரு படி மேலே சென்று, அவருடைய பெயரை ராவ் பகதூர் பட்டத்துக்குப் பரிந்துரைத்தது.

பூரண்சந்த்திடம் கடன் வாங்குவது என்ற முடிவு எடுக்கப்பட்ட பிறகும்கூட சாஹேப் மிகவும் தயங்கினார். அதை அவரால் ஏற்றுக்கொள்ள இயலவில்லை. ஆனால், வேறு தீர்வு ஏதும் இல்லாததால் நாங்கள் காரை வெளியே எடுத்தோம். எங்களுடன் ஓட்டுநர் இல்லை என்பதால் நான் அந்தப் பொறுப்பை ஏற்றுக்கொள்ளும்படி ஆயிற்று. அந்த நபரின் பங்களாவில் காரை நிறுத்தினேன். பங்களாவுக்குள் சென்று பணம் கேட்பதற்கான தைரியத்தை சாஹேபால் வரவழைக்க முடியவில்லை. எனவே, அவர் காரிலேயே உட்கார்ந்திருந்தார். நான் உள்ளே சென்று பூரண்சந்த்தை அழைத்துவந்தேன். சாஹேப் அப்போதும் காரிலேயே உட்கார்ந்திருந்தார். நீதிமன்றக் கடிதத்தை அவரிடம் காண்பித்து, பணத்தைக் கடனாகத் தருமாறு கேட்டுக்கொண்டார். பல ஆண்டுகள் பொதுப்பணித் துறையில் பணியாற்றிய பிறகு, பூரண்சந்த் மிகவும் அநாகரிகமான நபராக மாறிவிட்டார்போல. அதோடு தனக்குக் கிடைத்த சலுகைகளையும் அவர் மறந்துவிட்டிருந்தார். "என்னிடம் பணம் இல்லை" என்று இந்தியில் சொன்னவர், "ஆனால், என் மகளிடம் கேட்டுப்பார்க்கிறேன். அவளிடம் இருந்தால் உங்கள் பங்களாவுக்கு அனுப்பிவைக்கிறேன்" என்றார். நாங்கள் மிகுந்த மன உளைச்சலுடன் வீடு திரும்பினோம்.

அடுத்த நாள், பூரண்சந்த்தின் மகள் ரூ. 20,000 கொண்டுவந்தார். பூரண்சந்த் வருவதைத் தவிர்த்திருந்தார். ஒருவேளை அந்தப் பணம் உண்மையிலேயே தன் மகளுடையதுதான் என்று நாங்கள் நம்ப வேண்டும் என்பதற்காக இருக்கலாம். எப்படி இருந்தாலும், இந்தப் பணம் எங்களுடைய பிரச்சினையைத் தீர்க்கப் போதுமானதாக இல்லை. இன்னொரு 20,000 தேவைப்பட்டது. சிறிது யோசனைக்குப் பிறகு, அப்போது மக்கள் கல்விச்

சங்கத்தின் செயலராக இருந்த சித்ரேவிடம் கேட்கலாம் என்று ஆலோசனை சொன்னேன். சித்ரே போன்ற ஒரு தன்னலமற்ற சகாவை சாஹேப் பெற்றிருக்க முடியாது. அவர் மக்கள் கல்விச் சங்கத்துக்கு நிதி திரட்டுவதற்காகப் பெரிய அளவில் பங்களித்திருக்கிறார். அவரை அழைத்து எங்களுடைய தேவை குறித்துச் சொன்னோம். ராஜகிரஹாவின் அடித்தளத்தைச் சங்கம் தன்னுடைய பயன்பாட்டுக்காக எடுத்துக்கொள்ளும் என்று அறிவித்து, சங்கத்தின் கணக்கிலிருந்து ரூ. 20,000 கொடுத்தார்.

பணத்தை பம்பாய்க்கு அனுப்ப வேண்டியிருந்தது. சாஹேபின் உடல்நிலை மிக மோசமாக இருந்ததால் அவரைத் தனியாகப் பயணிக்க அனுமதிப்பது என்பது பரிசீலனைக்கு அப்பாற்பட்டதாக இருந்தது. அதே நேரத்தில், எங்கள் இருவருக்கான விமானப் பயணச்சீட்டு வாங்குவதற்கும் இயலாத சூழல். இறுதியாக, நான் தனியாகச் சென்று அந்தப் பணத்தைச் செலுத்திவிடுவது என்று முடிவெடுத்தேன். இதனால், சாஹேப் மிகவும் கவலையுற்றார். "நீ எப்படித் தனியாகச் செல்வாய்? உன்னிடம் நிறையப் பணம் வேறு இருக்கிறதே! எல்லாவற்றையும் எப்படிக் கையாள்வாய்?" ஆனால், என் நிலைப்பாட்டில் நான் உறுதியாக நின்றேன். கிளம்பிச்சென்றேன். சாஹேப் தொடர்ந்து கவலைப்பட்டுக்கொண்டிருந்தார். ஒரு காரணம்: நிறைய பணத்துடன் தனியாகப் பயணிப்பது இதுதான் முதல் தடவை. இன்னொரு காரணம், பம்பாய்ப் பணம் தொடர்பாக நிச்சயமற்ற நிலையே இருந்தது. எனக்கு அது கிடைக்குமா? குறிப்பிட்ட அவகாசத்துக்குள் என்னால் அதைச் செலுத்திவிட முடியுமா? சாஹேபால் வெறுமனே உட்கார்ந்திருக்க முடியவில்லை. அவருடைய பேரும் புகழும் பணயம் வைக்கப்பட்டிருந்தன. எனவே, மிகவும் கொந்தளிப்பான இதயத்துடன் அவர் என்னிடம் விடைபெற்றுக்கொண்டதில் ஆச்சரியப்பட ஏதுமில்லை.

சித்ரேவும் என்னுடைய தம்பி பாலுவும் என்னை வரவேற்பதற்காக விமான நிலையம் வந்திருந்தார்கள். சித்ரேவால் மீதிப் பணத்தைப் புரட்ட முடிந்திருந்தது. அடுத்த நாள் நான் நீதிமன்றம் சென்று, 40,000 ரூபாயைச் செலுத்தினேன். இவ்வாறு எங்கள் நற்பெயருக்கு வந்த நெருக்கடி தணிந்தது.

நீதிமன்றப் பணி முடிந்த வேகத்தில் அடுத்த விமானம் பிடித்து டெல்லி வந்தேன். வீடு வந்துசேர்ந்தேன். சாஹேப் எனக்காகக் கவலையுடன் தாழ்வாரத்தில் காத்திருந்தார். என்னைப் பார்த்ததும், நாற்காலியிலிருந்து எழுந்தவர் பொறுமையின்றிக் கேட்டார்: “ஆ! ஷாரு, வந்துவிட்டாய். எல்லாம் நல்லபடியாக நடந்ததா? நீதிமன்றத்தில் பணத்தைச் செலுத்த முடிந்ததா? ஏதாவது பிரச்சினைகளை எதிர்கொண்டாயா?”

நான் முதலில் அவரை நாற்காலியில் உட்காரவைத்தேன். பிறகு, “கவலைப்படுவதை நிறுத்துங்கள். எல்லாம் நல்லபடியாகப் போயிற்று. பணத்துக்கு சித்ரே ஏற்பாடு செய்திருந்தார். நாங்கள் அதைச் செலுத்திவிட்டோம். இப்போது கவலையில்லை.”

நிம்மதிப் பெருமூச்சுவிட்டவர், “ஆ! நீ கிளம்பியதிலிருந்து இந்த நாற்காலியில்தான் உட்கார்ந்திருக்கிறேன். இரவு முழுக்கவும் தூக்கமே இல்லை. உன்னை நினைத்துக் கவலையாக இருந்தது” என்றார்.

சாஹேப் மிகவும் நலிவுற்றிருந்தார். பணியாளை அழைத்து, “சாஹேபை ஏன் தூங்கவைக்கவில்லை? அவருக்கு ஏன் உணவு வழங்கவில்லை?” என்று கடிந்துகொண்டேன்.

“மாய், சாப்பிடச்சொல்லியும் தூங்கச்சொல்லியும் சாஹேபிடம் திரும்பத்திரும்பக் கேட்டுக்கொண்டிருந்தேன். என்னென்னவோ காரணங்கள் சொன்னேன். அவர் இந்த நாற்காலியிலிருந்து அசைய மறுத்துவிட்டார். நீங்கள் கிளம்பிய கணத்திலிருந்து உங்களுக்காகக் காத்திருக்கிறார். இரவு முழுக்கவும் இங்கேயே அமர்ந்திருந்தார்.”

இதைக் கேட்டதும் நான் நிலைகுலைந்துபோனேன். உடனே அவருக்காக முட்டைப் பதார்த்தம் ஒன்றை அவசரத்துக்குச் சமைத்தேன். வெண்ணெய் தடவி கொஞ்சம் ரொட்டியும் தேநீரும் கொடுத்தேன். கடைசியில் இப்படித்தான் அவரைச் சாப்பிடவைத்தேன்.

பூரண்சந்த்திடமிருந்து நவம்பர் முதல் வாரத்தில் நாங்கள் பணம் வாங்கியிருந்தோம். அதிலிருந்து ஒரு மாதத்தில் சாஹேப் இறந்துவிட்டதால், இந்தப் பணம் எப்படித் திரும்ப

வரும் என்ற கேள்வி எழுந்தது. நான் அப்போது டெல்லியில் இருந்ததால் பூரண்சந்த் என்னை நச்சரிக்கத் தொடங்கிவிட்டார். நான் யஷ்வந்திடம் உதவி கேட்டபோது அவன் ஒரேயடியாக மறுத்துவிட்டான். இப்போது நான் என்ன செய்வது? கடைசியில், நீதிமன்றத்தில் பூரண்சந்த் வழக்கு தொடர்ந்தார். விரும்பினாலும் விரும்பாவிட்டாலும், நானும் ஒரு வழக்கறிஞரை நியமித்தாக வேண்டும். நீதிமன்றத்தில் எண்ணற்ற வாதப்பிரதிவாதங்கள் நடந்தன. நீதிமன்றத்தில் பூரண்சந்தின் மகள் சாட்சியளித்து, "அந்தப் பணம் என்னுடையது. அதை டாக்டர் அம்பேத்கரின் கரங்களில் நான்தான் கொடுத்தேன்" என்றாள். தொடர்ந்து நிறையக் கேள்விகளும் பதில்களும். இறுதியாக, அந்தப் பணத்தை டாக்டர் அம்பேத்கரிடம் நேரடியாகக் கொடுத்ததால் அது அவருக்குக் கொடுத்ததாகவே ஆகும் என்றும், இப்போது அவர் உயிருடன் இல்லை என்பதால் இந்தப் பணத்துக்கு அவருடைய மனைவியிடம் பதிலளிக்கக் கோர முடியாது என்றும் நீதிமன்றம் சொன்னது. இவ்வாறு, இந்த நீதிமன்றத் தீர்ப்பின் வழியாக பூரண்சந்தின் தொல்லை நீங்கியது.

## காத்மாண்டுப் பயணம்

காத்மாண்டுவின் பௌத்த மன்றத்துக்கு பாட்னா வழியாகச் செல்ல முடிவெடுத்தோம். 12 நவம்பர் 1956 அன்று சாஹேப், டாக்டர் மால்வன்கர், நான் மூவரும் மதியம் 2 மணிபோல் பாட்னா விமான நிலையத்தில் இறங்கினோம். என்னுடைய தம்பி பாலு, முதல்வர் சிட்னிஸ், வராலே ஏற்கெனவே பம்பாயிலிருந்து ரயிலில் வந்தவர்கள் இப்போது எங்களை வரவேற்பதற்காக பாட்னா விமான நிலையத்தில் காத்திருந்தார்கள். சாஹேபின் உடல்நிலை சரியில்லை. ஆனால், மாநாட்டில் கலந்துகொள்வதில் அவர் விடாப்பிடியாக இருந்தார். அவரை விமானத்திலிருந்து விமான நிலையத்தின் முக்கியப் பிரமுகர் பகுதிக்குக் கொண்டுசெல்ல வேண்டியிருந்தது. அவருடைய அசௌகரியத்தைக் குறைப்பதற்காக அவருக்கு மாத்திரையும் ஊசியும் கொடுத்தார் டாக்டர் மால்வன்கர். பிறகு, அவரை உறங்கவைத்தோம். அவர் ஒரு மணிநேரத்துக்கும் மேலாக மந்தமாக இருந்தார். அவர் கொஞ்சம் சுயநினைவுக்குத்

திரும்பியபோது பிஸ்கட்டும் தேநீரும் பரிமாறினேன். அது ஓரளவு அவருக்கு உயிரூட்டியது. அதற்குள் காத்மாண்டு விமானம் கிளம்புவதற்கான நேரம் வந்துவிட்டது. டாக்டர் மால்வன்கரும் நானும் அவர் விமானத்தில் ஏறுவதற்கு உதவினோம். விமானம் புறப்பட்டது. பயணம் முழுக்கவும் நான் பதற்றத்திலே இருந்தேன். அது நீண்ட தூரப் பயணம். மேலும், நாங்கள் ஓர் அந்நிய நிலத்துக்குப் போய்க்கொண்டிருந்தோம். இப்படியான எண்ணங்கள் என்னுடைய மனத்தில் அலைமோதிக்கொண்டிருக்கையிலே நாங்கள் காத்மாண்டு விமான நிலையத்தில் வந்திறங்கினோம். எம். ஜோதியும் வேறு முக்கியமான அதிகாரிகள் பலரும் எங்களை வரவேற்பதற்காக விமான நிலையம் வந்திருந்தார்கள். விமான நிலையத்தில் அமைக்கப்பட்டிருந்த மேடையின் கீழே இசைக்குழுவும் அணிவகுப்பு மரியாதையுமாக எங்களை வரவேற்றனர். நேபாள மன்னரின் அதிஅற்புதமான பழைய அரண்மனையில் எங்களுக்கான தங்குமிடம் ஏற்பாடாகியிருந்தது. 'ஷிதல் நிவாஸ்' என்று அந்த அரண்மனை அழைக்கப்பட்டது. நாங்கள் ஒரு சிறப்பு காரில் அங்கே சென்றோம். அங்கேதான் உலகின் பல்வேறு நாடுகளைச் சேர்ந்த பிற முக்கியத் தலைவர்களும் பிரதிநிதிகளும் தங்கவைக்கப்பட்டனர்.

நேபாள மன்னர் மகேந்திராவின் கரங்களால் 14 நவம்பர் 1956 அன்று உலக மாநாடு தொடங்கப்பட்டது. மிகுந்த மதிப்பும் மரியாதையுடனும் மன்னர் தன்னுடைய இருக்கைக்கு அருகே சாஹேபை அமரவைத்திருந்தார். அங்கே இருந்த உலகத் தலைவர்கள் வேறு எவருக்கும் இந்தக் கௌரவம் கிடைக்கவில்லை. பௌத்த உலகில் சாஹேப் பெற்றிருந்த நன்மதிப்பையே இது காட்டுகிறது. மஹாஸ்தவிர் சந்திரமணியும் நானும் மன்னரையடுத்து உட்கார்ந்திருந்தோம். தொடக்க விழா முடிந்ததும் நாங்கள் ஷிதல் நிவாஸ் திரும்பினோம்.

தொடக்க விழா முடிந்த மறுநாளில் மாநாடு தொடங்கியது. ஆனால், சாஹேபின் உடல்நிலை சரியில்லாததால் அரை மணிநேரத்தில் நாங்கள் அறைக்குத் திரும்பினோம். அவர் மிகுந்த பிரயத்தனப்பட்டுக் கலந்துகொள்ள விரும்பிய மாநாட்டில் பங்கேற்க முடியாததால் விரக்தியுற்று மந்தமாகக்

காணப்பட்டார். அதனால், நாள் முழுக்க அவருக்கான சிகிச்சை தொடர்ந்தது.

மூன்றாம் நாளன்று அவர் ஓரளவு நலமாக உணர்ந்ததால், மூன்று அல்லது நான்கு மைல்களுக்கு அப்பாலுள்ள சீனர்களின் பகோடாவைப் பார்க்கச்சென்றோம். சாஹேப் அங்கே நிர்வாகத்தைக் கவனித்துவந்த சீனக் கனவானிடமிருந்து பகோடா பற்றிய தகவல்களைச் சேகரித்தார். சாஹேபின் நிலை மிகவும் மோசமாக இருந்தது. அவராக உட்காரக்கூட முடியவில்லை. அந்த மாநாட்டில் கலந்துகொள்ள முடியாமல் மிகுந்த மன உளைச்சலுக்கு ஆளானார். "கொஞ்சம் நன்றாக இருந்திருந்தால் இன்னும் நிறைய வேலைகளைச் செய்ய முடிந்திருக்கும்" என்று நிர்கதியில் கோபமும் ஆவேசமுமாகப் புலம்பினார்.

காத்மாண்டுவில் ஷிம்பி [தையல்] சமூகமும் தீண்டப்படாத வர்களாகப் பார்க்கப்படுவதை அறிந்தோம். தீண்டப்படாதவர்களின் தலைவர்கள் சிலர் சாஹேபைப் பார்க்க வந்தார்கள். தங்கள் பகுதியில் சாஹேபுக்குப் பாராட்டு விழா நடத்த அனுமதி கேட்டார்கள். ஆனால், அதற்கெல்லாம் அவருடைய உடல்நிலை அனுமதிக்காது. எனக்கு ஒரு வழி தோன்றியது. ஷிதல் நிவாஸ் மைதானத்தில் இந்த நிகழ்ச்சியை நடத்தலாம் என்று வராலேவிடம் பரிந்துரைத்தேன். அதன்படி, மறுநாள் சிறிய தேநீர் விருந்துடன் பாராட்டு விழாவுக்கு ஏற்பாடானது.

உடல்நலக்குறைவு காரணமாக சாஹேபால் மாநாட்டில் கலந்துகொள்ள முடியாமல்போனதால், நேபாளத்தின் புதிய அரங்கில் கடைசி நாளன்று சாஹேபின் சிறப்பு உரைக்கு ஏற்பாடு செய்யப்பட்டது. சாஹேபின் பேச்சைக் கேட்பதற்காக மன்னர், பந்தே சந்திரமணி மற்றும் உலகின் எல்லாப் பிரதிநிதிகளும் உற்சாகத்துடனும் உத்வேகத்துடனும் திரண்டிருந்தனர். சாஹேப் இந்த உரையின்போது புத்தர், கார்ல் மார்க்ஸ் இருவரின் தத்துவங்களும் மதிப்பீடுகளும் குறித்து ஒப்பீட்டு ஆய்வுசெய்தார். கார்ல் மார்க்ஸ் என்னவெல்லாம் சொன்னாரோ அவற்றையெல்லாம் 2500 ஆண்டுகளுக்கு முன்பே புத்தர் கூறியது மட்டுமின்றி, அவற்றை நடைமுறைப்படுத்தியும் காட்டியிருக்கிறார் என்று சாஹேப் நிறுவினார். 'புத்தரும் கார்ல் மார்க்ஸும்' என்று இந்த உரை நினைவுகூரப்படுகிறது.

## பௌத்த யாத்திரைத் தலங்களில் சுற்றுலா

மாநாடு முடிந்ததும் பௌத்த யாத்திரைக்குத் திட்டமிட்டோம். குறிப்பாக, பகவான் வாழ்ந்த, சுற்றித்திரிந்த இடங்களுக்கு. அதன்படி, 20-ஆம் தேதி அன்று, வரலாற்று முக்கியத்துவம் வாய்ந்த லும்பினி நகருக்குச் சென்றோம். கௌதம புத்தர் பிறந்த இடம். காத்மாண்டுவிலிருந்து லும்பினிக்குச் சில மைல்கள் தொலைவில் உள்ள தற்காலிக விமான ஓடுதளத்துக்குச் சென்று, மீதி தூரத்தைச் சாலை வழியாகக் கடந்தோம். ஆனால், இந்தப் பேருந்துப் பயணம் சாஹேபை மீண்டும் பாடாய்ப்படுத்தியது. ஓய்வெடுக்க விருந்தினர் மாளிகைக்குக் கொண்டுசெல்லும்படி எங்களைக் கட்டாயப்படுத்தியது. கொஞ்சம் தேநீரும் மருந்துகளும் அவருக்குச் சிறிதளவு புத்துணர்வு கொடுத்தன. பிறகு, வெளியே சுற்றக் கிளம்பினோம். நினைவிடம் ஒன்றின் அருகில் புத்தர் மற்றும் மகாமாயாவின் படங்கள் பொறிக்கப்பட்டிருப்பதைக் கண்டோம். அவற்றை மிகுந்த பயபக்தியுடன் வணங்கினோம்.

அதன் பின்னர், 2500 ஆண்டுகள் பழமை வாய்ந்த அசோகத் தூணைப் பார்க்கச்சென்றோம். சாஹேப் அப்போது அந்தத் தூண்களைச் சுற்றிக் கைகளைக் கோத்துக் கட்டியணைத்துக்கொண்டார். தலைகுனிந்து பயபக்தியுடன் வணங்கியவர் அடக்க மாட்டாமல் அழத் தொடங்கினார். புத்தர் மற்றும் பேரரசர் அசோகரின் மகத்தான பணி குறித்த சிந்தனை அவரை ஆள்கொண்டுவிட்டது. அங்கே சில மணிநேரம் இருந்துவிட்டு, விமான ஓடுதளம் திரும்பினோம். அங்கிருந்து காத்மாண்டு வந்தோம்.

அடுத்த நாள் [நவம்பர் 21] காத்மாண்டுவிலிருந்து பாட்னாவுக்குப் பறந்தோம். நாங்கள் பாட்னாவிலிருந்து போத் கயா செல்லவிருந்தோம். ஆனால், எங்கள் ரயில் வருவதற்கு இன்னும் சில மணிநேரம் இருந்ததால், பிஹார் ஆளுநர் ரங்கராவ் திவாகர்[62] அழைப்பை ஏற்று, மதிய உணவுக்காக ஆளுநர் மாளிகை சென்றோம். பின்நேர மதியம் பாட்னாவிலிருந்து ரயிலில் புறப்பட்டுப் பின்நேர மாலையில் போத் கயா சென்றடைந்தோம். ரயில் நிலையத்திலுள்ள விருந்தினர் மாளிகையில் நாங்கள் தங்குவதற்கு ஏற்பாடாகியிருந்தது.

மறுநாள் [நவம்பர் 23] காலை எழுந்து எங்களுடைய காலைக்கடன்களை முடித்துவிட்டு உணவருந்தினோம். நான் சாஹேபுக்கு மருந்துகள் கொடுத்தேன். பிறகு, ஒரு சிறப்புக் காரில் போத் கயா புறப்பட்டோம். அங்கே சென்றவுடன் நாங்கள் செய்த முதல் காரியம், புனிதமான போதி மரத்தைப் பார்த்ததுதான். இந்த போதி மரத்தின் கீழ்தான் பகவான் புத்தர் ஞானம் பெற்றார். அதன் பிறகு, பௌத்த விஹாரைக்குச் சென்றோம். சாஹேப் அங்குள்ள புத்த பகவான் சிலைக்கு முன்பாக முழங்காலிட்டு த்ரிவாரவைச் சொன்னார். பிறகு, ஆழ்ந்த குரலில் பிரார்த்திக்கத் தொடங்கினார். அவருடைய பிரார்த்தனையில் நாங்களும் இணைந்துகொண்டோம். பிரார்த்தனை முடிந்ததும், புத்துணர்வு பெற்ற நிலையில் சிலை முன்பாக நின்றார். கண்ணிமைக்காமல் ஆழ்ந்த கவனத்துடன் நீண்ட நேரம் பார்த்துக்கொண்டிருந்தார். அவருடைய கன்னங்களில் கட்டுக்கடங்காமல் கண்ணீர் வழிந்தது. அவர் மிகவும் உணர்ச்சிவசப்பட்ட நிலையில் இருந்தார்.

நாங்கள் போத் கயா ரயில் நிலையத்தை அடைந்தோம். அங்கிருந்து பனாரஸ் புறப்பட்டோம். எங்களுடைய வருகை குறித்த செய்தி எங்களுக்கு முன்பே அங்கு போய்ச்சேர்ந்திருந்தது. விளைவாக, சாஹேபின் பெயரையும் புத்தரின் பெயரையும் முழங்கியபடி பெருங்கூட்டம் எங்களுக்காகக் காத்துக்கொண்டிருந்தது. நன்கு பராமரிக்கப்பட்ட பங்களாவில் எங்களுக்கான தங்குமிடம் ஏற்பாடாகியிருந்தது. மறுநாள் [நவம்பர் 24] காலையில் சார்நாத் சென்றுசேர்ந்தோம். உணவு, தங்குமிடம் உள்ளிட்ட எல்லா ஏற்பாடுகளையும் பிக்கு சங்கம் செய்திருந்தது. தம்மபால் சங்கரிக்கா அங்கு ஒரு பெரிய விஹாரையை நிர்மாணித்திருந்தார். சாஹேபின் அதீத உடல்நலிவைப் பார்த்துவிட்டு, தம்மபால் சங்கரிக்கா பயன்படுத்திய நான்குச் சக்கர நாற்காலியை சங்க நாயக் [சங்கத்தின் தலைவர்] எங்களுக்குக் கிடைக்கச் செய்தார். அந்த நாற்காலியில் தம்மபால் தவிர வேறு எவரும் ஒருபோதும் உட்கார்ந்தது கிடையாது என்பதைத் தனியாகச் சொல்ல வேண்டியதில்லை. சாஹேபை அந்த நாற்காலியில் உட்காரவைத்து அங்குள்ள இடங்களுக்குக் கூட்டிச்சென்றோம். அங்குள்ள அருங்காட்சியகத்தில், அசோகர் காலத்திய அரிய கலைப்பொருள்களைக் கண்டு சாஹேப் மிகவும் நெகிழ்ந்துபோனார்.

சார்நாத்தில் மூன்று நாள்கள் தங்கியிருந்தோம். அப்போது சீன புத்தக் கோயிலுக்குச் சென்றோம். ஒருநாள் பனாரஸ் சந்தைக்குப் போனோம். அங்கே நான் கொஞ்சம் பனாரஸ் பட்டுப் புடவைகள் வாங்கினேன். பனாரஸ் கரையிலுள்ள கோயில்களையும் பார்த்தோம். எங்கும் சிதறிக்கிடக்கும் கழிவுகளையும் கங்கை நதியின் மாசுபட்ட நீரையும் பார்த்து அருவருப்புணர்வு எழுந்ததை எங்களால் கட்டுப்படுத்த முடியவில்லை.

நவம்பர் 26 அன்று கோரக்பூர் சென்றோம். அங்கிருந்து குஷினாரா செல்ல வேண்டும். சாஹேபின் சீக்கிய நண்பர் ஒருவர் எங்களை வரவேற்பதற்காக கோரக்பூரில் காத்துக்கொண்டிருந்தார். அவர் தன்னுடைய விசாலமான உயர்தர பங்களாவுக்கு அழைத்துச்சென்றார். அங்கே நாங்கள் தேநீரும் சிற்றுண்டியும் எடுத்துக்கொண்ட பிறகு அவர் எங்களுக்கு இரண்டு கார் கொடுத்தார். அந்த கார்களில் அவருடன் புறப்பட்டுச்சென்றோம். கோரக்பூரிலிருந்து நாற்பது நாற்பத்தைந்து மைல் தொலைவில் இருந்தது குஷினாரா. போகும் வழியில் சீக்கிய நண்பரின் பண்ணை வீடு இருந்தது. அங்கே எங்களுக்கான மதிய உணவு ஏற்பாடாகியிருந்தது. சர்தார்ஜி மிகவும் உற்சாகமாகவும் திறமையாகவும் இருந்தார். இவ்வளவு முதிர்ந்த வயதிலும் அவரிடம் இருந்த துடிப்பைக் கண்டு நாங்கள் வியந்துபோனோம்.

சாப்பிட்டு முடித்ததும் எங்களுடைய குஷினாரா பயணம் தொடர்ந்தது. எங்களுக்கு பௌத்த தீக்ஷை வழங்கிய மஹாஸ்தவிர் சந்திரமணி நாங்கள் தங்குவதற்காக அரசு டாக் பங்களாவில் ஏற்பாடு செய்திருந்தார். குஷினாராவில் எங்களுக்கு ஒரு குன்று காட்டப்பட்டது. அதன் மீதுதான் புத்தரின் இறுதிச் சடங்குகள் நடத்தப்பட்டதாக நம்பப்படுகிறது. பகவானின் உடல் வைக்கப்பட்ட இடத்துக்கும் சென்று பார்த்தோம். அங்கே மிக அழகான நினைவு விஹாரை கட்டப்பட்டிருந்தது. சாஹேபின் உடல்நிலை மோசமாக இருந்தது. ஆனால், தன்னுடைய ஆற்றல் முழுவதையும் தன் மனவுறுதியால் ஒன்றுதிரட்டி, புத்தரின் பிரசன்னத்தால் புனிதமாக்கப்பட்ட பூமிக்கு மரியாதை செலுத்துவதற்காக அங்குமிங்கும் சுற்றிவந்தார். அந்த விஹாரையில் நான்கைந்து படிகள்தான் இருந்தன. அதில் ஏறுவதற்குக்கூட சாஹேபால் முடியவில்லை. வேறு வழியின்றி

வராலே, சிட்னிஸ், எஞ்சிய நாங்கள் எல்லோரும் அவரை விட்டுவிட்டு விஹாரையின் உள்பகுதிகளைச் சுற்றிப்பார்க்க வேண்டியதாயிற்று. அங்கே 20–25 அடி நீளமுள்ள புத்தர் சிலையொன்று செதுக்கப்பட்டிருந்தது. வலப்பக்கம் சாய்ந்தபடி சாந்த பாவத்தில் காட்சியளித்துக்கொண்டிருந்தார். சிலை குறித்த விவரங்களை எங்களிடமிருந்து அவர் கேட்டறிந்துகொண்டதும், அதைத் தன்னுடைய கண்களால் பார்த்தாக வேண்டும் என்ற எண்ணம் அவரை ஆள்கொண்டுவிட்டது. ஆனால், அந்த நான்கைந்து படிகளில் ஏறுவதற்கான ஆற்றல் அன்று அவரிடம் மிச்சமிருக்கவில்லை. மறுநாள் விடிகாலையில் அந்த நினைவு விஹாரைக்கு மீண்டும் அழைத்துச்செல்லும்படி எங்களை நச்சரிக்கத் தொடங்கினார். உள்ளே செல்வதற்காகத் தன்னுடைய ஆற்றல் முழுவதையும் திரட்டினார். நாங்கள் இரண்டு பக்கமும் அவரைத் தாங்கிப்பிடித்துக்கொண்டு அந்தப் படிகளில் ஏற்ற உதவினோம். ஒருவாறு உள்ளே கூட்டிச்சென்றுவிட்டோம். ஏதோ பெரிதாகச் சாதித்த பொலிவு அவர் முகத்தில் ஒளிர்ந்தது. முழங்காலிட்டுக்கொண்டு த்ரிவாரப் பிரார்த்தனையைச் சொன்னார். பிறகு, த்ரிஷரனையையும் பஞ்சசீலத்தையும் சொல்லத் தொடங்கினார். அவரோடு நாங்களும் சேர்ந்துகொண்டோம். பிரார்த்தனை முடிந்ததும், அந்தச் சிலையை மிகவும் கருத்தூன்றி வெறித்துக்கொண்டிருந்தார். கன்னங்களில் முடிவில்லாமல் கண்ணீர் வழிந்துகொண்டிருந்தது. கௌதம புத்தரின் காலடிகளால் புனிதமாக்கப்பட்ட இடத்தில் நிற்க முடிந்ததால் நெகிழ்ந்துபோனார். அவருக்குள் இருந்த அணை உடைந்தது.

சாஹேப் முற்றிலும் உடல்நலம் குன்றிப்போய்க் காணப்பட்டார். ஆனால், இந்தத் தலங்களுக்குச் சென்றாக வேண்டும் என்ற தீராத ஆசையால்தான் அவரால் இந்த யாத்திரைக்கு ஈடுகொடுக்க முடிந்தது. புத்த பகவானின் மகத்துவத்தையும் அவருடைய அரும்பணிகளையும் குறித்துச் சிந்திக்கையில் சாஹேப் ஆவேசமாகிவிடுவார். மேலும், இதுவே தன்னுடைய கடைசிப் பயணமாக இருக்கும் என்றும் அவர் ஆழமாக உணர்ந்தார். இந்த முழு ஈடுபாட்டின் காரணமாகவே அவர் தன்னுடைய உடல்நலம் ஒட்டுமொத்தமாக வீழ்ச்சியடைந்ததற்கு மத்தியிலும், முதலில் காத்மாண்டு மாநாட்டுக்கும், பின்னர் தன்னுடைய தாயகப் பயணமான இந்த யாத்திரைக்கும் புறப்பட்டார்.

குஷினாராவிலிருந்து நாங்கள் புறப்பட்ட அன்று, மஹாஸ்தவிர் சந்திரமணியின் வேண்டுகோளுக்கு இணங்கி அவருடைய விஹாரைக்குச் சென்றோம். அவர் மிகுந்த பாசத்தோடு எங்களை வரவேற்றார். 30 நவம்பர் 1956 அன்று குஷினாராவிலிருந்து கோரக்பூர் வந்து அங்கிருந்து டெல்லி கிளம்பினோம். விமான நிலையத்தில் நானக் சந்த் ரட்டு எங்களுக்காகக் காருடன் காத்துக் கொண்டிருந்தார்.

## இறுதி நாள்கள்

பௌத்த மாநாட்டையும் பௌத்த யாத்திரைத் தலங்களில் சுற்றுலாவையும் முடித்துக்கொண்டு நாங்கள் டெல்லி திரும்பினோம். ஆனால், இந்தப் பயணம் சாஹேபை முற்றிலும் களைப்படைய வைத்திருந்தது. பயிற்சியற்ற கண்களுக்குக்கூடத் தெரியும் அளவுக்கு அவருடைய சீர்குலைவு வெளிப்படையாக இருந்தது. சார்நாத்தில் 24 நவம்பர் 1956 அன்று நாங்கள் எடுத்துக்கொண்ட புகைப்படத்தை இந்தப் புத்தகத்தில் தந்திருக்கிறேன். பயணத்திலிருந்து திரும்பிய பிறகு அவர் அதிகம் உணவு எடுத்துக்கொள்ளவில்லை. அவரின் ஆற்றல் முழுவதும் வடிந்துபோயிருந்ததால் அவர் உறக்கத்தில் ஆழ்ந்துபோகும்வரை அவருடைய தலைக்கு எண்ணெய் தேய்த்துவிடுவேன், மங்கல் சுத்தவையும் ரத்தன் சுத்தவையும் சொல்லிக்கொண்டிருப்பேன்.

1 டிசம்பர் 1956 அன்று 7.30 மணியளவில் அவரை எழுப்புவதற்காகச் சென்றபோது அவர் ஏற்கெனவே விழித்திருந்தார். நாங்கள் ஒன்றாகத் தேநீர் அருந்திவிட்டு, பங்களாவின் தாழ்வாரத்தில் வந்தமர்ந்தோம். பல்வந்த் வராலே, முதல்வர் சிட்னிஸ் இருவரும் அப்போது எங்களுடன் இருந்தார்கள். அவர்கள் சாஹேபிடம் வந்து கிளம்புவதற்கு அனுமதி கேட்டார்கள். ஆனால், சாஹேப் அவர்களிடம் இன்னொரு நாள் இருக்குமாறு சொன்னார்.

அதற்குள் காலை உணவு தயாராகிவிட்டிருந்தது. வராலேவையும் சிட்னிஸையும் சாப்பிட உட்காரவைத்து அவர்களுக்கு சாஹேபே பரிமாறினார். அவர்கள் எப்போதும் தன்னுடன் சாப்பிட உட்கார வேண்டும் என்பதும், அவர்களுக்கு மிகுந்த அன்புடனும்

அக்கறையுடனும் அவர் பரிமாற வேண்டும் என்பதும் சாஹேப் கொண்டிருந்த விதி. சாப்பிடும்போது வராலேவிடம் சாஹேப் சொன்னார்: "இப்போது தேர்தல் வரவிருக்கிறது. பம்பாயிலும் கோல்ஹாப்பூரிலும் நான் போட்டியிட விரும்புகிறேன்." பெல்காம் சட்டமன்றத் தொகுதியில் வராலே நிற்க வேண்டும் என்று அறிவுறுத்தினார். அரசியல் தொடர்பாக அவர்கள் நீண்ட நேரம் விவாதித்தார்கள். சாஹேப் மிகவும் ஆவேசமாகப் பேசினார்: "என்னுடைய கிராமத்துச் சகோதரர்கள் என் செயல்களின் பலன்களைப் பெறவில்லை. அவர்களுக்கு இப்போது ஏதேனும் செய்தாக வேண்டும். ஆனால், நான் உடல்ரீதியாக முற்றிலும் பலவீனமாகிவிட்டேன். என்னுடைய வாழ்க்கை குறித்து எந்த நிச்சயமும் இல்லை. நான் இப்போது என்னுடைய மனவுறுதியால்தான் வாழ்கிறேன். இந்த மனவுறுதி இன்னும் எவ்வளவு காலம் உதவுகிறது என்று பார்ப்போம்."

மதிய வேளையிலும் அதே விஷயத்தைப் பேசிக் கொண்டிருந்தனர். அவரைத் தூங்கப்போகச்சொல்லி நான் வற்புறுத்திக்கொண்டிருந்தேன. மாலை 4 மணிபோல் காபி எடுத்துச்சென்று அவரை எழுப்பினேன். நாங்கள் இருவரும் ஒன்றாக காபி அருந்தினோம். பிறகு, எல்லோருமாகச் சேர்ந்து இரவு உணவு உண்டோம்.

## தலாய் லாமாவை வரவேற்க

புத்தர் மறைந்த 2500–ஆவது ஆண்டைக் குறிக்கும் நிகழ்ச்சி போத் கயாவில் நடைபெறவிருந்தது. திபெத்தின் ஆன்மிகத் தலைவர் தலாய் லாமா இந்த நிகழ்ச்சியில் பங்கேற்பதற்காக இந்தியா வந்திருந்தார். டெல்லியில் [மஹ்ரவ்லி] உள்ள அசோக புத்த விஹாரையின் தலைவர் மஹாதேரோ தம்மவர், அசோக விஹாரையில் ஏற்பாடு செய்யப்பட்டிருந்த நிகழ்ச்சிக்கு தலாய் லாமாவை வரவேற்க எங்களை அழைத்திருந்தார்.

வராலேவும் சிட்னிஸும் 2–ஆம் தேதி காலை எட்டு மணி ரயிலுக்குக் கிளம்ப வேண்டியிருந்ததால், அவர்களுக்குத் தேநீர் தயாரிப்பதற்காக நான் கொஞ்சம் சீக்கிரமே எழுந்துவிட்டேன். தோட்டத்தை ஒரு சுற்று சுற்றிவிட்டு, சாஹேபை எழுப்பச்

சென்றபோது, அவர் எழுந்து பங்களாவின் மாடத்தில் அமர்ந்திருப்பதைப் பார்த்தேன். எட்டு மணி ரயிலில் அவர்கள் செல்கிறார்கள் என்பதை சாஹேப் அறிந்திருந்தார். எனவே, யாருடைய உதவியும் இல்லாமல் எழுந்திருக்க முடியாத சாஹேப் ஒரு தடியின் உதவியுடன் எழுந்து தாழ்வாரத்துக்கு அவராகவே நடந்துசென்றிருக்கிறார். வராலே, சிட்னிஸ் இருவரும் விடைபெற்றுக்கொண்டு கிளம்பினார்கள்.

அதன் பிறகு, அசோக விஹாரையில் தலாய் லாமாவை வரவேற்கும் நிகழ்வில் கலந்துகொண்டோம். விழா முடிந்து திரும்பிய பிறகு அவர் மிகவும் களைப்புடன் காணப்பட்டதால் கொஞ்சம் உணவு பரிமாறிவிட்டு அவரைத் தூங்கவைத்தேன். அவரைத் தூங்கவைப்பதற்காக அவருடைய உச்சந்தலையில் எண்ணெய் தேய்த்துவிட்டேன். மங்கல் சுத்த, ரத்தன் சுத்த சொன்னேன். அதைக் கேட்பதில் மெய்மறந்துபோய் அவர் அதைத் தனக்குள்ளே முணுமுணுத்தபடி உறங்கச்சென்றார். மதியம் ஒன்றிரண்டு மணிநேரமாவது அவர் தூங்க வேண்டும் என்பது என்னுடைய வற்புறுத்தலாக இருந்தது. அவரைத் தூங்கவைப்பதற்காக அவரிடம் செல்லம் கொஞ்சுவேன், கட்டிப்பிடித்துக்கொள்வேன், சில நேரத்தில் கடிந்துரைக்கவும் செய்வேன்.

மாலையில் அவரை எழுப்பி, காபி பரிமாறினேன். அதன் பிறகு, எல்லோரும் வெளியே சென்று புல்வெளியில் அமர்ந்தோம். என் அப்பா, என் தம்பி பாலு, டாக்டர் மால்வன்கர் இன்னும் பம்பாய் திரும்பியிருக்கவில்லை. பங்களாவுக்கு வெளியே புல்வெளியில் நாங்கள் அரட்டையடித்துக்கொண்டும் சிரித்துக்கொண்டும் கேலிபேசிக்கொண்டும் இருந்தோம். அப்போது சாஹேபைப் பார்க்க தொண்டர்கள் சிலர் வந்தார்கள். சமூகச் சூழல் பற்றியும் அரசியல் பற்றியும் அவர்களின் விவாதம் தொடங்கியது. நீண்ட நேரம் அரட்டை தொடர்ந்தது.

இரவு உணவு தயாராகிவிட்டதாக எங்களுடைய சமையல்காரர் சுதாமா தெரிவித்ததும், நாங்கள் உட்கார்ந்திருந்த புல்வெளிக்குச் சாப்பாட்டை எடுத்துவரும்படி சாஹேப் சொன்னார். அங்கே உட்கார்ந்து சாப்பிட்டோம். சாஹேபின் உடல்நிலை நாளுக்கு நாள் மோசமடைந்துவந்தது. நான் அவருக்கு மருந்துகள்

கொடுத்துவிட்டு, சீக்கிரமாக உறங்கச்செல்லும்படி அவரிடம் வலியுறுத்தினேன். நான் உட்கார்ந்து அவருடைய கால்களைப் பிடித்துவிட்டேன். கொஞ்ச நேரத்தில் துயிலில் ஆழ்ந்தார்.

எப்போதும்போல டிசம்பர் 3 அன்றும் நான் சீக்கிரமாக எழுந்துவிட்டேன். பங்களாவைச் சுற்றியுள்ள தோட்டத்தைச் சுற்றிவந்தேன். எங்கள் தோட்டக்காரரின் வீட்டுக்குச் சென்று அவருடைய உடல்நிலை குறித்து விசாரித்தேன். கொஞ்சநேரம் அப்படியே சுற்றித்திரிந்துவிட்டு, பிறகு தேநீர் தயாரித்துக் கொண்டு சாஹேபை எழுப்பச்சென்றேன். அவருக்கு உடல்நிலை சுத்தமாகச் சரியில்லை. தேநீர் குடித்துவிட்டுத் தன்னுடைய காலைக் கடன்களை முடித்துக்கொண்டார். இந்த எல்லா விஷயங்களிலும் நான் அவரைத் தாங்கிக்கொள்ளவும் உதவவும் வேண்டியிருந்தது. காலை உணவு தயாராக இருந்தது. ஆனால், சாஹேபுக்கு அதில் கொஞ்சமும் விருப்பமில்லை. டாக்டர் மால்வன்கர் அவரைப் பரிசோதித்துவிட்டு வழக்கமான மருந்துகளைக் கொடுத்தார். சிறிது நேரத்தில் அவர் கொஞ்சம் நன்றாக உணரத் தொடங்கினார் என்றாலும் அவர் மிகவும் சோர்வாகவே காணப்பட்டார். அவர் சிறிதளவுதான் சாப்பிட்டார். பிறகு, அவருக்கு இன்சுலின் கொடுத்தேன். பின்னர், தாழ்வாரத்திலுள்ள நாற்காலியில் மிகுந்த சோர்வுடன் உட்கார்ந்திருந்தார்.

என் தம்பி பாலு அவரைப் புகைப்படம் எடுக்க விரும்புவதாகச் சொன்னான். சாஹேபும் அதற்கு ஒப்புதல் தந்தார். சுதாமாவிடம் சில நாற்காலிகளை எடுத்துவந்து புல்தரையில் வைக்கச் சொன்னான். எங்களையும் மொத்தக் குழுவையும் விதவிதமாகப் புகைப்படம் எடுத்தான். பிறகு, அங்கே உட்கார்ந்து அரட்டையடித்துக்கொண்டிருந்தோம். உரையாடலின்போது, நம்முடைய தோட்டக்காரருக்கு (அவர் பெயர் பஸ்மாசூர். வண்ணார் சமூகத்தைச் சேர்ந்தவர்.) உடல்நிலை சரியில்லை என்று சாஹேபிடம் சொன்னேன். மேலும், அவர் அடிக்கடி அவரைப் பற்றிக் கேட்பார். உள்ளே உட்கார்ந்து தட்டச்சு செய்துகொண்டிருந்த நானக் சந்தை அழைத்து, அவருடைய தோளில் சாய்ந்தபடி தோட்டக்காரரை விசாரிக்கச்சென்றார் சாஹேப். அவரைத் தேற்றும் விதமாகப் பேசிவிட்டுத் திரும்பிய சாஹேப் சொன்னார்: "பாவம், அந்தத் தோட்டக்காரர் சாவைக் கண்டு அஞ்சுகிறார். எனக்கு அதில் கொஞ்சம்கூட பயமில்லை.

அது எப்போது வேண்டுமானாலும் வரலாம். அதற்காக நான் காத்திருக்கிறேன்."

'புத்தரும் கார்ல் மார்க்ஸும்' புத்தகத்தின் ஒரு அத்தியாயத்தை சாஹேபிடம் ரட்டு நினைவூட்டவும், அவர் ரட்டுவின் உதவியுடன் நூலகம் சென்றார். நான் சாப்பாட்டுக்கான பணியில் மும்முரமானேன். அந்தப் புத்தகத்தின் கடைசி சில அத்தியாயங்களை மேற்பார்வையிட்டுவிட்டு சாஹேப் அதை ரட்டுவிடம் தட்டச்சு செய்வதற்காகக் கொடுத்தார். ரட்டு தன்னுடைய மிதிவண்டியில் வீட்டுக்குச் சென்றார். நான் சாஹேபைச் சாப்பாட்டு மேஜைக்கு அழைத்துவந்து உட்காரவைத்தேன். எப்போதும்போல நாங்கள் ஒன்றாக உணவருந்தினோம். பிறகு, கொஞ்ச நேரம் அரட்டையடிப்பதற்காகப் புல்வெளிக்குச் சென்றோம். சாஹேபைச் சீக்கிரமாகவே உறங்கவைத்தேன். உள்ளபடியாக, அவர் கொஞ்ச நேரம் வாசிக்க விரும்பினார். ஆனால், நான் கட்டாயப்படுத்தி ஓய்வெடுக்கச்சொன்னேன்.

## டிசம்பர் 4

நாங்கள் மூன்று வார காலமாக டெல்லியை விட்டு வெளியே இருந்தோம். நவம்பர் 30 அன்று நாங்கள் திரும்பிவிட்டாலும், மோசமான உடல்நிலை காரணமாக சாஹேபால் மாநிலங்களவைக்குச் செல்ல முடியவில்லை. மாநிலங்களவை விதிப்படி அதன் உறுப்பினர் அதில் அவசியம் கலந்துகொள்ள வேண்டும் என்றிருக்கிறது. ஆனால், நாளுக்கு நாள் அவருடைய உடல்நிலை சரிந்துகொண்டே வந்தது. இருந்தாலும், இவை எல்லாவற்றுக்கும் மேலாக, 4 டிசம்பர் 1956 அன்று மாநிலங்களவைக்குச் சென்றாக வேண்டும் என்று அவர் வலியுறுத்தினார். டாக்டர் மால்வன்கர் அவரைப் பரிசோதித்துவிட்டு அனுமதி கொடுத்தார். அவரைத் தயார்ப்படுத்தினேன். காலை உணவை முடித்துவிட்டு மாநிலங்களவை சென்றார். மதிய உணவுக்காக அவர் திரும்பியபோது மிகவும் களைத்துப்போயிருந்தார். நாங்கள் அவருடைய வருகைக்காகத்தான் காத்திருந்தோம். பிறகு, ஒன்றாக அமர்ந்து சாப்பிட்டோம். பிறகு, மங்கள் சுத்தவையும்

ரத்தன் சுத்தவையும் சொன்னேன். அவரைத் தூங்கச்சொல்லி வற்புறுத்தினேன். மாநிலங்களவைக்கு சாஹேப் சென்றது அதுவே கடைசி என்றாயிற்று.

மாலையில் அவருக்கு காபி கொடுத்தேன். எப்போதும்போல் புல்வெளியில் உட்கார்ந்தபடி பேசினோம். அவர் மிகவும் தளர்வுற்றிருந்தார். அப்போது ரட்டு வந்தார். டிசம்பர் 16 அன்று மதமாற்ற நிகழ்ச்சி நடத்த பம்பாய் தலைமை முடிவெடுத்திருந்தது. அதில் கலந்துகொள்வதாக முடிவெடுத்தோம். திட்டம் என்னவென்றால், நாக்பூர் பாணியில் இன்னொரு விழா நடத்தி, அதில் சாஹேபின் கரங்களால் மக்களுக்கு தீக்ஷை வழங்குவது. டிசம்பர் 14 அன்று பம்பாய் செல்வதற்காக ரயிலில் முன்பதிவு செய்யும்படி அவர் ரட்டுவிடம் சொன்னபோது நான், "அவ்வளவு நீண்ட பயணத்தை உங்களால் மேற்கொள்ள முடியாது. நாம் இருவரும் விமானத்தில் போகலாம்" என்றேன். என் பரிந்துரையை சாஹேப் ஏற்றுக்கொண்டார். என்னுடைய அப்பா, என்னுடைய தம்பி பாலு, ஷியாம்ராவ் ஜாதவ் (சாஹேபுக்கு உதவியாக வராலே அமர்த்தியிருந்தவர்), எஞ்சிய நபர்கள் எல்லோரும் டிசம்பர் 4 அன்று பம்பாய்க்குக் கிளம்ப வேண்டும் என்று அவர் சொன்னார். அதன்படி, சாப்பாடு முடிந்ததும் அவர்கள் ரயில் நிலையம் புறப்பட்டனர். டாக்டர் மால்வன்கர் மறுநாள் விமானத்தில் புறப்படுவார். சாஹேபும் நானும் 14–ஆம் தேதியன்று விமானத்தில் பம்பாய் சென்று, 16–ஆம் தேதியன்று நிகழ்ச்சியில் கலந்துகொள்வோம். இதற்கேற்ப விமானத்தில் முன்பதிவு செய்யும்படி ரட்டுவிடம் சாஹேப் கூறினார்.

அதன் பின்னர், சாஹேப் நீண்ட நேரம் எழுதுவதில் செலவிட்டார். அதை ரட்டுவிடம் தட்டச்சு செய்வதற்காகக் கொடுத்தார். மிகவும் தாமதமாகிவிட்டதால் பங்களாவில் தூங்கிக்கொள்ளும்படி ரட்டுவிடம் சொன்னோம். அவர் கொஞ்ச நேரம் தட்டச்சு செய்துவிட்டு உறங்கச்சென்றார்.

## டிசம்பர் 5

எப்போதும்போல் காலை எழுந்து தோட்டத்தைச் சுற்றிவந்தேன். தோட்டக்காரர் வீட்டுக்குச் சென்று அவருடைய உடல்நலம் குறித்து விசாரித்தேன். அவருடைய மனைவி எனக்குக் கடுங்காபி கொடுத்தார். அதைக் குடித்துவிட்டு, எட்டரை மணிபோல் தேநீர் எடுத்துக்கொண்டு சாஹேபை எழுப்பச்சென்றேன். இருவரும் ஒன்றாகத் தேநீர் அருந்தினோம். ரட்டு விடைபெறுவதற்காக சாஹேபிடம் வந்தபோது அவருக்கும் தேநீர் கொடுத்தோம். பிறகு, அவர் அலுவலகம் சென்றார்.

சாஹேபின் காலைக்கடன்களுக்கு உதவினேன். பிறகு, சாப்பிடுவதற்காக அவரை உணவு மேஜைக்கு அழைத்துச்சென்றேன். சாஹேப், டாக்டர் மால்வன்கர், நான் மூவரும் ஒன்றாக உணவருந்தினோம். பிறகு, அரட்டையடிப்பதற்காகப் புல்வெளி சென்றோம். நாளிதழ்களைப் புரட்டிக்கொண்டிருந்தார் சாஹேப். அதை முடித்ததும் அவருக்கு மருந்துகளும் இன்சுலினும் கொடுத்துவிட்டு, உணவு தயாரிப்பதைக் கவனிப்பதற்காக நான் கிளம்பிச்சென்றேன். சாஹேபும் டாக்டர் மால்வன்கரும் தங்கள் உரையாடலைத் தொடர்ந்தார்கள்.

நண்பகல் வாக்கில் சாஹேபைச் சாப்பிட அழைக்கச்சென்றபோது அவர் நூலகத்தில் வாசிப்பும் எழுத்தும் என மும்முரமாக இருந்தார். பம்பாயில் சித்தார்த் கல்லூரி முதல்வர் சாந்தாராம் ரெகேவின் மேற்பார்வையில், ‘புத்தரும் அவர் தம்மமும்’ புத்தகத்தின் அச்சிடும் பணி ஏறக்குறைய முடிவடையும் தறுவாயில் இருந்தது. அதனால்தான், புத்தகத்துக்கு முன்னுரை எழுதிக்கொடுக்கும்படி சாஹேபை ரெகே தொந்தரவுபடுத்தினார். உள்ளபடியாக, மார்ச் மாதத்திலேயே அந்த முன்னுரையை சாஹேப் எழுதியிருந்தார். 6 ஏப்ரல் 1956 அன்று அதில் சில திருத்தங்கள் செய்தார். ஆனாலும், அதற்கு இன்னும் இறுதி வாசிப்பு கொடுக்கப்பட வேண்டியிருந்தது. புத்தகம் சரியாகப் புரிந்துகொள்ளப்பட வேண்டும் என்பதை உறுதிப்படுத்துவதற்கு அவர் மற்ற இரண்டு புத்தகங்களான ‘புரட்சியும் எதிர்ப்புரட்சியும்’, ‘புத்தரும் கார்ல் மார்க்ஸும்’ ஆகியவற்றையும் கொண்டுவந்தார். அந்தப் புத்தகங்களும் முடிவடையும் நிலையில் இருந்தன. இந்த மூன்று புத்தகங்களும் எவ்வளவு சீக்கிரம் முடியுமோ அவ்வளவு

சீக்கிரம் வெளியிடப்பட வேண்டும் என்பதில் அவர் கறாராக இருந்தார். ஒரு புத்தகம் – 'புத்தரும் அவர் தம்மமும்' – தயாராகிவிட்டது. சாஹேபை அழைத்துவர நூலகம் சென்றேன். இருவரும் ஒன்றாகச் சாப்பிட்டோம். அதன் பிறகு, அவர் தூங்குவதற்கான ஏற்பாடுகளில் இறங்கினேன்.

டெல்லி சென்றதிலிருந்து, உணவுப் பொருள்கள் உள்பட வீட்டுக்குத் தேவையான எல்லாப் பொருள்களையும் வாங்குவது என்னுடைய வழக்கமாயிற்று. ஆமாம், நான் தனியாகத்தான் செல்வேன். எப்படியிருந்தாலும், அவருடைய உடல்நலம் காரணமாகவும் பிற ஈடுபாடுகள் காரணமாகவும் சாஹேப் என்னுடன் வருவதற்கு வாய்ப்பில்லை. புத்தகங்கள், துணிமணிகள், அணிகலன்கள் வாங்கச்செல்லும்போது பெரும்பாலும் சாஹேப் உடன் வருவார். சில நேரத்தில் நான் கனாட் ப்ளேஸ் சென்று புத்தக விற்பனையாளரிடம் சாஹேபின் தேர்வுக்காகக் குறிப்பிட்ட புத்தகங்களை அனுப்பிவைக்குமாறு கூறுவேன். சாஹேப் எந்தப் புத்தகத்தையும் திருப்பி அனுப்ப மாட்டார். உள்ளபடியாக, என்னுடைய தேர்வுக்காகப் பாராட்டுவார். நாடாளுமன்றத்தில் சாஹேப் இருக்கும்போது அல்லது மதியவேளை ஓய்வில் இருக்கும்போது நான் பொருள்கள் வாங்கிவருவேன்.

காய்கறிகளும் வீட்டுக்குத் தேவையான வேறு சில பொருள்களும் வாங்குவதற்காக நான் எப்போதும்போல் சந்தைக்குச் செல்ல வேண்டியிருந்தது. அப்போது டாக்டர் மால்வன்கர் என்னுடன் இருந்தார். அவர் மாலை விமானத்தில் பம்பாய் செல்லவிருந்த நிலையில் சந்தையிலிருந்து சில பொருள்களை வாங்க நினைத்தார். அதனால், அவர் என்னுடன் வந்தார். சாஹேப் உறங்கிக்கொண்டிருந்ததால் சந்தைக்கு வரும்போது அவரிடம் சொல்லிக்கொள்ளவில்லை. எப்படியிருந்தாலும், அது என்னுடைய அன்றாட வழக்கமாக இருந்ததால் இது பொருட்டல்லதான். ஆக, இரண்டரை மணிபோல நான் சந்தைக்குச் சென்றேன்.

நான் எனக்கு வேண்டியவற்றை வாங்கிக்கொண்டேன், டாக்டர் மால்வன்கர் தனக்கான பொருள்களை (பெரும்பாலும் கம்பளிகள், கூடவே சில ஃபான்ஸி பொருள்கள்) வாங்கினார். ஐந்தரை மணிவாக்கில் நாங்கள் திரும்பியபோது

சாஹேப் சினமுற்றிருப்பதைப் பார்த்தேன். சாஹேபின் கோபத்தில் அசாதாரணமாக ஏதும் இருக்காது. தான் தேடிய இடத்தில் புத்தகத்தைப் பார்க்க முடியவில்லை என்றால், பேனாவைக் கண்டுபிடிக்க முடியவில்லை என்றால் வீட்டைத் தலைகீழாக்கிவிடுவார். அவர் விருப்பப்படியும் எதிர்பார்ப்பின்படியும் வேலை நடக்கவில்லையென்றால் சட்டென்று சூடாகிவிடுவார். கடந்துசெல்லும் இடியைப் போன்றதுதான் அவருடைய கோபம். சாஹேபின் கோபத்துக்கு அஞ்சியே யஷ்வந்த் எங்களுடன் டெல்லியில் தங்குவதற்கு மறுத்துவிட்டான். எங்களுடன் தங்கும்படி நான் அவ்வப்போது அவனிடம் கெஞ்சியிருக்கிறேன். அவன், "அவர் எரிச்சல்படுகிறார். அவரைப் பார்த்தால் எனக்கு அச்சமாக இருக்கிறது" என்பான். அவன் எங்களுடன் டெல்லியில் தங்காததற்கு நிச்சயமாக வேறு காரணங்களும் இருக்கின்றனதான். சாஹேபின் கோபம் எப்போதும் அந்தந்தக் கணத்துக்கானதாகவே இருந்திருக்கிறது. அவர் தன்னுடைய புத்தகத்தை அல்லது நோட்டுப் புத்தகத்தை அல்லது காகிதத்தைக் கண்டறிந்த கணத்தில் அவருடைய கோபம் கரைந்துபோய்விடும். நான் எப்போதும் அவரிடம் சொல்வேன்: "நீங்கள் ஜமதக்னி[63]யின் அவதாரம்." தன்னுடைய கோபம் அன்புக் கோபம் என்றும், அது கணநேரம்தான் இருக்கும் என்றும் சிரித்துக்கொண்டே சொல்வார்.

அவர் சீக்கிரம் எழுந்து என்னுடைய கரங்களால் காபி எதிர்பார்த்திருக்கலாம் அல்லது எழுந்த பிறகு நான் இல்லாமல் இருப்பதைக் கண்டு சலிப்படைந்திருக்கலாம் என்பதைப் புரிந்துகொண்டேன். எனவே, நான் வாங்கிவந்த பொருள்களைச் சமையலறைக்குக் கொண்டுசெல்வதற்கு முன்பாகப் படுக்கையறைக்குள் நுழைந்தேன். என்னைக் கூர்மையாகப் பார்த்தவர், "எவ்வளவு நேரம் எடுத்துக்கொண்டிருக்கிறாய்! உனக்காக நான் எவ்வளவு நேரம் காத்துக்கொண்டிருந்தேன் என்று தெரியவில்லை!" என்றார். நான் அவரைச் சமாதானப் படுத்திவிட்டு, சமையலறையில் மும்முரமானேன்.

அந்த மாலையில், ஒரு சமண முனிவரும் பிரதிநிதிகள் குழுவும் சாஹேபை நேரில் பார்க்க வந்து, கூடத்தில் அமர்ந்து பௌத்தம், சமணம் தொடர்பாகப் பேசிக்கொண்டிருந்தார்கள். விமானத்துக்கான நேரம் வந்ததும் டாக்டர் மால்வன்கர்

தன்னுடைய உடைமைகளை எடுத்துக்கொண்டு, சாஹேபிடம் விடைபெற்றுவிட்டு, விமான நிலையம் புறப்பட்டுச்சென்றார். சமண முனிவர்களுடனும் தூதுக் குழுவுடனுமான விவாதமும் உரிய நேரத்தில் முடிந்தது. அவர்களும் புறப்பட்டுச்சென்றார்கள்.

சிறிது நேரத்தில், சாஹேபின் கனிவான, இனிமையான குரலில் பகவானின் பிரார்த்தனைப் பாடலான 'புத்தம் சரணம் கச்சாமி' [புத்த பகவானிடம் நான் தஞ்சமடைகிறேன்] கூடத்திலிருந்து மிதந்துவந்தது. அவர் எப்போதெல்லாம் அமைதியான, மகிழ்ச்சியான மனநிலையில் இருக்கிறாரோ அப்போதெல்லாம் இந்தப் பிரார்த்தனைப் பாடலையும் சில கபீர்[64] பாடல்களையும் பாடுவார். நான் கூடத்தை எட்டிப்பார்த்தபோது, சாஹேப் நீளிருக்கை மீது கண்கள் மூடிய நிலையில், விரல்களால் தாளமிட்டுக்கொண்டு, முழுக் கவனத்துடன் ஒரு ஸ்வரம் பிசகாமல் பிரார்த்தனையைப் பாடியபடி, தன்னுடைய இதயத்தையும் ஆன்மாவையும் பிரார்த்தனையில் செலுத்தியவாறு இருப்பதைப் பார்த்தேன். பின்னர், இந்தப் பிரார்த்தனைப் பாடலை கிராமஃபோனில் ஒலிக்கவிடச்சொல்லி ரட்டுவிடம் கேட்டுக்கொண்டார். அதனுடன் சேர்ந்து உரத்த குரலில் பாடத் தொடங்கினார். இந்த நடத்தை அவருடைய மகிழ்ச்சியான, உற்சாகமான இதயத்தின் அறிகுறி அல்லவா?

இரவு உணவுக்கான நேரம் வந்தது. அவருக்குச் சுடச்சுடப் பரிமாறுவதுதான் பிடிக்கும் என்பதால் நான் உணவைச் சூடாக்குவதில் மும்முரமானேன். சுதாமாவை அனுப்பி சாஹேபைக் கூட்டிவரச்சொன்னேன். நாங்கள் ஒன்றாக அமர்ந்து உணவருந்தினோம். அவர் கொஞ்சம்தான் சாப்பிட்டார். எல்லா நேரமும் புத்தரின் பிரார்த்தனையை முணுமுணுத்துக்கொண்டிருந்தார். நான் எப்படியோ அவருடைய உணவில் கவனத்தைத் திருப்பிச் சாப்பிடவைத்தேன்.

நான் சாப்பிட்டு முடிக்கும்வரை அவர் அங்கேயே இருந்தார். சீக்கிரமே அவர் கபீரின் 'சலோ கபீர் தேரா பவசாகர் தேரா' [கடந்துசெல்லுங்கள் கபீர், இது உங்களுடைய தற்காலிக உறைவிடம்] பாடலை மிகுந்த காதலுடனும் லயத்துடனும் பாடத் தொடங்கினார். அவர் மிகுந்த மகிழ்ச்சியுடனும் திருப்தியுடனும் காணப்பட்டார். முதலில் பிரார்த்தனை, பிறகு

கபீர் பாடல்: இரண்டும் அவர் மகிழ்ச்சியான, உற்சாகமான மனநிலையில் இருக்கிறார் என்பதைச் சொல்லின. அவர் அந்தப் பாடலுடன் முழுமையாக ஒன்றிப்போய், அந்த கபீர் பாடலைப் பாடியபடியே படுக்கையறைக்கு நடந்தார். ஒரு கையில் தடி, இன்னொரு கையில் புத்தகம்.

'புத்தரும் அவர் தம்மமும்' புத்தகத்தை அச்சிடுவதற்காக அதன் முன்னுரையை பம்பாய்க்கு அனுப்புவது மிகவும் முக்கியம். எனவே, முன்னுரையின் ஒரு பிரதியையும், சம்யுக்த் மஹாராஷ்டிர சமிதியின் தலைவர் எஸ்.எம். ஜோஷிக்கும் ஆச்சார்ய அத்ரேவுக்கும் எழுதிய கடிதங்களின் பிரதியையும் மேஜையில் வைக்கும்படி ரட்டுவிடம் சாஹேப் கூறினார். சமையலறையைக் கவனிப்பதில் நான் மும்முரமானேன்.

படுக்கையறைக்குச் சென்ற சாஹேப் அந்த முன்னுரைக்கு இறுதி வடிவம் கொடுப்பதில் மும்முரமானார். தட்டச்சு செய்யப்பட்ட பிரதியில் அவர் தன் கரங்களால் சில திருத்தங்களை மேற்கொண்டார்: எனக்கும் டாக்டர் மால்வன்கருக்கும் அவர் கடன்பட்டிருப்பதாகக் குறிப்பிட்டு, அந்த வரலாற்றுச் சிறப்புமிக்க புத்தகத்தை எழுதிமுடிக்கும் மகத்தான பணி என்னுடைய ஆதரவால்தான் சாத்தியமாயிற்று என்பதைத் தெளிவாகவும் நன்றியுடனும் பதிவுசெய்தார். ஆனால், சாஹேபின் மறைவுக்குப் பிறகு இந்தப் புத்தகத்தை வெளியிட்ட சுயநலமிக்க அற்பமான தலைவர்கள் சிலர் தங்களுடைய சொந்த அரசியல் ஆதாயங்களுக்காகவும் தங்களுடைய சுயநலத்துக்காகவும் இன்றுவரை அந்த முன்னுரையை அச்சிடாமல் இருப்பது துரதிர்ஷ்டவசமானதும் வெட்கக்கேடானதுமாகும்.[65] கையால் திருத்தப்பட்ட இந்த முன்னுரையை 6 டிசம்பர் 1956 அன்று நான் பிரதமர் நேருவிடம் காட்டினேன். டாக்டர் பதந்த் ஆனந்த் கௌசல்யாயன், டிசம்பர் 6 அன்று கடைசியாகப் பார்க்கச்சென்றபோது அந்தத் திருத்தப்பட்ட முன்னுரையில் மை உலர்ந்திருக்கவில்லை என்று ஒரு பேட்டியில் குறிப்பிட்டிருக்கிறார். இந்த முன்னுரை இதர எல்லா ஆவணங்களுடன் மக்கள் கல்விச் சங்கத்திடம் ஒப்படைக்கப்பட்டது. அது இன்றும் அவர்களின் வசம் உள்ளது. தட்டச்சுப் பிரதியின் கூடுதல் நகல் ரட்டுவின் சேகரிப்பிலும் இருக்கிறது. அதேபோல், 'டாக்டர் அம்பேத்கர் எழுதிய அரிய முன்னுரைகள்' என்ற தலைப்பில் டாக்டர்

எல்.ஆர். பாலி வெளியிட்ட புத்தகத்தை வழக்கறிஞர் பக்வான் தாஸ் தொகுத்தார். அதில் டிசம்பர் 5 இரவில் சாஹேப் செய்திருந்த திருத்தங்கள் அந்தப் புத்தகத்தில் இருக்காது என்பது வெளிப்படையானதுதான். ஏனெனில், அன்றிரவு தன்னுடைய மேஜையில் வைக்கும்படி சாஹேப் கேட்ட ஒரே பிரதி அதுதான். சாஹேபின் வாழ்க்கையில் எனக்குரிய முக்கியத்துவத்தை நிலைநாட்டுவதற்கான மிகப் பெரிய சான்று அது. டாக்டர் சாஹேப், 5 டிசம்பர் 1956 இரவு, அதாவது அவர் இறந்துபோவதற்குச் சிறிது நேரம் முன்பாக, இந்தச் சான்றிதழை எனக்கு வழங்கினார்.

நான் ஏற்கெனவே உறுதியளித்தபடி, இந்த விலைமதிப்பற்ற புத்தகத்தின் அசல் முன்னுரையை, எல்லாத் திருத்தங்களையும் உள்ளடக்கி, அதன் சரியான வடிவத்தில் இங்கே தருகிறேன். இந்த முன்னுரை ஏன் அச்சிடப்படவில்லை என்பதை வாசகர்களும் அம்பேத்கரியர்களும் ஆராய்ந்து பதில்களைக் கோருவதுடன், இந்தப் புத்தகத்தில் அதைச் சேர்க்கவும் வலியுறுத்த வேண்டும். டாக்டர் அம்பேதகரால் எழுதப்பட்ட இந்த முன்னுரையைச் சேர்க்காமல் இந்தப் புத்தகத்தை முழுமையானதாகக் கருத முடியாது.

## முன்னுரை[66]

என்னிடம் எப்போதும் ஒரு கேள்வி கேட்கப்படுகிறது: என்னால் எப்படி இவ்வளவு உயர்ந்த கல்வியைப் பெற்றுக்கொள்ள முடிந்தது. என்னிடம் கேட்கப்படும் இன்னொரு கேள்வி: பௌத்தம் மீது நான் ஏன் நாட்டம் கொண்டேன். இந்தக் கேள்விகளெல்லாம் கேட்கப்படுவதற்குக் காரணம் என்னவென்றால், நான் இந்தியாவில் 'தீண்டப்படாதவர்கள்' என்று அறியப்பட்ட சமூகத்தில் பிறந்தவன் என்பதால்தான். இந்த முன்னுரையில் முதல் கேள்விக்குப் பதில் சொல்ல இடம் கிடையாது. ஆனால், இரண்டாம் கேள்விக்குப் பதிலளிக்கும் இடமாக இந்த முன்னுரை இருக்கலாம்.

இந்தக் கேள்விக்கான நேரடி பதில் என்னவென்றால் நான் புத்தரின் தம்மத்தையே சிறந்ததாகக் கருதுகிறேன். எந்த மதத்தையும் இதோடு ஒப்பிட முடியாது. அறிவியலை

அறிந்த நவீன மனிதர் தனக்கொரு மதம் வேண்டும் என்று விரும்பினால் அது புத்தரின் மதமாகவே இருக்க முடியும். முப்பத்து ஐந்து ஆண்டுகளாக எல்லா மதங்களையும் நெருக்கமாக ஆராய்ந்த பிறகே இந்த நம்பிக்கை எனக்குள் வளர்ந்திருக்கிறது.

பௌத்தத்தை அறிந்துகொள்ள நான் எப்படித் தூண்டப்பட்டேன் என்பது தனிக் கதை. அதை வாசகர்கள் தெரிந்துகொள்வது சுவாரஸ்யமாக இருக்கக்கூடும். இப்படித்தான் அது நடந்தது.

என் அப்பா ஒரு ராணுவ அதிகாரி. அதே நேரத்தில், மிகவும் மதப்பற்றுள்ள நபர். கண்டிப்பான ஒழுக்கத்தின் பாற்பட்டு என்னை வளர்த்துவந்தார். என்னுடைய அப்பாவின் மதம் தொடர்பான வாழ்க்கை முறையில் சில முரண்பாடுகளை என் இளம் வயதிலிருந்தே நான் பார்த்திருக்கிறேன். அவர் ஒரு கபீர்பந்தி, அவருடைய தந்தையோ ராமாநந்தி. எனவே, அவர் மூர்த்தி பூஜையில் (சிலை வழிபாடு) நம்பிக்கை கொள்ளவில்லை, இருப்பினும் கணபதி பூஜை செய்தார். நிச்சயமாக அது எங்களின் பொருட்டுதான் என்றாலும் அது எனக்குப் பிடிக்கவில்லை. அவர் தன்னுடைய பந்த் புத்தகங்களைப் படித்துவந்தார். அதே நேரத்தில், நானும் என்னுடைய அண்ணனும் ஒவ்வொரு நாளும் நாங்கள் உறங்கச்செல்லும் முன்பாக மஹாபாரதத்திலிருந்தும் ராமாயணத்திலிருந்தும் ஒரு பகுதியை, என்னுடைய சகோதரிகளுக்கும் கதை கேட்கும் பொருட்டு என் தந்தையின் வீட்டில் கூடியிருக்கும் மற்றவர்களுக்கும் வாசித்துக்காட்டுமாறு கட்டாயப்படுத்தினார். இது பல ஆண்டுகள் தொடர்ந்தது.

ஆங்கிலவழிக் கல்வியில் நான் நான்காம் வகுப்பில் தேர்ச்சிபெற்ற ஆண்டு, என்னுடைய சமூக மக்கள் இந்த நிகழ்வைக் கொண்டாடும் விதமாக என்னை வாழ்த்துவதற்கென ஒரு பொதுக்கூட்டம் நடத்த விரும்பினார்கள். மற்ற சமூகங்களின் கல்விநிலையுடன் ஒப்பிடும்போது, இதெல்லாம் கொண்டாட்டத்துக்கான சந்தர்ப்பம் கிடையாது. ஆனால், என்னுடைய சமூகத்தில் இந்த நிலையை அடைந்த முதல் சிறுவன் நான்தான் என்பதால், நான் ஒரு பெரிய உயரத்தை அடைந்துவிட்டேன் என்று அவர்கள் உணர்ந்தார்கள்.

என்னுடைய அப்பாவிடம் சென்று அனுமதி கேட்டார்கள். இது போன்ற விஷயம் பையனை வதைக்கும் என்று சொல்லி அவர் திட்டவட்டமாக மறுத்துவிட்டார். அவன் தேர்வில் தேர்ச்சிதானே பெற்றிருக்கிறான், வேறொன்றும் பெரிதாகச் செய்யவில்லையே. இந்த நிகழ்வைக் கொண்டாட நினைத்தவர்களுக்குப் பெரும் ஏமாற்றமாயிற்று. இருந்தாலும், அவர்கள் விடுவதாய் இல்லை. அவர்கள் என்னுடைய அப்பாவின் நண்பர் தாதா கெலுஸ்கரிடம் சென்று இந்த விஷயத்தில் தலையிடுமாறு கேட்டுக்கொண்டார்கள். அவரும் ஒப்புக்கொண்டார். சிறிது வாக்குவாதத்துக்குப் பிறகு என் அப்பா சம்மதித்தார். கூட்டம் நடந்தது. தாதா கெலுஸ்கர் அதற்குத் தலைமைவகித்தார். அவர் அந்தக் காலத்தின் இலக்கியவாதி. உரையின் இறுதியில், புத்தரின் வாழ்க்கை குறித்த தன்னுடைய புத்தகத்தின் பிரதியை எனக்குப் பரிசாக வழங்கினார். அது பரோடா சாயாஜிராவ் ஓரியன்டல் வரிசைக்காக அவர் எழுதியது. நான் அந்தப் புத்தகத்தை மிகுந்த ஆர்வத்துடன் வாசித்தேன். அது என்னை மிகவும் கவர்ந்தது. மேலும், அதனால் நெகிழ்ந்துபோனேன்.

என் தந்தை ஏன் பௌத்த இலக்கியங்களை எங்களுக்கு அறிமுகப்படுத்தவில்லை என்று என்னை [நானே] கேட்டுக்கொள்ளத் தொடங்கினேன். அதன் பிறகு, தந்தையிடம் இந்தக் கேள்வியைக் கேட்டுவிட வேண்டும் என்பதில் நான் உறுதியாக இருந்தேன். ஒருநாள் அதைச் செய்தேன். பிராமணர்களின், சத்திரியர்களின் மேன்மைகளை விவரிக்கும், சூத்திரர்களையும் தீண்டப்படாதவர்களையும் அவமதிக்கும் கதைகளைத் திரும்பத்திரும்பச் சொல்லும் மஹாபாரதத்தையும் ராமாயணத்தையும் நாங்கள் வாசிக்கும்படி ஏன் வற்புறுத்தினீர்கள் என்று என் தந்தையிடம் கேட்டேன். என் தந்தைக்கு அந்தக் கேள்வி பிடிக்கவில்லை. அவர் வெறுமனே இப்படிச் சொன்னார்: "நீ இது போன்ற அற்பத்தனமான கேள்விகளைக் கேட்கக் கூடாது. நீ சிறுவன்தான். என்ன சொல்கிறோமோ அதன்படிதான் நீ நடக்க வேண்டும்." ரோமானியக் குடும்பத் தலைவர்போல் என் தந்தை நடந்துகொண்டார். அவர் தன் குழந்தைகள் மீது முழுமுற்றான அதிகாரத்தை மிகத் தீவிரமாக நடைமுறைப்படுத்தினார். நான் மட்டும் அவரிடம் கொஞ்சம்

சுதந்திரம் எடுத்துக்கொள்ள முடியும். அதற்குக் காரணம், என்னை என் அத்தையின் பராமரிப்பில் விட்டுவிட்டு என் அம்மா நான் சிறு வயதாக இருந்தபோதே இறந்துவிட்டார் என்பதுதான்.

ஆக, கொஞ்ச காலம் கழித்து அந்தக் கேள்வியை நான் மீண்டும் கேட்டேன். என் தந்தை இந்த முறை பதிலுக்காகத் தன்னைத் தயார்ப்படுத்தியிருந்தார். அவர் சொன்னார்: "மஹாபாரதத்தையும் ராமாயணத்தையும் உன்னை வாசிக்கச்சொன்னதற்கான காரணம் இதுதான்: நாம் தீண்டப்படாத சமூகத்தைச் சேர்ந்தவர்கள். நீ உனக்குள் தாழ்வுமனப்பான்மையை வளர்த்துக்கொள்ள வாய்ப்பு உண்டு. அது இயல்பானதுதான். மஹாபாரதம், ராமாயணத்தின் மகிமை என்னவென்றால் அவை இந்தத் தாழ்வுமனப்பான்மையை நீக்கிவிடும். துரோணரையும் கர்ணனையும் பார். அவர்கள் சாதாரண மனிதர்கள். ஆனால், எவ்வளவு உயரம் சென்றார்கள்! வால்மீகியைப் பார். அவர் கோலி சமூகத்தைச் சேர்ந்தவர். ஆனால், அவர் ராமாயணத்தின் ஆசிரியர் ஆனார். இந்தத் தாழ்வுமனப்பான்மையை நீக்குவதற்குத்தான் நான் மஹாபாரதத்தையும் ராமாயணத்தையும் வாசிக்கச்சொல்கிறேன்."

தந்தையின் வாதத்தில் ஏதோ ஒரு விசை இருப்பதை என்னால் பார்க்க முடிந்தது. ஆனால், அதில் நான் திருப்தியுறவில்லை. மஹாபாரதத்தின் எந்தவொரு பாத்திரமும் எனக்குப் பிடிக்கவில்லை என்று என் தந்தையிடம் சொன்னேன். நான் இப்படிக் கூறினேன்: "எனக்கு பீஷ்மரையும் பிடிக்கவில்லை. துரோணரையும் பிடிக்கவில்லை. ஏன், கிருஷ்ணரையும் பிடிக்கவில்லை. பீஷ்மரும் துரோணரும் கபடவேடதாரிகள். அவர்கள் ஒரு விஷயத்தைச் சொல்வார்கள், அப்படியே நேர்மாறாக இன்னொரு விஷயத்தைச் செய்வார்கள். கிருஷ்ணரோ ஏமாற்றுப்பேர்வழிகளை நம்பினார். அதே அளவு எனக்கு ராமர் மீதும் ஒவ்வாமைதான். சூர்ப்பனகை அத்தியாயத்தில், வாலி சுக்ரீவர் அத்தியாயத்தில் அவருடைய நடத்தையை ஆராய்ந்துபாருங்கள். அவர் சீதாவிடம் [...]* நடந்துகொண்டதைப் பாருங்கள்." என் தந்தை எந்தப்

பதிலும் சொல்லாமல் அமைதியாக இருந்தார். கலகம் உருவாவதை அவர் அறிந்திருந்தார்.

தாதா கெலுஸ்கர் தந்த புத்தகத்தின் உதவியால் நான் இப்படித்தான் புத்தரின் பக்கம் திரும்பினேன். வெற்று மனதுடன் நான் அந்தச் சிறு வயதில் புத்தரிடம் செல்லவில்லை. அதற்குப் பின்புலம் இருந்தது. மேலும், பௌத்த சாஸ்திரத்தை வாசிக்கும்போது என்னால் எப்போதுமே ஒப்பிட்டுப்பார்த்துக்கொள்ள முடிந்தது. புத்தர் மீதும் அவர் தம்மம் மீதும் நான் கொண்டிருந்த ஆர்வத்தின் தொடக்கம் இதுதான்.

இந்தப் புத்தகத்தை எழுத வேண்டும் என்ற உந்துதல் ஏற்பட்டதற்கான தொடக்கமோ வேறு கதை. 1951-இல், கல்கத்தாவைச் சேர்ந்த மஹாபோதி சங்கத்தினுடைய இதழின் ஆசிரியர் கோடை இதழுக்காக ஒரு கட்டுரை எழுதித்தருமாறு என்னைக் கேட்டுக்கொண்டார். அறிவியலால் விழிப்படைந்த ஒரு சமூகம் ஏற்றுக்கொள்ளக்கூடிய ஒரே மதம் — அது இல்லையென்றால் நசிந்துவிடும் — பௌத்தம்தான் என்று அந்தக் கட்டுரையில் வாதிட்டேன். நவீன உலகைப் பொறுத்தவரை பௌத்தம் மட்டுமே தன்னைக் காப்பாற்றிக்கொள்ள வேண்டிய ஒரே மதம் என்பதையும் சுட்டிக்காட்டினேன். பௌத்தம் மிக மெதுவாக முன்னேறுவதற்குக் காரணம் என்னவென்றால் அதன் இலக்கியம் எவரும் முழுவதுமாக வாசித்துவிட முடியாத அளவுக்குப் பரந்துவிரிந்து இருப்பதுதான். கிறிஸ்தவர்களுக்கு இருப்பதுபோல் பைபிள் என்று எதுவும் இல்லை என்பதே அதன் மிகப் பெரிய குறைபாடு. இந்தக் கட்டுரை வெளியானதும் இது போன்ற ஒரு புத்தகத்தை நான் எழுத வேண்டும் என்று எனக்கு எண்ணற்ற கோரிக்கைகள் — எழுத்துவழியாகவும் வாய்வழியாகவும் — வந்தன. இந்த அழைப்புகளை ஏற்றுதான் நான் இந்தப் பணியைக் கையில் எடுத்தேன்.

விமர்சனத்துக்கு ஆளாவதைத் தவிர்க்கும் விதமாக நான் தெளிவுபடுத்த விரும்புவது என்னவென்றால், அசல் என்ற அடிப்படையில் இந்தப் புத்தகத்துக்கு நான் எந்த

உரிமையையும் கோரவில்லை. இது ஒரு தொகுப்பு. அவ்வளவுதான். பல்வேறு புத்தகங்களிலிருந்து விஷயங்கள் சேகரிக்கப்பட்டுள்ளன. குறிப்பாக, 'அஷ்வகோஷாவின் புத்தவிதா' [புத்த சரிதா] பற்றிக் குறிப்பிட விரும்புகிறேன். இவரின் கவிதையை யாராலும் விஞ்ச முடியாது. சில நிகழ்வுகளின் வர்ணனையில் நான் அவருடைய மொழியைக் கடன்வாங்கியிருக்கிறேன்.

அசல் என்று நான் உரிமைகோரிக்கொள்ள எனக்குள்ள ஒரே விஷயம் என்னவென்றால், எல்லா விஷயங்களையும் எந்த வரிசையில் அளித்திருக்கிறேன் என்பதுதான். எளிமையையும் தெளிவையும் அதில் கடைப்பிடித்திருக்கிறேன். பௌத்த மாணவர்களுக்குத் தலைவலி கொடுக்கும் சில விஷயங்கள் உள்ளன. அவற்றை நான் அறிமுகப் பகுதியில் கையாண்டிருக்கிறேன்.

எனக்கு உதவியவர்களுக்காக நான் நன்றிசெலுத்தக் கடமைப்பட்டிருக்கிறேன். சக்ருல்லி கிராமத்தைச் சேர்ந்த திரு. நானக் சந்த் ரட்டு, ஹோஷியார்பூர் (பஞ்சாப்) மாவட்டத்திலுள்ள நங்கல் குர்த் கிராமத்தைச் சேர்ந்த திரு. பிரகாஷ் சந்த் இருவரும் கையெழுத்துப் பிரதியைத் தட்டச்சு செய்ய எடுத்துக்கொண்ட சுமைக்காக அவர்களுக்கு நான் மிகவும் நன்றிக்கடன்பட்டிருக்கிறேன். அவர்கள் இதைப் பல முறை செய்திருக்கிறார்கள். ஸ்ரீ நானக் சந்த் ரட்டு இந்த மகத்தான பணியை நிறைவேற்றுவதில் கூடுதல் சிரத்தை எடுத்து, அதிக அளவில் உழைப்பைக் கொடுத்தார். முழுமையாகத் தட்டச்சு செய்த வேலை உள்பட ஏனையவற்றையும் மனதாரவும் தன்னுடைய உடல்நலனைப் பொருட்படுத்தாமலும் எவ்விதச் சன்மானத்தை எதிர்பாராமலும் செய்தார். திரு. நானக் சந்த் ரட்டு, திரு. பிரகாஷ் சந்த் இருவரும் என் மீது அவர்கள் கொண்டிருந்த மிகுந்த அன்புக்கும் பாசத்துக்கும் அடையாளமாகத் தங்கள் பணியைச் செய்தார்கள். அவர்களுடைய உழைப்புக்கு ஈடே கிடையாது. அவர்களுக்கு நான் நன்றியுள்ளவனாக இருக்கிறேன்.

இந்தப் புத்தகத்தை உருவாக்கும் பணியில் ஈடுபட்டிருந்தபோது நான் நோயுற்றிருந்தேன். இப்போதும் நோயுற்றுதான் இருக்கிறேன். இந்த ஐந்தாண்டு காலத்தில் என்னுடைய உடல்நிலையில் எண்ணற்ற ஏற்ற இறக்கங்கள் இருந்தன. சில தருணங்களில் என்னுடைய நிலைமை மிகவும் கவலைக்கிடமாக இருந்ததால் நான் அணையப்போகும் சுடராக இருப்பதாக மருத்துவர்கள் பேசிக்கொண்டார்கள். அணைந்துகொண்டிருந்த இந்தச் சுடரை மீண்டும் வெற்றிகரமாக ஏற்றிவிட்டதற்கு என்னுடைய மனைவி, டாக்டர் மால்வன்கர் — என் உடல்நலனைக் கவனித்துக்கொண்ட மருத்துவர் — இருவரின் மருத்துவத் திறனே காரணமாகும். அவர்களுக்கு நான் அளவுகடந்த நன்றிக்குரியவனாகிறேன். இந்தப் பணியை முடிக்க உதவியவர்கள் அவர்கள் மட்டுமே.

பௌத்தம் குறித்த சரியான புரிதலுக்கான தொகுப்பை உருவாக்கும் மூன்று புத்தகங்களில் இதுவும் ஒன்று என்பதைக் குறிப்பிடுகிறேன். மற்ற புத்தகங்கள்: (1) 'புத்தரும் கார்ல்மார்க்ஸும்', (2) 'பண்டைய இந்தியாவில் புரட்சியும் எதிர்ப்புரட்சியும்'. அவை தனித்தனிப் பகுதிகளாக எழுதப்பட்டுள்ளன. அவற்றை விரைவில் வெளியிடுவேன் என்று நம்புகிறேன்.

பி.ஆர். அம்பேத்கர்
15 மார்ச் 1956[67]

வாழ்க்கை வரலாற்றாசிரியர் தனஞ்செய் கீரும் அவர் எழுதிய டாக்டர் அம்பேத்கரின் வாழ்க்கை வரலாற்றுப் புத்தகத்தில் இந்தப் பிரசுரிக்கப்படாத முன்னுரையைக் குறிப்பிட்டிருக்கிறார். குறிப்பாக, நான் தரும் தகவல் என்னவென்றால் உள்ளபடியாக கீர் இந்த அசல் முன்னுரையைப் பார்த்திருக்கிறார். அதன் நகலையும் அவர் பெற்றுக்கொண்டார். பிரசுரிக்கப்படாத இந்த முன்னுரை குறித்து தனஞ்செய் கீர் இப்படி எழுதுகிறார்[68] [மராத்தியிலிருந்து மொழிபெயர்க்கப்பட்டது]:

'டாக்டர் அம்பேத்கருக்குள் இருந்த எழுத்தாளர் 'புத்தரும் அவர் தம்மமும்' புத்தகத்தின் முன்னுரையில் தெரிவித்த நன்றி நவில்தலை இந்த உலகம் அறிந்திருக்கவில்லை. அம்பேத்கர் இப்படி எழுதியிருந்தார்: "இந்த ஐந்தாண்டு

காலத்தில் என்னுடைய உடல்நிலையில் எண்ணற்ற ஏற்ற இறக்கங்கள் இருந்தன. சில தருணங்களில் என்னுடைய நிலைமை மிகவும் கவலைக்கிடமாக இருந்ததால் நான் அணையப்போகும் சுடராக இருப்பதாக மருத்துவர்கள் பேசிக்கொண்டார்கள். அணைந்துகொண்டிருந்த இந்தச் சுடரை மீண்டும் வெற்றிகரமாக ஏற்றிவிட்டதற்கு என்னுடைய மனைவி, டாக்டர் மால்வன்கர் – என் உடல்நலனைக் கவனித்துக்கொண்ட மருத்துவர் – இருவரின் மருத்துவத் திறனே காரணமாகும். அவர்களுக்கு நான் அளவுகடந்த நன்றிக்குரியவனாகிறேன். இந்தப் பணியை முடிக்க உதவியவர்கள் அவர்கள் மட்டுமே." தயாராக இருந்த முன்னுரை, குறிப்பாக இந்தப் பகுதி ஏன் வெளியிடப்படவில்லை என்பது மர்மம்தான்.'

## காலமானார்

சாஹேப் இரவு நீண்டநேரம் உட்கார்ந்து வாசிக்கவும் எழுதவும் செய்வார். அவர் உள்ளே இறங்கிவிட்டார் என்றால் பிறகு இரவு முழுவதும் மீள மாட்டார். ஆனால், 5 டிசம்பர் 1956 அன்று 'புத்தரும் அவர் தம்மமும்' புத்தகத்துக்கான முன்னுரையில் சாஹேப் சில திருத்தங்கள் மேற்கொண்டார். அதோடு, எஸ்.எம். ஜோஷி, அத்ரே மற்றும் பர்மிய அரசாங்கத்துக்கு அனுப்ப வேண்டிய கடிதங்களையும் இறுதிப் பார்வை பார்த்துவிட்டு, வழக்கத்துக்கு மாறாக அன்றிரவு சீக்கிரமே உறங்கச்சென்றுவிட்டார். அதாவது, பதினொன்றரைபோல. டிசம்பர் 5-ஆம் தேதி இரவு அவருடைய கடைசி இரவாக மாறிவிட்டது. டிசம்பர் 5 குறித்த தன்னுடைய விவரிப்பில், புகழ்பெற்ற வாழ்க்கை வரலாற்றாசிரியர் தனஞ்செய் கீர் இப்படி எழுதுகிறார்[69] [மராத்தியிலிருந்து மொழிபெயர்க்கப்பட்டது]:

'டாக்டர் அம்பேத்கரின் படுக்கைக்குப் பின்னால் மரணம் ஒளிந்துகிடக்கிறது என்ற லேசான உள்ளுணர்வுகூட முந்தைய ஆண்டுகளில் டாக்டர் அம்பேத்கரின் வாழ்க்கையைப் பார்த்துக்கொண்ட அவருடைய மனைவிக்கோ அவர்களுடைய வேலைக்காரர்களுக்கோ இல்லை.'

டிசம்பர் 6 அன்று, நான் எப்போதும்போல் சீக்கிரமாக எழுந்துவிட்டேன். என்னுடைய வழக்கப்படி, தோட்டத்தைச் சுற்றிவந்துவிட்டு, எங்கள் தோட்டக்காரரைப் பார்க்கச்சென்று அவருடைய உடல்நலம் பற்றி விசாரித்தேன். பிறகு, என்னுடைய காலைப் பணிகளை முடித்துவிட்டு, முகத்தைக் கழுவிக்கொண்டு தேநீருடன் சாஹேபை எழுப்பச்சென்றேன். அப்போது ஏழு ஏழரை இருக்கும். அவருடைய கால்களில் ஒன்று தலையணை மீது கிடப்பதைப் பார்த்தேன். ஒன்றிரண்டு முறை கூப்பிட்டுப்பார்த்தேன். அவரிடமிருந்து பதில் ஏதும் வரவில்லை என்றவுடன் அவர் நல்ல உறக்கத்தில் இருப்பதாக நினைத்துவிட்டேன். பிறகு, அவரை உலுப்பி எழுப்ப முயன்றேன்... அப்போதுதான் நான் பெரும் அதிர்ச்சியை உணர்ந்தேன். அவர் தூக்கத்திலேயே இறந்துபோயிருந்தார். அந்த ஒட்டுமொத்த பங்களாவிலும் என்னையும் சுதாமாவையும் தவிர வேறு யாருமே இல்லை. நான் மருத்துவராக இருந்தாலும், எல்லாவற்றுக்கும் மேலாக நான் ஒரு பெண். நான் அப்போது என்ன செய்ய வேண்டும் என்றே எனக்குப் புரியவில்லை. நான் உரத்த குரலில் ஒப்பாரிவைத்தபடி சுதாமாவைச் சத்தம்போட்டுக் கூப்பிட்டேன். என்னுடைய வாயிலிருந்து வார்த்தையே வரவில்லை. நான் என்ன செய்ய வேண்டும்? நான் யாரை அழைக்க வேண்டும்? என்னுடைய மூளை மரத்துப்போனது. முற்றிலும் குழப்பமான, கலக்கமூட்டும் மனநிலையில் டாக்டர் மால்வன்கரை அழைத்து ஆலோசனை கேட்டேன். அவருக்கும் அதிர்ச்சி. அவர் என்னை அமைதிப்படுத்த முயன்றார். பிறகு, அவருக்கு கோரமைன் ஊசிபோடச் சொல்லிப் பரிந்துரைத்தார். ஆனால், அவர் இறந்து சில மணிநேரம் ஆகியிருக்கும். அதனால், ஊசிபோட முடியவில்லை. நானக் சந்த் ரட்டுவை உடனடியாகக் கூட்டிவரச்சொல்லி சுதாமாவை அனுப்பினேன்.

நானக் சந்தைக் கூட்டிவர சுதாமா கார் எடுத்துச்சென்றார். கொஞ்ச நேரத்தில் வந்துசேர்ந்தவர் திகைத்துப்போனார். அவரைப் பார்த்ததும் என் கட்டுப்பாடுகளையெல்லாம் இழந்து துண்டுதுண்டாக உடைந்துபோனேன். “சாஹேப் நம்மைவிட்டுப் போய்விட்டார், ரட்டு!” என்று சொல்லிக் கதறினேன். வேறு ஒரு வார்த்தையும் என்னிடமிருந்து வரவில்லை; அப்படியே நீளிருக்கையில் சரிந்தேன். ரட்டுவும் புலம்பியழத் தொடங்கினார். கொஞ்ச நேரம் இப்படிப்

போனது. பிறகு, நாங்கள் சாஹேபின் உடலுக்குச் சூடேற்ற முயன்றோம். மூச்சுவிடவைக்க முயன்றோம். அதனால், எந்தப் பயனும் இல்லை. சாஹேப் எங்களை விட்டு நிரந்தரமாகப் பிரிந்துபோனார். பின்னர், சாஹேபின் இறப்பு குறித்த செய்தியை எல்லோருக்கும் சொல்ல முடிவெடுத்தோம். ஒரு பெண்ணாக எனக்கு என்ன செய்வதென்றே தெரியவில்லை. இருப்பினும், நானக் சந்த் எங்களுடைய நெருங்கிய நண்பர்கள், அரசுத் துறைகள், பி.டி.ஐ. [பிரஸ் ட்ரஸ்ட் ஆஃப் இந்தியா], யு.என்.ஐ. [யுனைட்டட் நியூஸ் ஆஃப் இந்தியா], ஆகாஷவாணி ஆகியோருக்குத் தொலைபேசியில் அழைத்து இந்தச் சோகச் செய்தியைச் சொல்லிக்கொண்டிருந்தார்.

காட்டுத்தீபோல இந்தச் செய்தி எட்டுத்திக்கும் பரவியது. துக்கம் தாக்கிய ஆயிரக்கணக்கான தொண்டர்கள் 26, அலீப்பூர் சாலையை நோக்கி வரத் தொடங்கினார்கள். அதற்குள், சுதாமா மற்றும் ரட்டுவின் உதவியுடன் சாஹேபின் உடலைக் கடைசி தரிசனத்துக்காகக் கூடத்தில் வைக்க முடிந்தது. சாஹேபைக் கடைசியாகப் பார்ப்பதற்காக, துயரத்தில் ஆழ்ந்த லட்சக்கணக்கான மக்கள் அங்கே திரண்டிருந்தனர்.

பம்பாயில் சாஹேபின் இறுதிச் சடங்குகளை மேற்கொள்ள முடிவெடுக்கப்பட்டது. இந்த இறுதிச் சடங்குகள் டெல்லியில் அல்லது சார்நாத்தில் நடக்க வேண்டும் என்று சிலர் அபிப்ராயம் கொண்டிருந்தார்கள். ஆனால், பம்பாய்தான் அவர் களமாடிய நிலம் என்பதால் இறுதிச் சடங்குகள் இங்கேதான் நடக்க வேண்டும் என்று நாங்கள் வலியுறுத்தினோம்.

நேரு அமைச்சரவைக் குழுவின் அமைச்சர்கள், அரசு அதிகாரிகள், மக்களவை உறுப்பினர்கள், மாநிலங்களவை உறுப்பினர்கள் என எல்லோரும் சாஹேபைக் கடைசியாகப் பார்த்துவிட்டுப்போக வரிசையாக வரத் தொடங்கினார்கள். நேரு வந்தார். எனக்கு ஆறுதல் கூறினார். அவருடைய வயது, உடல்நிலை, நோய், எப்போது எப்படி இறந்தார் என்பன போன்ற பல கேள்விகளை மிகுந்த நாகரிகத்துடன் கேட்டார். அவர் சமண முனிவர்களுடன் உரையாடிவிட்டு, போதிய இரவு உணவு எடுத்துக்கொண்டதாகவும், ‘புத்தரும் அவர் தம்மமும்’ புத்தகத்துக்கான முன்னுரையை அவர்

கரங்களாலேயே திருத்தியதாகவும் அவரிடம் கூறினேன். திருத்தங்கள் மேற்கொள்ளப்பட்ட காகிதங்களை அவரிடம் காட்டினேன். அவர் தன்னுடைய முக்கியமான புத்தகத்துடன் தன் பங்கை முடித்துவிட்டு வாழ்க்கையில் தன்னுடைய பணியையும் முடித்துக்கொண்டார் என்றும் சொன்னேன்.

பாபு ஜக்ஜீவன்ராம் வந்தார். இறுதிச் சடங்குகளை எங்கே நடத்துவது என்று கேட்டார். பம்பாய்தான் என்று சொல்லவும், உடலை வான்வழியில் கொண்டுசெல்வதற்கான வழிமுறைகளை வகுத்துத்தருவதாக அவர் உறுதியளித்தார். பாதிக் கட்டணத்தில் வான்கலத்தை வாடகைக்கு எடுக்கவும் ஏற்பாடு செய்தார்.

சாஹேபின் உடல் மாலை 6 மணிவரை கடைசி தரிசனத்துக்காக வைக்கப்பட்டிருந்தது. பிறகு, ஒரு சுமையுந்து ஏற்பாடானது. அதில் மலர் தூவிய உடல் வைக்கப்பட்டு, சஃப்தர்ஜங் விமான நிலையத்தின் திசையில் டெல்லியின் முக்கியமான சாலைகளில் ஊர்வலமாக எடுத்துச்செல்லப்பட்டது. சாஹேப் இறந்தபோது டெல்லியில்தான் பதந்த் ஆனந்த் கௌசல்யாயன் இருந்தார். அவரை அழைத்துவரும்படி ரட்டுவை அனுப்பினேன். பிறகு, அவர் எங்களுடன் இருந்தார். பதந்த் ஆனந்த் கௌசல்யாயன், சோஹன்லால் சாஸ்திரி, சங்கரானந்த், நான், இன்னும் கொஞ்சம் பேர் சாஹேபின் உடலைச் சுற்றி உட்கார்ந்துகொண்டோம். இரவு 10.30 மணிக்கு வான்கலம் புறப்படுவதாக இருந்தது. நாடாளுமன்ற மாளிகையை அடைந்தபோது, லட்சக்கணக்கான மக்கள் சோகத்துடன் பின்தொடர்ந்துவந்தனர். ஏற்கெனவே இரவு 10 மணி ஆகியிருந்தது. இரவு 10.30 மணிக்கு வான்கலம் பறந்தாக வேண்டும் என்று, அந்தத் துக்கம்கொண்ட மக்களிடம் எடுத்துச்சொன்னோம். எனவே, அவர்கள் இப்போது திரும்பிப்போக வேண்டும். அப்போதுதான் கொஞ்சம் வேகப்படுத்த முடியும். சஃப்தர்ஜங் விமான நிலையம் சென்றதும், சுமையுந்திலிருந்து வான்கலத்துக்கு உடல் மாற்றப்பட்டது. தங்களுடைய தலைவரைக் கடைசியாகப் பார்ப்பதற்காக, விமான நிலையத்தைச் சுற்றி மாபெரும் மானுடக் கடல் திரண்டிருந்தது. சாஹேபின் உடலை பம்பாய்க்குக் கொண்டுசென்றபோது வான்கலத்தில் பதினொன்று அல்லது பன்னிரண்டு பேர் இருந்தார்கள். எங்கள் சமையல்காரர் சுதாமா, சோஹன்லால் சாஸ்திரி, சங்கரானந்த் சாஸ்திரி, நானக்

சந்த் ரட்டு, பதந்த் ஆனந்த் கௌசல்யாயன், டி.பி. போஸ்லே [பொறியாளர்], ராய்சிங், துலாதாஸ், நான், இன்னும் சிலர்.

அதிகாலை 3 மணியளவில் சான்டாக்ரூஸ் விமான நிலையத்தில் நாங்கள் இறங்கி, சாஹேபின் உடலுடன் ராஜ்கிரஹா சென்றோம். சாஹேபின் உடலை எதிர்பார்த்து, முந்தைய நாளிலிருந்தே ஆயிரக்கணக்கானவர்கள் அங்கே காத்திருந்தனர். விமான நிலையத்திலிருந்து ராஜ்கிரஹாவரை வரிசையாகத் தெருவின் இருபுறங்களும் துக்கம்நிறைந்த மக்கள்திரளால் நிறைந்திருந்தன. ராஜ்கிரஹாவைச் சுற்றியிருக்கும் கூட்டம் லட்சக்கணக்கில் இருந்தது. அவர்களின் பதைபதைப்பு எல்லாக் கட்டுப்பாடுகளையும் தகர்த்தெறிந்தது. ராஜ்கிரஹாவின் தாழ்வாரத்தில் மக்களின் பார்வைக்காக சாஹேபின் உடல் வைக்கப்பட்டது. முந்தைய நாளிலிருந்து காத்திருக்கும், சோர்வும் பசியும் வெறுமையும் கொண்டிருக்கும் மக்கள் இப்போது சாஹேபின் உடலைக் கடைசியாகப் பார்ப்பதற்காக வரிசையில் நின்றுகொண்டிருந்தனர்.

## அறிவுச் சூரியன் மறைந்தது

டிசம்பர் 7 பிற்பகல் 3 மணிவரை பொதுமக்களின் பார்வைக்காக சாஹேபின் உடல் வைக்கப்பட்டிருந்தது. இதயம் நொறுங்கிப்போன லட்சக்கணக்கான மக்கள் தங்களுடைய மீட்பரைக் கடைசியாக ஒரு முறை பார்த்தனர். மத்திய பம்பாய் முழுக்கவும் போக்குவரத்து நெரிசல் ஏற்படும் அளவுக்கு, ராஜ்கிரஹாவைச் சுற்றித் திரண்டிருந்த மானுடக் கடல் பேருரு கொண்டிருந்தது. பிற்பகல் 3 மணிக்கு, மலர் தூவப்பட்ட சுமையுந்தில் சாஹேபின் உடல் வைக்கப்பட்டது. பம்பாய் வரலாற்றின் மிகப் பெரும் இறுதி ஊர்வலம் நகரத் தொடங்கியது. இந்து காலனி, வின்சென்ட் சாலை [இப்போது டாக்டர் அம்பேத்கர் சாலை], போய்பாவ்டி, எல்ஃபின்ஸ்டோன் பாலம், சயானி சாலை, கோகலே சாலை வழியாகச் சென்ற இறுதி ஊர்வலம் தாதர் சௌப்பாடியிலுள்ள தகன மைதானத்தை அடைந்தது. தாதர் சௌப்பாடியில் திரண்டிருந்த மாபெரும் கூட்டத்தால் கடலே தலைகுனிந்து பின்னோக்கி ஓடுவதுபோல்

தெரிந்தது. மக்கள் ஆழ்ந்த சோகத்தால் கலக்கமுற்றிருந்தனர். சாஹேபுக்கு பௌத்த முறைப்படி இறுதிச் சடங்கு வழங்க ஏராளமான பிக்குகளைத் திரட்டியிருந்தார் பதந்த் ஆனந்த் கௌசல்யாயன். சந்தன மரத்தாலான சிதை மீது சாஹேபின் உடல் வைக்கப்பட்டது. பம்பாய் காவல் துறை அணிவகுத்துச்சென்று அவருக்கு இறுதி மரியாதை செலுத்தியது. யஷ்வந்த் இரவு 7 மணியளவில் சிதைக்கு எரியூட்டினான். அரற்றல்களின் கூக்குரல் எழுந்தது.

சாஹேபின் மரணத்தால் நாடு முழுவதும் துக்கத்தில் ஆழ்ந்திருந்தது. நாடாளுமன்றம், மாநிலங்களவை, மாநிலச் சட்டமன்றங்கள், நாட்டின் வெவ்வேறு பகுதிகளைச் சேர்ந்த எல்லா நிறுவனங்கள், தன்னாட்சி நிறுவனங்கள், உலகின் புகழ்பெற்ற ஆளுமைகள், நீதித் துறை அமைப்புகள், செய்தித்தாள்கள் — உள்ளூர் மற்றும் வெளிநாடு — சாஹேபின் மறைவுக்குத் தங்கள் இரங்கலைத் தெரிவித்து அஞ்சலி செலுத்தின.

## அதற்குப் பிறகான சோதனைகள்

இறுதிச் சடங்கு முடிந்த மறுநாள், அதாவது டிசம்பர் 8 அன்று என்னுடைய பெற்றோர் வீட்டில், என்னுடைய அப்பா, தம்பி பாலு, தங்கைகள், மைத்துனிகள் ஆகியோருடன் ஒருவித நிராதரவான மனநிலையில் இருந்தேன். இடைவிடாமல் கண்ணீர் வழிந்துகொண்டிருந்தது. என் தலை மரத்துப்போய்விட்டது. என் தங்கைகளும் மைத்துனிகளும் என்னைத் தேற்றிக்கொண்டிருந்தார்கள். அப்போதுதான் பாவ்ராவ் கெய்க்வாட் வந்தார். நான் விரக்தியுற்று இருப்பதைப் பார்த்து மனம்வருந்தினார். பல்வந்த் வராலேவும் வந்துசேர்ந்தார். பாவ்ராவ் சொன்னார்: "மாய்சாஹேப், மனதைத் தளரவிடாதீர்கள். பாபாசாஹேப் மறைந்துவிட்ட பிறகு இனி நீங்கள்தான் எங்களுடைய வழிகாட்டி. மாநிலங்களவையில் பாபாசாஹேபின் இடத்தில் உங்களைத் தேர்ந்தெடுக்க நாங்கள் எல்லோரும் முயற்சி எடுப்போம். நீங்கள் கவலைப்படுவதற்கோ அச்சப்படுவதற்கோ எந்தக் காரணமும் கிடையாது. ஒருவேளை உங்களுக்கு அச்சமாக

இருந்ததென்றால் என்னுடன் நாஷிக் வந்துவிடுங்கள். உங்கள் பாதுகாப்புக்கு நான் உத்தரவாதம் தருகிறேன்."

பாவ்ராவ் கிளம்பிய பிறகு வராலே என்னிடம் முறையிட்டார்: "மாய்சாஹேப், தயவுசெய்து யஷ்வந்துடன் கலந்துபேசி விஷயங்களைச் சரிசெய்துகொள்ளுங்கள். வழக்குகளில் மாட்டிக்கொள்ள வேண்டாம்." நான் உறுதியளித்த பிறகு அவர் யஷ்வந்தை அழைத்துவந்தார். ஆனால், அவனுடைய மனத்தில் என்ன போய்க்கொண்டிருந்தது என்பதைத் தெரிந்துகொள்ள முடியவில்லை. அவன் என் அப்பாவிடம், "அஸ்தியை வாங்கிவரலாம். நான் டெல்லி செல்ல வேண்டும்" என்றான்.

என் அப்பா, "அஸ்தி இப்போது சூடாக இருக்கும். இவ்வளவு அவசரமாக அதை ஏன் வாங்க வேண்டும்?" என்று கேட்டார்.

10 டிசம்பர் 1956 அன்று அஸ்தி வாங்கப்பட்டது. யஷ்வந்த் அன்று மாலையே டெல்லி கிளம்பிச்சென்றான். என் அக்காவின் கணவர் புலேஸ்கர் என்னிடம், "நாமும் டெல்லி சென்றாக வேண்டும். இவ்வளவு அவசரமாக யஷ்வந்த் கிளம்புவது சரியாகப் படவில்லை" என்றார். அதன்படி, நாங்களும் டெல்லி கிளம்பினோம்.

எங்களால் யஷ்வந்தைப் புரிந்துகொள்ள முடியவில்லை. இறுதியாக, அவன்தான் ஒரே வாரிசு என்றும், எல்லாச் சொத்துகளும் அவனுக்கு மட்டுமே சேர வேண்டும் என்றும் உரிமைகோரினான். சரி, சாஹேபின் சொத்துதான் என்ன? பம்பாயில் ராஜ்கிரஹா, டெல்லியில் சிறிய நிலம், தலேகானில் இரண்டு சிறிய அறைகள் கொண்ட இன்னொரு சிறிய நிலம்!

டெல்லியில் தாக்கல் செய்யப்பட்ட மனுவானது நீதிபதி சி.பி. கபூர் முன்பாக விசாரணைக்கு வந்தது. சட்ட அமைச்சராக சாஹேப் பதவிவகித்தபோது அந்த அமைச்சகத்தில் இணைச் செயலராகப் பணியாற்றியவர்தான் கபூர். எனக்கு அவரைத் தனிப்பட்ட முறையில் தெரியாது. ஆனால், அவர் என்னையும் யஷ்வந்தையும் அழைத்தார். எங்கள் இருவருக்குள்ளாக விஷயத்தை முடித்துக்கொள்ளும்படி அறிவுறுத்தினார். ஆனால், யாருடைய பேச்சைக் கேட்கும் மனநிலையிலும் யஷ்வந்த் இல்லை. [...]* யஷ்வந்திடம் நீதிபதி கபூர் தீவிரமாகப்

பேசிப்பார்த்தார். ஆனால், அவன் இணக்கத்துக்கான மனநிலையில் இல்லை. எனவே, பங்களாவுக்கு சீல் வைக்கும்படி நீதிபதி கபூர் உத்தரவிட்டதுடன், வாரிசுகள் தங்கள் பங்குகளுக்காக உரிமையியல் நீதிமன்றத்தை அணுகலாம் என்றும் கூறினார். யஷ்வந்த் அந்த நாள்களில் சங்கரானந்த் சாஸ்திரியுடனோ சோஹன்லால் சாஸ்திரியுடனோ தங்கியிருந்திருப்பான்.

நீதிமன்ற உத்தரவுப்படி, அடுத்த நாளன்று பங்களாவுக்கு சீல் வைக்க நீதிமன்றக் கண்காணிப்பாளர் வந்தார். புத்தக அலமாரிகள், இரும்பு அலமாரிகள் உள்பட எல்லாவற்றுக்கும் சீல் வைப்பதில் நீதிமன்ற ஊழியர்கள் மும்முரமாயினர்.

## என் அலமாரிச் சாவியின் மர்மம்

இறுதிச் சடங்குகளுக்கான பிரம்மாண்ட ஊர்வலம் புறப்பட்டபோது யஷ்வந்த், சங்கரானந்த், பாவ்ராவ், நான், இன்னும் கொஞ்சம் பேர் சுமையுந்தில் இருந்தோம். ஊர்வலத்துக்காகப் புறப்படும் முன்பு, பத்திரமாக வைத்திருப்பதற்காக என்னுடைய பர்ஸை சுதாமாவிடம் கொடுத்தேன். சாஹேப் எனக்குத் தந்த கைக்கடிகாரம், கம்மல்கள், ஒரு மோதிரம், டெல்லி பங்களாவிலுள்ள என்னுடைய கோத்ரேஜ் அலமாரியின் சாவி, இன்னும் சில முக்கியமான பொருள்களை அந்தப் பர்ஸில் வைத்திருந்தேன். இறுதிச் சடங்குகள் முடிந்த பிறகு அந்தப் பர்ஸை என்னிடம் சுதாமா திருப்பித்தந்துவிட்டார். அதில் என்னென்ன இருக்கின்றன என்பதைச் சரிபார்க்காமல் பர்ஸை எடுத்துக்கொண்டு வீட்டுக்கு வந்துவிட்டேன். ஆனால், என்னுடைய கைக்கடிகாரத்தை எடுப்பதற்காக அதைத் திறந்துபார்த்தபோது, அலமாரிச் சாவி உள்பட அதில் இருந்த மதிப்புமிக்க எல்லாப் பொருள்களும் காணாமல்போயிருப்பதைக் கண்டு அதிர்ச்சியுற்றேன். இப்போது, மாவட்ட அமர்வு நீதிபதி சி.பி. கபூரின் உத்தரவுப்படி, நீதிமன்றத்திலிருந்து வந்திருந்த ஆள்கள் எல்லாவற்றுக்கும் சீல் வைக்கத் தொடங்கி, அப்படியே என்னுடைய அலமாரிக்கு வரவும் அதன் சாவியைக் கேட்டார்கள். அவர்களிடம் அது என்னுடைய தனிப்பட்ட அலமாரி என்று சொன்னேன். அப்போது, யஷ்வந்த் தன் சட்டைப்பையிலிருந்து

சாவியை எடுத்து, நீதிமன்ற ஆள்களிடம் கொடுத்தான். அந்த அலமாரியை நான் என்னுடைய திருமணத்துக்கு முன்பே வைத்திருந்தேன் என்றும், அதில் என்னுடைய உடைகள், அன்றாடப் பயன்பாட்டுக்கான பொருள்கள், எண்ணற்ற தனிப்பட்ட விஷயங்கள் இருக்கின்றன என்றும் சொல்லி, சீலிடுவதற்கு எதிராக என் அக்காவின் கணவர் புலேஸ்கரும் நானும் பேசினோம். அதிர்ஷ்டவசமாக, அந்த அலமாரியை வாங்கும்போது அதில் என்னுடைய பெயரைப் (டாக்டர் மிஸ் ஷாரதா கபீர்) பொறித்திருந்தோம். அது என் திருமணத்துக்கு முன்பிருந்தே என்னுடைய தனிப்பட்ட சொத்து என்பதை ஏற்றுக்கொண்ட நீதிமன்ற ஆள்கள், அதற்கு சீல் வைப்பதற்குப் பதிலாக என்னிடம் கொடுத்துவிட்டார்கள்.

1956 டிசம்பர் ஏழாம் தேதியன்று பம்பாயில் நான் சுதாமாவிடம் கொடுத்த என்னுடைய பர்ஸில் இருந்த பொருள்கள் எங்கே, எப்படிக் காணாமல்போயின என்பதும், யஷ்வந்தின் சட்டைப்பையிலிருந்து என்னுடைய அலமாரிச் சாவி எப்படி வந்தது என்பதும் முப்பத்து இரண்டு ஆண்டுகளாக என்னை வாட்டிவந்த மர்மமாகும். பிறகு, ஒருநாள், 1988–இல், என்னுடைய நெருங்கிய சகாவான விஜய் சுர்வாடேவின் பொருட்டு அந்தப் புதிர் அவிழ்ந்தது. புகைப்படங்கள், கடிதங்கள், நினைவுப் பொருள்கள் மற்றும் இதர எல்லா விதமான தகவல்களும் என டாக்டர் அம்பேத்கரோடு தொடர்புடைய எல்லாவற்றையும் சேகரிக்கும் ஆர்வத்தோடு எப்போதும் வலம்வந்துகொண்டிருந்தார் விஜய் சுர்வாடே. இதன் பொருட்டு அவருக்கு சங்கரானந்துடன் தொடர்பு ஏற்பட்டிருக்கிறது. 1988–இல் பம்பாயில் இருந்தார் சங்கரானந்த். மாஸ்கானில் வசிக்கும் தன்னுடைய மருமகனின் வீட்டுக்கு அவர் சுர்வாடேவை அழைத்தார். அவர்கள் உரையாடிக்கொண்டிருந்தபோது, அந்தச் சாவி குறித்து சங்கரானந்த் பேசியதன் விளைவாக அந்த மர்மம் விலகிற்று. யஷ்வந்த், சங்கரானந்த் இருவரும் தாங்களே சாவியைப் பெற்று என்னுடைய அலமாரியை நோட்டமிட விரும்பியிருக்கிறார்கள். அதற்காக எப்படியோ சுதாமாவைப் பணிக்கு அமர்த்தியிருக்கிறார்கள். சுதாமாவிடம் தற்செயலாக நான் என்னுடைய பர்ஸைக் கொடுத்ததும், எல்லா வேலையும் எளிதாகிவிட்டது. ஆக, சுதாமாதான் என்னுடைய பர்ஸில் இருந்த எல்லாவற்றையும் எடுத்துச்சென்றது. அப்படித்தான்,

நீதிமன்ற ஆள்கள் கேட்டபோது சரியான நேரத்தில் யஷ்வந்த் தன் சட்டைப்பையிலிருந்து சாவியை எடுத்துக்கொடுத்தது.

இப்படியாக, என்னுடைய பர்ஸிலிருந்து காணாமல்போன சாவியின் வரலாற்றை நான் அறிந்துகொண்டேன். சங்கரானந்திடம் என்னுடைய கைக்கடிகாரம் இருந்ததைப் பார்த்ததாகவும் பிற்பாடு நானக் சந்த் சொன்னார். ஆனால், என்னுடைய கம்மல்களுக்கும் மோதிரத்துக்கும் என்ன ஆயிற்று என்பது இன்னும் மர்மமாகவே தொடர்கிறது.

பங்களாவிலுள்ள அலமாரிகளுக்கு மாவட்ட அமர்வு நீதிமன்றம் சீல் வைத்த பிறகு, உரிமையியல் நீதிமன்றத்தில் யஷ்வந்த் ஒரு மனு கொடுத்து, வழக்கை பம்பாய்க்கு மாற்ற வேண்டும் என்று கோரினான். அதன்படி, இந்த மனுவானது நீதிபதி கோயாஜியிடம் விசாரணைக்கு வந்தது. கோயாஜிக்கு டாக்டர் அம்பேத்கருடன் தொடர்பில் இருக்கும் சந்தர்ப்பங்கள் முன்பு இருந்திருக்கின்றன. எனவே, அவர் எங்கள் இருவரையும் அழைத்தார். யஷ்வந்த் மீண்டும் தன்னுடைய பழைய பல்லவியைப் பாடத் தொடங்கியபோது அவனிடம், டாக்டர் அம்பேத்கர் ஒரு சிறந்த மனிதர் என்றும், அவரிடம் எப்போதும் வியப்பும் மரியாதையும் கொண்டிருந்ததாகவும் சிடுசிடுப்புடன் கூறினார். ஆகவே, நீதிமன்றத்துக்கு அவருடைய பெயர் செல்லக் கூடாது என்று சொல்லி, நமக்குள்ளேயே விஷயங்களைத் தீர்த்துக்கொள்ள வேண்டும் என்றார். இப்படியாக, நீதிபதி கோயாஜி இதற்குத் தீர்வு தந்தார்.

## டாக்டர் அம்பேத்கரின் கடைசி ஆசை

தன்னுடைய வாரிசுகள் யாரும் நீதிமன்றம் சென்றுவிடக் கூடாது என்பது டாக்டர் அம்பேத்கரின் தீவிர விருப்பம். அதனால்தான், அவர் உயில் எழுதிவைத்திருந்தார். பம்பாய் வரும்போது தன்னுடைய உயிலைப் பதிவுசெய்ய விரும்பினார். சாட்சிக் கையெழுத்து இன்னும் வாங்கப்படவில்லை. அதற்குள் பௌத்த மாநாடு நடந்தது. அதைத் தொடர்ந்து புனிதத் தலங்களுக்கான பயணம். பிறகு, 'புத்தரும் அவர் தம்மமும்' புத்தகம் எழுதுவதில் மூழ்கிவிட்டார். எனவே, பம்பாய்ப் பயணம்

நடக்கவே இல்லை. அந்த முற்றுப்பெறாத உயில் ஒருவேளை யஷ்வந்தின் கரங்களில் இருக்கலாம் அல்லது மக்கள் கல்விச் சங்கம் எடுத்துச்சென்ற புத்தகங்களுக்குள் இருக்கலாம். ஒருமுறை நாங்கள் ஔரங்காபாத் வந்திருந்தபோது வராலே, சிட்னிஸ், பாவ்ராவ் கெய்க்வாட் முன்னிலையில் இப்படிச் சொன்னார்:

> "எனக்குப் பிறகு என் மனைவியும் மகனும் நீதிமன்றம் செல்லக் கூடாது. கர் பகுதியில் என் மகனுக்காக வீடு கட்டியிருக்கிறேன். மேலும், அவனுக்காக ஒரு அச்சகமும் கொடுத்திருக்கிறேன். இதற்கு மேல் அவனுக்கு ஏதும் செய்ய வேண்டிய அவசியமில்லை. என் மனைவிக்கு மாதந்தோறும் ரூ. 200 கிடைக்கும்படி ஏற்பாடு செய்தால் போதுமானது. என் கடைசி ஆசை என்னவென்றால், என்னுடைய எஞ்சிய சொத்துகளெல்லாம் ஆதரவற்றவர்களின் சேவைக்குப் பயன்படுத்தப்பட வேண்டும் என்பதுதான்."

அவருடைய உயிலில் என்னுடைய பெயரைப் பாதுகாவலராகக் குறிப்பிட விருப்பம் தெரிவித்திருந்தார். அவர் இறப்பதற்குக் சில மாதம் முன்பு அவருடைய நெருங்கிய நண்பர் நவல் பத்தேனா அவரைச் சந்திக்க வந்திருந்தபோது இதே விருப்பதை வெளிப்படுத்தினார். உள்ளபடியாக, பிப்ரவரி 23 அன்றைய கடிதத்தில் யஷ்வந்துக்கு அவர் தெளிவாக எழுதியிருந்தார்: 'உன்னையோ உன்னுடைய குடும்பத்தையோ பராமரிக்கும் பொறுப்பை நான் ஏற்க மாட்டேன். உனக்கான பங்கைவிட நீ அதிகமாகவே பெற்றுவிட்டாய்.' இவ்வளவுக்குப் பிறகும், சொத்து முழுவதையும் கையகப்படுத்தும் முனைப்பில் நீதிமன்றம் சென்றான். தன்னுடைய வாரிசுகள் நீதிமன்றம் செல்லக் கூடாது என்ற தந்தையின் விருப்பத்தை மதிக்கும் எண்ணம் அவனுக்கு இல்லை. அது உண்மையிலேயே துரதிர்ஷ்டவசமானது.

## அரசியல் தலைவர்களின் சூழ்ச்சி

சாஹேபின் மறைவுக்குப் பிறகு, தலைவர் பதவிக்கு அரசியல் தலைவர்களிடையே போட்டி தொடங்கியது. தலைமை என்னிடம் வந்துவிடக் கூடாது என்பதற்காக, டாக்டர் அம்பேத்கரின் மரணம் தொடர்பாக ஐயங்களை உருவாக்கி, எளிய பாமர மக்களை

வேண்டுமென்றே தவறாக வழிநடத்தினார்கள். ஒட்டுமொத்தச் சமூகத்திலும் அவநம்பிக்கையான சூழலை உருவாக்க வேண்டும் என்பதற்காக, திட்டமிட்டு வேண்டுமென்றே என் மீது ஐயங்கள் விதைக்கப்பட்டன. வேண்டுமென்றே என் பெயருக்கு எதிராக விஷம் பரப்பப்பட்டது.

என்னிடம் தலைமை வந்துவிடக் கூடாது என்பதற்காக அவர்கள் வஞ்சகத்துடன் தவறான மனப்பதிவை உருவாக்கி, சதித்திட்டம் தீட்டினார்கள். டாக்டர் அம்பேத்கர் பாரம்பரியத்தின் வாரிசுகள் என்று தங்களை அறிவித்துக்கொள்ளும் இந்த நபர்கள் தங்களுடைய சொந்த அரசியல் அபிலாஷைகளுக்காக இப்படியான துர்புத்தியில் மூழ்குவதைப் பார்க்கும்போது வருத்தமாக இருந்தது.

## அரசியல் சதி

டாக்டர் அம்பேத்கரின் மறைவுக்குப் பிறகு, தலைவர் ஆக வேண்டும் என்ற ஆசைத்தீ எல்லோரிடமும் பற்றிக்கொண்டது. ஆனால், அவ்வாறு செய்வதற்கு முன்பாக, வாரிசுகளுக்கும் இதர சமூகத்துக்கும் இடையே முதலில் ஓர் இடைவெளியை உருவாக்குவதில் மிகவும் தீவிரமாக இருந்தார்கள் என்பது வெளிப்படையாக இருந்தது. சாஹேபின் வாரிசுகளுக்குப் பக்கபலமாகப் பொதுமக்கள் அணிவகுத்திருப்பது இயல்பாகவே நடந்திருக்கும் என்பதால் அவர்கள் யஷ்வந்தையும் என்னையும் திட்டமிட்டுப் பிரித்துவைத்தனர். அவர்கள் இன்னும் ஒரு படி மேலே சென்று, இந்தியாவின் பௌத்தச் சங்கத் தலைவராக அவனை நியமித்தார்கள். பௌத்தப் பிரச்சாரத்துக்கென ஊர்ஊராக அனுப்பிவைத்தார்கள். இன்னொருபுறம், என்னைச் சுற்றி சந்தேகச் சூழலை உருவாக்கினார்கள். வேண்டுமென்றே என்னைப் பற்றி விஷம் பரப்பி, அந்தச் சமூகத்திடமிருந்து என்னை விலக்கிவைத்தனர். ஆனால், காலப்போக்கில் இந்தத் தலைவர்கள் ஒவ்வொருவரும் தங்களுக்கெனச் சிறிய முகாம்களை உருவாக்கினார்கள். ஒருவர் மீது ஒருவர் சேற்றை வீசினார்கள். சாஹேபின் அபாரமான உழைப்பால் கட்டியெழுப்பிய அமைப்பை அப்படியே தரைமட்டமாக்கினார்கள். இந்த

அழிவின் வரலாறு மங்கிவிடாமல் என்னிடம் அப்படியே நிலைத்திருக்கிறது.

## 26, அலீப்பூர் சாலை ஒரு நினைவாகிப்போனது

சட்ட அமைச்சர் பதவியிலிருந்து சாஹேப் விலகிய பிறகு நாங்கள் 26, அலீப்பூர் சாலைக்குக் குடிபெயர்ந்தோம். அது வாடகை வீடு. ஆனால், அந்த வீட்டின் உரிமையாளர் [இளவரசர் சிரோஹி] சாஹேப் மீது அளவுகடந்த பாசம் வைத்திருந்ததால் அவர் வாடகை வாங்க மறுத்துவிட்டார். வாங்கவில்லையென்றால் நாங்கள் வெளியேறிவிடுவோம் என்று அச்சுறுத்திய பிறகுதான் இறுதியாக அவர் ஒப்புக்கொண்டார். சாஹேப் காலமான அதே சமயத்தில்தான் சிரோஹி மஹாராஜாவும் இறந்துபோனார். [பங்களா] உரிமை அவருடைய மகளிடம் சென்றது. அவர் அந்த பங்களாவை விற்க விரும்பினார். அதனால், என்னை அங்கிருந்து காலிசெய்யுமாறு கேட்டுக்கொண்டார். சாஹேபின் இருப்பால் இந்த பங்களா புனிதப்படுத்தப்பட்டதால் அதை விற்கவோ இடிக்கவோ கூடாது என்பது என்னுடைய விருப்பம். இது தொடர்பாக நடவடிக்கை எடுக்க வேண்டி, தங்களை அம்பேத்கரின் அரசியல் வாரிசுகள் என்று சொல்லிக்கொள்ளும் எல்லா நாடாளுமன்ற உறுப்பினர்களையும் தலைவர்களையும் சந்தித்தேன். ஆனால், இதில் யாருக்கும் எவ்வித அக்கறையும் இருக்கவில்லை.

அவர்கள் நீதிமன்றத்துக்குச் சென்றனர். என்னுடைய கருத்தைக் கேட்காமலேயே பங்களாவைக் காலிசெய்யுமாறு நீதிமன்றம் சம்மன் அனுப்பியது.* நீதிமன்ற உத்தரவுகளை மேலாளர் என்னிடம் காட்டினார். நான் மட்டும் தனியாக என்ன செய்துவிட முடியும்? அப்போது நாடாளுமன்ற உறுப்பினராக இருந்த பாவ்ராவ் கெய்க்வாட்டிடம் சென்று, நடந்த எல்லாவற்றையும் சொன்னேன். ஆனால், அவர் ஆர்வம்காட்டவில்லை. அவரிடம் சொன்னேன்: "அழுத்தம் கொடுத்து, குறைந்தபட்சம் சாஹேப் இறந்துபோன அறையையாவது பெற்றுவிட முயன்றுபாருங்களேன். அது வரலாற்று முக்கியத்துவம் வாய்ந்தது." ஆனால், என்னுடைய வேண்டுகோளுக்கு யாருமே

செவிசாய்க்கவில்லை. யாரும் இம்மியளவுகூட அதைப் பற்றிக் கவலைப்படவில்லை.

நாளடைவில், சாஹேப் வாழ்ந்ததால் புனிதப்படுத்தப்பட்ட அந்த இடம், அவருடைய கடைசி மூச்சின் காரணமாக யாத்திரைத் தலமாக மாறிய அந்த இடம் இடிக்கப்பட்டது. புதிய கட்டடம் எழுப்பப்பட்டது. 26, அலீப்பூர் சாலை இன்று கிடையாது. சாஹேப் எங்கிருந்து இந்த உலகைவிட்டுப் புறப்பட்டார் என்பதைக் காட்ட இப்போது இடம் கிடையாது. சாஹேப் பிறந்த இடத்தில் அவருக்கு ஒரு நினைவகம் கட்டுவதற்காக இப்போது திட்டமிடுகிறார்கள். ஆனால், அவர் தன்னுடைய இறுதி மூச்சை விட்ட வரலாற்றுக் களம் ஒட்டுமொத்தமாக வரலாற்றில் தொலைக்கப்பட்டுவிட்டது.

## சாஹேபின் மறைவு: உண்மைகள்

சாஹேப் மறைந்த பிறகு, சுயநல அரசியல் தலைவர்கள் திட்டமிட்டு மக்கள் மனத்தில் சந்தேகத்தை விதைத்தார்கள். சமூகத்தில் எனக்கெதிராக விஷம் பரப்பினார்கள். நான் சாஹேபின் வாழ்க்கையில் நுழைந்தபோது அவருடைய உடல்நிலை நாளுக்கு நாள் மோசமடைந்துவந்தது என்பதே நிதர்சனமான உண்மை. அவரை வாட்டிவதைத்த பல நோய்களால் அவருடைய உடல் வெற்றுக்கூடானது. பின்னர், 1953–இல் அவருக்கு மாரடைப்பு ஏற்பட்டதிலிருந்து அவருடைய உடல்நிலை மிக வேகமாகச் சரியத் தொடங்கியது. அவருடைய கடிதங்கள், அவருடைய பேச்சுகள், அவருடைய சகாக்களின் நினைவுக் குறிப்புகள் ஆகியவை தொடர்பாக ஆராய்ந்தால் இவை அனைத்தையும் ஆவண ஆதாரங்களுடன் மிக எளிதாக நிறுவிவிட முடியும். ஆனால், முப்பத்து இரண்டு ஆண்டுகள் கடந்த பிறகும், பாமரச் சமூகத்தினரிடையே எனக்கெதிராகத் திட்டமிட்டு விஷத்தைப் பரப்பி அதே புயலை உருவாக்க முயல்வது ஆச்சரியமான விஷயம்தான்.

சாஹேபின் சகாக்கள், நண்பர்கள், தொண்டர்கள், தொழிலாளர்கள் ஆகியோரின் கடிதங்கள் ஒரு விஷயத்தைத் தெளிவாக நிரூபிக்கின்றன: அவர்கள் எல்லோருமே சாஹேபின் உடல்நிலை

குறித்து மிகவும் அக்கறையுடன் விசாரித்திருக்கிறார்கள். மேலும், சாஹேப் தன்னுடைய சொந்தக் கடிதங்கள் ஒவ்வொன்றிலும் தன்னுடைய உடல்நிலை பற்றிக் குறிப்பிட்டிருக்கிறார். 1934-இலிருந்து அவர் எப்போதும் ஒன்று மாற்றி ஒன்று என ஏதாவது ஒரு நோயால் பாதிக்கப்பட்டார் என்பது தெளிவாகிறது. பின்னர், நரம்பு அழற்சி, நீரிழிவு, வாதம், சுவாசப் பிரச்சினைகள், இதயக் கோளாறுகள் போன்ற கடுமையான நோய்களால் தாக்குதலுக்கு ஆளானார். டாக்டர் அம்பேத்கர் தன்னுடைய நண்பர்களுக்கும் சகாக்களுக்கும் எழுதிய கடிதங்களைக் குறிப்பிட்டு இதை நான் ஏற்கெனவே நிரூபித்திருக்கிறேன்.

அவருடைய உடல்நிலை, அவருடைய மறைவு குறித்த தகவல்களை அவருடன் நெருங்கிப் பழகியவர்களின் நினைவுக் குறிப்புகளிலிருந்தும், பிற சமகால நபர்களின் நினைவுக் குறிப்புகளிலிருந்தும் அதே அளவுக்குச் சேகரிக்க முடியும். சாஹேப் தன்னுடைய கடைசிக் காலகட்டம் வந்துவிட்டதை உணர்ந்து, தன் மனவுறுதியின் பலத்தில்தான் வாழ்க்கையைத் தொடர்வதாக அவரே கூறியிருக்கிறார். ஆக, இந்தப் பிரச்சினை தொடர்பான சாஹேபின் சொந்தக் கடிதங்களிலும் ஆவணங்களிலும் உள்ள குறிப்புகளை முதலில் பார்ப்போம். சாஹேப் 14 மே 1952 அன்று பாவ்ராவ் கெய்க்வாட்டுக்கு எழுதிய கடிதத்தை நான் இந்தப் புத்தகத்தில் கொடுத்திருக்கிறேன். கன்ஷ்யாம் தல்வத்கருக்கு அவர் எழுதிய 6 ஆகஸ்ட் 1953 தேதியிட்ட கடிதமும் உள்ளது.

உண்மையில், 1953-இல் அவருக்கு லேசான மாரடைப்பு ஏற்பட்டபோது, அவர் தன்னுடைய மனவுறுதியால் மட்டுமே மீண்டுவந்தார். இதனால் பெரும் அசம்பாவிதம் தவிர்க்கப்பட்டது. தொடர்ந்து பல மணிநேரம் அவரை ஆக்ஸிஜனில் வைக்க வேண்டியிருந்தது. அவர் மீண்டுவருவதற்கான வாய்ப்புகளை சாஹேபே சந்தேகித்தார். அவர் 19 ஏப்ரல் 1954 அன்று விட்டல் கதமுக்கு எழுதியிருந்த கடிதம் இந்தப் புத்தகத்தில் பிரசுரிக்கப்பட்டுள்ளது. மேலும், இறப்பதற்கு சில மணிநேரத்துக்கு முன்பு அவர் திருத்தியமைத்த 'புத்தரும் அவர் தம்மமும்' புத்தகத்துக்கான முன்னுரையில், அணையப்போகும் சுடர் என்பதாகத் தன்னைக் குறிப்பிடுகிறார்.

அவருடைய உடல்நிலை குறித்து அவருடைய சகாக்களும் நெருங்கிய நண்பர்களும் கூறியவற்றிலிருந்து சில உதாரணங்களை இப்போது பார்க்கலாம்.

எஸ்.எஸ். கெய்க்வாட், தல்வத்கர், கர்தாக் ஆகியோர் இணைந்து, டாக்டர் அம்பேத்கர் குறித்த நினைவலைகள் அடங்கிய *'பரிமல்'* என்ற சிறு புத்தகம் ஒன்றை 14 ஏப்ரல் 1956 அன்று வெளியிட்டது பற்றி நான் ஏற்கெனவே குறிப்பிட்டிருக்கிறேன். டாக்டர் எஸ்.ஜி. மால்ஷே தன்னுடைய 1947-ஆம் வருடத்தைய நினைவு பற்றி எழுதியிருப்பது, சாஹேப் என்னை மணம்புரிந்துகொள்வதற்கு முன்பாக அவருடைய உடல்நிலை என்னவாக இருந்தது என்பது குறித்த சித்திரத்தை வழங்குகிறது. அவர் இப்படி எழுதுகிறார்[70] [மராத்தியிலிருந்து மொழிபெயர்க்கப்பட்டது]:

'1947-ஆம் ஆண்டு சித்தார்த் கல்லூரியில் நான் பி.ஏ. படித்துக் கொண்டிருந்தேன். எங்களுடைய நாடக ஒத்திகைக்காக நாங்கள் மாலையிலும் கல்லூரியில் சுற்றிக்கொண்டிருப்போம். ஒரு மாலை வேளை, என் ஆளுமையில் தாக்கம் ஏற்படுத்திய ஒரு காட்சியைக் கண்டேன். அது என்னுடைய மனத்தில் ஆழமான, மிக ஆழமான தழும்பை விட்டுச்சென்றது.

ஒரு கதாபாத்திரத்துக்காக வராந்தாவில் தனியாக நின்றபடி நான் காத்துக்கொண்டிருந்தேன். அப்போது கல்லூரி வளாகத்தில் ஒரு கார் வந்து நின்றது. சிலர் கார் அருகே விரைந்துசென்றனர். அவர்கள் அந்தக் காரிலிருந்து ஒருவர் இறங்குவதற்கு உதவிபுரிந்தார்கள். சுகமில்லாத அந்த நபர் யார் என்று யோசித்தபடி, இன்னும் கொஞ்சம் கவனமாக உற்றுப்பார்த்தேன். அவர் டாக்டர் பாபாசாஹேப் அம்பேத்கர். அவரால் தன்னுடைய வாட்டசாட்டமான உடலைக் கையாள முடியவில்லை. பாபாசாஹேப் செல்ல வேண்டிய அறை இருபது அல்லது இருபத்து ஐந்து தப்படி தள்ளி இருந்தது. அந்தக் கவர்ச்சிகரமான ஆளுமை தன்னுடைய கைகளை இரண்டு நபர்களின் தோள்களில் போட்டுக்கொண்டு மெதுவாக நகர்ந்தார். அவருடைய தலை கொஞ்சம் முன்னோக்கிச் சாய்ந்திருந்திருப்பதுபோல் தோன்றியது. உடனே ஆர்வத்துடன் முன்னே சென்று பார்த்தேன். அப்போது என் அசட்டையான சுபாவம் ஒரு பெரும்

அதிர்ச்சியை எதிர்கொண்டது. அப்படிப்பட்ட நேரத்திலும், கிட்டத்தட்ட முடமான நிலையில், அவர் கையில் ஒரு புத்தகம் திறந்த நிலையில் இருந்தது. அதில் அவர் முற்றிலும் தோய்ந்துபோயிருந்தார்! சுற்றுப்புறம் குறித்தும், தன்னைச் சுற்றியிருக்கும் நபர்கள் குறித்தும் அவர் எவ்விதப் பிரக்ஞையுமின்றி இருப்பதாகப் பட்டது! இந்த அம்பேத்கரை என்னால் ஒருபோதும் மறக்க முடியாது. வாசிப்பின் அர்த்தம் என்பது என்ன, அறிவுப் பசி என்பது எதைக் குறிக்கும், இதோ அதன் உருவகம் இங்கே இருக்கிறது!'

## 1. நவல் பத்தேனா

1917-ஆம் ஆண்டிலிருந்து டாக்டர் அம்பேத்கருடன் வசித்துவந்த சக மாணவரும், உயிர்த்தோழரும், தியாகமே உருவான நண்பருமான நவல் பத்தேனா, சாஹேப் இறப்பதற்கு இரண்டு மாதங்களுக்கு முன்பு [அக்டோபர் 1956] பம்பாய் வந்திருந்தார். இரண்டு நெருங்கிய நண்பர்கள் சந்தித்துக்கொண்டார்கள். அவர் தன்னுடைய நினைவுக் குறிப்பில் இப்படி எழுதுகிறார்:

'... அவர் [டாக்டர் அம்பேத்கர்] இறப்பதற்கு இரண்டு மாதங்களுக்கு முன்பு அவருடைய வீட்டில் எங்களுடைய நீண்ட சந்திப்பு நிகழ்ந்தது. மதியம் மூன்று மணியிலிருந்து மாலை ஆறு மணிவரை நாங்கள் ஒன்றாக இருந்தோம். வேறு யாரும் அறைக்கு வர அனுமதிக்கப்படவில்லை. அன்று அம்பேத்கர் தன்னுடைய இதயத்தின் ஆழத்திலிருந்து பேசினார். அவர் தன்னுடைய மகனையும் மருமகனையும் கண்டித்துப் பேசினார். என் நண்பர் தன்னுடைய பயணத்தின் இறுதிக் கட்டத்தில் இருக்கிறார் என்ற உணர்வுடன், அன்று நான் மிகுந்த வேதனையோடு அந்த வீட்டிலிருந்து வெளியேறினேன். அவர் மேலும் இரண்டு மாதங்கள் வாழ்ந்தார் என்பதை இப்போதுகூட என்னால் நம்ப முடியவில்லை.'

## 2. சோஹன்லால் சாஸ்திரி

சோஹன்லால் சாஸ்திரி தன்னுடைய நினைவுக் குறிப்பில் இப்படி எழுதுகிறார் [ஹிந்தியிலிருந்து மொழிபெயர்க்கப்பட்டது]:

'நீரிழிவு நோயால் பாபாசாஹேபின் உடல்நலம் நாளுக்கு நாள் மோசமாகிவந்தது என்ற உண்மையை மறைப்பது அறத்துக்குப் புறம்பானதாகும். ஆனாலும், அவருடைய பொலிவான, திருப்தியுற்ற முகம் எப்போதும் அவர் மகிழ்ச்சியாகவும் ஆரோக்கியமாகவும் இருப்பதான மாயையை உருவாக்கியது...

ஒவ்வொரு நாளும் அவரின் உடல்நலம் குன்றிக் கொண்டிருந்தாலும், இருபத்து நான்கு மணிநேரமும் படுக்கையில் கிடக்கும் பழக்கம் அவருக்குக் கிடையாது. பலவீனமான, நோயுற்ற உடலைக் கொண்டிருந்தபோதும் தன்னைச் சுற்றியிருக்கும் விஷயத்தை, குறிப்பாக வாசிப்பு மற்றும் எழுத்து தொடர்பான விஷயத்தை ஒருபோதும் அவர் தளர்த்திக்கொள்ளவில்லை.'

## 3. கே.வி. சவாத்கர்

டாக்டர் சாஹேபின் நம்பிக்கைக்குரிய சகாவான சவாத்கர், 1954-இல் ரங்கூனில் நடைபெற்ற பௌத்த மாநாட்டுக்கு எங்களுடன் வந்திருந்தார். அந்தப் பயணம் தொடர்பான நினைவுகளைப் பற்றி, 1956-இல் சாஹேப் உயிருடன் இருந்தபோது வெளியான 'பரிமல்' புத்தகத்தில் எழுதியிருக்கிறார். அவர் சொல்கிறார் [மராத்தியிலிருந்து மொழிபெயர்க்கப்பட்டது]:[71]

'6 டிசம்பர் 1954 அன்று, மண்டாலே மலை மீதுள்ள பகவான் புத்தர் கோயிலைப் பார்க்கச் சென்றோம். பாபாசாஹேப், மாய்சாஹேப் இருவரும் எங்களுடன் இருந்தனர். இந்தக் கோயிலுக்குச் செல்ல 750 படிகள் ஏறியாக வேண்டும். எங்களைப் போன்றவர்கள்கூட அந்தப் படிகளில் ஏறுவதற்குக் கஷ்டப்பட்டனர். அந்தச் சமயத்தில், பாபாசாஹேப் மிகவும் பலவீனமாக இருந்தார். அவருடைய பங்களாவில் இருக்கும்போதுகூட, அவர் ஓரிரு தப்படிகள் எடுத்துவைக்க

இன்னொருவரின் உதவி அவருக்குத் தேவைப்படும். அவருடைய மஹாராஷ்டிர மருத்துவ நண்பர் (அங்கே குடியேறியவர்) ஒரு பல்லக்குக்கோ டூலிக்கோ ஏற்பாடு செய்ய முன்வந்தார். ஆனால், பாபா அதை ஒரேயடியாக நிராகரித்தார். எல்லாப் படிக்கட்டுகளிலும் அவரே ஏறி அவரே இறங்கினார். புத்தரிடம்தான் அவருக்கு எவ்வளவு பற்று! இதுவே உண்மையான தற்சார்பு, இதுவே உண்மையான நம்பிக்கை!'

## 4. பி.ஹெச். வராலே

*1956 காத்மாண்டு மாநாட்டுக்கு சாஹேபின் நெருங்கிய சகாவான வராலே வந்திருந்தார். அவர் இந்த நேபாளப் பயணம் குறித்துத் தன்னுடைய நினைவுக் குறிப்புகளில் விவரித்திருக்கிறார். அதில் சாஹேபின் உடல்நிலை குறித்துப் பல இடங்களில் குறிப்பிட்டிருக்கிறார். அவற்றிலிருந்து சில குறிப்புகள் [மராத்தியிலிருந்து மொழிபெயர்க்கப்பட்டது]:*

*'முடிவெடுத்தபடி, மதியம் 12 மணியளவில் பாட்னா விமான நிலையத்தில் ஆஜரானோம். மாய்சாஹேப், டாக்டர் மால்வன்கர் இருவரின் துணையோடு பாபாசாஹேப் சுமார் இரண்டு மணியளவில் இறங்கினார். பாபாசாஹேப் மிகவும் தளர்வுற்றுக் காணப்பட்டார். நடப்பதற்குக்கூட சாத்தியமில்லாமல் இருந்தது. விமானத்திலிருந்து அவர் இறங்குவதற்கு எங்களில் இரண்டு மூன்று பேர் உதவினோம்... பாபாசாஹேபின் உடல்நிலை மிகவும் மோசமாக இருந்தது... உடல்நிலை சரியில்லாமல் இருந்ததால், பெரும்பாலான நேரத்தில் கட்டிலில்தான் படுத்துக்கொண்டிருப்பார். நடந்தால் கால் வலிக்கும் என்பதால் அவர் அதைச் செய்யவில்லை. சொந்தக் காலில் அவரால் நடக்க முடியவில்லை. மிகவும் பலவீனமுற்றதால், அவரால் எழுந்து உட்காரவும் முடியவில்லை. பாபாசாஹேப் தன்னுடைய நிலைமையை முழுமையாக அறிந்திருந்தார்... பாபாசாஹேப் நடந்துவர முடியாத நிலை ஏற்பட்டது... பாபாசாஹேபின் உடல்நிலை அதலபாதாளத்தில் வீழ்ந்தது. கோயிலுக்குள் செல்ல மூன்று நான்கு படிகள் மட்டுமே இருந்தன. அவரால்*

முடியவில்லை. அவரை விட்டுச்செல்லும் நிர்ப்பந்தம் எங்களுக்கு ஏற்பட்டது... தளர்வு மிக அப்பட்டமாகத் தெரிந்தது. அவருடைய உடல்நிலையை யார் பார்த்தாலும் கவலையுறுவார்கள். சில சமயங்களில் அவருடைய முகம் பெரும் துயரத்தோடு இருப்பதாகத் தோன்றும். பகவான் புத்தரின் நினைவுகளால் அவருடைய கண்களிலிருந்து கண்ணீர் வழிந்தோடியது. இது மிக ஆழமான ஒன்றைச் சுட்டிக்காட்டியது. விரைவில் நடக்கவிருக்கும் பாதகமான நிகழ்வைச் சுட்டிக்காட்டுவதாக இருந்திருக்கலாம். எதிர்காலம் என்ன செய்யக் காத்திருக்கிறது என்று பாபாசாஹேபின் இதயம் துணுக்குறுவதாகத் தோன்றியது.'

வராலேயின் இந்த விவரிப்பு சாஹேப் இறப்பதற்கு ஐந்தாறு நாள்களுக்கு முந்தைய காலத்தைச் சேர்ந்தது.

## 5. பிரபோதன்கார் கே.எஸ். தாக்கரே

*1958*–இல் டாக்டர் அம்பேத்கரின் நினைவு நாள் குறித்து பிரபோதன்கார் கே.எஸ். தாக்கரே ஒரு கட்டுரை[72] எழுதியிருந்தார். அதில் சாஹேபின் உடல்நிலை குறித்தும், அவருடைய இறப்பு குறித்தும் எழுதியிருந்தார். அதிலிருந்து பொருத்தமான பகுதிகளை இங்கே குறிப்பிடுவது முக்கியம் என்று கருதுகிறேன். அவர் எழுதுகிறார் [மராத்தியிலிருந்து மொழிபெயர்க்கப்பட்டது]:

'... இறப்பதற்கு முன்பு, அவர் பம்பாயில் இருந்தபோது தன்னைப் பார்க்கவருமாறு மூன்று நான்கு முறை எனக்குத் தொலைபேசினார்.

எனக்குக் கொஞ்சம் உடல்நலக் குறைபாடு இருந்ததால் என்னால் அவரைச் சந்திக்க முடியவில்லை. சர்ச்கேட்டிலுள்ள பாரிஸ்டர் சமர்த் வீட்டில் அவர் கடைசியாகத் தங்கியிருந்தார். அங்குதான் நான் அவரைப் பார்க்கச்சென்றேன். நான் காத்திருக்க வேண்டும் என்று ஒரு செய்தியை விட்டுவிட்டு ஆளுநரைச் சந்திக்க டாக்டர் சென்றிருந்தார்.

அவர் கொஞ்ச நேரத்தில் வந்தார். டாக்டர் மால்வன்கர் ஒருபுறமும் திருமதி அம்பேத்கர் மறுபுறமுமாக அவருக்கு

உதவிபுரிந்து அவரைச் சாய்விருக்கையில் உட்காரவைத்தனர். இதைப் பார்த்து ஒரு நொடி என் இதயத்துடிப்பு நின்று போனது. அவர் உட்கார்ந்து முழுதாக மூன்று அல்லது நான்கு நிமிடங்கள் கடந்திருக்கும். இன்னும் அவர் பேசவில்லை. என்னைப் பார்த்துக்கொண்டே இருந்தார். பிறகு, அவர் ஆசுவாசமானதும் நாங்கள் முகமன்களைப் பரிமாறிக்கொண்டோம்.

நான் சொன்னேன்: "டாக்டர், உங்களுடைய உடல்நிலை எப்படி இவ்வளவு மோசமானது?"

விரிந்த கண்களால் என்னைப் பார்த்து அவர் சொன்னார்: "மோசமா? என்ன மோசம்? எல்லாம்தான் போய்விட்டதே, எல்லாம்! நான் உடலளவில் இறந்துபோய் நீண்ட நாள்களாகின்றன. மனதளவில் மட்டும்தான் உயிருடன் இருக்கிறேன், மனவுறுதியால் மட்டுமே உயிருடன் இருக்கிறேன்; கொஞ்சம் முயன்று இதைப் புரிந்து கொள்ளுங்கள். நான் செய்வதற்கு இன்னும் நிறைய விஷயங்கள் இருக்கின்றன. விரைவாக முடிக்க வேண்டியவை ஏராளம் உள்ளன. எவ்வளவு வலிமையான மனவுறுதி கொண்டிருந்தாலும் அதற்கும் எல்லைகள் உண்டு, இல்லையா! அது எப்போது கைவிடும் என்று யாருக்குத் தெரியும்?..."

ஆச்சார்ய அத்ரேவின் 'மகாத்மா புலே' படத்தைத் தொடங்கி வைப்பதற்காக டாக்டர் அம்பேத்கர் தன்னுடைய மனைவியுடன் பிரபல ஸ்டுடியோவுக்கு வந்திருந்தார். அப்போது (1954) அவருடைய உடல்நிலை மிகவும் மோசமாக இருந்தது. அவரால் சரியாகப் பேசக்கூட முடியவில்லை. முன்னதாக பாரிஸ்டர் சமர்த் வீட்டில் அவருடைய உடல்நலம் எப்படி இருந்தது என்பது குறித்துக் கூறியது ஏற்கெனவே மேலே குறிப்பிடப்பட்டுள்ளது. நிலைமை இப்படியிருக்க, டாக்டர் இறந்துபோனவுடன், அவருக்கு விஷம் கொடுக்கப்பட்டதாக வதந்தி பரப்புவதற்கெனக் குரூரர்கள் சிலர் ஒரு பத்திரிகையைத் தொடங்கினார்கள். டாக்டரின் நெருங்கிய நபர்களில் ஒருவர்கூட இதற்கு ஆட்சேபனை தெரிக்கவில்லை அல்லது அந்தக் குரூரரை

அறைந்து வாயை மூடவைக்கவில்லை என்பது என்னைப் பொறுத்தவரை கண்டனத்துக்குரியதாகும்.'

### 6. தனஞ்செய் கீர் பேட்டி

புகழ்பெற்ற வாழ்க்கை வரலாற்றாசிரியர் தனஞ்செய் கீரை தானேவைச் சேர்ந்த மதுகர் பேலே 30 ஏப்ரல் 1984 அன்று பேட்டி எடுத்தார். இந்த [மராத்தி] பேட்டி *'நவகால்'*லில் வெளியானது:

*'அவரிடம், "மாய்சாஹேப் குறித்து நீங்கள் என்ன நினைக்கிறீர்கள்?" என்று கேட்டபோது அவர் இப்படிப் பதிலளித்தார்: "ஹ்ம்ம்ம், உண்மையில் நான் அவரை எண்ணி மிகவும் வருந்துகிறேன். பாபாசாஹேப் இறந்து பதினெட்டு ஆண்டுகள் முழுக்கவும் அவர் அநாமதேயத்தில் தள்ளப்பட்டார். இப்போது அவருடைய வயதான காலத்தில் இந்த தலித் தலைவர்கள் அவரைப் பயன்படுத்த விரும்புகிறார்கள்?"*

*பிறகு அவர்: "கீர்சாஹேப், நீங்கள் ஏன் மாய்சாஹேப் மீது இத்தகைய அனுதாபம் கொண்டிருக்கிறீர்கள் என்பதைக் கொஞ்சம் தெளிவுபடுத்த முடியுமா?"*

*அதற்கு இப்படிப் பதிலளித்தார்: "பாபாசாஹேபின் மறைவுக்குப் பிறகு, அவருடைய மரணம் இயற்கையானதன்று என்றும், அவருடைய மரணம் மிகவும் ஐயத்துக்குரிய விஷயம் என்றும், இதற்குப் பின்னால் இருப்பது மாய்சாஹேப் அம்பேத்கர்தான் என்றும் சுயநலத் தலைவர்கள் சிலர் பிரச்சாரம் மேற்கொண்டார்கள் என்பதை நீங்கள் நிச்சயம் அறிந்திருப்பீர்கள்."*

*நேர்கண்டவர் சொன்னார்: "பாபாசாஹேபின் மனைவிதான் அவருக்கு விஷம் வைத்துக் கொன்றதாக இன்றும் கிராமங்களில் கூறப்படுகிறதே."*

*கீர் அதற்கு, "சாதி நம் ரத்தத்தில் எவ்வளவு ஆழமாக ஊடுருவியிருக்கிறது என்பதற்கு இந்த நிகழ்வு ஒரு சிறந்த எடுத்துக்காட்டு. என்னிடம் பாபாசாஹேபின் 175 கடிதங்கள்*

இருந்தன. அந்தக் கடிதங்களில் ஒன்றான, அவருடைய நண்பர் திரு. நாயருக்கு [ஃப்ரீ பிரஸ் இதழ்] எழுதிய கடிதத்தில், அந்தப் பெண் தன்னுடைய ஆயுளில் எட்டு அல்லது பத்து ஆண்டுகளை அதிகப்படுத்தியதாக பாபாசாஹேப் தெளிவாகக் குறிப்பிட்டிருக்கிறார்" என்று பதிலளித்தார்.'

தனஞ்செய் கீர் இறப்பதற்குப் பதினைந்து நாள்களுக்கு முன்புதான் இந்தப் பேட்டி நடந்தது. ஆனால், அவர் இறப்பதற்கு இரண்டு ஆண்டுகளுக்கு முன்பு, அவர் என்னைப் பற்றி (குறிப்பாக, சாஹேபின் மரணம் பற்றி) ஒரு புத்தகம் எழுதுவதற்காக, அவருடைய உதவியாளரும் என்னுடைய சகாவுமான விஜய் சுர்வாடே வழியாக, என்னைச் சந்திப்பதற்கு நேரம் கேட்டார். ஆனால், என்னுடைய பயணங்களும் இதர சமூகச் செயல்பாடுகளும் அதற்கான நேரத்தை அனுமதிக்கவில்லை. அதனால், என்னைப் பற்றிப் புத்தகம் எழுத வேண்டும் என்ற ஆசையை அவரால் நிறைவேற்ற முடியாமல்போனது.

1953-இல் சாஹேபுக்கு ஆக்ஸிஜன் கொடுக்கப்படுவதையும், அப்போது அவருடைய உடல்நிலையையும் தனஞ்செய் கீர் பார்த்திருக்கிறார். பின்னர், வாழ்க்கை வரலாறு குறித்து விவாதிப்பதற்காக பம்பாயிலுள்ள எங்கள் வீட்டுக்கு ஓரிரு முறை வந்திருக்கிறார். மேலும், 'புத்தரும் அவர் தம்மமும்' புத்தகத்துக்கு அவர் எழுதிய முன்னுரையின் கைப்பிரதியையும் அவர் பார்த்திருக்கிறார். அதனால்தான், அவர் எழுதிய அம்பேத்கர் வாழ்க்கை வரலாற்றுப் புத்தகத்தில், நன்றியுணர்வைத் தாங்கியிருக்கும் இந்த முன்னுரையைச் சேர்க்காததற்குத் தன்னுடைய எதிர்ப்பைப் பதிவுசெய்திருந்தார்.

மேலும், நாயருக்கு சாஹேப் எழுதிய கடிதங்களையும் இன்ன பிற கடிதங்களையும் அவர் நேரடியாகப் பார்த்திருந்ததால், அவர் உண்மைகளை நன்கு அறிந்திருந்தார். அதனால்தான், என்னைப் பற்றிப் புத்தகம் எழுதுவதில் மிகவும் ஆர்வமுடன் இருந்தார். ஆனால், வாய்ப்பு அமையவே இல்லை. இல்லையெனில், கீர் நிச்சயமாக சாஹேபின் இறப்பு பற்றிய விரிவான, சான்றாதாரங்களுடன் கூடிய புத்தகத்தை எழுதியிருப்பார்.

## விசாரணைக் குழு

டாக்டர் அம்பேத்கரின் மரணம் குறித்து விசாரணை நடத்துமாறு பிரதமர் நேருவிடமும் உள்துறை அமைச்சரிடமும் அந்தக் காலத்தின் *19 நாடாளுமன்ற உறுப்பினர்கள் கடிதம் அனுப்பிக் கோரிக்கைவைத்தனர். அந்த உறுப்பினர்களின் கோரிக்கைக்கு மதிப்பளித்து, டி.ஐ.ஜி. திரு. சாக்ஸேனாவை விசாரணை நடத்துவதற்காக அரசாங்கம் நியமித்தது. அவர் விசாரணை நடத்தி அறிக்கை சமர்ப்பித்தார். மேலும், இந்திய அரசின் மருத்துவ சேவைகள் இயக்குநரால் நியமிக்கப்பட்ட சிறப்பு மருத்துவக் குழு, ஐந்து எலெக்ட்ரோ கார்டியோகிராம்களை ஆராய்ந்து தம்முடைய அபிப்ராயத்தைத் தெரிவித்தது. எல்லா ஆதாரங்களையும், மருத்துவர்களின் அறிக்கைகளையும், சிறப்பு மருத்துவக் குழுவின் அபிப்ராயத்தையும் கவனமாகவும் விரிவாகவும் ஆராய்ந்த சாக்ஸேனா, ஐயத்துக்கு இடமின்றி டாக்டர் அம்பேத்கரின் மரணம் இயற்கையாக நிகழ்ந்தது என்றும் எவ்விதத் தவறான நடத்தையையும் சந்தேகிக்கும்படியாக எந்த ஆதாரமும் கிடைக்கவில்லை என்றும் முடிவுக்கு வந்தார்.

டி.ஐ.ஜி.யின் அறிக்கை வந்த பிறகும்கூட, அரசியல் தலைவர்கள் தொடர்ந்து விஷம் பரப்பிவந்தனர்; அவர்களின் அரசியல் எதிர்காலத்துக்காக இந்த நிலைப்பாட்டைத் தொடர்வதைத் தவிர அவர்களுக்கு வேறு வழி இருக்கவில்லை. உண்மையில், காவல் துறையின் விசாரணை அறிக்கை எப்போதும் ரகசியமானது; ஆனால், சந்தேகத்துக்கு இடம் தந்துவிடக் கூடாது என்ற வகையில், டி.ஐ.ஜி.யின் அறிக்கையை மக்களவையில் முன்வைத்தார் உள்துறை அமைச்சர். அதில் இருதயநோய் நிபுணர்கள் டாக்டர் துல்புலே, டாக்டர் திரோத்கர் மற்றும் மருத்துவக் குழுவின் முடிவுகளும் அடங்கும். ஆனால், தங்களின் சொந்த அரசியல் நோக்கங்களால் உந்தப்பட்டிருந்த தலித் தலைவர்கள் இதில் திருப்தி அடையவில்லை; சீற்றம் குறைந்துவிடாதவாறு அவர்கள் பார்த்துக்கொண்டார்கள்.

## மரண அறிக்கை —
## மக்களவையில் கேள்வி பதில்கள்

டாக்டர் அம்பேத்கரின் மரணம் தொடர்பான விசாரணை அறிக்கை குறித்த கேள்வியை 9 டிசம்பர் 1957 அன்று அப்போதைய நாடாளுமன்ற உறுப்பினர் பி.சி. காம்ப்ளே முன்வைத்தார். இந்தக் கேள்விக்கு உள்துறை அமைச்சர் கோவிந்த் பல்லப் பந்த் இப்படிப் பதிலளித்தார்:[73]

'ஜி.பி. பந்த்: டெல்லி டி.ஐ.ஜி. சமர்ப்பித்த ரகசிய அறிக்கையை இந்த அவையின் முன்பாக வைப்பது முறையாகாது என அறிவேன். எனினும், கவனமாக விசாரணை நடத்தி மருத்துவச் சான்றுகளை ஏற்றுக்கொண்ட காவல் துறை அதிகாரி, ஐயத்துக்கு இடமின்றி டாக்டர் அம்பேத்கரின் மரணம் இயற்கையாக நிகழ்ந்தது நிரூபணமாகியுள்ளதாக முடிவுக்கு வந்துள்ளார் என்பதை மாண்புமிகு உறுப்பினர்களுக்குத் தெரிவித்துக்கொள்ள விரும்புகிறேன். எனவே, எந்த விதமான தவறான நடத்தையையும் சந்தேகிக்க எந்த ஆதாரமும் இல்லை. பம்பாய் இருதயநோய் நிபுணர்களான டாக்டர் திரோத்கர், டாக்டர் துல்புலே ஆகியோரின் சாட்சியங்களையும் டி.ஐ.ஜி. பதிவுசெய்துள்ளார்.'

## டாக்டர் திரோத்கர்

1946 மற்றும் 1956-க்கு இடையே டாக்டர் அம்பேத்கரின் உடல்நிலையைப் பலமுறை பரிசோதித்தவர் டாக்டர் திரோத்கர். அவருடைய அறிக்கை இது:[74]

'1956-இல் நான் அவரைப் [டாக்டர் அம்பேத்கர்] பார்த்தபோது அவரிடம் இதயச் செயலிழப்புக்கான அறிகுறிகள் தென்பட்டன. அவருடைய நோய் தொடர்பான நீண்ட பின்னணியையும், இப்போது அவர் உடல் இருக்கும் நிலையையும் பார்த்தபோது, அவர் எப்படி இவ்வளவு காலம் தாக்குப்பிடித்தார் என்று எனக்கு ஆச்சரியமாக இருந்தது.'

## டாக்டர் துல்புலே

டாக்டர் துல்புலேவின் ஆதாரம் இது:[75]

> 'கடந்த 3-4 ஆண்டுகளில் நான் பலமுறை டாக்டர் அம்பேத்கரைப் பரிசோதித்திருக்கிறேன். 1953 அல்லது அதற்குப் பிறகு, நுரையீரல் அழற்சியைத் தொடர்ந்து இதயச் செயலிழப்பு காரணமாகவும் அவர் அவதிப்பட்டார். அவரின் செயலிழப்பு சீராக அதிகரித்து வருவதை கார்டியோகிராம்கள் காட்டின. கடைசியாக, அவர் இறப்பதற்கு சில மாதங்களுக்கு முன்பு பார்த்தபோது, இதய ஆஸ்துமா தாக்குதல்களால் அவர் அவதிப்பட்டிருந்தார். அவருடைய வயது, நீண்டகால நீரிழிவு நோய், தொடர்ச்சியாக பலவீனமாகிவந்த இதயம், அவ்வப்போது ஏற்பட்ட இதயச் செயலிழப்பு ஆகியவற்றிலிருந்து அவரின் உடல்நலம் மிக மோசமாகப் பாதிக்கப்பட்டிருந்ததைக் காணலாம்.'

## சிறப்பு மருத்துவக் குழு உறுப்பினர்

இந்திய அரசின் மருத்துவ சேவைகள் இயக்குநரால் நியமிக்கப்பட்ட சிறப்பு மருத்துவக் குழு டாக்டர் அம்பேத்கரின் எலெக்ட்ரோ கார்டியோகிராம்களை ஆராய்ந்தது. அந்தக் குழு கூறியது இதுதான்:[76]

> '1953 ஏப்ரலில் டாக்டர் அம்பேத்கருக்கு கரோனரி த்ரோம்போசிஸ் தாக்குதல் ஏற்பட்டது என்று நாங்கள் ஒருமனதாகக் கருதுகிறோம். அதன் பின்னர், 1954-இல் மற்றொரு மாரடைப்பு ஏற்பட்டதை எலெக்ட்ரோ கார்டியோகிராம் காட்டுகிறது. அவர் ஒரு நீரிழிவு நோயாளி என்பதையும், முன்பு மாரடைப்பு ஏற்பட்டதையும் கருத்தில் கொண்டு பார்க்கும்போது, அவர் இறப்பதற்கு முன் கரோனரி த்ரோம்போசிஸின் தீவிரமான தாக்குதலுக்கு ஆளாகியிருக்கலாம்.'

## மக்களவையில் கேள்விகளும் பதில்களும்

உள்துறை அமைச்சரின் வேண்டுகோளுக்கு இணங்க, கீழே கொடுக்கப்பட்டுள்ளவாறு கேள்வி பதில் அமர்வு நடந்தது[77] [மராத்தியிலிருந்து மொழிபெயர்க்கப்பட்டது]:

**பி.சி. காம்ப்ளே:** தற்போது குறிப்பிடப்பட்டவர்களைத் தவிர ஏனைய மருத்துவர்களின் வாக்குமூலங்கள் எடுத்துக் கொள்ளப்பட்டனவா என்பதை மாண்புமிகு அமைச்சர் அவர்களால் இந்த அவையில் தெரிவிக்க முடியுமா? ஆம் என்றால், அவர்களின் பெயர், முகவரிகளை எங்களிடம் தெரிவித்து, அவர்களின் வாக்குமூலங்களை இந்த அவை முன்பாக வைக்க முடியுமா?

**உள்துறை அமைச்சர் ஜி.பி. பந்த்:** கேள்வி எழுப்பிய மாண்புமிகு உறுப்பினர் அந்த இரண்டாவது மருத்துவர் மீது சிறிது ஐயம் கொண்டிருக்கிறார். வேறு சிலருக்கும் அந்த எண்ணம் இருக்கிறது. அவர் மருத்துவர் எட்டிங்டன். அவருடைய சாட்சியத்தால் எந்தப் பயனும் இல்லை. கேள்வி எழுப்பிய மாண்புமிகு உறுப்பினருக்கும் அவரோடு உடன்படும் ஏனையவர்களுக்கும் இந்தச் சாட்சியம் ஏற்புடையதாக இருக்காது என்று நான் நம்பியதால் அதைக் குறிப்பிடவில்லை.

**பி.கே. கெய்க்வாட்:** தொடர்புடைய அதிகாரி எத்தனை சாட்சிகளை விசாரித்தார் என்பதையும், அவற்றில் எதையெல்லாம் ஏற்றுக் கொண்டார் என்பதையும் தெரிவிப்பீர்களா?

**பண்டிட் ஜி.பி. பந்த்:** எண்ணற்ற உறுப்பினர்கள். அதோடு மேலும் சில நபர்கள்.

**நௌஷீர் பருச்சா:** ஒட்டுமொத்த அறிக்கையையும் அவையில் சமர்ப்பிப்பதில் என்ன ஆட்சேபனை?

**பண்டிட் ஜி.பி. பந்த்:** ஏனெனில், காவல் துறை அறிக்கைகளைப் பொதுவெளியில் வெளியிடுவதில்லை.

**நௌஷீர் பருச்சா:** இந்த விஷயத்தில் விதிவிலக்கு இருக்கலாம்.

**பண்டிட் ஜி.பி. பந்த்:** அவை உறுப்பினர்களும் ஏனைய சாட்சிகளும் இங்கு இருப்பதால் அவ்வாறு செய்வது முறையன்று. போலிஸ் அதிகாரி தன்னுடைய அறிக்கையைச் சமர்ப்பிக்கும்போது, அவர் சமர்ப்பிக்கப்பட்ட சாட்சியங்கள் தொடர்பாகத் தன்னுடைய சொந்த மொழியைப் பயன்படுத்துகிறார். அடிப்படை விஷயங்களை உங்கள் முன்பாக வைத்திருக்கிறேன். யதார்த்தமான, பக்கச்சார்பற்ற கண்ணோட்டத்துடன் அதைப் பார்க்கும் எவரும், மரணத்துக்கான உண்மையான காரணங்கள் பற்றி எந்த ஐயமும் இல்லை என்று உறுதியாக நம்புவார்கள்.

**டாக்டர் சுசிலா நாயர்:** டாக்டர் அம்பேத்கர் நீண்ட நாள்களாக நோய்வாய்ப்பட்டிருந்தார். அவருடைய மரணம் இயற்கையானது. அது சாதாரண சூழ்நிலையில் நடந்தது. பிறகு ஏன் அவருடைய மரணம் குறித்து விசாரணை?

**பண்டிட் ஜி.பி. பந்த்:** விசாரணைக் கோரிக்கையை அரசு ஏற்க வேண்டிய அவசியமில்லை. ஆனால், மக்களவையின் மாண்புமிகு உறுப்பினர்கள் பத்தொன்பது பேர் விசாரணைக்காக [எழுத்து வடிவில்] கோரிக்கைவிடுத்தனர். மாண்புமிகு உறுப்பினர்களின் வேண்டுகோளுக்கு மதிப்பளித்து விசாரணை நடத்த நினைத்தோம்.

அதன் பிறகு, விசாரணைக்கான உத்தரவு பிறப்பிக்கப்பட்டு இறுதி அறிக்கை சமர்ப்பிக்கப்பட்ட காலகட்டத்தில் அரசாங்கத்துக்கும் விசாரணை அதிகாரிக்கும் இடையே கடிதப் பரிமாற்றம் நடந்திருந்தால், அரசாங்கம் அந்தக் கடிதப் பரிமாற்றத்தை அவையில் முன்வைக்குமா என்று ஒரு கேள்வி கேட்கப்பட்டது. பதிலளிக்கும் விதமாக உள்துறை அமைச்சர் ஜி.பி. பந்த் கூறியதாவது:[78]

'எந்த விதமான கடிதப் பரிமாற்றமும் நடந்ததாக நான் நினைக்கவில்லை. வெறுமனே விசாரிக்கச் சொன்னார்கள். அது தொடர்பாக எங்களுக்கு அனுப்பப்பட்டவை எல்லாம் அவர்களுக்கு அனுப்பிவைக்கப்பட்டன. அரசாங்கத்துக்கும் அதன் அதிகாரிகளுக்கும் இடையில் நடக்கும் கடிதப் பரிமாற்றங்கள் ஒருபோதும் பொதுவெளியில் வெளியிடப்படுவதில்லை.'

இந்திய அரசு தன் வாதத்தைத் தெளிவாக எடுத்துரைத்து, அறிக்கையின் சில பகுதிகளை மக்களவையில் முன்வைத்தபோதும், தலித் தலைவர்கள் அந்த அறிக்கையிலிருந்து தங்கள் ஆதாயத்துக்கு ஏற்ப சில விஷயங்களை உருவியெடுத்து, பாமர தலித் மக்களைத் தவறாக வழிநடத்தினார்கள். அதை மூலதனமாக்கியதன் வழியாகத் தங்கள் தலைமையை வலுப்படுத்திக்கொண்டார்கள். ஆனால், பிற்காலத்தில் வந்துசேர்ந்த இளம், படித்த, விமர்சன ரீதியான தலைமுறையினர் அந்தக் கட்டுக்கதைகளுக்கு இரையாக மறுத்தனர். இவர்களால் அந்தத் தலைவர்கள் கூட்டம் குப்பைமேட்டில் தூக்கியெறியப்பட்டது. அரசியல்ரீதியாக அழித்தொழிக்கப்பட்டது.

## நான் இன்னமும் அம்பேத்கர்தான்

சாஹேபின் மறைவுக்குப் பிறகு, பிரதமர் பண்டித ஜவாஹர்லால் நேரு எனக்கு அரசு மருத்துவமனையில் மருத்துவ அதிகாரியாகப் பணி வழங்க முன்வந்தார். உள்ளபடியாக, அவர் என்னை மாநிலங்களவைக்கு அழைத்துச்செல்லத் தயாராக இருப்பதைக்கூட வெளிப்படுத்தினார். நான் அந்த வாய்ப்புகளையெல்லாம் நிராகரித்தேன். காரணம், திருமணத்துக்குப் பிறகு டாக்டர் சாஹேப் நான் என்னுடைய வேலையை விட்டுவிடுமாறு செய்திருந்தார். அவர் மறைந்த பிறகு அவருடைய விருப்பத்துக்கு மாறாகச் செல்வது சரியானதாக நான் நினைக்கவில்லை. அதேபோல, நான் மாநிலங்களவைக்குச் செல்லத் தயாராக இருந்திருந்தால், அது காங்கிரஸ் முகாமின் வளையத்துக்குள் செல்வதாக இருந்திருக்கும்; அது டாக்டர் அம்பேத்கரின் கொள்கைகளுக்கு எதிரானதாக ஆகியிருக்கும். பின்னர், குடியரசுத் தலைவர் சர்வபள்ளி ராதாகிருஷ்ணன், பிரதமர் இந்திரா காந்தி ஆகியோரும் என்னை மாநிலங்களவையில் சேர்க்கத் தயாராக இருந்தனர். நான் அதைத் தாழ்மையுடன் மறுத்துவிட்டேன். அவர்களிடம் தெளிவாகக் குறிப்பிட்டேன்:

"என்னுடைய கணவர் தன் வாழ்நாள் முழுவதும் யாருக்கு எதிராகப் போராடினாரோ, அந்த காங்கிரஸில் சேர்வது எனக்கு ஒருபோதும் ஏற்புடையதாகாது. என்னுடைய

கணவரின் கொள்கைகளுக்கு நான் ஒருபோதும் துரோகியாக இருக்க முடியாது."

நான் அம்பேத்கராக வாழ்கிறேன். அம்பேத்கராகவே இறந்துபோவேன்.

## எல்லா விதத்திலும் டாக்டர் அம்பேத்கருக்குத் துணையாக

டாக்டர் அம்பேத்கருக்கு எல்லா விதத்திலும் நான் துணையாக இருந்தேன்; எல்லாத் தளங்களிலும் — தனிப்பட்ட வாழ்க்கை, குடும்ப வாழ்க்கை, சமூகரீதியாக, அரசியல்ரீதியாக, மதரீதியாக, கல்விப்புலரீதியாக என்று மட்டுமல்லாமல் மருத்துவரீதியாகவும் நான் முழு ஈடுபாட்டோடு அவருடன் இருந்தேன்.

குடும்ப அளவில் எடுத்துக்கொண்டால், அவர் விரும்பிய உணவை விரும்பிய நேரத்தில் பரிந்துரைக்கப்பட்ட விதத்தில் வழங்கினேன். சூழல் கோரினால், என் சொந்த விருப்புவெறுப்புகளைக் கட்டுப்படுத்திக்கொண்டு, அவருடைய ஆசைகளுக்கு இசைவாக நான் நடந்துகொண்டேன். என் புடவைகள், அவற்றின் நிறங்கள், ஆபரணங்கள், இது போன்ற இதர விஷயங்களை நான் எப்போதும் அவருடைய ரசனைக்கு ஏற்பவே அணிந்துவந்தேன். அவருடைய இன்ப துன்பங்களை சமமாகப் பகிர்ந்துகொண்டேன். அவருடைய மனைவி என்ற வகையில், அவருடைய ஒவ்வொரு செயலிலும் நான் அவருக்குப் பின்னால் பக்கபலமாக நின்றேன்.

டாக்டர் அம்பேத்கரின் சமூகப் பணிகளிலும் தோளோடு தோள் கொடுத்தேன். சமூகச் சீர்திருத்தம் தொடர்பான சந்திப்புகளிலும் கூட்டங்களிலும் மாநாடுகளிலும் ஆர்வத்துடன் பங்கேற்றேன். சாஹேப் கலந்துகொள்ள முடியாதபோது, அவருக்குப் பதிலாகக் கூட்டங்களில் கலந்துகொண்டு ஆலோசனை வழங்கினேன். குறிப்பாக, பெண்களின் முன்னேற்றத்துக்காக சாஹேப் வரைவுசெய்து அவையில் தாக்கல் செய்த இந்துச் சட்டத் தொகுப்பு மசோதா — அதை எழுதுவதற்கும், சில பகுதிகளைத் தயாரிப்பதற்கும் அவருக்கு உதவினேன். நாங்கள்

இது தொடர்பாக விவாதிக்கும்போது சில ஆலோசனைகள் வழங்கினேன்.

அரசியல் விஷயங்களில் அவருக்குப் பெருமதியான உதவிகள் புரிந்தேன். 1952 தேர்தலில் பம்பாயிலிருந்து சாஹேப் நின்றபோது, பல தேர்தல் கூட்டங்களில் நான் உரையாற்றினேன்; தேர்தல் பேரணிகளின் வெப்பமும் தூசியுமான சூழலில் அவருடைய உடல்நலத் தேவைகளையும் உணவுத் தேவைகளையும் உணர்வுபூர்வத் தேவைகளையும் கவனித்துக்கொண்டேன். சாஹேப் தோற்றபோது அவர் எதிர்கொண்ட அதிர்ச்சியைப் பகிர்ந்துகொள்வதற்கு நான் உடன் இருந்தேன். பண்டாரா இடைத்தேர்தல் [1954] முடிவுகள் தெளிவாகத் தெரியத் தொடங்கியபோது, தேர்தல் கவலைகளை அவர் மனத்திலிருந்து வெளியேற்றும் பொருட்டு, ரங்கூனில் நடைபெற்ற பௌத்த மாநாட்டில் கலந்துகொள்ளும்படி அவரை வற்புறுத்தினேன்.

மத விஷயங்களிலும் நான் உடன் இருந்தேன். தேர்தல் தோல்விகளுக்குப் பிறகு அவரை நல்ல உடல்நலத்துடன் மீட்டெடுக்க வேண்டும் என்ற எண்ணத்தில், அவரை மதப் பணிகளுக்குத் திருப்பிவிட்டேன். வரலாற்றுச் சிறப்புமிக்க மதமாற்ற நிகழ்வு இதன் விளைவுதான். நான் அன்றாடம் அவருக்குக் கீர்த்தனைகள் பாடிக்காட்டுவேன், பௌத்தக் கதைகளைப் படித்துக்காட்டுவேன். அவருடைய ‘புத்தரும் அவர் தம்மமும்’ புத்தகத்துக்குத் தேவைப்பட்ட பாலி புராணங்களை நகலெடுப்பேன். பாலி புத்தகங்களை மக்கள் புரிந்துகொள்ள உதவும் வகையில் பாலி அகராதியைத் தயாரிக்கும் பணியையும் நாங்கள் மேற்கொண்டோம். அந்த அகராதிக்கான எழுத்துப் பணியைச் செய்தது நான்தான்.

கல்வி தொடர்பான சாஹேபின் பணிகளில், குறிப்பாக ஔரங்காபாதில் கல்லூரியை நிறுவுவதில், அதன் கட்டுமானப் பணியிலும் மேற்பார்வையிலும் முழுக்கமுழுக்க நான் அவருடன் இருந்தேன்.

சாஹேப் தன்னுடைய வாழ்நாள் முழுவதும் மாணவராகத்தான் இருந்தார். அவருடைய வாசிப்பும் எழுத்தும் சிந்தனையும் இரவும்பகலும் நீண்டன. குறிப்புகளைத் தேடுவதில், அதிலிருந்து சில பகுதிகளை எழுதுவதில், புத்தகங்களைத்

தேடுவதில், புத்தகங்களை வாங்குவதில் மற்றும் இது போன்ற பல விஷயங்களிலும் நான் அவருக்கு உதவினேன். விவாதங்களின்போது நானும் ஆலோசனை வழங்குவேன். 'புத்தரும் அவர் தம்மமும்', 'இந்தியாவில் புரட்சியும் எதிர்ப்புரட்சியும்', 'இந்து மதத்திலுள்ள புதிர்கள்', 'இந்து மதத்திலுள்ள தத்துவம்', கீதை குறித்த கட்டுரைகள், தீண்டாமை குறித்த கட்டுரைகள் போன்ற மகத்தான ஆக்கங்களெல்லாம் நான் அவருடன் இருந்த காலத்தில்தான் இயற்றப்பட்டன.

சாஹேபின் வாழ்க்கைக்குள் நான் 1948-இல் நுழைந்தேன், 1956-இல் அவர் காலமானார்; ஏறத்தாழ ஒன்பது ஆண்டுகள் நாங்கள் ஒன்றாக வாழ்ந்திருக்கிறோம். இது அவருடைய வாழ்க்கையின் மிகமிக முக்கியமான காலகட்டமாகக் கருதப்படுகிறது. தேசிய அளவிலும் சர்வதேச அளவிலும் முக்கியத்துவம் வாய்ந்த செயல்களை ஒன்றன் பின் ஒன்றாக அவர் நிகழ்த்திய காலகட்டம் இது. தேசிய அளவில் முக்கியத்துவம்மிக்க அரசமைப்புப் பணிகளை அவர் மேற்கொண்டது நாங்கள் ஒன்றாக வாழ்ந்த இந்தக் காலத்தில்தான். மீண்டும், அவருடன் நான் இருந்த இந்தக் காலத்தில்தான் இந்துச் சட்டத் தொகுப்பு மசோதாவை எழுதி அவையில் தாக்கல் செய்த மாபெரும் பணியை அவர் மேற்கொண்டார்.

பௌத்தம் தொடர்பான சர்வதேச மாநாடுகளுக்கு நாங்கள் இந்தியாவின் பிரதிநிதிகளாகச் சென்றோம். அங்கே பௌத்த உலகில் சாஹேபுக்கு சர்வதேச அளவிலான கௌரவமான பதவி வழங்கப்பட்டது. இந்தியாவில் பௌத்தத்தை மீட்ட 'போதிசத்துவர்' என்று அவர் பெயர் பெற்றது என்னுடைய காலத்தில்தான்.

அதன் பிறகு நடந்தது அவருடைய வாழ்க்கையின் மகத்தான நிகழ்வு: நாக்பூர் பெருந்திரள் மதமாற்றம். அது எங்கள் இருவருடைய வாழ்க்கையிலும் மிகப் பெரும் திருப்தியை அளித்த தருணமாகும். அது என்னுடைய காலத்தில்தான் நடந்தது.

## அம்பேத்கருக்குப் பின் வாழ்க்கை

பெண் விடுதலை, பெண் உரிமைகள், பெண் சுதந்திரம் போன்ற சொற்கள் இன்று பகட்டான வார்த்தைகளாக மாறிவிட்டன. பெண்கள் மீதான கொடுமைகளுக்கு எதிராகப் போராடுவதற்கும் அவர்களின் உரிமைகளைப் பாதுகாப்பதற்கும் இன்று பல்வேறு அமைப்புகள் உள்ளன; ஆனால், பெண்களின் உரிமைகளுக்காகவும் அவர்களின் பாதுகாப்புக்காகவும் டாக்டர் அம்பேத்கர் போராடிக்கொண்டிருந்த காலத்தில் பெண்கள் பொருட்படுத்தப்பட்டதே இல்லை, அவர்களுக்குச் சமூகத்திலும் இடமில்லை. இந்துச் சட்டத் தொகுப்பு மசோதா வழியாகத்தான் பெண்களுக்குச் சட்டபூர்வ உரிமைகளுக்கான அரசமைப்புப் பாதுகாப்பு அளித்து ஆண்களுக்கு இணையான அந்தஸ்தையும் உருவாக்கினார். 'ஒரு நபர், ஒரு மதிப்பு' என்ற அரசமைப்புச் சமத்துவத்தை உருவாக்கிய பெருமை டாக்டர் அம்பேத்கருக்கு மட்டுமே சொந்தமானது. இந்தச் சமத்துவத்தின் பொருட்டுதான் இந்திரா காந்தி ஒரு பெண்ணாக இருந்தபோதும் இந்தியாவின் பிரதமரானார்.

சமத்துவம், நீதி, பெண் விடுதலைக்காகவே டாக்டர் அம்பேத்கர் தன்னுடைய ஒட்டுமொத்த வாழ்க்கையையும் செலவிட்டார்; இந்நிலையில், அவருடைய சொந்த மனைவிக்கே இப்படி ஒரு சோதனை வந்திருப்பது துரதிர்ஷ்டவசமானது. ஆனால், டாக்டர் அம்பேத்கரின் அரசியல் வாரிசுகளாகத் தங்களை அழைத்துக்கொண்ட இந்தத் தலைவர்கள் கூட்டமானது மக்களை என்றென்றும் முட்டாளாக்கிக்கொண்டிருக்க முடியாது. அவர்களின் அரசியல் இருப்பு அழித்தொழிக்கப்பட்டுவிட்ட நிலையில் படித்த, விமர்சனரீதியான, சற்று கலகப் பண்புள்ள புதிய தலைமுறை வந்துவிட்டது. அவர்கள் தங்களுக்கான சொந்த அறிவைக் கொண்டிருக்கிறார்கள். டாக்டர் அம்பேத்கரின் பணிகளின் விளைவாகவும், அவருடைய இயக்கத்தின் விளைவாகவும் உருவான தலைமுறை இது. அம்பேத்கருக்குப் பிந்தைய இந்த அரசியல் அர்ப்பணிப்பற்ற தலைவர்களால் இப்போது இந்த விழிப்பான, சுதந்திரச் சிந்தனை கொண்ட இளைஞர்களைத் தவறாக வழிநடத்த முடியவில்லை. தலித் சிறுத்தைகள் ஆற்றிய பணியின் காரணமாக இப்போது தலித் இயக்கத்தில் ஒரு புதிய பலம், புதிய உத்வேகம்

உருக்கொண்டுள்ளது. ராஜா தாலே, ராம்தாஸ் ஆத்வலே, நாம்தேவ் தஸால், ஜே.வி. பவார், வாமன் நிம்பால்கர், சுரேஷ் சாவந்த், கங்காதர் காடே, ரமேஷ்சந்திர பர்மார் மற்றும் பல நபர்களைக் குறிப்பிட்டுச் சொல்ல வேண்டும். நாடு முழுவதும் உள்ள அம்பேத்கரியர்களையும் குறிப்பிட்டாக வேண்டும்.

## இறுதியாக

டாக்டர் அம்பேத்கர் தன்னுடைய வாழ்க்கையின் ஒவ்வொரு கணத்தையும் தன்னுடைய ஒவ்வொரு தானியத்தையும் தலித்துகளின் மேம்பாட்டுக்காகவும் பெண்களின் மேம்பாட்டுக்காகவும் அர்ப்பணித்தார். அவருடைய மனைவியாக இருந்து நான் பெற்ற தனிப்பட்ட அனுபவங்கள் என்னுடைய ஒட்டுமொத்த வாழ்க்கையையும் ஒளிரவைத்திருக்கின்றன. ஒரு சகாப்த ஆளுமையின், உச்சபட்ச மரியாதைக்குரிய மகத்தான தலைவரின் மனைவியாக இருந்ததற்காக நான் தனிப்பட்ட முறையில் பெருமைப்பட்டுக்கொள்வது இயல்பானதுதானே. நான் இந்தப் புத்தகத்தை எழுத முடிவெடுத்ததற்குக் காரணமும் அதுதான் — மக்களிடம் என் இதயத்தை வெளிப்படுத்தும், என்னை வாட்டிவதைத்துக்கொண்டிருக்கும் வலிகளை அவர்களிடம் எடுத்துச்சொல்லும் விருப்புறுதியால் நான் கனன்றுகொண்டிருந்தேன். என் ஒவ்வொரு சொல்லையும் என் வாழ்வின் ஒவ்வொரு நிகழ்வையும் உறுதிப்படுத்தப்பட்ட சான்றுகளுடனும், சாத்தியமான இடங்களில் இயன்றவரை டாக்டர் சாஹேபின் வார்த்தைகளை முன்வைத்தும் இந்தப் புத்தகத்தில் நேர்மையான, உளமார்ந்த முயற்சியை நான் மேற்கொண்டிருக்கிறேன்.

சாஹேபின் மறைவுக்குப் பிறகு, 1957–இல் கூட்டுத் தலைமை எனும் முடிவை அவருடைய தொண்டர்கள் எடுத்தபோது நான் பேருவகை கொண்டேன். அசாத்தியமான உழைப்பால் என் கணவர் உருவாக்கிய இந்த மகத்தான வாகனம் இனி திறமையாக முன்னகர்ந்துசெல்லும் என்று நான் நம்பினேன். அதனால் மகத்தான, வணங்கத்தக்க என் கணவர் மீதான கவனத்திலிருந்து சிதறிவிடாமல், தனிமையில் அமைதியான

முறையில் தியானித்தபடி என்னுடைய எஞ்சிய வாழ்நாளைக் கழிக்க நினைத்தேன். ஆனால், என் கணவரின் அளப்பரிய உழைப்பில் உருவாகிய ஒவ்வொரு நிறுவனமும் 1960-இலிருந்து பிளவுபடத் தொடங்கியது. ஒரு குழு இரண்டாகவும், இரண்டு நான்காகவும் மாறியது. இந்திய வரலாற்றிலேயே வலிமையானவையாகக் கருதப்பட்ட இந்த முன்மாதிரியான அமைப்புகள் துண்டுதுண்டாக விழத் தொடங்கியபோது என் இதயம் வலித்தது. அரசியல், மதம், கல்வி, சமூக அமைப்புகளை சாஹேப் தன் உதிரம் ஊற்றி வளர்த்தெடுத்தார். இந்த அமைப்புகள் ஒவ்வொன்றும் சிதைவின் கறையான்களால் பாதிக்கப்பட்டன.

நாம் சுதந்திரமடைந்து இப்போது நாற்பத்து இரண்டு ஆண்டுகள் ஆகின்றன; ஆனாலும், தலித்துகள் மீதும் பௌத்தர்கள் மீதும் மிக மோசமான வகையில் தொடர்ந்து கொடுமைகள் நிகழ்த்தப்படுகின்றன. அரசமைப்பு வழங்கியுள்ள வசதிகளும் உரிமைகளும் அவர்களுக்கு மறுக்கப்படுகின்றன. நாட்டின் ஒவ்வொரு மூலைமுடுக்கிலும் தலித்துகள் மீதும் பௌத்தர்கள் மீதும் நிகழ்த்தப்படும் காட்டுமிராண்டித்தனமான துன்புறுத்தல்கள் குறித்து அன்றாடம் செய்தித்தாள்களில் படிக்கிறோம். கண்மூடித்தனமான தாக்குதல்கள், அடிதடிகள், கொலைகள், பெண்களின் ஆடைகளைக் களைந்து இழிவுபடுத்துவது, பெண்ணை அவளுடைய பெற்றோர் முன்னிலையில் பலாத்காரம் செய்வது, தாயையும் மகளையும் ஒரே படுக்கையில் இருத்தி அவர்களைச் சம்போகிக்கும்படி வற்புறுத்துவது, ஒருவரைத் தீ வைத்து எரிப்பது, மொத்தக் குடியிருப்பையும் கொளுத்துவது, நிலத்தை அபகரிப்பது, கட்டாய உழைப்பைத் திணிப்பது, மனிதாபிமானமற்ற கொடூரங்களைச் செய்வது என்பன போன்ற எண்ணற்ற காட்டுமிராண்டித்தனங்கள் தொடர்ந்து நடந்துவருகின்றன. இந்தக் கொடுமைகளெல்லாம் தொடர்வதற்கான ஒரே காரணம், தலைவர்களிடையே ஏற்பட்டிருக்கும் பிளவுதான். உண்மையில், டாக்டர் சாஹேபின் கொள்கைகளுக்காகத் தங்கள் வாழ்க்கையையே அர்ப்பணிக்கும் உறுதிப்பாடு எல்லா தலித்துகளுக்கும் உள்ளது. இல்லையெனில், ஒவ்வொரு ஆண்டும் தம்மச்சக்ர பிரவர்த்தன் நாளன்று நாக்பூரின் தீக்ஷா பூமியிலும், நினைவு நாளன்று சைத்ய பூமியிலும் நாடு முழுவதிலுமிருந்து லட்சக்கணக்கான சகோதர சகோதரிகள்

தங்களுடைய தலைவருக்கு அஞ்சலி செலுத்துவதற்காகத் தொடர்ந்து ஒன்றுகூட மாட்டார்கள். ஆனால், வியக்கத்தக்க இந்தப் பேராற்றல்கள் எல்லாம் சிதறிக்கிடக்கின்றன.

டாக்டர் சாஹேபின் சகாவான என். சிவராஜ் ஒருமுறை, உயிருடன் இருந்த டாக்டர் அம்பேத்கரைவிட இறந்துபோன டாக்டர் அம்பேத்கர் இன்னும் ஆபத்தானவர் என்று கூறியிருந்தார். 'புதிர்கள்' அத்தியாயத்தின்போது நாடு இந்த அவதானிப்பின் மாதிரியொன்றை எதிர்கொண்டது. டாக்டர் அம்பேத்கரின் சிந்தனைகள் அவர் இறந்து முப்பத்து மூன்று ஆண்டுகளுக்குப் பிறகும்கூட ஒட்டுமொத்த தேசத்தையும் உலுக்க முடியும் என்பதற்கு இந்த அத்தியாயம் சான்றாக அமைந்தது. இந்த அத்தியாயம் இந்தியாவின் தலித் பௌத்தர்களுக்கான அடையாளம் தொடர்பாக ஒட்டுமொத்த நாட்டுக்கும் ஒரு பார்வையை அளித்தது. பௌத்தர்கள், நாடோடி தலித்துகள், ஆதிவாசிகள், சிறுபான்மையினர் மத்தியில் இந்த நிகழ்வு உண்டாக்கிய வரலாற்று ஒற்றுமையானது எதிரிகளுக்கும் பிற்போக்கு சக்திகளுக்கும் படுதோல்வியைத் தந்தது. டாக்டர் அம்பேத்கரைப் பின்பற்றுபவர்களிடம் அவர்களின் அடையாளம் மிகவும் உயிர்ப்புடன் உள்ளது என்பதை இந்த நிகழ்ச்சி உறுதிப்படுத்தியது; டாக்டர் அம்பேத்கரின் கொள்கைகளுக்காக தலித்துகள் ஒன்றுசேர முடியும் என்பதையும் நிரூபித்தது. இருப்பினும், 'புதிர்கள்' அத்தியாயத்துக்குப் பிறகு இந்த ஒற்றுமை நீடிக்கவில்லை என்பது துரதிர்ஷ்டம்தான்.

என்னுடைய நம்பிக்கை முழுக்கமுழுக்க இளைய தலைமுறையினரையே சார்ந்திருக்கிறது. அவர்கள் தங்கள் கிராமங்களிலுள்ள சகோதர சகோதரிகளை உசுப்பி, அவர்களிடம் விழிப்புணர்வு ஏற்படுத்த வேண்டும். கிராமங்களிலுள்ள நம்முடைய பௌத்த சகோதர சகோதரிகள் பலரும் தங்கள் அறியாமையின் காரணமாக, இந்து மதத்தின் சடங்குகளைத் தொடர்ந்து கடைப்பிடித்துவருகின்றனர், தாங்கள் விரும்புவதை அடைய விரதம் இருக்கிறார்கள், மத விழாக்களில் கலந்துகொள்கிறார்கள். இவர்களை அவர்களின் மகத்தான தலைவர் விட்டுச்சென்ற செய்தியின் மூலம் தூண்டிவிட வேண்டும். சமூகத்தின் முழுச் சுமையும் — அதன் எல்லா அர்த்தத்திலும் — படித்த இளம் தலைமுறையினர் மீதுதான்

தங்கியுள்ளது. இந்தப் படித்த இளம் தலைமுறை இன்றைய சூழ்நிலையில் உலகம் எந்தத் திசையில் நகர்கிறது என்பதைப் புரிந்துகொண்டு அதற்கேற்ப அடியெடுத்துவைக்க வேண்டும். கலங்கரைவிளக்கம்போல் டாக்டர் அம்பேத்கரின் தத்துவம் இந்தச் சமூகத்தின் வழிகாட்டியாக எப்போதும் இருக்கும்.

எல்லா தலித்துகளும் சுரண்டப்படும் மக்களும் ஒன்றிணைவது காலத்தின் கட்டாயமாகும். பௌத்தத்தைத் தழுவும் நாடாக இந்தியாவை மாற்ற வேண்டும் என்ற, தங்களுடைய மகத்தான தலைவர் டாக்டர் அம்பேத்கரின் கனவை நிறைவேற்றுவதற்காக, அவர் மிகத் திடமாகக் கட்டியெழுப்பியிருக்கும் சமூக, அரசியல், மத, கல்வி நிறுவனங்களெல்லாம் தம்முடைய சொந்தக் காலில் திடமாக நிற்க வேண்டியது மிகவும் அவசியமாகிறது. ததாகதர் கௌதம புத்தர் கூறியதுபோல் ‘நீயே உனக்கு ஒளியாக இரு’. ஒரு தாயின் அன்போடும் கனிவோடும் உறுதிப்பாட்டோடும் நான் உங்கள் பின்னால் உறுதியாக நிற்பேன். இதில் எவ்வித ஐயமும் வேண்டாம்.

*சப்பே சத்தா சுகீ ஹோந்து சப்பே ஹோந்துச் கேமின்னோ*
*சப்பே பத்ரானி பஸ்ஸந்து மா கச்சி துக்கமாகமா*

எல்லா வகை உயிர்களும் இன்பமாக இருக்கட்டும்,
எல்லோருக்கும் நலம் உண்டாகட்டும்

எல்லோரும் தம் முன்னேற்றத்துக்கான பாதையைக்
கண்டறியட்டும், இன்பமற்று யாரும் இருக்க வேண்டாம்

டாக்டர் அம்பேத்கர் வரைந்த ஓவியம் இது. 'புத்தர் தன் வாழ்நாள் முழுவதும் நாட்டின் மூலைமுடுக்கெங்கும் கண்கள் திறந்த நிலையில்தான் சுற்றிவந்தார். திறந்த விழிகளுடன்தான் அவர் உலகின் துயரங்களை அவதானித்தார்' என்பார் டாக்டர் அம்பேத்கர். போதனை வழங்கும் புத்தர், திறந்த விழிகளுடன் இருக்கும் புத்தர், இந்திய அம்சங்கள் கொண்ட புத்தர், நடந்துசெல்லும் புத்தர் என வெவ்வேறு தோற்றங்களில் அவர் புத்தரை உருவாக்க விரும்பினார்.

## குறிப்புகள்

1 தீக்ஷை – ஒரு மதத்தை ஏற்றுக்கொள்வதற்கான அடையாளச் சடங்கு. அங்கீகரிக்கப்பட்ட ஒருவரிடமிருந்து ஒருவர் தீக்ஷை பெறும்போது, அந்த நபர் அந்த மதத்தில் ஏற்றுக்கொள்ளப்பட்டு அதிகாரபூர்வமாக அனுமதிக்கப்பட்டவராகக் கருதப்படுகிறார்.

2 போதிசத்துவர் – புத்தராக மாறும் எண்ணம் கொண்ட, ஞானநிலையை அடைந்திருக்கும் ஒருவர், ஜீவராசிகளுக்கு உதவ வேண்டும் என்ற விருப்புறுதியால் அவ்வாறு ஆகாதவர்.

3 மநு ஸ்மிருதி – 'மநுவின் சட்டங்கள்'. இது இந்துச் சமூகத்தின் முதல் சட்ட நூல் என்றும், நடத்தை நெறிமுறை என்றும் கருதப்படுகிறது. இது நால்வர்ண அமைப்பு அல்லது சாதி அமைப்பை விளக்குகிறது.

4 1) காந்தி மேற்கோள்: '[சத்யாகிரக] ஆசிரமமானது வர்ணாஷ்ரம தர்மத்தில் உறுதியான நம்பிக்கை கொண்டுள்ளது. சாதியக் கட்டுப்பாடு நாட்டுக்கு எந்தத் தீங்கும் செய்ததாகத் தெரியவில்லை.' *Collected Works of Mahatma Gandhi*, Vol. XIII, p. 94. New Delhi: Publications Division, 1958–94.

2) 'இந்து மதம் சிதைவுறுவதிலிருந்து சாதிதான் காப்பாற்றியது என்று நான் நம்புகிறேன்.' இந்தப் புத்தகத்தில் ராமச்சந்திர குஹா மேற்கோள்காட்டுகிறார்: *Gandhi: The Years that Changed the World;* p. 123; Penguin Random House India, 2018.

5 [ஆங்கில] மொழிபெயர்ப்பாளர் குறிப்பு: இது ஆசிரியர் இழைத்திருக்கும் பிழையாகத் தெரிகிறது. 30 ஆகஸ்ட் 1947 அன்று வரைவுக் குழுவின் தலைவராக டாக்டர் அம்பேத்கர் நியமிக்கப்படவில்லை, தேர்ந்தெடுக்கப்பட்டார்.

6 Dr B.R. Ambedkar, *Dr Babasaheb Ambedkar Writings and Speeches* (Dr BAWS), Vol. 21, p. 25. மூலப் பிரதியில் தேதி குறிப்பிடப்படவில்லை.

7 தாதாசாஹேப் கெய்க்வாட்டுக்கு டாக்டர் பாபாசாஹேப் அம்பேத்கர் எழுதிய கடிதங்கள், ed. Waman Nimbalkar, Prabodhan Publication, Nagpur, February 2011, p. 493.

8 Dr BAWS, Vol. 21, p. 54.

9 மேலது, Vol. 1, p. 35.

10 மேலது, Vol. 21, p. 132.

11 மேலது, Vol. 21, p. 93.

12 உள்ளபடியாக, ஏ.வி. அலெக்சாண்டர் 1942–இல் இந்தியாவுக்கு வந்தார்.

13 வைஸ்–ரீகல் லாட்ஜைத்தான் ஆசிரியர் குறிப்பிட்டிருந்திருக்க வேண்டும்.

14 ஆங்கிலத்தில் 'ministerin' என்ற வார்த்தை பயன்படுத்தப்பட்டிருக்கிறது. இந்தியிலும் மராத்திலும் '–in' என்ற பின்னொட்டைச் சேர்த்தால் அது பெண்பாலைக் குறிப்பதாகும். அமைச்சரின் மனைவி 'ministerin' எனவும், ஒரு பெண் மருத்துவர் அல்லது மருத்துவரின் மனைவி 'doctorin' எனவும் குறிப்பிடப்படும்.

15 Dr BAWS, Vol. 21, pp. 260–63.

16 நேருவுக்கு வல்லபபாய் படேல் எழுதிய 15 ஏப்ரல் 1948 தேதியிட்ட கடிதம், Vol. 6 (1945 to 1950), ed. Durga Das, Navjivan Trust, Ahmedabad, 1973, p. 303.

17 'தீண்டப்படாத தலைவரை இந்து பிராமணப் பெண் மணம்புரிந்துகொண்டதால் அவர் சொர்க்கம் செல்வதற்கான உரிமையை இழக்கிறார்', *நியூ யார்க் டைம்ஸ்*, 16 ஏப்ரல் 1948.

18 [ஆங்கில] மொழிபெயர்ப்பாளர் குறிப்பு: இந்திய உச்ச நீதிமன்றத்தின் மூன்றாவது தலைமை நீதிபதியான மெஹ்ர் சந்த் மஹாஜனைத்தான் ஆசிரியர் குறிப்பிடுகிறார்.

19 B.R. Ambedkar: *Selected Speeches; Vol. XI* (14 November to 26 November 1949); Prasar Bharati, https://prasarbharati.gov.in/whatsnew/whatsnew_653363.pdf, p. 34.

20 மேலது, p. 42.

21 'Dr Rajendra Prasad' in Eminent Parliamentarians Monograph Series, Lok Sabha Secretariat, New Delhi, 1990, available at:

https://eparlib.nic.in/bitstream/123456789/58684/1/Eminent_Parliamentarians_Series_Rajendra_Prasad.pdf – p. 170.

22 Dr BAWS, Vol. 21, p. 291.

23 மேலது, Vol. 21, p. 300.

24 மேலது, Vol. 21, pp. 301–02.

25 உண்மையில், சட்டக் கூறு 17–தான் தீண்டாமை தொடர்பானது. சட்டக் கூறு 11 அல்ல.

26 B.R. Ambedkar: *Selected Speeches; Vol. XI* (14 November to 26 November 1949); Publisher: Prasar Bharati, https://prasarbharati.gov.in/whatsnew/whatsnew_653363.pdf, p. 45.

27 Dr BAWS, Vol. 17/III, pp. 404–05.

28 28. Dr BAWS dates it as 6 June 1950. See p. 406.

29 Dhananjay Keer, *Dr Babasaheb Ambedkar: Life and Mission*, Popular Prakashan, Mumbai, first published: 1954, fifth edition: 2016, p. 422.

30 Dr BAWS, Vol. 17/III, p. 406.

31 மேலது, Vol. 17/III, p. 409.

32 மேலது.

33 [ஆங்கில] மொழிபெயர்ப்பாளர் குறிப்பு: மூல மராத்திப் புத்தகத்திலிருந்து மொழிபெயர்க்கப்பட்டது. இருந்தாலும், Dr BAWS, Vol. 17/III, p. 408, இதில் டாக்டர் பி.ஆர். அம்பேத்கர் இப்படிக் கூறுகிறார்: '[முஸ்லிம்கள்] பௌத்த சிலைகளை அழித்தனர். பிக்குகளைக் கொன்றனர். மகத்தான நாளந்தா பல்கலைக்கழகத்தை அவர்கள் பௌத்தர்களின் கோட்டை என்று தவறாகக் கருதிவிட்டனர். ராணுவ வீரர்கள் என்று நினைத்து ஏராளமான துறவிகளைக் கொன்றுவிட்டனர். தாக்குதலிலிருந்து தப்பிய சில பிக்குகள் நேபாளம், திபெத், சீனா போன்ற அண்டை நாடுகளுக்குத் தப்பிச்சென்றார்கள்.'

34 Dr Babasaheb Ambedkar: *Writings and Speeches*, Vol. 18, Part 3, Govt. of Maharashtra, 2002.

35 Dr BAWS, Vol. 14, p. 283.

36 மேலது, Vol. 14, p. 270: 'மாண்புமிகு உறுப்பினர்களிடம் நான் கேட்க விரும்பும் கேள்வி இதுதான்: 90% மக்களின் வழக்கத்தை இந்த நாட்டின்

பொதுவான சட்டமாக வைத்திருக்கப்போகிறீர்களா? அல்லது, 10% மக்களின் வழக்கத்தை 90% மக்கள் மீது திணிக்கப்போகிறீர்களா?'

37 மேலது, Vol. 14, p. 270: '... இந்த நாட்டில் என்ன ஏற்பட்டதென்றால், எப்படியோ, துரதிர்ஷ்டவசமாக, யாருக்கும் தெரியாமல், தன்னுணர்வற்ற வகையில், சரியான வகைப்பட்ட மண வாழ்க்கை உறவுகளுக்கு ஆதரவாக இருந்த எல்லா சாஸ்திரங்களின் வாசகங்களையும் வழக்கங்கள் தம் காலின் கீழே போட்டு மிதிப்பதற்கு அனுமதிக்கப்பட்டுள்ளது.'

38 மேலது, Vol. 14, p. 255: 'அவையில் விவாதத்துக்கு எடுத்துக் கொள்ளப்படுவதற்கு முன்னதாக எந்த மசோதாவையும் சுற்றுக்கு விட வேண்டும் என்ற கட்டாயம் இந்த அவைக்கு ஒருபோதும் இல்லை.'

39 மேலது, Vol. 14, p. 255: 'என்னுடைய இரண்டாவது விண்ணப்பம் என்னவெனில்... இந்த மசோதாவின் செயல்பாட்டை இந்தியாவின் மாகாணங்களுக்கு மட்டுமே என்று திட்டமிட்டு நாம் வரையறுத்துள்ளோம். மேலும், இந்த மாகாணங்களைப் பொறுத்தமட்டிலும் மூன்று தடவை அபிப்ராயம் கேட்டுப் பெறப்பட்டுள்ளது. எனவே, நான்காவது தடவையாகப் பொதுமக்களின் அப்பிராயத்தைக் கோரிப் பெறுவதில் மேற்கொண்டு எந்தப் பயனும் ஏற்படப்போவதில்லை என்று கருதுகிறேன். இந்த மசோதாவை இந்திய சமஸ்தானங்களுக்கு விஸ்தரிக்கும் தருணம் வரும்போது இந்த அவை... இந்திய யூனியனுடன் இணைந்துள்ள சமஸ்தானங்களின் விருப்பங்களையும் எண்ணங்களையும் கலந்தாலோசிப்பதற்குக் கவனம் எடுத்துக்கொள்ளும் என்பதில் எவ்வித ஐயமுமில்லை.'

40 மேலது, Vol. 14, p. 260: 'ஒரு தந்தை தன்னுடைய மதத்தை மாற்றிக் கொண்டு இந்து அல்லாதவராக மாறிவிட்டதன் காரணமாக அவர் தகுதியிழந்தவராகிவிட்டால் ஒரு மகனைத் தத்துக்கொடுப்பதற்கான உரிமையானது தாய்க்குக் கொடுக்கப்பட்டுள்ளது.'

41 மேலது, Vol. 14, p. 261: 'இந்து அல்லாதவராக ஒரு கைம்பெண் தாய் மாறிவிட்டால் மகனைத் தத்துக்கொடுக்கும் தன்னுடைய உரிமையை அவர் இழந்துவிடுகிறார் என்ற தடையும் சேர்க்கப்பட்டுள்ளது.'

42 மேலது, Vol. 14, p. 260: 'இதுவரையிலும், தத்தெடுத்துக்கொள்வதற்குப் பல்வேறு முறைகள் இருந்துவருகின்றன... எனவே, தெரிவுக் குழு என்ன முடிவெடுத்ததென்றால்... இந்தச் சட்டத்தின் கீழ் யாராவது தத்தெடுத்துக்கொள்ள விரும்பினால் இந்தச் சட்டத் தொகுப்பின் வகைமுறைகளுக்கு இசைவான முறையில்தான் தத்தெடுத்துக்கொள்ள முடியும்.'

43  மேலது, Vol. 14, p. 262: 'உரிமை வயதடையாத தன்னுடைய மகனின் இயற்கைப் பாதுகாவலர் என்ற வகையிலான இந்துத் தந்தையின் அதிகாரமானது அவர் லௌகீக வாழ்வைத் துறந்து சந்நியாசியாகிவிட்டாலோ அல்லது ஓர் இந்துவாக இல்லாமல்போய்விட்டாலோ அவரிடமிருந்து எடுத்துக்கொள்ளப்படுகிறது… இந்தச் சட்டத் தொகுப்பு இந்துச் சமூகத்தை ஒன்றுபடுத்துவதை நோக்கமாகக் கொண்டது என்று இந்தக் குழு கருதியது… இந்த நிபந்தனையை செயலுறுத்த அது விரும்பியது.'

44  மேலது, Vol. 14, p. 264: 'மகன் பெறுகிற சொத்துக்குச் சமமாக அதன் ஒரு பாதியை மகள் பெற முடியும் என்று மூல மசோதா கூறியது… தெரிவுக் குழு… தந்தையின் சொத்தில் மகளின் பாகத்தை ஒரு பாதியிலிருந்து ஒரு முழுப் பங்குக்கு, அதாவது மகனின் பங்குக்குச் சமமாக உயர்த்திவிட்டது.'

45  மேலது, Vol. 14, Part Two, p. 1326.

46  மராத்தி மூலத்தில் பெயரின் முன்னெழுத்துகள் குறிப்பிடப்படவில்லை.

47  ஒடுக்கப்பட்டவர்களின் நலன்களைப் பாதுகாப்பதற்காக டாக்டர் அம்பேத்கரால் 24 செப்டம்பர் 1924 அன்று நிறுவப்பட்ட சமூக அமைப்பு. இதன் தலைமையகம் நாக்பூரில் உள்ளது.

48  விஜய் சுர்வாடேவின் தனிப்பட்ட சேகரிப்பு.

49  Dr BAWS, Vol. 21, p. 372. Letter of 1 May 1952.

50  மேலது, Vol. 21, p. 378. Letter of 14 May 1952.

51  டாக்டர் பி.ஆர். அம்பேத்கரின் விருப்பமான நிறம் நீலம் என்பது போக, 1942-இல் டாக்டர் அம்பேத்கர் நிறுவிய இந்தியப் பட்டியல் சாதிகள் கூட்டமைப்புக் கட்சியினுடைய கொடியின் நிறமாகவும் நீலம்தான் இருந்தது.

52  [ஆங்கில] மொழிபெயர்ப்பாளர் குறிப்பு: மராத்தி மூலத்தில் 'கம்பவூரா அரண்மனை' (ஒலிபெயர்ப்பு) என்று குறிப்பிடப்பட்டுள்ளது.

53  [ஆங்கில] மொழிபெயர்ப்பாளர் குறிப்பு: எழுத்துக்கோவை சரிதானா என்று தெரியவில்லை. மராத்தி மூலத்திலிருந்து ஒலிபெயர்க்கப்பட்டது.

54  [ஆங்கில] மொழிபெயர்ப்பாளர் குறிப்பு: ஆங்கில மூலத்தைக் கண்டுபிடிக்க முடியவில்லை.

55  பார்க்கவும்: பின்னிணைப்பு 3.

56  [ஆங்கில] மொழிபெயர்ப்பாளர் குறிப்பு: *The Buddha and His Dhamma: A Critical Edition*, published by Oxford University Press, 2011, இதில் திருமதி அம்பேத்கர் குறிப்பிடும் முன்னுரை இடம்பெற்றுள்ளது.

Page xxvii: 'அணைந்துகொண்டிருந்த இந்தச் சுடரை மீண்டும் வெற்றிகரமாக ஏற்றிவிட்டதற்கு என்னுடைய மனைவி, டாக்டர் மால்வன்கர் இருவரின் மருத்துவத் திறனே காரணமாகும். இந்தப் பணியை முடிக்க உதவியர்கள் அவர்கள் மட்டுமே.'

57 *Dr. Babasaheb Ambedkar: Writings and Speeches;* Vol. 21, Govt. of Maharashtra, 2006, p. 434.

58 *Prabuddha Bharat,* Year 1, Issue 15, 2 June 1956.

59 [ஆங்கில] மொழிபெயர்ப்பாளர் குறிப்பு: இதுவரை நாற்பதுக்கும் மேற்பட்ட தொகுதிகள் வெளிவந்திருக்கின்றன.

60 [ஆங்கில] மொழிபெயர்ப்பாளர் குறிப்பு: டாக்டர் பி.ஆர். அம்பேத்கரின் எல்லாப் படைப்புகளையும் வெளியிடும் திட்டத்தின் பகுதியாக, அதுவரை வெளியிடப்படாத படைப்பான *'இந்து மதத்திலுள்ள புதிர்கள்'* புத்தகத்தை 1987-இல் கொண்டுவந்தது. இந்து உணர்வுகளைப் புண்படுத்துவதாகக் கூறி இந்தப் புத்தகத்துக்குத் தடைகோரியவர்களுக்கும், புத்தகம் வெளியாவதை ஆதரித்தவர்களுக்கும் இடையே இது மோதலை உண்டாக்கியது. அம்பேத்கரின் ஆதரவாளர்கள் சுமார் 5 லட்சம் பேர் 5 பிப்ரவரி 1988 அன்று பம்பாய்த் தெருக்களில் புத்தகத்துக்கு ஆதரவாகப் போராடினார்கள்.

61 பார்க்கவும்: பின்னிணைப்பு 3.

62 ரங்கநாத் திவாகர்.

63 சப்தரிஷிகளுள் ஒருவர். முன்கோபி என்ற அவப்பெயர் எடுத்தவர்.

64 பதினைந்தாம் நூற்றாண்டைச் சேர்ந்த ஞானி. மருளியக் கவிஞர்.

65 பார்க்கவும்: குறிப்பு 56.

66 [ஆங்கில] மொழிபெயர்ப்பாளர் குறிப்பு: இந்தப் புத்தகத்திலுள்ள முன்னுரையுடன் ஒப்பிடுக: *The Buddha and His Dhamma:* A Critical Edition; OUP, 2011, pp. xxv to xxviii. அவை முற்றிலும் ஒன்றுபோல இல்லை.

67 விஜய் சுர்வாடேவின் தனிப்பட்ட சேகரிப்பில் இந்த ஆவணத்தின் நகல் உள்ளது.

68 Dhananjay Keer, *Dr Babasaheb Ambedkar,* Popular Prakashan, Mumbai, first edition 1966, fourth improved edition 2006, p. 576.

69 மேலது, p. 570.

70 *Parimal,* pp. 19–20.

71 மேலது, p. 51.

72 *Dr Ambedkar Jeevan Katha, Dr Ambedkar Dvitiya Punyatithi* ('Dr Ambedkar's Life Story', Dr Ambedkar's Second Anniversary); T.M. Salve, pp. 72-74.

73 Prabuddha Bharat, 28 December 1957

74 மேலது.

75 மேலது.

76 மேலது.

77 மேலது.

78 மேலது.

# பின்னுரை[i]

(இரண்டாம் மற்றும் நான்காம் பதிப்புகளுக்கு விஜய் சுர்வாடே எழுதிய அறிமுகவுரைகளிலிருந்து தேர்ந்தெடுக்கப்பட்ட பகுதிகள் இங்கே ஒன்றாகத் தொகுக்கப்பட்டுள்ளன.)

**ச**விதா அம்பேத்கர் உயிருடன் இருந்தபோது இந்தத் தன்வரலாற்றின் முதல் பதிப்பு 24 மார்ச் 1990 அன்று வெளியானது. ஆனால், திருத்தப்பட்ட இரண்டாம் பதிப்பு 2010–இல் வெளியான சமயத்தில் அவர் இறந்துபோய் ஏழு ஆண்டுகள் கடந்திருந்தன. 29 மே 2003 அன்று அவர் காலமானார். 2013–இல் மூன்றாம் பதிப்பு வெளியானபோது அது இரண்டாம் பதிப்பின் மறுஅச்சாகத்தான் வந்தது. ஆனால், 2020–இல் வெளியான நான்காம் பதிப்பு மேலும் சில திருத்தங்களைத் தாங்கியிருந்தது. ஆசிரியரின் மறைவானது பிரதானப் புத்தகத்தில் (முன்னுரை உள்பட) எவ்விதத் திருத்தங்களையும் மேற்கொள்ள இடமளிப்பதில்லை. அதே நேரத்தில், முதலாம் மற்றும் இரண்டாம் பதிப்பு வெளியானதற்கு இடையே எண்ணற்ற விஷயங்கள் நடந்திருந்தன. இரண்டாம் நான்காம் பதிப்புக்கிடையே மீண்டும் ஓர் ஒருங்கிணைப்பு தேவைப்பட்டது. ஏனெனில், அவையெல்லாம் இந்தத் தன்வரலாற்றின் மையப் பொருளைக் கையாள்பவையாக இருந்தன. ஒன்று, ஆசிரியர் தன்னுடைய கணவருக்கு விருப்பமான பகுதிகளில் தொடர்ந்து ஆர்வத்துடன் பணியாற்றிவந்தார்: தலித்துகளின் மேம்பாடு, பாலினச் சமத்துவம், பௌத்தத்தைப் பரப்புதல். மற்றொன்று, முந்தைய பதிப்புகளில் கிடைத்திராத சில முக்கியமான கடிதங்களும் புகைப்படங்களும் கண்டுபிடிக்கப்பட்டன. மூன்றாவதாக, சவிதா அம்பேத்கரின் முன்னாள் எதிர்ப்பாளர்கள் சிலருடன் விஜய்

---

[i] திரு.சுர்வாடேவின் தனிப்பட்ட அனுபவங்கள், உரையாடல்களின் அடிப்படையில்.

சுர்வாடே தொடர்பை உருவாக்கியிருந்தார். அது அவர்களுடைய ஈடுபாட்டுக்குப் பெருமளவில் ஆசுவாசமளித்தது.

தன்வரலாற்றில் இடம்பெறவைக்க முடியாதவற்றை வாசகர்களுக்குக் கிடைக்கச்செய்வதில் சுர்வாடே மூன்று வழிகளைக் கண்டறிந்தார்:

(அ) இந்தத் தன்வரலாற்றுடன் இணைத்து வாசிக்கத்தக்க வகையில் *'டாக்டர் அம்பேத்கராஞ்ச்யா சாவ்லீச்சா சங்கர்ஷ்'* (டாக்டர் அம்பேத்கருடைய நிழலின் போராட்டங்கள்) என்ற தலைப்பில் சவிதா அம்பேத்கரின் வாழ்க்கை வரலாற்றுப் புத்தகத்தை அவர் எழுதினார்;

(ஆ) இரண்டாம் மற்றும் நான்காம் பதிப்புகளுக்கு அவர் எழுதிய அறிமுகவுரைகளில் பிற்கால நிகழ்வுகள் பலவற்றையும் கொண்டுவந்தார்;

(இ) பின்னர் கண்டறியப்பட்ட கடிதங்களைப் பின்னிணைப்புகளாக வெளியிட்டார்.

சுர்வாடே குறிப்பிடும் சில முக்கியமான விஷயங்கள் இவை:

1. யஷ்வந்த் அம்பேத்கர் தலைமைவகித்த குழுவின் உறுப்பினரான டாக்டர் சவிதா அம்பேத்கர் அன்றைய இந்தியப் பிரதமர் மொரார்ஜி தேசாயை 17 ஆகஸ்ட் 1977 அன்று சந்தித்து, பட்டியல் சாதியினருக்குக் கிடைக்கும் வாய்ப்புகளை பௌத்தர்களுக்கும் தருவது குறித்து விவாதித்தார்.

2. 17 செப்டம்பர் 1977 அன்று யஷ்வந்த் அம்பேத்கர் மறைந்த பிறகு, டாக்டர் பாபாசாஹேப் அம்பேத்கர் சமஸ்க்ருதிக் பவனில் நடைபெற்ற மாநாட்டுக்கு சவிதா அம்பேத்கர் தலைமைவகித்தார். அதில், பௌத்தர்களுக்கு இடஒதுக்கீடு கோரி தீர்மானம் நிறைவேற்றப்பட்டது. மத்திய, மாநில அரசுகளிடம் தீர்மானத்தின் நகல்கள் சமர்ப்பிக்கப்பட்டன.

3. பாபாசாஹேப் அம்பேத்கர் அறக்கட்டளையை 1984–இல் நிறுவினார்.

4. டாக்டர் அம்பேத்கருக்கு அவருடைய மரணத்துக்குப் பிறகு வழங்கப்பட்ட பாரத ரத்னா விருதை 14 ஏப்ரல் 1990 அன்று, குடியரசுத் தலைவர் ஆர். வெங்கட்ராமனின் கரங்களால் பெற்றார்.

5. பாப்ரி மஸ்ஜித்-ராம் ஜென்மபூமி என்ற சர்ச்சைக்குரிய நிலம் உண்மையில் ஒரு பௌத்த விஹாரை என்று 1990-இல் மனுத் தாக்கல் செய்தார். 1995-இல் அவருடைய வழக்கு தள்ளுபடியானபோது, அந்தத் தீர்ப்பை எதிர்த்து உச்ச நீதிமன்றம் சென்றார். தன்னுடைய உரிமைகோரலுக்கு வலுச்சேர்க்கும் விதமாக, பழங்கால ஆவணங்களையும் சீனப் பயணிகளின் குறிப்புகளையும் சமர்ப்பித்தார். அந்த இடம் அப்போது சாகேத் என்று அறியப்பட்டது. பௌத்த மன்னர் என்ற வகையில் தாய்லாந்து அரசருக்கு 1991-இல் அவர் ஒரு கடிதம் எழுதி, விஹாரை தொடர்பான தன்னுடைய உரிமைகோரலுக்கு ஆதரவளிக்குமாறு கேட்டுக்கொண்டார்.

6. 26 நவம்பர் 1996 அன்று, சிம்பயாசிஸ் நிறுவனம் கட்டிய அம்பேத்கர் அருங்காட்சியகத்தை, துணைக் குடியரசுத் தலைவர் கே.ஆர். நாராயணனின் கரங்களால் திறந்துவைக்கும் விழாவுக்கு அவர் தலைமைதாங்கினார்.

நான்காம் பதிப்புக்கான அறிமுகவுரையில் சுர்வாடே இப்படி எழுதுகிறார் [மராத்தியிலிருந்து மொழிபெயர்க்கப்பட்டது]:

'மாய்சாஹேபுக்கு எதிராக மேற்கொள்ளப்பட்ட நச்சுப் பிரச்சாரத்தின் விளைவாக, அவர் 1956 முதல் 1970 வரை அநாமதேய வாழ்க்கை வாழ நிர்பந்திக்கப்பட்டார். அவர் பொது வாழ்க்கையிலிருந்து விலகியிருந்தாலும், பாபாசாஹேபால் முன்னெடுக்கப்பட்டிருந்த மற்ற நடவடிக்கைகளிலும் மத நடவடிக்கைகளிலும் அவர் தன்னுடைய திறமைக்கு ஏற்பத் தொடர்ந்து பங்காற்றிவந்தார். 1970-இல் அவர் டெல்லியிலிருந்து பம்பாய்க்கு நகர்ந்தார். மிகக் குறுகிய காலத்திலேயே, தாதரைச் சேர்ந்த டி.டி. பாவிஸ்கருக்கு மாயின் அறிமுகம் கிடைத்தது; பாவிஸ்கர் அவரை அணுகியதோடு, அவருடைய நம்பிக்கையையும் வென்றுவிட்டார். கொஞ்சம்கொஞ்சமாக, பாவிஸ்கரின் வீட்டுக்கு மாய்சாஹேபின் வருகை அதிகரித்தது. தற்செயலாக, மாயுடனான என்னுடைய முதல் சந்திப்பும் நான் மாணவனாக இருந்தபோது (1971) பாவிஸ்கரின் வீட்டில்தான் நடந்தது. என்னைப் போலவே, மற்ற சிறுத்தைத் தலைவர்களும் தொழிலாளர்களும் பாவிஸ்கரின் வீட்டுக்குச் சென்று மாய்சாஹேபைச் சந்திப்பதாகவும், அங்கு அமர்ந்து விவாதிப்பதாகவும் இருந்தனர். நான் மாணவனாக இருந்தபோது மாய்சாஹேபுடன் ஏற்பட்ட அறிமுகம் நாளடைவில் வலுப்பெற்றது

என்னுடைய அதிர்ஷ்டம்தான். என் நேர்மையின் காரணமாகவே நான் அவருடைய நம்பிக்கைக்குரிய நெருங்கிய சகா ஆனேன். 1984 முதல் 2000 வரை அவர் பாசத்துடனும் உரிமையுடனும் அடிக்கடி என் வீட்டுக்கு வருவார். 2000 முதல் அவருடைய உடல்நலமும் மனநலமும் ஒரேபோல் மோசமடையத் தொடங்கியது. இறுதியாக, 29 மே 2003 அன்று, பம்பாய் ஜே.ஜே. மருத்துவமனையில் அவர் தன்னுடைய மூச்சை நிறுத்திக்கொண்டார்.'

திருமதி அம்பேத்கரை இழிவுபடுத்தியவர்கள் குறித்த விவரிப்பு, சுர்வாடே எழுதுகிறார்:

'மாய்க்கு எதிராக விஷம் பரப்பியவர்களில் முக்கியமானவர்கள் பி.சி. காம்ப்ளே, சோஹன்லால் சாஸ்திரி, சங்கரானந்த் சாஸ்திரி, நானக் சந்த் ரட்டு, பக்வான் தாஸ், டி.டி. ரூப்வதே, சி.பி. கைர்மோட், ஆர்.டி. பந்தாரே, இன்னும் சிலர். அவர்களில் சிலருடன் நான் பின்னர் நல்ல உறவை வளர்த்துக்கொண்டேன். இதில் சுவாரஸ்யமான விஷயம் என்னவென்றால், நான் மாயுடன் மிக நெருக்கமாக இருப்பதும், அவருடைய முழு நம்பிக்கையையும் நான் பெற்றிருக்கிறேன் என்பதும் இந்த எதிர்ப்பாளர்கள் எல்லோருக்கும் நன்றாகத் தெரியும்.[i] இருப்பினும், மாயுடனான என்னுடைய நெருக்கமானது எனக்கும் மாயைத் தூற்றுபவர்களுக்கும் இடையில் ஒருபோதும் தடையாக நிற்கவில்லை. நான் அடிக்கடி அவர்களுடன் மாய் குறித்து இணக்கமான விதத்தில் பேசியிருக்கிறேன். சங்கரானந்த் சாஸ்திரி, நானக் சந்த் ரட்டு, பக்வான் தாஸ் ஆகியோருடன் பல ஆண்டுகளாக நான் கொண்டிருந்த கடிதப் பரிமாற்றம் இன்னமும் என்னிடம் பத்திரமாக உள்ளது.'

திருமதி அம்பேத்கரின் எதிர்த்தரப்பினர் நால்வருடன் சுர்வாடே நடத்திய உரையாடல்கள், தொடர்புகள், கலந்துரையாடல்கள், வாதங்கள் ஆகியவை சுர்வாடேவின் சொந்த வார்த்தைகளில் [மராத்தியிலிருந்து மொழிபெயர்க்கப்பட்டது] இங்கே கொடுக்கப்பட்டுள்ளன.

---

i Introduction, Dr Ambedkaranchya Sahavaasaat, Savita Ambedkar.

## 1) பி.சி. என்ற பாபுசாஹேப் காம்ப்ளே (1919–2006)

பாபுசாஹேப் என்னுடைய சேகரிப்பு குறித்துக் கேள்விப்பட்டு, அதைப் பார்க்கும் பொருட்டு என் வீட்டுக்கு வருவதற்காக விருப்பம் தெரிவித்தார். மகிழ்ச்சியுடன் வரவேற்று செய்தி அனுப்பிய பிறகு அவர் 8 பிப்ரவரி 1985 அன்று என் வீட்டுக்கு வந்தார். அப்போது நான் ததாகதர் நிவாஸ், ஜக்தாப் வாடி, தீஸ்காவ்ன் நகா சாலை, கல்யாண் (கிழக்கு) என்ற முகவரியில் வசித்துவந்தேன். காலை பத்து பத்தரைக்குள் நாங்கள் ரயில்வே பாலத்தில் சந்திப்பது என்று முடிவாகியிருந்தது. நான் சரியான நேரத்தில் சென்றாலும், பாபுசாஹேப் எனக்காக அங்கே காத்திருப்பதைக் கண்டேன். இது என்னிடம் மிகுந்த குற்றவுணர்வை உண்டாக்கியது. கல்யாணில் அந்தக் காலத்தில் ரிக்ஷாக்கள் ஓடவில்லை. ரயில்வே சுரங்கப்பாதை வழியாகச் சென்று, சரக்கு ரயில்களின் தண்டவாளம் மீது நாங்கள் கவனமாகச் செல்ல வேண்டியிருந்தது. அம்பேத்கர் இயக்கத்தின் முக்கியமான தலைவர், பாபாசாஹேபால் *'ஜனதா'* நாளிதழின் ஆசிரியராகத் தேர்ந்தெடுக்கப்பட்டவர், இரண்டு முறை மக்களவைக்குத் தேர்ந்தெடுக்கப்பட்டவர், சட்டப்பேரவையிலும் சட்டமேலவையிலும் உறுப்பினராக இருந்தவர், பாபாசாஹேபுடன் நேரத்தைச் செலவழித்த பாக்கியம் பெற்றவர் — இப்படிப்பட்டவர்தான் என்னைச் சந்திக்க இந்தத் தடைகளையெல்லாம் தாண்டிவந்தார். நான் சேகரித்துவைத்திருந்த புகைப்படங்கள், குறிப்புகள், பாபாசாஹேப் கடிதக் கோப்புகளின் தொகுப்புகள் ஆகியவற்றைப் பார்த்தபடி அவர் முழு நாளையும் செலவிட்டார்; அவர் தனக்கு வேண்டிய சில புகைப்படங்களுக்குப் பின்னால் குறிப்புகளை எழுதினார், சில கடிதங்களிலும் பென்சிலால் குறியிட்டார். பின்னர், அந்தப் புகைப்படங்களின் நகல்களையும் கடிதங்களின் நகல்களையும் வர்லியின் ஆதர்ஷ் நகரிலுள்ள அவருடைய வீட்டில் வழங்க என்னுடைய செலவில் ஏற்பாடு செய்தேன்.

ஒவ்வொரு தொகுதியின் அட்டைப்படத்திலும் என்னுடைய தொகுப்பிலிருந்து வந்த ஒரு புகைப்படம் இருக்கும்.

எங்களின் உரையாடலின்போது நான் அவரிடம் முகத்துக்கு நேராகக் கேட்டேன்: "சாஹேப், பாபாசாஹேபுக்கு விஷம் கொடுத்துக் கொன்றதாக நீங்கள் மாய்சாஹேபைக் குற்றஞ்சாட்டுகிறீர்களா?" நான் கேள்விக் கணையைத் தொடுத்தேன். அதே நேரத்தில், நான் அவரைப் புண்படுத்தியிருக்கலாம் என்ற எண்ணமும் எழுந்தது. அவர் தன்னுடைய

சுபாவப்படி, உள்ளங்கைகளை ஒன்றோடொன்று குறுக்காகக் கோத்து அமைதியாகப் பதிலளித்தார்: "இல்லவே இல்லை. பாபாசாஹேபுக்கு அளிக்கப்படும் சிகிச்சையின் பொருத்தப்பாடு குறித்தும் மருந்துகளின் அளவு குறித்தும் நிபுணர் குழு விசாரித்து அதன் அறிக்கையை வெளியிட வேண்டும் என்பதே எங்களின் ஒரே கோரிக்கையாக இருந்தது."

நாங்கள் இரவு உணவுக்காக உட்கார்ந்தபோது அவரிடம் சாதாரணமாகக் கேட்டேன்: "சாஹேப், நீங்கள் நிச்சயமாக பாபாசாஹேபுடன் சேர்ந்து பல முறை உணவு அருந்தியிருப்பீர்கள்தானே?"

அதற்கு அவர் உடனடியாகப் பதிலளித்தார்: "ஒரே ஒரு தடவைகூட இல்லை. அந்தக் காலத் தலைவர்களில் மிகவும் இளையவன் நான்தான். பாபாசாஹேபுடன் மிகக் குறைந்த அளவிலேயே உரையாடினேன்."

அப்போது கேட்டேன்: "சாஹேப், 1948-இல் பாபாசாஹேப் உங்களை 'ஜனதா'வின் ஆசிரியராகத் தேர்ந்தெடுத்தார். எனில், நீங்கள் அவருடன் தனிப்பட்ட முறையிலோ அல்லது தொலைபேசி வாயிலாகவோ அடிக்கடி தொடர்பில் இருந்தீர்கள் என்றுதானே அர்த்தம்"

அவருடைய பதில்: "நான்தான் ஆசிரியர். ஐயமில்லை. ஆனால், அவர் என்னுடைய சுதந்திரம் தொடர்பாக எந்தக் கட்டுப்பாடுகளையும் விதிக்கவில்லை அல்லது அதில் அவர் எந்த வகையிலும் தலையிடவில்லை. இது அவருடன் அதிகம் தொடர்புகொள்வதற்கான வாய்ப்பை நிராகரித்தது. அவருடைய ஒரே ஒரு வலியுறுத்தல் என்னவென்றால், அவருடைய பேச்சுகளை அச்சிடுவதற்கு முன்பு அதற்கான ஆதாரத்தை அவரிடம் காட்ட வேண்டும் என்பதுதான்."

"ஆக, நிச்சயமாக இது அவருடனான சில சந்திப்புகளுக்கு வாய்ப்புகளை உருவாக்கியிருக்கும் இல்லையா?"

"சந்தர்ப்பங்கள் மிகவும் அரிதானவை. ஏனென்றால், நான் தனிப்பட்ட முறையில் ஆதாரங்களை எடுத்துச்செல்ல மாட்டேன். ராஜ்கிரஹாவுக்குச் செல்லும் யாரேனும் அவற்றை எடுத்துச்செல்வார்கள். ஆனால், அது அவர் பம்பாயில் இருந்தபோதுதான். மீதமுள்ள நேரத்தில், டெல்லிக்குத் தபால் வழியாக அவை அனுப்பப்படும். எனவே, அவருடனான என்னுடைய தனிப்பட்ட தொடர்பு அரிதாகவே இருந்தது."

இது மிகவும் மேலான நன்னடத்தையாகும். பாபுசாஹேபின் கடமையுணர்வு, அம்பேத்கரின் தத்துவத்தில் அவர் கொண்டிருந்த பற்று, அவருடைய நேர்மை ஆகியவற்றுக்காக மாபெரும் சோஷலிஸத் தலைவர் எஸ்.எம். ஜோஷி அவரை அடிக்கடி பாராட்டியிருக்கிறார். என்னுடைய அனுபவத்தின் பலத்தால், பாபாசாஹேபுடன் கணிசமான நேரத்தைச் செலவிட்ட பல தலைவர்கள், சகாக்கள், தொழிலாளர்களைச் சந்திக்கும் அதிர்ஷ்டம் எனக்குக் கிடைத்ததாக நான் அடிக்கடி கூறிவந்தேன். அத்தகைய மரியாதைக்குரிய நபர்களில் மூன்று பேரை நான் மிகவும் நேர்மையானவர்களாகக் கண்டேன்: மாய்சாஹேப் அம்பேத்கர், பாபுசாஹேப் காம்ப்ளே, எஸ்.எஸ். ரெகே. அவர்கள் ஒருபோதும் ஒரே ஒரு பொய்யான விஷயத்தைக்கூடச் சொன்னதில்லை. மேலும், தகுதியற்ற விஷயங்களில் அவர்கள் ஒருபோதும் உரிமைகோர முயன்றதில்லை. அவர்கள் என்னென்னவெல்லாம் சொன்னார்களோ அவற்றை நான் பின்னர் பார்த்த ஏதோவொரு குறிப்பு அல்லது சான்றுகள் உறுதிப்படுத்தின என்பதை என்னால் உறுதியாகச் சொல்ல முடியும்.

## 2) சங்கரானந்த் சாஸ்திரி (1915-2000)

'தலித் வாய்ஸ்' ஆங்கில மாத இதழில் டாக்டர் அம்பேத்கர் பற்றி சங்கரானந்த் சாஸ்திரி எழுதிய கட்டுரையை 1977-இல் வாசித்தேன். அவர் டெல்லியில் பாபாசாஹேபுடன் நீண்ட காலம் இருந்ததை அறிந்து அவருக்குக் கடிதம் எழுதினேன். அப்போது அவர் புது டெல்லியிலுள்ள இந்திய அரசின் வேலைவாய்ப்பு அலுவலகத்தில் இயக்குநராகப் பொறுப்புவகித்தார். அவர் என் கடிதத்துக்குப் பதில் அனுப்பினார். விளைவாக, அவருடனான தொடர் கடிதப் பரிமாற்றம் சாத்தியப்பட்டது. இந்திய அரசின் தகவல் மற்றும் ஒலிபரப்பு அமைச்சகத்தின் புகைப்படப் பிரிவில் பாபாசாஹேபின் சில அசல் புகைப்படங்கள் இருப்பதாகவும், இந்தப் புகைப்படங்களைக் கொஞ்சம் கட்டணம் செலுத்திப் பெற்றுக்கொள்ளலாம் என்றும் அறிந்துகொண்டேன். அந்தப் புகைப்படங்களையும், அவருடைய சேகரிப்பில் இருந்த சில புகைப்படங்களையும் எனக்காக வாங்கித்தரும்படி அவரிடம் கேட்டுக்கொண்டேன். என்னுடைய வேண்டுகோளை அவர் மகிழ்ச்சியுடன் ஏற்றுக்கொண்டார். எட்டு அல்லது பத்துப் புகைப்படங்களைப் பதிவுத் தபால் வழியாகத் தன் சொந்த செலவில் எனக்கு அனுப்பிவைத்தார். 30

ஜனவரி 1948 அன்று காந்திஜியை நாதுராம் கோட்சே கொன்ற பிறகு, காந்திஜியின் கடைசி தரிசனத்துக்காக பாபாசாஹேப் சென்ற வரலாற்று முக்கியத்துவம் வாய்ந்த இரண்டு படங்கள் இதில் இருந்தன.

அதன் பிறகு, ஏர் இந்தியா நிறுவனத்தில் பணிபுரிந்து பம்பாய் மஸ்காவ்னில் வசித்துவரும் தன் மருமகன் சத்புதேவைப் பார்க்க வரும்போதெல்லாம், என்னைச் சந்திப்பதற்காக ஐ.டி.பி.ஐ. வங்கிக்கு வருவார். அவர் பாபாசாஹேப் நிறுவிய இந்திய பௌத்தச் சங்கத்தின் அறங்காவலராகவும், மக்கள் கல்விச் சங்கத்தின் நிர்வாகக் குழுவில் அலுவலராகவும் இருந்தார். அது அவரை பம்பாய்க்கு அடிக்கடி அழைத்துவந்தது. அவர் பம்பாயில் இருக்கும் ஒவ்வொரு முறையும் என்னைச் சந்திப்பதை வழக்கமாக்கிக்கொண்டார். அவர் மாயின் கடுமையான எதிர்ப்பாளராக இருந்தபோதும், என்னிடம் எப்போதும் அன்பாகவும் வெளிப்படையாகவும் பேசினார். ஹிந்தியிலும் ஆங்கிலத்திலுமாகப் பேசுவார். அவருடனான என்னுடைய தொடர் சந்திப்பின்போது, பின்வரும் பிரச்சினைகள் குறித்து அவர் தன்னிச்சையாக என்னிடம் பேசினார்:

i. அவருடைய ஒட்டுமொத்தக் குழுவும் [சோஹன்லால் சாஸ்திரி, ரட்டு, யஷ்வந்த் (பையாசாஹேப்) உள்ளிட்ட] மாய் நிறையப் பணத்தை மறைத்துவைத்திருப்பதாக எண்ணியது, எனவே மாயின் இரும்பு அலமாரியை (இது இப்போது பூனாவிலுள்ள டாக்டர் அம்பேத்கர் நினைவு சிம்பயாஸிஸ் அருங்காட்சியத்தில் உள்ளது) சூறையாட விரும்பியது, ஆனால் அதற்கான வாய்ப்பு அமையவில்லை. பாபாசாஹேப் 6 டிசம்பர் 1956 அன்று காலமானார். டிசம்பர் 7 அன்று பம்பாயிலுள்ள ராஜ்கிரஹாவில் பொதுமக்களின் பார்வைக்காக அவருடைய உடல் வைக்கப்பட்டது. அப்போதுதான் மாய் தன்னுடைய பர்ஸை சுதாமா கங்காவானேவிடம் பத்திரமாக வைத்திருக்கும் பொருட்டுக் கொடுத்தார். சுதாமா ஏற்கெனவே இந்தச் செயல்திட்டத்தில் இணைக்கப்பட்டிருந்ததால், இதற்கான வாய்ப்பு வந்துசேர்ந்தது.

இந்த அத்தியாயம் குறித்து மாய் தன்னுடைய தன்வரலாற்றில் எழுதியிருக்கிறார்.

சங்கரானந்த் சாஸ்திரியுடனான என் தொடர்பு பல ஆண்டுகளாகத் தொடர்ந்தது. அப்போது நாங்கள் கடிதங்களைப் பரிமாறிக்கொண்டோம்.

தொலைபேசியிலும் உரையாடினோம். ஒருமுறை, உரையாடலின் போக்கில் நான் கேட்டேன்: "பாபாசாஹேபின் மரணம் தொடர்பாக உங்களுக்கு ஐயம் இருந்திருந்தால், நீங்கள் ஏன் பிரேதப் பரிசோதனைக்குக் கேட்கவில்லை?" பாபாசாஹேபுடன் எவ்வளவுதான் நெருக்கமாக இருந்தாலும், நெருங்கிய ரத்த உறவினரின் வேண்டுகோளின் பேரில் மட்டுமே பிரேதப் பரிசோதனை நடத்த முடியும் என்று பதிலளித்தார். பையாசாஹேப் வழியாக ஏன் அப்படி ஒரு கோரிக்கையைத் தாக்கல் செய்ய முடியவில்லை என்று நான் கேட்டபோது, "பிரேதப் பரிசோதனைக்குப் போகலாம் என்று யஷ்வந்த்ராவிடம் கேட்டோம். ஆனால், அது தேவையில்லை என்பதாகக் கூறிவிட்டார்" என்று சொன்னார்.

ii. பாபாசாஹேப் மறைந்த பிறகு, தன்னை அழிக்க சதித்திட்டம் தீட்டப்பட்டதாக ஒருமுறை மாய் என்னிடம் கூறியிருந்தார். டெல்லியைச் சேர்ந்த பி.கே. கேல்கர் தன்னை எச்சரித்ததாகச் சொன்னார். எங்கள் உரையாடல் ஒன்றில் இது பற்றி சங்கரானந்திடம் கேட்டபோது அவர் ஒப்புக்கொண்டார்: "அப்போது என் தலையில் பிசாசு அமர்ந்திருந்தது. ஆம், நான் அவரைக் கொல்ல விரும்பினேன். சோஹன்லாலும் ரட்டுவும் இன்ன பிறரும் அந்த பங்களாவில் பாபாசாஹேபின் உடல் ஓய்வெடுத்துக்கொண்டிருப்பதாகக் கூறி என்னை அந்த எண்ணத்திலிருந்து வெளியேற்றினர். நான் ஏதாவது விபரீதம் இழைத்துவிட்டால், எல்லா விதமான பிரச்சினைகளும் முளைத்திருக்கும். என் மனைவி, குழந்தைகள் என்ன ஆவார்கள்?"

மாயுடன் நான் மிகவும் நெருக்கமாக இருக்கிறேன் என்பதை அறிந்திருந்தும், சங்கரானந்த் எப்போதும் என்னுடன் மிகுந்த மரியாதையுடன் பழகினார். மேலும், எந்தப் பிரயத்தனமும் இல்லாமல் தன்னை மறைக்காமல் வெளிப்படுத்தினார். நாங்கள் சந்திக்கும் ஒவ்வொரு முறையும், மாயின் பங்களிப்பு, *'புத்தரும் அவர் தம்மமும்'* புத்தகத்தின் முன்னுரை, 2 மே 1950 அன்று பாபாசாஹேபுடன் அவர் த்ரிஷரணம் மற்றும் பஞ்சசீலம் ஒப்புவித்தது, நாக்பூரில் நடந்த வரலாற்று முக்கியத்துவம் வாய்ந்த மதமாற்றம், அவருடைய அர்ப்பணிப்பு, பாபாசாஹேபின் மறைவுக்குப் பிறகான அவருடைய பணி ஆகியவற்றைப் பற்றி அவரிடம் பேசுவேன். இது அவரிடம் கொஞ்சம் நல்ல விளைவுகளை ஏற்படுத்தத் தொடங்கியது. பிற்காலங்களில் அவர் சொன்னார்: "எது நடக்கக் கூடாதோ

அது நடந்துவிட்டது. ஆனால், இந்தக் கணத்திலிருந்து நான் மாய்க்கு எதிராக எதுவும் எழுத மாட்டேன்."

## 3) நானக் சந்த் ரட்டு (1922–2002)

பாபாசாஹேபின் கடைசி சில ஆண்டுகளில் (1950–56), நானக் சந்த் ரட்டு அவருடைய புத்தகங்கள், பேச்சுகள், கடிதங்களைத் தட்டச்சும் பணிகளைச் செய்தார். அவருடன் எனக்குப் பழக்கம் ஏற்பட்டுப் பல வருடங்களாகக் கடிதங்கள் பரிமாறிக்கொண்டிருந்தேன். தொலைபேசியிலும் உரையாடியிருக்கிறேன். டெல்லி இல்லத்தில் அவரை நேரில் சந்தித்தது ஒரே ஒரு முறை மட்டுமே. அன்றைய நாள் முழுவதையும் அவருடன் கழித்தேன். அப்போதுதான் நான் அவரிடம், "பாபாசாஹேபின் மரணத்தில் உங்களுக்கு ஐயம் இருந்தால் நீங்கள் பிரேதப் பரிசோதனைக்குச் சென்றிருக்க வேண்டும்" என்றபோது அவர் சொன்னார்: "பிரேதப் பரிசோதனையால் எந்தப் பயனும் இல்லை. அவருக்கு மாய் அதிகளவில் இன்சுலின் கொடுப்பார். இதனால் மெதுமெதுவாக விஷமேறி அவருடைய மரணத்துக்குக் காரணமாயிற்று. பிரேதப் பரிசோதனையில் இந்தத் தகவல் தெரியவந்திருக்காது."

26, அலீப்பூர் சாலையிலிருந்து மாய் வெளியேற்றப்பட்டு நீதிமன்ற உத்தரவுப்படி பங்களாவுக்கும் சீல் வைக்கப்பட்டபோது, தன்னுடைய வீட்டில் மாய்க்கு அடைக்கலம் கொடுத்ததாக ரட்டு என்னிடம் கூறியிருந்தார். ரட்டுவின் புகார் என்னவென்றால், மாய் எதையேனும் வாங்குவதற்காக அவரிடம் பணம் கொடுத்தால் மீதிப் பணத்தைத் திருப்பித்தருமாறு கேட்பார் என்பது.

ரட்டுவின் நடத்தை போலியானது என்று எனக்குத் தோன்றுகிறது. மாய் கொன்றதாக அவர் உண்மையிலேயே சந்தேகித்திருந்தால், அவர் ஏன் தன் வீட்டில் பல மாதங்கள் மாய்க்கு அடைக்கலம் கொடுத்தார்? மாய்க்கு உதவி தேவைப்படும்போதெல்லாம் அவர் ஏன் உதவ முன்வந்தார்? பம்பாய்க்குக் குடிபெயர மாய் முடிவெடுத்ததும் மஹ்ரவ்லி வீட்டை விற்க அவர் ஏன் உதவினார்? மாய் குடியேறியவுடன் அவர் ஏன் கடிதப் பரிமாற்றத்தைத் தொடர்ந்தார்? (ஒட்டுமொத்தக் கடிதப் பரிமாற்றமும் என்னிடம் உள்ளது.) வாழ்க்கை வரலாற்றாசிரியர்களான தனஞ்செய் கீர், சி.பி. கைர்மோட் இருவரிடமும் அவர் தன்னுடைய நினைவுகளைத் தட்டச்சு செய்து கொடுத்தபோது, மாய்சாஹேபை ஏன் அவர் சந்தேகத்தின்

பிடியில் வைத்தார்? ஒருபுறம், மாயின் காலடியில் பயபக்தியுடன் விழுந்துகொண்டிருந்தார், மறுபுறம் எதிரிகளுடன் சேர்ந்துகொண்டு அவரை நோக்கி விரல் நீட்டிக்கொண்டிருந்தார்.

சங்கரானந்த் சாஸ்திரி ஒருமுறை பம்பாயில் என்னுடன் உரையாடிக்கொண்டிருந்தபோது, "மாயின் கையாள் நானக் சந்த்" என்றார். அதற்கு நான், "அவர் மாயின் எதிரணி" என்றேன். அதற்கு அவர் சொன்னார்: "டெல்லியில் நானக் சந்த்தான் அவரைக் கவனித்துக்கொண்டார். மாய்க்கு அவருடைய ஆதரவு இருந்தது. மாய்க்காக மஹ்ரவ்லி வீட்டை விற்றுக்கொடுத்தவர் அவர்தான்." என்னுடைய சேகரிப்பில் உள்ள, தனஞ்செய் கீர், கைர்மோட் ஆகியோருக்கு அவர் வழங்கிய தகவலின் அடிப்படையில், ரட்டுவை எதிரணிகளின் முகாமில் இருப்பதாகவே நான் எப்போதும் கருதிவந்தேன். சங்கரானந்த் இப்போது ரட்டு குறித்து எனக்குச் சொன்ன தகவல்கள் நான் நம்பியதற்கு மாறாக இருந்தன.

இது குறித்து நான் மாயிடம் கேட்டபோது, டெல்லியில் தங்கியிருந்த காலத்தில் ரட்டு தனக்கு உதவியதாகச் சொன்னார். மாய் ஒவ்வொரு முறை பம்பாய் வரும்போதும், அவர் வந்து பார்வையிட்டு பயபக்தியுடன் மாயின் காலடியில் நெடுஞ்சாண்கிடையாக விழுந்திருக்கிறார். தனஞ்செய் கீர், கைர்மோட் இருவரிடமும் ரட்டு தன்னுடைய நினைவுகளைத் தட்டச்சு செய்து, கையொப்பமிட்டுக் கொடுத்தது மறைமுகமாக மாயைச் சந்தேகத்துக்கு உள்ளாக்கியதாக நான் அவரிடம் சொன்னேன். இந்த வாழ்க்கை வரலாற்றாசிரியர்களின் எழுத்துகள் மாய்க்கு எதிரான சந்தேகங்களை வலுப்படுத்தின. மாய் முற்றிலும் ஸ்தம்பித்துப்போனார். நான் ரட்டு அளித்திருந்த தகவல்களின் நகல்களைப் பெற்று, அவற்றை ஒரு கோப்பில் வைத்து, அவரிடம் எடுத்துச்சென்றேன். (அந்தக் கோப்பு இன்னமும் என்னுடைய சேகரிப்பில் உள்ளது.) அதைப் படித்த பிறகுதான் ரட்டுவின் வஞ்சகத் தன்மையை மாய் உணர்ந்துகொண்டார்.

மாய் அன்றாடம் மூன்று நான்கு முறை என் அலுவலகத்துக்கு அழைப்பார். ஒருநாள் நான்கரை மணிவாக்கில் என்னை அழைத்து, "இன்று சுவாரஸ்யமான விஷயம் நடந்தது" என்றார். என்ன என்று கேட்டபோது: "அந்த ரட்டு இன்று என்னைப் பார்க்க வந்திருந்தார். தனஞ்செய் கீர், கைர்மோட் இருவரிடமும் என்னைப் பற்றி என்ன தகவல்கள் கொடுத்தீர்கள் என்று அவர் முகத்துக்கு நேராகக் கேட்டேன். அவர் மறுப்பு தெரிவிக்க ஆரம்பித்ததும், நீ கொடுத்த கோப்பை அவரிடம் வீசியெறிந்தேன். அதைப் பார்த்ததும் அவர் அப்படியே

திகைத்துப்போய்விட்டார். இனி என் வீட்டுக் கதவை ஒருபோதும் தட்டக் கூடாது என்று சொல்லி அவரை விரட்டிவிட்டேன்."

இந்த நிகழ்வு 1994 அல்லது 1995-இல் நடந்தது. அதன் பிறகு, மாய் பக்கம் ரட்டு எட்டிப்பார்க்கவில்லை.

அதேநேரம், தானும் பாபாசாஹேபும் பயன்படுத்திய பல பொருள்களை ரட்டுவுக்கு மாய் பரிசளித்திருந்தார்: உடைகள், டை, பாத்திரங்கள், தட்டச்சு இயந்திரம், கரண்டித் தொகுப்பு, பரிசுப் பொருள்கள், சில ஆவணங்கள். ரட்டு இவற்றையெல்லாம் நாக்பூருக்கு அருகே சிஞ்சோலியிலுள்ள அருங்காட்சியகத்துக்காக வாமன்ராவ் கோட்போலேவிடம் ஒப்படைத்தார். ஆனால், 2001 பாதியில், குழு உறுப்பினர்களிடையே மோதல்கள் ஏற்பட்டன. மேலும், கோட்போலே வெளியேறுவதையும் ரட்டு அறிந்துகொண்டார். எனவே, ரட்டு இப்போது அந்தப் பொருள்களையெல்லாம் திரும்பப் பெற விரும்பினார். ஆனால், அவை மாய்சாஹேபால் அவருக்குக் கொடுக்கப்பட்டதால், அந்தப் பொருள்களைத் திரும்பப்பெறுவதற்கு அவரிடமிருந்து ஒரு சான்றிதழ் தேவைப்பட்டது. மாய்க்கு நேரடியாக எழுதும் துணிச்சல் ரட்டுவுக்கு இல்லை. எனவே, அவர் என்னை மத்தியஸ்தராகப் பயன்படுத்த விரும்பினார். அதன் பொருட்டு அவர் என்னை அழைத்து, சான்றிதழில் மாயின் கையொப்பத்தை வாங்கித்தர உதவுமாறு கேட்டுக்கொண்டார். தொலைபேசியில் பேசியதன் அடிப்படையில், மாயிடமிருந்து அவர் வாங்க விரும்பிய கடிதத்தின் வரைவை எனக்கு அனுப்பிவைத்தார். அந்தக் கடிதம்:

*Phone: 5586855*

**NANAK CHAND RATTU**

*A – 1/88, Paschim Vihar, New Delhi – 110 063*

*Ref. No.: ........................* *Dated: 13.7.2001*

*என் அன்புக்குரிய சுர்வாடே,*

*ஜெய் பீம்: நாக்பூரிலுள்ள அம்பேத்கர் அருங்காட்சியகத்தின் விவகாரங்கள் தொடர்பாக நான் உங்களுடன் நடத்திய தொலைபேசி உரையாடல் குறித்து உங்கள் கவனத்துக்குக் கொண்டுவருகிறேன். டாக்டர் திருமதி. எஸ். அம்பேத்கர் கையொப்பமிட வேண்டிய*

பிரகடனத்தை இத்துடன் இணைக்கிறேன். அது தனக்கானதைப் பேசிக்கொள்ளும்.

இங்கிலாந்திலிருந்து எனக்குக் கிடைத்த நன்கொடைகளைக் கொண்டு டாக்டர் அம்பேத்கர் அருங்காட்சியகத்தைக் கட்டினேன். புது டெல்லியில் நான் 35 ஆண்டுகளுக்கும் மேலாகப் பாதுகாத்துவந்த என்னுடைய சொந்த உடைமைகளையும் நினைவுச் சின்னங்களையும், நாக்பூரிலுள்ள ஒருசிலர் இப்போது அகற்றும் வகையில் குழப்பத்தை ஏற்படுத்த முனைந்துள்ளனர். இவற்றில் ஒரு பகுதி பூனாவுக்கு எடுத்துச்செல்லப்பட்டது. இது பற்றி உங்களுக்கு ஏற்கெனவே தெரியும்.

சொல்லவும் எழுதவும் நிறைய இருக்கின்றன. இந்தக் கடிதம் கிடைத்தவுடன் உடனடியாக அவரைச் சந்திக்கும் சிரமத்தை எடுத்துக்கொள்ளும்படியும், அவரால் முறையாகக் கையொப்பமிடப்பட்ட கடிதத்தைத் திருப்பி அனுப்பிவைக்கும்படியும் அன்புடன் கேட்டுக்கொள்கிறேன். இத்தனை ஆண்டுகளாக நான் பாதுகாத்துவைத்திருந்த இவை எல்லாவற்றையும் விற்று அழித்துவிட சில தீய சக்திகள் வளைந்துகொடுக்கின்றன. நான் உங்களுக்குப் போதுமான அளவு சொல்லிவிட்டேன். மேலும் எழுத ஏதுமில்லை. நீங்கள் அவருடன் மிக நெருக்கமாக இருக்கிறீர்கள். அவரிடம் இந்தக் கையெழுத்தைப் பெற்றுத்தருவது உங்களுக்குக் கடினமாக இராது. நான் அவருக்குச் செய்த சேவைகள் இனிவரும் தலைமுறைகளுக்கு ஒருபோதும் திரும்பக் கிடைக்காது. உள்ளபடியாக, அவரைப் பற்றிய நல்ல பிம்பத்தை வளர்க்கவும், பொதுமக்களின் சீற்றத்திலிருந்து அவரைப் பாதுகாக்கவும் என்னால் இயன்ற அத்தனையையும் செய்தேன்.

வாழ்த்துகளுடன்.
தங்கள் உண்மையுள்ள,

‹ கையொப்பம் ›
(N.C. Rattu)
13.7.2001

Shri Vijay Surwade,
C–8 Usha Apartments,
Usha Nagar, Murbad Road,
Kalyan (W), Distt.
Thane, 42/304

மாயின் உடல்நிலை 2000–இலிருந்து நாளுக்கு நாள் மோசமாகிக்கொண்டே வந்தது. அவர் அவ்வப்போது மறதிக்கு ஆட்பட்டார். சில நேரத்தில் அவரால் யாரையும் அடையாளம்காண முடியவில்லை. அவர் சில சமயங்களில் தொடர்பில்லாமல் பிதற்றுவார். ரட்டு அனுப்பிய வரைவை டாக்டர் அம்பேத்கர் அறக்கட்டளையின் லெட்டர் ஹெட்டில் தட்டச்சு செய்ய ஐ.டி.பி.ஐ.யைச் சேர்ந்த என்னுடைய நண்பர் அசோக் கஜ்பியேவை அணுகினேன். ஆனால், எதையும் புரிந்துகொள்ள முடியாத நிலையில் மாய் இருந்தார். அவருடைய சமநிலையற்ற மனநிலையின்போது அவரிடம் கையொப்பம் பெறுவது சரியானதாக நான் நினைக்கவில்லை. எனவே, இது தார்மீகத்துக்கு முரணானது என்று கருதி, நான் அவரிடம் கையெழுத்து பெறவில்லை. நானக் சந்த் ரட்டு பின்னர் 2002–இல் காலமானார். இதனால், மாயின் கடிதத்துக்கு அர்த்தம் இல்லாமல்போனது. ரட்டுவைத் தன் வீட்டைவிட்டு மாய் விரட்டியடித்திருந்த நிலையில், நாக்பூரின் சிஞ்சோலிக்கு ரட்டு கொடுத்திருந்த பொருள்களை மீட்டெடுக்க உதவும் கடிதத்தில் மாய் கையெழுத்திடுவார் என்று அவர் எதிர்பார்த்தது பொருத்தமற்றதாகத் தோன்றுகிறது.

## 4) பக்வான் தாஸ் (1927–2010)

பக்வான் தாஸ் டெல்லியில் மாயின் மற்றொரு எதிர்ப்பாளர். ஆனால் சங்கரானந்த், சோஹன்லால், ரட்டு அல்லது கைர்மோட் போல அவர் பொதுவெளியில் மாய்க்கு எதிராகப் பேசவில்லை. அவருடனான என் முதல் சந்திப்பு எதிர்பாராத விதமாக நடந்தது. நானும் என்னுடைய மனைவியும் 1980–இல் எங்கள் மகள் வைஷாலியுடன் டெல்லி சென்றிருந்தோம். டெல்லி, சிம்லா, குளு–மணாலி, ஆக்ரா போன்ற சுற்றுலாத் தலங்களைச் சுற்றிமுடித்துவிட்டு, டெல்லியிலிருந்து நாக்பூருக்கு ரயிலில் திரும்பிக்கொண்டிருந்தோம். எங்கள் இருக்கைக்கு நேரெதிரே, பாபாசாஹேபின் உரைகளுக்கான சான்றுகளைச் சரிபார்த்துக்கொண்டிருந்த ஒரு கனவானைக் கண்டேன். அந்தச் சான்றுகளைக் கவனித்த நான் அவரிடம் என்னை அறிமுகப்படுத்திக்கொண்டேன். அவர் தன்னுடைய பெயர் பி. தாஸ் என்று சொன்னார். இந்த முதல் சந்திப்புக்குப் பிறகு, காலப்போக்கில் எங்களுக்கிடையேயான நெருக்கம் அதிகரித்தது. அவர் மறையும்வரை நாங்கள் கடிதப் பரிமாற்றங்களைத் தொடர்ந்தோம்,

ஆவணங்கள்/குறிப்புகளைப் பரிமாறிக்கொண்டோம். பி.ஏ. சாந்த்ராமின் (1887–1988) ஒட்டுமொத்தச் சிற்றேடுகளும் அவர் வேண்டுமென்றார். நான் என் சேகரிப்பில் அவற்றை வைத்திருந்தேன். உடனடியாக நகல் எடுத்து அவருக்கு அனுப்பிவைத்தேன். இப்படிப் புத்தகங்கள், ஆவணங்களின் பரிமாற்றத்தை நாங்கள் தொடர்ந்து கொண்டிருந்தோம். அவருடைய அல்லது என்னுடைய புத்தகம் வெளியாகும்போதெல்லாம், நாங்கள் ஒருவருக்கு ஒருவர் தவறாமல் ஒரு பிரதியை அனுப்பிக்கொள்வோம். புது டெல்லி முனிர்க்காவில் டி.டி.ஏ. அடுக்ககத்திலுள்ள அவரின் வீட்டில் நான்கைந்து முறை அவரைச் சந்தித்திருக்கிறேன்.

அவரை மாயின் எதிர்ப்பாளர் என்று அழைப்பதற்குப் பதிலாக, அவர் மாயின் ஆதரவாளர்களில் ஒருவராக இல்லை என்று சொல்லலாம். மாயிடம் அவர் ஏற்றுக்கொள்ளாத சில விஷயங்கள் இருந்திருக்கலாம்; அல்லது, ஒருவேளை, டாக்டர் அம்பேத்கரைப் பார்க்க வரும்போது சில சமயங்களில் அவர் புண்பட்டிருந்திருக்கலாம். ஆனால், மாய் பற்றி அவர் நல்ல அபிப்பிராயம் கொண்டிருக்கவில்லை என்பது மட்டும் வெளிப்படை. எது எப்படியிருந்தாலும், அவர் ஆய்வாளராகவும் அறிஞராகவும் உச்ச நீதிமன்றத்தில் சிறந்த வழக்கறிஞராகவும் இருந்தார் என்பதை ஒப்புக்கொள்ளத்தான் வேண்டும். 1980 செப்டம்பரில், *‘டாக்டர் அம்பேத்கர் எழுதிய அரிய முன்னுரைகள்’* (*பீம்–பத்திரிகா* வெளியீடு, ஜாலந்தர், பஞ்சாப்) என்ற தலைப்பில் ஒரு சிறிய புத்தகத்தை வெளியிட்டார். இதில், டாக்டர் அம்பேத்கரின் வெளியிடப்படாத புத்தகங்களின் ஐந்து முன்னுரைகளை அந்தக் கால வாசகர்களுக்கும் அறிஞர்களுக்கும் கிடைக்கச்செய்தார். பக்வான் தாஸ் இந்தப் புத்தகத்தில் எழுதுகிறார்: ‘இந்த முன்னுரையின் நகல் [*‘புத்தரும் அவர் தம்மமும்’* புத்தகத்தின் முன்னுரை என்று அர்த்தம்], இந்தத் தொகுப்பில் சேர்க்கப்பட்டுள்ளது. இது நானக் சந்த் ரட்டுவிடம் உள்ளது. இந்த முன்னுரையின் பிரதியை ஔரங்காபாதிலுள்ள மிலிந்த் கலைக் கல்லூரியின் நூலகத்திலும் பார்த்திருக்கிறேன்.’ (பக்கம்: 10) பக்வான் தாஸ் வெளியிட்ட முன்னுரை 5 டிசம்பர் 1956 தேதியிட்டது. பாபாசாஹேப் அதன் அசல் முன்னுரையை 15 மார்ச் 1956 அன்று தன் கரங்களால் எழுதினார். பின்னர், அவர் 6 ஏப்ரல் 1956 அன்று அதில் திருத்தங்கள் மேற்கொண்டார். 5 டிசம்பர் 1956 இரவுவரை அதைத் திருத்திக்கொண்டே இருந்தார். இந்தத் திருத்தங்கள் சில சமயங்களில் சாதாரணப் பென்சிலாலும், வேறு சில சமயங்களில் சிவப்பு மற்றும் நீலப் பென்சில்களாலும், இன்னும் சில சமயங்களில் ஃபவுண்டன் பேனாவாலும்

செய்யப்பட்டிருப்பதைக் காணலாம். சில வரிகள் சேர்க்கப்பட்டன, சில வரிகள் நீக்கப்பட்டன. நானக் சந்த் ரட்டு இந்த மாற்றங்களுக்கான சாட்சி மட்டுமல்ல, அவர் ஒரு பங்கேற்பாளரும்கூட. இத்தனைக்குப் பிறகும், ரட்டு தன் பெயரையும் பிரகாஷ் சந்த் பெயரையும் குறிப்பிட்டு அந்த முன்னுரையை அச்சிடுவதில் சாதுரியம் காட்டினார்; மாய்சாஹேபுக்கும் டாக்டர் மால்வன்கருக்கும் நன்றி சொல்லப்பட்ட பகுதியானது முன்னுரையில் வெளியிடப்படாமல் இருப்பதை உறுதிசெய்தார். மாய்க்கு அவப்பெயரை ஏற்படுத்துவதற்குத் திட்டமிட்ட சங்கரானந்த், சோஹன்லால் சாஸ்திரி, கைர்மோட் ஆகிய பொல்லாத கும்பலின் சதியில் அவர் ஈடுபட்டார். மாய்க்கும் டாக்டர் மால்வன்கருக்கும் கடன்பட்டிருப்பதைக் குறிப்பிட்டிருக்கும் முன்னுரையிலுள்ள வரிகள் இந்தச் சூழ்ச்சியாளர்களின் சதியைப் பொதுமக்களின் பார்வையில் அம்பலப்படுத்தியிருக்கும். இந்தப் பின்னணியில் தெளிவாகத் தெரியும் விஷயம் இதுதான்: ரட்டு வழியாக டிசம்பர் 5 தேதியிட்ட முன்னுரையை பக்வான் தாஸ் கைப்பற்றியிருந்தார்; அவர் மாயின் ஆதரவாளராக இல்லாவிட்டாலும், மாய்க்கும் டாக்டர் மால்வன்கருக்கும் பாபாசாஹேப் நன்றி தெரிவித்ததைக் குறிப்பிடும் முன்னுரையை வெளியிடுவதில் ஒரு ஆராய்ச்சியாளருக்கான நாணயத்தை அவர் காட்டினார்.

◉

# பின்னிணைப்பு 1

டாக்டர் அம்பேத்கர் தன்னுடைய வருங்கால மனைவி டாக்டர் ஷாரதா கபீருக்கு எழுதிய நான்கு பிரசுரிக்கப்படாத கடிதங்கள்

**மா**யின் தன்வரலாறு முதல் பதிப்பு (1987-88) கண்டபோது, மாயின் கைவசம் இருந்த 1947 முதல் 1952 வரையிலான டாக்டர் அம்பேத்கரின் முழுக் கடிதப் பரிமாற்றங்களையும் நான் படித்திருந்தேன். அவற்றிலிருந்து, மாய்க்கு பாபாசாஹேப் எழுதிய கடிதங்கள் இந்தத் தன்வரலாற்றில் பயன்படுத்தப்பட்டுள்ளன. ஆனால், கிரேட் பிரிட்டனின் டாக்டர் பாபாசாஹேப் அம்பேத்கர் நினைவு வாரியத்துக்காக, பாபாசாஹேபின் தட்டச்சர் நானா சந்த் ரட்டு எழுதிய 'டாக்டர் அம்பேத்கர்: நினைவுகளும் நினைவலைகளும்' என்ற ஆங்கிலப் புத்தகத்தை 1995-இல் டெல்லியின் ஃபால்கன் புக்ஸ் வெளியிட்டது. அதில், மாய்க்கு பாபாசாஹேப் எழுதிய பத்துக் கடிதங்களை நானக் சந்த் ரட்டு பிரசுரித்திருந்தார் (பக்கங்கள் 59 - 75). அந்தப் பத்துக் கடிதங்களில் நான்கு கடிதங்கள் மாயின் தொகுப்பில் இல்லாததால் அவற்றை முதல் பதிப்பில் வெளியிட முடியவில்லை என்பதைக் கவனித்தேன். பாபாசாஹேப் அந்த நான்கு கடிதங்களையும் தன்னுடைய வருங்கால மனைவி டாக்டர் ஷாரதா கபீருக்கு (மாய்) 25 ஜனவரி 1948, 1 பிப்ரவரி 1948, 6 பிப்ரவரி 1948, 13 மார்ச் 1948 ஆகிய தேதிகளில் எழுதியிருந்தார். பத்துக் கடிதங்களில் ஆறு கடிதங்கள் மாயிடம் இருந்தன. ஆனால், மேலே குறிப்பிட்ட நான்கு கடிதங்களும் எப்படி ரட்டுவின் வசம் வந்தன? நான் வந்தடைந்த முடிவு இதுதான்: 26, அலீப்பூர் சாலையிலுள்ள பங்களா, நீதிமன்ற உத்தரவின்படி 31 ஆகஸ்ட்

1967 அன்று காலிசெய்யப்பட்டது. மாய்க்கு அடைக்கலம் தருவதற்கு யாரும் இல்லை என்பதால் சில மாதங்கள் ரட்டுவின் வீட்டில் அவர் தஞ்சம்புகுந்தார். மாய்க்கு அடைக்கலம் கொடுத்திருந்த இந்த விஷயத்தை ரட்டு ரகசியமாக வைத்திருந்தார்.[i] மாய் அங்கே தங்கியிருந்த காலத்தில் அந்தக் கடிதங்கள் இருப்பதை அவர் அறிந்திருந்ததால் அவற்றைத் தட்டச்சு செய்வதற்காகப் பெற்றிருந்திருக்கலாம். பாபாசாஹேபின் கடிதங்களைத் தட்டச்சு செய்யும்போது ரட்டு இந்த நான்கு கடிதங்களையும் தன்வசம் வைத்திருந்திருக்கலாம் அல்லது அவற்றைக் கைமறதியாக அந்த வீட்டில் எங்கேனும் மாய் வைத்திருந்திருக்கலாம். எப்படி இருப்பினும், இந்தக் கடிதங்கள் வரலாற்று முக்கியத்துவம் வாய்ந்தவை என்பதால் இந்த நான்கு கடிதங்களையும் வாசகர்களுக்குக் கிடைக்கச் செய்கிறேன்.

— விஜய் சுர்வாடே

**கடித எண் 1:**

பாபாசாஹேப் டெல்லியிலிருந்து பம்பாயிலுள்ள தன்னுடைய வருங்கால மனைவி டாக்டர் ஷாரதா கபீருக்கு எழுதிய 25/1/1948 தேதியிட்ட கடிதம்.

*25.1.48*

*[அன்புள்ள ஷாரு,]*

*உன் கடிதம் கிடைக்கப்பெற்றேன். ஐயத்துக்கு இடமின்றி, எனக்கு முன்பாக நீ முந்திக்கொண்டாய். நான்தான் முதலில் எழுதுவேன் என்று எதிர்பார்த்தேன். ஆனால், இங்கே நான் வந்ததிலிருந்து பணிச் சுமை என்னை அழுத்திக்கொண்டிருந்ததால் என்னுடைய தனிப்பட்ட விவகாரங்களைக் கவனிக்க ஒரு நிமிடம்கூட வாய்க்கவில்லை.*

*என் உடல்நலிவைப் பொறுத்தமட்டிலோ உன்னுடைய நம்பிக்கைகள் மெய்யாகி இருந்திருக்கலாம் என்று விரும்புகிறேன். துரதிர்ஷ்டவசமாக, டெல்லிக்கு என்னுடன் சேர்ந்து என்னுடைய கால் வலியும் வந்துவிட்டது. அது எவ்வளவு காலம் என்னுடன் இருக்கும் என்று தெரியவில்லை. இப்போது அதன் லயம் மாறியிருப்பதைப் பார்க்கிறேன். முன்புபோலவே அதிகாலை மூன்றிலிருந்து நான்கு*

i Nanak Chand Rattu, Last Few Years of Dr. Ambedkar, Amrit Publishing House, New Delhi, 1997, p. 201.

மணிக்குள் வலிக்கத் தொடங்கிவிடுகிறது. ஆனால், முன்புபோல அதிகாலை 2 மணிக்கு [sic] நிற்காமல் இப்போது நாள் முழுக்கத் தொடர்கிறது. நான் பம்பாய்க்கு வந்தபோது இருந்ததைவிட உடல்நலம் குன்றிய நிலையில் இங்கே வந்திருப்பதாக உணர்கிறேன். இந்த உணர்வு என் மீது கவிந்திருக்கும் பொதுவான உளச்சோர்வாலும் இருக்கலாம். ஒரு சமயம் நான் கொண்டிருந்த உடல்நலனை இனி என்னால் ஒருபோதும் திரும்பப்பெறவே முடியாது என்ற எண்ணம் எப்படியோ என்னுடைய மனத்தில் படிந்துவிட்டது. நல்ல ஆரோக்கியத்தில் நான் இருந்தபோது என்னைப் பார்த்தவர்களால் மட்டுமே — ஆ! இரண்டு ஆண்டுகளுக்கு முன்பு நான் பெற்றிருந்த உடல்நலம்கூட இப்போது இல்லை — என்னுடைய உடல்நலம் குறித்த வருத்தத்தை உணர்ந்துகொள்ள முடியும்.

நிச்சயமாக, நான் குணமடைவதில் தாமதம் ஏற்பட்டதற்கும் மருத்துவமனையில் சிகிச்சை அளிக்கப்பட்டதற்கும் தொடர்பு இருப்பதாக நீயோ டாக்டர் மால்வன்கரோ கருதிவிட வேண்டாம். மாறாக, நீங்கள் இருவரும் என் மீது காட்டிய அக்கறைக்கும் எனக்குக் கொடுத்த கவனத்துக்கும் உங்கள் இருவருக்கும் நான் நன்றிக்கடன்பட்டுள்ளேன்.

கட்டணத்தைப் பொறுத்துவரை, அது அதிகமாக இருப்பதாக என் நண்பர்கள் சொல்லியிருந்தால், அவர்கள் எனக்கு அளிக்கப்பட்ட சேவையைப் பார்ப்பதற்குப் பதிலாக என்னுடைய பணப்பையை மனத்தில் கொண்டுவிட்டார்கள் என்றே அர்த்தம். அது தொடர்பான எந்த வாதத்தையும் நான் விரும்பவில்லை. தேவையானதெல்லாம் டாக்டர் மால்வன்கரிடம் கொஞ்சம் அவகாசம் கேட்க வேண்டும் என்பதுதான்.

இப்போது நீ குறிப்பிட்டுள்ள மற்ற விஷயங்களுக்கு வருகிறேன். உனக்கு எழுதுபொருள்கள் அனுப்பியதிலோ கோடிட்ட அட்டைகள் அனுப்பியதிலோ எந்தக் குறிப்பிட்ட நோக்கமும் கிடையாது. இவை குறிப்பேடுகளோடு சேர்ந்தவை. என்னை யோசிக்கவைத்த ஒரே ஒரு விஷயம் என்னவென்றால் கடந்த முறை நீ எழுதியது குறிப்பெடுப்பதற்கான காகிதம் என்று சொல்லத்தக்க ஒன்றில். எழுதுபொருள்கள் தீர்ந்த பிறகு அவற்றை மீண்டும் வாங்க டெல்லியில் வசதி இருந்தால் நான் மிகவும் மகிழ்ச்சியடைவேன். துரதிர்ஷ்டவசமாக, அதற்கு வாய்ப்பில்லை.

பம்பாயில் மட்டும்தான் அவை கிடைக்கும். அதுவும் தக்கர் & கம்பெனியில் மட்டும்தான் கிடைக்கும். விலையொன்றும் அவ்வளவு அதிகமில்லை. குறிப்பேட்டின் விலை $1/8$ ரூபாய்தான். உனக்கு அது கட்டுப்படியாகவில்லை என்றால் என் பெயரைச் சொல்லி தக்கர் & கம்பெனியில் வாங்கிக்கொள். நான் பிறகு கொடுத்துக்கொள்வேன்.

இதைச் சொல்வதற்காக என்னை மன்னிக்க வேண்டும், என்னைக் கவனித்துக்கொள்வதற்காக ஒரு பெண்ணைத் துணையாக வைத்துக்கொள்வது குறித்த உன்னுடைய யோசனை எனக்கு உவப்பானதாக இல்லை. அவற்றுக்குப் பின்னால் தீவிர எண்ணம் இருக்காது என்று நினைக்கிறேன். நான் மிகமிக ஒழுக்கநெறி கொண்ட, மதச் சூழ்நிலையில் வளர்க்கப்பட்டிருக்கிறேன். இது போன்ற ஒரு யோசனையை என்னால் ஒருபோதும் ஏற்றுக்கொள்ளவே முடியாது. இது தகாத உறவு என்று பொதுமக்களிடையே அபிப்ராயம் உருவாக வழிவகுக்கும். பதினான்கு ஆண்டுகளுக்கு முன்னால் என் மனைவி இறந்துபோனாள். அப்போதிருந்து மணம் முடிக்காமல்தான் வாழ்ந்துவருகிறேன். மேலும், அப்படியே தொடரத் தீர்மானித்திருக்கிறேன். நான் எவ்வளவு காலம் வாழ முடியுமோ அவ்வளவு காலம் வாழ வேண்டும் என்று நினைக்கும் என் நண்பர்களுக்கு என்னுடைய தீர்மானம் குறித்து மகிழ்ச்சியில்லைதான். ஆனால், அவர்கள் பேச்சை நான் கேட்கவில்லை. அவர்கள் என்னை நேசிப்பதோடு, என்னை வழிபடுபவர்களாக இருந்தபோதும். திருமணம் குறித்து எனக்கு அதீத பயம். அந்தப் பெண் எப்படிப்பட்ட மனைவியாக இருப்பார் என்று சொல்வது மிகமிகக் கடினம். புத்திசாலித்தனம் மட்டுமே ஒரு பெண்ணைத் தேர்ந்தெடுப்பதில் பார்க்கப்பட வேண்டிய தகுதி அல்ல. அல்லது அழகு மட்டுமே அல்ல. ஒழுக்கநெறிதான் முதன்மையான அளவுகோலாகும். குழந்தைகளை நினைத்தும் எனக்கு அச்சம். அவர்களை வளர்க்க வேண்டும் என்ற பொறுப்பை நினைத்தால் எனக்கு மூச்சுமுட்டும். அவர்கள் மோசமான குழந்தைகளாக மாறி, தங்கள் பெற்றோரை அவமானப்படுத்தக்கூடும் என்ற அச்சத்தாலும் நான் ஆள்கொள்ளப்படுகிறேன். இந்நிலையில், என் உடல்நலனைக் கருத்தில்கொண்டு என்னுடைய தீர்மானத்தை நான் மாற்றிக்கொள்ள வேண்டும் என்றும், இதன் பொருட்டு முன்வரும் ஒரு பெண்ணின் உதவியை — அப்படியான உதவி என்னுடைய உடல் ஆரோக்கியத்தை மீட்டெடுப்பதற்கு மிகவும் அவசியம் என்பதால் — மறுத்தால் என் சொந்த மக்களே என்னை மன்னிக்க மாட்டார்கள் என்றும் உணரத் தொடங்கியிருக்கிறேன்.

ஆனால், இந்த விஷயத்தைப் பொறுத்தவரை, அப்படிப்பட்ட பெண் ஒரு செவிலியராகவோ துணையாகவோ இருக்க முடியாது; சட்டபூர்வமாக நான் மணம்முடித்த மனைவியாக மட்டுமே இருக்க முடியும்.

என்னைக் கவனித்துக்கொள்ளும் பொருட்டு ஒரு செவிலியராக என்னுடன் டெல்லி வருவதற்கும், இங்கேயே ஒரு மாத காலம் தங்குவதற்குமான உன்னுடைய யோசனையை நான் ஏற்காததில் நீ ஏமாற்றமடைந்திருக்கலாம். ஆனால், பொதுவாழ்க்கையில் என்னுடைய முழு இருப்பும் என்னுடைய குணாதிசயம் மீதும் களங்கமற்ற ஒழுக்கநெறி மீதும்தான் கட்டப்பட்டுள்ளது. என்னுடைய எதிரிகள் என்னைக் கண்டு அச்சப்படுகிறார்கள், என்னை மதிக்கிறார்கள் என்றால் அதற்குக் காரணம் இதுதான். அதை எந்த வகையிலும் சேதப்படுத்தும் தரப்பில் என்னால் ஒருபோதும் இருக்க முடியாது. அது சேதப்படுத்தப்பட்டால் என்னுடைய ஒட்டுமொத்த வாழ்க்கையும் அழிந்துபோவது மட்டுமல்லாமல், நான் எந்த மக்களுக்காக வாழ்ந்தேனோ, எந்த மக்களுக்காகத் தியாகம்புரிந்தேனோ, சரியாகவோ தவறாகவோ எந்த மக்கள் என்னைக் கடவுளாக எண்ணுகிறார்களோ அவர்கள் அழிக்கப்படுவார்கள்.

என்னுடைய தீர்மானத்திலிருந்து விலகும்படி சூழ்நிலைகள் என்னை நிர்ப்பந்திக்குமானால் நான் மணம்புரிந்துகொள்ளலாம். ஆனால், வீட்டில் வேறு பெண் யாரும் இல்லாத நிலையில் ஒரு செவிலியரையோ வாழ்க்கைத்துணையையோ உடன் வைத்துக்கொள்ள நான் சம்மதிக்கவே மாட்டேன். என்னுடைய இந்த உணர்வுகளை நீ ஏற்றுக்கொள்வாய் என்று நம்புகிறேன்.

எனக்குத் திருப்தி தரக்கூடிய மனைவியாக ஒரு பெண்ணைத் தேடுவதற்கு நீண்ட காலம் எடுக்கலாம். ஆனால், நீயும் உன் தரப்பில் தயாராக இருந்தால், நீயும் இந்தக் களத்தை ஆராய்ந்துபார்க்கத் தயாராக இருந்தால் — நான் என்னுடைய தேடலை உன்னிடமிருந்து தொடங்குவதற்குத் தயாராக இருக்கிறேன். உனக்கு எப்படி?

என் அலுவலகரீதியான கடிதங்கள் நிச்சயமாக என்னுடைய செயலர்களால் திறந்துபார்க்கப்படும். என்னுடைய தனிப்பட்ட கடிதங்கள் அப்படிப் பார்க்கப்படாது என்றாலும் ஒன்றுக்கு இரண்டு முறை முன்னெச்சரிக்கையாக இருக்கும்படி அறிவுறுத்துகிறேன் —

*(1) தனிப்பட்ட கடிதம் என்று கடித உறையில் எழுது, (2) இரண்டு கடித உறைகளைப் பயன்படுத்து (ஒன்றின் உள்ளே மற்றொன்று வைத்து), இரண்டிலும் தனிப்பட்ட கடிதம் என்று எழுது.*

*எப்போது எழுத வேண்டும் என்று தோன்றுகிறதோ அப்போது எழுது.*

*உண்மையுள்ள,*

*பி*

மாய் என்னிடம் சொன்னார் — இந்தத் தன்வரலாற்றிலும் சொல்லியிருக்கிறார்: டாக்டர் அம்பேத்கரின் கடிதத்தை 26 ஜனவரி 1948 அன்று சங்கரானந்த சாஸ்திரி டெல்லியிலிருந்து தனிப்பட்ட முறையில் கொண்டுவந்து அவரிடம் கொடுத்தார். அதுதான் 25 ஜனவரி 1948 அன்று எழுதப்பட்ட கடிதம்.

— விஜய் சுர்வாடே

**கடித எண் 2:**

பாபாசாஹேப் டெல்லியிலிருந்து பம்பாயிலுள்ள தன்னுடைய வருங்கால மனைவி டாக்டர் ஷாரதா கபீருக்கு 1 பிப்ரவரி 1948 அன்று எழுதிய கடிதம். 'சவிதா' என்று அவர் குறிப்பிடும் ஒரே கடிதம் இதுதான்.

*அன்புள்ள சவிதா,*

*உன்னுடைய இரண்டு கடிதங்களுக்கான பதில்கள் நிலுவையில் உள்ளன. முன்பே நிலுவையைத் திருப்பிச்செலுத்த விரும்பினேன். ஆனால், என்னால் முடியவில்லை. வெள்ளி, சனி, ஞாயிறு மூன்று நாள்களுமே காந்தி அத்தியாயத்துக்காகச் செலவிடப்பட்டன. இப்போது இரவு 11 ஆகிறது. உண்மையில் நான் மிகவும் சோர்வாக உணர்கிறேன். உனக்கு எழுதுவதை நாளைவரை ஒத்திவைக்க வேண்டும் என்பதே என் முதல் எண்ணமாக இருந்தது. என்னைப் பெரும் குழப்பத்தில் ஆழ்த்திய, டெல்லி வர வேண்டும் என்ற அந்த எண்ணத்தை டாக்டர் மால்வன்கரின் மண்டையில் ஏற்றியதற்காக நீ தண்டனைக்கு உரியவள் என்ற என்னுடைய உணர்வும் கடிதம் எழுதுவதை ஒத்திவைக்கும் யோசனைக்கு ஆதரவளித்தது. அது கொஞ்சமும் நிதானமில்லாத காட்டுத்தனமான செய்கை. ஆனால், என்னில் நிலைகொண்டுவிட்டதும் பெரிய பலவீனமுமான*

இயல்பான மன இளக்கத்தால் — பௌராணிக சாதகக் குருவிபோல் என்னுடைய பதிலுக்காக நீ காத்திருப்பாய் என்று எனக்கு உறுதியாகத் தெரியுமாததால் நான் எழுந்து உட்கார்ந்து எழுதத் தூண்டப்பட்டிருக்கிறேன்.

ஆக, நீ என்னை ஏற்றுக்கொண்டாய். நான் சொன்ன காரணத்தையும் ஏற்றுக்கொண்டாய். ஒரு பழமொழிபோல, ஆலிவிதை போன்ற பெண்களையும் நெருப்பு போன்ற ஆண்களையும் சாத்தான் வந்து அலறவிடுகிறது. எனவே, சிறந்த விஷயம் என்னவென்றால் இந்த வாய்ப்பைப் பயன்படுத்தாமல் இருப்பதுதான். இருந்தாலும், என்னைப் பற்றியும் என்னுடைய கடந்த காலம் பற்றியும் நீ சில கேள்விகள் கேட்பாய் என்று நினைத்தேன். ஆனால், கேட்கவில்லை. இந்தத் தடவை நான் மருத்துவமனை வந்தபோது நீ ஏற்கெனவே என்னால் பாதிக்கப்பட்டிருப்பதைப் பார்க்க முடிந்தது. இது போன்ற விஷயங்களில் ஒருவர் [தெளிவில்லாத வார்த்தை] வாழ்க்கை விசாரணை நடத்துவது அவசியம். வருந்துவதைவிட உறுதியாக இருப்பது நல்லது. கையாளக் கடினமான நபர் நான். சாதாரணமாக, நான் நீர்போல அமைதியாகவும், புல்போல அடக்கமாகவும் இருக்கிறேன். ஆனால், எனக்குக் கோபம் வந்துவிட்டதென்றால் நான் கட்டுப்படுத்த முடியாதவனாகவும் சமாளிக்க முடியாதவனாகவும் ஆகிப்போகிறேன். அமைதியே உருவான நபர் நான். பெண்களிடம் நான் பேசுவதில்லை என்று என் மீது ஒரு குற்றச்சாட்டு உண்டு — அதாவது, மற்ற பெண்களுடன். ஆனால், எனக்கு நெருக்கமானவர்களாக இல்லையென்றால் நான் ஆண்களிடம்கூடப் பேச மாட்டேன். மனநிலைக்கு ஏற்ப ஆடும் நபர் நான். சில சமயங்களில் முடிவில்லாமல் பேசிக்கொண்டிருப்பேன். சில சமயங்களில் ஒரு வார்த்தைகூட உதிர்க்க மாட்டேன். சில சமயங்களில் நான் மிகவும் கடுமையாக இருப்பேன். சில சமயங்களில் எனக்குள் நகைச்சுவை நிறைந்திருக்கும். களிப்புணர்வு மிகுந்த நபரல்ல நான் — வாழ்க்கைக் களிப்புகள் என்னை ஈர்ப்பதில்லை. என்னோடு இருப்பவர்கள் நான் கடைப்பிடிக்கும் சிக்கனத்தையும் துறவற நிலையையும் ஏற்றுக்கொள்ளத்தான் வேண்டும். புத்தகங்கள்தான் என்னுடைய வாழ்க்கைத்துணையாக இருந்திருக்கின்றன. மனைவி, குழந்தைகளைவிட எனக்குப் புத்தகங்கள் மிகவும் ப்ரியத்துக்குரியவை. ஒழுக்கநெறிகளைப் பொறுத்தவரை நான் பிடிவாதக்காரன். கண்டிப்பான ஒழுக்கநெறிகளிலிருந்து எவ்விதப் பிறழ்வுகளையும் நான்

பொறுத்துக்கொள்ளவே மாட்டேன். நீ எப்படிப்பட்ட கடுமையான பேர்வழியைச் சமாளிக்க வேண்டியிருக்கும் என்பது குறித்து உனக்குச் சில யோசனைகளை வழங்கும் பொருட்டு என்னைப் பற்றிய இந்த உண்மைகளை விவரித்திருக்கிறேன். மிகத் தெளிவாக, இதைப் பற்றியெல்லாம் நீ கவலைப்பட வேண்டியதும் இல்லை. நாய்களும் பூனைகளும் பிறாண்டிக்கொண்டும் கடித்துக்கொண்டும் ஒன்றாக வாழ்வதுபோல நாமும் பிறாண்டிக்கொண்டும் கடித்துக்கொண்டும் ஒன்றாக வாழ்வோம் என்பதாக எண்ணிக்கொள். வெற்றிபெற மனமார வாழ்த்துகிறேன். என்னுடைய கடந்த காலத்தை விசாரிப்பதில் நீ அக்கறைகாட்டவில்லை. ஆனால், எண்ணற்ற மராத்திப் பத்திரிகைகளின் பக்கங்களில் எந்த நேரத்திலும் அது உனக்குக் கிடைக்கும். அதே நேரத்தில், உன்னுடைய தனிப்பட்ட வரலாறு எதுவும் எனக்குக் கிடைக்கவில்லை. இது குறித்து நீ எனக்குச் சொல்ல வேண்டும் என்று ஆசைப்படுகிறேன். முடிவு எடுப்பதற்காகக் கேட்கவில்லை. அது ஏற்கெனவே எடுத்தாயிற்று. ஆர்வ மிகுதியில்தான் கேட்கிறேன். அவசரம் ஏதுமில்லை. உனக்கு நேரம் வாய்க்கும்போது செய். நாம் எப்படி ஒன்றுசேர்ந்தோம்? நாம் அடைந்திருக்கும் முடிவு என்ன? இவையெல்லாம் மிகவும் விநோதமானவை!! விதியின் பாதையோ மிகமிக விநோதமானது. [நான்] அதை ஏற்றுக்கொள்கிறேன். உனக்குத் தகுதியானவனாக இருக்க முயல்வேன்.

நீ எடுத்திருக்கும் இந்த மிகப் பெரிய, இடரார்ந்த முடிவு குறித்து டாக்டர் மால்வன்கரிடம் தெரிவித்துவிட்டாயா என்று யோசித்துக்கொண்டிருக்கிறேன். அவர் என்ன நினைப்பார் என்பதை எண்ணி வியப்பாக இருக்கிறது. நீ இல்லாமல் அவரால் மருத்துவமனையை நடத்திவிட முடியுமா? மாற்று நபரைக் கண்டுபிடிக்க நாம் போதுமான அவகாசம் கொடுக்க வேண்டும். நம்மால் அவருக்குச் செய்ய முடிந்த குறைந்தபட்ச உபகாரம் இதுதான்.

டாக்டர் மால்வன்கர் பற்றி நீ கூறியதில் நான் முழுக்க உடன்படுகிறேன். அவர் என்னை மிகமிக ஒத்திருக்கிறார்தான். அவர் மீது மிகுந்த மதிப்பும் மரியாதையும் எனக்கு உண்டு. என் ஆற்றலுக்கு உள்பட்டு அவருக்காக எதையும் செய்யத் தயாராக இருக்கிறேன். அவருக்கு நான் உதவ வேண்டும் என்று அவர் விரும்பினால் அவர்

*எனக்கு உறுதியான யோசனைகளைச் சொல்ல வேண்டுமாறு கேட்டுக்கொள்கிறேன். நான் அவற்றை நிச்சயம் பரிசீலிப்பேன்.*

*உனக்கு நான் ஒரு சிறிய பரிசைத் தனியாக அனுப்பியிருக்கிறேன். புதன்கிழமை அன்று வந்துசேரும். பார்த்துவிட்டு உனக்கு அது பிடித்திருக்கிறதா என்று சொல். எழுதுபொருள்கள் உன் மனதுக்கு உகந்ததாக இருப்பதை எண்ணி எனக்கு மகிழ்ச்சி. எனக்குக் கலையில் விருப்பம் உண்டு. மேலும், நான் நல்ல அழகுணர்வு கொண்டவனும்கூட. எனக்கு அசிங்கமான விஷயங்கள் பிடிக்காது. நான் உனக்கு வைத்த பெயர் பிடித்திருக்கிறதா? நல்ல பெயர் அது. சூரியனைப் போல் ஒளிர்வது என்று அர்த்தம்.*

*மிகுந்த அன்புடன்,*
*பி' யிடமிருந்து*

**கடித எண் 3:**

பாபாசாஹேப் டெல்லியிலிருந்து பம்பாயிலுள்ள தன்னுடைய வருங்கால மனைவி டாக்டர் ஷாரதா கபீருக்கு 6 பிப்ரவரி 1948 அன்று எழுதிய கடிதத்திலிருந்து எடுக்கப்பட்ட பகுதி.

*... காந்தி ஒரு மராத்தியனின் கரங்களால் மரணத்தைச் சந்தித்திருக்கக் கூடாது என்று நீ சொன்னதோடு நான் முழுமையாக உடன்படுகிறேன். இல்லை! நான் ஒரு படி மேலே சென்று, இது போன்றதொரு மோசமான செயலை யார் செய்திருந்தாலும் அது தவறுதான் என்கிறேன். நான் எதற்காகவும் திரு. காந்திக்குக் கடன்பட்டிருக்கவில்லை என்று உனக்குத் தெரியும். என்னுடைய ஆன்மிக, தார்மீக, சமூகக் குண இயல்புக்கு அவர் எவ்விதத்திலும் பங்களிக்கவில்லை. என்னுடைய இருப்புக்காக நான் கடன்பட்டிருக்கும் ஒரே ஒரு நபர் கௌதம் [புத்தர்] மட்டும்தான். என் மீது அவருக்கு இருந்த வெறுப்பையும் பொருட்படுத்தாமல், சனிக்கிழமைக் காலையில் பிர்லா இல்லம் சென்றேன். அவருடைய சடலத்தைக் காட்டினார்கள். என்னால் அவ்ருடைய காயங்களைப் பார்க்க முடிந்தது. அவை மிகச் சரியாக இதயத்தில் இருந்தன. அவருடைய சடலத்தைப் பார்த்து நான் மிகவும் நெகிழ்ந்துபோனேன். என்னால் நடக்க இயலவில்லை என்பதால் இறுதி ஊர்வலத்துடன் கொஞ்ச தூரம்தான் போக முடிந்தது. பின்னர், வீடு திரும்பிவிட்டு மீண்டும் யமுனைக் கரையில் அமைந்துள்ள ராஜ்காட் சென்றேன். ஆனால், மக்கள்திரளால்*

உருவான வளையத்தை உடைத்து என்னால் நுழைய முடியாததால் எரியூட்டும் இடத்துக்குச் செல்ல வாய்க்கவில்லை.

நாம் மிகவும் நெருக்கடியான காலகட்டத்தைக் கடந்துவருகிறோம் என்றும், எதிர்காலம் பிடிபடவில்லை என்றும் நீ சொன்னது சரிதான். என்னுடைய கருத்து என்னவென்றால், பெரிய மனிதர்கள் தங்கள் நாட்டுக்குப் பெருமளவில் சேவையாற்றுபவர்கள்தான். அதே நேரத்தில், அவர்களும் ஒரு குறிப்பிட்ட காலத்துக்குப் பிறகு, தங்கள் நாட்டின் முன்னேற்றத்துக்குப் பெரும் தடையாக ஆகிவிடுகிறார்கள். ரோமானிய வரலாற்றில் நிகழ்ந்த ஒரு சம்பவம் இந்தத் தருணத்தில் என் நினைவுக்கு வருகிறது. சீஸர் கொல்லப்பட்ட விஷயத்தை சிஸரோவுக்குத் தெரியப்படுத்தியபோது, தூதுவர்களிடம் சிஸரோ இப்படிச் சொன்னான்: ‘உங்கள் விடுதலைக்கான நேரம் வந்துவிட்டது என்று ரோமானியர்களிடம் சொல்லுங்கள்.’ காந்திப் படுகொலைக்காக ஒருவர் வருத்தப்பட்டாலும்கூட, சீஸர் கொல்லப்பட்டபோது சிஸரோ வெளிப்படுத்திய உணர்வுகள் அவருடைய இதயத்தில் எதிரொலிப்பதைக் கட்டுப்படுத்த முடியாது. திரு. காந்தி இந்த நாட்டுக்கு ஒரு நேர்மறையான அபாயமாக மாறிவிட்டார். எல்லா சுதந்திரச் சிந்தனைகளையும் அவர் அடக்கிவைத்திருந்தார். திரு. காந்தியின் புகழ்பாடுவதையும் நயம்பாடுவதையும் தவிர, சமூகத்தின் வாழ்க்கையை நிர்வகிக்கும் எவ்விதமான சமூக அல்லது தார்மீகக் கொள்கையிலும் உடன்படாத, சமூகத்திலுள்ள எல்லா மோசமான மற்றும் சுயமோகக் கூறுகளின் கலவையாக அவர் காங்கிரஸை வைத்திருந்தார். அத்தகைய அமைப்பு ஒரு நாட்டை ஆளத் தகுதியற்றது. தீமையிலிருந்து நல்லது தோன்றும் என்று பைபிள் சொல்வதுபோல், திரு. காந்தியின் மரணத்திலிருந்து நல்லது ஒன்று வெளிவரும் என்று தோன்றுகிறது. அது ஒரு சாகச மனிதனின் அடிமைத்தனத்திலிருந்து மக்களை விடுவிக்கும். அது அவர்களைச் சுயமாக யோசிக்கவைக்கும். அது அவர்களைத் தங்கள் தகுதிகள் மீது நிற்கவைக்கும்.

மராத்தியர் ஒருவர் செய்த காரியத்தால், இந்தியர்களின் பரவலான கோபாவேசத்துக்கு மராத்தியர்கள் ஆளாக நேரிடும். டெல்லி துணி ஆலைகளில் டெல்லி தொழிலாளர்களால் மராத்தியர்கள் சிலர் மானபங்கப்படுத்தப்பட்டதாகக் கேள்விப்பட்டேன். அதற்காக நீ கவலைப்படத் தேவையில்லை. இந்தக் கிலியூட்டும் சந்தர்ப்பங்களிலிருந்தெல்லாம் நான் தப்பிப்பிழைத்துவிடுவேன்.

*மக்களின் இந்த ஆவேசமெல்லாம் கடந்துபோய்விடும். இதில் ஆச்சரியமான விஷயம் என்னவென்றால், திரு. காந்தியின் படுகொலைக்கு ஆவேசப்படுபவர்களோ துக்கப்படுபவர்களோ மிகவும் குறைவான எண்ணிக்கையில் இருப்பதாகவே தெரிகிறது. உண்மையில், இறுதி ஊர்வலம் தொடர்பாக நான் கவனித்த மிகவும் ஆச்சரியமான விஷயங்களில் ஒன்று — அந்தக் கூட்டம் மிகப் பெரிது என்பதில் எவ்வித ஐயமுமில்லை — அவர்களில் பெரும்பாலானோர் ஒருவித விடுமுறை மனநிலையில் இருந்தார்கள், என்னவோ அவர்கள் உருஸுக்கும் யாத்திரைக்கும் செல்வதுபோல...*[i]

**கடித எண் 4:**

பாபாசாஹேப் டெல்லியிலிருந்து பம்பாயிலுள்ள தன்னுடைய வருங்கால மனைவி டாக்டர் ஷாரதா கபீருக்கு 12 மார்ச் 1948 அன்று எழுதிய கடிதம்.

*புது டெல்லி*
*12.3.48*

*என் அன்புள்ள ஷாரு,*

*உனக்குக் கடிதம் எழுத உட்காருவேன் என்று நேற்று இரவு தொலைபேசியில் பேசும்போது நான் வாக்குறுதி கொடுத்திருந்தேன். ஆச்சரியகரமாக, உன்னுடன் பேசிமுடித்துத் தொலைபேசியை விட்டு நகர்ந்த அந்தக் கணத்தில் எனக்குக் கடுமையான சோர்வுணர்வு ஏற்பட்டது. எந்த அளவுக்கு என்றால், உடைகள் எதையும் களையாமல் அப்படியே படுக்கையில் விழுந்து காலைவரை எழுந்திருக்க முடியாத அளவுக்கு. எழுந்து அவைக்குப் போன பிறகும்கூடக் களைப்புணர்வு அப்படியே இருந்தது. இன்று மாலைதான் அதிலிருந்து என்னால் மீள முடிந்தது. எப்போதும் களைப்பை உண்டாக்கும் ரயில் பயணம்தான் இதற்கு [காரணம்] என்று நினைக்கிறேன். [இன்று] நான் பரவாயில்லை. எனவே,*

---

i Nanak Chand Rattu, Reminiscences of Dr. Ambedkar, Falcon Books, New Delhi, pp. 63–64.

தவிப்பிலிருந்து உன்னை விடுவிக்கும் பொருட்டுச் சில வரிகளை எழுதலாம் என்று உட்கார்ந்திருக்கிறேன்.

நீ ரயில் நிலையம் வராததில் எனக்கு மகிழ்ச்சி. என்னை என்னால் கட்டுப்படுத்தியிருந்திருக்க முடியாது. உன்னைக் கட்டுப்படுத்திக்கொள்ள உன்னால் எப்படி முடிந்தது என நான் வியந்துகொண்டிருந்தேன். நான் மிகவும் பலவீனமானவன். மிகவும் கனிவானவன். எளிதில் உணர்ச்சிவசப்படக்கூடியவன். மக்கள் என்னைப் பற்றித் தவறான அபிப்ராயம் கொண்டிருக்கிறார்கள். நான் கல்நெஞ்சக்காரன், முரட்டுத்தனமானவன், வெளிப்படையானவன், உணர்ச்சியற்றவன், வாதம்புரிபவன், முழுக்க மண்டைதானே தவிர இதயமே கிடையாது என்றெல்லாம் அவர்கள் நினைக்கிறார்கள். எனக்குள் கனிவும் மென்மையும் இருக்கின்றன. என்னை அவை பலவீனப்படுத்துகின்றன, சரணடையவைக்கின்றன. நான் சிந்திய கண்ணீருக்காக என்னை நீ பலவீனமானவனாகக் கருத மாட்டாய் என்று நம்புகிறேன்.

ரயில் நிலையத்தில் உன்னுடைய தந்தையைப் பார்த்ததில் எனக்கு மகிழ்ச்சி. அவர் என்னைப் பற்றி என்ன அபிப்ராயத்தை உருவாக்கிவைத்திருக்கிறார் என்று தெரியவில்லை. அது பாதகமாக இருக்காது என்று நம்புகிறேன். அவர் தன்னுடைய வாழ்க்கையின் கடைசிக் கட்டத்தில் இருக்கிறார். தன்னுடைய அன்புக்குரிய மகள் தன்னுடைய கணவரைத் தேர்ந்தெடுப்பதில் தவறிழைத்துவிட்டாள் என்று அவர் நினைப்பாரானால் அது எனக்கு மிகுந்த வருத்தமளிக்கும்.

மணமகள் அலங்காரத்தின் பகுதியாக நான் தேர்ந்தெடுத்திருக்கும் விஷயங்களில் உனக்கு திருப்தியா என்று தெரியவில்லை. வேறு ஏதேனும் உனக்கு வேண்டும் என்றால் எனக்குக் கண்டிப்பாக எழுது. நான் பணக்காரன் இல்லை என்றாலும், அதனால் உனக்கு மகிழ்ச்சி என்றால் என் ஷாருக்காக நான் என்னால் முடிந்த அளவுக்கு முயன்று அதை வாங்கித்தர மெனக்கெடுவேன். நிச்சயமாக, என்னுடைய உதவியும் வழிகாட்டுதலும் இல்லாமல் உன்னால் சரியானதைத் தேர்ந்தெடுக்க முடியாது என்பதை நீ ஒப்புக்கொள்வாய். ஆகவே, உனக்கானவற்றைத் தேர்ந்தெடுக்க உன்னை அனுமதிக்கலாம் என்பதில் எனக்கு அவ்வளவு நம்பிக்கை இல்லை. ஆனால், தேர்ந்தெடுக்கப்படும் விஷயங்களில் கச்சிதத்தன்மையைவிட உன்னுடைய மகிழ்ச்சிதான் எனக்கு முக்கியம். நீ வேறு ஏதேனும்

விருப்பம் கொண்டிருந்தால் என்னிடம் தெரிவிக்கத் தயங்காதே. நீ கைக்கடிகாரம் அணிவதன் அவசியத்தை நான் பலமுறை நினைவூட்டியிருக்கிறேன். எப்படியோ நீ அந்தப் பரிந்துரையை ஒருபோதும் ஏற்கவில்லை. என்ன காரணம் என்று நான் அறியேன். ரயிலில் இருக்கும்போது நீ ஒரு ட்ரெஸ்ஸிங் கவுன் பற்றிக் குறிப்பிட்டிருந்தாய் அல்லவா. நான் மறந்துபோனேன். அதை நீ வாங்கிக்கொள்வதற்கு உன்னை அனுமதிக்கிறேன். ஆனால், நல்ல நிறத்திலும் தரத்திலும் அதைத் தேர்ந்தெடுப்பதாக எனக்கு நீ உறுதியளிப்பாயா? என்னைக் கேட்டால், நீ இங்கே வரும்வரை காத்திருப்பது நல்லது.

நான் மிகவும் தனிமையாக உணர்கிறேன். என்னைப் போன்ற ஒரு நபர் தனிமையாக உணர்வதாகச் சொல்வது மிகவும் வேடிக்கையானது. குறைந்தபட்சம் கடந்த பதினைந்து ஆண்டுகளாக நான் தனிமையான வாழ்க்கையை வாழ்ந்துவருகிறேன். எனக்குத் துணையாக யாருமே இல்லை. ஆனால், என் மீது தனிப்பட்ட முறையில் பாசம் காட்ட யாரும் இல்லாமலேயே மகிழ்ச்சியாக வாழ்வதற்கு நான் கற்றுக்கொண்டிருந்தேன். பிறகு ஏன் இப்போது நான் திடீரென்று தனிமையை உணரத் தொடங்குகிறேன்? பதில் என்னவென்றால், ஷாரு இருக்கிறாள் என்பதுதான். ஷாரு இல்லாதபோது நான் தனியாக இருந்தேனே தவிர தனிமையாக இல்லை. இப்போது, ஷாரு இருக்கிறாள். ஆனால், அவளுடைய துணை இல்லை என்பதால் நான் தனிமையை உணர்கிறேன். என் தரப்பைப் போல நீயும் அங்கே தனிமையை உணர்வாயா என்று யோசித்து வியந்துகொண்டிருப்பேன்.

உன்னுடைய கடிதத்துக்காக நான் ஆவலுடன் காத்துக் கொண்டிருப்பேன். அது நாளை என்னை வந்தடையும் என்று நம்புகிறேன்.

மிகுந்த ப்ரியத்துடனும் ஆழ்ந்த அன்புடனும்
என் அன்புக்குரிய ஷாருவுக்கு.

ராஜாவிடமிருந்து.

# பின்னிணைப்பு 2

**டெல்லியிலிருந்து மாய் எழுதிய பிரசுரிக்கப்படாத கடிதங்கள்: கமலகாந்த் சித்ரேவுக்கு இரண்டு, பல்வந்த வராலேவுக்கு ஒன்று. இருவரும் டாக்டர் அம்பேத்கருடன் நெருக்கமாக இருந்தவர்கள்.**

**கடித எண் 1**

*அன்புள்ள திரு. சித்ரே,*

*நாங்கள் 14-ஆம் தேதி ஞாயிற்றுக்கிழமை அன்று, காலை விமானத்தில் கிளம்பி பம்பாய்க்கு நண்பகல் 12 மணிக்கு வந்துசேர்வோம் என்பதை டாக்டர் சாஹேப் உங்களிடம் தெரிவிக்கச்சொன்னார். நாங்கள் ராஜ்கிரஹாவில் தங்கவிருக்கிறோம் என்பதால் டிப்னிஸ் மூலம் இடத்தைச் சுத்தப்படுத்துவதையும் இதர விஷயங்களையும் பார்த்துக்கொள்ளுமாறு கேட்டுக்கொள்கிறோம். கடந்த முறை கல்லூரியிலிருந்து கொண்டுவந்ததைப் போல் ஒரு கட்டிலும் மெத்தைகளும் வேண்டும். இதர விஷயங்களெல்லாம் அங்கே ஏற்கெனவே இருக்கின்றன. அவற்றை நான் அங்கு வந்தவுடன் பார்த்துக்கொள்கிறேன். சுதாமா இங்கே தங்குவதால் நீங்கள் உணவுக்கும் ஏற்பாடு செய்ய வேண்டும். நாங்கள் அங்கே தங்கியிருக்கும் அந்தக் கொஞ்ச காலத்துக்கு விஷயங்களைக் கவனித்துக்கொள்ள ஒரு சமையல்காரச் சிறுவன் கிடைத்தால் நன்றாக இருக்கும்.*

லேசான அசதியைத் தவிர (அதற்கும் அவரேதான் காரணம். உடல் மெலிய வேண்டும் என்ற விருப்பத்தின் பொருட்டு உணவில் கட்டுப்பாட்டைத் தளர்த்திக்கொள்ள அவர் சம்மதிக்கவே இல்லை.) டாக்டர் சாஹேப் நன்றாக நடமாடத் தொடங்கிவிட்டார். நாளுக்கு நாள் உறுதியுடன் தேறிவருகிறார்.

டெல்லி அவருக்கு நல்ல ஓய்வைத் தருகிறது. மேலும், அவருடைய இலக்கிய ஈடுபாடுகளுக்கான முழு வாய்ப்பையும் அவகாசத்தையும் அது தருகிறது. அதனால்தான், சீக்கிரமாக அவர் டெல்லி போக வேண்டும் என்கிறார். இங்கே வானிலையும் அவருக்குப் பொருத்தமாக உள்ளது. அவர் மிகவும் சௌகரியமாக உணர்கிறார். குளிரான காலநிலையும் அவருக்கு உகந்ததாக இருக்கிறது.

மிகுந்த அன்புடன்,

தங்கள் உண்மையுள்ள,
சவிதா அம்பேத்கர்.

**கடித எண் 2**

அன்புள்ள திரு. சித்ரே,

நாங்கள் பம்பாயிலிருந்து கிளம்பி ஏறக்குறைய ஒரு வாரமாகியும் சவாத்கர் [காசிநாத் சவாத்கர்] இங்கு வருவதற்கான அறிகுறி ஏதும் தென்படவில்லை. உங்களுக்குத் தெரியும்தானே, பல காரணங்களுக்காக நாங்கள் அவர் வருகையை எதிர்பார்த்திருக்கிறோம். இதர விஷயங்கள் ஒருபுறம் இருக்கட்டும், அவர் கொண்டுவரவிருக்கும் பெட்டிகளில் புத்தகங்கள் இருப்பதுகூட இரண்டாம்பட்சம்தான், இங்கே மிகமிக அவசரமாகத் தேவைப்படும் சில கட்டுரைகள் இருக்கின்றன. விமான நிலையத்தில் வைத்து, சவாத்கர் இன்னும் மூன்று நான்கு நாள்களில் கிளம்பிவிடுவார் என்று நீங்கள் சொன்னீர்கள். அதனால், நான் வேறு எதுவும் சொல்லவில்லை, டாக்டர் சாஹேப் அதை நம்பவில்லை என்றபோதும். இப்போது அவருடைய தட்டச்சுப் பணி கிட்டத்தட்ட முடிந்துவிட்டது. மேலும், ஔரங்காபாத் செல்லவும் எங்களுக்குத் திட்டம் இருக்கிறது. சவாத்கரை அனுப்புவது சாத்தியமில்லை என்றால், டாக்டர் சாஹேப் எங்கள் ஓட்டுநர் மனேவைப் பரிந்துரைக்கிறார். எப்படியாவது இந்த இருவரில் யாரேனும் ஒருவர் வழியாக அந்தப் பெட்டிகள்

வந்தாக வேண்டும் — போதாததற்கு சமீப காலமாக நிலவிவரும் தண்ணீர்ப் பற்றாக்குறை வேறு. டாக்டர் சாஹேபின் படிப்பறைக்கு ஒரு ஏர்கூலர் வாங்கினோம். ஆனால், அது திருப்திகரமாக இல்லை. அவர் மிகவும் அசௌகரியமாகவும் அமைதியற்றும் இருக்கிறார். எனவே, இங்கிருந்து எவ்வளவு சீக்கிரம் முடியுமோ அவ்வளவு சீக்கிரம் ஓடிவிட வேண்டும். வெப்பம், அது தவிர பொதுவான தொந்தரவுகளும் இருக்கின்றன. இவை ஒருவித விசித்திரமான உடல் வலிக்குக் கொண்டுவிடுகின்றன. எண்ணெய் வைத்து உடம்பைத் தேய்த்துவிட்டால்தான் இதிலிருந்து நிவாரணம் கிடைக்கிறது. இங்கே, இத்தகைய தேவைகளைப் பூர்த்திசெய்யக்கூடிய மருத்துவர்கள் யாரும் இல்லை. இங்கே, சாஹேபின் ஒவ்வொரு தனிப்பட்ட தேவைக்கும் ஒரு உதவியாளர் அவசியம். அவருடைய புதிய புத்தகம் — 'இந்து மதத்திலுள்ள புதிர்கள்' — அவருடைய தனிப்பட்ட பாதுகாப்பை இடருக்கு உள்ளாக்கும். எனவே, நேர்மையான, புத்திசாலியான, அர்ப்பணிப்புள்ள ஒரு நபர் அவருடன் எப்போதும் இருப்பது மிகமிக அவசியம்.

பம்பாயின் வெப்பநிலை மாறியிருக்கும் என்றும், நீங்கள் சௌகரியமாக உணரும் அளவுக்கு மாறியிருக்கும் என்றும் நம்புகிறேன்.

மிகுந்த அன்புடன்,

தங்கள் உண்மையுள்ள,<br>சவிதா அம்பேத்கர்.

**கடித எண் 3**

அன்புள்ள திரு. வராலே,

அலேகாசனுடனான எங்களின் கடிதப் பரிமாற்றம் குறித்து திரு. சிட்னிஸ் உங்களுக்குத் தெரிவித்திருப்பார். அவரிடமிருந்து இதுவரை எந்தப் பதிலும் எங்களுக்கு வரவில்லை. டாக்டர் ஸ்ரீமலியின் வருகை நம் பள்ளிக்கு உதவியாக இருக்கக்கூடும். தொழில்நுட்பப் பள்ளி குறித்த விவரங்களை திரு. ஸ்ரீகாந்த் கேட்கிறார். அவற்றை சிட்னிஸ் எங்களுக்குத் தர வேண்டும். அதன் பிறகு, திரு. ஸ்ரீகாந்துடன் டாக்டர் சாஹேப் தனிப்பட்ட

முறையில் கலந்துரையாடுவார். பிறகு, நம் விடுதிக்கு ஏதும் கட்டட மானியங்கள் கிடைப்பதற்கான சாத்தியத்தை அவர் ஆராய்வார்.

தாமு மிகவும் பயனுள்ளவர் என்பதை நிரூபித்துவிட்டார். அப்படியான நபர்கள் சிலர் எப்போதும் சாஹேபுடன் இருக்க வேண்டும். உங்களுடைய தேடல் என்னவாயிற்று? பம்பாயில் எங்களுடன் இருந்த பாவ்ராவ் [கெய்க்வாட்] குறைந்தபட்சம் அடுத்த நாடாளுமன்ற அமர்வுவரை இங்கே இருக்க முன்வந்திருக்கிறார். அதற்குப் பிறகு, அவரைப் போன்ற ஒரு நபர் எனக்குத் தேவை. கடந்த முறை சிட்னிஸ் இங்கே இருந்தார். இந்த முறை என்ன ஏற்பாடுகள் செய்வதென்று எனக்குத் தெரியவில்லை. நாடாளுமன்றம் இல்லாதபோது நான் அவருடன் செல்வேன். ஆனால், அப்படி நாடாளுமன்றத்துக்குச் செல்வது எனக்கு உவப்பானதாகப் படவில்லை. பாவ்ராவ் நிறைய வேலைகளில் ஈடுபட்டிருக்கும் நபர். எனவே, எதிர்வரும் நாடாளுமன்றக் கூட்டத்தொடரின்போது அவர் தன்னுடைய சேவையைத் தர மிகுந்த விருப்பத்துடன் இருக்கும்போதும், அவரை ஒரு மாத காலத்துக்கும் மேலாக இங்கே பிடித்துவைப்பதில் எனக்கு விருப்பமில்லை. நீங்கள் வேறு யாரையேனும் பரிந்துரைத்தால் நன்றாக இருக்கும். நேர்மையான, புத்திசாலியான, வலிமையான ஒரு நபர் நமக்கு வேண்டும். நீங்கள் பாலுவை [பாலச்சந்திரா] ஒரு மாதம்போல விட்டுக்கொடுக்க வேண்டும் என்று என் அப்பா விரும்புகிறார் — ஆனால், அது அவனுடைய கல்லூரியையும் படிப்பையும் பொறுத்தது. இந்த எல்லாக் கோணங்களிலிருந்தும், டாக்டருக்குத் துணையாக ஒரு நிலையான, நம்பகமான நபரை நாம் பெற்றுவிட்டால் நல்லது என்று தோன்றுகிறது. உங்களைப் போன்ற ஒரு நபர்தான் விரும்பத்தக்கது. அவரால் தனியாக நடமாட முடிகிறது என்றாலும் மெய்க்காப்பாளர் போன்ற ஒருவர் நமக்குக் கட்டாயம் வேண்டும். அவருடைய செயல்பாடுகள் பலரையும் புண்படுத்தும். அவர்கள் தங்களுடைய கொள்கையை நிலைநாட்டுவதற்கான வாய்ப்புக்காகக் காத்துக்கொண்டிருப்பார்கள் என்பதும் இயல்பானதுதான். பம்பாயில் நீங்கள் கடந்த முறை சாஹேபைப் பார்த்ததைவிட இப்போது தேறியிருக்கிறார். நான் தேறியிருக்கிறார் என்று சொல்வது கால்களை முன்வைத்துதான் — அவர் தடி இல்லாமல் நம்பிக்கையுடன் நடக்க முற்படுகிறார்.

நான் நம்முடைய தோட்டத்துக்காக [மிலிந்த் கல்லூரித் தோட்டம்] மிகவும் அழகான சரு கன்றுகள் சிலவற்றை வாங்கியிருக்கிறேன்.

*தாமு மற்றும் தாதாவுடன் (ஒரு வார காலம்போல அவர் இங்கே இருத்திவைக்கப்பட்டிருக்கிறார்) அவை அனுப்பப்படும் — அந்தக் கன்றுகள் மிகவும் நுண்ணுணர்வு கொண்டவை என்பதால் நீங்கள் அவற்றைத் தனிப்பட்ட முறையில் பெற்றுக்கொள்ள வேண்டும். நீங்கள் அவற்றை மண்மாடிலிருந்து மிகவும் கவனமாக எடுத்துச்செல்ல வேண்டும். அவற்றை எங்கே நடுவது என்று முடிவெடுக்கும்வரை கிணற்றுக்கு அருகே நிழலில் பாதுகாக்க வேண்டும். சில உயரமானவை, சில குட்டையாக மயில் இறகுகள்போல் காட்சியளிக்கின்றன. தாமுவுடன் எங்களின் டெல்லித் தோட்டக்காரர் நாது வரவில்லை. அவருடைய பயணக் கட்டணப் பணம் இந்த விதைகள் வாங்குவதற்குப் பயன்படுத்தப்படும். மொத்தமாக நூறு செடிகள் கேட்டேன். அவற்றுக்கான விலை என்னவென்று திங்கட்கிழமைக்குள் தெரியும்.*

*பருவமழை காரணமாக டெல்லி வெதுவெதுப்பாகக் காணப்படுகிறது. தங்கள் வீட்டில் எல்லோரும் நலம்தானே, உங்களுடைய தோள்களும் நீங்களும் நலம் என்று நம்புகிறேன்.*

*மிகுந்த அன்புடன்,*

*தங்கள் உண்மையுள்ள,*

*எஸ். அம்பேத்கர்.*

# பின்னிணைப்பு 3

## அம்பேத்கர் தன்னைப் பின்பற்றுபவர்களுக்கு வழங்கிய இருபத்து இரண்டு உறுதிமொழிகள் பின்வருமாறு:

**ஓம்வேத் பதிப்பு 1**

1. பிரம்மா, விஷ்ணு, மகேஸ்வரன் மீது எனக்கு எந்த நம்பிக்கையும் கிடையாது. நான் அவர்களை வழிபடவும் மாட்டேன்.
2. கடவுளின் அவதாரம் என்று நம்பப்படும் ராமர், கிருஷ்ணர் மீது எனக்கு எந்த நம்பிக்கையும் கிடையாது. நான் அவர்களை வழிபடவும் மாட்டேன்.
3. கௌரி, கணபதி, இதர ஆண் பெண் இந்துக் கடவுள்கள் மீது எனக்கு எந்த நம்பிக்கையும் கிடையாது. நான் அவர்களை வழிபடவும் மாட்டேன்.
4. கடவுளின் அவதாரத்தில் நான் நம்பிக்கைகொள்ள மாட்டேன்.
5. விஷ்ணுவின் மறுபிறப்புதான் புத்தர் என்று சொல்வதை நான் நம்பவில்லை, நம்பவும் மாட்டேன். இது சுத்த பைத்தியக்காரத்தனமும் பொய்ப் பிரச்சாரமும் ஆகும்.
6. நான் ஷ்ரார்த்தமளிக்கவோ பிண்டமளிக்கவோ மாட்டேன்.
7. புத்தரின் கொள்கைகளையும் போதனைகளையும் மீறும் விதமாக நான் நடந்துகொள்ள மாட்டேன்.

8. பிராமணர்கள் நடத்தும் எந்தச் சடங்கையும் நான் அனுமதிக்க மாட்டேன்.

9. மனிதரிடத்தில் சமத்துவம் என்பதில் எனக்கு நம்பிக்கை உண்டு.

10. சமத்துவத்தை நிலைநாட்ட நான் முயற்சி எடுப்பேன்.

11. புத்தரின் மேன்மைமிக்க எண்வகை மார்க்கங்களை நான் பின்பற்றுவேன்.

12. புத்தர் வகுத்துத்தந்த பத்து பாரமிதாக்களை நான் பின்பற்றுவேன்.

13. எல்லா உயிர்களிடத்தும் நான் பரிவும் அன்பும் காட்டுவேன். அவற்றைப் பாதுகாக்கவும் செய்வேன்.

14. நான் திருட மாட்டேன்.

15. நான் பொய் சொல்ல மாட்டேன்.

16. நான் சரீர இச்சைக்கு ஆட்பட மாட்டேன்.

17. மது, போதைப்பொருள், இதர மதி மயக்கும் வஸ்துகளை நான் பயன்படுத்த மாட்டேன்.

18. மேன்மைமிக்க எண்வகை மார்க்கங்களை நான் பின்பற்ற முயல்வேன். அன்றாட வாழ்க்கையில் நான் பரிவையும் அன்பையும் கடைப்பிடிப்பேன்.

19. மனிதத்துக்கு எதிராகவும், மனிதத்தின் வளர்ச்சிக்கும் முன்னேற்றத்துக்கும் இடையூறாகவும் இருக்கும் இந்து மதத்தை நான் துறக்கிறேன். என்னுடைய மதமாக பௌத்தத்தை ஏற்கிறேன்.

20. புத்தரின் தம்மம் மட்டுமே ஒரே உண்மையான மதம் என்று நான் உறுதியாக நம்புகிறேன்.

21. நான் ஒரு புதிய பிறவி எடுத்திருப்பதாகக் கருதுகிறேன். (வேறு விதமாகச் சொல்வதென்றால், 'நான் பௌத்தத்தை ஏற்றதன் வழியாக எனக்கு மறுபிறப்பு நடந்திருப்பதாக நான் நம்புகிறேன்.')

22. நான் இனி புத்தரின் தம்மத்துக்கேற்ப என்னுடைய வாழ்க்கையை வழிநடத்துவேன் என்று நான் அழுத்தமாக உறுதியளிக்கிறேன்.

— ஓம்வேத் (2003, பக்: 261–62)